# ಸ್ವಯಂವಧು

ಸಾಯಿಸುತೆ

**ಸುಧಾ ಎಂಟರ್‌ಪ್ರೈಸಸ್**
ನಂ. 761, 8ನೇ ಮುಖ್ಯರಸ್ತೆ, 3ನೇ ಬ್ಲಾಕ್,
ಕೋರಮಂಗಲ, ಬೆಂಗಳೂರು – 560 034.

*SWAYAMVADHU* (Kannada): a social novel written by Smt. Saisuthe; published by Sudha Enterprises, # 761, 8th Main, 3rd Block, Koramangala, Bangalore - 560 034.

| | | |
|---|---|---|
| ಮೊದಲನೆಯ ಮುದ್ರಣ | : | 2005 |
| ಎರಡನೆಯ ಮುದ್ರಣ | : | 2016 |
| ಮೂರನೆಯ ಮುದ್ರಣ | : | 2022 |
| ಪುಟಗಳು | : | 192 |
| ಬೆಲೆ | : | ರೂ. 170 |
| ಉಪಯೋಗಿಸಿದ ಕಾಗದ | : | 70 ಜಿ.ಎಸ್.ಎಂ. ಮ್ಯಾಪ್‌ಲಿಥೋ |
| ಮುಖಪುಟ ವಿನ್ಯಾಸ | : | ಚಂದ್ರನಾಥ ಆಚಾರ್ಯ |
| ಹಕ್ಕುಗಳು | : | ಲೇಖಕಿಯವರದು |

**ಸಗಟು ಮಾರಾಟಗಾರರು**
ವಸಂತ ಪ್ರಕಾಶನ
# 360, 10ನೇ 'ಬಿ' ಮುಖ್ಯರಸ್ತೆ, 3ನೇ ಬ್ಲಾಕ್,
ಜಯನಗರ, ಬೆಂಗಳೂರು – 560 011
ದೂರವಾಣಿ : 080–40917099 / ಮೊ: 7892106719
email : vasantha_prakashana@yahoo.com
www.vasanthaprakashana.com

**ಅಕ್ಷರ ಜೋಡಣೆ :**
ವಸಂತ ಪ್ರಕಾಶನ

**ಮುದ್ರಣ :**
ರೀಗಲ್ ಪ್ರಿಂಟ್ ಸರ್ವೀಸ್

# ಮುನ್ನುಡಿ

ಇಡೀ ಕುಟುಂಬ ಸಮಾಜದ ಕಿರಿದಾದ ರೂಪ. ಇದು ಭಾರತೀಯ ತತ್ವದ ಸರ್ವಕಾಲಿಕ ಸೋಪಾನ. ಮೊದಲನೆಯದಾಗಿ ಒಂಟಿಯಾಗಿ ಬಾಳುವುದು ಕಷ್ಟ. ಸ್ತ್ರೀ ಪುರುಷರ ಸಮಾಗಮವೇ ಸೃಷ್ಟಿಯ ಮೂಲ ಉದ್ದೇಶ. 'ಗೃಹಿಣಿ ಗೃಹ ಮುಚ್ಚತೇ' ಎನ್ನುವುದು ಈಗ ಹಳೆಯ ಮಾತು!

ಬದಲಾದ ಜೀವನಕ್ರಮ, ಈಗಿನ ಸಮಾಜದ ವಿವಿಧ ಕೋನಗಳನ್ನು ಅರ್ಥೈಸಿಕೊಂಡು ಬರೆದಿದ್ದೀರಿ ಎಂದು ಸಾಕಷ್ಟು ಓದುಗರು ಸ್ಪಂದಿಸಿ ತಮ್ಮ ಅಭಿಪ್ರಾಯಗಳನ್ನು ವ್ಯಕ್ತಪಡಿಸಿದ್ದಾರೆ. ಅದಕ್ಕೆ ನಾನು ಆಭಾರಿ.

ಮರು ಮುದ್ರಣವನ್ನು ಸುಧಾ ಎಂಟರ್‌ಪ್ರೈಸಸ್ ಪ್ರಕಾಶನ ಸಂಸ್ಥೆ ಮಾಡಿದೆ. ಮುಖಪುಟ ಚಿತ್ರ ಪ್ರಸಿದ್ಧ ಕಲಾವಿದರಾದ ಶ್ರೀ ಚಂದ್ರನಾಥ ಆಚಾರ್ಯರದು.

ಎಲ್ಲರಿಗೂ ಧನ್ಯವಾದಗಳು.

**ಸಾಯಿಸುತೆ**

**"ಸಾಯಿಸದನ"**
# 12, 2ನೇ ಮುಖ್ಯರಸ್ತೆ, 2ನೇ ಅಡ್ಡರಸ್ತೆ,
ಮಾರುತಿನಗರ, ಕೋಗಿಲೆ ಕ್ರಾಸ್,
ಯಲಹಂಕ, ಬೆಂಗಳೂರು – 560064.
ದೂ.: 080–28571361

# ನಮ್ಮಲ್ಲಿ ದೊರೆಯುವ ಸಾಯಿಸುತೆಯವರ ಕಾದಂಬರಿಗಳು

61. ಬಣ್ಣದ ಚುಂಬಕ
62. ಸ್ವರ್ಣ ಮಂದಿರ
63. ಶ್ರೀರಸ್ತು ಶುಭಮಸ್ತು
64. ಗಂಧರ್ವಗಿರಿ
65. ಶುಭಮಿಲನ
66. ಸಪ್ತಪದಿ
67. ಚೈತ್ರದ ಕೋಗಿಲೆ
68. ಬೆಳ್ಳಿದೋಣಿ
69. ವಿವಾಹ ಬಂಧನ
70. ಮಂಗಳ ದೀಪ
71. ಡಾ॥ ವಸುಧಾ
72. ಮುಂಜಾನೆಯ ಮುಂಬೆಳಕು
73. ಸೊಬಗಿನ ಪ್ರಿಯದರ್ಶಿನಿ
74. ರಾಗಬೃಂದಾವನ
75. ಬಿಳಿ ಮೋಡಗಳು
76. ಅನುಬಂಧದ ಕಾರಂಜಿ
77. ಮಿಂಚು
78. ನಾಟ್ಯಸುಧಾ
79. ಪಸರಿಸಿದ ಶ್ರೀಗಂಧ
80. ಬೆಳದಿಂಗಳ ಚೆಲುವೆ
81. ವರ್ಷಬಿಂದು
82. ಸಪ್ನ ಸಂಭ್ರಮ
83. ನನ್ನ ಭಾವ ನಿನ್ನ ರಾಗ
84. ಸುಮಧುರ ಭಾರತಿ
85. ಮೌನ ಆಲಾಪನ
86. ಮತ್ತೊಂದು ಬಾಡದ ಹೂ
87. ಶಿಶಿರದ ಇಂಚರ
88. ಮುಂಗಾರಿನ ಹುಡುಗಿ
89. ಸಾಮಗಾನ
90. ಕಡಲ ಮುತ್ತು
91. ಆಡಿಸಿದಳು ಜಗದೋದ್ಧಾರನಾ
92. ಪಂಚವಟಿ
93. ಶ್ಯಾನುಭೋಗರ ಮಗಳು
94. ಮೂಡಿ ಬಂದ ಶಶಿ
95. ಜನನೀ ಜನ್ಮಭೂಮಿ
96. ಬಿರಿದ ನೈದಿಲೆ
97. ಶರದೃತುವಿನ ಚಂದ್ರ
98. ಮೋಹನ ಮುರಳಿ ಕರೆಯಿತು
99. ಮುಗಿಲ ತಾರೆ
100. ಅಗ್ನಿದಿವ್ಯ
101. ಧವಳ ನಕ್ಷತ್ರ
102. ಕಲ್ಯಾಣಮಸ್ತು
103. ದಂತದ ಗೊಂಬೆ
104. ಸುಭಾಷಿಣಿ
105. ಮಮತೆಯ ಸಂಕೋಲೆ
106. ಮಂತ್ರಾಕ್ಷತೆ
107. ಸಪ್ತಧಾರೆ
108. ಹೇಮಂತದ ಸೊಗಸು
109. ಬೆಳಕಿನ ಹಣತೆ
110. ಗ್ರೀಷ್ಮದ ಸೊಬಗು
111. ಗ್ರೀಷ್ಮ ಋತು
112. ಪ್ರಿಯ ಸಖೀ
113. ಚಿರಬಾಂಧವ್ಯ
114. ಅಗ್ನಿದಿವ್ಯ
115. ಆಶಾಸೌರಭ
116. ಗಿರಿಧರ

ಹೊರಗೆ ಸೋನೆ ಮಳೆ ಸುರಿಯುತ್ತಿತ್ತು. ಮೂರು ದಿನದಿಂದ ಹಿಡಿದ ಮಳೆ ಬಿಟ್ಟಿರದ ಕಾರಣಕ್ಕೆ ವಾತಾವರಣದಲ್ಲಿ ತಂಪು, ಚುಮ ಚುಮ ಎನ್ನುವ ಹಿತವಾದ ಅಪ್ಪುಗೆ. ಒಗೆದ ಬಟ್ಟೆಗಳೊಂದು ಒಣಗಿರಲಿಲ್ಲವೆನ್ನುವ ತಾಪತ್ರಯ, ಬೆಳಿಗ್ಗೆ ಶ್ರೀಧರ ಆಫೀಸ್‌ಗೆ ಹೋಗುವಾಗ ರೇಗಿದ್ದ.

"ನಿನ್ನ ಒಗೆತ, ಐರನ್‌ನ ಕಾರಣಕ್ಕೆ ಆಫೀಸ್‌ನಲ್ಲಿ ಪ್ಯೂನ್‌ನ ಸಥಾನಕ್ಕೆ ಇಳ್ದು ಬಿಟ್ಟಿದ್ದೀನಿ. ಸಂತಾಪ ಸೂಚಿಸುವಂತೆ ನನ್ಮುಖ ನೋಡ್ತಾರೆ ನಿನ್ನ ಒಗೆತ ಬೇಡ, ಆರಾಮಾಗಿ ನನ್ನ ಬಟ್ಟೆಗಳ್ನ ಡ್ರೈವಾಶ್‌ಗೆ ಕೊಡು." ಆಜ್ಞಾಪಿಸಿದ್ದ ದೊಡ್ಡದಾಗಿ, ಅವಳಿಗೆ ಕೆಟ್ಟ ಕೋಪ ಬಂದಿತ್ತು! "ಡ್ರೈಕ್ಲೀನ್‌ಗೆ ಹಣ ಕೊಡೋರು... ಯಾರು? ಅವರೇ ಕೊಟ್ಟು ಕೊಳ್ಳಿ, ಏನೋ ಮನೆಗೊಂದಿಷ್ಟು ಸಹಾಯವಾಗ್ಲೀ ಅನ್ನೋ ಪರದಾಟ. ಇನ್ಮೇಲೆ ಆ ತಂಟೆ ತಕರಾರು ಬೇಡ. ಆರಾಮಾಗಿ ಮಧ್ಯಾಹ್ನದ ವೇಳೆ ನಿದ್ದೆ ಹೊಡಿತೀನಿ" ಗೊಣಗಿಕೊಂಡೆ ಕೊಳೆ ಬಟ್ಟೆಗಳನ್ನೆಲ್ಲ ತೆಗೆದು ಗುಡ್ಡೆ ಹಾಕಿ ಕೊಳ್ಳುವ ವೇಳೆಗೆ "ಶರಾವತಿ... ಶರಾವತಿ" ಎಂದು ಸುಬ್ಬಲಕ್ಷ್ಮೀ ಕೂಗಿಕೊಂಡರು.

ರೂಮಿನಿಂದ ಹೊರ ಬಂದು "ಅತ್ತೆ, ನಾನು ಬಟ್ಟೆ ಒಗೆಯೋದು ಐರನ್ ಮಾಡೋದು, ನಿಮ್ಮ ಮಗನಿಗೆ ಸರಿ ಬರೋಲ್ವಂತೆ." ಎಂದ ಸೊಸೆಯ ಮಾತಿಗೆ ನಗುತ್ತ "ಹೋಗ್ಲಿ ಬಿಡು, ನಿಂಗೆ ಕೆಲ್ಸ ಕಡ್ಮೇ ಆಯ್ತು.. ಡ್ರೈಕ್ಲೀನ್‌ಗೆ ಕೊಡೊದೂಂದರೇ ಶರಧಿದು ಕೂಡ ಕೊಡು. ಈಚೆಗೆ ಅವ್ಳಿಗೂ ಮನೆಯ ಒಗೆತ ಸರಿ ಬರೋಲ್ಲ. ದುಡಿಮೆ ಜಾಸ್ತಿಯಾದ ಕೂಡ್ಲೇ ಇವೆಲ್ಲ ಷುರುವಾಗುತ್ತೆ" ಮಗಳ ಬಗ್ಗೆ ಗೊಣಗಿದರು.

ಅದು ಪೂರ್ತಿಯಾಗಿ ನಿಜವೇ..! ಬಟ್ಟೆ ಬರೆ ಜೊತೆ ಬಳಸುವ ಶಾಂಪು, ಸೋಪುನಿಂದ ಹಿಡಿದು ಎಲ್ಲವು ಬದಲಾಗಿತ್ತು. ಅವಳು ಮನೆಯಲ್ಲಿ ಓಡಿಯಾಡಿದರೇನೇ, ಪರ್‌ಫ್ಯೂಮ್ ವಾಸನೆ, ಗಮನಿಸಿದರು ಗಮನಿಸದಂತಿರುವುದು ಕಷ್ಟವಾಗಿತ್ತು.

"ತೀರಾ ಬದಲಾಗಿದ್ದಾಳೆ" ಮನೆಯವರ ಅಭಿಪ್ರಾಯ ಖಂಡಿತ ಸುಳ್ಳಲ್ಲ.

ಒಗೆಯಲೆಂದು ತೆಗೆದಿಟ್ಟ ಡ್ರೆಸ್‌ಗಳನ್ನು, ಸೀರೆಗಳನ್ನು ಒಂದೆಡೆ ರಾಶಿ ಹಾಕಿಕೊಂಡು ಕಪಾಟುನ ಡ್ರಾಯರ್ ತೆಗೆದಾಗ ಒಂದು ಕವರ್ ಕಾಣಿಸಿತು. ಬ್ಲೂಸ್ಟಾರ್ ಹೋಟೆಲ್‌ನ

ಒಂದು ಚಿತ್ರ ಕವರ್‌ನ ಮೂಲೆಯಲ್ಲಿದೆ, ಶ್ರೀಕಾಂತ್ ಎನ್ನುವ ಹೆಸರಿತ್ತು ಕವರ್‌ನ ಮಧ್ಯ ಭಾಗದಲ್ಲಿ. ಶ್ರೀಕಾಂತ್ ಬಾಸ್, ಅದೇನು ಅನ್ನಿಸದಿದ್ದರೂ ತೆಗೆದು ನೋಡುವ ಕುತೂಹಲ. ಕವರ್ ಬಿಡಿಸಿ ಮಡಚಿಟ್ಟ ಬಿಲ್‌ನ ತೆಗೆದಳು. ಇಬ್ಬರು ಎರಡು ದಿನ ಅಲ್ಲಿ ಉಳಿದಿದ್ದಕ್ಕೆ ಸಂದಾಯವಾದ ಒಟ್ಟು ಮೊತ್ತದ ಹಣ ಪಡೆದ ಬಿಲ್.

ಕ್ಷಣವೇನು ಅನ್ನಿಸದಿದ್ದರೂ ಮೇ 24, 25 ಶರಧಿ ಇಲ್ಲಿರಲಿಲ್ಲ, ಮೀಟಿಂಗ್‌ನ ಸಲುವಾಗಿ ಮುಂಬಯಿಗೆ ಹೋಗಿದ್ದಳು. ಹಿಂದೇ ನಾಲ್ಕು ಜನರ ಟೀಂ ಹೋಗುತ್ತಿತ್ತು! ಆದರೆ 215ನೇ ರೂಂನಲ್ಲಿ ಇಬ್ಬರು ಒಟ್ಟಿಗೆ ಉಳಿದಿದ್ದಾರೆ!

ಶರಾವತಿ ಬೆವೆತಳು, ವ್ಯವಸ್ಥೆಯ ವಿರುದ್ಧದ ಮನಸ್ಥಿತಿ ಶರಧಿದೆಂದು ಅವಳ ಮಾತುಕತೆಗಳಿಂದಲೇ ಗೊತ್ತಾಗುತ್ತಿತ್ತು. ಅವಳ ವಿವಾಹದ ಪ್ರಯತ್ನ ಮಾಡಿದಾಗಲೆಲ್ಲ ನಿರಾಕರಿಸುತ್ತಿದ್ದುದು ಮನೆಯವರ ಚಿಂತೆಗೆ ಕಾರಣವಾಗಿತ್ತು. ಕೆಲವೊಮ್ಮೆ ಸಂಘರ್ಷ!

"ಶರಧಿ" ಸುಬ್ಬಲಕ್ಷ್ಮೀಯವರ ದನಿ ಕೇಳಿ ರೂಮಿನಿಂದ ಹೊರ ಬಂದವಳು "ಅತ್ತೆ ಶರಧಿ ಮೇ 24, 25 ಇಲ್ಲಿರಲಿಲ್ಲ ಅಲ್ವಾ?" ತನ್ನ ಅನುಮಾನ ಪರಿಹರಿಸಿಕೊಳ್ಳಲು ಕೇಳಿದ್ದು.

"ಇಲ್ಲ, ಅವಳು 23ನೇ ತಾರೀಖು ಹೊರಟಿದ್ದು. ಬಂದಿದ್ದು 26ನೇ ತಾರೀಖು ರಾತ್ರಿ ಅಲ್ವಾ? ಅದೇನು ಸುಡುಗಾಡು ಕೆಲ್ಸವೋ, ಮನೆಗೆ ಬಂದರೂ ಮೊಬೈಲ್ ಕೈಯ್ಯಲ್ಲಿಡಿದೆ ಮಾತಾಡ್ತಾ ಇರ್ತಾಳೆ. ಇವ್ಳಿಗೊಂದು ಮದ್ವೆಯಾಗಿದ್ರೆ... ಚೆನ್ನಾಗಿ ಇರ್ತಾ ಇತ್ತು" ಆಕೆಯದು ಅದೇ ರಾಗ, ಶರಾವತಿ ಮಾತಾಡಲಿಲ್ಲ."

ಮೌನವಾಗಿ ಹೋಗಿ ರೂಮಿನಲ್ಲಿ ಕೂತಿದ್ದು ಪ್ರಸ್ತಾಪ ಬಂದಾಗ್ಲೆಲ್ಲ. "ನೋ... ನೋ... ಪ್ಲೀಸ್ ನಂಗೆ ಮದ್ವೆ ಆಗೋ ಇಷ್ಟವಿಲ್ಲ. ಜೀವನ ಪೂರ್ತಿ ಯಾರದೋ ಕೊರಳಿಗೆ ಜೋತು ಬಿದ್ದು ಮಲಗೋ ಮನಸ್ಥಿತಿ ನಂದಲ್ಲ, ಪ್ಲೀಸ್... ಅರ್ಥಮಾಡ್ಕೊಳ್ಳಿ" ಇಂಥದ್ದೇ ಮಾತುಗಳು. ಸುಬ್ಬಲಕ್ಷ್ಮೀಯ ಕೋಪ, ಗೊಣಗಾಟವೇನು ಪ್ರಯೋಜನವಾಗಿರಲಿಲ್ಲ.

"ಹೋಗ್ಲಿ ಬಿಡು, ಈಗ ಅದೊಂದು ತರಹ ಫ್ಯಾಷನ್. ಸುಮ್ನೇ ಒತ್ತಡ ಬೇಡ. ಅವಳ ಪಾಡಿಗೆ ಅವಳನ್ನು ಬಿಡಿ" ರಾಮಮೂರ್ತಿ ಮಗಳ ಬಗ್ಗೆ ಹೇಳಿದರೂ, ಚಿಂತೆಯಂತೂ ಇತ್ತು. ಮಗನ ಮುಂದೆ ಎಷ್ಟೋ ಸಲ ಹೇಳಿಕೊಂಡಿದ್ದರು. "ಸಾಕಷ್ಟು ಕಡೇ ನೋಡಿದ್ದಾಯ್ತು, ಯಾವ್ದೂ ಒಪ್ತಾ ಇಲ್ಲ. ಲವ್ ಡಿಸ್ ಅಪಾಯಿಂಟಾ? ಯಾರಲ್ಲಿಯಾದ್ರೂ ಪ್ರೇಮ, ಪ್ರೀತಿ ಇದ್ಯಾ ವಿಚಾರ್‍ಸು, ಜಾತಿ, ಮತ, ವರ್ಗ, ಪಂಗಡ... ಅಂಥದೇನು ಇಟ್ಟುಕೊಳ್ಳದೇ ನಾವೇ ಮದ್ವೆ ಮಾಡೋಣ" ಮಗನಿಗೆ ಹೇಳಿದ್ದರು. "ಅಣ್ಣ, ನಂಗೆ ಹಾಗೆ ಅನ್ನಿಸ್ತಾ ಇಲ್ಲ, ಶರಧಿ ತುಂಬ ಬೋಲ್ಡ್, ಹಾಗೇನಾದ್ರೂ ಇದ್ದರೇ ತಾನೇ ಹೇಳೋಳು. ಅವ್ಳಿಗೆ ಮದ್ವೆ ಅನ್ನೋ ಸಂಪ್ರದಾಯದ ಬಗ್ಗೆನೇ ಬೇಸರ. ನೋಡೋಣ, ಎಷ್ಟು ದಿನ ಈ ಹಾರಾಟ" ಅಂದು ತಳ್ಳಿ ಹಾಕಿದ್ದ ತಾತ್ಕಾಲಿಕವಾಗಿ. ಅವನು ಕೂಡ ಆತಂಕದಿಂದ ಮುಕ್ತನಾಗಲಿಲ್ಲ.

ತೀವ್ರ ಯೋಚಿಸಿದಷ್ಟು ಶರಾವತಿಯ ತಲೆ ಕೆಟ್ಟಿತು. 'ಸಿಇಓ ಶ್ರೀಕಾಂತ್ ಮತ್ತು ಅವಳು ಒಂದೇ ಕೋಣೆಯಲ್ಲಿ ಉಳಿದು ಕೊಂಡದ್ದರ ಅರ್ಥವೇನು?' ಯಾವುದೇ ನಿರ್ಧಾರಕ್ಕೆ ಬರಲಾಗಲಿಲ್ಲ ಅವಳಿಂದ. ಶ್ರೀಕಾಂತ್ ಸಿಇಓ ನೋ, ಎಂ.ಡಿ. ನೋ ಅವಳಿಗೆ ಗೊತ್ತಿರಲಿಲ್ಲ.

ಹೆಸರಾಂತ ಅಡ್ವರ್‌ಟೈಸ್ ಕಂಪನಿಯ ಶ್ರೀಕಾಂತ್ ಪಿ.ಎಸ್. ಒಳ್ಳೆ ಸ್ಯಾಲರಿ ಓಡಾಡೋಕೆ ಕಾರು, ವಿಮಾನ ಪರಯಾಣವಂತು ಅಪರೂಪವಲ್ಲ, ಕಾಸ್ಟ್ಲಿ ಕಾಸ್ಮೆಟಿಕ್ಸ್, ವಿದೇಶಿ ಸೆಂಟುನ ಉಪಯೋಗ, ಲಕ್ಷುರಿ ಜೀವನವನ್ನು ಪರತಿನಿಧಿಸುತ್ತಿತ್ತು. ಹೊರಗೆ ಹಓಗಿ ಬಂದಾಗಲೆಲ್ಲ ಗಿಫ್ಟ್‌ಗಳನ್ನು ತರುತ್ತಿದ್ದಳು ಮನೆಯವರಿಗೆಲ್ಲ; ತಿಂಗಳಿಗೆ ಇಷ್ಟು ಹಣಾಂತ ಅಮ್ಮನ ಕೈಗೆ ಕೊಡುತ್ತಿದ್ದಳು. ಆಗೆಲ್ಲ ಸಣ್ಣ ಪುಟ್ಟ ಗಲಾಟೆಗಳೇ.

“ನಿನ್ನ ಹಣ ಬೇಡ, ನಿಂಗೆ ಅನ್ನ ಹಾಕಲಾರದಂಥ ಸ್ಥಿತಿ ಮನೆಯಲಿಲ್ಲ. ನೀನು ಮದ್ವೇಂತ ಒಂದು ಮಾಡ್ಕೋ” ಸುಬ್ಬಲಕ್ಷ್ಮೀಯ ಮಾತುಗಳಿಗೆ ಸೋಲೊಪ್ಪಿಕೊಳ್ಳದೇ ತಿರುಗಿ ಬೀಳುತ್ತಿದ್ದಳು.

“ಒಂದು ಹಂತದವರ್ಗೂ ಮಕ್ಕಳ ಜವಾಬ್ದಾರಿ, ಅದನ್ನ ನೀವು ಮಾಡಿ ಮುಗ್ಸಿದ್ದೀರಿ. ನಂಗೆ ದುಡಿಮೆ ಇದೆ, ದೊಡ್ಡದಾಗಿ ನಾನು ಮನೆಯ ಜವಾಬ್ದಾರಿ ಹೊತ್ತಿದ್ದೀನೀಂತ ಹೇಳಿಕೊಳ್ಳದಿದ್ದರೂ, ನಂಗೂ ಸ್ವಾಭಿಮಾನವಿದೆ. ನಾನು ಬೇರೆ ಮನೆ ಮಾಡ್ತೀನಿ” ಅಂದಾಗ “ಹೋಗ್ ಮಾಡ್ಕೋ” ಅಮ್ಮ ಅನ್ನಿಸಿಕೊಂಡವಳು ಕೂಗಾಡಿದಾಗ “ಆಯ್ತು ಬಿಡು” ಅಷ್ಟು ಅಂದವಳು. ಮರುದಿನ ಲಗೇಜ್ ರೆಡಿ ಮಾಡಿಕೊಂಡಾಗ ಸೋತದ್ದು ಮನೆಯವರೇ. ಅದೆಲ್ಲ ಈಗ ನೆನಪುಗಳು.

ಯಾವುದೇ ಪಂಚಾಯಿತಿ ಶರಾವತಿಗೆ ಬೇಡದಿದ್ದರಿಂದ ಆ ಬಿಲ್‌ನ ತೆಗೆದಿಟ್ಟುಕೊಂಡು ಬಟ್ಟೆಗಳನ್ನು ಡ್ರೈವಾಶ್‌ಗೆ ಕೊಟ್ಟಳು ಮೌನವಾಗಿ. ಅಂದರೆ ಮೀಟಿಂಗ್ ಸಲುವಾಗಿ ಮುಂಬಯಿ, ಕಲ್ಕತ್ತಾ ದೆಹಲಿ, ಹೈದರಾಬಾದ್ ಎಂದು ಓಡಾಡುವ ಶ್ರೀಕಾಂತ್ ಮತ್ತು ಪರ್ಸನಲ್ ಸೆಕ್ರೆಟರಿ ಶರಧಿ ಒಂದೇ ರೂಮಿನಲ್ಲಿ ಉಳಿದು ಕೊಳ್ಳುತ್ತಾರ? ಈ ಪ್ರಶ್ನೆ ಎತ್ತಲು ಸಾಧ್ಯವಾ? ಸ್ವಲ್ಪ ಮುಜುಗರದ ವಿಷಯವೇ? ಆದರೆ ಅನಿವಾರ್ಯವಾಗಿತ್ತು. ಮನಸ್ಸು ತಡೆಯದೇ ಗಂಡನಿಗೆ ಫೋನ್ ಮಾಡಿದ್ದು.

“ಏನು ವಿಶೇಷ? ಸಂಜೆ ಬರೋ ವೇಳೆಗೆ ಸ್ಪೆಷಲ್ ತಿಂಡಿ ಏನಾದ್ರೂ ರೆಡಿಯಾಗಿರುತ್ತಾ?” ನಗೆಯೊಂದಿಗೆ ಶ್ರೀಧರ್‌ನ ಮಾತು ಹರಿದು ಬಂತು “ಅಂತು ಅತ್ತೆ ಹೇಳೋಂಗೇ ನೀವು ತಿಂಡಿ ಪೋಕರೇ! ಅದಲ್ಲ ವಿಷ್ಯ, ಶರಧಿ ತಿಂಗಳಲ್ಲಿ ಒಂದೆರಡು ಸಲ ಶ್ರೀಕಾಂತ್ ಜೊತೆ ಟೂರ್ ಹೋಗ್ತಾರಲ್ಲ, ಆಗ ಉಳ್ಕೊಳ್ಳೋಕೆ ಬೇರೆ ಏರ್ಪಾಟು ಇರುತ್ತಲ್ಲ” ಅನುಮಾನಕ್ಕೆ ಅವನ ನಗೆ ತೂರಿ ಬಂತು.

“ಬರೀ ಗೂಸ್ಲು ಕಣೇ, ನಿಂಗೆ ಸ್ವಲ್ಪ ಕೂಡ ಕಾಮನ್ ಸೆನ್ಸ್ ಇಲ್ಲ. ಶರಧಿ ಕೆಲ್ಸ ಮಾಡ್ತಾ ಇರೋದು ವರ್ಲ್ಡ್ ಫೇಮಸ್ ಆ್ಯಡ್ ಕಂಪನಿಯಲ್ಲಿ ಅವ್ರುಗಳು ತಂಗೋದೆಲ್ಲ

ಫೈವ್ ಸ್ಟಾರ್ ಹೋಟಲ್‌ಗಳಲ್ಲಿ. ಪರ್ಸನಲ್ ಸೆಕ್ರಟರಿ, ಅವಳಿಗೆ ಸಪರೇಟ್ ರೂಂ ಎಲ್ಲಾ ಇರುತ್ತೆ. ತುಂಬ ರೆಸ್ಪಾನ್ಸಿಬಲ್ ಮಾತ್ರವಲ್ಲ ರೆಸ್ಪೆಕ್ಟೆಬಲ್ ಪೋಸ್ಟ್. ಅವಳ ಸಂಬಳ ಎಷ್ಟು ಗೊತ್ತಾ? ನಿನ್ನ ಗಂಡನಿಗೆ ರಿಟೈರ್ಡ್ ಟೈಮ್‌ಗೂ ಅವಳ ಅರ್ಧದಷ್ಟು ಸ್ಯಾಲರಿ ರೀಚ್ ಆಗೋಕ್ಕಾಗೋಲ್ಲ. ನೀನು ಯಾಕೆ ಫೋನ್ ಮಾಡಿದ್ದು?" ಕೇಳಿದ. "ಏನಿಲ್ಲ, ಬಿಡಿ" ಕಟ್ ಮಾಡಿದಳು. ಏನೋ ಒಂದು ರೀತಿಯ ತಳಮಳ.

ಅಂದವಾದ ಕವರ್‌ನಲ್ಲಿಟ್ಟ ಬಿಲ್‌ನ ಮೂರು ನಾಲ್ಕು ಸಲ ತೆಗೆದು ನೋಡಿ ಅದರಲ್ಲಿಯೇ ಇಟ್ಟಳು. 215 ರೂಮಿನಲ್ಲಿ ಉಳಿದು ಕೊಂಡವರು ಎಸ್.ಜೆ. ಶ್ರೀಕಾಂತ್ ಮತ್ತು ಶರಧಿ ಎನ್ನುವ ಹೆಸರುಗಳು ನಮೂದಾಗಿತ್ತು. ಅಂದರೇ ಒಂದೇ... ರೂಮು! ಅವಳೆದೆಯ ಬಡಿತ ಏರಿತು.

ಸಂಜೆಯ ತಿಂಡಿಗೆ ರೆಡಿ ಮಾಡುತ್ತಿದ್ದಾಗ "ಯಾಕೆ, ಒಂದು ತರಹ ಇದ್ದೀ?" ಕೇಳಿದರು ಸೊಸೆಯನ್ನ "ಏನಿಲ್ಲ, ಶರಧಿ ಏನಾದ್ರೂ ಫೋನ್ ಮಾಡಿದ್ಲಾ? ಅತ್ತೆ ಅವ್ಳಿಗೊಂದು ಮದ್ವೆ ಆಗಿದ್ದರೇ ಚೆಂದವಿತ್ತು" ಅನ್ನುತ್ತ ಹೆಚ್ಚಿಟ್ಟ ಕೊತ್ತಂಬರಿ ಸೊಪ್ಪನ್ನು ಡಬರಿಗೆ ಹಾಕಿದಳು.

"ನಮ್ಗೇ ಅದೇ ಕೊರಗು, ಅವಳು ಕೇಳಬೇಕಲ್ಲ? ಮದ್ವೆ ಸುದ್ದಿ ಎತ್ತಿದರೇ ಎದ್ದು ಹೋಗ್ತಾಳೆ. ಏನಾಗಿದೆ ಇವ್ಳಿಗೆ? ಪೂರ್ತಿ ಮದ್ವೆ ಆಗೋದಿಲ್ಲವೇನೋ, ವಿಚಿತ್ರ ಅನಿಸುತ್ತೆ, ನಿಂಗೆ ಸರಿಯೆನಿಸುತ್ತಾ?" ಕೇಳಿದರು.

ಶರಾವತಿ ಮೌನವಾದಳು, ದಿನಕ್ಕೊಮ್ಮೆ, ಎರಡು ಸಲ ಶರಧಿ ವಿವಾಹದ ಬಗ್ಗೆ ಮಾತುಕತೆಯಾಗುತ್ತಿತ್ತು. ಆಗಾಗ ಅವಳನ್ನು ಕೇಳೋದಿತ್ತು. ಈಚೆಗಂತು 'ಇಲ್ಲ...' ಅಷ್ಟು ಅಂದು ಎದ್ದು ಹೋಗೋಕೆ ಷುರು ಮಾಡಿದ ಮೇಲೆ ಯಾರಿಗೂ ಪ್ರಸ್ತಾಪಿಸಲು ಇಷ್ಟವಾಗುತ್ತಿರಲಿಲ್ಲ. ಹಾಗೆಂದು ಸುಮ್ಮನಿರಲು ಸಾಧ್ಯವೇ? ಅಂಥ ಪ್ರಸಕ್ತಿ ಇದ್ದೇ ಇರುತ್ತಿತ್ತು.

"ಶರಾವತಿ, ನಾನು ನಿನ್ನನ್ನೇ ಕೇಳಿದ್ದು" ಅಂದರು ಸ್ವಲ್ಪ ತೀಕ್ಷ್ಣವಾಗಿ. "ಸರಿಯೆನಿಸೋಲ್ಲ, ಆದರೆ ಈಚೆಗೆ ಮದ್ವೆ ಆಗದವರ ಸಂಖ್ಯೆ ಜಾಸ್ತಿಯಾಗಿದೆ. ಹೋಗ್ಲಿ ಬಿಡಿ, ಆರಾಮಾಗಿರಲೀ ಕೊರಳೊಡ್ಡಿದ ಮೇಲೆ ಸ್ವತಂತ್ರ ಕಮ್ಮಿಯೇ. ನಿಮ್ಮ ಮಗನ್ನ ಕೇಳದೇ ನಾನು ಎಲ್ಲಾದ್ರೂ ಹೋಗಲಿಕ್ಕುಂಟ? ಶರಧಿಗೆ ಅಷ್ಟೊಂದು ಸ್ವತಂತ್ರವಿದೆ. ಅವಳು ಎಲ್ಲಾದ್ರೂ ಹೋಗಿ ಬಂದರೇ ನಾವು ಕೇಳಿ ತಿಳ್ಕೋಬೇಕೇ, ವಿನಃ ಈಚೆಗೆ ಎಂದಾದ್ರೂ ಹೇಳಿದ್ದುಂಟಾ? ಒಂದು ರೀತಿಯಲ್ಲಿ ಆರಾಮದ ಬದ್ಕು. ಕೆಲವೊಮ್ಮೆ ಅಸೂಯೆಯಾಗುತ್ತೆ" ಇಂಥ ಡೈಲಾಗೊಡೆದ ಸೊಸೆಯನ್ನ ಕಣ್ಣರಳಿಸಿ ನೋಡಿದ ಸುಬ್ಬಲಕ್ಷ್ಮೀ 'ಎಲಾ ಹುಡ್ಗಿ' ಅಂದುಕೊಂಡರು.

ಹಿತ್ತಲಿಗೆ ಬಂದ ಶರಾವತಿ ಒಂದು ನಿರ್ಧಾರಕ್ಕೆ ಬಂದವಳು ನಾದಿನಿಯ ಪರ್ಸನಲ್ ಮೊಬೈಲ್‌ಗೆ ಫೋನ್ ಮಾಡಿದಳು. ಆ ಮೊಬೈಲ್‌ನ ಬಳಕೆ ಮನೆಯವರಿಗೆ

ಮಾತ್ರ. ಆಫೀಸ್‌ನ ಸಲುವಾಗಿ ಉಳಿದೆರಡು, ಇದು ಮನೆಯವರಿಗೆ ಇಷ್ಟವಿಲ್ಲ. ಇವರುಗಳು ಗೊಣಗಾಟಕ್ಕೆ ಯಾವುದೇ ಬೆಲೆ ಇರಲಿಲ್ಲ.

"ಹೇಳಿ ಶರಾವತಿ, ನಿಮ್ಮನ್ನ ಹೆಸರಿಡಿದು ಕರ್ಯೋದು ಅಮ್ಮನಿಗೆ ಸುತರಾಂ ಇಷ್ಟವಿಲ್ಲ. ನನ್ನ ಇಷ್ಟಗಳಿಗೇನೇ, ನಾನು ಹೆಚ್ಚು ಬೆಲೆ ಕೊಡೋದು" ನವಿರಾದ ದನಿ ಹರಿದು ಬಂತು. ಇಷ್ಟು ಮಾತಾಡುವುದೇ ಶರಧಿ ಈಚೆಗೆ ಅಪರೂಪವಾಗಿತ್ತು. ನಿಡುಸೊಯ್ದ ಶರಾವತಿ "ಇರ್ಲೀ, ಬಿಡು! ಹೇಗೆ ಕರೆದ್ರೂ... ನನ್ನ ತಕರಾರು ಇಲ್ಲ. ಎಷ್ಟೊತ್ತಿಗೆ ಮನೆಗೆ ಬರ್ತಿ? ಇಂದಾದ್ರೂ ಬೇಗ ಮನೆಗೆ ಬಾ, ನಿಂಗೋಸ್ಕರ, ನಿಂಗೆ ಇಷ್ಟವಾಗಿದ್ದು, ಏನಾದ್ರೂ... ಮಾಡೋಣಾಂತ" ಆತ್ಮೀಯ ಭಾವ ತುಂಬಿ ಹೇಳಿದಳು "ಸಾರಿ, ರಾತ್ರಿ ಡಿನ್ನರ್ ಫಿಕ್ಸ್ ಆಗಿದೆ. ನಂಗೋಸ್ಕರ ಏನು ಮಾಡೋದು ಬೇಡ" ಫೋನ್ ಕಟ್ ಆಯಿತು.

ಮನೆಯ ಮಗಳಾದ ಶರಧಿ ಗೆಸ್ಟ್! ತಿಂಗಳಲ್ಲಿ ಒಂದೆರೆಡು ಸಲ ವಿದೇಶ ಪ್ರವಾಸ, ಕೆಲವೊಮ್ಮೆ ಮುಂಬಯಿ, ದೆಹಲಿ, ಚೆನ್ನೈ ಅಂತ ಹೋದವಳು ಮೂರು ನಾಲ್ಕು ದಿನ ಅಲ್ಲೇ ಉಳಿಯುತ್ತಿದ್ದಳು. ಎಲ್ಲಿ, ಏನು, ಎತ್ತ ಎಂದು ಇವರುಗಳು ಕೇಳಿಯೇ ತಿಳಿಯಬೇಕಿತ್ತು. ಇದು ಮನೆಯವರಿಗೆ ನುಂಗಲಾರದ ತುತ್ತು.

ಆಫೀಸ್‌ನಿಂದ ಶ್ರೀಧರ್ ಬರುವ ವೇಳೆಗೆ ಸುಬ್ಬಲಕ್ಷ್ಮೀ, ರಾಮಮೂರ್ತಿಗಳು ಪ್ರವಚನಕ್ಕೆ ಹೋಗಿದ್ದರು. ಮಗ ಪದ್ಮನಾಭ ಅಲಿಯಾಸ್ 'ಪಚ್ಚಿ' ಪಕ್ಕದ ಮನೆಗೆ ಹೋಗಿದ್ದ. 'ಪಚ್ಚಿ' ಎನ್ನುವ ಹೆಸರಿನಿಂದಲೆ ಅವನು ಫೇಮಸ್.

"ಏನು ಮನೆ ಇಷ್ಟೊಂದು ನಿಶ್ಯಬ್ದ? ನಮ್ಗೇ ಏಕಾಂತ ಒದಗಿಸಲೆಂದು ಮನೆಯವರೆಲ್ಲ ಎಲ್ಲಾದ್ರೂ ಹೋಗಿದ್ದಾರ?" ಹತ್ತಿರಕ್ಕೇ ಬಂದು ಮಡದಿಯ ಕೆನ್ನೆ ಸವರಿದಾಗ "ನಿಮ್ಗೇ ಮದ್ವೆಯಾಗಿ ದಶಕ ಅಂದರೆ ಹತ್ತು ವರ್ಷ ಕಳೆದಿದೆ, ಎಂಟರ ಮಗ ಇದ್ದಾನೆ. ಇನ್ನೆಂಥ ಪ್ರೈವೆಸಿ?" ನಸು ಮುನಿಸು ವ್ಯಕ್ತಪಡಿಸಿದಳು.

ಕೈಯಲ್ಲಿನ ಬ್ಯಾಗ್‌ನ ಒಂದೆಡೆ ಇಟ್ಟು "ಏನೀ ಹೌ, ನಿಂಗೆ ರಸಿಕತೆ ಇಲ್ಲ, ಕಣೇ. ಮಗ ಒಬ್ಬ ಇರೋದರಿಂದ ನೀನು ನನ್ನ ಜೊತೆ ಸಂಸಾರ ಮಾಡಿದ್ದೀನಿ ಅನ್ನೋಕೆ ದಾಖಲೆ ಅಷ್ಟೆ. ನಂಗಂತು ಹಾಗೆ ಅನ್ನಿಸೇ ಇಲ್ಲ" ನಿರಾಶೆಯಲ್ಲಿ ಮಿಂದು ಎದ್ದಂತೇ ನುಡಿದಾಗ ಅವಳ ಮುಖ ಕೋಪದಿಂದ ನಿಗಿ ನಿಗಿ ಅಂದಿತು. "ಹೌದು, ನಂಗೆ ರಸಿಕತೆ ಇಲ್ಲ, ನಿಮ್ಮ ಅಪೂರ್ವವಾದ ರಸಿಕತೆಯಿಂದ ಒಬ್ಬ ಮಗನನ್ನು ದಯಪಾಲಿಸಿದ್ದೀರಲ್ಲ, ಅಷ್ಟು ಸಾಕು ಬಿಡಿ, ಅಂತು ನನ್ನ ಮದ್ವೆಯಾಗಿ ಪಶ್ಚಾತ್ತಾಪ ಪಡ್ತಾ ಇದ್ದೀರಾ!" ಕಣ್ಣಲ್ಲಿ ಗಂಗಾ – ಭವಾನಿ ಹರಿದಾಡಿದಾಗ ಸುಸ್ತಾದ. ಒಂದು ಕಡೆ ತೆಪ್ಪಗೆ ಕೂತ. ಶರಾವತಿ ಮುಖ ಮಾಡಿಕೊಂಡಿದಷ್ಟೆ ಲಾಭ.

ಆ ವೇಳೆಗೆ ಪದ್ಮನಾಭ ಪಚ್ಚಿಯ ಪ್ರವೇಶದ ನಂತರ ಒಂದಿಷ್ಟು ವಾತಾವರಣದಲ್ಲಿ ಸಡಲಿಕೆಯುಂಟಾಗಿದ್ದು.

"ಅದೇನು, ಅಪ್ಪ... ನಿಂಗೆ ರಸಿಕತೆ ಇಲ್ಲಾಂತ ಹೇಳ್ತಾ ಇದ್ದರಲ್ಲ" ಅವಳನ್ನು ಪ್ರಶ್ನಿಸಿದಾಗ ಅವಳಿಗೆ ಕೆನ್ನೆಗೆ ಬಾರಿಸುವಷ್ಟು ಕೋಪ "ಅದ್ನ, ಅವ್ರ ಹತ್ರನೆ ಕೇಳಿ ತಿಳ್ಕೋ" ಪಕ್ಕಕ್ಕೆ ಸರಿಸಿ ಹೊರ ಹೋದಳು. ಪದ್ಮನಾಭನದು ಅತ್ಯಂತ ಕುತೂಹಲದ ಸ್ವಭಾವ. ಬಾತ್‌ರೂಂನಿಂದ ಬರುವವರೆಗೂ ಕಾದ, ಆ ವಯಸ್ಸಿನ ಸಹಜ ಸ್ವಭಾವ.

"ರೆಡಿಯಾಗೂ ಅಂದನಲ್ಲ" ಎಂದ ಒದ್ದೆ ಮುಖವನ್ನೆತ್ತುತ್ತ ಶ್ರೀಧರ "ಆಗು ಅಂದೇ, ನನ್ನದೊಂದು ಪ್ರಶ್ನೆ, ರಸಿಕತೆ ಅಂದರೇನು? ನೀನು ಆಗಾಗ ಅಮ್ಮನಿಗೆ ಬಯ್ತಿ" ಕೇಳಿದ ಮಗನ ತಲೆಯ ಮೇಲೊಂದು ಮೊಟಕಿ "ನಿಂಗ್ಯಾಕೋ, ನಿನ್ನ ಕಾನ್ವೆಂಟ್‌ನಲ್ಲಿ ಅಚ್ಚ ಕನ್ನಡದ ಈ ಪದದ ಬಗ್ಗೆ ಯಾರು ಕೇಳೋಲ್ಲ ಬಿಡು. ಈಗ ಹೋಗಿ ಬೇಗ ರೆಡಿಯಾಗು" ಮಗನ ತಲೆ ಸವರಿ ಹೊರಟವನನ್ನು ಪದ್ಮನಾಭ ಹಿಡಿದು ನಿಲ್ಲಿಸಿ ನೀನು ಹೇಳಲೇ ಬೇಕು ಇಲ್ಲಾಂದ್ರೆ ತಾತ, ಅಜ್ಜಿನ ಕೇಳ್ತೀನಿ ಬಿಡು" ಅಂದ ಕೂಡಲೇ ಮಗನ ರೆಟ್ಟೆ ಹಿಡಿದು ಎಳೆದೊಯ್ದು ಕುರ್ಚಿಯ ಮೇಲೆ ಕೂತು "ರಸಿಕತೆ ಅಂದರೆ ನೀನೂಂತ ಅರ್ಥ ಅಷ್ಟೆ. ಬೇಗ ರೆಡಿಯಾಗಿ ಬಾ" ಕ್ರಾಪ್ ಕೆದರಿ ಕಳುಹಿಸಿ ಎದೆಯ ಮೇಲೆ ಕೈ ಇಟ್ಟುಕೊಂಡ. ಮಕ್ಕಳ ಎದುರು ತೀರಾ ಎಚ್ಚರದಿಂದ ಇರಬೇಕು "ಆಗಾಗ ಅವನಮ್ಮ ಹೇಳುತ್ತಿದ್ದ ಮಾತು. ಅದು ಹಂಡ್ರೇಡ್ ಪರ್ಸೆಂಟ್ ಸರಿಯೆನಿಸಿತು.

ಆ ವೇಳೆಗೆ ಬಂದ ಅಮ್ಮನನ್ನು ನೋಡಿ ಶ್ರೀಧರನಿಗೆ ಅಚ್ಚರಿ "ಅದೇನು, ಪ್ರವಚನ ಮುಗಿಯಿತಾ? ತುಂಬ ತಿಳ್ದುಕೊಂಡಿದ್ದಾರೆ. ಮಾತು ಚೆನ್ನಾಗಿ ಆಡ್ತಾರೇಂತ ಅವರಿವರಿಂದ ತಿಳಿದಿದ್ದೆ. ಮಧ್ಯದಲ್ಲೇ ಎದ್ದು ಬಂದ್ಯಾ?" ಅನ್ನುತಲೇ ಹೊರಟವನನ್ನು "ನಿಂತ್ಕೋ, ನೀನೇನೋ ಕೇಳ್ದೆ. ನಾನು ಉತ್ತರ ಹೇಳೋವರ್‍ಗೂ ನಿಲ್ಲಬೇಕಲ್ಲ? ಇದೇ ನಿನ್ನ ಸ್ವಭಾವ! ಸ್ವಲ್ಪ ಕೂತ್ಕೋ... ನಂಗೆ ಜಲಜಾಕ್ಷಿ ಸಿಕ್ಕಿದ್ರು. ಒಂದು ಗಂಡಿನ ಜಾತಕ, ಫೋಟೋ ಕೊಟ್ಟಿದ್ದಾಳೆ. ಇದ್ನ ಶರಧಿ ಒಪ್ಕೋಬಹುದು. ಗಂಡು ಅಮೆರಿಕಾದ ದೊಡ್ಡ ಕಂಪನಿಯಲ್ಲಿ ಕೆಲ್ಸ ಮಾಡ್ತಾ ಇದ್ದಾನೆ" ತಾವು ಬೇಗ ಬಂದಿದ್ದಕ್ಕೆ ಕಾರಣ ತಿಳಿಸಿದರು.

ಶ್ರೀಧರ ನಿಶ್ಚಿಂತೆಯಿಂದ ಕೂತ. ಸಾಕಷ್ಟು ಸಂಬಂಧಗಳು ಬಂದಿತ್ತು. ಶರಧಿ ಚೆಲುವೆ! ವಿದ್ಯಾವಂತೆ, ದೊಡ್ಡ ಸಂಬಳವಿತ್ತು. ಯಾರು ಬೇಡಾಂತ ಅಂದದ್ದೇ ಇಲ್ಲ. ನಿರಾಕರಣೆ ಇವಳ ಕಡೆಯದೇ.

"ತುಂಬ ಒಳ್ಳೆ ಸಂಬಂಧ ಕಣೋ! ಮನೆಯವರೆಲ್ಲ ಉಪವಾಸ ಮಾಡಿಯಾದ್ರೂ... ಶರಧಿನ ಮದ್ವೆಗೆ ಒಪ್ಸಬೇಕು. ಹೀಗೆ ಮುದ್ಕಿಯಾಗಿ ಬಿಡ್ತಾಳೆ" ತಾಯ್ತನದ ಬಡಬಡಿಕೆ.

ನಿಧಾನವಾಗಿ ಉಸಿರೆಳೆದುಕೊಂಡು ದಬ್ಬಿ ನುಡಿದ.

"ನಿಮ್ಮ ನಿರಶನಕ್ಕೆ ಹೆದರೋಂತ ಮಗಳನ್ನ ಹೆತ್ತಿಲ್ಲ. ನೀನು ಹೆಚ್ಚು ಒತ್ತಡ ತಂದರೆ ಕಂಪನಿ ಗೆಸ್ಟ್ ಹೌಸ್‌ನಲ್ಲಿ ಹೋಗಿ ಉಳ್ಕೋತಾಳೆ. ಆ ಕಾಲ ಮುಗೀತು.

ನಮ್ಮ ಶರಧಿ ತರಹದವರು ಹೆಚ್ಚಾಗಿದ್ದಾರೆ. ಒಂದು ತರಹದಲ್ಲಿ ಅವರೇ ಸುಖಿಗಳು. ಈಗ ಅಪ್ಪನ ಸ್ಥಿತಿ ನೋಡು, ಎಲ್ಲಾದ್ರೂ ಹೋದರೇ... ಬಂದರೇ ನಿಂಗೆ ವರದಿ ಒಪ್ಸಬೇಕ್, ಇಷ್ಟ ಇರಲೀ, ಬಿಡಲೀ ನಿನ್ನ ಕಟ್ಟಿಕೊಂಡ್ ಹೋಗ್‌ಬೇಕು. ಪ್ರತಿಯೊಂದಕ್ಕೂ ನಿನ್ನ ಅಪ್ಪಣೆ, ನಿನ್ನ ಸೊಸೆ ಇನ್ನಷ್ಟು ಮುಂದು, ಯಾರು ಸಿಕ್ಕಿದ್ರು? ಯಾರ ಜೊತೆ ಮಾತಾಡಿದ್ರಿ? ಕಾಫೀಗೆ... ತಿಂಡೀಗೆ... ಪ್ರತಿಯೊಂದು ಕೇಳ್ತಾಳೆ. ಇದೆಲ್ಲ... ಬೇಕಾ?" ಆಗ ತಾನೇ ರೂಮಿನಿಂದ ಬಂದ ಹೆಂಡತಿಯ ಕಡೆ ನೋಟ ಹರಿಸಿದ. ಇದೆಲ್ಲ ಸಾಮಾನ್ಯವೇ ಅವಳಿಗೆ.

"ಸಾಕು ತೆಗೆಯೋ, ನೀವಿಬ್ರೂ ಪುರುಷ ಕುಲಕ್ಕೆ ದೊಡ್ಡ ಉದಾಹರಣೆಗಳು. ಸ್ವಲ್ಪ ಸೀರಿಯಸ್ಸಾಗಿ ಮ್ಯಾಟರ್‌ನ ತಗೋ. ಎಲ್ಲಾ ಒಟ್ಟಾಗಿ ನಿಂತು ಪ್ರಯತ್ನ ಮಾಡಬೇಕು. ಶರಾವತಿ ಈ ಜಾತ್ಕ ತಗೊಂಡ್ ಸ್ವಲ್ಪ ನೋಡು. ಈಚೆಗೆ ನೀನೇ ಜ್ಯೋತಿಷ್ಯ ಶಾಸ್ತ್ರದ ಲೆಕ್ಕಾಚಾರದಲ್ಲಿ ಪಳಗಿದ್ದೀಯಂತಲ್ಲ. ಕೆಲ್ಸದ ರಂಗಮ್ಮನಿಗೆ ನೀನೇ ಹೆಸರು ಬಲ ನೋಡಿ ಕೊಟ್ಟೆಯಂತಲ್ಲ. ಮದ್ವೆಯಾದ ಅವಳ ಮಗಳು ಗಂಡನ ಜೊತೆ ಲಕ್ಷಣವಾಗಿ ಸಂಸಾರ ಮಾಡಿಕೊಂಡಿದ್ದಾಳಂತಲ್ಲ." ಅಂದರು, ಅವಳಿಗೆ ಸುಸ್ತು.

ಶ್ರೀಧರ ಬಿದ್ದು ಬಿದ್ದು ನಕ್ಕ. ಟಿ.ವಿ.ಯಲ್ಲಿ ಬರೋ ಜ್ಯೋತಿಷ್ಯ ಕಾರ್ಯಕ್ರಮಗಳನ್ನು ನೋಡಿ.. ನೋಡಿ ಲೆಕ್ಕ ಹಾಕುತ್ತಿದ್ದಳು.

"ಮನೆ ಮುಂದೆ ಒಂದು ಬೋರ್ಡ್ ಹಾಕೊಂಡ್ ಬಿಡೋಣ, ಹಿಂದೆಂದಿಗಿಂತ ಜನರಿಗೆ ಜ್ಯೋತಿಷ್ಯದ ಬಗ್ಗೆ ಅಪಾರವಾದ ನಂಬ್ಕೆ. ಇಂದು ಅವರೇ ಮೂರ್ಹೊತ್ತು ಊಟ ಮಾಡ್ಕೊಂಡ್ ಆರಾಮಾಗಿರೋದು. ಸುಮ್ನೇ ಜಾತ್ಕಾನ್ಕೂಲ ನೋಡಿ.. ನೋಡಿ ಸುಸ್ತಾಗಿದ್ದೀವಿ. ಮೊದ್ಲು ನಿನ್ಮಗ್ಳು ಒಪ್ಗೇ ಸೂಚಿಸಿದರೇ ಆಮೇಲೆ ಬೇಕಾದರೆ ಯಾರಿಗಾದ್ರೂ ತೋರಿಸೋಣ. ಆದರೆ ಮನೆಯಲ್ಲಿ ಜ್ಯೋತಿಷ್ಯಗಳನ್ನು ಇಟ್ಕೊಂಡೆ ಬೇರೆಲ್ಲು ತೋರಿಸೋದು ಬೇಡಾಂತ ಅನ್ನೋದು ನನ್ನ ಅಭಿಪ್ರಾಯ" ಹೆಂಡತಿಯನ್ನು ಮತ್ತೆ ಕಣ್ಣಿನಲ್ಲಿ ಕೆಣಕಿದ. ಇನ್ನ ಶರಾವತಿಗೆ ಸುಮ್ಮನಿರಲಾಗಲಿಲ್ಲ.

"ಹೌದತ್ತೆ, ಈಗಿನ ನನ್ನ ಪೋಸ್ಟ್‌ಗೆ ರಾಜಿನಾಮೆ ಕೊಟ್ಟು ಜ್ಯೋತಿಷಿಯ ಪೋಸ್ಟ್‌ಗೆ ಜಾಯಿನ್ ಆಗಿ ಬಿಡ್ಲಾ?" ಕೇಳಿದಳು.

"ಶರಾವತಿ ನೀನು ಅವನ ಹುಡುಗಾಟಿಕೆಯನ್ನು ಸೀರಿಯಸ್ಸಾಗಿ ತಗೋತಿಯಲ್ಲ. ಈ ಮನೆ ಸೊಸೆಯಾಗಿ ಶರಧಿ ಮದ್ವೆ ಮಾಡೋದು ನಿನ್ನ ಜವಾಬ್ದಾರಿ. ತಗೋ ಜಾತ್ಕ, ಫೋಟೋ, ಸಂಪೂರ್ಣ ವಿವರ" ಅವಳ ಕೈಗೆ ಕೊಟ್ಟು ಅಡಿಗೆ ಮನೆಗೆ ಹೋದರು ಸುಬ್ಬಲಕ್ಷ್ಮೀ.

"ಅಪ್ಪ, ಎಲ್ಲೋ ಹೋಗೋಣಾಂತ ಹೇಳ್ದೇ" ಪದ್ಮನಾಭ ಕೈಗೆ ಸಿಕ್ಕ ಡ್ರೆಸ್ ಹಾಕ್ಕೊಂಡ್ ಬಂದು ನಿಂತ "ಅಜ್ಜಿ, ಹೊರ್ಗಡೆ ಹೋಗೋದು ಬೇಡಾಂತ ಹೇಳಿದ್ದಾರೆ. ಈಗ ಒಂದು ಮ್ಯಾಟರ್ ಡಿಸ್‌ಕಸ್ ಆಗಬೇಕಿದೆ" ಎಂದ ಹೆಂಡತಿ ಕೈಯಲ್ಲಿದ್ದ

ಜಾತಕ ಫೋಟೋ ಇಸಕೊಂಡು ರೂಮಿಗೆ ಹೋದ. ಅವನು ಜವಾಬ್ದಾರಿಯುಳ್ಳ ಮಗನೆ, ಆದರೆ ಶರಧಿಯ ವಿಷಯದಲ್ಲಿ ನಿಸ್ಸಹಾಯಕ. ಅವಳ ಬೆಳೆದ ಪರಿಗೆ ಗಾಬರಿ.

ರೂಮಿಗೆ ಬಂದು ಮಂಚದ ಮೇಲೆ ಕೂತು ಫೋಟೋ ನೋಡಿದ. 'ಗಂಡು ಹ್ಯಾಂಡ್‌ಸಮ್' ವಯಸ್ಸು 35, ಹೈಟ್, ವೈಟ್ ಎಲ್ಲ ಸರಿಯಾಗಿತ್ತು. ಭಾರತದಲ್ಲು ಪ್ರಾಪರ್ಟಿ ಇತ್ತು. ದೊಡ್ಡ ಕಂಪನಿಯಲ್ಲಿ ಮಾರ್ಕೆಟಿಂಗ್ ಮ್ಯಾನೇಜರ್. ಈಗ ಇರೋದು ನ್ಯೂಯಾರ್ಕ್.

"ಬಿ ಸಿರಿಯಸ್... ನೀನೊಂದು ಸಲ ನೋಡು. ನಂಗೇನೋ ಶರಧಿಗೆ ಬಂದ ಸಂಬಂಧಗಳಲ್ಲೆಲ್ಲ ಇದು ಇನ್ನಷ್ಟು ಉತ್ತಮವೇ. ಐದಂಕಿ ದಾಟಿದ ಸಂಬಳ, ಮತ್ತೇನು ಬೇಕು?" ಹೆಂಡತಿಯನ್ನು ಕೇಳಿದ "ಮತ್ತೇನು ಬೇಕೂಂತ ನಿಮ್ಮ ತಂಗಿ ಹೇಳಬೇಕಷ್ಟೆ. ನೀವು ಮಾತ್ರ ಅವಳ ಬಾಯಿಂದ ಕಾರಣ ತಿಳಿಯಬಹುದು. ಈ ಸಂಬಂಧ ಒಪ್ಗೇ ಆಗಿ ಈ ಮನೆಯಲ್ಲಿ ಶುಭ ಕಾರ್ಯ ನಡೆದರೇ ಚೆನ್ನ" ತನ್ನ ಆಸೆಯನ್ನು ವ್ಯಕ್ತಪಡಿಸಿದಳು.

ಕಡೆಗೆ ಚರ್ಚಿಸಿ ಮೊದಲು ತಾನು ಪ್ರಯತ್ನ ಮಾಡುವುದಾಗಿ ತಿಳಿಸಿದಾಗ "ಬೇಡ, ಇಬ್ರೂ ಕೂಡೀ ಕೇಳೋಣ" ಆ ಸಮಯದಲ್ಲಿ ಆಡಬೇಕಾದ ಮಾತುಗಳನ್ನು ಲೆಕ್ಕ ಹಾಕಿ ಇಟ್ಟರು.

ಎಂಟರ ಸುಮಾರಿಗೆ ಆಫೀಸ್ ಕಾರಿನಲ್ಲಿ ಬಂದ ಶರಧಿ ಹಿಂದೆ ಬಂದ ಡ್ರೈವರ್ ಕೆಲವು ಬಾಕ್ಸ್‌ಗಳನ್ನು ತಂದಿಟ್ಟು ಹೋದ. ಅವಳು ಧಾರಾಳಿ! ದುಡಿಮೆಗೆ ಅನುಗುಣವಾಗಿ ಖರ್ಚು ಮಾಡುವ ಹಾಬಿ.

"ಪಚ್ಚಿ..." ಕೂಗಿದಳು. ರೂಮಿನಲ್ಲಿದ್ದವನು ಹಾರಿ ಬಂದ. "ಈ ಡ್ರೆಸ್‌ಗಳೆಲ್ಲ ನಿಂಗೆ..." ಅನ್ನುವ ವೇಳೆಗೆ ಮೊಬೈಲ್ ಸದ್ದಾಯಿತು. ಮಾತಾಡುತ್ತ ರೂಮಿಗೆ ಹೋದಳು. ಅಷ್ಟೇ, ಆ ಮೇಲೆ ಹಿಂದಿನ ವಿಷಯಕ್ಕೆ ಬರಲಾರಳು. ವೃತ್ತಿಯ ವಿಷಯದಲ್ಲಿ ಬಿಜಿ, ಅಷ್ಟೇ ಸಿನ್ನಿಯಾರಿಟಿ ಕೂಡ.

ಅದನ್ನೆಲ್ಲ ರೂಮಿನಲ್ಲಿ ಇರಿಸಿ ಬಂದ ಶರಾವತಿ ಆರಾಮಾಗಿ ರೂಮಿನಲ್ಲಿದ್ದ ಸೋಫಾ ಮೇಲೆ ಕೂತಳು. ಶರಧಿ ಕಿರುನಗೆ ಬೀರಿದರೂ ಮಾತಾಡುವುದು ಮುಗಿಯಲಿಲ್ಲ. ಯಾವುದಕ್ಕೋ ವಿವರಣೆ, ಯಾವುದೋ ಫೈಲ್‌ನ ಮಾತುಕತೆ – ಅದೆಲ್ಲ ಮುಗಿಯಲು ಮುವತ್ತೈದು ನಿಮಿಷಗಳೇ ಆಯಿತು.

"ಸಾರಿ, ಅತ್ತಿಗೆ... ಇವತ್ತು ಎರಡು ಮೀಟಿಂಗ್‌ಗೆ ಅಟೆಂಡ್ ಮಾಡೋಕ್ಕಾಗಲಿಲ್ಲ. ಅದು ತುಂಬ ಇಂಪಾರ್ಟೆಂಟ್. ಏನು ಮಾಡೋಕ್ಕಾಗುತ್ತೆ? ಎಲ್ಲಿ... ಅಣ್ಣ?" ಹಾಸಿಗೆಯ ಮೇಲೆ ಕುತ್ತರಿಸಿದಳು. ತಂಪಾದ ಸುಗಂಧದ ವಾಸನೆ, ಅವಳಿಗೆ ಪರ್‌ಫ್ಯೂಮ್ ಎಂದರೆ ತುಂಬ ಇಷ್ಟ. ವಿದೇಶಕ್ಕೆ ಹೋದಾಗ, ಬೇರೆ ಬೇರೆಡೆ ತಂದು ಹಾಕಿದ ಪರ್‌ಫ್ಯೂಮ್ ಬಾಟಲ್‌ಗಳು ಸಾಕಷ್ಟು ಇತ್ತು.

"ರೂಮಿನಲ್ಲಿದ್ದಾರೆ, ಹೇಗೂ ಇಂದು ಬೇಗ ಬಂದಿದ್ದೀಯ, ಜೊತೆಯಲ್ಲೇ ಊಟ ಮಾಡೋಣ. ಆಮೇಲೆ ಮಿಕ್ಕಿದ್ದು. ಬೇರೆ ಸಬೂಬು ಬೇಡ" ಕೈ ಹಿಡಿದುಕೊಂಡು ಅದುಮಿ ಹೊರ ಹೋದಳು ಶರಾವತಿ. ಹಸಿವು ಅಂಥದೇನಿಲ್ಲ, ಸಂಜೆ ಭರ್ಜರಿ ಟೀ ಆಗಿತ್ತು. ಅತ್ತಿಗೆಯನ್ನು ಬೇಸರಪಡಿಸಲು ಅವಳಿಗೆ ಇಷ್ಟವಿರಲಿಲ್ಲ.

ಅಷ್ಟರಲ್ಲಿ ಇಣಕಿದ ಪಚ್ಚಿ "ಅತ್ತೆ, ಡರೆಸ್‌ಗಳು ತುಂಬ ಚೆನ್ನಾಗಿದೆ. ನಂಗೊಂದು ಕಂಪ್ಯೂಟರ್ ಕೊಡ್ಸಿ. ನನ್ನ ಫ್ರೆಂಡ್ಸ್ ಎಲ್ಲಾ ಕಂಪ್ಯೂಟರ್ ಗೇಮ್ಸ್ ಆಡ್ತಾರೆ" ಅಹವಾಲು, ಅವಳು ಸಿದ್ಧವೇ. ಮನೆಯಲ್ಲಿ ಯಾರಿಗೂ ಇಷ್ಟವಿಲ್ಲ "ಈಗಾಗ್ಲೇ ಶಾಲೆಯಲ್ಲಿ ಕಲಿಸ್ತಾ ಇದ್ದಾರೆ, ಅಷ್ಟು ಸಾಕು. ಸಂಜೆ ಹೊರ್ಗೆ ಹೋಗಿ ಆಡೋದು ಬಿಟ್ಟು ಕಂಪ್ಯೂಟರ್ ಮುಂದೆ ಕೂಡ್ತಾರೆ, ಇದು ಬೇಡವೇ... ಬೇಡ" ಸುಬ್ಬಲಕ್ಷ್ಮೀ ಆರ್ಡರ್. ಮನೆಯವರೆಲ್ಲ ಓಬೇ ಮಾಡಬೇಕಿತ್ತು. ಆಕೆ ಪ್ರೈಮರಿ ಸ್ಕೂಲು ಶಿಕ್ಷಕಿ ಆಗಿ ರಿಟೈರ್ಡ್ ಸಮಯಕ್ಕೆ ಹೆಡ್ ಮೇಡಮ್ ಆಗಿದ್ದವರು. ಅಲ್ಲಿನ ಕೆಲವು ಪಾಲಿಸಿಗಳು ಮನೆಯಲ್ಲಿ ಅಪ್ಲೇ ಆಗಬೇಕಿತ್ತು.

"ನಿನ್ನ ಅಜ್ಜಿಗೆ ಇಷ್ಟವಿಲ್ಲ. ಒಂದೆರಡು ವರ್ಷ ಕಳೀಲಿ" ಅವನ ತಲೆ ಸವರಿ ಚಾಕಲೇಟು ಬಾಕ್ಸ್ ಕೊಟ್ಟು "ನಿಂಗೋಸ್ಕರ ತಂದೆ ಚಾಕಲೇಟು, ತಿಂದರೆ ಹಲ್ಲು ಹಾಳಾಗುತ್ತೇಂತ ನಿನ್ನ ಅಜ್ಜಿ ಹೆಡ್‌ಮಿಸ್ ಸುಬ್ಬಲಕ್ಷ್ಮೀಯವರು ಕೋಪ ಮಾಡ್ಕೋತಾರೆ" ಕ್ರಾಪ್ ಕೆದರಿ ತಮಾಷೆ ಮಾಡಿದಳು.

"ಹೌದಲ್ಲ, ಅವ್ರ ಕೈಗೆ ಕೊಟ್ಟು ಆಗಾಗ ಇಸ್ಕೊಂಡ್ ತಿಂತೀನಿ ಬಿಡು. ಬಾ ಊಟಕ್ಕೆ ಹೋಗೋಣ" ಎಂದ ಅವನ ತಲೆ ಸವರಿ "ಡ್ರೆಸ್ ಛೇಂಜ್ ಮಾಡ್ಕೊಂಡ್ ಬರ್ತೀನಿ, ನಡೀ" ಅವನನ್ನು ಕಳುಹಿಸಿದಳು ಶರಧಿ ತೀರಾ ಸೋಷಿಯಲ್ ಅನ್ನುವ ಸ್ವಭಾವವಲ್ಲ ಅವಳದು. ಮನೆಯಲ್ಲಿ ಎಲ್ಲರಿಗಿಂತ ಕಡಿಮೆ ಮಾತಾಡುವವಳು ಅವಳೇ.

ಮುಖ ತೊಳೆದು ಕೂದಲು ಬಿಚ್ಚಿ ಹರಡಿ ಡೈನಿಂಗ್ ಹಾಲ್‌ಗೆ ಬಂದಾಗ ಹೆಚ್ಚು ಕಡಿಮೆ ಎಲ್ಲಾ ಕಾದು ಕೂತಿದ್ದರು.

"ಅದೇನು ಕೆಲ್ಸನೇ? ಬೆಳಿಗ್ಗೆ ಹೊರಟರೇ ರಾತ್ರಿ ಬರೋದು. ಪರ್ಸನಲ್ ಲೈಫ್ ಅನ್ನೋದು ಬೇಡ್ವಾ? ಏನೇ ಅಂದ್ಕೊ! ಹೆಂಗಸರಿಗೆ ಮೇಡಮ್ ಕೆಲ್ಸದಂಥದ್ದು ಇನ್ನೊಂದಿಲ್ಲ." ಗೊಣಗಿಕೊಂಡೇ ಎಲ್ಲರ ತಟ್ಟೆಗೂ ಅನ್ನ ಬಡಿಸಿದ್ದು. ಒಂದೆರಡು ಸ್ಪೂನ್ ಹೆಚ್ಚಿಗೆ ತುಪ್ಪ ಮಗಳಿಗೆ ಹಾಕಿ ತಮ್ಮ ಪರೀತಿ ತೋರಿಸಿದರು ಸುಬ್ಬಲಕ್ಷ್ಮೀ.

"ತುಪ್ಪ ತುಂಬ ಜಾಸ್ತಿ ಆಯ್ತು" ಅಂದಳು ಮೃದುವಾಗಿ "ಸಾಕು ಬಿಡೇ" ಗೊಣಗಿಕೊಂಡೇ ಹುಳಿ ಹಾಕಿದ್ದು. ಶ್ರೀಧರ ಹೆಚ್ಚು ಮಾತಾಡುವವನು. ಅವನು ಮನೆಯಲ್ಲಿದ್ದರೇ ಗಲಗಲ ಅನ್ನೋ ಸಂಭ್ರಮ, ಕೋಪ, ಜಗಳವನ್ನು ಹುಟ್ಟಿ ಹಾಕುತ್ತಿದ್ದ.

"ಏಯ್ ಶರಧಿ, ಹೇಗೆ ನೀನು ಮಾತಾಡದೇ ಇರ್ತಿ? ನಿನ್ನ ಪ್ರೊಫೆಷನ್‌ಗೆ ಮಾತು ಬೇಕಲ್ಲ" ಶ್ರೀಧರ ಕೇಳಿದ.

"ಬೇಕಷ್ಟು ಆಡಿದರೇ ಸಾಕು, ನನ್ನ ಮಾತಿನ ಅಗತ್ಯ ಕೂಡ ಕಮ್ಮಿಯೆ. ಸಂದರ್ಭ ಬಿದ್ದಾಗ ಎಕ್ಸ್‌ಪ್ಲೇನ್ ಮಾಡಬೇಕಾಗುತ್ತೆ ಪ್ರೊಫೆಷನ್ ವಿಷ್ಯದಲ್ಲಿ ನಾನು ಹಂಡ್ರೇಡ್ ಪರ್ಸೆಂಟ್ ಪರ್ಫೆಕ್ಟ್." ಆಮೇಲೆ ಮೌನವೇ, ಸುಬ್ಬಲಕ್ಷ್ಮಿ ಈಚೆಗೆ ಆದ ಮದುವೆಗಳ ಬಗ್ಗೆಯೇ ಮಾತಾಡಿದರು. ಕೈ ತೊಳೆದು ಮೇಲೆದ್ದ ಶ್ರೀಧರ "ಅಮ್ಮ ನೀನು ಇನ್ನು ಸರ್ವಿಸ್‌ನಲ್ಲಿ ಇರಬೇಕಿತ್ತು, ಛೇ..." ಅಂದು ಜಾಗ ಖಾಲಿ ಮಾಡಿದ.

ಟಿ.ವಿ. ಮುಂದೆ ಕೂತಿದ್ದವನ ಬಳಿ ಪಿಸುಗುಟ್ಟಿದಳು ಶರಾವತಿ "ನೀವೇ ಮಾತು ಷುರು ಮಾಡ್ಬೇಕು. ಆಮೇಲೆ ನಾವು ಹುಡ್ಕಿದರು ಇಂಥ ಸಂಬಂಧ ಸಿಗೋಲ್ಲ. ನೀವು ಮಾತು ಷುರು ಮಾಡಿ ಶರಧಿ ಮೀಟಿಂಗ್‌ಗಳಿಗೇಂತ ಹಾರಿ ಬಿಟ್ಟಾಳು. ಕೆಲವೊಮ್ಮೆ ಶೂಟಿಂಗ್ ಸ್ಪಾಟ್‌ಗೆ ಹೋದರೆ, ಮೂರ್‍ನಾಲ್ಕು ದಿನ ಅಲ್ಲೇ ಉಳೀತಾಳೆ, ಈ ಪರ್ಸನಲ್ ಸೆಕ್ರೆಟರಿ ಪೋಸ್ಟ್ ತುಂಬ ರಿಸ್ಕ್"

ಈ ತರಹ ಗೊಣಗೋದು ಹೊಸತೇನಲ್ಲ.

"ಆಯ್ತು, ನಿನ್ನ ಕುಮಾರ ಕಂಠೀರವನ್ನ ರೂಮಿಗೆ ಕರ್ಕೊಂಡ್ ಹೋಗಿ ಮಲಗ್ಸು, ಇಲ್ಲಿ ನಾನು ಅರೇಂಜ್ ಮಾಡ್ತೀನಿ" ಆಸ್ವಾಸನೆ ಕೊಟ್ಟು ಕಳುಹಿಸಿದ. ಆದಷ್ಟು ಬೇಗ ಶರಧಿ ವಿವಾಹ ಕಾರ್ಯ ನಡೆಯಬೇಕಿತ್ತು.

ಸುಬ್ಬಲಕ್ಷ್ಮಿ, ರಾಮಮೂರ್ತಿಗಳು ಬಂದು ದಿವಾನ ಮೇಲೆ ಕೂತ ನಂತರ ತಂಗಿಯ ರೂಮಿಗೆ ಹೋಗಿ ಮೊಬೈಲ್‌ಗಳ ಸ್ವಿಚ್ ಆಫ್ ಮಾಡಿ ಕರೆತಂದ.

"ನಿನ್ಹತ್ರ ಒಂದು ಇಂಪಾರ್ಟೆಂಟ್ ವಿಷ್ಯ ಮಾತಾಡಬೇಕಿದೆ" ಸೋಫಾ ಮೇಲೆ ಶರಧಿ ಕೂತು "ಅಣ್ಣ, ನಂಗೆ ರೆಸ್ಟ್ ಬೇಕೋ, ಏನಂಥ ಇಂಪಾರ್ಟೆಂಟ್?" ಕೇಳಿದ್ದು ತುಸು ನೀರಸವಾಗಿಯೇ, ಶ್ರೀಧರ ಅವಳ ಮುಂದೆ ಗಂಡಿನ ಫೋಟೋ ಹಿಡಿದು "ನೀನು ತುಂಬ ಲಕ್ಕೀ, ಒಳ್ಳೆ ಸಂಬಂಧ ಹುಡ್ಕಿಕೊಂಡು ಬಂದಿದೆ. ನೀನು ಒಪ್ಗೇ ಸೂಚಿಸಲೇಬೇಕು, ನಿನ್ನ ಸ್ವಂತಕ್ಕೊಂದು ಬದ್ಕು ಬೇಡ್ವಾ?" ಕೇಳಿದ. ನೋಡಿ ಫೋಟೋನ ಪಕ್ಕಕ್ಕಿರಿಸ "ಸಾರಿ, ನಂಗೆ ಮದ್ವೆ ಇಷ್ಟ ಇಲ್ಲ, ಸಾಕಷ್ಟು ಸಲ ಹೇಳಿದ್ದಿನಲ್ಲ, ಮತ್ತೆ ಮತ್ತೆ ಯಾಕೆ ಇಂಥ ಪ್ರಯತ್ನ ಮಾಡ್ತೀರಾ?" ಘಾಸಿಗೊಂಡಂತೆ ಪ್ರಶ್ನಿಸಿದಳು.

"ಏನು ನಿನ್ನ ಮಾತಿನ ಅರ್ಥ? ಜೀವನ ಪೂರ್ತಿ ಸನ್ಯಾಸಿಯಾಗಿ ಉಳೀತೀಯಾ? ಸ್ವಲ್ಪ ಕೂಡ ಚೆನ್ನಾಗಿಲ್ಲ, ಎಲ್ಲಾ ಪ್ರೊಫೆಷನಲ್ಲಿರೋರು ಮದ್ವೆ ಮಾಡ್ಕೊಂಡ್ ಸ್ವಂತಕ್ಕೊಂದು ಬದ್ಕು ರೂಪಿಸ್ಕೊತಾರೆ. ಅಂಥದ್ದರಲ್ಲಿ ನಿನ್ನದೇನು?" ಸುಬ್ಬಲಕ್ಷ್ಮಿ ದಬಾಯಿಸಿದರು. "ನಂಗಿಷ್ಟವಿಲ್ಲ. ಹಾಕಿಕೊಂಡ ಉರುಳು ಅನ್ನೋ ತರಹ ಅವನು ಇಷ್ಟವಾಗ್ಲಿ, ಬಿಡಲೀ ಅವನ ಜೊತೆ ಜೀವನ ಕಳೆಯುವಂಥ ಬರ್ಬರ ಬದ್ಕು ನಂಗೆ ಬೇಡ. ಇಲ್ಲ, ಕೋರ್ಟು ಮೆಟ್ಟಲೇರಿ ಡೈವೋರ್ಸ್‌ಗಾಗಿ ಇಡೀ ಜೀವಮಾನ ಸವೆಸೋದು ನಂಗಿಷ್ಟವಿಲ್ಲ. ದಯವಿಟ್ಟು ಬಲವಂತ ಮಾಡಬೇಡಿ" ಮೇಲೆದ್ದು ರೂಮಿಗೆ ಹೋಗಿ ಬಾಗಿಲು ಹಾಕಿ ಕೊಂಡಳು. ಅನಾಥವಾದ ಫೋಟೋನ ತೆಗೆದು ಒಂದು ಕಡೆ ಇರಿಸಿದಳು ಶರಾವತಿ" ನಂಗೇನು ಅರ್ಥವಾಗೊಲ್ಲ."

"ಅರ್ಥವಾಗದೇನಿದೆ, ಮಣ್ಣಾಗಟ್ಟಿ? ಮದ್ವೆ ವ್ಯವಸ್ಥೆಯ ಬಗ್ಗೆ ದ್ವೇಷವಿದೆ ಅವಳಲ್ಲಿ, ಅದಕ್ಕೇನು ಕಾರಣವೋ ಗೊತ್ತಿಲ್ಲ. ನಂಗೂ ಈಗೀಗ ಅವಳ ಅಭಿಪ್ರಾಯ ಸರಿಯೆನಿಸುತ್ತ ಇದೆ. ಆರಾಮಾಗಿ ಇವಳನ್ನು ಕಟ್ಟಿ ಕೈ ತೊಳೆದುಕೊಂಡ್ರಿ, ಈಗ ನನ್ನ ಪರಿಸ್ಥಿತಿ ನೋಡಿ. ಪೂರ್ತಿ ಸ್ವತಂತ್ರ ಅನ ನೋದೇ ಇಲ್ಲ. ಒಂದಿಷ್ಟು ಜಾಸ್ತಿ ತಿಂದರೇ ಕಷ್ಟ. ಕಡಿಮೆ ತಿಂದರಂತು ಮುಗ್ದೇ ಹೋಯ್ತು. ಅರ್ಧ ಗಂಟೆ ಲೇಟಾಗಿ ಬರೋದಿಕ್ಕೆ ಉಂಟಾ? ಹತ್ತು ಸಲ ಫೋನ್ ಮಾಡ್ತಾಳೆ. ಯಾರ್ಹತ್ರನಾದ್ರೂ ಒಳ್ಳೆ ಮೂಡ್‌ನಲ್ಲಿ ಮಾತಾಡ್ತಾ ಇರ್ತೀನಿ, ಮಧ್ಯೆ ಇವಳ ಕಾಲ್, ಎಲ್ಲಿದ್ದೀರಾ? ಯಾರ್ಹತ್ರ ಮಾತಾಡ್ತಾ ಇದ್ದೀರಾ? ಯಾರ್‍ಜೊತೆ ತಿಂಡಿಗೆ ಹೋಗಿದ್ರಿ? ಇದೆಲ್ಲ ನಿನ್ನ ಸೊಸೆಗೆ ಬೇಕಾ? ನನ್ನ ಸ್ವತಂತ್ರನ ಇವಳಹತ್ರ ಅಡವಿಟ್ಟಂಗೆ ಆಗಿದೆ. ಇದಕ್ಕೆಲ್ಲ ಮದ್ವೆನೇ ಕಾರಣ. ಶರಧಿ ಬುದ್ಧಿವಂತೆ ಬಿಡು. ಇಂಥ ಬುದ್ಧಿವಂತರ ಸಂಖ್ಯೆ ಈಗೀಗ ಜಾಸ್ತಿ ಆಗ್ತಾ ಇದೆ" ಅಷ್ಟು ಹೇಳಿ ಅಲ್ಲಿಂದ ಕಳಚಿಕೊಂಡ ಶ್ರೀಧರ.

ಸುಬ್ಬಲಕ್ಷ್ಮೀ ಜೋರಾಗಿ ನಕ್ಕುಬಿಟ್ಟರು. ಮಗನ ಸ್ವಭಾವ ಬಲ್ಲವರು. "ಶರಾವತಿ, ಅವ್ನ ಮಾತುಗೆ ನೀನೇನು ಬೇಜಾರು ಮಾಡ್ಕೋಬೇಡ, ತವರಿಗೆ ಹೊರಟರೆ, ಮಿಲಿ ಮಿಲಿ ಒದ್ದಾಡಿ ಬಿಡ್ತಾನೆ. ಇವಳು ಯಾವ ಸೀಮೆ ಬುದ್ಧಿವಂತೆ? ಮಾನವರಿಗೆ ನಾಗರೀಕತೆ ತಿಳಿಯದ ಮುನ್ನ ಈ 'ಮದುವೆ' ಅನ್ನೋ ಪ್ರಸಕ್ತಿಯೆ ಇರಲಿಲ್ಲವಂತೆ, ಇಚ್ಛಾ ಕಾಮುಕರಂತೆ ವರ್ತಿಸುತ್ತಿದ್ದ ದಿನಗಳನ್ನು ನೆನಪು ಮಾಡಿಕೊಂಡರೇ ಭಯವಾಗುತ್ತೆ. ಎಷ್ಟು ಅನಾಗರಿಕವಾಗಿತ್ತು ಅಂದಿನ ದಿನಗಳು. ಒಮ್ಮೆ ಹೇಳಿ ನೋಡ್ತೀನಿ. ಇಲ್ಲಾಂದರೇ ಮತ್ತೆ ಮತ್ತೇ ಸಂಬಂಧಗಳ ಪ್ರಸಕ್ತಿ ಬೇಡ. ಮದ್ವೆ ಆಗ್ದೇ ಇರೊದೊಂದು ಫ್ಯಾಷನ್ ಅಂದುಕೊಂಡು ಬಿಟ್ಟಿದ್ದಾರೆ" ಎಂದು ಎದ್ದು ಹೋಗಿ ಮಗಳ ರೂಮಿನ ಬಾಗಿಲು ತಟ್ಟಿದರು. ಈಗ ಅವಳಿಗೆ ಮಾತು ಬೇಡ.

ಮೊಬೈಲ್‌ನಲ್ಲಿ ಮಾತಾಡುತ್ತಿದ್ದಳು ಸವಲ್ಪ ಬೇಸರದಿಂದಲೇ ಬಂದು ಬಾಗಿಲು ತೆಗೆದದ್ದು.

"ಸ್ವಲ್ಪ ಆಫ್ ಮಾಡ್ಕೋ, ಒಂದತ್ತು ನಿಮಿಷದಲ್ಲಿ ಜಗತ್ತೇನು ಹಾಳಾಗಿ ಹೋಗೋಲ್ಲ" ಸ್ವಲ್ಪ ಕೋಪದಿಂದಲೇ ಮಗಳ ಕೈಯಲ್ಲಿನ ಸೆಲ್ ಕಿತ್ತುಕೊಂಡು ಆಫ್ ಮಾಡಿ "ನಂಗೆ ನಿನ್ನ ಬಗ್ಗೆ ಆತಂಕ, ಮದ್ವೆಯ ಬಗ್ಗೆ ಯಾಕೆ ನಿಂಗೆ ಇಂಥ ಧೋರಣೆ? ಹಿಂದೆ ಇಂಥ ಸಂಪ್ರದಾಯವಿರ್ಲಿಲ್ಲ. ಹೆಣ್ಣನ್ನ ಹಿಂದೆ ಸಂಭೋಗ ಸುಖ ಕೊಡುವ ಸಾಧನವೆನ್ನುವಂತೆ ಬಳಸುತ್ತಿದ್ದರು. ಹೆಣ್ಣನ್ನು ಬಲಾತ್ಕಾರವಾಗಿ ಅನುಭವಿಸುತ್ತಿದ್ದರು. ಕಾದಾಡುವ ಶಕ್ತಿ ಇಲ್ಲದ ಹೆಣ್ಣು ಎಲ್ಲರ ಕಾಮದಾಟಕ್ಕೆ ಬಲಿಯಾಗುತ್ತಿದ್ದಳು. ಇದನ್ನು ನೋಡಿ ಋಷಿ ಸಮೂಹ ಒಂದು ಗಂಡಿಗೆ ಒಂದು ಹೆಣ್ಣು ಎನ್ನುವ ಕಟ್ಟಲೆ ಮಾಡಿದರು. ಹೆಣ್ಣು ಸುಖ ಜೀವನಕ್ಕೆ ಪಾದಾರ್ಪಣೆ ಮಾಡಿದಳು. ಸ್ತ್ರೀಯರನ್ನು ಪರಮುರುಷರ ಕಾಮದಾಹದಿಂದ ರಕ್ಷಿಸಲು ಪಾತಿವ್ರತ್ಯವೆಂಬ ಏಕ ಪುರುಷ ನಿಯಮ ಬೋಧಿಸಿದರು. ಪುರುಷರು ಹೆಂಗಸರನ್ನು ರಕ್ಷಿಸಲು

ಮನೆಯಲ್ಲಿಯೇ ಬಿಟ್ಟು ಆಹಾರ ಸಂಪಾದನೆಗೆ ಹೊರಗೆ ಹೋಗುತ್ತಿದ್ದರು. ಮುಂದೆ ಇದೊಂದು 'ಮದುವೆ'ಯೆನ್ನುವ ಧಾರ್ಮಿಕ ಕ್ರಿಯೆಯಾಗಿ ಮಾರ್ಪಟ್ಟಿತು ಇಷ್ಟೆಲ್ಲ ಇದೆ ಕಣೇ, ಮದುವೆಯೆನ್ನುವುದರಲ್ಲಿ, ಸ್ವಲ್ಪ ಯೋಚ್ಸು, ಈಗ ಬಂದಿರೋ ಸಂಬಂಧ ನಿಂಗೆ ಇಷ್ಟವಾಗದಿದ್ದರೇ ಬೇರೊಂದು ಸಂಬಂಧ ನೋಡೋಣ. ಒಂದಿಷ್ಟು ಯೋಚ್ನೆ ಮಾಡು. ವಿವಾಹದಲ್ಲಿ ಸಾಮಾಜಿಕ ರಕ್ಷಣೆ, ಹಿರಿಯರ ಆಶೀರ್ವಾದವಿದೆ, ಬಂಧು-ಮಿತ್ರರ ಸಹಕಾರ ಸಿಗುತ್ತೆ, ಅರ್ಥ ಮಾಡ್ಕೋ ಪುಟ್ಟ" ಆಕೆಯ ಕಂಠ ಗದ್ಗದವಾಯಿತು.

ತಗ್ಗಿಸಿದ ತಲೆಯನ್ನು ನಿಧಾನವಾಗಿ ಎತ್ತಿ "ಆಗಿನ ಸ್ಥಿತಿಯಲ್ಲಿ ಅದು ಸರಿ ಇರಬಹುದು. ಆಗಿನಂತೆ ಈಗ ಹೆಣ್ಣು ಅಸಹಾಯಕಳಲ್ಲ, ತನ್ನನ್ನು ತಉನು ರೂಪಿಸಿಕೊಳ್ಳಬಹುದಾದಂಥ ಅರಿವಿದೆ. ಪ್ಲೀಸ್ ನಂಗೆ ಮದುವೆ ಇಷ್ಟವಿಲ್ಲ" ದನಿ ಮೃದುವಾಗಿದ್ದರು, ಕಡ್ಡಿ ಎರಡು ತುಂಡು ಮಾಡಿದಂತೆ ಹೇಳಿ ಮಾತು ಮುಗಿಯಿತು ಎನ್ನುವಂತೆ ಮೊಬೈಲ್ ಎತ್ತಿಕೊಂಡಳು ಶರಧಿ.

ಸುಬ್ಬಲಕ್ಷ್ಮಿ ಹೊರಗೆ ಬಂದರು, ಹೆಚ್ಚು ಮಾತಾಡುವ ಸ್ವಭಾವ ಶರಧಿಯದು ಆಗಿರಲಿಲ್ಲ. ಮನಸ್ಸು ಬಿಚ್ಚಿ ಹೇಳಿಕೊಳ್ಳುತ್ತಿದ್ದುದು ಕಡಿಮೆ, ಇದರಲ್ಲಿ ತಮ್ಮ ತಪ್ಪೇನಾದರೂ ಇದೆಯಾಂತ ವಿಶ್ಲೇಷಿಸಿ ಕೊಳ್ಳತೊಡಗಿದರು. ಹೆಂಡತಿಯ ಮುಖ ನೋಡಿ ರಾಮಮೂರ್ತಿ ಅರ್ಥಮಾಡಿಕೊಂಡರು.

"ಅಷ್ಟೆ, ತಾನೇ? ಅದಕ್ಯಾಕೆ ನೀನು ತಲೆ ಕೆಡಿಸ್ಕೋತಿ? ವಿವಾಹವಾದವರಿಗಿಂತ, ವಿವಾಹವಾಗದವರೇ ಹೆಚ್ಚು ಕೊಡಿಗೆ ನೀಡಿದ್ದಾರೆ ಸಮಾಜಕ್ಕೆ, ಬದಲಾವಣೆ ಗಾಳಿ ಬೀಸಿದೆ. ಈ ರೀತಿ ಇರೋದು ಅವಳಿಗೆ ಸುಖವೆನಿಸಿದೆ, ಇದ್ಕೊಳ್ಳಿ" ಎಂದ ರಾಮಮೂರ್ತಿ ತಮ್ಮ ಮಲಗುವ ಕೋಣೆಗೆ ಹೋದರು. ಯಾಕೋ ಅವರಿಗೂ ಈ ಪ್ರಸಕ್ತಿಗೆ ಫುಲ್‌ಸ್ಟಾಪ್ ಇಡಬೇಕೆನಿಸಿತು. ಇದೊಂದು ನಿರಂತರ ನೋವೆನಿಸಿತು.

ಶ್ರೀಧರ ಹೆಂಡತಿಯ ಕಡೆ ನೋಡಿದ. ಸಪ್ಪಗಿತ್ತು, 'ಸಾರಿ...' ಎನ್ನುವಂತೆ ಮುಖ ಮಾಡಿ ಎದ್ದು ಹೋದ, ಮಂಚದ ಮೇಲೆ ಕೂತು ಕಾಮಿಕ್ಸ್ ಪುಸ್ತಕ ನೋಡುತ್ತಿದ್ದ ಪದ್ಮನಾಭ ತಲೆಯೆತ್ತಿ ಹಲ್ಲುಕಿರಿದ.

"ಮುಗೀತಾ ಮಾತುಕತೆ? ಅಪ್ಪ, ಅತ್ತೆ ಯಾಕೆ ಮದ್ವೇ ಆಗೋಲ್ಲ?" ಕೇಳಿದ "ಸದ್ಯ ನೀನೊಬ್ಬ ಕೇಳಬೇಕಿತ್ತೂ, ನೋಡು, ತೆಪ್ಪಗೆ ಮಲಕ್ಕೋ" ಅವನನ್ನು ಮಲಗಿಸಿ ತಾನು ಮಲಗಿದ.

ಆಮೇಲೆ ಪದ್ಮನಾಭ ನಿದ್ದೆ ಹೋದ, ಶ್ರೀಧರನನ್ನು ನಿದ್ದೆ ಆವರಿಸಿತು. ಆದರೆ ಶರಾವತಿಗೆ ಕಣ್ಣು ಮುಚ್ಚಲಾಗಲಿಲ್ಲ. ಶರಧಿ ಈ ನಿಲುವಿಗೆ ಬರಲು ಕಾರಣವೇನು? ಇದರ ಮಧ್ಯೆ ಸ್ಟಾರ್ ಹೋಟಲ್‌ನ ಲಾಡ್ಜಿಂಗ್ ಬಿಲ್ ಅಣಕಿಸುತ್ತಿತ್ತು. ಶ್ರೀಕಾಂತ್ ಹೇಗೆ? ಅವರ ಬಗ್ಗೇನು ಶರಧಿ ಮಾತಾಡುತ್ತಿರಲಿಲ್ಲ. ವಯಸ್ಸು ಎಷ್ಟಿರಬಹುದು? ವೈವಾಹಿಕ ಜೀವನದಲ್ಲೇನಾದರೂ ಏರುಪೇರು? ಬರೀ ತಲೆ ಕೆಟ್ಟಿತೇ ವಿನಃ ಯಾವ

ನಿಲುವಿಗೂ ಬರದಾದಳು ಮುಂದೇನು? ಬರೀ ಪ್ರಶ್ನೆಯೇ.

* * *

ಬೆಳಗಿನ ವಾಕಿಂಗ್ ಮುಗಿಸಿಕೊಂಡು ಬಂದ ರಾಮಮೂರ್ತಿ "ಪವನ್ ಅಪ್ಪ ಸಿಕ್ಕಿದ್ರು. ಅವರು ಭಾರತಕ್ಕೆ ಹಿಂದಿರುಗಿ ಬಿಟ್ಟಿದ್ದಾರಂತೆ ಹಿರಿ ಮಗ ಅಲ್ಲೇ ಉಳಿದುಕೊಂಡಂತೆ, ಇವ್ರು ಇನ್ನೊಬ್ಬ ಮಗನಿಗಾಗಿ ಹಿಂದಕ್ಕೆ ಬಂದಿದ್ದಾರೆ, ಹಿಂದಿನ ರೋಡುನಲ್ಲಿ ಮನೆಯಂತೆ" ಇಂಥ ಒಂದು ಸುದ್ದಿಯನ್ನು ಬಿತ್ತರಿಸಿದರು. ಇದೊಂದು ಹೊಸ ವಿಷಯವೆ.

ಕಾಫೀ ಹಿಡಿದು ಬಂದ ಸುಬ್ಬಲಕ್ಷ್ಮಿ "ಮಗನಿಗೆ ಕೆಲ್ಸಸಿಕ್ತು. ಆದರೆ ಇವರಿಗೆ ಏನು ವಿದೇಶಿ ವ್ಯಾಮೋಹ? ಎಲ್ಲರಿಗಿಂತ ಮೊದ್ಲು ಗಂಟು ಮೂಟೆ ಕಟ್ಟಿಕೊಂಡು ಇವರು ರೆಡಿಯಾಗಿ ಬಿಟ್ಟರು" ಗೊಣಗಿ ಎದ್ದರು ಮನೆಯ ಕಡೆ ನೋಟ ಹಾಯಿಸಿದರು. ಅವರು ಹತ್ತು ವರ್ಷದ ಹಿಂದೆ ಅಲ್ಲೇ ವಾಸಿಸುತ್ತಿದ್ದುದು. ಎರಡು ಕುಟುಂಬಗಳು ಅನ್ಯೋನ್ಯವಾಗಿದ್ದವು. ಇಲ್ಲಿಂದ ಹೋಗಿದ್ದು ಮಾತ್ರ ಆಕೆಗೆ ಬೇಸರದ ಸಂಗತಿಯೆ.

"ಸಂಜೆ ಮುಂದು ಆದರೆ ಬರ್ತೀನೀಂದ್ರು. ಮನುಷ್ಯ ತುಂಬ ಇಳಿದು ಹೋಗಿದ್ದಾನೆ. ಹಿಂದಿನ ದಿನಗಳನ್ನೆಲ್ಲ ನೆನಪು ಮಾಡಿಕೊಂಡ್ರು. ಆಗ ಮನೆ ಮಾರಿದ್ದರ ಬಗ್ಗೆ ಈಗ ಪಶ್ಚಾತಾಪವಿದೆ. ಅದರಿಂದೇನು ಪ್ರಯೋಜನ? ಶರಧಿ ಬಗ್ಗೆ ತುಂಬ ವಿಚಾರಿಸಿದ್ರು. ಈಗ್ಲೂ ವಿವಾಹದ ಬಗ್ಗೆ ಅವಳ ವಿರೋಧವಿದೆಯೆಂದಾಗ... ಏನೋ... ಅರ್ಥವಾಗದು ಅನ್ನೋ ರೀತಿಯಲ್ಲಿ ತಲೆಯಾಡಿಸಿದರು" ಇಷ್ಟು ಉಸುರಿದರು.

ಅವರು ಕಾಫೀ ಲೋಟ ಖಾಲಿ ಮಾಡೋ ಮುನ್ನವೇ ಶರಧಿ ಕೋಣೆಯಿಂದ ಹೊರ ಬಂದು "ನನ್ನ ಬ್ರೇಕ್ ಫಾಸ್ಟ್ ಅಲ್ಲೇ ಆಗುತ್ತೆ" ಅಷ್ಟು ಹೇಳಿ ಹೊರಟಳು. ಆ ಸಲ್ವಾರ್, ಕಮೀಜ್‌ನಲ್ಲಿ ತುಂಬ ಚೆಂದ ಕಾಣುತ್ತಿದ್ದಳು. ಮೊದಲಿನಿಂದಲೂ ಅಷ್ಟೆ, ಅವಳ ಬಟ್ಟೆ ಆಯ್ಕೇ ಅವಳದೇ ಆಗಿರುತ್ತಿತ್ತು. ಕೆಲಸಕ್ಕೆ ಸೇರಿದ ಮೇಲಂತು ಹೇಳುವ ಹಾಗೆಯೇ ಇರಲಿಲ್ಲ. ಖರೀದಿಸಿ ತರುತ್ತಿದ್ದಳು. ಬೇಸರಕ್ಕೆ ಅವಳ ಪ್ರತಿಕ್ರಿಯೆ ಸೊನ್ನೆ, ಅಷ್ಟು ಮಾತ್ರವಲ್ಲ. ಮನೆಗೆ ಹೊಸ ಸೋಫಾ ಬಂತು. ಅತ್ಯುತ್ತಮ ಕುಕರ್‌ನಿಂದ ಹಿಡಿದು ಫ್ರೀಜ್‌ವರೆಗೂ ಬದಲಾಯಿಸಿದಳು. ಅದಕ್ಕೆ ಯಆರ ಪರ್ಮೀಷನ್ ಪಡೆಯಲಿಲ್ಲ. ಇದೆಲ್ಲ ದುಂದು ಅನಿಸಿತು. ಅಪ್ಪ ಕರೆದು ಬುದ್ಧಿ ಹಪಳಿದರು, ಸುಬ್ಬಲಕ್ಷ್ಮಿ ಗೊಣಗಿದರು. 'ಮಹರಾಯ್ತಿ ಸೇವಿಂಗ್ಸ್ ಇರಲೀ, ಮುಂದೆ ನಿನ್ನ ಭವಿಷ್ಯಕ್ಕೆ ಬೇಕಾಗುತ್ತೆ' ಎಂದು ಬುದ್ಧಿ ಹೇಳಿದ ಶ್ರೀಧರ, ಅದೇನು ಪ್ರಯೋಜನಕ್ಕೆ ಬರಲಿಲ್ಲ 'ದುಡ್ಡು ಖರ್ಚು ಇವೆಲ್ಲ ಅಗತ್ಯವಿದ್ದದ್ದೇ' ಎನ್ನುವ ತಣ್ಣನೆಯ ಪ್ರತಿಕ್ರಿಯೆ ಅವಳಿಂದ, ಇಂಥ ಚುಟುಕು ಮಾತುನಿಂದಲೇ ಮುಗಿಸುತ್ತಿದ್ದಳು.

ಶ್ರೀಧರ ಊಟ ಮುಗಿಸಿ ಕಾಲಿಗೆ ಸಾಕ್ಸ್ ಏರಿಸುತ್ತ "ಅಮ್ಮ ಆ ಜಾತ್ಕ ಫೋಟೋ ಹಿಂದಿರುಗಿಸಿ ಬಿಡು. ಇನ್ಮೇಲೆ ಇಂಥ ಪ್ರಸಕ್ತಿಗೆ ಕೈ ಹಾಕಬೇಡ. ಒಂಟಿ ಜೀವನ

ಬೇಸರವೆನಿಸಿ ಯಾವಾಗ ಸಂಗಾತಿಯ ಅಗತ್ಯವೆನಿಸುತ್ತೋ, ಆಗ ತಿಳಿಸ್ಲೀ... ಇಷ್ಟವಿಲ್ದ ವಿಚಾರಗಳ ಪ್ರಸ್ತಾಪ ಬೇಡ" ಕಡೆ ತೀರ್ಮಾನವೆನ್ನುವಂತೆ ನುಡಿದ.

ಪೇಪರ್ ಓದುತ್ತಿದ್ದವರು ನಿಟ್ಟುಸಿರು ದಬ್ಬಿ "ಇವಳ ಜಾತ್ಕವನ್ನು ಯಾವುದಾದ್ರೂ ಜ್ಯೋತಿಷ್ಯರಿಗೆ ತೋರಿಸಿದರೆ ಹೇಗೆ?" ರಾಮಮೂರ್ತಿಯ ಪ್ರಶ್ನೆಗೆ ಶ್ರೀಧರ ನಕ್ಕು ಬಿಟ್ಟ, "ಅಪ್ಪ, ನಿಮಗ್ಯಾಕೆ ಬಂತು ಈ ಯೋಚ್ನೆ? ಅಮ್ಮ ಆ ಕೆಲ್ಸ ಯಾವಾಗ್ಲೋ ಮಾಡಿದ್ದಾಳೆ. ದಾಂಪತ್ಯಯೋಗವಿದೆಯಂತೆ, ವಿವಾಹ ಸ್ವಲ್ಪ ತಡವಾಗಬಹುದು, ಅಂದಿದ್ದರಂತೆ, ಅಮ್ಮ ಹರಕೆ, ಪೂಜೆ, ಹೋಮ ಅಂತ ಏನೇನೋ ಮಾಡ್ಸಿದ್ದಾರೆ. ನಂಗಂತು ಏನು ತೋಚೋಲ್ಲ, ಹೇಗೂ ಆರಾಮಾಗಿದ್ದಾಳೆ, ಇದ್ಕೊಳ್ಲಿ ಬಿಡು" ಮೇಲಕ್ಕೆದ್ದ, ಅಷ್ಟು ಬಿಟ್ಟು ಏನು ಮಾಡುವ ಹಾಗೆ ಇರಲಿಲ್ಲ.

ಬಂದ ಪದ್ಮನಾಭ "ಅತ್ತೆ, ಯಾವತ್ತು ಮದ್ವೆ ಆಗೋಲ್ವಾ? ಒಳ್ಳೆದಾಯ್ತು ಬಿಡು, ಅತ್ತೆಯಷ್ಟು ನೀವ್ಯಾರು ಧಾರಾಳಿಗಳಲ್ಲ, ನಾನು ಅತ್ತೆ ಜೊತೆ ಇದ್ದು ಬಿಡ್ತೀನಿ" ಅಂದ. ಮಗನನ್ನು ಹತ್ತಿರಕ್ಕೆಳೆದುಕೊಂಡು "ನೀನು ಸ್ವಾರ್ಥಿ ಕಣೋ, ಇಡಿಯಟ್, ಈಗ ಮೊದ್ಲು ಶಾಲೆಗೆ ನಡೀ. ನಂಗೆ ಇದೊಂದು ಸ್ಪೆಷಲ್ ಡ್ಯೂಟಿ," ಗೊಣಗಿಕೊಂಡೇ ಅವನನ್ನು ಎಳೆದೊಯ್ದು, ಒಮ್ಮೆ ಹಿಂದಕ್ಕೆ ನೋಟ ಹರಿಸಿ ಕಣ್ಣೊಡೆದ. "ನಿಮ್ಮ ತಂಗಿ ಎಷ್ಟು ಡಿಸೆಂಟೋ ಅದ್ಕೇ ಪೂರ್ತಿ ಆಪೋಜಿಟ್" ಕೇಳಿಸುವಂತೆ ಗೊಣಗಿದಳು, ಶರಾವತಿ.

ಸುಬ್ಬಲಕ್ಷ್ಮಿಯವರು ಮಧ್ಯಾಹ್ನವೇ ಹೋಗಿ ಫೋಟೋ ಜಾತಕ ಬೇಸರದಿಂದ ಹಿಂದಿರುಗಿಸಿ ಬಂದರು. ಪೇಪರ್ ನೋಡುತ್ತಿದ್ದ ರಾಮಮೂರ್ತಿ "ಸುಬ್ಬು, ಅದೇ ಪವನ್ ಅಪ್ಪ ರಾಜಗೋಪಾಲ್ ಬರ್ತೀನೀಂದ್ರು ಮಧ್ಯಾಹ್ನದ ಊಟಕ್ಕೆ ಬಾ ಅಂದೇ. ಆಗ್ಲೀ, ಅಂದಿದಾರೆ. ಒಂದಿಷ್ಟು ಏನಾದ್ರೂ ವಿಶೇಷವಾದ ಅಡ್ಗೇ ಮಾಡು" ಹೇಳಿದರು.

ಮೊದಲೇ ಬೇಸರದಿಂದ ಇದ್ದ ಸುಬ್ಬಲಕ್ಷ್ಮೀ "ಅದೂ ಮಾಡು ಇದೂ ಮಾಡು, ಅನ್ನೋದರಲ್ಲಿಯೇ ನನ್ನ ತೇಯ್ದು ಬಿಟ್ರಿ. ಎಲ್ಲರ ಹಾಗೇ ಕೆಲ್ಸದಲ್ಲಿರೋ ಹುಡ್ಗೀ ಬೇಕೂಂತ ಅನ್ನದೇ, ಮನೆಯಲ್ಲಿರೋ ಸೊಸೆನ ತಂದು ಒಂದಿಷ್ಟು ರೆಸ್ಟ್ ಕೊಟ್ರಿ. ಇಲ್ಲಾಂದ್ರೆ... ನಂಗೆ ಸರ್ಕಾರದವರು ವಿಶ್ರಾಂತಿ ಕೊಟ್ಟರೂ, ನೀವು ಕೊಡ್ತಾ ಇರ್ಲಿಲ್ಲ" ಅನ್ನುತಲೆ ಮೇಲೆದ್ದರು. ಹೆಂಡತಿಯ ಬಗ್ಗೆ ಕನಿಕರವೇ. ಹೊರಗೂ, ಒಳಗೂ ದುಡಿದು ಹಣ್ಣಾಗಿದ್ದರು. ಹೆಚ್ಚು ದುಂದು ಮಾಡದೇ, ಮುಚ್ಚಟೆಯಾಗಿ ಸಂಸಾರ ಮಾಡಿದಾಕೆ, ಅತ್ತೆ, ಮಾವನನ್ನು ಅತ್ಯಂತ ಅಕ್ಕರೆಯಿಂದ ನೋಡಿಕೊಂಡು ಪುಣ್ಯ ಪಡೆದ ಹೆಂಡತಿಯ ಬಗ್ಗೆ ಗೌರವವೇ.

ಬಂದ ಶರಾವತಿ "ಅತ್ತೆ, ಏನು ಮಾಡಬೇಕೂಂತ ನಂಗೆ ಹೇಳಿ. ನೀವೇನು ಅಡ್ಗೇ ಮನೆಗೆ ಬರೋದು ಬೇಡ. ಹೇಗೂ ಮಾವ ಸುಮಾರೊತ್ತು ಪೇಪರ್ ಓದಿದ್ದಾರೆ, ಆ ವಿಷ್ಯದ ಮೇಲೆ ಚರ್ಚೆ ಮಾಡಿ, ಈಗ ಒಂದ್ಲೋಟ ಕಾಫೀ ಕೊಡ್ತೀನಿ" ಮತ್ತೆ ಕೂಡಿಸಿಯೆ ಹೋಗಿದ್ದು. ಈ ಕಾಲಕ್ಕೆ ಶರಾವತಿ ಅಪರೂಪದ ಸೊಸೆಯೆ.

ಹತ್ತು ವರ್ಷದ ಹಿಂದಿನ ಮಾತುಗಳೆಲ್ಲ ಬಂದು ಹಂದವು. ನಡುವೆ ಪವನ ಇಣಕಿದ.

"ನಮ್ಮ ಹುಡುಗ್ರು, ಅವ್ರು ಎಷ್ಟು ಅನ್ಯೋನ್ಯವಾಗಿದ್ರು, ಟೀಚರತ್ತೆ... ಟೀಚರತ್ತೆ... ಎಂದು ಹಿಂದೂ... ಮುಂದೆ ಸುತ್ತಾಡಿ ಕೊಂಡಿದ್ದ ಹುಡ್ಗ, ಈಗ ವಿದೇಶದಲ್ಲಿದ್ದಾನೆ. ನಮ್ಮ ಶರಧಿನ ಇಷ್ಟಪಟ್ಟಿದ್ದ. ಜೊತೆ ಜೊತೆಯಾಗಿ ಓಡಾಡಿದವರು. ಸಿನಿಮಾ ಹೋಟೆಲ್ ಎಂದು ಸುತ್ತಾಡಿದಾಗ ಅವ್ನ ಹೆತ್ತರವರಾಗ್ಲೀ, ನಾವಾಗ್ಲಿ! ಆಕ್ಷೇಪಿಸಿದ್ದುಂಟ? ಮುಂದೆ ಮದ್ವೆ ಆಗ್ತಾರನ್ನೋ ಕನಸ್ಸಿತ್ತು. ಆದರೆ ಮುಲಾಜಿಲ್ಲದೆ ನಿಮ್ಮ ಮಗ್ಳು ತಳ್ಳಿ ಹಾಕಿದ್ಲು. 'ನಾವಿಬ್ರೂ ಫ್ರೆಂಡ್ಸ್ ಅಷ್ಟೆ. ನಾನು ಪವನ್‌ನ ಮಾವ್ದೇ ಭಾವನೆಯಿಂದ ನೋಡಿದ್ದಿಲ್ಲ! ಹೇಳಿ ಸುಲಭವಾಗಿ ಅಂದು ಕೈ ತೊಳೆದುಕೊಂಡ್ಳು. ಅವ್ನು ಎರಡ್ವರ್ಷ ಇವಳಿಗಾಗಿ ಕಾದಿದ್ದುಂಟು. ಇವ್ಳು ಜಪ್ಪಯ್ಯ ಅನ್ನಲಿಲ್ಲ" ಸುಬ್ಬುಲಕ್ಷ್ಮೀ ಒಂದೇ ಸಮನೆ ಬಡಬಡಿಸಿದಾಗ, ರಾಮಮೂರ್ತಿ ತೀರಾ ಖಿನ್ನರಾದರು "ನಂಗೂ ಇದೆಲ್ಲ ಗೊತ್ತಿರೋದೇ, ತಾನೇ?"

ಏನೋ ವಿಚಾರಿಸಲು ಬಂದ ಶರಾವತಿ ಅಲ್ಲೆ ನಿಂತಳು. ಆಗಾಗ ಪವನ್‌ನ ವಿಷಯ ಬರುತ್ತಿತ್ತು. ಶರಧಿ ರೂಮಿನ ಕಬೋರ್ಡ್‌ನಲ್ಲಿ ಅವನಿಂದ ಬಂದ ಗ್ರೀಟಿಂಗ್‌ಗಳು ಇತ್ತು. ಅದು ಎಲ್ಲದರ ನಡುವೆ ಇತ್ತೆ ವಿನಃ ಭದ್ರಪಡಿಸಲು ಹೋಗಿರಲಿಲ್ಲ. ಅವಳು ಅದು ಸ್ನೇಹ ಅಂದಿದ್ದು ಸರಿಯಾಗಿತ್ತೆಂದು ಕೊಂಡಿದ್ದಳು.

"ಅತ್ತೆ ಬರೀ ಸಾರಿದೆ! ಬೂದು ಕುಂಬಳ ಕಾಯಿ ಇದೆ, ಒಂದಿಷ್ಟು ಮಜ್ಜಿಗೆ ಹುಳಿ ಮಾಡಿ ಹಪ್ಪಳ ಸಂಡಿಗೆ ಕರೆದರೇ ಸಾಕಾ? ಮತ್ತೇನಾದ್ರೂ... ಬೇಕಾ?" ವಿಚಾರಿಸಿದಳು.

"ಅವ್ರಿಗೂ ವಯಸ್ಸಾಗಿದೆ, ಈಗ ಏನೇನು ಕಾಯಿಲೆಗಳು ಇದ್ಯೋ, ಸದ್ಯಕ್ಕೆ ಅಷ್ಟು ಸಾಕು. ಮುಂದಿನ ರೋಡುನಲ್ಲಿಯೇ ಮನೆಯಂತೆ. ಇನ್ನೊಮ್ಮೆ ಬಂದರೆ ಏನಾದ್ರೂ ಮಾಡಬಹುದು" ರಾಮೂರ್ತಿಗಳು ಹೇಳಿದರು. ಹೆಂಡತಿಯಷ್ಟು ಜೋರಿನ ಮನುಷ್ಯ ಅಲ್ಲ. ವಿಪರೀತ ಮಾತು ಇಲ್ಲ, ಸರಳ ವ್ಯಕ್ತಿತ್ವದ ಸಾಧಾರಣ ಮನುಷ್ಯ ಸಾತ್ವಿಕ ವ್ಯಕ್ತಿಯೆಂದು ಅರ್ಥೈಯಿಸಬಹುದು.

ಆಕೆಯ ಅನುಮೋದನೆ ಕೂಡ ಇತ್ತು. ಪವನ್‌ನ ವಿವಾಹವಾಗಿದ್ದರೇ, ಈ ವೇಳೆಗೆ ಒಂದೆರಡು ಮಕ್ಕಳು, ಸುಂದರ ಸಂಸಾರ ಅವಳದಾಗುತ್ತಿತ್ತು. 'ವಯಸ್ಸು ಸರಿದರೆ ಒಂಟಿ ಮರವಾಗಿ ಉಳಿಯುತ್ತಾಳೆ'. ಇದು ಮನಸ್ಸಿಗೆ ಬಂದ ಕೂಡಲೆ ಆಕೆಯ ಕರುಳಲ್ಲಿ ಕತ್ತರಿಯಾಡಿಸಿದಂತಾಯಿತು.

"ನಂಗೆ ಅವಳು ಮದ್ವೆ ಆಗೋ ನಂಬ್ಕೇ ಇಲ್ಲ" ಮಗಳ ಬಗ್ಗೆ ಆಡಿ ಎದ್ದು ಹೋದರು. ಆ ಕ್ಷಣ ಹಾಗೇ ಅನ್ನಿಸಿದ್ದುಂಟು ಅವರಿಗೂ, 'ಅದೆಲ್ಲ ದೈವ ಸಂಕಲ್ಪ ಅವಳ ಹಣೆಯಲ್ಲಿ ಮದ್ವೆ ಆಗೋದು ಬರೆದಿದ್ದರೇ ಆಗುತ್ತೆ. ಇಲ್ಲ, ಹಾಗೇ ಇದ್ಕೊತಾಳೆ. ಈಗ ಎಷ್ಟೋ ಜನ ಇಲ್ವಾ? ಆ ವಿಷಯವನ್ನು ಮನಸ್ಸಿನಿಂದ ತಳ್ಳಿ ಹಾಕಿ ಪೇಪರ್‌ನಲ್ಲಿ

ಮಗ್ನರಾದರು.

ಒಂದರ ಸುಮಾರಿಗೆ ರಾಜಗೋಪಾಲ್ ಬಂದರು.

"ಭಾರಯ್ಯ, ಬಾ... ನಾನು ಎಲ್ಲಿ ಕಾಯಬೇಕಾಗುತ್ತೋ ಅಂದ್ಕೊಂಡೇ" ಆತ್ಮೀಯವಾಗಿ ಬರ ಮಾಡಿಕೊಂಡರು. ಎಲ್ಲೆಡೆ ನೋಟ ಹರಿಸಿದ ಅವರು "ದೊಡ್ಡದಾಗಿ ಅಂಥ ಬದಲಾವಣೆ ಏನಿಲ್ಲ. ಹಳೇ ಮರದ ವಿರಾಮಾಸನಗಳು ಇನ್ನ ಇದೆ" ನಗೆಯಾಡುತ್ತಲೇ ಕೂತರು. ಈ ಮನೆ ಅವರಿಗೆ ಅಪರಿಚಿತವಲ್ಲ! ಎದುರು ಬದರು ಮನೆಗಳಲ್ಲಿ ವಾಸ. ಆಗಾಗ ಬಂದು ಹೋಗುವುದರ ಜೊತೆಗೆ ಎರಡು ಮನೆಯ ಮಕ್ಕಳಲ್ಲಿ ಸ್ನೇಹವಿತ್ತು. ಅವರ ಓಡಾಟದಲ್ಲಿ ಜೋರಿತ್ತು.

"ಹೌದೌದು, ದೊಡ್ಡದಾಗಿ ಬದಲಾವಣೆ ಏನಿಲ್ಲ. ಮಗ ಡಾಕ್ಟರಿಕೆ, ಇಂಜಿನಿಯರಿಂಗ್, ಐ.ಎ.ಎಸ್., ಐ.ಪಿ.ಎಸ್., ಅಂಥದೇನು ಮಾಡಲಿಲ್ಲ. ಸಿಂಪಲ್ಲಾಗಿ ಒಂದು ಡಿಗ್ರಿ ಮಾಡ್ಕೊಂಡ ಸರ್ಕಾರಿ ಕೆಲ್ಸ ಸಿಕ್ಕಿದ್ದು ಮಾತ್ರ ಅದೃಷ್ಟ. ಶರಧಿ ಅಣ್ಣನ ನಾಲ್ಕರಷ್ಟು ಸಂಬಳ ತಗೋತಾ ಇದ್ದಾಳೆ. ಮನೆಯಲ್ಲಿ ಅಷ್ಟಿಷ್ಟು ಬದಲಾವಣೆಗಳು ಆಗಿದ್ದರೇ, ಅವಳಿಂದಲೇ" ಎಂದರು. ಶರಧಿ ವಿಷಯ ಎತ್ತಿದರೆ ಅವರಿಗೆ ಇರುಸು ಮುರುಸು.

ರಾಜಗೋಪಾಲ್ ಹುಬ್ಬೇರಿಸಿದರು. ಪವನ್‌ಗೆ ವಧುವಾಗಬೇಕಿದ್ದ ಹುಡುಗಿ, ಒಂದಿಷ್ಟು ಕುತೂಹಲವೆ.

"ದಯವಿಟ್ಟು ತಪ್ಪು ತಿಳ್ಕೊಬೇಡಿ, ಇನ್ನ ಶರಧಿ ಮದ್ವೆ ಆಗಿಲ್ವಾ?" ಕೇಳಿಯೇ ಬಿಟ್ಟರು. ರಾಮೂರ್ತಿ ಮುಖ ಹೆಚ್ಚಾಯಿತು. "ಈಗ ಹುಡ್ಗೀಯರ ವಿವಾಹಗಳು... ಲೇಟು! ಮುರ್ಹೋತ್ತು. ಕೆರಿಯರ್... ಕೆರಿಯರ್ ಅಂದ್ಕೊಂಡ್ ಮದ್ವೆನ ಮುಂದೆ ಹಾಕಿದ್ಲು. ಸಾಕಷ್ಟು ಸಂಬಂಧಗಳು ಬರ್ತಾ ಇದೆ. ಗಳಿಗೆ ಕೂಡಿ ಬರ್ಬೇಕು" ಮಾತು ವೇದಾಂತದ ದಾರಿ ಹಿಡಿಯಿತು.

ಆ ವೇಳೆಗೆ ಅತ್ತೆ ಸೊಸೆ ಇಬ್ಬರು ಒಟ್ಟಿಗೆ ಬಂದರು.

"ಸುಬ್ಬಲಕ್ಷ್ಮೀನ ನಿಮ್ಗೇ ಪರಿಚಯ ಮಾಡ್ಸಬೇಕಿಲ್ಲ. ಇವ್ರು ಶರಾವತಿ, ನಮ್ಮ ಶ್ರೀಧರನ ಹೆಂಡ್ತಿ."

ರಾಜಗೋಪಾಲ್ ಹಿಂದಿನ ನೆನಪುಗಳು ಕದಡಿ ಹೋದವು. ತಟ್ಟನೆ ಎದ್ದು ನಿಂತು "ಮರ್ರ್ಯೋಕ್ಕಾಗುತ್ತ? ಅವ್ರು ನೀವು ಎಷ್ಟೊಂದು ಅನ್ಯೋನ್ಯವಾಗಿದ್ರಿ. ನಿಮ್ಮ ಕೈನ ಸಾರು, ಹುಳಿ ಊಟ ಮಾಡಿಯೇ ನನ್ಮಕ್ಳು ಬೆಳೆದಿದ್ದು" ಎಂದರು ದುಃಖದಿಂದ.

ನೆನಪುಗಳು ಭಾರವೆನಿಸಿತು ಅಲ್ಲೆ ಊಟ ಮಾಡಿದರು.

"ಹೆಂಡತಿ ಸತ್ಮೇಲೆ ಹೊಟ್ಟೆ ತುಂಬ ಊಟ ಮಾಡಿದ್ದೇ ಇಲ್ಲ. ಸೊಸೆ ವಿದೇಶದವಳು. ಇಲ್ಲಿನ ಅಡ್ಗೇ ಜೊತೆ ರೀತಿ, ನೀತಿಗಳು ಗೊತ್ತಿಲ್ಲ. ಏನೋ ತಿನ್ನಬೇಕಲ್ಲಾಂತ ತಿಂದಿದ್ದು. ಎಂದೂ ಊಟ ಅನ್ನಿಸಲೇ ಇಲ್ಲ. ಅಲ್ಲಿಗೆ ಒಗ್ಗಿ ಕೊಳ್ಳಲೇ ಇಲ್ಲ. ಇಲ್ಲೆ

ಹಿಂದಿರುಗೋಣಾಂದರೇ, ಅಂಥದೇನು ಇಟ್ಟು ಹೋಗಿರಲಿಲ್ಲ. ನೆಂಟರಿಷ್ಟರಿಗೆ ಅವರದೇ ಸಮಸ್ಯೆಗಳು. ಕೆಲವರಿಗಂತು ಅಸೂಯೆ, ನಾವು ಇಲ್ಲಿ ಸುಖದ ಸುರ್ದು ಕೊಳ್ತಾ ಇದ್ದೀವಿ, ಅನ್ನೋ ತರಹ ಮಾತಾಡೋರು, ಇಳೀ ವಯಸ್ಸಿನಲ್ಲಿ ಒಂದು ಬದ್ಕು ಕಟ್ಟಿಕೊಳ್ಳುವ ಸಾಧ್ಯತೇ, ಇತ್ತಾ? ಅಲ್ಲೇ ಉಳ್ದುಕೊಂಡ್ವಿ, ಸಾಕೂಂತ ಕಣ್ಣು ಮುಚ್ಚಿಕೊಂಡ್ರು. ಏನೋ ಭಾರತಕ್ಕೆ ಮತ್ತೆ ಬರೋ ಸಂದರ್ಭ ಒದ್ಗೀ ಬಂತು. ಅದು ಪವನ್‌ಗೆ ಇಷ್ಟವಿಲ್ಲ. ಒಂದಿಷ್ಟು ಹಟಕ್ಕೆ ಬಿದ್ದೆ ಬಂದಿದ್ದು" ಎಲ್ಲಾ ಹೇಳಿಕೊಂಡರು.

ಸಂಜೆ ಕಾಫೀ ಮುಗಿಸಿಕೊಂಡೇ ಅವರು ಹೋದದ್ದು. ಎದುರು ಮನೆಯತ್ತ ನೋಡುತ್ತ "ಮುಂದೆ ಎರಡು ತೆಂಗಿನ ಮರಗಳು ಇದ್ವು, ಅವರು ಮಾತ್ರವಲ್ಲ, ನಾವ್ ಕೂಡ ಕಾಯಿ ಕೊಂಡಿದ್ದೀಲ್ಲ. ಆಮೇಲೆ ಮನೆಯನ್ನ ಕೊಂಡ ಜನ ಕಡಿಸಿ ಹಾಕ್ಸಿ ಏನೇನೋ ಅಲ್ ಸ್ಟೇಷನ್ ಮಾಡ್ಸಿದ್ರು" ಹಿಂದಿನದೆಲ್ಲ ನೆನಪು ಮಾಡಿಕೊಂಡರು. ಶ್ರೀಧರನ ವಿವಾಹಕ್ಕೆ ಮುನ್ನವೆ ಇದೆಲ್ಲ ನಡೆದು ಹೋಗಿದ್ದರಿಂದ ಇವರುಗಳು ಆಗಾಗ ಹೇಳುವುದು ಗೊತ್ತಿತ್ತೇ ವಿನಃ ನೇರವಾಗಿ ನೋಡಿದ್ದೀಲ್ಲ ಶರಾವತಿ.

"ಅತ್ತೆ ಪವನ್‌ನ ಶರಧಿ ಇಷ್ಟಪಟ್ಟಿದ್ದರೇನೋ?" ಅಂದಳು ಶರಾವತಿ. "ಗೊತ್ತಿಲ್ಲ ತಾಯಿ, ಎರಡು ಮನೆಯವರು ಲಗ್ನ ಮಾಡೋಕೆ ತಯಾರಿದ್ವಿ, ಅವನೇ ಬಾಯಿ ಬಿಟ್ಟು ಕೇಳಿದ್ದು, ಇವಳು ತಲೆಯಾಡಿಸಿ ಬಿಟ್ಟಳು. ನಂಗೆ ಅಲ್ಪ ಸ್ವಲ್ಪನು ಅರ್ಥವಾಗಿಲ್ಲ. ಶರಧಿ ವಿವಾಹದ ನಂತರ ಶ್ರೀಧರನ ಮದ್ವೆ ಮಾಡೋ ಇಚ್ಛೆ ನಂಗಿತ್ತು" ಎನ್ನುತ್ತ ರೂಮಿಗೆ ಹೋದರು ಸುಬ್ಬಲಕ್ಷ್ಮಿ. ಈಚೆಗೆ ಅದೊ ಇದೊ ಕಸೂತಿ ಮಾಡೋರು ರಿಟೈರ್ಡ್ ಆದ ಮೇಲೆ ಒಂದು ರೀತಿಯಲ್ಲಿ ಪನೀಷ್‌ಮೆಂಟ್ ಅನ್ನಿಸಿದ್ದುಂಟು "ನಂಗೆ ಸಂಬಳ ಬೇಡವಾಗಿತ್ತು ಹಾಗೇ ಹೋಗಿ ಪಾಠ ಹೇಳ್ತಾ ಇದ್ದೆ" ಎಷ್ಟೋ ಸಲ ಅನ್ನುತ್ತಿದ್ದುದ್ದುಂಟು.

ರೂಮಿಗೆ ಬಂದು ಮೌನವಾಗಿ ಕೂತರು. ನ್ಯೂಸ್ ಛಾನಲ್ ನೋಡುತ್ತಿದ್ದ ರಾಮ್ಮೂರ್ತಿ ಮಧ್ಯೆ ಮಧ್ಯೆ ಗೊಣಗಾಟ, ರಾಜಕೀಯದವರಿಗೆ ಬೈಗಳು, ಹೀಗೆಯೇ ಸಾಗಿತ್ತು.

"ಮುಂದೇನು?" ಹೆಂಡತಿಯ ಪ್ರಶ್ನೆಗೆ ಮಾತಾಡಲಿಲ್ಲ. ಗಂಡನ ಮುಂದಿನ ರಿಮೋಟ್ ಕಟ್ರೋಲ್ ತಗೊಂಡು ಟಿ.ವಿ. ಆಫ್ ಮಾಡಿ "ನಿಮ್ಮನ್ನೇ ಕೇಳ್ತಾ ಇರೋದು ಶರಧಿಯ ಭವಿಷ್ಯವೇನು?" ಗಟ್ಟಿಯಾಗಿಯೇ ಕೇಳಿದ್ದು "ಅವಳಿಗೇನು, ದೊಡ್ಡ ಅಡ್ವಾರ್ಟೈಸಿಂಗ್ ಕಂಪನಿಯ ಎಂ.ಡಿ.ಯ ಪಿ.ಎ. ಹತ್ತಿರ... ಹತ್ತಿರ ಎಪ್ಪತ್ತೈದು ಸಾವಿರ ಸುರಿದು ಲ್ಯಾಪ್‌ಟ್ಯಾಬ್ ತಗೊಂಡಿದ್ದಾಳೆ, ಪರ್ಸನಲ್‌ಗಾಗಿ. ಒಳ್ಳೆ ಆರೋಗ್ಯವಿದೆ. ಸುಂದರವಾದ ರೂಪ, ಬುದ್ಧಿವಂತಳು? ಅವಳು ಮದ್ವೆ ಬೇಡ ಅನ್ನೋದನ್ನೆ ದೊಡ್ಡ ದೋಷವಾಗಿ ಪರಿಗಣಿಸಿ ಕಂಗೆಡೋದು ಬೇಡಾ! ಅವಳ ಬದ್ಕನ್ನ ಸ್ವತಂತ್ರವಾಗಿ, ಸ್ವಂತವಾಗಿ ರೂಪಿಸಿಕೊಳ್ಳಿ" ತಾವು ಇಂಥದೊಂದು ತೀರ್ಮಾನಕ್ಕೆ ಬಂದಂತೆ ನುಡಿದಾಗ, ಸುಸ್ತಾದರು ಸುಬ್ಬಲಕ್ಷ್ಮಿ, ದಿಢೀರ್ ಬದಲಾವಣೆಯಾ?

"ಅಂದರೇ, ನಿಮ್ಮ ಮಾತಿನ ಅರ್ಥವೇನು?"

ಅವರು ಆ ಮೇಲೆ ಮಾತೇ ಆಡಲಿಲ್ಲ, ಶ್ರೀಧರ ಯಾವ ವಿಷಯದಲ್ಲು ಸಮಸ್ಯೆಯಾಗಿರಲಿಲ್ಲ. ಬಿ.ಕಾಮ್. ಮಾಡಿಕೊಂಡು ಕೆಲಸಕ್ಕೆ ಸೇರಿದ ನಂತರವೆ ಸಿ.ಎ. ಮಾಡಿದ. ಇವರು ತಂದ ಸಂಬಂಧವನ್ನು ಆರಾಮಾಗಿ ಮಾಡಿಕೊಂಡು ಸೆಟಲ್ ಆದ. ಸೊಸೆಯಾಗಿ ಬಂದ ಶರಾವತಿ ಕೂಡ ಆರಾಮಾಗಿ ಒಗ್ಗಿಕೊಂಡು ಒಬ್ಬ ಮುದ್ದಾದ ಮೊಮ್ಮಗನನ್ನು ಹೆತ್ತು ಕೊಟ್ಟಿದ್ದಳು. ಆದರೆ ಸಮಸ್ಯೆಯಾಗಿದ್ದು ಶರಧಿಯೆ.

"ರಾಜಗೋಪಾಲ್ ಭಾರತಕ್ಕೆ ಯಾಕೆ ಬಂದಿದ್ದು ಗೊತ್ತಾ?" ಎಷ್ಟೋ ಹೊತ್ತಿನ ನಂತರ ಕೇಳಿದ್ದು "ಇಲ್ಲ, ಆ ಸುದ್ದಿನೆ ಮಾತಾಡ್ಲಿಲ್ಲ, ಏನಂತೆ ವಿಷ್ಯ? ನಂಗೂ ಕೇಳಬೇಕೂಂತ ಅನ್ನಿಸ್ತು. ಯಾಕೇಂತ ಸುಮ್ಮನಾದೆ?" ಎಂದರು ಉತ್ಸಾಹ ತೋರದೆ ಸುಬ್ಬಲಕ್ಷ್ಮಿ.

"ಅವ್ನ ಎರಡನೆ ಮಗ ಸಾಫ್ಟ್‌ವೇರ್ ಇಂಜಿನಿಯರ್. ಬಹುರಾಷ್ಟ್ರೀಯ ಕಂಪನಿಯಲ್ಲಿ ಕೆಲಸ. ಸಂಬಳ ಲಕ್ಷ ದಾಟಿತಂತೆ, ಅವನ ಕೊಲೀಗ್‌ನ ಲವ್... ಮಾಡಿ, ಅದಕ್ಕೆ ಪ್ರೇಮ, ಪ್ರೀತಿ ಅನ್ನೋ ಹೆಸರು ಬೇಡ, ಐಟಿ ಕಂಪನಿಯಲ್ಲಿ ಕೆಲಸ ಮಾಡುವವರ ರಂಗು ರಂಗಿನ ಕನಸುಗಳು, ಜೀವನ ಶೈಲಿಯೇ ಡಿಫರೆಂಟಾಗಿ ಇರುತ್ತೆ. ಸರಿ, ಅವರಿಬ್ಬರೇ ನಿರ್ಧರಿಸಿಕೊಂಡು ವಿವಾಹದ ದಿನ ಕೂಡ ಫಿಕ್ಸ್ ಆದ್ಮೇಲೆ ಪವನ್ ನೊಂದಿಗಿದ್ದ, ಅವನ ಅಪ್ಪ ರಾಜಗೋಪಾಲ್‌ಗೆ ಬರೀ ಇನ್‌ಫರ್‌ಮೇಷನ್. ಅಸ್ತು ಅನ್ನದೇ ವಿಧಿ ಇರಲಿಲ್ಲ. ಐಟಿ ಕ್ಷೇತ್ರದಲ್ಲಾದ ಬದಲಾವಣೆ ಏರಿಳಿತದಿಂದ ಮೊದಲಿಗೆ ಅವನ ಸಂಬಳದಲ್ಲಿ ಕಡಿತ. ಕೆಲವೇ ದಿನದಲ್ಲಿ ಕೆಲ್ಸ ಹೋಯ್ತು. ಏಕಾಏಕಿ ಆ ಹುಡ್ಗೀ ವಿವಾಹವನ್ನು ಮುಂದೊಡ್ಡಿದ್ದು ಮಾತ್ರವಲ್ಲವೇ, ಇವನ ಫೋನ್ ರಿಸೀವ್ ಮಾಡೋದ್ನ ನಿಲ್ಲಿಸಿದ್ದಾಳೆ. ವಿವಾಹಕ್ಕೇಂತ ಬಂದ ಈ ಮನುಷ್ಯನಿಗೆ ದಿಗ್ಭ್ರಮೆ. ತಾನೇ ಅವರೊಂದಿಗೆ ಮಾತಾಡಲು ಹೋದಾಗ, ಸಾಫ್ಟ್‌ವೇರ್ ಕ್ಷೇತ್ರದಲ್ಲಿರೋ ಗಂಡು ತಮ್ಮ ಮಗಳಿಗೆ ಬೇಡ, ಈಗಾಗಲೇ ಡಾಕ್ಟ್ರನ ಆಯ್ಕೆ ಮಾಡಿಕೊಂಡಿದ್ದಾಳೇಂತ ಅಂದರಂತೆ. ಒಂದು ರೀತಿಯ ಭ್ರಮೆ ನಿರಸನ. ಮಗನ ಜೊತೆಗೆ ಇಲ್ಲೇ ನಿಂತ. ದೂರದ ನೆಂಟರ ಒಂದು ಬಿಜಿನೆಸ್ ಇದೆಯಂತೆ, ಅದ್ನ ನೋಡ್ಕೊಂಡ್ ತೆಪ್ಪಗಾದ. ಅಪ್ಪ, ಮಗ ಮುಂದಿನ ಬೀದಿಯಲ್ಲಿ ಮನೆ ಮಾಡಿಕೊಂಡಿದ್ದಾರಂತೆ, ಆ ಮನುಷ್ಯ ಸಂಕಟದಿಂದ ಹೇಳಿಕೊಂಡ" ಎಲ್ಲಾ ವಿವರಿಸಿದರು.

ಆಕೆಗೆ ನಗು ಬಂತು, ರಾಜಗೋಪಾಲ್ ಮಕ್ಕಳು ಸ್ಫುರದ್ರೂಪಿಗಳು. ವಿದ್ಯಾವಂತರು, ಒಳ್ಳೆ ಕ್ಯಾರೆಕ್ಟರ್, ಇಷ್ಟಾಗಿ ಅವರ ಎರಡು ಮಕ್ಕಳು ಪ್ರೇಮಿಸಿ ಸೋಲೊಪ್ಪಿಕೊಂಡವರೆ, ಸ್ವಲ್ಪ ಜೋರಾಗಿಯೇ ನಕ್ಕಿದ್ದು.

"ಇದೇನು ವಿಚಿತ್ರ ಅಂತೀರಾ? ಪವನ್, ಪರೀಕ್ಷಿತ್‌ಗೆ ಏನಾಗಿದೆ? ನಾವಾಗಿ ಹುಡ್ಕಿಕೊಂಡು ಹೋದರೂ ಅಂಥ ಗಂಡುಗಳು ಸಿಗೋದು ಅಪರೂಪವೇ. ಪವನ್‌ನ ನಿಮ್ಮ ಮಗ್ಳು ನಿರಾಕರಿಸಿದಳು. ಈಗ ಪರೀಕ್ಷಿತ್ ಸರದಿ, ಕೆಲ್ಸ ಕಳೆದುಕೊಂಡ್ರೂ...

ವಿದ್ಯೆ ಇಲ್ವಾ? ಮತ್ತೊಂದು ಕಡೆ ಸಿಗೋದು. ಟೋಟಲ್ಲಾಗಿ ನಿರಾಕರಿಸಿದಳು ಅಂದರೆ ಅರ್ಥವೇನು?" ಪ್ರಶ್ನೆ ಸಮಂಜಸವೇ, ಇದಕ್ಕೆ ಯಾರು ಉತ್ತರಿಸಬಹುದು?

"ಇಲ್ಲಿ ಪ್ರೀತಿ, ಪ್ರೇಮ ಅಂಥದೇನಿಲ್ಲ. ಹುಡ್ಗೀ, ಅವಳ ಮನೆಯವರು ಚಾಲಾಕಿಗಳು. ಅವರು ಅಂದುಕೊಂಡಂಥ ಸೌಲಭ್ಯಗಳು ಗಂಡಿಗೆ ಸಿಕ್ಕೋಲಾಂದ್ಮೇಲೆ ಅವ್ನ ಸಹವಾಸ ಬೇಡಾಂತ ಅಂದುಕೊಳ್ಳೋದು ಸಹಜವೆ. ಈಗ ಪ್ರೇಮ, ಪ್ರೀತಿ ಅನ್ನೋದು ವ್ಯಾಲ್ಯೂಬಲ್ ಅಲ್ಲ, ಅಲ್ಲಿ ಕನ್ವೀಸ್ ಮುಖ್ಯವಾಗಿ ಬಿಡುತ್ತೆ. ವಿವಾಹಕ್ಕೆ ಮುನ್ನ ಇದೆಲ್ಲ ನಡೆದಿದ್ದು ಒಳ್ಳೆದಾಯ್ತು. ಜೀವನ ಸಾಗಿಸಲು ಹಣವೊಂದೆ ಮುಖ್ಯವಲ್ಲ. ಪರಸ್ಪರ ಭಾವನೆಗಳ ಜೊತೆ ಕಷ್ಟ – ಸುಖ ಹಂಚಿಕೊಳ್ಳೋದು ಅನ್ನೋದು ನಮ್ಮ ಪರಂಪರೆಯ ಮೌಲ್ಯ. ಅದಕ್ಕೆ ಗುಡ್ ಬೈ, ಹೇಳಿಯಾಗಿದೆ" ಎಂದರು ರಾಮೂರ್ತಿ. ಆ ಬಗ್ಗೆ ಸುಬ್ಬಲಕ್ಷ್ಮಿಗೆ ಮಾತು ಬೇಕೆನಿಸಲಿಲ್ಲ. ಈಗ ಮಗಳೇ ಸಮಸ್ಯೆಯಾಗಿದ್ದರಿಂದ ಬೇರೆಯವರ ಬಗ್ಗೆ ಮಾತಾಡಲು ಹಿಂದೆ ಸರಿಯುತ್ತಿದ್ದರು.

ಪಂಚತಾರ ಹೋಟಲ್‌ನ ಲಾಡ್ಜಿಂಗ್ ಬಿಲ್ ಎತ್ತಿಟ್ಟು... ಎತ್ತಿಟ್ಟು ಸಾಕಾಗಿ ಅಂದು ಪದ್ಮನಾಭ ನಿದ್ದೆ ಮಾಡಿದ ಕೂಡಲೆ ಶರಾವತಿ ಗಂಡನ ತೋಳು ಮೇಲೆ ಕೈಯಿಟ್ಟು ಹೊರಗೆ ಎಬ್ಬಿಸಿಕೊಂಡು ಹೊರಟಳು.

"ಏನು ಮಹರಾಯ್ತಿ ವಿಶೇಷ? ಅಮ್ಮ ಹೇಳಿದ ಪ್ರಕಾರ ಇನ್ನೊಂದು ಮಗುವಿನ ಬಗ್ಗೆ ಚರ್ಚೆಯಾ?" ಎಂದವನ ಕಿವಿ ಹಿಡಿದು "ರೂಮಿನಲ್ಲಿ ಹೋಗಿ ಮಾತಾಡೋದೇ ಸೇಫ್" ಎಂದು ಪಿಸುಗಿಟ್ಟಿ ರೂಮಿಗೆ ಹೋಗಿ ಬಾಕಿಲು ಹಾಕಿ "ನಂಗೂ ಈಗ ಒಂದ್ಮಗು ಮಗುವಲ್ಲ, ಇನ್ನೊಂದು ಬೇಕೂಂತ ಅನ್ನಿಸಿದೆ. ಆ ಬಗ್ಗೆ ತಕರಾರು ಬೇಕಿಲ್ಲ. ಶರಧಿ ವಿಷ್ಯ..." ಎಂದು ಬ್ಲೌಸ್‌ನಲ್ಲಿ ಅಡಗಿಸಿಟ್ಟಿದ್ದ ಬಿಲ್‌ನ ಅವನ ಮುಂದಿಟ್ಟಳು.

"ಇದು ಶರಧಿ ಕಾಬೋರ್ಡ್‌ನಲ್ಲಿ ಸಿಕ್ತು. ಬಹುಶಃ ಶ್ರೀಕಾಂತ್ ಶರಧಿ ಒಂದು ರಲೂಮಿನಲ್ಲಿ ಇಳ್ಕೋತಾರೆ? ಪರ್ಸನಲ್ ಸೆಕ್ರೆಟರಿ ಅಂದರೆ ಈ ಸ್ವಂತ ಕೆಲ್ಸಗಳಿಗೂ ಅವಳನ್ನು ಉಪಯೋಗ್ಸಿಕೊಳ್ತಾರಾ? ಅಲ್ಲಿ ಕೆಲ್ಸ ಬಿಡೋದಿಕ್ಕೆ ಹೇಳಿ, ನಿಮ್ಮ ತಂಗಿಗೆ" ಅವಳ ಕಣ್ತುಬಿತು. ಈ ಮನೆಯವರು ತನ್ನ ತವರಿನವರಿಗಿಂತ ಹೆಚ್ಚಿನವರೆಂದು ಭಾವಿಸಿದ ಹೆಣ್ಣು.

"ನೀನು ಸುಮ್ನೇ ತಲೆ ಕೆಡ್ಸಿಕೊಂಡು, ನನ್ತಲೇನು ಕೆಡ್ಸಬೇಡ, ನಾನು ಅಣ್ಣ, ಕೆಲವು ವಿಷ್ಯಗಳನ್ನು ಪ್ರಸ್ತಾಪಿಸೋಕೆ ಸಂಕೋಚ. ಅತ್ತಿಗೆ ನಾದಿನಿಯರ ನಡ್ವೇ ಕಿತ್ತಾಟವಿಲ್ಲ. ಗುಡ್ ಫ್ರೆಂಡ್ಸ್ ತರಹ ಇದ್ದೀರಾ! ನೀನು ಡೈರೆಕ್ಟಾಗಿ ಪ್ರಸ್ತಾಪಿಸು. ಅವಳು ಏನು ಹೇಳ್ತಾಳೇಂತ ಕೇಳ್ಕೊಂಡ್, ಆಮೇಲೆ ಮುದಿನದು. ಶ್ರೀಕಾಂತ್‌ನ ವರ್ತನೆ... ಊಹೆನೇ ಬೇಡ" ಸ್ವಲ್ಪ ಕಸಿವಿಸಿಯಿಂದಲೇ ಹೇಳಿ ಬಿಲ್‌ನ ಮತ್ತೊಮ್ಮೆ ನೋಡಿ ಅವಳ ಕೈಯಲ್ಲಿಟ್ಟ, ಶರಾವತಿಗೆ ಇದೊಂದು ದೊಡ್ಡ ಜವಾಬ್ದಾರಿಯೆನಿಸಿತು.

ರಾತ್ರಿ ಅವಳಿಗೆ ಸರಿಯಾಗಿ ನಿದ್ದೆ ಬರಲಿಲ್ಲ. ಆರಾಮಾಗಿ ನಿದ್ದೆ ಹೊಡೆಯುವ ಗಂಡನನ್ನು ನೋಡಿ ಅಸೂಯೆಗೊಂಡರು ಪ್ರೀತಿಯಿಂದ ಕ್ರಾಪ್ ಸರಿಮಾಡಿ ಪಕ್ಕಕ್ಕೆ

ಹೊರಳಿದಳು.

ಅಡಿಗೆ, ತಿಂಡಿ ಎರಡು ಎಂಟರ ಸುಮಾರಿಗೆ ರೆಡಿಯಾಗಿ ಬಿಡಬೇಕು. ಮೊದಲಿನಂತೆ ಶರಧಿ ತಿಂಡಿ ಒಯ್ಯುವ ಪರಿಪಾಠವಿಟ್ಟುಕೊಂಡಿರಲಿಲ್ಲ. ಪಚ್ಚಿ ತಿನ್ನೋಕೆ ಮಾತ್ರವಲ್ಲ ಡಬ್ಬಿಗೂ ತಿಂಡಿ ಬೇಕು. ಶ್ರೀಧರನಿಗೆ ಇಂಥದ್ದೆ ಅಂತೇನಿಲ್ಲ. ಊಟ, ತಿಂಡಿ ಯಾವುದಾದರೂ ನಡೆಯುತ್ತಿತ್ತು. ಮಧ್ಯಾಹ್ನ ಕ್ಯಾಂಟೀನ್. ಶರಾವತಿ ಕೂಡ ಅಷ್ಟೆ ಊಟ, ತಿಂಡಿ ಯಾವುದಕ್ಕಾದರೂ ಅಡ್ಜಸ್ಟ್ ಆಗಿ ಬಿಡೋಳೆ, ರಾಮೂರ್ತಿ, ಸುಬ್ಬಲಕ್ಷ್ಮಿ ಮಾತ್ರ ತಿಂಡಿಗೆ ಹೊಂದಿಕೊಂಡಿದ್ದರು.

ತಿಂಡಿ ರೆಡಿ ಮಾಡಿದ ಶರಾವತಿ ಎರಡು ಸಲ ನಾದಿನಿಯ ರೂಮಿನಲ್ಲಿ ಇಣಕಿದವಳು, ಮೂರನೇ ಸಲ ನೇರವಾಗಿಯೇ ಬಂದಳು. ತುಂಬ ಅಚ್ಚುಕಟ್ಟಾಗಿ ಸೀರೆಯುಟ್ಟು ಪಿನ್ ಹಾಕುತ್ತಿದ್ದ ಶರಧಿ ನಸು ನಗೆ ಬೀರಿದಳು.

"ಬನ್ನಿ ಶರಾವತಿ, ಅಮ್ಮ ನಿಮ್ಮನ್ನ ಅತ್ತಿಗೆ ಅಂತ್ಲೇ ಕೂಗ ಬೇಕೂಂತ ತಾಕೀತು ಮಾಡಿದ್ದಾರೆ. ಅಣ್ಣ ಹೊರಟ್ನಾ?" ಎಂದವಳು ಮೊಬೈಲ್ ಎತ್ತಿಕೊಂಡು ಯಾರಲ್ಲಿಯೋ ಮಾತಾಡಿ ತನ್ನ ಹ್ಯಾಂಡ್ ಬ್ಯಾಗ್‌ನಿಂದ ಒಂದು ನೋಟುನ ಕಂತೆ ತೆಗೆದು ಅವಳ ಕೈಯಲ್ಲಿಟ್ಟು "ಅಮ್ಮನಿಗೆ ಕೋಪ ಇದೆ. ನಾನು ಕೊಟ್ಟರೇ ಇಸುಕೊಳ್ಳೋಲ್ಲ. ನೀವೇ ಮೇಡಮ್ ಶಾಂತವಾಗಿದ್ದಾಗ ಕೊಟ್ಟು ಬಿಡಿ" ಎಂದು ಸೆಂಟ್ ಬಾಟಲಿಗೆ ಕೈ ಹಾಕಿದವಳು "ಏನಾದ್ರೂ ಹೇಳೋದು ಇದ್ಯಾ?" ಕೇಳಿದಳು ಡ್ರೆಸಿಂಗ್ ರೂಂನ ಕನ್ನಡಿಯ ಮುಂದೆ ನಿಂತು.

"ಹೇಳೋದೂಂತಲ್ಲ, ಒಂದಿಷ್ಟು ಮಾತನಾಡೋದಿದೆ. ಅಮ್ಮ ಅಪ್ಪನಿಗೆ ಇಷ್ಟವಾಗಿ ಯಾಕೆ ನಡ್ಕೋಬಾರ್ದು? ಈ ವಯಸ್ಸಿನಲ್ಲಿ ಸುಮ್ನೇ ಕೊರಗುತ್ತಾರೆ? ಇದೆಲ್ಲ... ಬೇಕಾ?" ಸ್ವಲ್ಪ ಮೃದುವಾಗಿಯೇ ಕೇಳಿದ್ದು. ಸೆಂಟ್ ಸಿಂಪಡಿಸಿಕೊಂಡು ಇವಳತ್ತ ನೋಟ ಹರಿಸಿ "ಕೇಳೋದೂಂದರೇ ಏನು? ಅವರಿಗೆ ಇಷ್ಟವಾದದ್ದು ನಂಗೆ ಇಷ್ಟವಾಗಬೇಕು. ಹೇಗೆ... ಸಾಧ್ಯ? ನಾನೇನಾದ್ರೂ ಗೊಂಬೆನಾ? ಕೀಲು ಕೊಟ್ಟಂಗೆ ಕುಣಿಯೋಕೆ? ನಾವು ತಯಾರಿಸಿದ ಯಂತ್ರಗಳು ಕೂಡ ಪ್ರತಿಭಟಿಸುತ್ತೆ. ನಂಗೆ ಜೀವ ಇದೆ. ಬುದ್ಧಿ, ಮಿದುಳು, ಹೃದಯ ಎಲ್ಲಾ ಇದೆ. ಅವ್ರ ಕಾಲ ಬುಡದಲ್ಲಿ ವಿಧೇಯವಾಗಿ ಬಿದ್ದಿರೋಕೆ ಸಾಧ್ಯವಿಲ್ಲ. ವಿವೇಕವಿರೋ ಯಾರಿಗಾದ್ರೂ ಅರ್ಥವಾಗೋಂಥ ವಿಚಾರಗಳು ಪ್ಲೀಸ್, ಇದ್ನ ಅವರಿಗೆ ಹೇಳಿ" ಅಲ್ಲಿಗೆ ಮಾತು ಮುಗಿಸಿ ಮೊಬೈಲ್ ಎತ್ತಿಕೊಂಡು "ನಂಗೆ ಬ್ರೇಕ್ ಫಾಸ್ಟ್ ಏನು ಬೇಡ, ಅಲ್ಲೇ ಆಗುತ್ತೆ" ಹೊರಟೇ ಬಿಟ್ಟ ಅವಳನ್ನು ಬಿಟ್ಟ ಕಣ್ಣುಗಳಿಂದ ನೋಡುತ್ತ ಕೂತ ಶರಾವತಿ ಷಾಕಾದಳು "ಅವಳು ಹಪಿಲಿದ್ದು ಕೂಡ ಸರಿಯೆ?" ಆ ಕ್ಷಣದಲ್ಲಿ ಅನ್ನಿಸಿತು.

ನೋಟುನ ಕಂತೆ ಹಿಡಿದು ಬಂದು ಸುಬ್ಬಲಕ್ಷ್ಮಿಯ ಮುಂದಿಟ್ಟು "ಅತ್ತೆ, ನಿಮ್ಗೇ ಕೊಡೂಂತ ಶರಧಿ ಕೊಟ್ಟು. ಅಲ್ಲೇ ಬ್ರೇಕ್‌ಫಾಸ್ಟ್ ಆಗುತಂತೆ. ನೀವುಗಳು ತಿಂಡಿ ತಗೋ ನಡೀರಿ" ಅಷ್ಟು ಹೇಳಿ ಕಿಚನ್‌ಗೆ ಹೋಗಿದ್ದು. ಬೇರೆ ಏನಾದರೂ ಹೇಳುವುದು

ಅವಳಿಗೆ ಬೇಡವಾಗಿತ್ತು.

"ಅವಳ ಹತ್ರ ಮಾತಾಡಿದ್ಯಾ?" ಹಿಂದಿನಿಂದ ಬಂದ ಸುಬ್ಬಲಕ್ಷ್ಮಿ ಕೇಳಿದ್ದು. "ಅವಕಾಶವಾಗಲಿಲ್ಲ, ಏರ್ ಟಿಕೆಟ್ ಬಗ್ಗೆ ಮಾತಾಡ್ತಾ ಇದ್ರು. ಬಹುಶಃ ಹೈದರಾಬಾದ್, ಕಲ್ಕತ್ತಾ, ಚೆನ್ನೈ ಬೇರೆಲ್ಲಿಗಾದ್ರೂ ಹೋಗ್ತಾರೇನೋ ಅಂಥ ಒಂದು ಗಡಿಬಿಡಿಯಲ್ಲಿದ್ರು."

ಸೊಸೆಯ ಮಾತಿಗೆ ಆಕೆಗೆ ಕೋಪ. ಮೊದಲು ಬೇರೆ ಕಡೆ ಹೋಗುವಾಗ ಇಂಥ ಕಡೆಯೆಂದು ಹೇಳಿ ಹೋಗುವುದಿತ್ತು. ನಂತರ ಕಡಿಮೆಯಾಯಿತು. ಈಗ ಪೂರ್ತಿಯಾಗಿಯೆ ನಿಂತು ಹೋಗಿತ್ತು.

"ನೋಡಿದ್ಯಾ, ಎಷ್ಟೊಂದು ಬದಲಾಗಿದ್ದಾಳೆ. ಅವಳಿಗೆ ಇದೊಂದು ಗೆಸ್ಟ್‌ಹೌಸ್, ನಾವು ಯಾರು ಏನು ಅಲ್ಲ ಅನ್ನೋ ತರಹ ವರ್ತಿಸ್ತಾಳೆ. ಇದೆಲ್ಲ ಬೇಡ, ಅವಳ ಹಣ ಅವಳೇ ಇಟ್ಟುಕೊಳ್ಳಿ" ಕೂಗಾಡಿದರು ಮೇಡಮ್ ಸುಬ್ಬಲಕ್ಷ್ಮಿ. ಶರಾವತಿ ಆಗ ಮಾತೇ ಆಡಲಿಲ್ಲ ಅತ್ತೆ, ಮಾವನ ತಿಂಡಿಯಾದ ಮೇಲೆ "ಅತ್ತೆ, ಕೆಲ್ಸಕ್ಕೆ ಸೇರಿದಾಗ ಶರಧಿ ಇದ್ದ ಪೊಜಿಷನ್ ಬೇರೆ. ಈಗಿನ ಸ್ಥಾನಮಾನಗಳ ಜೊತೆ ಜವಾಬ್ದಾರಿಯು ಬೇರೆ, ಎಷ್ಟು ರೆಸ್ಪೆಕ್ಟೆಬಲ್ಲೋ, ಅಷ್ಟೆ ರೆಸ್ಪಾನ್ಸಿಬಿಲಿಟಿ ಜಾಬ್. ಕೆಲವೊಮ್ಮೆ ಹೊರ್ಗೇ ಹೋಗೋದು ಅವಳಿಗೆ ಗೊತ್ತಿರೋಲ್ಲ. ಇಂಥ ಸಿಚ್ಯುವೇಷನ್‌ನಲ್ಲಿ ಅವಳು ಏನಾದ್ರೂ ಹೇಳಲು ಸಾಧ್ಯವಿದ್ಯಾ? ಈಗ ಭೂಮಿ ತೀರಾ ಚಿಕ್ಕು. ಇಲ್ಲಿಂದ ಜಯನಗರ, ಯಲಹಂಕಕ್ಕೆ ಹಓಗಿ ಬರುವಂತೆ ಫ್ಲೈಟ್‌ನಲ್ಲಿ ಚೆನ್ನೈ, ಹೈದರಾಬಾದ್, ದೆಹಲಿಗೆ ಹೋಗಿ ಬರ್ತಾರೆ. ಅದನೇನು ದೊಡ್ಡದಾಗಿ ಭಾವಿಸಬೇಕಿಲ್ಲ. ಹಣ ಬೀರುನಲ್ಲಿ ಇಟ್ಟಿದ್ದೀನಿ, ಹಣದ ಬಗ್ಗೆ ಕೋಪ ಬೇಕಿಲ್ಲಾಂತ ನೀವೇ ಹೇಳಿದ್ದೀರಲ್ಲ" ಅಷ್ಟು ಹಏಳಿ ತನ್ನ ಜವಾಬ್ದಾರಿ ಮುಗಿಯಿತೆಂದು ಕೊಂಡಳು.

ನಾಲ್ಕನೆ ದಿನ ರಾಜಗೋಪಾಲ್ ಬಂದಾಗ ಶರಧಿ ಕೂಡ ಇದ್ದಳು. ಅವರ ತೊಡೆಯ ಮೇಲೆ ಆಡಿ ಬೆಳೆದವಳು ಹಎಣ್ಣು ಮಕ್ಕಳು. ಇಲ್ಲದ ಅವರು ತುಂಬಾ ಅಕ್ಕರೆಯಿಂದ ಕಂಡಿದ್ದರು. ಸೊಸೆಯೆಂಬ ಭಾವ ಬೆಳೆಸಿಕೊಂಡಿದ್ದುಂಟು. ಈಗ ನೋಡುವ ಆಸೆಯು ಕೂಡ ಇತ್ತು.

"ನಿನ್ನ ನೋಡಲೆ ಬೇಕಿತ್ತು, ಬೆಳಿಗ್ಗೆನೇ ಬಂದೆ, ಹೇಗಿದ್ದೀ?" ಕೇಳಿದರು. "ಫೈನ್ ಅಂಕಲ್ ನೀವು ಹೇಗಿದ್ದೀರಾ? ಪವನ್ ಹೇಗಿದ್ದಾನೆ? ಅವ್ನ ಸ್ವೀಡಿಷ್ ಹೆಂಡ್ತಿ ಜಾಕಲಿನ್ ಹೇಗಿದ್ದಾಳೆ?" ಕೇಳಿದಳು ತೀರಾ ಸ್ವಾಭಾವಿಕವಾಗಿ.

"ನಾರ್ಮಲೀ, ಎಲ್ಲಾ ಫೈನ್ ಅಂದ್ಕೋಬೇಕು. ನಿಮ್ಮಪ್ಪ ಹೇಳಿರಬೇಕು. ಮುಂದಿನ ರೋಡ್‌ನಲ್ಲಿಯೇ ಪರೀಕ್ಷಿತ್ ಮನೆ ಮಾಡಿದ್ದಾನೆ. ಜೊತೆಯಾಗಿ ಹೋದ್ವಿ, ಒಂಟಿಯಾಗಿ ಹಿಂದಿರುಗಿದೆ. ಪವನ್ ಬೇಡಾಂತಲೇ... ಅಂದ. ಭಾರತಕ್ಕೆ ಬರೋ ಈ ಅವಕಾಶನ ಯಾಕೆ ಬಿಟ್ಟು ಕೊಡ್ಲಿ? ಇನ್ನ ಅವ್ನ ಸಂಸಾರ ಅಲ್ಲೆ" ಒಂದೇ ಏಟಿಗೆ ಎಲ್ಲಾ ಹೇಳಿ ಮುಗಿಸಿ ಅಕ್ಕರೆಯಿಂದಲೆ ನೋಡಿದರು.

ಟೈಮ್ ನೋಡುತ್ತಲೇ ಅವರ ಎದುರು ಕೂತ ಶರಧಿ "ನಂಗೆ ಹೊರಡೋದಿದೆ, ಇನ್ನೊಮ್ಮೆ ಸಿಗೋಣ" ಮೇಲೆದ್ದಳು. ಅವಳಿಗಾಗಿ ಕಾರು ಸಿದ್ಧವಾಗಿತ್ತು. ಹೋದ ಹತ್ತು ನಿಮಿಷವಾದರೂ ಸೆಂಟ್‌ನ ಪರಿಮಳ ಕಮ್ಮಿಯಾಗಲಿಲ್ಲ. ಇದೇನು ಅಚ್ಚರಿಯೆನಿಸಲಿಲ್ಲ.

"ಒಳ್ಳೆ ಕೆಲ್ಸ ಇದೇ ಅಂತೀ? ಮತ್ಯಾಕೆ ಮದ್ವೆ ಮಾಡ್ಲಿಲ್ಲ?" ಕೇಳಿದರು. ಕಾಫೀ ಹಿಡಿದು ಬಂದ ಸುಬ್ಬಲಕ್ಷ್ಮಿ "ನಾವು ರೆಡಿನೇ, ಅವಳು ಕೇಳಬೇಕಲ್ಲ! ಸಾಕಷ್ಟು ಸಂಬಂಧಗಳು ಬಂದಿತ್ತು. ಅವಳು ತಿರುಗಿಕೂಡ ನೋಡೋಲ್ಲ, ಅವಳ ಮನಸ್ಸಿನಲ್ಲಿ ಏನಿದ್ಯೋ?" ಅನ್ನುತಲೆ ಎದುರು ಕೂತರು. ಆಕೆಗೆ ಸ್ವಲ್ಪ ಹೆಚ್ಚಿನ ಮಾತಿನ ಚಪಲ "ಪರೀಕ್ಷಿತ್ ಬೇರೆ ಕಡೆ ಕೆಲ್ಸಕ್ಕೆ ಪ್ರಯತ್ನ ಮಾಡಲಿಲ್ವಾ? ಜಗತಿನ ಆರ್ಥಿಕ ಪರಿಸ್ಥಿತಿಯ ಕುಸಿತದಿಂದ ಏರುಪೇರುಗಳು! ಅವನಿಗೆ ಕೆಲ್ಸ ಸಿಕ್ಕುತ್ತೆ" ಇಂಥ ಒಂದು ಅಭಿಪ್ರಾಯವನ್ನು ವ್ಯಕ್ತಪಡಿಸಿದರು.

"ಬೇಡಾಂತ ಕೂತಿದ್ದಾನೆ. ಮೊದ್ಲು ತುಂಬ ತಲೆ ನೋವು ಇರೋದಂತೆ. ಈಗ ಆರಾಮ್, ಹೇಗೋ ಇದ್ಕೊಳ್ಳಿ ಬಿಡಿ. ಮದ್ವೆ ನಿಂತದ್ದು ಮಾತ್ರ ಸಮಾಧಾನವಿಲ್ಲ. ಒಂದು ಪ್ರಯತ್ನ ಮಾಡಬೇಕೂಂತ ಅನ್ನಿಸಿದೆ. ಅದಕ್ಕೆ ನಿಮ್ಮಗಳ ಸಹಕಾರ ಸಿಕ್ಕರೇ?" ಎಂದರು ಮೆಲ್ಲಗೆ.

"ಈ ವಿಷ್ಯದಲ್ಲಿ ನಾವೆಂಥ ಸಹಕಾರ ಕೊಡಬಲ್ಲೆವು, ಹೇಳಿ, ನಿಮ್ಮ ಬಾಯಿಂದಲೇ ಈ ವಿಚಾರ ತಿಳಿದಿದ್ದು. ಅದೂ ಅಲ್ದೇ ಲವ್ ಮ್ಯಾರೇಜ್. ಇಲ್ಲಿ ಹಿರಿಯರ ಪ್ರಯತ್ನ ಅನಗತ್ಯ. ಕರೆದರೇ ಒಂದಿಷ್ಟು ಆಶೀರ್ವಾದದ ಹಕ್ಕನ್ನು ಮಾತ್ರ ನಾವು ಇರಿಸ್ಕೋಬೇಕು" ಇಂಥದೊಂದು ಮಾತಾಡಿದರು ಕುತೂಹಲ ವ್ಯಕ್ತಪಡಿಸಲಿಲ್ಲ.

ಆ ವೇಳೆಗೆ ಬಂದು ಕೂತ ರಾಮೂರ್ತಿ "ರಿಟೈರ್ಡ್ ಆದ್ಮೇಲೆ ಒಂಟಿಯಾದೇಂತ ಅಂದ್ಕೊಮಡೆ. ಹಾಗೇನು ಆಗ್ಲಿಲ್ಲ, ನೀನು ಬಂದು ನಿಂತದ್ದು ತುಂಬ ಸಂತೋಷದ ವಿಷ್ಯ. ಒಂದಿಷ್ಟು ಪ್ರವಾಸದ ಪ್ರೋಗ್ರಾಂ ಹಾಕ್ಕೊಂಡರೇ, ಹೇಗೆ?" ಕೇಳಿದರು. ಅವರಿಗೆ ಗೆಳೆಯರೇ ಇಲ್ಲವೆಂದರೆ ತಪ್ಪಲ್ಲ, ವೃತ್ತಿಯ ಒಡನಾಡಿಗಳಲ್ಲಿ ಅಂಥ ಸ್ನೇಹಿತರು ಯಾರು ಇರಲಿಲ್ಲ. ಸರ್ವ ಸಮಸ್ತವು ಸಂಸಾರವೇ ಅಂದುಕೊಂಡಿದ್ದು ತಪ್ಪಾಯಿತೇನೋಂತ ಈಗ ಯೋಚಿಸುತ್ತಿದ್ದರು. ಆ ವಿಷಯ ಬಿಟ್ಟು ಮಾತಾಡಿದರು ರಾಜಗೋಪಾಲ್.

"ಇಲ್ಲಿ ಕೆಲವರು ಇದ್ದರು, ಅವರೆಲ್ಲ ಈಗ ಎಲ್ಲೆಲ್ಲೊ! ಸದ್ಯಕ್ಕೆ ನೀವೊಬ್ರೇ, ಕಷ್ಟ ಸುಖ ಎಲ್ಲಾ ನಿಮ್ಗೇ ಹೇಳ್ಕೋಬೇಕು. ಒಂದ್ವಿಷ್ಯದಲ್ಲಿ ನಿಮ್ಮವರ ಸಹಾಯ ಕೇಳ್ಕೊಂಡ್ ಬಂದಿದ್ದೀವಿ" ಎಂದು ಎಲ್ಲಾ ವಿವರಿಸಿದರು. ಸದ್ಯಕ್ಕೆ ಪ್ರವಾಸಕ್ಕೆ ಅವರು ಸಿದ್ಧರಿರಲಿಲ್ಲ.

ಆಸೆಯಿಂದ ರಾಗಿಣಿ ಮನೆಯ ಅಡ್ರಸ್ ಫೋನ್ ನಂಬರ್ ಹಿಡಿದು ಬಂದಿದ್ದರು. ಆ ಕುಟುಂಬದ ಮೇಲೆ ಕೋಪ ಕೂಡ.

"ಅವಳು ತಗೊಂಡ ಕಾರುಗೆ ಇವನ ಸೇವಿಂಗ್ಸ್ ಸುರ್ರು ಕೈ ಖಾಲಿ ಮಾಡಿಕೊಂಡಿದ್ದಾನೆ. ಇಷ್ಟಕ್ಕೆ ಬಂದ ಮೇಲೆ ಈಗ ವಿವಾಹ ಕಾರ್ಯಕ್ರಮ ಮುಂದೂಡೋದು ಸರಿಯಾ? ಅಷ್ಟಕ್ಕೆ ನಿಂತಿಲ್ಲ, ಮಗಳಿಗೆ ಬೇರೆ ಗಂಡನ್ನು ನೋಡಿಕೊಂಡಿದ್ದಾರೆ. ಒಂದಿಷ್ಟು ಹೋಗಿ ಮಾತಾಡಿ ಬರೋಣಾಂತ."

ಅವರ ಅಭಿಪ್ರಾಯಕ್ಕೆ ಸಮ್ಮತಿ ವ್ಯಕ್ತಪಡಿಸಿದರು ಸುಬ್ಬಲಕ್ಷ್ಮಿ. ಮಧ್ಯಾಹ್ನವೇ ಹೋಗಿ ಬರೋದೂಂತ ತೀರ್ಮಾನಿಸಿದರು. ಆದರೆ ರಾಮೂರ್ತಿಗಳು ಅನುಮಾನ ವ್ಯಕ್ತಪಡಿಸಿದರು.

"ಇದಕ್ಕೆ ನಿಮ್ಮ ಮಗನ ಒಪ್ಗೇ ಇದ್ಯಾ?"

"ಕೇಳಿದಾಗ ಬೇಡಾಂದ, ನಮ್ಮ ಪ್ರಸಕ್ತಿ ಇಲ್ದೇ ನಡೆದ ವಿಚಾರ ಇರಬಹುದು. ಹಾಗಂತ ಅನ್ಯಾಯವಾಗಿದ್ರೂ ಸುಮ್ಮನಿರೋಕೆ ಸಾಧ್ಯಾನಾ?" ಸಮರ್ಥಿಸಿಕೊಂಡರು.

ಟ್ಯಾಕ್ಸಿ ಮಾಡುವುದಾಗಿದ್ದರಿಂದ ಸೊಸೆನ ಕೂಡ ಹೊರಡಿಸಿದರು. "ಜನ ಜಾಸ್ತಿ ಇದ್ದಷ್ಟು ಧೈರ್ಯ ಇರುತ್ತೆ ಶರಾವತಿ. ಈಗಿನ ಜನರೇಷನ್ ಹುಡ್ಗೀ. ನೀನು! ನಮ್ಗೇ ಸಮರ್ಥನೆ ದೊರೆಯುವಂಥ ನಾಲ್ಕು ಮಾತನ್ನು ಹೆಚ್ಚಿಗೆ ಆಡಬಹುದು. ಮದ್ವೆ ಬೇಡವೆಂದ ಮೇಲೆ ಕಾರುಗೆ ಕೊಟ್ಟ ಹಣವನ್ನಾದ್ರೂ ಹಿಂದಿರುಗಿಸಲೀ" ವ್ಯವಹಾರಿಕ ಜಾಣತನ ತೋರಿದರು. ಹಣ ಮನುಷ್ಯನ ಬದುಕಿನಲ್ಲಿ ಎಷ್ಟರ ಮಟ್ಟಿಗಿನ ಪಾತ್ರವಹಿಸುತ್ತದೆಯೆಂದು ಮನದಟ್ಟು ಮಾಡಿಕೊಂಡಿರುವಾಕೆ, ಎಚ್ಚರದಿಂದಲೇ ವರ್ತಿಸುತ್ತಿದ್ದುದ್ದು ಸುಬ್ಬಲಕ್ಷ್ಮಿ.

ಮೊದಲು ಸ್ವಲ್ಪ ಹಿಂದೇಟು ಹಾಕಿದರೂ ಶರಾವತಿ ಅವರೊಂದಿಗೆ ಹೊರಟಳು. ಇವರೇನು ಇನ್‌ಫರ್ಮೇಷನ್ ಕೊಟ್ಟು ಹೋಗಿರಲಿಲ್ಲವಾದುದರಿಂದ ಮನೆ, ಮನೆಯವರು ಯಥಾ ಸ್ಥಿತಿಯಲ್ಲಿದ್ದರು.

"ಸ್ವಲ್ಪ ನೀವೇ ಮಾತಾಡಬೇಕು. ಅವಳು ಬದುಕಿರೋವರೆಗೂ ಪೂರ್ತಿಯಾಗಿ ಅವಳ ಮೇಲೆ ಡಿಪೆಂಡ್ ಆಗಿದ್ದೆ. ಈಗ ಬಾಯಿ ತೆರೆಯಬೇಕಾದರೆ ನಾಲ್ಕಾರು ಸಲ ಯೋಚ್ಸೋ ಹಂಗೆ ಆಗುತ್ತೆ" ಕಾಂಪೌಂಡ್ ಗೇಟು ದಾಟುವಾಗಲೆ ರಾಜಗೋಪಾಲ್ ಪಿಸು ದನಿಯಲ್ಲಿ ತೋಡಿಕೊಂಡರು.

"ಅರೇ, ಅಂಕಲ್... ಯಾಕೆ ಅಷ್ಟು ಹಿಂತರಿತೀರಾ? ನಾವೇನ್ನಾದ್ರೂ ಟಾಂಟ್ರಿಬೂಷನ್ ಕೇಳೋಕೆ ಬಂದಿದ್ದೀವಾ? ಇಲ್ಲ ಗುರುತರ ಸಹಾಯ ನಿರೀಕ್ಷಿಸಿ ಬಂದಿದ್ದೀವಾ? ನಾನು, ಅತ್ತೆ ಮಾತಾಡ್ತೀವಿ, ನೀವು ಸುಮ್ನೇ ಇದ್ದು ಬಿಡಿ" ಆತ್ಮವಿಶ್ವಾಸದಿಂದ ಹೇಳಿದಳು ಶರಾವತಿ.

ಇವರುಗಳು ನಡುಮನೆ ಪ್ರವೇಶಿಸಿದ ನಂತರವೆ ಅರಿವಾದದ್ದು ಅಂತಹ ಶ್ರೀಮಂತರಲ್ಲವೆಂದು. ಬಂದ ವಯಸ್ಸಾದಾಕೆ ವಿಚಾರಿಸಿದರು.

"ಯಾರು ತಾವು?"

"ಪರೀಕ್ಷಿತ್ ತಂದೆ, ಸೋದರತ್ತೆ, ಸೋದರಮಾವ ಅವರ ಸೊಸೆ, ಯಾರು ಕಾಣ್ತಾ ಇಲ್ಲ" ಅಂದರು ಸುಬ್ಬಲಕ್ಷ್ಮಿ. "ಅಯ್ಯೋ, ಇದ್ದಾರೆ ಮಗಳು ದುಡಿಯೋಕೆ ಬಂದ್ಮೇಲೆ ಶ್ರೀಮಂತರಾದ ಜನ. ಅದ್ನ ಅನುಭವಿಸಬೇಕಲ್ಲ, ಏಯ್... ರಾಗಿಣಿ" ಕೂಗಿದರು. ಮನೆ ಕೂಡ ಅಂಥ ದೊಡ್ಡದೇನು ಅಲ್ಲ.

ಇಬ್ಬರು ಮ್ಯಾಕ್ಸಿಯ ಲಲನೆಯರು ಬಂದರು. ಅವರಲ್ಲಿ ಒಬ್ಬಳು ತಾಯಿ, ಇನ್ನೊಬ್ಬಳು ಮಗಳೂಂತ ಆಮೇಲೆ ಗೊತ್ತಾಯಿತು. ಇತ್ತೀಚೆಗೆ ಶ್ರೀಮಂತಿಕೆಯನ್ನು ಅಪ್ಪಿಕೊಂಡ ಜನ.

"ಇವ್ರು, ಪರೀಕ್ಷಿತ್‌ನ ತಂದೆ" ಸುಬ್ಬಲಕ್ಷ್ಮಿ ಹೇಳಿದಾಗ "ಹೌದಾ, ಫೆಂಟಾಸ್ಟಿಕ್... ಗುಡ್ ಬಾಯ್... ನಮ್ಮ ರಾಗಿಣಿಯ ಕೊಲೀಗ್... ಕೂತ್ಕೊಳ್ಳಿ" ಅಂದ ಆಕೆ, ಇತ್ತೀಚೆಗೆ ಇಂಗ್ಲೀಷ್ ಸ್ಪೀಕಿಂಗ್ ಕೋರ್ಸ್ಗೆ ಸೇರಿಕೊಂಡಂತೆ ಕಂಡರು.

ಎಲ್ಲ ಕೂತರು. ರಾಗಿಣಿ ಬರೀ ಗೊಂಬೆ, ಮಾತೆಲ್ಲ ಅವಳ ಅಮ್ಮನದೇ. ದೊಡ್ಡದಾಗಿ ಸಮಾಜದಲ್ಲಿ ಗುರುತಿಸಲ್ಪಟ್ಟಂತೆ ಕುಟುಂಬವಲ್ಲ. ಬುದ್ಧಿವಂತೆ ರಾಗಿಣಿ, ಜೊತೆಗೆ ಅದೃಷ್ಟವಂತೆ ಕೂಡ ಕ್ಯಾಂಪಸ್ ಸೆಲೆಕ್ಷನ್‌ನಿಂದ ಹುದ್ದೆಗೆ ನೆಗೆದವಳು. ಎಷ್ಟು ಬೇಗ ಐದಂಕಿ ಸಂಬಳಕ್ಕೆ ಮುಟ್ಟಿದ್ದು ಕೂಡ ಅದೃಷ್ಟವೇ.

"ಇವ್ರು ಪರೀಕ್ಷಿತ್‌ನ ಮದ್ವೆಗಾಗಿ ಬಂದವರು. ಮದ್ವೆ ಮುಂದೂಡಿದಕ್ಕೆ ಒಂದು ಪ್ರಮುಖವಾದ ಕಾರಣ ಬೇಕಲ್ಲ" ಸುಬ್ಬಲಕ್ಷ್ಮಿ ಆರಂಭಿಸಿದ್ದು. "ಯಸ್, ಯು ಆರ್ ಕರೆಕ್ಟ್... ಆದರೆ ಮೊದಲು ಪರೀಕ್ಷಿತ್ ಸಂಬಳ ಕಡಿತವಾಯ್ತು, ಆಮೇಲೆ ಕೆಲ್ಸ ಹೋಯ್ತು. ಈ ಸ್ಥಿತಿಯಲ್ಲಿ ಮದ್ವೆ ಹೇಗೆ ಸಾಧ್ಯ?" ಕೇಳಿದರು ಆಕೆ.

"ಕೆಲ್ಸ ಹೋಗಿದೆ, ಮುಂದೆ ಸಿಕ್ಕುತ್ತೆ. ಈಗ್ಲೂ ಅವನೇನು ಸುಮ್ನೆ ಕೂತಿಲ್ಲ. ಜೊತೆಗೆ ನಿಮ್ಮ ಮಗಳಿಗೆ ಸಂಬಳವಿದೆ. ಒಂದಷ್ಟು ದಿನ ಮ್ಯಾನೇಜ್ ಮಾಡಬಹುದು. ಆಮೇಲೆ ಅವ್ನಿಗೆ ಕೆಲ್ಸಸಿಕ್ಕುತ್ತೆ" ಶರಾವತಿ ಅಂದಳು.

ಇದಕ್ಕೆ ತಾಯಿ, ಮಗಳು ಇಬ್ಬರು ವಿರೋಧಿಸಿದರು "ಹೇಗೇ, ಸಾಧ್ಯ? ಐಟಿ ಕ್ಷೇತ್ರಕ್ಕೆ ಬಿದ್ದಿರೋದು ಭಾರಿ ಹೊಡೆತ, ಚೇತರಿಸಿಕೊಳ್ಳಲು ಸಮಯ ಬೇಕಾಗುತ್ತೆ, ಸಿಂಪಲ್ ಮದ್ವೆ ಅಂದ್ಕೊಂಡ್ ಲಗ್ನಪತ್ರಿಕೆ ಪ್ರಿಂಟ್ ಮಾಡ್ಸಿಲ್ಲ. ಇನ್ನ ಕೊಡೋದೆಲ್ಲಿ ಬಂತು? ಫ್ರೆಂಡ್ಸ್ ಸರ್ಕಲ್‌ನಲ್ಲಿ ಕೆಲವರಿಗೆ ತಿಳಿದಿರಬಹುದು. ಸದ್ಯಕ್ಕೆ ನಮ್ಮ ರಾಗಿಣಿ ಸಾಫ್ಟ್‌ವೇರ್ ಕ್ಷೇತ್ರದಲ್ಲಿರೋರನ್ನ ವಿವಾಹವಾಗಬಾರದೂಂತ ನಿಶ್ಚಯ ಮಾಡಿದ್ದಾಳೆ. ಅದ್ನ ಪರೀಕ್ಷಿತ್‌ಗೆ ತಿಳ್ಸಿ ಆಗಿದೆ." ಅತ್ಯಂತ ಸುಲಭವಾಗಿ ತಮ್ಮ ನಿರ್ಣಯವನ್ನು ಸಮರ್ಥಿಸಿಕೊಂಡರು.

"ಸ್ವಲ್ಪ ಯೋಚ್ಸಿ ನೋಡಿ" ಅಂದರು ಸುಬ್ಬಲಕ್ಷ್ಮಿ.

"ಯೋಚ್ಸೋಕೆ, ಏನಿದೆ? ಇವಳು ಕೆಲ್ಸಕ್ಕೆ ಸೇರಿದ್ಮೇಲೆ ನಾವು ಒಂದಷ್ಟು ನೆಮ್ದಿಯಿಂದ ಉಸಿರಾಡಿದ್ದು. ಸಾಕಷ್ಟು ಅನುಭವಿಸಿದ್ದೀವಿ, ದುಡ್ಡು ಕಾಸಿನ ವಿಚಾರದಲ್ಲಿ,

ಮುಂದು ಅದೇ ಜೀವನ ಬೇಡ, ನಾವಂತು ಒಂದು ನಿರ್ಧಾರಕ್ಕೆ ಬಂದಾಗಿದೆ. ಆ ವಿಷ್ಯದ ಬಗ್ಗೆ ಮಾತುಕತೆ ಬೇಡ" ಆಕೆ ಅತ್ಯಂತ ಸ್ಪಷ್ಟವಾಗಿಯೇ ಹೇಳಿದರು.

ಶರಾವತಿ ಮಧ್ಯೆ ಬಾಯಿ ಹಾಕಿದಳು "ಸಾಕಷ್ಟು ಸುತ್ತಾಡಿದ್ದಾರೆ. ಬರೀ ಪಾನೀ ಪೂರಿ, ಬೇಲ್‌ಪೂರಿಯಲ್ಲಿ ಮುಗ್ದಿಲ್ಲ, ವೀಕ್ ಎಂಡ್‌ಗಳಲ್ಲಿ ರೆಸಾರ್ಟ್‌ಗಳಲ್ಲಿ ಕಳೆದಿದಾರೆ. ಪರೀಕ್ಷಿತ್ ಕೂಡ ಜಾಣತನದಿಂದ ಮಿಗಿಸಿದ ಸೇವಿಂಗ್ಸ್ ಎಲ್ಲಾ ನಿಮ್ಮ ಮಗಳ ಕಾರು, ಓಡಾಟಕ್ಕಾಗಿ ಸುರಿದಿದ್ದಾನೆ. ಅದಕ್ಕೆಲ್ಲ ಸ್ಪಷ್ಟ ರೂಪವೇ ತಾನೇ ವಿವಾಹ. ಹಿರಿಯರು ಇಂಥ ನಿರ್ಣಯಗಳನ್ನು ವಿರೋಧಿಸಬೇಕು."

ರಾಗಿಣಿ ಅಮ್ಮ ಮೇಲೆದ್ದು.

"ಕಳೆದುಕೊಂಡಷ್ಟೆ, ಪರೀಕ್ಷಿತ್ ಅವಳಿಂದ ಪಡೆದುಕೊಂಡಿದ್ದಾನೆ. ದಯವಿಟ್ಟು ನಮ್ಮ ನಿರ್ಣಯ ತಿಳಿಸಿಯಾಗಿದೆ."

ಮುಂದೆ ಅಮ್ಮ ಹೊರಟಾಗ ಮಗಳು ಕೂಡ ಹಿಂಬಾಲಿಸಿದಾಗ, ಆ ಹಿರಿಯಾಕೆ ಬಂದು ಒಂದು ತರಹ ನೋಟ ಬೀರಿ.

"ಈಗಿನ ಹುಡುಗ್ರು ಎಲ್ಲಾ ಮೌಲ್ಯಗಳನ್ನು ಗಾಳಿಗೆ ತೂರಿ ಬಿಟ್ಟಿದ್ದಾರೆ. ನಿಮ್ಮ ಹುಡ್ಗ ಖರ್ಚು ಮಾಡಿದ ಹಣಕ್ಕ ಬೇಕಾದ್ದೆ ಹಿಂದಕ್ಕೆ ಪಡೆದಿದ್ದಾನಂತೆ, ಆ ತಾಯಿ ಹೇಳಿ ಹೋಗ್ತಾ ಇದ್ದಾಳಲ್ಲ. ಇದು ಸಭ್ಯ ಸಂಪ್ರದಾಯಸ್ತ ಮನೆಯ ಗೃಹಿಣಿ ಆಡೋ ಮಾತುಗಳ?"

"ಕ್ಷಮ್ಸಿಬಿಡಿ!" ಆಕೆ ಕೈ ಜೋಡಿಸಿದಳು. ನಂತರವೆ ತಿಳಿದಿದ್ದು ಈ ಮನೆ ಯಜಮಾನನ ತಾಯಿ, ಅಂದರೆ ರಾಗಿಣಿಯ ಅಜ್ಜಿ. ಈಗ ಮೌಲ್ಯಗಳು ಮೂಲೆಗುಂಪಾದಂತೆ, ಆಕೆ ಕೂಡ ಮೂಲೆ ಗುಂಪು.

ಎಲ್ಲ ಹೊರಗೆ ಬಂದರು.

ರಾಮೂರ್ತಿ ಒಂದೇ ಒಂದು ಮಾತಾಡಿರಲಿಲ್ಲ 'ಪ್ರೇಮ, ವಿವಾಹ' ಇಂಥ ವಿಚಾರಗಳುಬದಲಾದ ಸಮಾಜದಲ್ಲಿ ಮೌಲ್ಯವನ್ನು ಕಳೆದುಕೊಂಡಿದ್ದವೋ, ಇಲ್ಲ ಅವರವರ ಸೌಕರ್ಯಗಳಿಗೆ ಅನುಗುಣವಾಗಿ ಬದಲಾಗಿದ್ದವೋ? ಏನು ಅರ್ಥವಾಗಲಿಲ್ಲ. ಈಗ ಅವರ ಮಗಳೆ ಅವರಿಗೆ ಅರ್ಥವಾಗಿರಲಿಲ್ಲ. ಅದಕ್ಕೆ ವಿಶ್ಲೇಷಣೆ ಬೇಡವಾಗಿತ್ತು.

ಟ್ಯಾಕ್ಸಿಗೆ ಖರ್ಚು ಮಾಡಿದಷ್ಟೇ ಪ್ರಯೋಜನ. ಇವರುಗಳನ್ನು ಮನೆಯ ಬಳಿ ಇಳಿಸಿದ ಟ್ಯಾಕ್ಸಿ ಮುಂದಕ್ಕೆ ಹೋಯಿತು. ರಾಜಗೋಪಾಲ್ ಮೊದಲು ಕೋಪಗೊಂಡರು, ಆಮೇಲೆ ಕಣ್ಣೀರಿಟ್ಟರು.

ಆಮೇಲೆ ರಾಮಮೂರ್ತಿಯವರು ಫೋನ್ ಮಾಡಿ ಸಮಾಧಾನ ಮಾಡಿದರು.

"ದಯವಿಟ್ಟು ಕ್ಷಮ್ಸಿ, ನಮ್ಮಿಂದ ನಿಮ್ಗೇನು ಅನ್ಕೂಲವಾಗಿಲ್ಲ. ಇಲ್ಲಿ ಹಣದ ಮುಂದೆ ಪ್ರೇಮ, ಪ್ರೀತಿ ಮಾತ್ರವಲ್ಲ ಎಲ್ಲವೂ ಸವಕಲೇ, ಹಣವೇ ಎಲ್ಲರನ್ನು

ಆಳೋಕೆ ಷುರುಮಾಡಿದೆ. ಸುಬ್ಬು ತುಂಬ ಬೇಜಾರು ಮಾಡಿಕೊಂಡ್ಳು. ನಿಮ್ಮ ಮಗ ಒಪ್ಪೋದಾದರೇ ಬೇರೆ ಸಂಬಂಧ ನೋಡಿ ಲಗ್ನ ಮಾಡೋಣ."

"ಆಯ್ತು ವಿಚಾರಿಸ್ತೀನಿ, ನನ್ನಿಂದ ನಿಮ್ಗೇ ತೊಂದರೆ ಆಯ್ತು" ಎಂದು ಫೋನ್ ಇಟ್ಟೇ ಬಿಟ್ಟರು "ಆ ಮನುಷ್ಯ ತುಂಬ ಅಪ್‌ಸೆಟ್ ಆಗಿ ಬಿಟ್ಟಿದ್ದಾನೆ, ಸುಬ್ಬು, ಮಕ್ಕಳು ಕಾಲಕ್ಕೂ ಸುಖದ ಫಲಗಳಲ್ಲ. ನಾವ್ ಹಾಗಂತ ತಿಳಿಯಲುಬಾರದು" ಎಂದರು ಹೆಂಡತಿಯ ಕಡೆ ತಿರುಗಿ.

"ನಮ್ಮಷ್ಟು ಕೂಡ ಸ್ಥಿತಿವಂತರಲ್ಲ! ಆದರೂ ಎಷ್ಟೊಂದು ಧಿಮಾಕ್, ಮಗಳು ದುಡಿಯೋಕೆ ಷುರು ಮಾಡಿದ ಮೇಲೆ ಮ್ಯಾಕ್ಸಿ ಹಾಕ್ಕೊಂಡ್... ಕೂದಲು ಹರಡಿಕೊಂಡು ಓಡಾಡ್ತಾ ಇರ್ಬೇಕು. ತೀರಾ ಬೇಸರವೆನಿಸಿತು. ಈ ಮದ್ವೆ ತಪ್ಪಿ ಹೋದುದರಿಂದ ದೊಡ್ಡ ನಷ್ಟವೇನು ಇಲ್ಲ. ಇಂಥ ಸಂಬಂಧದಿಂದ ಅವರುಗಳು ಜೀವನಪೂರ್ತಿ ನರಳಬೇಕಿತ್ತು. ಈಗ ಆರಾಮ್! ಅವರವ್ರ ಜೀವನವನ್ನು ಅವರವ್ರು ರೂಪಿಸ್ಕೊಬಹುದು. ಇಲ್ಲಿ ನಷ್ಟಗಳನ್ನು ಲೆಕ್ಕ ಹಾಕೋಕ್ಕಿಂತ ಆದ ಲಾಭನ ಮನಸ್ಸಿನಲ್ಲಿ ಇಟ್ಟುಕೊಳ್ಳುವುದೇ ಒಳ್ಳೇದು" ತುಂಬ ಸರಳವಾಗಿ ಹೇಳಿದಳು. ಶರಾವತಿಗೆ ಆ ಕುಟುಂಬ ಇಷ್ಟವೆನಿಸಿರಲಿಲ್ಲ.

ಸುಬ್ಬಲಕ್ಷ್ಮಿಗೆ ಸರಿಯೆನಿಸಲಿಲ್ಲ "ನಂಗಂತು ಕಾಣೋದು ನಷ್ಟವೇ, ಸಣ್ಣ ಪುಟ್ಟದ್ದು ಬೇಡ ಅವನ ಸೇವಿಂಗ್ಸ್ ಏಳು ಲಕ್ಷ ಸುರಿದು ಕಾರು ಕೊಡ್ಸಿದ್ದಾನೆ. ಇಬ್ಬರಿಗೂ ಅನ್ನೋ ದೃಷ್ಟಿಯಲ್ಲಿ ತಾನೇ, ಕಾರು ಮೇಲೆ ಹಣ ಹಾಕಿದ್ದು? ಈಗ, ನಂಬ್ಕೇ ಅನ್ನೋದ್ನ ದುರ್ಬಿನು ಹಾಕಿ ಹುಡುಕಿದ್ರೂ... ಸಿಕ್ಕೋಲ್ಲ. ಯಾವ ರೀತಿ ಒಬ್ಬರನ್ನು ಒಬ್ಬರು ನಂಬೋದು?" ಚಿಂತನೆ ಹರಿಸಿದರು.

ಅವರ ಗೊಣಗಾಟಕ್ಕೆ ರಾಮೂರ್ತಿ ತಣ್ಣಗೆ ಉತ್ತರಿಸಿದರು.

ಶರಾವತಿ ಎದ್ದು ಹೋದಳು. ಅವಳಿಗೆ ಓದೋ ಹುಚ್ಚು ಇದ್ದುದ್ದರಿಂದ, ಅಷ್ಟಿಷ್ಟು ಜ್ಞಾನ ಸಂಪಾದನೆಯನ್ನು ಸುಲಭವಾಗಿ ಸಂಪಾದಿಸುತ್ತಿದ್ದುದ್ದು ಉಪಯೋಗಕ್ಕೆ ಬರುತ್ತಿತ್ತು ಕೆಲವು ಸಂದರ್ಭಗಳಲ್ಲಿ.

ಆರಾಮಾಗಿ ಹಾಡು ಗುನುಗುತ್ತ ಬಟ್ಟೆ ಐರನ್ ಮಾಡ ತೊಡಗಿದಳು. ಅವಳದು ಡಿಗ್ರಿ ಆಗಿತ್ತು. ಕಂಪ್ಯೂಟರ್‌ನಲ್ಲಿ ಡಿಪ್ಲೋಮಾ ಬಹುಶಃ ಪ್ರಯತ್ನ ಪಟ್ಟಿದ್ದರೇ ಒಂದಿಷ್ಟು ಆದಾಯ ತರ್‍ಓ ಕೆಲಸ ಸಿಗುತ್ತಿತ್ತೇನೋ, ಅವಳು ಆ ಪ್ರಯತ್ನಕ್ಕೆ ಕೈ ಹಾಕಲಿಲ್ಲ. ಆದರೆ ಸುಬ್ಬಲಕ್ಷ್ಮಿ, ಸೊಸೆ ಮನೆಯಲ್ಲಿ ಕೂತೇನು ಮಾಡಬೇಕು? ಒಂದು ಕೆಲಸ ಹಿಡಿಯಲೀ, ಹಣ ಬಂದರೆ ಪದ್ಮನಾಭನ ಭವಿಷ್ಯಕ್ಕೆ ಕೂಡಿಡಬಹುದು ಅನ್ನೋ ಇರಾದೆಯಿಂದ ಸೊಸೆಗೆ ನಾಲ್ಕಾರು ಸಲ ಹೇಳಿದ್ದರು.

"ಅತ್ತೆ, ನಂಗಂತು ಹೊರ್ಗೇ ಹೋಗಿ ದುಡಿಯೋ ಯೋಚ್ನೆ ಇಲ್ಲ. ಅಕಸ್ಮಾತ್ ಬೇಗ ಮದ್ವೆಯಾಗದಿದ್ದರೇ, ಅನಿವಾರ್ಯವಾಗಿ ಒಂದು ಕೆಲ್ಸ ಹಿಡೀಬೇಕಿತ್ತು. ನಾನು ಹೊರ್ಗೇ ಹೋಗೋದು. ನೀವು ಮನೆ ಕೆಲ್ಸ ಮಾಡೋದು ಬೇಕಾ? ನಿಮ್ಮ

ದುಡಿಮೆಯಿಂದ ಮನೆನ ಕಟ್ಟಿದ್ದೀರಾ ಮಗನ ಬದ್ಕನ್ನ ಕಟ್ಟಿದ್ದೀರಿ, ಅಷ್ಟು ಸಾಕು! ನಿಮ್ಮಂಥ ಹಿರಿಯರ ತಂಪಾದ ನೆರಳುನಲ್ಲಿ ಪಚ್ಚಿ ಒಬ್ಬನ್ನ ಸತ್ಕ್ರಜೆ ಮಾಡುತ್ತ, ಒಳ್ಳೆ ಹೌಸ್ ವೈಫ್.. ಗೃಹಿಣಿಯಾಗಿ ಬಿಡ್ತೀನಿ" ಎನ್ನುತ್ತಿದ್ದಳು ಆರಾಮಾಗಿ.

ಈ ಮಾತುಗಳು ರಾಮೂರ್ತಿಗೆ ಸರ್ವಸಮ್ಮತವೆನಿಸಿತ್ತು. ಆದರೆ ಸುಬ್ಬಲಕ್ಷ್ಮಿ ಸೊಸೆಯನ್ನ 'ದಡ್ಡಿ' ಎಂದು ಕೊಂಡಿದ್ದುಂಟು. ಮುವ್ವತ್ತು ವರ್ಷ ಟೀಚರಾಗಿ ದುಡಿದ ನಂತರವು ಮನೆಗೆ ಪೂರ್ತಿಯಾಗಿ ಒಗ್ಗಿ ಕೊಳ್ಳಲು ಪ್ರಯಾಸಪಟ್ಟಿದ್ದರು. ಹೆಣ್ಣು ಮನೆಯಲ್ಲಿ ಕೂಡೋದು ಇಷ್ಟದ ವಿಷಯವಾಗಿರಲಿಲ್ಲ.

ಉಳಿದ ಸಮಯವೆಲ್ಲ ಶ್ರೀಧರ ಬರುವವರೆಗೂ ಅದೇ ಮಾತು ಕತೆ, ಇದೊಂದು ದೊಡ್ಡ ಅನ್ಯಾಯವೇ ಪರೀಕ್ಷಿತ್‌ಗೆ! ಮಗ ಬಂದ ಕೂಡಲೆ ಎಳೆ ಎಳೆಯಾಗಿ ವಿಷಯವನ್ನು ಬಿಡಿಸಿಟ್ಟರು ಸುಬ್ಬಲಕ್ಷ್ಮಿ.

"ಅಮ್ಮ, ನೀನು ಹೋದ್ಮೇಲೆ ಫೆಲ್ಯೂರ್ ಆಯ್ತು ಅಂದರೆ ಏನು ಅರ್ಥ? ಸುಮ್ನೇ ಟೈಮ್ ಲೆಕ್ಕ ಹಾಕಿಕೊಳ್ಳದೆ ಪಾಠ ಮಾಡಿ ಬಿಡಬೇಕಿತ್ತು. ಕನಿಷ್ಟ ಹಣವಾದ್ರೂ... ಕೊಡೋರು" ಎಂದು ರೇಗಿಸಿದ.

ಸುಬ್ಬಲಕ್ಷ್ಮಿ ಮುಖ ದಪ್ಪಗೆ ಮಾಡಿಕೊಮಡು "ಸಾಕು ಬಿಡೋ ಏನು ನನ್ನ ಪಾಠ ಅಂದರೆ ಅಷ್ಟೊಂದು ಭೋರಿಂಗಾ? ನಂಗೆ ರಿಟೈರ್ಡ್ ಡೇ ಸನ್ಮಾನ ಮಾಡಿದಾಗ ಎಲ್ಲರ ಕಣ್ಣಲ್ಲು ನೀರು, ಎಷ್ಟೊಂದು ನೊಂದುಕೊಂಡರು" ಆ ದಿನದ ನೆನಪು ಮಾಡಿಕೊಂಡರು.

"ಅಯ್ಯೋ, ನೀನು ತಪ್ಪು ತಿಳ್ಕೊಂಡೇ, ಅವ್ರು ಸುರಿಸಿದ್ದು ಕಣ್ಣೀರಲ್ಲ, ಆನಂದ ಬಾಷ್ಪಗಳು" ಅಂದು ಹೋಗಿ ರಾಮೂರ್ತಿಗಳ ಹಿಂದೆ ನಿಂತ "ರಕ್ಷಣೆಗೋಸ್ಕರ..." ಮಗನ ಮಾತಿಗೆ ರಾಮೂರ್ತಿಗಳು ನಕ್ಕರು. ಇಂಥ ಘಳಿಗೆಗಳು ಆಗಾಗ ನಡೆಯುತ್ತಿತ್ತು. ಇವೇ ಬದುಕಿಗೆ ಆಹ್ಲಾದ ತಂದು ಕೊಡುವುದೆಂದು ಮನೆಯವರಿಗೆಲ್ಲ ಗೊತ್ತಿತ್ತು.

ಆಮೇಲೆ ಮತ್ತೊಮ್ಮೆ ರೂಡ್ ಕೂತು ಎಲ್ಲರು ಮಾತಾಡಿದರು.

"ರಾಜಗೋಪಾಲ್ ಕೈಯಲ್ಲು ಅಂಥ ದುಡ್ಡಿರೋ ಹಾಗೇ ಕಾಣೋಲ್ಲ. ಇನ್ನ ಪವನ್ ಸಂಪಾದನೆ ಬಹುಶಃ ಅಲ್ಲಿಗಲ್ಲಿಗೆ ಸರಿ ಹೋಗುತ್ತೆ. ಅನ್ನೋ ರೀತಿಯಲ್ಲಿ ಮಾತಾಡಿದ್ರು, ಸ್ವಲ್ಪ ಅವ್ನ ಹೆಂಡ್ತಿಗೆ ಅನಾರೋಗ್ಯ, ಎಲ್ಲಾ ಖರ್ಚುಗಿಂತ ಚಿಕಿತ್ಸೆಯ ವೆಚ್ಚವೆ ಜಾಸ್ತಿ ಅಂದ್ರು ಏನೇನೋ ಅಂದ್ಕೊಂಡ್ರು ಹೈಟೆಕ್ ಪಿಜಿಯಲ್ಲಿದ್ದ ಪರೀಕ್ಷಿತ್ ಸಂಬಳ ಕಡಿತವಾದ ಕೂಡಲೆ ಹಾಸ್ಟಲ್‌ಗೆ ಶಿಫ್ಟ್ ಆದನಂತೆ, ಈಗ ಹಿಡಿದಿರೋ ಮನೆ ಸಾಧಾರಣದ್ದೇ, ಅಂತೂ ಯಾವ್ದೋ ಒಂದ್ಕೆಲ್ಸ ಹಿಡಿದುಕೊಂಡಿದ್ದಾನೆ. ಸದ್ಯಕ್ಕೆ ಊಟ ತಿಂಡಿಗೆ ತೊಂದರೆ ಇಲ್ಲ" ಎಲ್ಲಾ ವಿವರಿಸಿ ನೊಂದುಕೊಂಡರು.

ಗರ್ಲ್ ಫ್ರೆಂಡ್‌ಗಳ ಜೊತೆ ಚೈನಿ ಮಾಡಿದ ಹಣಕ್ಕೆ ಲೆಕ್ಕವಿಡಲು ಸಾಧ್ಯವೇ? ಹಿಂದಕ್ಕೆ ಬರಲು ಸಾಧ್ಯವೇ? ಚರ್ಚಿಸಿದರು.

"ಇರ್ಲೀ, ಅದು ಕಳೆದಿದ್ದು... ಕಳೆದಿದೇ. ಈ ಮಟ್ಟದ ಜೀವನಕ್ಕೆ ಹೊಂದಿಕೊಳ್ಳಲೀ. ಆಮೇಲೆ ಮದ್ವೆ ಅನ್ನೋದೊಂದು ಹಣೆಯಲ್ಲಿ ಬರೆದಿದ್ದರೇ ಆಗುತ್ತೆ. ಈಗ ನಮ್ಮ ಶರಧಿಗೆ ಏನು ಕಮ್ಮಿಯಾಗಿದೆ? ದಮ್ಮಯ್ಯ ಗುಡ್ಡೆ ಹಾಕಿ ಮದ್ವೆ ಮಾಡ್ಕೊತಾರೆ. ಆದರೆ ಅವಳ ಹಣೆಯಲ್ಲಿ ಮದ್ವೆ ಅನ್ನೋದು ಬರೆದಿದ್ಯೋ, ಇಲ್ಲೋ?" ನಿರಾಸೆಯಿಂದ ನುಡಿದ ಇತ್ತೀಚೆಗೆ ಬಹಳ ಸೂಕ್ಷ್ಮವಾಗಿ ಗಮನಿಸಿದ್ದ. ಒಂದು ರೀತಿಯಲ್ಲಿ ಹೈಟೆಕ್ ಜೀವನವೇ ಆಗಿತ್ತು ಅವಳದು.

"ನಂಗೂ ಹಾಗೇ ಅನಿಸ್ತಾ ಇದೆ. ಅವಳ ಜಾತ್ಕನ ಒಳ್ಳೆ ಜ್ಯೋತಿಷ್ಯರಿಗೆ ತೋರಿಸ್ಬೇಕು. ಶಾಂತಿ ಹೋಮ ಅಂಥದೇನಾದ್ರೂ ಹೇಳ್ತಾರೇನೋ?" ಎಂದರು ಸುಬ್ಬಲಕ್ಷ್ಮಿ ಈ ವಿಚಾರ ಸಾಕಷ್ಟು ಸಲ ಅವರ ಮನಸ್ಸಿಗೆ ಬಂದಿತ್ತು, ಕಾರ್ಯರೂಪಕ್ಕೆ ತರಲಿಲ್ಲ. ಶ್ರೀಧರ ಕ್ರಾಪ್ ಕೆದರಿಕೊಂಡು ಮೇಲೆದ್ದು "ಪ್ರಯತ್ನಪಟ್ಟು ಸಂಬಂಧಗಳು ಕೂಡಿ ಬರಲಿಲ್ಲಾಂದರೇ, ಜ್ಯೋತಿಷ್ಯರನ್ನು ಹುಡ್ಕೀಕೊಂಡು ಓಡಬೇಕು. ಇದು ಆ ಕೇಸ್ ಅಲ್ಲ, ಅವಳಿಗೆ ವಿವಾಹವಾಗೋ ಮನಸ್ಸೇ ಇಲ್ವಲ್ಲ. ಇದಕ್ಕೆ ಯಾವ ಜ್ಯೋತಿಷ್ಯರು ಏನು ಹೇಳ್ತಾರೆ? ಮೊದ್ಲು ಅವಳ್ನ ಮದ್ವೆಗೆ ಒಪ್ಸು" ಅಂದ. ಆಕೆ ಕೆನ್ನೆಗಳಿಗೆ ಹಾಕಿಕೊಂಡರು.

"ಅವಳ ಸಹವಾಸವೇ ಬೇಡ. ಮದ್ವೆ ವಿಷ್ಯ ಎತ್ತಿದರೇ ಮಾತೇ ಇಲ್ಲ, ಮುಖ ಊದಿಸಿಕೊಂಡು ಓಡಾಡ್ತಾಳೆ. ನೀವಿಬ್ರೂ ಪ್ರಯತ್ನ ಮಾಡಿ" ಎಂದು ಎದ್ದು ಹೋದರು. ಶ್ರೀಧರ ಹಣೆ ಗಟ್ಟಿಸಿಕೊಂಡ.

ರೂಮಿಗೆ ಬಂದಾಗ ಪದ್ಮನಾಭ ಮಲಗಿ ಬಿಟ್ಟಿದ್ದ. ಯಾವುದೋ ಕಾದಂಬರಿ ಓದುತ್ತಿದ್ದ ಶರಾವತಿ "ವೆರಿ ಇಂಟರೆಸ್ಟಿಂಗ್, ಪರೀಕ್ಷಿತ್ ಎಲ್ಲರ ತರಹ ಪೆದ್ದ! ಟೋಟಲ್ ಕಳ್ದುಕೊಂಡಿದ್ದಾನೆ. ರಾಗಿಣಿ ಅವಳಮ್ಮನ ಕೈಗೊಂಬೆಯಂತೆ ಕಾಣ್ತಾಳೆ. ಅತ್ತೆ ಕೂಡ ಸುಸ್ತೋ... ಸುಸ್ತು!" ನಕ್ಕಳು. ಅದೇನು ತಮಾಷೆಯ ವಿಷಯವಲ್ಲ. ಹೆಣ್ಣು, ಕಂಡುನ ಮಧ್ಯದ ಪ್ರೇಮದಲ್ಲಿ ಅಂಥ ಮಹತ್ತರವಾದದ್ದು ಅಡಗಿರುವುದಾದರೂ ಏನು?

ಹೊದ್ದಿಕೆಯನ್ನು ಮೊಣಕಾಲುಗಳವರೆಗೂ ಎಳೆದುಕೊಂಡು "ಆ ವಿಷ್ಯ ಬಿಡು, ಬಿಲ್‌ನ ವಿಷ್ಯ ಶರಧಿಯಲ್ಲಿ ಪ್ರಸ್ತಾಪ ಮಾಡಿದ್ಯಾ?" ಕಾದಂಬರಿ ಎತ್ತಿಟ್ಟ, ಅವಳ ಮುಖ ಗಂಭೀರವಾಯಿತು.

"ವಿಷ್ಯನ ಕೇಳಿದ್ಯಾ?" ಸ್ವಲ್ಪ ದನಿಯೇರಿಸಿದ.

"ಯಾಕೋ, ಹಿಂಜರಿಕೆ? ಅವಳ ಕ್ಯಾರೆಕ್ಟರ್ ಬಗ್ಗೆ ಬೆಟ್ಟು ಮಾಡಿದಂತಾಗುತ್ತೆ. ಅದ್ನ ತಪ್ಪಾಗಿ ತಿಳ್ದುಕೊಂಡರೇ, ನಾನು ಈ ಮನೆಗೆ ಸೊಸೆ, ಅವಳು ಮಗಳು. ಸಂಬಂಧ ತುಂಬ ಸೂಕ್ಷ್ಮ. ನೀವು ಯಾಕೆ ಮಾತಾಡಬಾರದು?" ಕೇಳಿದ ಕೂಡಲೆ ಎದ್ದು ಕೂತು ಬೇಸರದ ಮುಖ ಮಾಡಿದ.

"ನಿನ್ಮಾತು ಸರೀನೆ ಇರಬಹುದು. ಅವಳು ಒಂದು ರೀತಿ ಮೊದಲಿನಿಂದ್ಲೂ

ಇಂಟರ್‌ವರ್ಟ್. ಮುಕ್ತವಾಗಿ ಏನನ್ನು ಹೇಳೋಲ್ಲ, ಕೆಲವೊಮ್ಮೆ ದೊಡ್ಡ ಸಮಸ್ಯೆಯಾಗಿ ಕಾಡುತ್ತೆ. ಪವನ್ ಜೊತೆಗಿನ ಸ್ನೇಹನು ಹಾಗೇ ಆಯ್ತು. ಅವನ ಜೊತೆ ಸಿನಿಮಾ, ಷಾಪಿಂಗ್ ಅಂತ ಸುತ್ತಾಡಿದ್ದು ಇದೆ. ಹೊರಗಿನ ಪ್ರಪಂಚಕ್ಕೆ ಸ್ನೇಹಿತರು, ಲವರ್ಸ್ ಎಂದು ತಿಳಿದುಕೊಳ್ಳುವ ಮಟ್ಟಿಗೆ ಇತ್ತು ಅವರಿಬ್ಬರ ಬಾಂಧವ್ಯ. ಅದಕ್ಕೆ ಮನೆಯವರ ಸಮ್ಮತಿ 'ಹೆಚ್ಚು ವರದಕ್ಷಿಣೆ, ಗಂಡಿನ ಹುಡುಕಾಟವಿಲ್ಲ' ಎನ್ನುವ ಸಮಾಧಾನ ಅಮ್ಮನದಾದರೇ, ಪವನ್ ಅಮ್ಮನಿಗೆ ಜಗಳ ಗಂಟಿ ಅಲ್ಲದ ಒಳ್ಳೆಯ ಮನೆಯ ಹುಡ್ಗಿ ಎನ್ನುವ ಅಭಿಪ್ರಾಯ ಆಕೆಯದು. ಆದರೇನು ಪ್ರಯೋಜನ? ಪವನ್ ಪ್ರಸ್ತಾಪವೆತ್ತಿದಾಗ ನಿರಾಕರಿಸಿದಳು. ಎಲ್ಲರ ಪ್ರಯತ್ನವು ನಿರರ್ಥಕವಾದಾಗ ಕೆಲಸಕ್ಕೆ ಲಂಡನ್‌ಗೆ ಹಾರಿ 'ವಿದೇಶಿ' ಕನ್ಯೆಯನ್ನು ವಿವಾಹವಾಗಿ ಅಲ್ಲೆ ನೆಲೆಯೂರಿದ್ದು. ಅವನೀಗ ಎರಡು ಮಕ್ಕಳ ತಂದೆ, ಆಗ್ಲೇ ನಂಗೂ, ಅವಳಿಗೂ ಈ ಬಗ್ಗೆ ಮಾತುಕತೆಯಾಗಿ ಮಾತು ಬಿಟ್ಟಿದ್ದುಂಟು. ಈಗ ಅದರ ಪುನರಾವರ್ತನೆ ಬೇಡ, ದಯವಿಟ್ಟು ಒಂದು ಪ್ರಯತ್ನ ಅಂತ ಮಾಡು ಯಾವ್ದೂ ಸ್ಪಷ್ಟವಾದರೆ ಮಾತಾಡಬಹುದು." ಹೆಂಡತಿಯನ್ನು ಓಲೈಸಿ, ಒಪ್ಪಿಸಿದ. ತಂಗಿಯನ್ನು ಕಂಡರೆ ಅವನಿಗೆ ಕೋಪ.

ಶರಾವತಿ ಮತ್ತೊಮ್ಮೆ ಪರ್ಸ್‌ನಲ್ಲಿದ್ದ ಬಿಲ್ ನೋಡಿ ಮಾತಿನ ಷುರುವಿನ ಬಗೆಗೆ ಚಿಂತಿಸುತ್ತಲೇ ನಿದ್ರಿಸಿದಳು. ಆ ರೀತಿ ಬೆಟ್ಟು ಮಾಡುವುದು ಕಷ್ಟ.

* * *

ಲಂಡನ್‌ಗೆ ಸಂಪೂರ್ಣ ಟೀಮ್, ಶ್ರೀಕಾಂತ್ ಜೊತೆ ಹೋಗಿದ್ದವಳು ಅಂದೇ ಹಿಂದಿರುಗಿದ್ದು. ಶರಧಿ ಮುಖದಲ್ಲಿ ಬಳಲಿಕೆ ಅಂಥದೇನು ಇರಲಿಲ್ಲ. ತುಂಬ ಫ್ರೆಶಾಗಿ ಕಂಡಳು. ಒಂದಿಷ್ಟು ಹೆಚ್ಚಿಗೆ ಮಾತು ಪಚ್ಚಿ ಮತ್ತು ಶರಾವತಿಯೊಂದಿಗೆ ಮಾತ್ರ. ರಾಮೂರ್ತಿಗಳ ಬಳಿ ಕುಶಲೋಪರಿಗೆ ಸೀಮಿತವಾಗಿತ್ತು. ತಾಯಿ, ಮಗನಿಗೆ ಅವಳ ಮೇಲೆ ಕೋಪ ಇರೋದರಿಂದ ಒಂದೆರಡು ಮಾತು ಹೆಚ್ಚಿಗಾದರೇ ಕುಟುಕುವಿಕೆ, ಇಲ್ಲ ಒಂದು ರೀತಿಯ ವಾರ್! ಅದು ಇಬ್ಬರಿಗೂ ಅಂದರೆ ಎರಡು ಕಡೆಯವರಿಗೂ ಬೇಕಿರಲಿಲ್ಲ.

"ಅತ್ತೆ, ಒದ್ದಾಡಿ ಬಿಟ್ಟರು" ಶರಾವತಿ ಕಾಫಿ ಕೊಡುತ್ತ ಹೇಳಿದಳು. "ಯಾಕೆ, ನನ್ನ ಜಾಬ್ ಅಂಥದ್ದು ಅದು ಇಂಟರ್‌ನ್ಯಾಷನಲ್ ಅಡ್ವಾರ್ಟೈಸ್‌ಮೆಂಟ್ ಕಂಪನಿ. ತುಂಬ ಕಾಂಪಿಟೇಷನ್ ಇರುತ್ತೆ" ಅತ್ಯಂತ ಸರಳವಾಗಿ ಸಹಜವಾಗಿ ಹೇಳಿದ್ದು.

"ಏನು ವಿಶೇಷ?" ಸಿಂಪಲ್ಲಾಗಿ ಕೂತಳು.

"ಅಂಥದೇನು ಇಲ್ಲ, ಒಂದು ದಿನ ಪುರಸತ್ತು ಇತ್ತು. 'ಹೈರಾಡ್ಸ್ ಷಾಪಿಂಗ್ ಮಾಲ್'ಗೆ ಹೋಗಿದ್ದೆ. ಸಾಕಷ್ಟು ಸಲ ಲಂಡನ್‌ಗೆ ಹೋಗಿದ್ದರು. ಇದೇ ಮೊದಲ ಬಾರಿ ಹೋಗಿದ್ದು. ಫೆಂಟಾಸ್ಟಿಕ್ ಅತ್ತಿಗೆ, ಅಂಥ ಬೃಹತ್ ಮಾಲ್‌ನ ನೋಡಿರಲೇ ಇಲ್ಲ. ಎಲ್ಲಾ ಅಂತಸ್ತುಗಳಿಗೂ ಎಸ್ಕಲೇಟರ್‌ಗಳು, ಒಂದೊಂದು ಅಂತಸ್ತಿನಲ್ಲೂ

ಅತ್ಯಾಧುನಿಕ ಉಪಕರಣಗಳುಳ್ಳ ಟಾಯ್ಲೆಟ್, ಬಾತ್‌ರೂಂಗಳು, ಅಲ್ಲಲ್ಲಿ ಫುಡ್ ಕೋರ್ಟ್‌ಗಳು. ಬೇರೆ ಬೇರೆ ಬೇರೆ ಕಡೆ ಹೋಗಿದ್ದೆ, ಆ ಮಾಲ್‌ಗಳು ಇದರಷ್ಟು ದೊಡ್ಡವಾಗಿರಲಿಲ್ಲ. ಜೊತೆಗೆ ಆಧುನಿಕವಾಗಿರಲಿಲ್ಲ, ಒಂದಿಷ್ಟು ಷಾಪಿಂಗ್ ಮಾಡ್ದೇ. ವೆರಿ ಇಂಟರೆಸ್ಟಿಂಗ್, ಆಭರಣಗಳು, ಸುವಾಸನಾ ದ್ರವ್ಯಗಳು ಉಡುಗೆ, ಅಲಂಕಾರ ಸಾಮಗ್ರಿಗಳು, ಒಂದೊಂದಕ್ಕೂ ಪ್ರತ್ಯೇಕ ಕೋಣೆಗಳು. ಇನ್ನೊಂದು ವಿಷ್ಯ, ಕಾರ್ ಆಕ್ಸಿಡೆಂಟ್‌ನಲ್ಲಿ ಡಯಾನಳೊಂದಿಗೆ ನಿಧನರಾದ ಅಲ್ಫೆಡ್ ದೂದಿಯ ತಂದೆ ಫೈಯದ್ ದೂದಿಯ ಆಸ್ತಿಯಂತೆ 'ಹೈರಾಡ್ಸ್ ಷಾಪಿಂಗ್ ಮಾಲ್' ಸತ್ತ ಅವರಿಬ್ಬರ ದೊಡ್ಡ ಪಓರ್ಟ್ ಲೈಟ್‌ಗಳನ್ನು ಕೆಳಗಿನ ಅಂತಸ್ತುನಲ್ಲಿ ಇಡಲಾಗಿತ್ತು. ಅಂತು ನನಗೆ ಒಂದು ಮರೆಯಲಾರದ ಅನುಭವ" ಮೆಲಕು ಹಾಕಿದಳು. ತುಂಬು ಖುಷಿ ಅವಳದು.

ಹೇಗೆ, ಷುರು ಮಾಡುವುದೆಂದು ಯೋಚಿಸಿ ಕೊನೆಗೆ ಬಾಯಿ ತೆರೆದಳು ಶರಾವತಿ "ದಯವಿಟ್ಟು ತಪ್ಪು ತಿಳ್ಕೋಬೇಡಿ. ನಾನು ನಿಮ್ಮಷ್ಟು ವಿದ್ಯಾವಂತಳಲ್ಲ. ಹೊರ್ಗ್ಗೇ ಓಡಾಟ ಕಮ್ಮಿ ಇರೋದರಿಂದ ಅನುಭವನು ಕಮ್ಮಿ ಅನ್ನಿ. ನಿಮ್ಗಿಂತ ಎರಡು ತಿಂಗಳು ಚಿಕ್ಕವಳು. ಆದರೆ ನನ್ನ ಪೋಸ್ಟ್ ದೊಡ್ಡದು. ನಿನ್ನ ತವರಿಗೆ ನಾನು ಸಓಸೆ, ನಿಂಗೆ ನಾನು ಅತ್ತಿಗೆ, ಒಂದಿಷ್ಟು ಜವಾಬ್ದಾರಿ ಕೂಡ ಇದೆ. ಅದರಿಂದ ನಿನ್ನ ಪ್ರಶ್ನಿಸೋ ಅಧಿಕಾರ ನಂಗಿದೇಂತ ಅಂದುಕೊಂಡಿದ್ದೀನಿ" ಅಂದು ನಾಲಿಗೆ ಕಚ್ಚಿಕೊಂಡು "ಸಾರಿ... ವೆಲ್‌ವಿಷರ್ ಅಂದ್ಕೊಳ್ಳ ಶರಧಿ" ಅವಳ ಕೈ ಹಿಡಿದು ಕೊಂಡಳು. ಆರ್ಥಿಕವಾಗಿ ಅವಳ ಸಂಭಳ ಶ್ರೀಧರನ ಸಂಬಳಕ್ಕಿಂತ ನಾಲ್ಕು ಪಟ್ಟು ಹೆಚ್ಚು. ತೀರಾ ಸ್ವಾರ್ಥಿಯಾಗಿರಲಿಲ್ಲ. ಮನೆಗಾಗಿ, ಮನೆಯವರಿಗಾಗಿ ಸಾಕಷ್ಟು ಖರ್ಚು ಮಾಡುತ್ತಿದ್ದಳು. ಅದು ಬಾಯಿಯನ್ನು ಕಟ್ಟು ಹಾಕುತ್ತಿತ್ತು.

"ಪರ್ವಾಗಿಲ್ಲ, ಏನು ವಿಷ್ಯ?" ಕೇಳಿದಳು.

ಒಂದಿಷ್ಟು ಆತ್ಮವಿಶ್ವಾಸ ಕ್ರೋಢೀಕರಿಸಿಕೊಂಡ ನಂತರ ಕೈಯಲ್ಲಿದ್ದ ಬಿಲ್‌ನ ಅವಳ ಮುಂದಿಡಿದಳು.

"ಓ ಇದೆಲ್ಲಿ... ಸಿಕ್ತು?" ತೀರಾ ಸಾಧಾರಣ ವಿಷಯವೆನ್ನುವಂತೆ ಮಡಚಿ. "ಕೇಳಿ, ನಾನು ನನ್ನ ಬಾಸ್ ಒಂದೇ ರೂಮಿನಲ್ಲಿ ಉಳಿದುಕೊಂಡಿದ್ದೀವಿ ಅನ್ನೋಕೆ ಇದೊಂದು ಸಣ್ಣ ದಾಖಲೆ! ಹೌದು..." ಮಾತು ಮುಗಿಯಿತೆನ್ನುವಂತೆ ಬೇರೆಡೆ ಗಮನ ಕೊಟ್ಟಳು.

ಶರಾವತಿ ಹೊರಗೆ ಬಂದಳು! ಶರಧಿಯದು ಅನುಮಾನಿಸುವಂಥ ಕ್ಯಾರೆಕ್ಟರ್ ಅಲ್ಲವೆಂದು ಅವಳಿಗೆ ಗೊತ್ತಿತ್ತು! ರೂಮಿಗೆ ಬಂದು ಮಂಚದ ಮೇಲೆ ದೊಪ್ಪನೆ ಕುಕ್ಕರಿಸಿ ಬೆವರು ತೊಡೆದುಕೊಂಡಿದ್ದಳು. ಆದರೆ ಅವಳ ಬಾಸ್, ಆ ಕಂಪನಿಯ ಬಗ್ಗೆ ಪೇಪರ್‌ನಲ್ಲಿ ಓದಿದ್ದೆ. ವಿನಃ ವೈಯಕ್ತಿಕವಾಗಿ ಅವಳಿಗೇನು ಗೊತ್ತಿಲ್ಲ. ಹೆಸರಾಂತ ಆ್ಯಡ್ ಏಜೆನ್ಸಿ, ಹೆಸರಾದ ಮಾಡೆಲ್‌ಗಳನ್ನು ಉಪಯೋಗಿಸಿ ಆ್ಯಡ್ ಫಿಲಂಗಳನ್ನು ತಯಾರಿಸುತ್ತಿದ್ದರು. ಭಾರತದ ಸುಪ್ರಸಿದ್ಧ ಮಾಡೆಲ್‌ಗಳಲ್ಲಿ ಇವರ ಫಿಲಂಗಳಲ್ಲಿ

ನಟಿಸಿದವರೇ, ಮುಖ್ಯವಾಗಿ ಆ ಕಂಪನಿಯ ಸರ್ವ ಸೂತ್ರಧಾರ.

"ಅಮ್ಮ, ಅಮ್ಮ..." ಪದ್ಮನಾಭನ ದನಿ ಎಚ್ಚರಿಸಿತು.

"ಅತ್ತೆ, ನಂಗೆ ಏನೇನೋ ತಂದು ಕೊಟ್ಟಿದ್ದಾರೆ, ಸ್ವಲ್ಪ ನೋಡು... ಬಾ" ಕೈ ಹಿಡಿದುಕೊಂಡು ಜಗ್ಗಿದ. ಮೌನವಾಗಿ ಅವನೊಂದಿಗೆ ಹೊರ ಬಂದು ತುಟಿ ಕಚ್ಚಿ ನಿಂತದ್ದು. ಅತ್ಯಂತ ಆಕರ್ಷಕವಾದ ಬ್ಯಾಗ್‌ಗಳು ದಿವಾನ ಮೇಲೆ ಬಿದ್ದಿತು. ದಿವಾನಾ ಕೂಡ ಅವಳ ಕೊಡುಗೆಯೆ. ಆದರೆ ಅದನ್ನೆಂದು ಪ್ರಸ್ತಾಪಿಸಿರಲಿಲ್ಲ "ಇದೆಲ್ಲ ನಂಗೆನಂತೆ" ಅಂದ.

ಸಿಟ್ಟು ಸೆಡವು! ಆ ಕ್ಷಣದಲ್ಲಿ ಆಡಿದ ಮಾತುಗಳು ಅನಾಹುತವನ್ನು ತಂದು ಹಾಕುತ್ತದೆಯೆನ್ನುವ ವಿವೇಕವ ಅವಳದು. ಆಗ ಮೌನವನ್ನು ಅಪ್ಪಿಕೊಳ್ಳುತ್ತಿದ್ದಳು, ಈಗಲೂ ಅದನ್ನ ಅನುಸರಿಸಿದ್ದು.

"ಹೌದಾ, ಅತ್ತೆಗೆ ಥ್ಯಾಂಕ್ಸ್ ಹೇಳಲು ನಂಗೆ ಸ್ವಲ್ಪ ತಲೆನೋವು. ತಾತನ ಹತ್ರ ಎಲ್ಲಾ ತೋರ್‍ಸು ಹೋಗ್" ಅವನನ್ನು ಕಳುಹಿಸಿ ರೂಮಿಗೆ ಬಂದವಳೆ ಒಂದೆಡೆ ಕೂತಳು. ಮುಂದೇನು? ಇಂಥ ಸಂಬಂಧಕ್ಕೆ ಅರ್ಥವೇನು? ಅವಳಿಗೆ ತಲೆ ಕೆಟ್ಟಂತಾಯಿತು 'ಛಿ...' ಶರಧಿಯ ಬಗ್ಗೆ ಅಂಥ ಅಭಿಪ್ರಾಯವೇ ಇಷ್ಟವಾಗಲಿಲ್ಲ.

ಶರಧಿ ಕೂಡ ಸ್ವಲ್ಪ ಡಿಸ್ಟರ್ಬ್ ಆದಳು.

"ಪ್ಲೀಸ್, ನಂಗೆ ಲಈವ್ ಬೇಕು" ಎಂದು ಶ್ರೀಕಾಂತ್‌ಗೆ ಫೋನ್‌ನಲ್ಲಿ ತಿಳಿಸಿ ಶರಧಿ ಮಲಗಿದಳು. ಯಾಕೋ ಒಂದು ರೀತಿಯ ಚಡಪಡಿಗೆ. ಅಂದು ಪವನ್ ಇಷ್ಟವಾಗಿದ್ದ. ಬರೀ ಗೆಳೆಯನಾಗಿ ಮಾತ್ರ, ಆದರೆ ಶ್ರೀಕಾಂತ್ ಇಷ್ಟವಾಗಿದ್ದು ಬೇರೆ ರೀತಿಯಲ್ಲಿ.

ಕಾಲೇಜಿಗೆ ಹೋಗುವ ದಿನಗಳಲ್ಲಿ ಅವಳ ಗೆಳತಿಯದು "ಎಂಥ ಗಂಡನ ಕನಸು ಕಾಣ್ತಿ?" ಪ್ರಶ್ನಿಸಿದಾಗ ಅವಳಿಗೇನು ತೋಚುತ್ತಿರಲಿಲ್ಲ. "ಗಂಡ ಎನ್ನುವ ವ್ಯಕ್ತಿಯ ಬಗ್ಗೆ ನಂಗೆ ಕನಸಿಲ್ಲ" ಎನ್ನುತ್ತಿದ್ದಳು ಅವರೆಲ್ಲರದು ನಗೆ ಚಟಾಕಿಗಳು, ವಿಚಿತ್ರವೆನಿಸುವಂತೆ ನೋಡಿದ್ದುಂಟು.

ಡಿಗ್ರಿ ಮುಗಿಯುತ್ತಿದ್ದಂಗೆ ಪವನ್ ತನ್ನ ಆಫರ್ ಅವಳ ಮುಂದಿಟ್ಟ "ಇನ್ನು ಓಡಾಟ ಸಾಕು, ನಮ್ಮ ಮನೆಗೆ ಷಿಫ್ಟ್ ಆಗಿ ಬಿಡು" ಅಂದಾಗ ಅವಳ ಕಣ್ಣುಗಳಲ್ಲಿ ಅಚ್ಚರಿಯ ಭಾವ ಮೂಡಿತು. "ನಂಗೆ ಅರ್ಥವಾಗಲಿಲ್ಲ."

"ಅರೇ, ಅರ್ಥವಾಗದಿರೋಕೆ, ಏನಿದೆ? ನಮ್ಮಿಬ್ರ... ಮದ್ವೆ..." ಅವನ ಮಾತಿಗೆ ಗಂಭೀರವಾದಳು. ಐದು ಹತ್ತು ನಿಮಿಷಗಳ ತರುವಾಯ ಬಾಯಿ ಬಿಟ್ಟಿದ್ದು. ಅದುವರೆಗೆ ಸಾಕಷ್ಟು ಬಡಬಡಿಸಿ ಬಿಟ್ಟಿದ್ದ "ಸಾರಿ, ಪವನ್ ನಂಗೆ ಮದ್ವೆ ಆಗೋ ಯೋಚ್ನೆ ಇಲ್ಲ" ಇದು ಅವನಿಗೆ ತಮಾಷೆಯನಿಸಿತ್ತು. ಸಾಕಷ್ಟು ಓಡಾಡಿದ್ದರು, ಎಲ್ಲೆ ಮೀರದ ಓಡಾಟವೆ "ಏನು, ನಿನ್ನ ಮಾತಿನ ಅರ್ಥ? ವಿಷ್ಯ ನಿಮ್ಮನೆ ಕಡೆಯಿಂದ್ಲೇ ಬಂದಿದೆ. ಶ್ರೀಧರನಿಗೆ

ಅದೃಷ್ಟ ಅನ್ನೋ ತರಹ ಕೆಲ್ಸ ಸಿಕ್ಕಿದೆ, ನೆಕ್ಸ್ಟ್ ಮದ್ವೆ ತಾನೇ? ಅದಕ್ಕೆ ಮೊದ್ಲು ನಿನ್ನ ವಿವಾಹ ಮಾಡೋ ಪ್ಲಾನ್ ಮೇಡಮ್‌ನವರದು. ನಮ್ಮನೆಯಲ್ಲಿ ಕೂಡ ಯಾವ್ದೇ ಅಭ್ಯಂತರವಿಲ್ಲ" ಎಂದಿದ್ದ. ರಾಜಗೋಪಾಲ್ ಮನೆಯವರು ಒಳ್ಳೆಯವರೇ.

"ಸಾರಿ, ನಂಗೆ ಮದ್ವೆ ಆಗೋ ಯೋಚ್ನೆ ಇಲ್ಲ" ಮುಲಾಜಿಲ್ಲದೆ ಹೇಳಿದಳು. ಅವನು ಷಾಕಾದ "ಜೋಕಿಂಗಾ, ನಮ್ಮ ಒಡನಾಟಕ್ಕೆ ಒಂದು ಅರ್ಥದ ಕನಸು ಕಂಡು ವರ್ಷಗಳೇ ಆಯ್ತು" ಭಾವೋದ್ವೇಗದಿಂದ, ಪವನ್‌ದು ಪ್ರೇಮದ ನಿವೇದನೆ.

"ನಾನೆಂದು ಅಂಥ ಕನಸು ಕಂಡಿಲ್ಲ" ಅಷ್ಟೆ ಅಂದಿದ್ದು.

ಆಮೇಲೆ ಪವನ್ ಶರಧಿ ವಿವಾಹ ಮಾಡಲು ಮನೆಯವರೆಲ್ಲ ಪ್ರಯತ್ನಿಸಿದರು. 'ಒಲ್ಲೆ' ಅವಳ ಮಾತಷ್ಟೆ, ಸಾವಿರ ಸಲ ಕೇಳಿದರು. ಅವಳೇನು ಕಾರಣಗಳನ್ನು ಕೊಡಲಿಲ್ಲ. ಆರಾಮಾಗಿ ಎಂ.ಬಿ.ಎ. ಗೆ ಸೇರಿಕೊಂಡವಳು ನಿಶ್ಚಿಂತಳಾಗಿ ಮುಗಿಸಿದಳು. ಓದಿನಲ್ಲಿ ಬುದ್ಧಿವಂತೆಯೇ!

"ನಿನ್ನ ಮದ್ವೆ ಮುಗ್ಸಿ ಶ್ರೀಧರನಿಗೆ ಮಾಡಬೇಕೂಂತ ಇದ್ವಿ" ಸುಬ್ಬಲಕ್ಷ್ಮಿಯ ಮಾತಿಗೆ "ಬೇಡ, ಶ್ರೀಧರನ ಮದ್ವೆ ಮಾಡಿ, ನಂಗೆ ಮದ್ವೆ ಬೇಡ" ಇದೇ ಅವಳ ಮಾತು. ನೆಂಟರು ಪರಿಚಿತರು ಸಾಕಷ್ಟು ಹಏಳಿ ಸಾಕಾದ ಮೇಲೆಯೇ ಶ್ರೀಧರ ವಿವಾಹವಾಗಿದ್ದು. ಅಲ್ಪ ಸ್ವಲ್ಪ ಕೂಡ ಚಲಿಸಿರಲಿಲ್ಲ.

ಒಂದೆರಡು ವರ್ಷಗಳು ಅಲ್ಲಿಲ್ಲಿ ಕೆಲಸ ಮಾಡಿದ ನಂತರವೆ 'ವರ್ಷ ಆ್ಯಡ್ ಸಂಸ್ಥೆ'ಗೆ ಜಾಯಿನ್ ಆಗಿದ್ದು. ಅಲ್ಲಿ ಹಂತ ಹಂತವಾಗಿ ಮೇಲೇರಿದಳು. ವಿದೇಶಕ್ಕೆ ಹೋದ ಪವನ್ ಆಗಾಗ ಫೋನ್ ಮಾಡಿ ಹೇಳಿ ಸೋತಮೇಲೆ ತನ್ನೊಂದಿಗೆ ಕೆಲಸ ಮಾಡುತ್ತಿದ್ದ ಜಾಕೆಲಿನ್ ವಿವಾಹವಾಗಿ ಹೆತ್ತವರನ್ನು ಅಲ್ಲಿಗೆ ಕರೆಸಿಕೊಂಡಿದ್ದ. ಮನೆ ಮಾರಿಯಾದುದ್ದರಿಂದ ಅವರಿಬ್ಬರ ನಡುವಿನ ಕನೆಕ್ಷನ್ ಕಟ್ ಆಗಿತ್ತು. ಆಗಾಗ ಪವನ್ ಫೋನ್ ಮಾಡುತ್ತಿದ್ದ. ಸಹಜವಾಗಿ ಮಾತಾಡುತ್ತಿದ್ದಳು. ತನ್ನ ಪ್ರೊಫೆಷನ್ ವಿಷಯವಾಗಿ ಮಾತಾಡುತ್ತಿದ್ದಳೇ ವಿನಃ ಹೆಚ್ಚೇನು ಇರುತ್ತಿರಲಿಲ್ಲ. 'ವಿವಾಹ' ಅನ್ನುವ ವಿಷಯ ಬಂದ ಕೂಡಲೆ ಕಟ್ ಮಾಡುತ್ತಿದ್ದಳು.

ಇಷ್ಟವಿರಲೀ, ಬಿಡಲೀ... ಒಂದು ಗಂಡಿನ ಜೊತೆ ಜೀವನ ಸವೆಸುವುದು ಅವಳಿಗೆ ಬೇಕಿರಲಿಲ್ಲ! ಅರ್ಥಹೀನವೆನ್ನುವಂಥ ಭಾವ ಅವಳಲ್ಲಿ. ರಾಮೂರ್ತಿ, ಸುಬ್ಬಲಕ್ಷ್ಮಿಯದು ಅನುಕೂಲ ದಾಂಪತ್ಯವೇ! ಸಣ್ಣಪುಟ್ಟ ವಿಚಾರಗಳಲ್ಲಿ ಮಾತುಕತೆ ಅಷ್ಟೆ. ಈಗ ಶ್ರೀಧರ, ಶರಾವತಿ ಕೂಡ ಅನ್ಯೋನ್ಯವಾಗಿಯೇ ಇದ್ದರು. ಆದರೂ ಈ ವೈಪರೀತ್ಯ ಬೆಳೆದಿದ್ದಾದರೂ ಹೇಗೆ? ಬದಲಾವಣೆಯ ಗಾಳಿಯಾ? ಸಾಂಗತ್ಯ ಬೇಕೆನಿಸಿದಾಗ ಬಾಸ್ ತೋಳುಗಳಲ್ಲಿ?

ಆರು ಅಡಿ ಎತ್ತರದ ಶ್ರೀಕಾಂತ್ ಬುದ್ಧಿವಂತ, ಶಿಸ್ತಿನ ಮನುಷ್ಯ. ನಿರಂತರ ವ್ಯಾಯಾಮದಿಂದ ಶರೀರವನ್ನು ಅಚ್ಚುಕಟ್ಟಾಗಿ ಕಾಪಾಡಿಕೊಂಡಿದ್ದ. ಆಕರ್ಷಕ ವ್ಯಕ್ತಿತ್ವ

ಸಂಸ್ಥೆಗೆ ಸಂಬಂಧಪಟ್ಟ ಅವನ ಪರ್ಸನಲ್ ಕೆಲಸಗಳ ಜವಾಬ್ದಾರಿ ಇವಳದೇ. ಸಂಸ್ಥೆಯ ಮೂಲ ಬಂಡವಾಳವೆ ಅವನು.

ಅಂದು ಸೋಪುಗೆ ಸಂಬಂಧಿಸಿದ ಕಂಟ್ರ್ಯಾಕ್‌ಗೆ ಸಹಿ ಮಾಡಿ ಸ್ವಲ್ಪ ಉಲ್ಲಾಸವಾಗಿದ್ದ ಶ್ರೀಕಾಂತ್ "ಶರಧಿ ತೀರಾ ಬೋರ್, ಒಂದಿಷ್ಟು ಹೊರ್ಗೇ ಹೋಗಿ ಬರೋಣ" ಅಂದಾಗ ಎಸ್ ಅಂದಿದ್ದಳು. ಇದೇನು ಹೊಸದಲ್ಲ ಆಗಾಗ ಹೋಗಿ ಬರುವುದಿತ್ತು. ಆದರೆ ಇಂದಿನ ದಇನದ ವಿಶೇಷವೆ ಬೇರೆ ಇತ್ತು. ಹೊಸತೊಂದು ಅನುಭವ ಕಾದಿತ್ತು.

ಸಿಟಿಯಾ ರೆಸಾರ್ಟ್‌ನಲ್ಲಿ ರೂಂ ಬುಕ್ ಆಗಿತ್ತು. ಅತ್ಯಂತ ಸುಂದರವಾದ ಪರಿಸರ, ಮೋಡಗಳು ಸೂರ್ಯನೊಂದಿಗೆ ಚಿನ್ನಾಟವಾಡುತ್ತಿತ್ತು.

"ವಂಡರ್‌ಫುಲ್, ಐ ಲೈಕ್ ನೇಚರ್, ಒಂಟಿಯಾಗಿ ಕಾಡು ಮೇಡು ತಿರುಗಾಡಿದಿದೆ" ಆಕಾಶದತ್ತ ನೋಟವರಿಸಿ ಹೇಳಿದ ಶ್ರೀಕಾಂತ್. "ಇವತ್ತು ಕಂಪನಿ ವಿಷ್ಯಗಳನ್ನು ಮಾತಾಡ್ದೋದು ಬೇಡ. ಆ ಗುಡ್ಡದ ಮೇಲೆ ಹೋಗಿ ಸೂರ್ಯಾಸ್ತಮ ನೋಡೋಣ. ದೇವರು ಎಷ್ಟೋ ವಿಸ್ಮಯಗಳನ್ನು ಕೊಟ್ಟಿದ್ದಾನೆ. ಅದ್ಭುತವಾದ ಸೊಬಗನ್ನು ಹರಡಿದ್ದಾನೆ. ಕನಿಷ್ಟ ಒಂದು ಪರ್ಸೆಂಟ್ ಇದನ್ನೆಲ್ಲ ಸವಿದಿದ್ದಾರಾ? ನೋ... ನೋ... ಕನಿಷ್ಟ ಬೆಳಗ್ಗೆ ಸೂರ್ಯ ಝಗ ಝಗಿಸುತ್ತ ಮೇಲೇರಿ ಬರುವ, ಸಂಜೆ ಅತ್ಯಂತ ಶಾಂತನಾಗಿ ಸಂಧ್ಯೆಯ ಒಡಲಲ್ಲಿ ಮುಳುಗುವ ಚಮತ್ಕಾರ ಎಷ್ಟು ಮಂದಿ ನೋಡಿ ಮನಪೂರ್ವಕವಾಗಿ ಅನುಭವಿಸಿದ್ದಾರೆ? ಅದಕ್ಕಾಗಿ ತವಕಿಸಿದ್ದಾರೆ. ಹುಟ್ಟಿನ ಮೂಲ ಬರೀ ಹಣ, ಸಂಪಾದ್ನೆ, ಲಕ್ಷುರಿಯ ಜೀವನ ಮಾತ್ರ ಎಂದು ತಿಳಿದವರೇ ಹೆಚ್ಚು. ಐ ಲೈಕ್ ನೇಚ್, ಆ್ಯಪಲ್ ಕಂಪ್ಯೂಟರ್ ಮುಖ್ಯಸ್ಥ ಒಂದು ಮಾತು ಹೇಳಿದ್ದಾರೆ. "Please go back to nature and nature will find solutions"

ಕ್ಯಾಮರ ಹೆಗಲಿಗೇರಿಸಿ ಗುಡ್ಡದ ಬಳಿಗೆ ಕರೆದೊಯ್ದು ಸೂರ್ಯಾಸ್ತಮ ತೋರಿಸುವಾಗ ಶ್ರೀಕಾಂತ್ ತೋಳು ಅವಳ ಭುಜವನ್ನ ಬಳಸಿತ್ತು. ಮೊದಲ ಪುರುಷ ಸ್ಪರ್ಶ! ಅದನ್ನು ಸರಿಸಬೇಕೆನಿಸಲಿಲ್ಲ, ಪುಳಕಿತಳಾದಳು. ಹೊಸ ಅನುಭವ! ಅದ್ಭುತ ರೋಮಾಂಚನ.

ಸೂರ್ಯಾಸ್ತಮದ ಹಲವಾರು ಫೋಟೋಗಳ ಜೊತೆ ಅವಳನ್ನು ಅಲ್ಲಲ್ಲಿ ನಿಲ್ಲಿಸಿ ಫೋಟೋ ತೆಗೆಯುವ ಮುನ್ನ ಸಂಕೋಚವಿಲ್ಲದೆ ಕೈ ತೋಳನ್ನು ಮುಟ್ಟಿದ್ದ ಸಹಜವೆನ್ನುವಂತೆ.

"ಯು ಲುಕ್ ಲೈಕ್ ಏಂಜಲ್, ಖಂಡಿತ ದೇವತೆಯಂತೆ ಕಾಣ್ತೀಯ. ಬಹುಶಃ ದೇವತೆಗಳೆಲ್ಲ ನಿನ್ನಂತೆ ಇರ್ತಾರೇಂತ ಕಾಣಿಸುತ್ತೆ" ಅಂದ ಮುನಿಸು ಕೋಪ ಎಂಥದ್ದು ಇಲ್ಲ. ಅವಳ ಗಲ್ಲ ಕೆಂಪಾಯಿತು. ಅಲ್ಲಿ ಅರಳಿದ್ದು ಸುಂದರ ಮೊಗ್ಗು. ಸನಿಹ ಮತ್ತು ಬರಿಸುವಂತಿತ್ತು ಕಾತರದ ಗಳಿಗೆಗಳು.

ಅನುಭವಿ ಶ್ರೀಕಾಂತ್ ಎರಡು ಮಕ್ಕಳ ತಂದೆ. ಶರೀರದ ಇಂಚಿಂಚು ಸ್ಪರ್ಶಿಸಿದ, ಅವಳ ಸ್ಪಂದನವಿತ್ತು. ಮಳೆಯೇ ಕಾಣದ ಭೂಮಿ ಬೊಬ್ಬಿರಿದು, ವರ್ಷಧಾರಿಗಾಗಿ ಪುಟಿಯುತ್ತಿತ್ತು. ಅಲ್ಲೊಂದು ಸಾಮ್ರಾಜ್ಯದ ಸೃಷ್ಟಿ, ಅದಕ್ಕೆ ಅಧಿಪತಿಗಳಂತೆ ಸುಖಿಸಿದರು.

ಬೆಳಕು ಹರಿದ ಪರಿವೆ ಇಲ್ಲದಂತೆ ಒಂದಾಗಿ ಹೋದರು. ಇವಳಿಗೆ ಪೂರ್ತಿ ಎಚ್ಚರವಾಗುವ ವೇಳೆಗೆ ಕಿಟಕಿಯ ಪರದೆಗಳನ್ನು ಸರಿಸಿ ಹೌಸ್ ಕೋಟು ತೊಟ್ಟ ಶ್ರೀಕಾಂತ್ ದೂರಕ್ಕೆ ಕಣ್ಣು ಹಾಯಿಸುತ್ತ ನಿಂತಿದ್ದ ಹೊಸದೊಂದು ಪ್ರಪಂಚವನ್ನು ಸಂದರ್ಶಿಸ ಬಂದಂತಿತ್ತು.

ಅರಿವಿಗೆ ಬಂದ ಕೂಡಲೆ ಈ ಸ್ಥಿತಿಯಲ್ಲಿ ಅವಳೆಂದು ನಿದ್ರಿಸಿರಲಿಲ್ಲ. ಕೈಗೆ ಟವಲನ್ನು ಸುತ್ತಿಕೊಂಡು ಬಾತ್‌ರೂಮಿಗೆ ಹೋದಳು. ಸ್ವಲ್ಪ ಕಸಿವಿಸಿಯೆನಿಸಿದರು. ತೃಪ್ತ ಭಾವವಿತ್ತು. ಯೌವನಕ್ಕೆ ಬಂದ ಮೇಲೆ ತಾನು ಕಳೆದುಕೊಂಡಿದ್ದು ಎಷ್ಟೆಂತ ಲೆಕ್ಕ ಹಾಕತೊಡಗಿತು. ಅವಳ ಮನಸ್ಸು ಭಾವ ಸಂಚಾರದ ಪರಾಕಾಷ್ಟೆಯನ್ನು ಮುಟ್ಟಿದ್ದಳು. ಅರ್ಧಗಂಟೆ ಶವರ್ ಕೆಳಗೆ ನಿಂತು ಸ್ನಾನ ಮಾಡಿ ದಣಿದರೂ ಮೈಮನದಲ್ಲಿ ಪುಳಕ. ರಾತ್ರಿಯಲ್ಲಿ ಏನೆಲ್ಲ ನಡೆದು ಹೋಗಿದ್ದರು ಟವಲು ಉಟ್ಟು ಹೊರ ಬರುವ ದಿಟ್ಟತನವಿರಲಿಲ್ಲ.

"ಶರಧಿ... ಶರಧಿ" ಜೇನಿನಲ್ಲಿ ಅದ್ದಿದಂತಿದ್ದ ದನಿ ಎಲ್ಲಿಗೋ ಕರೆದೊಯ್ದಿತು. ಕ್ಷಣಗಳಲ್ಲಿ ಶ್ರೀಕಾಂತ್‌ನ ತೋಳುಗಳಲ್ಲಿ ರಾತ್ರಿಗಿಂತ ವಿಭಿನ್ನವಾದ ಮತ್ತೇರಿಸುವಂಥ ಅನುಭವ. ಕ್ಷಣ... ಕ್ಷಣವು... ಹಿತವೆ. ಅಲ್ಲಿ ಬಲತ್ಕಾರವಿರಲಿಲ್ಲ. ತನ್ನನ್ನು ಪೂರ್ತಿಯಾಗಿ ಒಡ್ಡಿಕೊಂಡಿದ್ದಳು.

ಹೀಗೆ ಷುರುವಾದ ಅವಳ ಶ್ರೀಕಾಂತ್‌ನ ಸಂಬಂಧ ಈಗ ಅತ್ಯಂತ ನಿಕಟವಾಗಿತ್ತು. ಆ ಬಗ್ಗೆ ಅವಳು ಸಮಾಜಕ್ಕೆ ಹೆದರಲಿಲ್ಲ. ಒಮ್ಮೆ ತನ್ನ ದಾಂಪತ್ಯದ ಕಹಿಯನ್ನು ಉಸುರಿದ್ದ.

"ಅಮೂಲ್ಯನ ಇಷ್ಟಪಟ್ಟು ವಿವಾಹವಾಗಿದ್ದಕ್ಕೆ ಎರಡು ಕಾರಣ. ನಂಗೆ ಆ್ಯಡ್ ಪ್ರಪಂಚದಲ್ಲಿ ಯಾರಾದ್ರೂ ಗಾಡ್‌ಫಾದರ್ ಬೇಕಿತ್ತು. ಅಮೃತ ಸೇನ್ 'ವರ್ಷ ಆ್ಯಡ್ ಕಂಪನಿ'ಯ ಮುಖ್ಯಸ್ಥ, ದೇಶ, ವಿದೇಶಗಳಲ್ಲಿ ಅವರ ಹೆಸರಿತ್ತು. ಇನ್ನು ಅಮೂಲ್ಯ ಚೆಲುವೆ, ಅವಳ ಪೊಸ್ಸೆಸ್ಸಿವ್ ಇಷ್ಟವೆನಿಸಿತ್ತು. ನಂತರ ಅದೇ ಪೊಸ್ಸೆಸ್ಸಿವ್ ನಮ್ಮ ವಿರಸಕ್ಕೆ ಕಾರಣವಾಯಿತು. ಆರು ವರ್ಷದ ದಾಂಪತ್ಯದಲ್ಲಿ ಸುಖವಾಗಿದ್ದ ದಿನಗಳು ರಾತ್ರಿಗಳು ಕಡಿಮೆಯೆ, ಅವಳೊಬ್ಬ ರಾಕ್ಷಸಿ, ಎಷ್ಟು ಹಿಂಸಿಸಿದಳೆಂದರೆ, ಕೆಲವೊಮ್ಮೆ ಆತ್ಮಹತ್ಯೆ ಮಾಡಿಕೊಂಡು ಬಿಡಬೇಕೆನಿಸುದ್ದುಂಟು." ಕಟುವಾಗಿ ಹೇಳಿದ್ದ.

ಕೇಳಿ ಶರಧಿ ಗಾಬರಿಯಾದದ್ದುಂಟು, ಶ್ರೀಕಾಂತ್ ಅಂಥ ವ್ಯಕ್ತಿ ಧೈರ್ಯಗೆಡ ಬೇಕಾದರೇ, ಅಮೂಲ್ಯ ಎಂಥ ಹೆಣ್ಣು? ಕಲ್ಪಸಿಕೊಳ್ಳಲೇ ಹಿಂಜರಿದಿದ್ದಳು. ನೆನಪಾಗಿ ಹಾದು ಹೋಗಿತ್ತು ಅಂದಿನ ದೃಶ್ಯ.

"ಶರಧಿ... ಶರಧಿ... ಮಲ್ಗಿದ್ದೀರಾ? ಲೈಟು ಹಾಕಿರಲಿಲ್ಲ ಗಾಬ್ರಿಯಿಂದ ಬಂದೆ" ಶರಾವತಿ ಲೈಟು ಹಾಕಿದಳು. ಮಲಗಿದ್ದ ಶರಧಿ ತಕ್ಷಣ ಕಣ್ಣುಗಳಿಗೆ ಕೈ ಅಡ್ಡ ಹಿಡಿದು "ಯಾಕೆ ಗಾಬ್ರಿ? ಸುಬ್ಬಲಕ್ಷ್ಮಿಯವರಿಗೆ ಸರ್ರಾದ ಸೊಸೆ. ಒಂದಿಷ್ಟು ನಿದ್ದೆ ಬಂದಿತ್ತು. ಸಮಯ ಗೊತ್ತಾಗಲಿಲ್ಲ ಸಾರಿ...! ಅತ್ತಿಗೆ" ಅಷ್ಟು ಹೇಳಿದ ನಂತರ ಎದ್ದು ಕೂತಳು. ಮನದ ತುಡಿತ ಹೇಳಿಕೊಂಡು ಸಮಾಧಾನಪಟ್ಟುಕೊಳ್ಳಲು ಶರಾವತಿ ಸಾಕೆನಿಸಿತು.

"ಕೂತ್ಕೋ, ನಂಗೂ ಒಂದಿಷ್ಟು ಹೇಳಿಕೊಳ್ಳಬೇಕೆನಿಸಿದೆ. ಎಲ್ಲಾದ್ರೂ... ಹೋಗೋಣ" ಬಾತ್ ರೂಮಿಗೆ ಹೋಗಿ ಬಾಗಿಲು ಹಾಕಿಕೊಂಡಾಗ ಶರಾವತಿ ಮಂಚದ ಪಕ್ಕದ ಟೀಪಾಯಿ ಮೇಲೆ ಫಳಕ್ಕೆಂದ ಉಂಗುರವನ್ನು ಗಮನಿಸಿ ಎತ್ತಿಕೊಂಡು ಸೂಕ್ಷ್ಮವಾಗಿ ಗಮನಿಸಿದಾಗ ವಜ್ರದೆನಿಸಿತು. ಶರಧಿ ತನ್ನ ಭಾವನೆಗಳನ್ನು ಪ್ರದರ್ಶನಕ್ಕೆ ಇಡಲು ಇಷ್ಟಪಡದ ತನಗಾಗಿ ಖರೀದಿಸಿದನ್ನು ತೋರಿಸಿಯಾಳೇ? ಖಂಡಿತ ಇಲ್ಲ ಅದು ಅವಳ ಸ್ವಭಾವವಲ್ಲ ಅಷ್ಟೆ, ಅಲ್ಲೇ ಇಟ್ಟಳು. ಶರಧಿ ಏನು ಹೇಳಬಹುದು?

ಹತ್ತು ನಿಮಿಷಗಳ ನಂತರ ಫ್ರೆಶಾಗಿ ಬಂದವಳು "ನೀವು ಒಂದಿಷ್ಟು ರೆಡಿಯಾಗಿ ಬಿಡಿ" ಅನ್ನುವ ವೇಳೆಗೆ ಫೋನ್ ಬಂತು. 'ಬಾಸ್ ಶ್ರೀಕಾಂತ್', ಅವಳ ಮುಖದ ಭಾವನೆ ಬದಲಾಯಿತು. ಕಿಟಕಿಯ ಬಳಿಗೆ ಹೋಗಿ ಮಾತಾಡಿ ಮೊಬೈಲ್‌ಗೆ ತುಟಿಯೊತ್ತಿದನ್ನು ನೋಡಿ ಮೇಲೆದ್ದ ಶರಾವತಿ "ಅಂಥ ದೊಡ್ಡದಾಗಿ ರೆಡಿಯೇನಿಲ್ಲ, ಬರೀ ಸೀರೆ ಬದಲಾಯಿಸ್ಕೋತೀನಿ" ಹೊರಗೆ ಬಂದವಳ ಮುಖದಲ್ಲಿ ಗಾಂಭೀರ್ಯವಿತ್ತು.

ಅವಳ ಪ್ರಕಾರ ದೊಡ್ಡದಾಗಿ ರೆಡಿಯಾಗಬೇಕಿರಲಿಲ್ಲ, ಮೊದಲು ಡ್ರೆಸ್‌ಗಳನ್ನು ಉಪಯೋಗಿಸುತ್ತಿದ್ದುದುಂಟು, ವಿವಾಹದ ನಂತರ ಪೂರ್ತಿಯಾಗಿ ಸೀರೆಗೆ ಜೋತು ಬಿದ್ದಿದ್ದಳು. ಶ್ರೀಧರನ ಒತ್ತಾಯವೇನು ಇರಲಿಲ್ಲ.

"ಯಾವುದಾದ್ರೂ ಡ್ರೆಸ್ ಕೊಡಿಸ್ಲಾ?" ಛೇಡಿಸಿದ್ದ ಶ್ರೀಧರ "ನಂಗೆ ಪ್ರೊಮೊಷನ್ ಸಿಕ್ಕಿದೆ. ಯಾಕೋ ಇಷ್ಟ ಆಗೋಲ್ಲ" ನಿರಾಕರಣೆ ತೋರಿದ್ದಳು. ಸುಬ್ಬಲಕ್ಷ್ಮಿಗೆ ಸೊಸೆ ಆಗಿರೋದು ಇಷ್ಟವೇ. ಅದನ್ನು ಬಾಯಿ ಬಿಟ್ಟು ಹೇಳಿದ್ದರು "ಯಾಕೋ, ಬೇಡಾಂತ ಅನ್ನಿಸಿದೆ, ನಾನೇನು ವರ್ಕಿಂಗ್ ವುಮೆನ್ ಅಲ್ಲ, ಮನೆಗೆ ಇದು ಆರಾಮ್" ಅಂದಿದ್ದುಂಟು. ಆಕೆ ಸುಮ್ಮನಾಗಿದ್ದರು.

ಆಕೆಗೆ ಆಶ್ಚರ್ಯ! ವಿಸ್ಮಯದಿಂದ ಕಣ್ಣರಳಿಸಿದರು.

"ಇದೇನು, ಇಷ್ಟೊಂದು ಒಳ್ಳೆ ಬುದ್ಧಿ! ಕೆಲ್ಸಕ್ಕೇಂತ ಸೇರಿದ್ಮೇಲೆ ಎಂದಾದ್ರೂ ನಮ್ಜೊತೆ ಬಂದಿದ್ದುಂಟ? ಅವಳಷ್ಟೆ ಕಾರಿನ ಓಡಾಟ, ಏನೋ ಹೋಗ್ಲಿ ಬಿಡು, ಮದ್ವೆ ಅಂತ ಮಾಡ್ಕೊಂಡ್ ಸೆಟಲ್ ಆದರೆ ಸಾಕು. ನೀನು ಒಂದಿಷ್ಟು ಬುದ್ಧಿ ಹೇಳು" ಗೊಣಗಿಯೇ ಸುಬ್ಬಲಕ್ಷ್ಮಿ ಆಜ್ಞಾಪಿಸಿದ್ದು.

ಅವಳಿಗೇನು ಒಪ್ಪಿಸುವ ನಂಬಿಕೆ ಇರಲಿಲ್ಲ. ಈಗ ಬರೀ ಕುತೂಹಲ ಮಾತ್ರ. ಬರೀ ಮುಗುಳ್ನಗೆ ಬೀರಿ ಸಮಾಧಾನದ ಉಸಿರು ಬಿಟ್ಟಳು. ಶರಾವತಿ ಅಕಸ್ಮಾತ್

'ಹೌದು' ಅಂದುಬಿಟ್ಟರೇ, ಅವಳಿಗೆ ಗಾಬರಿ.

ಶರಧಿ ಮನೆಯಲ್ಲಿದ್ದಾಗ ಕಾರು, ಡ್ರೈವರ್ ಮನೆಯ ಮುಂದೆಯೇ. ಕಾಂಪೌಂಡ್‌ನಲ್ಲಿ ಕಾರು ನಿಲ್ಲಿಸಿಕೊಳ್ಳಲು ಬಾಲ್ಕನಿ ಅಂಥದೇನು ಇರಲಿಲ್ಲ ಷೆಡ್ ಮೊದಲೆ ಇರಲಿಲ್ಲ. ಮನೆಯ ಮುಂದೆ ಒಂದು ಪಕ್ಕ ಕಾರು ನಿಲ್ಲುತ್ತಿತ್ತು. ಅದು ಬಂದು ನಿಲ್ಲಲು ಷುರುವಾದ ಮೇಲೆ ಮನೆಯ ಮರ್ಯಾದೆ ಹೆಚ್ಚಿದೆ ಎನ್ನುವ ಭಾವ ಎಲ್ಲರದು.

ಶರಧಿ ಘಮ ಘಮ ಎನ್ನುವಂತೆ ರೂಮಿನಿಂದ ಹೊರಗೆ ಬಂದಳು. ಅತ್ಯಂತ ಆಕರ್ಷಕ ಬಣ್ಣದ, ಅದ್ಭುತ ಚಿತ್ತಾರದ ಸೀರೆ. ಬಿಚ್ಚು ಹೊಳೆಯುವ ಕೂದಲು ಭುಜದ ಮೇಲೆ ಹರಡಿಕೊಂಡಿತ್ತು. ಅವಳು ಮೊದಲೇ ಚೆಲುವೆ. ಈಗ ಅತ್ಯಂತ ಕಾಸ್ಟ್ಲಿಯ ಮೇಕಪ್ ಸಾಮಾನುಗಳು ಅವಳನ್ನು ಅದ್ಭುತವಾಗಿಸಿತ್ತು.

"ಹೋಗೋಣ..." ಅಂದಳು.

ಸುಬ್ಬಲಕ್ಷ್ಮಿ ಮುಖ ತಿರುವಿಕೊಂಡು ಕಿಚನ್‌ಗೆ ಹೋದರು. ಮಗಳ ಬಗ್ಗೆ ಮೆಚ್ಚುಗೆ ಇತ್ತು. ಅದಕ್ಕೆ ಮೀರಿದ ಆತಂಕ ಕೂಡ.

ಕಾರು ಒಂದು ಗಾರ್ಡನ್ ರೆಸ್ಟೋರೆಂಟ್ ಮುಂದೆ ನಿಂತಿತು. ಕಾರು ಪಾರ್ಕಿಂಗ್‌ಗೆ ಜಾಗವಿತ್ತು. ಶರಾವತಿ ಎಂದೂ ಬಂದಿರಲಿಲ್ಲ. ಹಾಗಂತೇನು ಕಣ್ಣರಳಿಸಲಿಲ್ಲ. ಅದು ಅವಳ ಸ್ವಭಾವ ಕೂಡ ಅಲ್ಲ. ಆದರೆ ಆ ಕಂಪನಿಗೆ ಜಾಯಿನ್ ಆದ ಮೇಲೆ ಶರಧಿ ಎಂದೂ ಕಂಡಿರದ ಜಗತ್ತನ್ನು ಕಂಡಿದ್ದಳು. ಆ ಬದಲಾವಣೆಗೆ ಆರಾಮಾಗಿ ಬಗ್ಗಿಕೊಂಡಿದ್ದು ಅಚ್ಚರಿಯೇನಲ್ಲ.

"ಅತ್ಗೇ, ಇಲ್ಲಿ ಕೂತುಕೊಳ್ಳೋಣ" ಕೂತಳು.

"ಏನು ತಗೋತೀರಾ?" ಕೂತ ನಂತರ ಶರಧಿ ಮೆನು ಕೈಗೆತ್ತಿಕೊಂಡು ಕೇಳಿದಳು. "ಏನಾದ್ರೂ ಗುಡ್ ನ್ಯೂಸಾ? ಡೋಂಟ್ ಮೈಂಡ್, ನಾನು ಕೇಳಿದ್ದು ನಿನ್ನ ಪ್ರಮೋಷನ್ ವಿಷ್ಯ ಮಾತ್ರ. ಏನಾದ್ರೂ ಸಮಸ್ಯೆನಾ?" ಧಾವಂತವಿತ್ತು ಅವಳ ದನಿಯಲ್ಲಿ.

ಶರಧಿ ಮಾತಾಡಲಿಲ್ಲ. ಸಂಕೋಚದಿಂದಲೋ, ಪಶ್ಚಾತಾಪದಿಂದಲೋ ಹೇಳಬೇಕೆನಿಸಲಿಲ್ಲ. ಹಣ್ಣಿನ ರಸ ತರಿಸಿಕೊಂಡು ಸಿಪ್ ಮಾಡುತ್ತ ಅಂದಿನ ರಾತ್ರಿಯಿಂದ ಹಿಂದಿನ ದಿನದವರೆಗಿನ ಚಿತ್ರಣವನ್ನು ಅತ್ಯಂತ ಸೂಕ್ಷ್ಮವಾಗಿ ಸಂಕ್ಷಿಪ್ತವಾಗಿ ಬಿಡಿಸಿಟ್ಟಳು. ಸರಳವಾಗಿ ಬೆವೆತದ್ದು ಶರಾವತಿ ಒಂದೆರಡು ಸಲ ಹಣೆಯ ಮೇಲೆ ಕರ್ಚಿಫ್ ಆಡಿತು.

"ನಿಂಗೆ ತಪ್ಪು ಅನಿಸಿದ್ದುಂಟಾ?" ಕೇಳಿದಳು ಶರಾವತಿ "ಖಂಡಿತ ಇಲ್ಲ, ಐ ಲೈಕ್ ಶ್ರೀಕಾಂತ್. ಅವರ ಸನ್ನಿಹ, ಮಾತು, ಸುಖ ಎಲ್ಲಾ ಬೇಕೆನಿಸಿದೆ" ಅತ್ಯಂತ ಸ್ಪಷ್ಟವಾಗಿ ನುಡಿದಳು.

"ಓಕೇ, ಅವರನ್ನೇ ಮದ್ವೆಯಾಗಿ ಬಿಡು" ಆತುರದಿಂದ ಹೇಳಿದಳು.

"ಇಲ್ಲ, ನಂಗೆ ಮದ್ವೆ ಆಗೋ ಇಚ್ಛೆ ಈಗಲೂ ಇಲ್ಲ. ನನ್ನ ಅವರು ಇಷ್ಟಪಟ್ಟಿದ್ದಾರೆ, ನಾನು ಅವ್ರನ್ನ ಇಷ್ಟಪಡ್ತೀನಿ, ಇಷ್ಟವಿಲ್ಲವೆನಿಸಿದಾಗ ಸುಲಭವಾಗಿ ಬೇರೆಯಾಗಬಹುದು. ಅವರಿವರ ಬುದ್ಧಿವಾದ, ಕೋರ್ಟು, ಕಛೇರಿ ವಾದ ವಿವಾದ ಅವೆಲ್ಲ ಯಾಕೆ? ಈಗಾಗ್ಲೇ ಅಂಥ ಒಂದು ವಿವಾದದಿಂದ ಶ್ರೀಕಾಂತ್ ಪಾರಾಗಿದ್ದಾರೆ."

ನಾದಿನಿಯ ಮಾತು ಕೇಳಿ ಅವಳು ಸುಸ್ತಾದಳು. ಈ ಸಂಬಂಧಕ್ಕೆ ಸಮಾಜ ಹೇಗೆ ಅರ್ಥೈಯಿಸಬಹುದು? ಅದಕ್ಕೆ ಯಾವ ಹೆಸರು ಕೊಡಬಹುದು?

ಸುಮ್ಮನೆ ತಲೆ ತಗ್ಗಿಸಿ ಕೂತ ಶರಾವತಿ ನಿಧಾನವಾಗಿ ತಲೆಯೆತ್ತಿ "ಡೇಟಿಂಗ್, ಲೀವ್-ಇನ್ ರಿಲೇಷನ್, ಲವ್ ಮ್ಯಾರೇಜ್, ಡೈವೋರ್ಸ್ ಇದೆಲ್ಲ ಪಾಶ್ಚಾತ್ಯ ಪದ್ಧತಿಗಳು. ನಮ್ಮ ಸಂಸ್ಕೃತಿಯಲ್ಲ ವಿವಾಹಕ್ಕೆ ಮಹತ್ವವಿದೆ, ಗೌರವವಿದೆ. ಶ್ರೀಕಾಂತ್ ವಯಸ್ಸೆಷ್ಟು?" ಕೇಳಿದಕ್ಕೆ ಅವಳ ನಸುನಗು ಉತ್ತರವಾಯಿತು.

"ಈಗ್ಲೂ, ಅವ್ರನ್ನ ವಿವಾಹಕ್ಕೆ ಒಪ್ಸು"

ಶರಾವತಿಯ ಒತ್ತಾಯಕ್ಕೆ ಅವಳು ತಲೆಯಾಡಿಸಿ "ಕಾಲ ಬದಲಾಗಿದೆ. ಮದ್ವೆಯಾದರು ಅವರ ಮಹತ್ವಕ್ಕೆ ಹೆಚ್ಚಿನ ಗೌರವವೇನು ಕೊಡ್ತಾ ಇಲ್ಲ. ವಿವಾಹದ ಸವಿಗನಹಸು ಕರಗುವ ಮುನ್ನವೇ ವಧು - ವರರು ಮಧು ಮಂಚ ಏರುವ ಬದಲು ಡೈವೋರ್ಸ್ ಅಂತ ಕೋರ್ಟಿನ ಮೆಟ್ಟಿಲೇರುತ್ತಿದ್ದಾರೆ. ಅಮೂಲ್ಯವಾದ ಸಮಯ ಅಲ್ಲಿ ಪೋಲಾಗುತ್ತಿದೆ. ನಂಗೆ ಅದೆಲ್ಲ ಇಷ್ಟವಿಲ್ಲ, ನಿಮ್ಗೆ ಹೇಳಬೇಕೂಂತ ಅನ್ನಿಸ್ತು ಹೇಳ್ದೆ. ತಾವು ಹೆತ್ತವ್ರು, ಸಾಕಿದವ್ರು ಅನ್ನೋ ಕಾರಣಕ್ಕೆ ಬದ್ಕಿನ ಎಲ್ಲಾ ವಿಚಾರಗಳಲ್ಲು ಕೈ ಹಾಕೋದು ನಂಗಿಷ್ಟವಿಲ್ಲ. ಸಿಕ್ಕ ಒಂದು ಬದ್ಕು ಯಾರು ಯಾರಿಗೋ ವಿನಿಯೋಗವಾದರೇ, ಅವರಿಗೆ ಉಳಿಯೋದಾದರು ಏನು? ಅವರವರು ಸ್ವಂತಕ್ಕೆ ಬದ್ಕಿಕೊಳ್ಳೋದು ಒಳ್ಳೇದು, ನನ್ನ ಪ್ರಕಾರ ಇದೇ ನ್ಯಾಯ" ದೃಢವಾಗಿ ಹೇಳಿದಳು. ಶರಧಿ ದೃಢತೆಗೆ ಅತ್ತಿಗೆಯಾದವಳು ಬೆಚ್ಚಿದಳು.

"ಬದಲಾವಣೆಗೆ ಹೊಂದಿಕೋಬೇಕು. ಆದರೆ ಈ ತರಹ ಅಲ್ಲ ಜೀವನಕ್ಕೆ ಬಂಧನದ ಜೊತೆ ನಿರ್ಬಂಧಗಳು ಇರಬೇಕು. ನೀನು ನಿಜ್ವಾಗಿ ತಪ್ಪಾಗಿ ಅರ್ಥೈಯಿಸಿಕೊಂಡಿದ್ದಿ" ಇವಳು ಮಾತು ಮುಗಿಸುವ ಮುನ್ನವೇ ಮೊಬೈಲ್ ಸದ್ದು ಮಾಡಿತು "ಹಲೋ..." ಅಂದು ಷುರುವಾದದ್ದು ಐದು ನಿಮಿಷ ಮುಂದುವರಿಯಿತು. "ಪ್ಲೀಸ್ ಶರಾವತಿ... ಒಂದು ಫೈಲ್ ಅಟೆಂಡ್ ಮಾಡಬೇಕು. ನಿನ್ನ ಡ್ರಾಪ್ ಮಾಡಿ ನಾನು ಹೋಗ್ತೀನಿ" ಚಡಪಡಿಕೆ ಇತ್ತು. ಕಣ್ಣಲ್ಲಿ ನವಿರಾದ ಮಿಂಚು. ಶರಾವತಿ ಮೇಲೆದ್ದು "ನನ್ನ ಡ್ರಾಪ್ ಮಾಡೋ ಸಲುವಾಗಿ ಮನೆಗೆ ಬರೋದೂಂದರೇ ಬೇಡ, ನಾನು ಆಟೋ ಹಿಡಿದು ಹೋಗ್ತೀನಿ. ಪ್ಲೀಸ್ ಒಮ್ಮೆ ಯೋಚ್ಸಿ, ಶ್ರೀಕಾಂತ್ ನಿಮ್ಮ ಮಂಪರಿನಲ್ಲಿ ಇರೋದರಿಂದ ನೀವು ಒತ್ತಾಯಿಸಿದರೇ, ಒಪ್ಕೋತಾರೆ" ರಿಕ್ವೆಸ್ಟ್ ಮಾಡಿಕೊಂಡಾಗ. "ನಿಮ್ಮನ್ನು ಮನೆಗೆ ಡ್ರಾಪ್ ಮಾಡಿಯೇ ಹೋಗ್ತೀನಿ" ಆ ಮಾತಿಗೆ ಅಲ್ಲಿ ಫುಲ್‌ಸ್ಟಾಪ್ ಹಾಕಿಯೇ ಶರಧಿ ಹೆಜ್ಜೆ ಹಾಕಿದ್ದು.

ಮನೆ ಮುಂದೆ ಕಾರು ನಿಂತಿತು.

"ನೀವು ಯೋಚ್ನೆ ಮಾಡೋ ದೃಷ್ಟಿಗೂ ನನ್ನ ಚಿಂತನಾಲಹರಿಗೂ ತುಂಬ ವ್ಯತ್ಯಾಸವಿದೆ ಸಾರಿ..." ಇವಳ ಕೈ ಹಿಡಿದು ಬಿಟ್ಟು ಒಳಕ್ಕೆ ಹೋದಾಗ, ಶರಾವತಿ ಬಂದು ಹಾಲ್‌ನಲ್ಲಿದ್ದ ಸೋಫಾ ಮೇಲೆ ಕೂತಳು. ರಾಮೂರ್ತಿಗಳ ಮುಖದ ಮುಂದಿನ ಪೇಪರ್ ಕೆಳಗಿಳಿಯಿತು. ಮನೆಗೆ ಎರಡು ಕನ್ನಡ, ಒಂದು ಇಂಗ್ಲೀಷ್ ಪೇಪರ್ ಬರುತ್ತಿತ್ತು. ಹೆಚ್ಚು ಕಾಲಕ್ಷೇಪ ಅದರಿಂದಲೇ "ಅಬ್ಬಬ್ಬ, ಪೇಪರ್‌ನ ಅದೇನು ಓದ್ತೀರಾ? ಅದಕ್ಕೆ ನಿಮ್ಮ ಜಗತ್ತು ಅಷ್ಟೊಂದು ವಿಶಾಲವಾಗಿದೆ. ಮನೆ ವಿಷ್ಯಕ್ಕಿಂತ ನಾಡು, ನುಡಿ, ರಾಷ್ಟ್ರ, ಅಂತರಾಷ್ಟ್ರೀಯ ಮಟ್ಟದ ವಿಚಾರಗಳೆ ನಿಮ್ಗೇ ಮುಖ್ಯ" ಈ ರೀತಿ ಸುಬ್ಬಲಕ್ಷ್ಮಿ ದಿನಕ್ಕೆ ಒಂದೆರಡು ಸಲವಾದರು ಹಂಗಿಸುತ್ತಿದ್ದರು. ಅದನೇನು ರಾಮೂರ್ತಿಗಳು ಸಿರಿಯಸ್ಸಾಗಿ ತೆಗೆದುಕೊಂಡಿರಲಿಲ್ಲ. ಹೆಂಡತಿಯ ಎಲ್ಲಾ ಮಾತುಗಳನ್ನು ಅವರು ಒಪ್ಪಿಕೊಳ್ಳರು.

ಪೇಪರ್ ತೆಗೆದು ಪಕ್ಕಕ್ಕಿಟ್ಟು "ಏನು ವಿಷ್ಯ? ಈ ಕಡೆಯಿಂದ ಹೋಗಿ ಆ ಕಡೆಯಿಂದ ಹಿಂದಕ್ಕೆ ಬಂದಂಗೆ ಕಾಣ್ತೀರಾ! ಏನಾದ್ರೂ ಇಂಪಾರ್ಟೆಂಟ್ ವಿಚಾರನಾ? ಜಾತಿ, ಧರ್ಮ, ವರ್ಗ, ಯಾವ್ದೂ ನೋಡೋಲ್ಲ, ಅವಳು ಯಾರನಾದ್ರೂ ಪ್ರೀತಿಸಿದ್ದಾಳೆಂತಾ?" ಕೇಳಿದರು.

"ಫೋನ್ ಬಂತು, ಹಿಂದಕ್ಕೆ ಬಂದ್ವಿ, ನಂಗೆ ಅಂಥದೇನು ಹೇಳ್ಲಿಲ್ಲ" ಅನ್ನೋ ವೇಳೆಗೆ ಶರಧಿ ಫೋನ್‌ನಲ್ಲಿ ಸಂಭಾಷಿಸುತ್ತ ಹೋದಳು, ಕಾರು ಸದ್ದಾದಾಗಲೇ ಹೋಗಿದೆನಿಸಿದ್ದು.

ರೂಮಿನಿಂದ ಹೊರಗೆ ಬಂದ ಸುಬ್ಬಲಕ್ಷ್ಮಿ "ನೀವು ಷಾಪಿಂಗ್‌ಗೆ ಹೋಗಿದ್ದೀರಿಂತ ಅಂದ್ಕೊಂಡೇ, ಏನು ವಿಷ್ಯ?" ಕೂತರು. ಇವಳು ಏಳುವುದು ಅನಿವಾರ್ಯವಾಗಿತ್ತು. "ಅರ್ಜೆಂಟ್ ಕಾಲ್ ಬಂತು. ಅದಕ್ಕೆ ಹಿಂದಕ್ಕೆ ಬಂದ್ವಿ, ಪಚ್ಚೆ ಯೂನಿಫಾರಂ ಐರನ್ ಮಾಡೋದಿದೆ" ರೂಮು ಸೇರಿಕೊಂಡು ನಿಟ್ಟುಸಿರು ಬಿಟ್ಟಳು. ಮುಂದೇನು? ಹೀಗೆಯೇ... ಮುಂದುವರಿದು ಒಂದು ಕಡೆ ನಿಲ್ಲಬಹುದು. ಇಲ್ಲ ಜೀವನ ಪರ್ಯಂತ ಹೀಗೆ ಮುಂದುವರಿಯಲು ಸಾಧ್ಯವೇ?

ಈಗ ತನ್ನ ಕರ್ತವ್ಯವೇನು? ತಿಳಿದ ವಿಷಯವನ್ನು ಯಾರ ಮುಂದೆ ಬಿಚ್ಚಿಡುವುದು? ಇದಕ್ಕೆ ಸಮಾಜದಿಂದ ಮನ್ನಣೆ ಸಾಧ್ಯವೇ?

"ಶರಾವತಿ, ಆಗ್ಲೇ ಐರನ್ ಮಾಡ್ತಾ ಇದ್ದೀಯಾ? ನಂದು ಒಂದಿಷ್ಟು ಇದೆ, ಅದೆಲ್ಲ ಮುಗಿದ್ಮೇಲೆ ಇದ್ನ ಮಾಡು" ಸುಬ್ಬಲಕ್ಷ್ಮಿ ಕೂಗಿ ಹೇಳಿದರು. ಅವಳಿನ್ನು ಐರನ್ ಪ್ರಾರಂಭಿಸಿರಲಿಲ್ಲ.

ಪದ್ಮನಾಭ ಬಂದವನೆ ತಾತನಿಗೆ ಜೋತು ಬಿದ್ದು "ನಂಗ್ಯಾಕೆ ಚಿಕ್ಕಪ್ಪ, ಚಿಕ್ಕಮ್ಮ... ದೊಡ್ಡಪ್ಪ ಅಂತೆಲ್ಲ ಇಲ್ಲ. ಅಂತೆಲ್ಲ ಇಲ್ಲ. ಮಾದೇಶ್, ಅದೇ ಮಾದೇಶ್ ಅವತ್ತು..

ನನ್ನ ಬರ್ತ್‌ಡೇಗೆ ಬಂದಿದ್ದನಲ್ಲ. ಅವ್ನಿಗೆ ಮೂರು ಚಿಕ್ಕಪ್ಪ, ಮೂರು ದೊಡ್ಡಪ್ಪ ಎಲ್ಲಾ ಇದ್ದಾರೆ. ಅಯ್ಯೋ, ನಾಲ್ಕು ಅಜ್ಜ ಕೂಡ, ನಂಗ್ಯಾರಿಲ್ಲಲ್ಲ, ನಂಗೂ ದೊಡ್ಡಪ್ಪ, ಚಿಕ್ಕಪ್ಪ ಬೇಕು" ಇಂಥದೊಂದು ವರಸೆ ಷುರು ಮಾಡಿದ. ರಾಮೂರ್ತಿ ಹೆಂಡತಿಯ ಕಡೆ ನೋಡಿ ನುಡಿದರು.

"ಅಜ್ಜಿನ ಕೇಳು ಹೇಳ್ತಾರೆ. ಆಕೀನೇ ದೊಡ್ಡಪ್ಪ ಚಿಕ್ಕಪ್ಪ ಯಾರು ಬೇಡಾಂತ ಹೇಳಿದ್ದು. ಅಲ್ಲೇ ಕೇಳು" ಕಳುಹಿಸಿ ಕೈ ತೊಳೆದು ಕೊಂಡರು. ಹೋಗಿ ಸುಬ್ಬಲಕ್ಷ್ಮೀನ ಪಟ್ಟಾಗಿ ಹಿಡಿದ.

"ನಂಗ್ಯಾಕೇ, ದೊಡ್ಡಪ್ಪ ಚಿಕ್ಕಪ್ಪ ಇಲ್ಲ? ನೀವೇ ಬೇಡಾಂತ ಅಂದರಂತಲ್ಲ" ಮೊಂಡಾಟಕ್ಕೆ ಬಿದ್ದ "ನಾನು ಬೇಡಾಂತ ಅಂದೇ ಅಂತ ಯಾರು ಹೇಳಿದ್ದು?"

"ತಾತ ಹೇಳಿದ್ದು" ಅವನ ಉತ್ತರ ಸ್ಪಷ್ಟವಾಗಿತ್ತು.

ಆಕೆಯ ಮುಖ ಗಂಟಾಯಿತು. ನಂತರ ಬಿಚ್ಚಿಕೊಂಡು ವರ್ಷಗಳ ಹಿಂದೆ ಹೋಯಿತು. ಆಗ ತಾನೇ ಕೆಲಸಕ್ಕೆ ಸೇರುವ ಧಾವಂತ ವಿವಾಹವಾದ ಕೆಲವೆ ದಿನಗಳಲ್ಲಿ ಮುಟ್ಟು ನಿಂತಾಗ ಹಿರಿಯರಿಗೆ ಗೊತ್ತಾಗದಂತೆ ಅಬಾರ್ಷನ್ ಮಾಡಿಕೊಂಡಿದ್ದುಂಟು. ಆ ಮೇಲೆ ಶ್ರೀಧರ, ಶರಧಿಯ ನಂತರವು ಇನ್ನೊಂದು ಮಗುವಿನ ಸಿದ್ಧತೆ ಕಂಡು ಬಂದಾಗ ರಾಮೂರ್ತಿಗಳು ಸ್ವಾಗತಿಸಿದರು.

"ಇನ್ನೊಂದು ಮಗು ಇರಲೀ ಬಿಡು, ಜನ ಶಕ್ತಿಯ ಮಹತ್ವ ಎಷ್ಟೋ ಜನರಿಗೆ ಗೊತ್ತಿಲ್ಲ. ಅದ್ನ ಸರ್‍ಯಾಗಿ ಉಪಯೋಗಿಸ್ಕೋಬೇಕು. ಇದೊಂದು ಮಗು ಇರಲೀ. ಇಬ್ಬರ ದುಡಿಮೆಯಲ್ಲಿ ಮೂರು ಮಕ್ಕಳನ್ನು ಸಾಕೋದು ಕಷ್ಟವಲ್ಲ. ನಿನ್ನ ಗರ್ಭದಿಂದ ಮಹಾತ್ಮ ಗಾಧಿಗೋ, ವಿವೇಕಾನಂದನೋ, ಇಲ್ಲ ನಿವೇದಿತಾ ಅಂತ ಹೆಣ್ಣೋ ಹುಟ್ಟಬಹುದು" ನಗುವನ್ನು ಬೆರೆಸಿದ್ದರು. ಅದು ಸುತರಾಂ ಸುಬ್ಬಲಕ್ಷ್ಮಿಗೆ ಇಷ್ಟವಿರಲಿಲ್ಲ. ಪಟ್ಟು ಹಿಡಿದು ಗರ್ಭತೆಗೆಸಿದಾಕೆ, ಆಮೇಲೆ ಮಕ್ಕಳಾಗದಂತೆ ಎಚ್ಚರವಹಿಸಿದ್ದರು.

ನಿಜವಾಗಿ ಪಚ್ಚಿಗೆ, ಚಿಕ್ಕಪ್ಪ, ದೊಡ್ಡಪ್ಪ ಇಲ್ಲದಂತೆ ಮಾಡಿದ್ದು ತಾನೇ ಎಂದು ಆಕೆಯ ಪ್ರಾಮಾಣಿಕ ಮನಸ್ಸು ಒಪ್ಪಿಕೊಂಡಿತು. ಈಗ ಆ ಎರಡು ಮಕ್ಕಳು ಇದ್ದಿದರೇ, ಇಡೀ ಚಿತ್ರವೆ ಬೇರೆಯಾಗಿ ಬಿಡುತ್ತಿತ್ತು.

"ಹೇಳಿ, ಅಜ್ಜಿ" ತೋಳಿಡಿದು ಅಲ್ಲಾಡಿಸಿದ.

"ತಾತ ತಮಾಷೆಗೆ ಅಂದಿದ್ದಾರೆ. ತಾತನಿಗೆ ಒಬ್ಬ ಅಣ್ಣ, ಒಬ್ಬ ತಮ್ಮ ಇದ್ದಾರೆ. ಅವರ ಮಕ್ಕಳು ಕೂಡ ನಿಂಗೆ ದೊಡ್ಡಪ್ಪ, ಚಿಕ್ಕಪ್ಪಂದಿರೇ, ಸರ್‍ಯಾಗಿ ಪಾಠದ ಕಡೆ ಗಮನ ಕೊಡೋ ಅಂದರೆ ಗೋಜಲು... ಗೋಜಲು ಪ್ರಶ್ನೆಗಳನ್ನು ತರ್ತೀಯ! ಈಗ... ಹೋಂ ವರ್ಕ್ ಮಾಡೋದು ನೋಡು" ಅವನನ್ನು ಬಲವಂತದಿಂದ ಕಳಿಸಿದರು. ತಕ್ಷಣ ಏನೋ ಹೊಳೆಯಿತು. ಹೊರಕ್ಕೆ ಬಂದರು.

"ಶರಧಿ, ಮದ್ವೆ ಬೇಡಾಂತ ಕೂತಿದ್ದಾಳೆ. ಶ್ರೀಧರನಿಗೆ ಪಚ್ಚಿ ಒಬ್ಬನೇ. ನಾಳೆ ಅವ್ನ

ಮಕ್ಕಳು ಇಂಥ ಪ್ರಶ್ನೆ ಎತ್ತಿದರೇ...?" ಗಂಡನ ಮುಂದೆ ಈ ಪ್ರಸ್ತಾಪವಿಟ್ಟರು.

'ಪದಬಂಧ' ತುಂಬುತ್ತಿದ್ದವರು ತಲೆಯೆತ್ತಿ ನಸು ನಕ್ಕರು.

"ಮೊಮ್ಮಗ, ಅಂತು ನಿನ್ನ ತಲೆ ಕೆಡ್ಸಿದಾನೆ. ಡೋಂಟ್ ವರೀ, ನಾವಂತು ಇರೋಲ್ಲ, ಅವರು ಕೇಳೋ ಕಾಲಕ್ಕೆ, ಸಮಸ್ಯೆ ನಮ್ಮದಲ್ಲ ಬಿಡು. ಆಗ ಉತ್ತರ ಹೇಳಿಕೊಳ್ಳಿ" ಅಂದು ಸರಳವಾಗಿ ತಮ್ಮ ಕೆಲಸದಲ್ಲಿ ಮಗ್ನರಾದರು.

ಆದರೆ ಸುಬ್ಬಲಕ್ಷ್ಮೀಯವರ ಮನ ಕೊರೆಯ ತೊಡಗಿತು. ರಾತ್ರಿ ಸೊಸೆನ ಕರೆದು "ಒಂದಿಷ್ಟು ತರಕಾರಿ ತರೋಣ ಬಾ" ಎಂದು ಕರೆದವರು ಹತ್ತಿರದ ಪಾರ್ಕ್‌ಗೆ ಕರೆದೊಯ್ದು, ಮೊಮ್ಮಗ ಕೇಳಿದನ್ನ ಅವಳಿಗೆ ತಿಳಿಸಿ ಹೇಳಿದ ನಂತರವೇ ಷುರು ಹಚ್ಚಿದ್ದು.

"ಶರಧಿಗೆ ಮದ್ವೆ ಬಗ್ಗೆ ಆಸಕ್ತಿ ಇಲ್ಲ! ನಿಂಗೆ ಪಚ್ಚಿ ಒಬ್ಬನೇ. ಒಂದು ಮಗು.. ಮಗುವಲ್ಲ, ಒಂದು ಕಣ್ಣು... ಕಣ್ಣಲ್ಲ ಅಂತಾರೆ. ಇನ್ನೊಂದು ಮಗು ನಿಂಗೇ ಬೇಕಿಲ್ವಾ? ಶ್ರೀಧರನೊಂದಿಗೆ ಮಾತಾಡು. ಪದ್ಮನಾಭ ತುಂಬು ಬುದ್ಧಿವಂತ, ವಿದೇಶಕ್ಕೆ ಹಾರಿದಾಂತ ಇಟ್ಕೋ, ವೃದ್ಧಾಪ್ಯ ಬಹಳ ಕಷ್ಟವಾಗುತ್ತೆ. ನಂಗೆ ತೋಚಿದ್ದು ಹೇಳದ್ದೆ. ಇನ್ನೊಂದು ಮಗುವಿದ್ದರೇ ಚೆಂದ ಹೋಗೋಣ..." ಮನೆಯತ್ತ ಹೆಜ್ಜೆ ಹಾಕಿದರು.

ಮೂರು ಜನ ಟೀವಿಯ ಮುಂದೆ ಕೂತು ರಿಯಾಲಿಟಿ ಷೋ ನೋಡುತ್ತಿದ್ದರು. ಒಂದು ಪುಟ್ಟ ಬಾಲೆ ಕ್ಲಬ್ ಡ್ಯಾನ್ಸರ್ ವೇಷಭೂಷಣಗಳಲ್ಲಿ ನರ್ತಿಸುತ್ತಿದ್ದರು. ನಾಲ್ಕು ಹುಡುಗರ ಚಿತ್ರ ವಿಚಿತ್ರವಾದ ಸ್ಪರ್ಧಿಗಳು ಧರಿಸುವ ಬಟ್ಟೆ ಅವರ ಅಲಂಕಾರ ಎಲ್ಲದಕ್ಕೂ ಪ್ರಯೋಜಕರು ಇದ್ದಾರೆ. ಇದು ದೃಶ್ಯ ಮಾಧ್ಯಮವಾಗಿದ್ದರಿಂದ ಚೆಲುವಿಗೆ ಮೊದಲ ಪ್ರಾಶಸ್ತ್ಯ. ಯಾವುದೇ ಒಂದು ಕುರೂಪಿ ಬಹುಮಾನ ಪಡೆದಿದ್ದಿಲ್ಲ. ಇಲ್ಲಿ ಪ್ರತಿಭೆಗಿಂತ ಚೆಲುವಿಗೆ ಹೆಚ್ಚು ಬೆಲೆ.

ಅತ್ತಿತ್ತ ನೋಡಿ ಅಲ್ಲೇ ಕೂತ ಶರಧಿ "ಯಾವ ಚಾನಲ್‌ನಲ್ಲಿ ನೋಡಿದರು ರಿಯಾಲಿಟಿ ಶೋಗಳದ್ದೇ ಕಾರುಬಾರು, ಹಿಂದಿಯಿಂದ ಆರಂಭವಾದ ಈ ಸಾಂಕ್ರಾಮಿಕ ರೋಗ ಕನ್ನಡಕ್ಕೂ ಹಬ್ಬಿದೆ. ಫ್ಲಾಟ್ ಬಂಗಾರದ ಒಡವೆ, ಕೋಟ್ಯಾಂತರ ನಗದು ಬಹುಮಾನ, ಒಂದೇ ಎರಡೇ ಕೆಲವೊಮ್ಮೆ ನಮ್ಮ ಪಚ್ಚಿಗೂ ಯಆಕೆ ತರಬೇತು ಕೊಡಿಸಬಾರದು ಅನ್ನಿಸುತ್ತೆ" ಇಂಥ ಡೈಲಾಗೊಡೆದಳು, ಶ್ರೀಧರನಿಗೆ ಅದೆಲ್ಲ ಇಷ್ಟವಾಗದು "ಆಮೇಲಿನ ಚಿತ್ರಣ ಊಹಿಸ್ಕೋ, ಅದೆಲ್ಲ ನನ್ನ ಮಗನಿಗೆ ಬೇಡ" ಕಸಿವಿಸಿ ವ್ಯಕ್ತಪಡಿಸಿದ. ಎಸ್‌ಎಂಎಸ್ ಮೂಲಕ ನಡೆಯುವ ಆಯ್ಕೆ ವಿಧಾನದಲ್ಲಿಯ ಪ್ರಾಯೋಜಕರು ಮರ್ಜಿಯೆ ಮುಖ್ಯವೆನ್ನುವುದು ಅವನ ಅಭಿಪ್ರಾಯ.

"ಇರಲೀ ಬಿಡು, ಆರಂಭದಲ್ಲಿ ಅಭಿಜಿತ್ ಸಾವಂತ್, ಸುನಿಧಿ ಚವ್ಹಾಣ್, ರಾಹುಲ್ ವೈದ್ಯ, ಕುನಾಲ್‌ಗಾಂಜಾವಾಲಾ, ಶ್ರೇಯ ಘೋಪಾಲ್ ಅಂಥ ಪ್ರತಿಭೆಗಳು ಬಂದವು. ಮೊದಮೊದಲು ಈ ರಿಯಾಲಿಟಿ ಶೋಗಳು ಎಷ್ಟು ಇಷ್ಟವಾಗಿತ್ತೆಂದರೇ

ಈಚೆಗೆ ಬೇಸರ" ಎಂದು ಸುಬ್ಬಲಕ್ಷ್ಮಿ ವ್ಯಾಖ್ಯಾನಿಸಿದರು.

ಆ ಬಗ್ಗೆ ಹತ್ತು ನಿಮಿಷ ಕಾಮೆಂಟ್ಸ್, ಮಾತು ಕೂಡ ಬೇಸರವೆನಿಸಿದಾಗ ರಾಮೂರ್ತಿಗಳು ಮಲಗಲು ಎದ್ದರು.

ತಕ್ಷಣ ಟಿ.ವಿ. ಆಫ್ ಆಯಿತು. ಶ್ರೀಧರ ಮೇಲೆದ್ದು ಪಚ್ಚಿಯ ತಲೆಯ ಮೇಲೆ ಮೊಟಕಿ "ಹೋಂವರ್ಕ್ ಮುಗಿತೂಂದರೇ ಎಲ್ಲಾ ಮುಗಿದಂಗೇನೇ, ಓದೋದೂಂತೇನಿಲ್ಲ, ನೀನು ಶುದ್ಧ... ಶುಂಠಿ" ಮುದ್ದು ಮಾಡಿಯೇ ಎದ್ದು ಹೋದವನು ನಿಂತು "ಅದೇನು, ಅಮ್ಮ ಇವತ್ತು ಸೊಸೆನ ಕರ್ಕೊಂಡ್ ಇಷ್ಟು ಹೊತ್ತುನಲ್ಲಿ ತರಕಾರಿ ತರೋಕೆ ಹೋದದ್ದರ ಹಿನ್ನೆಲೆ ಏನಾದ್ರೂ ಗೊತ್ತಾ? ನಂಗಂತು ಡೌಟ್, ಏನೇ ಆಗ್ಲಿ, ನೀವು ರಾತ್ರಿಯೆಲ್ಲ ಪಾಠ ಕೇಳಬೇಕಾಗುತ್ತೆ, ಸಿದ್ಧವಾಗಿರಿ, ನಂಗಂತು ಲಾಲಿ... ಒಂದಿಷ್ಟು ಕಿವಿಗಳಿಗೆ ಹತ್ತಿ ಇಟ್ಕೊಂಡ್ ಮಲ್ಗೀ ಬಿಡ್ತೀನಿ. ಈ ನಡುವೆ ನಿನ್ನ ಸಊಸೆ ಕೂಡ ಪಾಠ ಮಾಡೋದ್ನ ಕಲೀತಿದ್ದಾಳೆ. ನಂಗಂತು ಶುದ್ಧ ಕಷ್ಟ ಏನೇ ಹೇಳಿ, ಅಪ್ಪ ನಿಮ್ಮ ಸಹನೆನ ಮೆಚ್ಚಬೇಕು. ನಿರಂತರವಾಗಿ... ಪಾಠ ಕೇಳಿದ್ದೀರಾ" ಜೋರಾಗಿ ನಕ್ಕ, ಅವರು ಕೂಡ ನಿಶ್ಯಬ್ದ ನಗೆ ಬೀರಿದರು. ಮಾತಾಡುವ ಹೆಂಡತಿಯಿಂದ ಮೌನವಾಗಿರೋದನ್ನ ಕಲಿತಿದ್ದರು.

ಸುಬ್ಬಲಕ್ಷ್ಮಿ ಏನಾದರೂ ಹೇಳೋಕೆ ಷುರು ಮಾಡಿದರೇ ಎದುರಿಗಿರುವವರಿಗೆ ಅರ್ಥವಾಗಬೇಕು, ಅಲ್ಲಿಯವರೆಗೂ ನಿಲ್ಲಿಸುತ್ತಿರಲಿಲ್ಲ. ಇದು ಅಭ್ಯಾಸವಾಗಿ ಹೋಗಿತ್ತು.

ಅಪ್ಪನಿಗೆ ಏನೋ ಹೇಳುತ್ತಿದ್ದ ಪದ್ಮನಾಭ ಅಮ್ಮನ ಆಗಮನ ಕಂಡ ಕೂಡಲೆ ಮಲಗಿ ಹೊದ್ದಿಕೆ ಎಳೆದುಕೊಂಡು ಕಣ್ಮುಚ್ಚಿದ.

"ಎಷ್ಟೊಂದು, ಹೆದರ್ತಾನೆ ನಿನ್ಕಂಡ್ರೆ, ನಂಗೂ ಈಚೆಗೆ ನಿನ್ನ ಕಂಡರೆ ಭಯ ಷುರುವಾಗಿದೆ ಕಣೇ, ರೂಮಿಗೆ ಬಂದ ಕೂಡಲೆ ಏನಾದ್ರೂ ಗೊಣಗುತೀಯ" ಅಂದ ಶ್ರೀಧರ ಪದ್ಮನಾಭನ ಕಡೆ ನೋಟ ಹರಿಸುತ್ತ.

ಸುಬ್ಬಲಕ್ಷ್ಮಿ ಹೊರಗಿನಿಂದ "ಪಚ್ಚಿ ಕತೆ ಹೇಳ್ತಿನಿ ಬಾರೋ" ಕೂಗಿದವರು ಅವನು ಮಿಸುಕಾಡದಿದ್ದಾಗ ಬಂದು ಬಲವಂತದಿಂದ ಎಬ್ಬಿಸಿಕೊಂಡು ಹೋದರು. ಇದೇನು ಹೊಸದಲ್ಲ. ಮೊಮ್ಮಗ ಹೆಚ್ಚಾಗಿ ಅವರನ್ನೇ ಅಂಟಿಕೊಂಡಿದ್ದು. ರಾತ್ರಿಯ ವೇಳೆ ಅಲ್ಲಿಂದ ಇಲ್ಲಿಗೆ ಇಲ್ಲಿಂದ ಅಲ್ಲಿಗೆ ಶಿಫ್ಟ್ ಆಗುತ್ತಿದ್ದ. ಎಲ್ಲರ ನಡುವೆ ಹರಿದಾಡುವ ಮಧುರವಾದ ಭಾವ ಕೂಡ ಅವನು.

ಶ್ರೀಧರ್ ಮಡದಿಗೆ ಕಣ್ಣೊಡೆದು, ಏನೆಂದು ಕೇಳಿದ ಸನ್ನೆಯಿಂದಲೇ, ಶರಾವತಿಯ ಮುಖ ಕೆಂಪಾಯಿತು. ಕೆಲವು ಮಾತುಗಳನ್ನಾಡಲು ಗಂಡನ ಬಳಿಯು ನಾಚುತ್ತಿದ್ದಳು.

"ಅರೇ, ಯಾಕೆ ನಿನ್ಮುಖ ಅಷ್ಟೊಂದು ಕೆಂಪಾಗಿದೆ? ನಂಗೂ ಒಂದಿಷ್ಟು ಹೇಳಿದರೇ, ಮತ್ತಷ್ಟು ರೋಮ್ಯಾಂಟಿಕ್ ಮೂಡ್‌ಗೆ ಹೋಗಬಹುದು" ರಸಿಕತೆ ಪ್ರದರ್ಶಿಸಿದ.

ಅಳೆದು ಸುರಿದು ಗಂಡನ ಪಕ್ಕ ಕೂತು ಶ್ರೀಧರನ ಕೈಯನ್ನು ತನ್ನ ಕೈಯೊಳಗೆ ತಗೊಂಡು "ಅತ್ತೆಗೆ, ನಾವಿಬ್ಬರೂ ನಮಗೊಬ್ಬ ಅನ್ನೋ ಸ್ಲೋಗನ್ ಬೇಡ್ವಂತೆ" ಅಂದಕೂಡಲೆ ಎದ್ದು ಕೂತ "ನಾನೇನು ಬೇಡಾಂತ ಅಂದಿಲ್ಲ. ಅದಕ್ಕೆ ನಿನ್ನ ಕೋಪರೇಷನ್ ಬೇಕಲ್ಲ" ಹೆಂಡತಿಯತ್ತ ಜರುಗಿದಾಗ, ಎದ್ದು ಎಷ್ಟು ದೂರ ಹೋಗಿ ನಿಂತು ಮುನಿಸಿನ ನೋಟ ಹರಿಸಿದಳು.

"ಸಮಯ ಸಿಕ್ಕರೇ ಸಾಕು, ಶೃಂಗಾರ ರಸ ಹರಿಸಿ ಬಿಡ್ತೀರಿ"

ಶರಾವತಿಯ ಮಾತಿಗೆ ಜೋರಾಗಿ ನಕ್ಕ "ಬದುಕಿಗೆ ಶೃಂಗಾರ ಬೇಕು. ದೇವರನ್ನು ಪಲೂಜಿಸುವ ಸಂಸ್ಕೃತ ಶ್ಲೋಕಗಳಲ್ಲು ಶೃಂಗಾರ ಇದೆ. ಜಯದೇವ ಕವಿಯ ಅಷ್ಟಪಧಿಗಳನ್ನು ಕೇಳಿದ್ದೀಯಾ? ವಂಡರ್‌ಫುಲ್... ವಾಟ್ ಎ ಬ್ಯೂಟಿ ಅದರಲ್ಲಿ... ಭಕ್ತಿಯ ಜೊತೆ ಶೃಂಗಾರವು ತುಂಬಿದೆ. ದಿನ ನಿತ್ಯವು ದೇವರ ಸೇವೆಗಾಗಿ ಗುಡಿ, ದೇವಸ್ಥಾನಗಳಿಗೆ ಬರುವ ಸ್ತ್ರೀ ಪುರುಷರು ಭಕ್ತಿ ವೇದಾಂತಕ್ಕೆ ವಶವಾಗಿ ಜೀವನ ಧರ್ಮ ಎಲ್ಲಿ ಮರೆತು ಬಿಡುತ್ತಾರೋ ಎಂದು ಗುಡಿಯ ಗೋಡೆಗಳ ಮೇಲೆ ಶೃಂಗಾರ ಶಿಲ್ಪಗಳನ್ನು ಕೆತ್ತಿಸಿದ್ದಾರೆ. ನೀನೊಂದು ಪೆದ್ದು, ಇಷ್ಟು ಸರಳವಾದ ವಿಷಯ ಗೊತ್ತಿಲ್ಲ" ಎಂದು ಕೈಗೆಟಕುವ ಅಂತರದಲ್ಲಿದ್ದ ಮಡದಿಯ ಎಳೆದುಕೊಂಡ.

ಸ್ವಲ್ಪ ಸೀರಿಯಸ್ಸಾಗಿ ಅತ್ತೆ ಹೇಳಿದ ವಿಷಯದ ಜೊತೆ ಅದರ ಹಿನ್ನೆಲೆಯನ್ನು ವಿವರಿಸಿದಳು. ಸ್ವಲ್ಪ ಗಂಭೀರವಾದ ಶ್ರೀಧರ ತನ್ನ ಸಂಬಳ ಮನಸ್ಸಿನಲ್ಲಿ ಇಟ್ಟುಕೊಂಡು ಸಾಮಾಜಿಕ ಜವಾಬ್ದಾರಿಯುಳ್ಳ ನಾಗರೀಕನಾಗಿ ಒಂದು ಮಗು ಸಾಕೆನ್ನುವ ತೀರ್ಮಾನಕ್ಕೆ ಬಂದಿದ್ದೆ. ಈಗ, ಸುಮ್ಮನೆ ಮಲಗಿಬಿಟ್ಟ, ಇನ್ನೊಂದು ಮಗುವಿನ ಅಗತ್ಯವಿದ್ಯಾ? ತಲೆಯಲ್ಲಿ ಹುಳ ಬಿಟ್ಟಂತಾಗಿತ್ತು. 'ಸಂತಾನವೇ ಸಂಪತ್ತಾಗಿತ್ತು' ತೀರಿಹೋದ ಇವನ ತಾತ ಆಗಾಗ ಹೇಳುತ್ತಿದ್ದರು. ಯಂತ್ರಗಳ ಇರಲಿಲ್ಲ. ವ್ಯವಸಾಯ ವೃತ್ತಿ ಪ್ರಧಾನವಾಗಿತ್ತು. ಆದರೆ... ಈಗ... ಹಾಗೆನ್ನುವ ಹಾಗೆ ಇಲ್ಲ. ಒಂದಲ್ಲ ಒಂದು ಕಾರಣಕ್ಕೆ ಗೂಡು ಬಿಟ್ಟು ಹೋಗಿ ಹವೆತ್ತವರನ್ನು ಒಂಟಿಯಾಗಿಸುವುದೊಂದು ಇಂದಿನ ದಿನಗಳಲ್ಲಿ ಸ್ವಾಭಾವಿಕ.

ಗಂಡನನ್ನು ಯೋಚಿಸಲು ಬಿಟ್ಟು ಶರಾವತಿ ಮಲಗಿದಳು. ಮೊದಲ ಗರ್ಭ... ಓಕೇ, ಖುಷಿ ಕೊಟ್ಟಿತ್ತು. ಅಪ್ಪ, ಅಮ್ಮನ ಸಂಭ್ರಮ ಹೇಳತೀರದು. ಮೊದಲು ಏನೋ ಒಂದು ಪುಟ್ಟದಾದ ಸಮಸ್ಯೆ ಷುರುವಾಗಿ ಹೆರಿಗೆಯ ಹೊತ್ತಿಗೆ ನಾನಾ ಸಮಸ್ಯೆಗಳು ಗೂಡು ಕಟ್ಟಿತು ಖರ್ಚಿನ ಮಹಾಪೂರವೆ ಹರಿದು ಕುಸಿಯುವಂತಾಯಿತು. ಆದರೆ ನಾರ್ಮಲ್ ಡೆಲಿವರಿಯಾದಾಗ ಎಲ್ಲಾ ಸಮಾಧಾನದ ಉಸಿರುಬಿಟ್ಟರು. ಶರಾವತಿಯ ಅಕ್ಕ ಮತ್ತು ತಂಗಿ ಇಬ್ಬರು ಅವಳ ತವರಿಗೆ ಹೆರಿಗೆಗಾಗಿ ಆ ಸಮಯದಲ್ಲಿ ಬಂದಿದ್ದರಿಂದ ಇವಳು ಇಲ್ಲೇ ಉಳಿದುಕೊಂಡಿದ್ದು. ಅಲ್ಪ ಸ್ವಲ್ಪ ಸುಬ್ಬಲಕ್ಷ್ಮಿ ಗೊಣಗಿದರು ಸೊಸೆ, ಮಗುವನ್ನು ಕಣ್ಣಲ್ಲಿ ಕಣ್ಣಿಟ್ಟು ನೋಡಿಕೊಂಡಿದ್ದರು. ಆದರೆ ನಿರೀಕ್ಷೆಗೆ ಮೀರಿ ಹಣ ಖರ್ಚಾಗಿತ್ತು.

'ನಾವಿಬ್ಬರು ನಮಗೊಬ್ಬ' ಎನ್ನುವ ಸ್ಲೋಗನ್‌ನ ಒಪ್ಪಿಕೊಂಡಿದ್ದ. ಅದಕ್ಕೆ ಯಾರದೇ

ವಿರೋಧವಿರಲಿಲ್ಲ. ಈಗ ಏಕಾಏಕಿ ಎಲ್ಲರೂ ಈ ಅಭಿಪ್ರಾಯಕ್ಕೆ ಬರಲು ಕಾರಣವಿತ್ತು. 'ಇನ್ನೊಂದು ಮಗು ಬೇಕಾ?' ಇದೊಂದು ಪ್ರಶ್ನೆಯಾಗಿ ಕಾಡತೊಡಗಿತು.

ಶರಾವತಿ ಎದ್ದಾಗ ಶ್ರೀಧರ್ ಇನ್ನು ಮಲಗಿಯೇ ಇದ್ದ. ಇನ್ನಷ್ಟು ಹೊದ್ದಿಕೆಯನ್ನು ಎದೆಯವರೆಗೂ ಹೊದ್ದಿಸಿ ಎದ್ದು ಹೊರಗೆ ಬರುವ ವೇಳೆಗೆ ಅತ್ತೆ, ಮಾವ ವಾಕಿಂಗ್ ಹೋಗಿ ಆಗಿತ್ತು.

ಶರಧಿಯ ಮುಚ್ಚಿದ ರೂಂ ಬಾಗಿಲ ಮೇಲೆ ಕೈ ಇಟ್ಟು ಹಿಂದಕ್ಕೆ ತಗೊಂಡಳು. ಒಂದು ರೀತಿಯಲ್ಲಿ ಅವಳಿಗೂ, ಶ್ರೀಕಾಂತ್‌ಗೂ ದೈಹಿಕ ಸಂಬಂಧವಿದೆಯೆಂದು ಒಪ್ಪಿಕೊಂಡಿದ್ದರಿಂದ ಅನುಮಾನ ಅಂಥದ್ದು ಬೇಕಿರಲಿಲ್ಲ. ಒಂದಲ್ಲ, ಒಂದು ದಿನ ಮನೆಯವರಿಗೆ ತಿಳಿಯಲೇ ಬೇಕು ಆಗಿನ ಪರಿಸ್ಥಿತಿ, ಆತಂಕವೆನಿಸಿತ್ತು.

ಕಿಚನ್‌ನ ಅಷ್ಟಿಷ್ಟು ಕೆಲಸ ಮುಗಿಸುವ ವೇಳೆಗೆ ಹಆಲಿಡಿದು ರಾಮೂರ್ತಿ, ಸುಬ್ಬಲಕ್ಷ್ಮಿ ಬಂದರು.

"ಇನ್ನು ಎದ್ದಿಲ್ವಾ, ಮಗ ಮಹಾಶಯ? ಅವನು ಈಚೆಗೆ ತುಂಬ ಸೋಮಾರಿಯಾಗಿ ಬಿಟ್ಟ" ಎಂದು ಗೊಣಗುತ್ತಲೇ ಸುಬ್ಬಲಕ್ಷ್ಮಿ ಕೂತಿದದ್ದು. "ಅದಕ್ಕೆ ನೀನೇ ಕಾರಣ" ಎನ್ನುತ್ತ ಸೊಸೆ ಕೊಟ್ಟ ಕಾಫಿಯ ಲೋಟ ಇಸುಕೊಂಡರು ರಾಮೂರ್ತಿ.

"ಅಂತು ಎಲ್ಲದಿಕ್ಕೂ ನನ್ತಲೆ ಮೇಲೆ ಗೂಬೆ ಕೂರಿಸ್ತೀರಾ? ಪಚ್ಚಿ ಎದ್ದಿಲ್ಲವಾ?" ರೂಮಿನ ಕಡೆ ನಡೆದರು ಸುಬ್ಬಲಕ್ಷ್ಮಿ. "ರಾಜಗೋಪಾಲ್ ಅಂಕಲ್ ಸಿಕ್ಕಿದ್ರಾ? ಪರೀಕ್ಷಿತ್‌ಗೆ ಒಂದು ಹೆಣ್ಣು ನೋಡೋಕೆ ಹೇಳಿದ್ದಾರೆ" ಕೇಳಿದ್ದು ಶರಾವತಿ.

"ಯಾಕೋ, ತುಂಬ ಪೆಚ್ಚಾಗಿ ಒಂದ್ಕಡೆ ಕೂತಿದ್ರು ಅಯ್ಯೋ ಅನ್ನಿಸ್ತು. ನೆಟ್ಟಗೆ ನಮ್ಮ ಶರಧಿ ಪವನ್‌ನ ವಿವಾಹವಾಗಿದ್ದರೇ ಅವರ ಮನೆಯ ಚಿತ್ರವೆ ಬದಲಾಗ್ತ ಇತ್ತು. ಅವ್ನು ಎಷ್ಟೊಂದು ಆಸೆ ಇಟ್ಕೊಂಡಿದ್ದ ಎಲ್ಲಾ ಹಾಳು ಮಾಡಿ ಬಿಟ್ಳು. ಸನ್ಯಾಸ ತಗೊಳ್ಳೋ ಹಾಗಿದ್ದರೇ, ಅಷ್ಟೊಂದು ದುಬಾರಿ ಸೆಂಟ್, ಮೇಕಪ್ ಯಾಕೆ? ಸ್ವಾಮಿ ವಿವೇಕಾನಂದರ ತರಹ ಕಾವಿ ತೊಟ್ಕೊಂಡ್ ಒಂದ್ಕಡೆ ಕೂತ್ಕೋ ಬೇಕಿತ್ತು" ಮಗಳನ್ನು ಬೈಯ್ದುಕೊಂಡರು. ಯಆವುದೇ ವಿಷಯ ಪ್ರಸ್ತಾಪವಾದರೂ ಅಲ್ಲಿಗೆ ಹೋಗಿ ನಿಂತು ಬಿಡುತ್ತಿತ್ತು.

ಶರಾವತಿ ಮಾತೇ ಆಡಲಿಲ್ಲ. ರಾತ್ರಿಯ ಪ್ರಸ್ತಾಪ ಬೇರೆ ಅವಳನ್ನು ಕೊರೆಯುತ್ತಿತ್ತು. ಬಸುರಿಯಲ್ಲಿ ಸಾಕಷ್ಟು ಆರೋಗ್ಯ ಸಮಸ್ಯೆಗಳು ಎದುರಾದದ್ದು ಡಾಕ್ಟರ್ ಪ್ರಿಸ್ಕ್ರಿಪ್ಷನ್‌ನಿಂದಲೇ, ಎಂದು ಅವಳಿಗೆ ಗೊತ್ತಿತ್ತು ಆದರೂ ಯಾಕೋ ಇನ್ನೊಂದು ಮಗು ಬೇಕೆನಿಸಿತು. ಆ ಒಂದು ಭಾವ ಬಂದ ಕೂಡಲೆ ಅವಳ ಮೈನ ನರನಾಡಿಗಳು ಪುಳಕಗೊಂಡಿತು. ತಾಯ್ತನದ ಸೌಭಾಗ್ಯವೆನಿಸಿತು.

ಸ್ನಾನ ಮುಗಿಸಿ ಆಫೀಸ್‌ಗೆ ಹೊರಡಲು ಸಿದ್ದವಾಗಿ ತಟ್ಟೆಯ ಮುಂದೆ ಕೂತ ಶ್ರೀಧರ ಉಪ್ಪಿನಕಾಯಿ ಬಡಿಸಲು ಬಂದ ಮಡದಿಗೆ ಕಣ್ಣೊಡೆದು "ನಾನು ರೆಡಿ

ಅಂತ ಅಮ್ಮನಿಗೆ ಹೇಳು. ಸುಖ ನಂದು ತಾಪತ್ರಯ ಅವರದು" ಹುಸಿ ನಗೆ ಬೀರಿದಾಗ ಹತ್ತಿರ ಬಂದು ಕಿವಿ ಹಿಂಡಿ "ಮನೆಯಲ್ಲಿ ಹಿರಿಯರು ಇದ್ದಾರೆ ಅನ್ನೋ ಪರಿಜ್ಞಾನ ಏರಲೀ. ರೆಡಿನಂತೆ... ರೆಡಿ... ಅತ್ತೆ" ಎನ್ನುತ್ತ ಜಾಗ ಖಾಲಿ ಮಾಡಿದಳು. ಮಡದಿಯ ಸ್ವಭಾವದ ಬಗ್ಗೆ ಮೆಚ್ಚಿಗೆಯೇ.

ಅನ್ನದ ಡಬರಿ ಹಿಡಿದು ಬಂದ ಸುಬ್ಬಲಕ್ಷ್ಮಿ "ನಿನ್ತಂಗಿ ರಾತ್ರಿ ಎಷ್ಟೊತ್ತಿಗೆ ಬಂದ್ಲು... ಗೊತ್ತಾ? ಇದೇನೊ ಇದು ಲಕ್ಷ ಸಂಬಳ ಕೊಡ್ತಾರೇಂತ ರಾತ್ರಿ ಹಗಲು ಅವರ ಹಿಂದೇನೇ ಇರಬೇಕಾ? ಇವಳಿಗೆ ಯಾರು ಬುದ್ಧಿ ಹೇಳೋ ಹಂಗೆ ಇಲ್ಲ" ಗೊಣಗುತ್ತಲೇ ಬಡಿಸಿದರು.

ಶ್ರೀಧರ ತುಟಿ ಬಿಚ್ಚಲಿಲ್ಲ. ಹಿಂದೆ ಸಾಕಷ್ಟು ಸಲ ಪ್ರಶ್ನಿಸಿ ಅವಳ ಕಾರ್ಯವೈಖರಿಯನ್ನು ವಿಮರ್ಶಿಸಿದ್ದ. ಅದಕ್ಕೆ ಕಟು ಅಂತಲ್ಲ ನಿರ್ವಿಕಾರ ಚಿತ್ತ ಉತ್ತರ. ಮುಲಾಜಿಲ್ಲದೆ ಉತ್ತೇಜಿಸುತ್ತಿದ್ದರಿಂದ ಅವಳೊಂದಿಗೆ ಮಾತು ಎಂದರೆ ಮುಜುಗರವೆ, ಮಾತುಕತೆ ಇರಲೀ, ಕೆಲವೊಮ್ಮೆ ಮುಖಕ್ಕೆ ಮುಖ ಕೊಟ್ಟು ಮಾತಾಡುವ ಇಷ್ಟವಿರಲಿಲ್ಲ.

"ಆ ಪ್ರೊಫೆಷನ್ ಅಂಥದಮ್ಮ, ಒಟ್ಟಿನಲ್ಲಿ ನಮ್ಮನ್ನು ನಾವು ಮಾರಿಕೊಂಡು ಬಿಟ್ಟಂಗೆ ಹೆಚ್ಚು ಸಂಬಳ, ಶ್ರೀಮಂತ ಜೀವನ ಬೇಕೂಂದರೇ ಇದೆಲ್ಲ ಅನಿವಾರ್ಯ. ಕಾರಿನಲ್ಲಿ ನಾವು ಓಡಾಡೋಕೆ ಸಾಧ್ಯನಾ? 30 ವರ್ಷ ಸರ್ಕಾರಿ ನೌಕರಿ ಮಾಡಿದೆ. ನೀನು ರಿಟೈರ್ಡ್ ಆದ ತಿಂಗಳ ಸಂಬಳ ಎಷ್ಟು? ಬದಲಾವಣೆಗೆ ಬಗ್ಗಿ ಕೊಳ್ಳಬೇಕು. ಷಿಫ್ಟ್‌ನಲ್ಲಿ ಕಾಲ್‌ಸೆಂಟರ್‌ಗಳಲ್ಲಿ ವರ್ಕ್ ಮಾಡೋರು ಹೆಣ್ಣು ಮಕ್ಕಳೇ, ಅದು ರಾತ್ರಿ ಪಾಳಿ ಕೆಲ್ಸ. ರಾತ್ರಿ ಎರಡು... ಮೂರು ಗಂಟೆಗಳಿಗೆ ಹಿಂದಿರುಗಿ ಬರ್ತಾರೆ, ರಾತ್ರಿ ಎರಡು... ಮೂರಕ್ಕೆ ಹೋಗ್ತಾರೆ. ಈಗ ಹಗಲಿಗೂ, ರಾತ್ರಿಗೂ ವ್ಯತ್ಯಾಸವೇನಿಲ್ಲ" ಎಂದ ಇದನ್ನೆಲ್ಲ ಅಮ್ಮನ ಸಮಾಧಾನಕ್ಕೆ ಹೇಳಿದ ಮಾತುಗಳು.

ಈ ಮಾತುಗಳೇನು ಅಂಥ ಸಮಾಧಾನ ಕೊಡಲಿಲ್ಲ. ಒಳಗೊಳಗೇ ಕುದಿದರು.

ಶರಾವತಿ ಹೊರಗೆ ಇಣಕಲಿಲ್ಲ. ಶರಧಿ ವಿಷಯ ಎದುರಾದರೇ ಅವಳ ಬಾಸ್ ಶ್ರೀಕಾಂತ್ ಬಂದು ಎದುರು ನಿಲ್ಲುತ್ತಿದ್ದ. ಅವಳ ಪಾಲಿಗೆ ಅಜ್ಞಾತ ವ್ಯಕ್ತಿಯ ನೋಡುವ ಅವಕಾಶ ಬಂದಿರಲಿಲ್ಲ.

"ಇವಳ್ಯಾಕೋ ಇನ್ನ ಬಂದಿಲ್ಲ, ಸ್ವಲ್ಪ ನೋಡು" ಎಂದು ಸೊಸೆಗೆ ಕೂಗಿ ಹೇಳಿದರು ಸುಬ್ಬಲಕ್ಷ್ಮಿ ತಾಯಿ, ಮಗಳ ಮಧ್ಯೆ ಒಂದು ಗೋಡೆ ಎದ್ದು ನಿಂತಿತ್ತು. ಅದು ದಿನದಿಂದ ದಿನಕ್ಕೆ ಮೇಲೇಳುತ್ತಿತ್ತು. ಹಣದಿಂದ ಸರಿ ಮಾಡೋಂಥದಲ್ಲ.

ಮೆಲ್ಲಗೆ ಶರಧಿ ರೂಂನಲ್ಲಿ ಇಣಕಿ ತಳ್ಳಿಕೊಂಡು ಒಳಗೆ ಹೋದಳು. ಅವಳು ಮಲಗಿಯೇ ಇದ್ದಳು. ಇತ್ತೀಚೆಗಂತು ಹಾಸಿಗೆಯ ಮೇಲಿನ ಮೇಲಾಸು, ಬ್ಲಾಂಕೆಟ್‌ನಿಂದ ಹಿಡಿದು ಎಲ್ಲವು ಕಲರ್‌ಫುಲ್, ಅತ್ಯಂತ ಕಾಸ್ಲಿ ವಸ್ತುಗಳೇ. ಒಮ್ಮೆ ಒಂದೆರಡು ಸಲ

ಹಾಕಿದ ಡ್ರೆಸ್, ಸೀರೆಗಳನ್ನು ತೆಗೆದು ಗುಡ್ಡೆ ಹಾಕಿ ಹೇಳಿದ್ದು.

"ಇದನ್ನೆಲ್ಲ ಯಾರಿಗಾದ್ರೂ ಕೊಟ್ಟು ಬಿಡಿ. ನಂಗೂ ತುಂಬಿಕೊಂಡು ಸಾಕಾಗಿದೆ."

ಈ ವಿಷಯ ಸುಬ್ಬಲಕ್ಷ್ಮಿಯ ಕಿವಿಗೆ ಬಿದ್ದಾಗ ಗಾಬರಿಯಾದರು. "ಮೊನ್ನೆ... ಮೊನ್ನೆ ತಗೊಂಡ ಇಷ್ಟೊಂದು ಕಾಸ್ಲಿ ಸೀರೆಗಳ್ನ ಡರೆಸ್‌ಗಳ್ನ ಯಾರಿಗಾದ್ರೂ ಕೊಡಬೇಕಂತೆ! ಇವಳು ಮಹಾರಾಜನ ಮೊಮ್ಮಗ್ಳು ಇಷ್ಟೊಂದು ವಿಪರೀತ ಒಳ್ಳೆದಲ್ಲ" ಕೂಗಾಡಿದ್ದರು. ಬಹುಶಃ ಏನಾದರೂ ಹೇಳಲು ಶರಧಿ ಮನೆಯಲ್ಲಿರಲಿಲ್ಲ ಯಾವ ರೀತಿಯ ಪ್ರತಿಕ್ರಿಯೆ ಇರುತ್ತಿತ್ತೋ ಏನೋ?

ಆಮೇಲೆ ತಾಯಿ, ಮಗಳ ಮಧ್ಯೆ ಸಣ್ಣದೊಂದು ಗಲಾಟೆಯಾಯಿತು. ಒಂದಿಷ್ಟು ದಿನ ಶೀತಲ ಯುದ್ಧ, ಹಾಗಂತೇನು ಶರಧಿ ನಿರ್ಧಾರ ಬದಲಾಗಲಿಲ್ಲ. ಅದಕ್ಕೆ ಅವಳ ಬಗ್ಗೆ ಶರಾವತಿಗೆ ಒಂದಿಷ್ಟು ಭಯ.

ಮಲಗಿದ್ದವಳ ಪಕ್ಕದಲ್ಲಿ ಹೋಗಿ ಕೂತು ತೋಳಿನ ಮೇಲೆ ಕೈಯಿಟ್ಟು "ಶರಧಿ..." ಎಂದ ಕೂಡಲೆ ಕಣ್ತೆರೆದಳು. "ಎಂದೂ ಇಷ್ಟು ಹೊತ್ತು ಮಲಗಿದ್ದಿಲ್ಲ, ಅತ್ತೆ ಗಾಬ್ರಿಯಾದ್ರು" ಅಂದಕೂಡಲೆ ಎದ್ದು ಕೂತು ಅಸ್ತವ್ಯಸ್ತವಾದ ಕೂದಲನ್ನು ಸರಿಪಡಿಸಿಕೊಂಡು "ರಾತ್ರಿ ತಲೆ ನೋವಿತ್ತು ಆಮೇಲೆ ಮೈಕೈ ನೋವುಂತ ಅನ್ನಿಸ್ತು, ಸುಮ್ನೇ ಹಾಗೇ ಮಲಗ್ದೇ" ಇಂಥ ಒಂದು ಸಣ್ಣ ಉತ್ತರ ಸಿಕ್ಕಿತು.

"ನಾನೊಂದು ಸಲಹೆ ಕೊಡ್ಲಾ?" ಮೆಲ್ಲಗೆ ಕೇಳಿದಳು.

"ಏನು... ನಾನು ಹೇಳಿದ್ದೀನಿ. ಮತ್ತೇನು ಡೀಟೈಲ್ಸ್ ಸಿಗೋಲ್ಲ. ಸಲಹೆ ಕೊಡಿ. ನಾನು ಆಕ್ಸೆಪ್ಟ್ ಮಾಡದಿದ್ದರೇ ಬೇಕಾರು ಮಾಡ್ಕೋಬೇಡಿ" ಫ್ರಾಂಕಾಗಿ ಹೇಳಿದಳು. ಅತ್ಯಂತ ನಿಸ್ಸಂಕೋಚವಾಗಿ ವಿವರಿಸಿದ ಲಲನೆಗೆ ಸಂಕೋಚವಂಥದೇನು ಇರಲಿಲ್ಲ.

"ನಿಮ್ಮ ಆಯ್ಕೆ, ನಿಮ್ಮ ಬಾಸ್... ಶ್ರೀಕಾಂತ್ ಆಗಿದ್ದರೇ, ನಮ್ಮ ಅಭ್ಯಂತರವಿಲ್ಲ. ಅವ್ರಿಗೆ ಇಷ್ಟವಿಲ್ಲದಿದ್ದರೇ ದೊಡ್ಡದಾಗಿ ಮದ್ವೆ ಫಂಕ್ಷನ್ ಬೇಡ. ದೇವಸ್ಥಾನದಲ್ಲಿ ಹಾರ ಬದಲಾಯಿಸಿಕೊಂಡರೇ ಸಾಕು. ಗಂಡ – ಹೆಂಡ್ತಿ ಅನ್ನೋ ರೆಕೆಗ್ನೈಸ್ ಭಾವ ಮೂಡುತ್ತೆ ಮನೆಯವರಿಗೂ ಸಮಾಧಾನ, ಪ್ಲೀಸ್ ತಪ್ಪಾಗಿ ತಿಳ್ಕೋಬೇಡ. ನಾನು ಈ ಮನೆ ಸೊಸೆ, ನೀನು ಮಗಳು, ನಂಗೆ ಇಲ್ಲಿ ಹಕ್ಕುಗಿಂತ ಕರ್ತವ್ಯ ಮುಖ್ಯವಾಗುತ್ತೆ. ಅತ್ತೆ ಮಾವ ತುಂಬ ಕೊರಗ್ತಾರೆ, ಮಕ್ಳು ಭವಿಷ್ಯ ಅವ್ರ ಕರ್ತವ್ಯ ಕೂಡ" ನಿಧಾನವಾಗಿ ಹೇಳಿ ಮುಗಿಸಿದ್ದು. ಶರಧಿಗೆ ಇಷ್ಟವಿಲ್ಲ, ಆದರೆ ಇವಳಿಗೆ ಅನಿವಾರ್ಯ.

"ಪ್ಲೀಸ್ ಅರ್ಥಮಾಡ್ಕೊಳ್ಳಿ, ಮದ್ವೆ ನಂಗಿಷ್ಟವಿಲ್ಲ. ಈಗ ಶ್ರೀಕಾಂತ್ ನಂಗೆ ಇಷ್ಟವಾಗಿದ್ದಾರೆ, ನಾನು ಅವ್ರಿಗೆ ಇಷ್ಟವಾಗಿದ್ದೀನಿ ಮುಂದೆ ಇಷ್ಟವಾಗದೇ ಇರಬಹುದು. ಆಗ ಸಾಂಗತ್ಯ ಸಾಧ್ಯವೇ? ಇದು ತೀರಾ ಪರ್ಸನಲ್ ವಿಚಾರ, ಸಮಾಜ, ಕಾನೂನು ನಿರ್ಬಂಧವೇರುವುದು ನನ್ನ ಪ್ರಕಾರ ಸರಿಯಿಲ್ಲ. ನೀವು ಸುಮ್ನೇ ತಲೆಕೆಡಿಸ್ಕೋಬೇಡಿ. ಅಮ್ಮನದು ಹಳೇ ಕಂದಾಚಾರ ವಟಗುಟ್ಟಿಕೊಂಡು ಒಂದೇ ಛಾವಣಿಯ ಕೆಳಗೆ

ಬದುಕುವುದು ನಂಗೆ ಬೇಕಿಲ್ಲ" ಬಹಳ ಸ್ಪಷ್ಟವಾಗಿ ಅರ್ಥವಾಗುವಂತೆ ಹೇಳಿದಳು. ಬಹುಶಃ ಇದಿಷ್ಟನ್ನು ಅಪ್ಪ, ಅಮ್ಮನ ಮುಂದೆ ಹೇಳಲು ಹಿಂಜರಿಯಲಾರಳು. ಅಂಥ ಒಂದು ಮನಸ್ಥಿತಿ ಅವಳದು.

ಶರಾವತಿಗೆ ಹೇಳೋಕು, ಕೇಳೋಕು ಏನು ಇಲ್ಲವೆನಿಸಿದ್ದರಿಂದ ಹೊರಗೆ ಬಂದಳು. ಮುಂದೇನು? ಇದನ್ನೆಲ್ಲ ಸುಬ್ಬಲಕ್ಷ್ಮಿಗಾಗಲೀ, ರಾಮೂರ್ತಿಗಳಿಗಾಗಲೀ ತಿಳಿಸಲು ಸಾಧ್ಯವೇ? ಅದು ತನ್ನಿಂದ ಸಾಧ್ಯವಿಲ್ಲ ಎಂದು ಮನವರಿಕೆಯಾದಾಗ, ತಾನಾಗಿ ತಿಳಿಯುವವರೆಗೂ ತೆಪ್ಪಗಿದ್ದು ಬಿಡಬೇಕೆನ್ನುವ ನಿರ್ಧಾರಕ್ಕೆ ಬಂದಳು.

"ಅತ್ತೆ, ಶರಧಿಗೆ ತಲೆ ನೋವಂತೆ" ಅಷ್ಟು ಮಾತ್ರ ಹೇಳಿದಳು. ಮಗಳ ಬಗ್ಗೆ ಬೇಸರವಿರಬಹುದು. ಆದರೆ ತಾಯ್ತನದ ಅರಿವು ಕಡಿಮೆಯಾದೀತಾ? ಮಾಡೋ ಕೆಲಸ ಬಿಟ್ಟು ಮಗಳ ರೂಮಿಗೆ ನುಗ್ಗಿದರು.

"ಯಾಕೆ, ಏನಾಯ್ತು? ಆ ಕೆಲ್ಸ ಬೇಡವೇ ಬೇಡ. ಅದೆಂಥ ದುಡಿಮೆ?" ದನಿಯೇರಿಸಿ ಮಗಳ ಹಣೆ, ಕುತ್ತಿಗೆ ಮುಟ್ಟಿ ನೋಡಿ "ನಾಲ್ಕು ದಿನ ರಜ ಹಾಕಿ ಮನೆಯಲ್ಲಿರು" ಗದರಿ ಬುದ್ಧಿ ಹೇಳಿದರು ಅಕ್ಕರೆಯಿಂದ.

"ನಂಗೇನಾಗಿದೆ? ರಾತ್ರಿ ತಲೆ ನೋವಿತ್ತು. ಈಗ ಎಂಥದ್ದು ಇಲ್ಲ. ರಜ ಹಾಕಿ ಮನೆಯಲ್ಲಿ ಕೂತ್ಕೊಂಡ್, ಏನ್ಮಾಡ್ಲೀ? ಯಾಕೆ ಸುಮ್ನೇ ಟೆನ್‌ಷನ್ ಮಾಡ್ಕೋತೀಯ?" ಸ್ವಲ್ಪ ಕಸಿವಿಸಿಯಿಂದಲೇ ಹೇಳಿದಳು. ಈ ರೀತಿಯ ಪ್ರೀತಿಯ ಒತ್ತಡ ಅವಳಿಗೆ ಹಿಂಸೆಯೆನಿಸುತ್ತಿತ್ತು.

ಸುಬ್ಬಲಕ್ಷ್ಮಿ ಪೂರ್ತಿ ತಣ್ಣಗಾಗಿ ಬಿಟ್ಟರು. ಮಗಳ ಮುಖ ನೋಡಿದರು. ಇಷ್ಟವಾಗದ ಭಾವವೊಂದು ಅವರ ಕಣ್ಣಿಗೆ ಬಿತ್ತು. ತೆಪ್ಪಗೆ ಹೊರಗೆ ಬಂದು ಕೂತರು. ಇದೊಂದು ಹಂತ ಎನಿಸಿತು. ಈ ವಯಸ್ಸಿನಲ್ಲಿ ಮಕ್ಕಳಿಗೆ ಹೆತ್ತವರ ಮಾತು, ಪ್ರೀತಿ ಯಾವುದು ಬೇಕೆನಿಸುವುದಿಲ್ಲ.

ಸ್ವತಃ ರಾಮೂರ್ತಿಗಳೇ ನೀರು ತುಂಬಿದ ಲೋಟವನ್ನು ತಂದು ಹೆಂಡತಿಯ ಮುಂದಿಟ್ಟು "ನಿನ್ಮಾತು, ಪ್ರೀತಿ ಎರಡು ಅವಳಿಗೆ ಬೇಡ. ಬಲವಂತವಾಗಿ ಯಾಕೆ ಏರೋಕೆ ಹೋಗ್ತಿ? ಸ್ವಲ್ಪ ನಿನ್ನ ಚಿಂತನೆಯನ್ನು ಬದಲಾಯಿಸ್ಕೋ" ಬುದ್ಧಿ ಹೇಳಿ ಪೇಪರ್ ಹಿಡಿದು ತಮ್ಮ ಪಾಡಿಗೆ ತಾವು ಹೋದರು. ತೀರಾ ಇತ್ತೀಚೆಗೆ ಇಂಥ ನಿರ್ಲಿಪ್ತ ಭಾವ ಬೆಳೆಸಿಕೊಂಡಿರೋದು ನೋಡಿ ಅಚ್ಚರಿ ಇವರಿಗೆ ಸಾಧ್ಯವಾಗಿರೋದು ನನಗೇಕೆ ಆಗಿಲ್ಲ? ಇಂಥದೊಂದು ಪ್ರಶ್ನೆಗೆ ಅವರಲ್ಲೇ ಉತ್ತರವಿದ್ದುದ್ದರಿಂದ ತಲೆ ಕೆಡಿಸಿಕೊಳ್ಳಲು ಹೋಗಲಿಲ್ಲ.

ಇನ್ನು ಶರಾವತಿಗೆ ಸುಮ್ಮನಿರಲು ಸಾಧ್ಯವಾಗಲಿಲ್ಲ. ಗಂಡನಿಗೆ ಫೋನ್ ಮಾಡಿ "ನಿಮ್ಗೇ ಮುಖ್ಯವಾದ ಒಂದು ವಿಚಾರ ಹೇಳಬೇಕು. ಅದಕ್ಕೆ ಮುನ್ನ 'ವರ್ಷ ಆ್ಯಡ್ ಕಂಪನಿ' ಎಂ.ಡಿ. ಶ್ರೀಕಾಂತ್ ಅವರ ಬಗ್ಗೆ ಒಂದಿಷ್ಟು ತಿಳ್ಕೊಂಡ್ ಬನ್ನಿ. ಉದಾಸೀನ

ಮಾಡಬೇಡಿ, ಪ್ಲೀಸ್..." ರಿಕ್ವೆಸ್ಟ್ ಮಾಡಿಕೊಂಡಳು. ವಿವಾಹಕ್ಕೆ ಮುನ್ನ ದೈಹಿಕ ಸಂಬಂಧ... ಇದು ತೀರಾ ತಪ್ಪಾಗಿ ಕಂಡಿತು. ಇಂಥ ಸಂಬಂಧಕ್ಕೆ ಯಾವ ಹೆಸರು ಸೂಚಿಸಬಹುದು? ತುಂಬ ತಲೆ ಕೆಡಿಸಿಕೊಂಡಳು. ಬಹುಶಃ ವಿಷಯನ ಸುಬ್ಬಲಕ್ಷ್ಮಿ ರಾಮೂರ್ತಿಗಳ ಮುಂದೆ ಹೊರಗೆಡವಿ ಬಿಟ್ಟಿದ್ದರೇ, ಅಲ್ಪ ಸವಲ್ಪ ನಿಶ್ಚಿಂತೆಯಾದರು ಸಿಗುತ್ತಿತ್ತು. ಈಗ ಒಂದು ರೀತಿಯ ಪರದಾಟ.

ಶ್ರೀಧರ ತಕ್ಷಣ ಅರ್ಧ ದಿನ ರಜ ಹಾಕಿ ಹೊರಗೆ ಬಂದ ಶರಧಿ ಒಂದೆರಡು ಕಂಪನಿಗಳು ಬದಲಾಯಿಸಿದ ಮೇಲೆ ಇಲ್ಲೇ ಸ್ವಲ್ಪ ಮಟ್ಟಿಗೆ ತಳವೂರಿದ್ದು. ಪ್ರಮೋಷನ್ ಮೇಲೆ ಪ್ರಮೋಷನ್ ಸಿಕ್ಕಿ ಎಂ.ಡಿ. ಶ್ರೀಕಾಂತ್‌ಗೆ ಪರ್ಸನಲ್ ಸೆಕ್ರೆಟರಿ! ಕಂಪನಿಯಲ್ಲಿ ಬಹಳ ಇಂಪಾರ್ಟೆಂಟ್ ಪೋಸ್ಟ್ ಇವಳದು.

ಇವನು ಹೊರಟಾಗ ಜೊತೆ ಗೂಡಿದ ದೀಕ್ಷಿತ್ "ಯಾಕೆ ಆಫೀಸ್ ಬೇಸರ ಬಂತಾ? ಇಲ್ಲ ಮೇಮ್‌ಸಾಬ್... ಬುಲಾವಾ?" ಹಾಸ್ಯ ಮಾಡಿದ.

"ಎರಡು ಅಲ್ಲ, ವರ್ಷ ಆ್ಯಡ್ ಕಂಪನಿಗೆ ಒಂದಿಷ್ಟು ಹೋಗಿ ಬರೋದಿತ್ತು. ಅಲ್ಲಿ ನನ್ತಂಗಿ ಕೆಲ್ಸ ಮಾಡ್ತಾಳೆ" ಅಂದ ನಿರುತ್ಸಾಹದಿಂದಲೇ, ಈಚೆಗೆ ಶರಧಿ ತಮ್ಮಿಂದ ತುಂಬ ದೂರ ಹೋಗಿದ್ದಾಳಂತ ಅನ್ನಿಸತೊಡಗಿದ್ದರಿಂದ ಮೊದಲಿನಂತೆ ಸಲಿಗೆ ತೋರಿಸಲು ಹಿಂಜರಿಯುತ್ತಿದ್ದ. ಹೆಂಡತಿ ಈ ಕೆಲಸಕ್ಕೆ ಹಚ್ಚಿದ್ದು ಇಷ್ಟವಾಗದಿದ್ದರು ಅನಿವಾರ್ಯವಾಗಿತ್ತು.

"ಅಲ್ಲಿ ನನ್ನೊಬ್ಬ ಫ್ರೆಂಡ್ ರಿಸೆಪ್ಷನಿಸ್ಟ್ ಆಗಿ ಕೆಲ್ಸ ಮಾಡ್ತಾನೆ. ನೋಡ್ತೋದರೇ ನಾನು ಕೇಳ್ದೇಂತ ಹೇಳು. ತರಹವಾರಿ ಮಾಡೆಲ್‌ಗಳು ಬರ್ತಾರೆ. ಒಂದು ರೀತಿಯಲ್ಲಿ ರಂಗು... ರಂಗಿನ ಜೀವನ. ಸಿಇಓ ತುಂಬ ಸ್ಟ್ರಿಕ್ಟ್ ಅಂತೆ, ಆದರೆ ಸೆಕ್ರೆಟರಿ ಜೊತೆ ಕ್ಲೋಸ್" ಒಂದು ತರಹ ನಕ್ಕ ಆ ನಗುವಿನಲ್ಲಿ ಅಸಹ್ಯ ತರುವಂತ ಭಾವವಿತ್ತು.

ಶ್ರೀಧರನಿಗೆ ಮೈ ಪರಚಿಕೊಳ್ಳುವಂತಾಯಿತು. ಶರಧಿಯೇನಾದರೂ ಎದುರಾದರೇ ನಾಲ್ಕು ಬಡಿದು ಬಿಡುವವನೇ.

"ಅಲ್ಲಿ, ನಿನ್ನ... ತಂಗಿ?" ಮತ್ತೆ ಅವನೆ ಕೇಳಿದ.

"ಅಕೌಂಟ್... ಸೆಕ್ಷನ್‌ನಲ್ಲಿ..." ತಟ್ಟನೆ ನುಡಿದ.

ಸ್ಕೂಟರ್ ಸ್ಟ್ಯಾಂಡ್‌ನಿಂದ ಸ್ಕೂಟರ್ ತೆಗೆಯುವ ವೇಳೆಗೆ ಮೂರು ಸಲವಾದರೂ ಬೆವರು ತೊಡೆದುಕೊಂಡಿದ್ದ. ಸೆಕ್ರೆಟರಿ ಜೊತೆ ಮಾತ್ರ ಕ್ಲೋಸ್ ಈ ಮಾತು ಅವನನ್ನು ಚುಚ್ಚುತ್ತಿತ್ತು 'ಥೂ...' ಇಷ್ಟೊಂದು ಬದಲಾವಣೆ ಬಂದಿದೆ. ಹೆಂಗಸರು ಎಲ್ಲಾ ಕ್ಷೇತ್ರಗಳಲ್ಲು ಕೆಲಸ ಮಾಡುತ್ತಿದ್ದಾರೆ. ಒಂದು ಕಡೆ ಕೆಲಸ ಮಾಡುವವರನ್ನು 'ಕ್ಲೋಸ್' ಅನ್ನೋ ಅರ್ಥದಲ್ಲಿ ಗುರ್ತಿಸಿ ಅವಹೇಳನವಾಗಿ ಮಾತಾಡುವುದು ಎಷ್ಟು ಸರಿ?

ತುಂಬು ಬೇಸರದಿಂದಲೇ ಸ್ಕೂಟರ್ ಹತ್ತಿದ್ದು, ಮಧ್ಯೆ ಸ್ಕೂಟರ್‌ನ ನಿಲ್ಲಿಸಿ ಪಕ್ಕಕ್ಕೆ ತಳ್ಳಿಕೊಂಡು ಹೋಗಿ ಸಿಡಿಮಿಡಿಯಿಂದ ಮೊಬೈಲ್ ಬಟನ್‌ಗಳನ್ನೊತ್ತಿದ.

"ಹಲೋ..." ಅಂದಿದ್ದು ಶರಾವತಿಯೆ.

"ಏಯ್, ನಿಂದು ತುಂಬ ತಲೆಹರಟೆಯಾಗಿ ಹೋಯ್ತು. ನಿಂಗೆ ಶ್ರೀಕಾಂತ್ ಬಗ್ಗೆ ಏನು ಇನ್‌ಫರ್ಮೇಷನ್ ಬೇಕು? ಯಾಕೇ ಬೇಕು? ನಾನ್ಹೋಗಿ ಪ್ರೊಫೈಲ್ ಕೇಳ್ಕೋಖೆ ಸಾಧ್ಯನಾ? ನಿಂಗೆ ಅಷ್ಟು ಬೇಕೂಂದರೇ ಶರಧಿನ ಕೇಳು. ಈ ತಲೆ ನೋವು ಬೇಡ" ಸ್ವಲ್ಪ ರೇಗಿದ.

ಶರಾವತಿ ಉಗುಳು ನುಂಗಿದಳು. ಗೊತ್ತಿದ್ದ ಸತ್ಯವನ್ನು ಹೇಗೆ ಹೇಳುವುದು? "ಪ್ಲೀಸ್, ಒಂದಿಷ್ಟು ಕಲೆಕ್ಟ್ ಮಾಡಿಕೊಂಡು ಬನ್ನಿ. ಹೀಗೂ ಶರಧಿಗೂ ಅವರ ಬಗ್ಗೆ ಆಸಕ್ತಿ ಇರೋಂಗೇ ಕಾಣುತ್ತೆ. ಡಿಟೈಲ್ಸ್ ಗೊತ್ತಾದರೇ ವಿವಾಹದ ಪ್ರಯತ್ನ ಮಾಡೋಣಾಂತ." ಇಂಥದೊಂದು ಕಾರಣ ಕೊಟ್ಟಾಗ ಗಂಟಾಗಿದ್ದ ಶ್ರೀಧರನ ಮುಖ ಸಡಿಲವಾಯಿತು. "ಗುಡ್, ಆದಷ್ಟು ಪ್ರಯತ್ನಪಟ್ಟು ವಿಷ್ಯನ ಕಲೆಕ್ಟ್ ಮಾಡ್ತೀನಿ" ಹೆಂಡತಿಗೆ ಶಭಾಷ್‌ಗಿರಿ ಕೊಟ್ಟ.

ಶರಧಿ ಎದೆಯ ಮೇಲೆ ಕೈಯಿಟ್ಟುಕೊಂಡು ಸಮಾಧಾನದ ಉಸಿರುಬಿಟ್ಟಳು. ಕಾಂಪೌಂಡ್ ಬಳಿ ನಿಂತು ಪಕ್ಕದ ಮನೆಯವರೊಂದಿಗೆ ಹರಟುತ್ತಿದ್ದ ಸುಬ್ಬಲಕ್ಷ್ಮಿ ಕೂಗಿ ಹೇಳಿದರು.

"ರಾಜಗೋಪಾಲ್ ಬಂದಿದ್ದಾರೆಂತ ನಿನ್ನ ಮಾವನವರಿಗೆ ಹೇಳು."

ಇದು ರೂಮಿನಲ್ಲಿದ್ದ ರಾಮೂರ್ತಿಗಳ ಕಿವಿಗೆ ಬಿದ್ದು ಅವರೇ ಪೇಪರ್ ಸಮೇತ ಹೊರಗೆ ಬಂದರು.

"ನಾನೇ ಆ ಕಡೆ ಬರೋಣಾಂತ ಇದ್ದೆ. ನೀವು ಬಂದಿದ್ದು ಒಳ್ಳೆದಾಯ್ತು. ಒಂದಿಷ್ಟು ಹೊತ್ತು ಕೂತು ಕಷ್ಟ, ಸುಖ ಮಾತಾಡಬಹುದು. ನನ್ನ ಶ್ರೀಮತಿಯ ಮುಂದೆ ಅದಕ್ಕೆ ಅವಕಾಶವಿಲ್ಲ. ಮಾತೆಲ್ಲ ಅವಳದೇ, ನಾನು ಬರೀ ಕೂತು ಕೇಳಬೇಕು" ಇಷ್ಟು ಮಾತುಗಳೊಂದಿಗೆ ಅವರನ್ನು ಸ್ವಾಗತಿಸಿದ್ದು "ಅಂತು ಶ್ರೀಮತಿಯವರ ಬಗ್ಗೆ ಒಳ್ಳೆ ಕಾಮೆಂಟ್" ತಂದ ತರಕಾರಿಯ ಚೀಲವನ್ನು ಟೀಪಾಯಿ ಮೇಲಿಟ್ಟು ಕೂತರು.

"ಇದೇನು ತರಕಾರಿಗೆ ಬಂದಿದ್ರಾ?" ಕೇಳಿದರು ಕೂಡುತ್ತ ರಾಮೂರ್ತಿ "ನಿಮ್ಮ ಮನೆಗೆ ಹೊರಟಿದ್ದು, ತರಕಾರಿ ಗಾಡಿ ಎದುರಾಯ್ತು. ಒಂದಿಷ್ಟು... ಕೊಂಡೇ. ನನ್ನ ಕೈಯಲ್ಲಂತು ಇದನ್ನೆಲ್ಲ ಬಿಡ್ಸಿ ಮಾಡೋಕ್ಕಾಗೋಲ್ಲ. ಹೇಗೂ ಅತ್ತಿಗೆಯವರು ಊಟ ಹಾಕ್ದೇ ಕಳಿಸೋಲ್ಲ" ಎಂದರು ಅರ್ಥಗರ್ಭಿತವಾಗಿ, ರಾಮೂರ್ತಿಗಳು ಜೋರಾಗಿ ನಕ್ಕರು.

"ಮಾಡೋದೆಲ್ಲ ನಮ್ಮ ಶರಾವತಿ, ಬಡಿಸೋಕೆ ಮಾತ್ರ ಅವಳು ಬರ್ತಾಳೆ" ಅಂದವರು "ಶರಾವತಿ ಇಲ್ಲಿ ಬಾಮ್ಮ" ಕೂಗಿ "ರಾಜಗೋಪಾಲ ತರಕಾರಿ ತಂದಿದ್ದಾನೆ. ಅವ್ನು ಇಲ್ಲೇ ಊಟಕ್ಕೆ ಇರ್ತಾನೆ" ಅಷ್ಟು ಹೇಳಿದರು.

"ಇಷ್ಟೊಂದು ತರಕಾರಿ, ಕನಿಷ್ಟ ವಾರಕ್ಕಾದ್ರೂ ಆಗುತ್ತೆ. ವಾರ ಪೂರ್ತಿ

ನಮ್ಮನೆಯಲ್ಲೇ ಊಟ ಮಾಡಬೇಕು" ಶರಾವತಿ ನಗುತ್ತ ಇಂಥದೊಂದು ಕಂಡೀಷನ್ ಹಾಕಿಯೇ ತರಕಾರಿ ಬ್ಯಾಗನ್ನು ಒಯ್ದಿದ್ದು.

"ಒಳ್ಳೆ ಹುಡ್ಗೀ ಕಣೋ ಶರಾವತಿ" ರಾಜಗೋಪಾಲ್ ಮನ ತುಂಬಿ ಹೊಗಳಿದರು. "ಹೌದು, ಆದರೆ ಡಿಗ್ರಿ ಮಾಡಿದ ಹುಡ್ಗೀ ಒಂದು ಕೆಲ್ಸಾಂತ ಹಿಡಿದಿದ್ದರೇ, ಶ್ರೀಧರನಿಗೂ ಸಹಾಯವಾಗ್ತ ಇತ್ತು. ಪಚ್ಚಿ ಭವಿಷ್ಯಕ್ಕೂ ಒಳ್ಳೆಯದಿತ್ತು ಅನ್ನೋದು ನಮ್ಮ ಮೇಡಮ್‌ನ ಗಲಾಟೆ. ನನ್ನ ಮನಸ್ಸಿನದು ಡೋಲಾಯಮಾನ ಸ್ಥಿತಿ" ಸತ್ಯವನ್ನು ತೋಡಿಕೊಂಡರು.

"ಆ ಹುಡ್ಗೀನು ಕೆಲ್ಸಕ್ಕೇಂತ ಹೊರಟಿದ್ದರೇ, ಎಲ್ಲಾ ಜವಾಬ್ದಾರಿ ಸುಬ್ಬಲಕ್ಷ್ಮೀ ಮೇಲೆ ಬೀಳ್ತಾ ಇತ್ತು. ಆಗ ಮನೆಯಲ್ಲಿ ಇಷ್ಟೊಂದು ಶಾಂತಿ, ನಮ್ದೀ ಇರ್ತಾ ಇತ್ತಾ? ಕ್ಷಣಕ್ಷಣಕ್ಕೂ ಮೇಡಮ್‌ನಿಂದ ಪಾಠ ಕೇಳಬೇಕಿತ್ತು" ಅಂದರು ರಾಜಗೋಪಾಲ್ ನಗುತ್ತ. ರಾಮೂರ್ತಿಗಳಂತು ಜೋರಾಗಿಯೆ ನಕ್ಕರು, ಬೇರೆಯವರ ಎದುರಿಗೆ ಈ ನಗು.

ಆ ಮೇಲೆ ಶರಾವತಿ ಕಾಫೀ ತಂದು ಕೊಟ್ಟ ಮೇಲೆ ಸುಬ್ಬಲಕ್ಷ್ಮಿ ಒಳಗೆ ಬಂದರು. ಅವರಿಗೂ ನಿಂತು ನಿಂತು ಕಾಲು ನೋವು ಷುರುವಾಗಿತ್ತು.

"ವಿಪರೀತ ಮಾತು ಪಕ್ಕದ ಮನೆಯವರದು. ನಂಗೂ ಕೇಳಿ... ಕೇಳಿ ಸಾಕಾಗಿದೆ. ಬೇರೆಯವರ ಪ್ರತಿಕ್ರಿಯೆಗೆ ಅವಕಾಶವೇ ಇಲ್ಲ, ಎಲ್ಲಾ ಅವರೆ ಮಾತಾಡ್ತಾರೆ"

ರಾಮೂರ್ತಿಗಳು ಒಂದು ತರಹ ನಗೆ ಬೀರಿ "ಅವರು ನಿನ್ಹತ್ರ ಪಾಠ ಹೇಳ್ಸಿಕೊಂಡು, ನಿಂಗೆ ಗುರುವಾಗಿ ಬಿಟ್ಟಿದ್ದಾರೆ ನೋಡಿದ್ಯಾ? ಇನ್ಮೇಲೆ ಯಾರ್ಗೂ ಪುಗಸಟ್ಟೆ ಪಾಠ ಹೇಳೋಕೆ ಹೋಗ್‌ಬೇಡ. ಅಗತ್ಯಕ್ಕಿಂತ ಹೆಚ್ಚು ಮಾತು ಒಳ್ಳೆದಲ್ಲ" ಹೆಂಡತಿಗೆ ಪರೋಕ್ಷವಾಗಿ ಬುದ್ಧಿ ಹೇಳಿದರು. ಇದು ಎಷ್ಟನೇ ಭಾರಿಯೋ! ಅದರಿಂದ ಏನು ಪ್ರಯೋಜನವಾಗಿರಲಿಲ್ಲ ಹೆಂಡತಿಯ ಸ್ವಭಾವ, ಬದಲಾಗುವ ನಂಬಿಕೆ ಇರಲಿಲ್ಲ. ಆದರೂ ಸಮಯ ಸಿಕ್ಕಾಗಲೆಲ್ಲ ಎಚ್ಚರಿಸುವುದು ವಾಡಿಕೆ.

"ಅಂತು, ನಾನು ಮಾತಾಡ್ತೀನಿ ಅನ್ನೋದು ನಿಮ್ಮ ತಕರಾರು!" ಮುಖ ಉಮ್ಮಿಸಿಕೊಂಡು ಎದ್ದು ಹೋದಾಗ "ಅಂತು ಹಂಗಿಸೋದು ಬಿಟ್ಟು. ಅವಕಾಶ ತಪ್ಪಿ ವರ್ಷಗಳೆ ಆಯ್ತು" ನೋವಿತ್ತು ಅವರ ದನಿಯಲ್ಲಿ. ರಾಜಗೋಪಾಲ್ ಹೆಂಡತಿಯನ್ನು ಕಳೆದುಕೊಂಡು ಒಂಟಿ.

ಆಮೇಲೆ ಅವರು ಬಂದ ವಿಷಯಕ್ಕೆ ಬಂದರು.

"ರಾಗಿಣಿ, ಅಜ್ಜಿ ಘೋನ್ ಮಾಡಿದ್ರು, ಪರೀಕ್ಷಿತ್ ಚೆಕ್ ಮೂಲಕ ಕಾರಿಗೆ ಹಣ ಸಂದಾಯ ಮಾಡಿದಂತೆ, ಅದ್ನ ಅಮ್ಮ ಮಗ್ಳು ಮಾತಾಡ್ಕೋತಾ ಇದ್ದರಂತೆ. ಆ ಪಾಯಿಂಟ್ ಹಿಡಿದು ಒಂದಿಷ್ಟು ಹೆದರಿಸಿ ನಿಮ್ಮ ಹಣ ನಿಮ್ಗೇ ಸಿಕ್ಕುತ್ತೆ, ನಿಮ್ಮ ಮಗನಿಗೆ ಅನ್ಯಾಯವಾಗಿದೇಂತ ತಿಳ್ಸಿದ್ರು. ಅದಕ್ಕೆ ನಿಮ್ಮಗಳ ಅಭಿಪ್ರಾಯ ಕೇಳೋಕೆ ಬಂದೆ"

ರಾಜಗೋಪಾಲ್ ಹಪಿಳಿ ಮುಗಿಸಿದ ಕೂಡಲೇ ಹೆಂಡತಿಯನ್ನು ಕರೆದು ಸಂಕ್ಷಿಪ್ತವಾಗಿ ವಿಷಯ ತಿಳಿಸಿ "ಹೇಗೆ ಹಣ ವಸೂಲಿ ಮಾಡೋದು? ಇಡ್ಕೊಂಡ ಸೇವಿಂಗ್ಸ್, ಅವ್ಳ ತಲೆಯ ಮೇಲೆ ಸುರಿದು ಕೈ ಬರಿದು ಮಾಡ್ಕೊಂಡಿದ್ದಾನಂತೆ. ಈಗ ಏನು ಮಾಡಬಹುದು?" ಸಲಹೆ ಕೇಳಿದರು.

"ಅದಕ್ಕೆ ಪರೀಕ್ಷಿತ್ ಏನು ಹೇಳ್ತಾನೆ?" ಪ್ರಶ್ನಿಸಿದರು.

"ಅವಳೇ ಇಲ್ಲವಾದ್ಮೇಲೆ, ಹಣ ಯಾಕೆ ಬೇಕು ಅಂದ. ಅವನಿಂದ ಏನು ಪ್ರಯೋಜನವಾಗೋಲ್ಲ. ನಾವೇ ಏನಾದ್ರೂ ಮಾಡಬೇಕು. ಅವಳೊಂದಿಗೆ ಓಡಾಡಿದಕ್ಕೆ ಗಿಫ್ಟ್ ಅಂದ್ಕೊಂಡ್ ಸುಮ್ಮನಾಗಬೇಕಷ್ಟೆ" ತಮ್ಮ ನಿಸ್ಸಾಯಕ ಸ್ಥಿತಿಯನ್ನು ತೋಡಿಕೊಂಡರು.

ಗಂಡ, ಹೆಂಡತಿ ಸುಮ್ಮನೆ ಕೂತರು! ನಿಶ್ಚಯವಾದ ವಿವಾಹನ ನಿರಾಕರಿಸಿದಕ್ಕೆ ಒಂದು ಕಾರಣವಿರಬಹುದು, ಆದರೆ ಪರೀಕ್ಷಿತ್ ಹಣನ ತಾನು ಇಟ್ಟುಕೊಂಡಿದ್ದು ಸರಿಯೆನಿಸಲಿಲ್ಲ. 'ಅನ್ಯಾಯ, ಬುದ್ಧಿ ಕಲಿಸಲೇಬೇಕು' ಎನಿಸಿತು ಅವರಿಗೆ "ಹೆದರಿಸಬೇಕು, ಅದಕ್ಕಾದ್ರೂ ನಿಮ್ಮ ಮಗನ ಸಹಕಾರ ಬೇಕಲ್ಲ? ನಾನೇ ಒಮ್ಮೆ ಪರೀಕ್ಷಿತ್ ಜೊತೆ ಮಾತಾಡ್ತೀನಿ. ಒಂದು ಪ್ರಯತ್ನವಂತು ಮಾಡಲೇಬೇಕು" ಎಂದರು ಸುಬ್ಬಲಕ್ಷ್ಮಿ. ಅದಕ್ಕೆ ಒಂದಿಷ್ಟು ತಯಾರಿಬೇಕೆನಿಸಿತು. ಸೊಸೆಯ ಸಹಾಯಕ್ಕೆಂತ ಅಡಿಗೆ ಮನೆಗೆ ಹಠದರು. ಗಂಡ ಹೇಳಿದನ್ನು ಸಂಕ್ಷಿಪ್ತಗೊಳಿಸುವ ಬದಲು ಮತ್ತಷ್ಟು ವಿಸ್ತರಿಸಿ ಹೇಳಿದರು.

"ರಾಗಿಣಿ ತಾಯಿ ತೀರಾ ಘಾಟಿಯಂಗೆ ಕಾಣ್ತಾಳೆ. ಮಗಳನ್ನು ಮುಷ್ಟಿಯಲ್ಲಿ ಇಟ್ಕೊಂಡ್ ಇದ್ದಾಳೆ. ಬಹುಶಃ ಮಗಳಿಗೆ ಕೆಲ್ಸ ಸಿಕ್ಕ ಮೇಲೆ ಅಷ್ಟೆಲ್ಲ ಹಣ ಕಂಡಿರಬೇಕುಂತ ಕಾಣುತ್ತೆ. ಅಲ್ಲಿ ಹಣವೇ ಪ್ರಧಾನ್ಯತೆ ಪಡೆದುಕೊಂಡಿರೋದು. ಪ್ರೀತಿ, ಪ್ರೇಮ ದುಡ್ಡು ಮುಂದೆ ಸುಳ್ಳು" ಬೇಸರದ ದನಿಯಲ್ಲಿ ಹೇಳಿದರು.

ಕುಕ್ಕರ್ ಇಳಿಸುತ್ತಿದ್ದವಳು ಹಾಗೆಯೇ ತಟಸ್ಥಳಾದಳು ಶರಾವತಿ. 'ಪ್ರೀತಿ, ಪ್ರೇಮ... ಸುಳ್ಳು ಅಂದುಕೊಂಡರೂ ಬದುಕಿಗೆ ಅನಿವಾರ್ಯವೆನಿಸಿತು. ಆದರೆ... ಶರಧಿ...' ಗಂಟಲಲ್ಲಿ ಏನೋ ಸಿಕ್ಕಿ ಹಾಕಿಕೊಂಡಂತಾಯಿತು.

"ಇನ್ನೊಂದ್ಮಾತು, ಪವನ್‌ಗಿಂತ ಮೂರು ವರ್ಷ ಚಿಕ್ಕೋನು ಪರೀಕ್ಷಿತ್, ಅಂದರೆ ನಮ್ಮ ಶರಧಿಗೆ ಚಿಕ್ಕವನೇ ಇಬ್ರೂ ಒಪ್ಕೊಂಡರೇ, ಒಂದ್ಮದ್ವೆ ಮಾಡಿ ಮುಗ್ಸಿ ಬಿಡಬಹುದು" ಇಂಥ ಒಂದು ಅಭಿಪ್ರಾಯ ಮನಸ್ಸಿಗೆ ಬಂದ ಕೂಡಲೆ ವ್ಯಕ್ತಪಡಿಸಿದರು ಆತುರಾತುರವಾಗಿ ಸುಬ್ಬಲಕ್ಷ್ಮಿ. "ಹೇಗಾಗುತ್ತೆ..." ಎಂದ ಶರಾವತಿ ಸುಮ್ಮನಾದಳು.

"ಯಾಕೆ ಆಗಬಾರದ್? ಅಲ್ಲಿ ಇಲ್ಲಿ ಹುಡ್ಕಿ ಮಾಡಿಕೊಂಡು ಹುಡ್ಗೀರಿಗೆ ವಿಷ್ಯ ಪೂರ್ತಿ ಅರಿವಿಗೆ ಬರೋಕೆ ವರ್ಷಗಳು ಬೇಕಾಗುತ್ತೆ ಇಲ್ಲಿ ನಮ್ಗೆಲ್ಲ ಗೊತ್ತು. ಅವ್ನಿಗೂ ಶರಧಿ ಬಗ್ಗೆ ಗೊತ್ತು. ಒಂದು ಪ್ರಯತ್ನ ಯಾಕೆ ಮಾಡಬಾರದು?" ಇಂಥದೊಂದು ವಿಚಾರದ ಹುಳುವನ್ನು ಸೊಸೆಯ ತಲೆಯಲ್ಲಿ ಬಿಟ್ಟರು.

"ಅಯ್ಯೋ, ಅತ್ತೆ! ಶರಧಿ ಎಂತೆಂಥ ಹುಡ್ಗರನ್ನು ನಿರಾಕರಿಸಿದ್ದಾಳೆ. ಈಗ ಸದ್ಯಕ್ಕೆ ಕೆಲ್ಸವಿಲ್ದ ಪರೀಕ್ಷಿತ್‌ನ ಮದ್ವೆ ಆಗೋಕೆ ಒಪ್ಕೋತಾಳಾ?" ತನ್ನ ನಿರಾಕರಣೆಯನ್ನು ಈ ರೀತಿ ವ್ಯಕ್ತಪಡಿಸಿದಳು.

ಆದರೆ ಸುಬ್ಬಲಕ್ಷ್ಮಿ ಸಮರ್ಥಿಸಿಕೊಂಡರು.

"ನಂಗೇನೋ ಇಂದು ಆಗುತ್ತೇಂತ ಅನ್ನಿಸುತ್ತೆ" ಒಂದು ಪ್ರಯತ್ನವಂತು ಮಾಡೋಣ. ಸಾಕಷ್ಟು ಓಡಿಆಡಿ ಬೆಳೆದವರು. ಅವಳಿಗೆ ಪರೀಕ್ಷಿತ್ ಕೂಡ ಗೊತ್ತು. ಒಂದಾರು ತಿಂಗಳು ಇವಳ್ಗಿಂತ ಚಿಕ್ಕವ ಇರಬಹುದು. ಈಗಿನ ಕಾಲಕ್ಕೆ ಅದೆಲ್ಲ ದೊಡ್ಡದಲ್ಲ. ಗಾಂಧೀಜಿಗಿಂತ ಕಸ್ತೂರಿಬಾಯಿ ಹಿರಿಯಾಕೆಯಂತೆ. ಮಂಡೋದರಿ ರಾವಣಸುರನಿಗಿಂತ ದೊಡ್ಡವಳು ಅಂತಾರೆ. ಪುರಾಣ, ಇತಿಹಾಸಗಳಲ್ಲಿ ಇಂಥದ್ದು ಬೇಕಾದಷ್ಟಿದೆ" ಇಂಥದೊಂದು ವರದಿ ಒಪ್ಪಿಸಿದರು. ಇದು ಅತ್ಯಂತ ಸೂಕ್ತ ವಿಷಯ ಅನಿಸಿತ್ತು. ಆದರೆ ಶರಾವತಿಗೆ ಗಾಬರಿ.

ನೋಡದ ಶ್ರೀಕಾಂತ್‌ನ ಅಸ್ಪಷ್ಟ ನಿಲುವು ಅವಳ ಮುಂದೆ ಬಂದು ನಿಲ್ಲುತ್ತಿತ್ತು. ಶರಧಿ ತನಗೂ, ಶ್ರೀಕಾಂತ್‌ಗೂ ಇರೋ ಸಂಬಂಧವನ್ನು ಒಪ್ಪಿಕೊಂಡಿದ್ದಳು. ಈಗ ಪರೀಕ್ಷಿತ್‌ನ ವಿವಾಹವಾಗು ಅನ್ನೋ ಬಲವಂತ ಮಾಡೋದು ನ್ಯಾಯನಾ? ತನ್ನಿಂದ ಸಾಧ್ಯವಿಲ್ಲವೆನಿಸಿತು.

"ಅತ್ತೆ, ಪ್ಲೀಸ್... ಈ ಕೆಲ್ಸ ನನ್ನಿಂದಾಗೋಲ್ಲ. ಇಂಥ ಪ್ರಸ್ತಾಪ ತಗೊಂಡ್ಹೋಗಿ ಇಲ್ಲಾಂತ ಅನ್ನಿಸ್ಕೊಂಡ್ ಬಂದಿದ್ದೀನಿ. ನಂಗೆ ಸಂಕೋಚನಪ್ಪ" ತಪ್ಪಿಸಿಕೊಂಡಳು. ಅವಳಿಗೆ ಇಷ್ಟವೆನಿಸಲಿಲ್ಲ.

ಮೆಂತ್ಯೆ ಸೊಪ್ಪಿನ ಬಾಣಲೆಗೆ ಹಾಕಿ ಉರಿಯುತ್ತಿದ್ದವರು ಕೆಳಗೆ ಇಳಿಸಿಟ್ಟು "ಏನು ಮಾಡೋದು? ಇದ್ಯಾಕೆ ಮದ್ವೆ ಮೇಲೆ ಇವಳಿಗೆ ಬೇಜಾರೋ ಗೊತ್ತಿಲ್ಲ. ಹೆತ್ತ ತಾಯಿ ನಂಗೆ, ತಪ್ಪುತ್ತಾ? ಅದಕ್ಕೆ ಮೊದ್ಲು ಇನ್ನೊಂದು ಕೆಲ್ಸವಾಗಬೇಕಲ್ಲ" ರಾಗಿಣಿ ಅಜ್ಜಿ ಫೋನ್ ಮಾಡಿದ ವಿಷಯ ತಿಳಿಸಿ "ಚೆಕ್ ಅಂತೇ ಕೊಟ್ಟಿರೋದು, ಒಂದಿಷ್ಟು ಹೆದರಿಸಿದರೇ, ಅಷ್ಟಿಷ್ಟು ಹಣವಾದ್ರೂ ಬರುತ್ತೆ. ಪಾಪಿ ಮುಂಡೇದು ಆ ಪರೀಕ್ಷಿತ್, ಎಲ್ಲಾ ಅವಳಿಗೆ ಸುರಿದು ಕೈ ಬರಿದು ಮಾಡಿಕೊಂಡಿದ್ದಾನೆ. ಅವ್ನಿಗೆ ನೆಟ್ಟಗೆ ಒಂದು ಬದ್ಕು ಬೇಕಾದರೆ, ಅವನದಾಗಿ ಒಂದಿಷ್ಟು ಹಣ ಬೇಕು ಕೈಯಲ್ಲಿ. ಅಯ್ಯೋ ಪವನ್ ಸ್ಥಿತಿ ಕೂಡ ಅಂಥಹ ಉತ್ತಮವಾಗೇನೂ ಇಲ್ಲ, ಅವ್ನ ಹೆಂಡ್ತಿಗೆ ಎಂಥದ್ದೋ ಕಾಹಿಲೆನಂತೆ, ಇಬ್ರೂ ಸಂಪಾದಿಸಿದರು ಏನು ಕೂಡಿಡೋಕೆ ಆಗಿಲ್ಲ ಅಂದ್ರು ರಾಜಗೋಪಾಲ್. ಅಂಥದ್ದರಲ್ಲಿ ಪರೀಕ್ಷಿತ್ ಏನು ಸಹಾಯ ಮಾಡಿಯಾನು? ಹೇಗಾದ್ರೂ, ಅವರುಗಳ ಹತ್ರ ದುಡ್ಡು ವಸೂಲು ಮಾಡಲೇಬೇಕು" ಇಂಥದೊಂದು ನಿರ್ಧಾರ ತಿಳಿಸಿ ಸಹಸೆಯ ಸಪೋರ್ಟ್ ಕೇಳಿದರು.

"ಪರೀಕ್ಷಿತ್ ಒಪ್ಗೇ ಇಲ್ದೇ, ಅವನ ಸಹಕಾರ ಇಲ್ದೇ ಏನು ಮಾಡೋಕ್ಕಾಗೋಲ್ಲ.

ಮೊದ್ಲು ಅವನತ್ರ ಮಾತಾಡಬೇಕು. ಅವನನ್ನು ಕರೆಸಿ" ಎಂದು ತುರಿದ ಕಾಯಿ ತುರಿಯನ್ನು ಮಿಕ್ಸಿಗೆ ಹಾಕಿ ತಿರುವಿಟ್ಟು "ರಾಗಿಣಿ ಮದ್ವೆ ಯಾವಾಗಂತೆ? ಅದಕ್ಕೆ ಮೊದ್ಲು ಹಣ ವಸೂಲು ಮಾಡ್ಕೋಬೇಕು, ಆಮೇಲೆ ಕಷ್ಟವಾಗುತ್ತೆ."

ಸುಬ್ಬಲಕ್ಷ್ಮಿಗೆ ಅದು ಸರಿಯೆನಿಸತೇನೋ, ಹೊರಗೆ ಹೋದವರು ರಾಜಗೋಪಾಲ್ ಜೊತೆ ಮಾತಾಡಿ "ಹೇಗೂ, ಪರೀಕ್ಷಿತ್ ಆರು ಗಂಟೆಗೆ ಮನೆಗೆ ಬರ್ತಾನೇಂತ ಅಂದ್ರಿ. ಇಲ್ಲಿಗೆ ನೇರವಾಗಿ ಬರೋಕೆ ಫೋನ್ ಮಾಡಿ. ಅವನನ್ನು ಎಲ್ಲಾ ಸೇರಿ ಇಕ್ಕಟ್ಟಿಗೆ ಸಿಕ್ಕಿಸಿ ಒಪ್ಪಿಸೋಣ" ಇಂಥದೊಂದು ಸಜೆಷನ್ ಕೊಟ್ಟಾಗ ಅವರು ಒಪ್ಪಿಕೊಂಡರು.

ಊಟದ ಮಧ್ಯೆ, ನಂತರ ಇದೇ ಮಾತುಗಳು. ಪರೀಕ್ಷಿತ್‌ಗೆ ಫೋನ್ ಮಾಡಿದಾಗ ಇಲ್ಲಿಗೆ ಬರುವುದಾಗಿ ಒಪ್ಪಿಕೊಂಡಾಗ ಹಣವನ್ನು ಹಿಂದಕ್ಕೆ ಪಡೆದಷ್ಟು ಜಯದ ಅಮಲು ಸುಬ್ಬಲಕ್ಷ್ಮಿಗೆ, ಅದರ ಮಧ್ಯೆ ಪುಟ್ಟದೊಂದು ಕನಸು ಮಿಸುಕಾಡುತ್ತಿತ್ತು. ಅಲ್ಲಿ ಇದ್ದಿದ್ದು ಪರೀಕ್ಷಿತ್ ಮತ್ತು ಶರಧಿ.

ಆರರ ಸುಮಾರಿಗೆ ಬಂದ ಪರೀಕ್ಷಿತ್‌ಗೆ ಇಂದು ವಿಶೇಷವಾದ ಉಪಚಾರವೆ ನಡೆಯಿತು. ಚಿಕ್ಕಂದಿನಲ್ಲಿ ಇಲ್ಲೆಲ್ಲ ಓಡಾಡಿದವ. ವಯಸ್ಸಿನಲ್ಲಿ ಎಲ್ಲರಿಗಿಂತ ಕಿರಿಯವ.

ಶರಾವತಿ ಅವನನ್ನು ಹಿತ್ತಲಿಗೆ ಕರೆದೊಯ್ದು ಮೊದಲು ಅವನ ತಂದೆಯ ನಿಸ್ಸಾಯಕತೆ, ನೋವು, ಮಗನ ಭವಿಷ್ಯದ ಬಗೆಗಿನ ಆತಂಕದ ಬಗ್ಗೆ ಎಲ್ಲ ತಿಳಿಸಿ.

"ದಯವಿಟ್ಟು ತಪ್ಪು ತಿಳ್ಕೋಬೇಡಿ. ನೀವು ನನ್ನ ಅಕ್ಕ ಅಂತ ತಿಳ್ಕುಕೊಂಡರೇ ಸಂತೋಷ, ಇಲ್ಲ ಅತ್ತಿಗೆ ಅಂತ ಭಾವಿಸಿದರೆ ನೆಮ್ಮದಿ. ನೀವು ರಾಗಿಣಿ ವರ್ಷಗಳು ಪ್ರೀತಿಸಿದ್ದೀರಿ. ಅವಳ ಹೆತ್ತವರ ಒಪ್ಗೆ ಸಿಕ್ಕಿದ್ಮೇಲೆ ಮುಹೂರ್ತ ಫಿಕ್ಸ್ ಆಗಿದ್ದು. ಆದರೆ ನೀವು ನಿಮ್ಮ ಕಡೆಯವರಿಗೆ ಮದ್ವೆಯ ಆಹ್ವಾನ ಕೊಟ್ರೆ ನಿಮ್ಮಣ್ಣನಿಗೆ ಸಮಸ್ಯೆಗಳು. ನಿಮ್ತಂದೆ ಓಡೋಡಿ ಬಂದ್ರು. ಇಲ್ಲಿ ನಿರಾಸೆ ಕಾದಿತ್ತು. ನಿಮ್ಗೇ ಏನು ಅನ್ನಿಸಲಿಲ್ವಾ? ಅವರು ದೊಡ್ಡ ಅಘಾತಕ್ಕೆ ಒಳಗಾಗಿದ್ದವರು ಇನ್ನು ಚೇತರಿಸಿಕೊಂಡಿಲ್ಲ" ಅತ್ಯಂತ ಶಾಂತವಾಗಿಯೆ ಮಾತು ಪ್ರಾರಂಭಿಸಿದ್ದು.

ಮೊದಮೊದಲು ತಡಬಡಿಸಿದ. ಸಹನೆ ಕಳೆದುಕೊಂಡು ಕ್ರಾಪ್ ಕೂದಲಲ್ಲಿ ಕೈ ಹಾಕಿ ಕಿತ್ತ, ಕೊನೆಗೆ ಜೋರಾಗಿ ಅತ್ತು ತಾನಾಗಿ ಸಮಾಧಾನವಾದ.

"ಹೆಚ್ಚು ಕಡ್ಮೆ ನನ್ನ ಸಂಬಳ ಕಡಿತ. ಅದಕ್ಕೆ ಕಾರಣ ಐಟಿ ಕ್ಷೇತ್ರದಲ್ಲಿ ಕಂಡು ಬಂದ ಕುಸಿತದಿಂದ ಕೆಲ್ಸ ಹೋಯ್ತು. ಅವಳ ಕನಸು ಹೈಟೆಕ್ ಜೀವನ. ನಂಗೆ ಯಾಕೋ ಯಾವ್ದೂ ಬೇಡಾಂತ ಅನ್ನಿಸ್ತು. ಹೇಗೋ ಅವಳು ಸುಖವಾಗಿರಲೀ ಬಿಡಿ. ಈಗ ನೆಮ್ದಿಯಾಗಿದ್ದೀನಿ. ಔಟಿಂಗ್, ಪಿವಿಆರ್‌ನಲ್ಲಿ ಸಿನಿಮಾ ಅವೆಲ್ಲ ಸಾಧ್ಯವಿಲ್ಲ, ಇಷ್ಟೆ ಕಾರಣ. ಈಗ ನಿಶ್ಚಯವಾಗಿರೋ ಗಂಡು ಶ್ರೀಮಂತ, ಹೋಗ್ಲಿ ಬಿಡಿ" ಅಂದ ನೋವು ತುಂಬಿದ ದನಿಯಲ್ಲಿ.

ಆಮೇಲೆ ತನ್ನ ಬುದ್ಧಿಯನ್ನೆಲ್ಲ ಖರ್ಚು ಮಾಡಿ ಸಹಕರಿಸುವ ಭರವಸೆ ಪಡೆದ ನಂತರ ಸಮಾಧಾನದ ಉಸಿರು ಬಿಟ್ಟಿದ್ದು.

"ಅತ್ತೆ, ಪರೀಕ್ಷಿತ್ ಒಪ್ಕೊಂಡಿದ್ದಾರೆ. ನಿಮ್ಗೇ ತಿಳಿದ ಲಾಯರ್‌ಗಳು ಯಾರಾದ್ರೂ ಇದ್ದಾರ? ಅವ್ರನ್ನ ಹೋಗಿ ಭೇಟಿ ಮಾಡಿದರೆ ಒಳ್ಳೇದು" ಅಂದು ಒಪ್ಪಿಸಿದಳು.

ಅತ್ತೆ ಸೊಸೆ ಸುಮ್ಮನೆ ಕೂಡಲಿಲ್ಲ. ಮರುದಿನವೆ ಹೋಗಿ ಒಬ್ಬ ಲೇಡಿ ಅಡ್ವೋಕೇಟ್‌ನ ಭೇಟಿ ಮಾಡಿದರು.

ಚೆಕ್ ಮೂಲಕ ಕೊಟ್ಟ ಹಣ ಲೋನ್ ಅಂದು ಸಾಧಿಸಿ ಅದನ್ನು ಹಿಂದಕ್ಕೆ ಕೊಡುವಂತೆ ಕೇಳಬೇಕು. ಇದು ಈಸೀವೇ ಎಂದು ಸಜೆಷನ್ ಕೊಟ್ಟು ನೋಟೀಸ್ ಕಳಿಸುವ ಬಗ್ಗೆ ಆಶ್ವಾಸನೆ ಕೊಟ್ಟರು.

ಸ್ವಲ್ಪ ಸಪ್ಪಗಾದವನು ಪರೀಕ್ಷಿತ್ "ಇದೆಲ್ಲ ನಂಗೆ ಬೇಕಿರಲ್ಲಿಲ್ಲಾಂತ ಅನ್ನಿಸ್ತಾ ಇದೆ. ನಾವು ಪ್ರೀತಿಸಿದ್ದು ನಿಜ" ಎಂದ ಬರುವಾಗ, ಸುಬ್ಬಲಕ್ಷ್ಮಿ ರೇಗಿಕೊಂಡರು "ಏನೋಪ್ಪ ಅರ್ಥವಾಗೋಲ್ಲ. ಅಂದೆಂಥ ಪ್ರೀತಿನೋ! ರಾಗಿಣಿ ಎಷ್ಟು ಖುಷಿ... ಖುಷಿಯಾಗಿದ್ದಾಳೇ, ಗೊತ್ತಾ? ಇದು ಪ್ರೀತಿಸಿದ ಹುಟ್ಟೇ? ತುಂಬ ವಿಚಿತ್ರ ಬಿಡು, ಪ್ರೀತಿ, ಪ್ರೇಮ ಮಣ್ಣು, ಮಸಿ... ಅಂದ್ಕೋಬೇಡ. ನೀನು ಒಂದ್ಮದ್ವೆ ಮಾಡ್ಕೋ, ಎಲ್ಲಾ ಸರಿ ಹೋಗುತ್ತೆ" ಗದರಿಕೊಂಡರು.

ಅಂತು ದೊಡ್ಡ ಸಾಧನೆ ಎನ್ನುವಂತೆ ಅತ್ತೆ, ಸೊಸೆ ಖುಷಿಯಾದರು. ರಾಮೂರ್ತಿಗಳು ಜೊತೆಯಲ್ಲಿ ಬಂದವರು ತೆಪ್ಪಗೆ ಕೂತಿದ್ದರು. ರಾಜಗೋಪಾಲ್‌ಗೆ ಪೆನ್‌ಷನ್ ಇರಲಿಲ್ಲ. ಮನೆ ಮಾರಿದ ಹಣವೇನು ಉಳಿದಿರಲಿಲ್ಲ. ಇನ್ನ ಪವನ್ ಕೂಡ ಆರ್ಥಿಕವಾಗಿ ಸಹಾಯ ಮಾಡುವ ಸ್ಥಿಯಲ್ಲಿ ಇರಲಿಲ್ಲ. ಪರೀಕ್ಷಿತ್‌ದು ಈ ಸ್ಥಿತಿ, ಅದರಿಂದ ಆ ಕುಟುಂಬಕ್ಕೆ ಹಣದ ಅಗತ್ಯವಿತ್ತು.

"ಅಂತು, ಪರ್ವಾಗಿಲ್ಲ!" ಹೆಂಡತಿಗೆ ಶಭಾಷ್‌ಗಿರಿ ಕೊಟ್ಟರು ಮನೆಗೆ ಬಂದ ಮೇಲೆ "ಅಯ್ಯೋ, ನಂದೇನಲ್ಲ! ಈ ಪ್ಲಾನ್ ನಿಮ್ಮ ಸೊಸೆದೇ" ಎಂದರು. ಶರಾವತಿ ತೆಪ್ಪಗೆ ಒಳಗೆ ಹೋದಳು.

ಇಂದು ಕೂಡ ಪರೀಕ್ಷಿತ್, ಶರಧಿ ವಿವಾಹದ ಬಗ್ಗೆ ಅವಳಲ್ಲಿ ಪ್ರಸ್ತಾಪಿಸಿದ್ದರು. ಆ ಬಗ್ಗೆ ಅವಳದು ಒಂದು ರೀತಿಯ ತಳಮಳ. ಇದು ಹೇಗೆ ಸಾಧ್ಯ? ಒಬ್ಬ ವ್ಯಕ್ತಿಯೊಂದಿಗೆ ದೈಹಿಕ ಸಂಬಂಧವಿಟ್ಟುಕೊಂಡವಳನ್ನು ಕನ್ಯೆಯೆಂದು ಮತ್ತೊಬ್ಬ ಯುವಕನಿಗೆ ಪ್ರಪೋಸ್ ಮಾಡುವುದು ಹೇಗೆ? ವಿವಾಹ ಮಂಟಪದಲ್ಲಿ ಹೇಗೆ ಹೋಮಕುಂಡದ ಮುಂದೆ ನಿಂತು ಪ್ರಮಾಣ ಮಾಡಿಯಾಳು? ಇದರಲ್ಲಿ ಶ್ರೀಧರನ ಅಭಿಪ್ರಾಯ ಪಡೆದರೇ, ಹೇಗೆ? ಅಂದರೆ ಸತ್ಯ ತಿಳಿಸಬೇಕಾದೀತು ಈಚೆಗೆ ತಂಗಿಯೊಂದಿಗೆ ಮಾತುಕತೆ ಅಷ್ಟಕಷ್ಟೆ, ಆಮೇಲೆ, ಅವಳಿಗೆ ಸರಿಯೆನಿಸಲಿಲ್ಲ.

ಬಂದ ಶ್ರೀಧರ ಬಹಳ ಖುಷಿಯಾಗಿದ್ದ.

"ಅಮ್ಮನಿಗೆ ಒಬ್ಬ ಮೊಮ್ಮಗ್ಳು ಬೇಕಂತೆ, ಅದ್ನ ಇನ್ ಡೈರೆಕ್ಟಾಗಿ ಹೇಳಿದ್ರೂಂತ ಅಂದ್ಕೊಂಡಿದ್ದಾರೆ. ಆದರೆ ಮಕ್ಕಳಿಗೆ ಅರ್ಥವಾಗುವಂತೆ ಪಾಠ ಮಾಡಿ ಅಭ್ಯಾಸವಿದ್ದುದ್ದರಿಂದ ಅದು ಸಾಧ್ಯವಾಗಿಲ್ಲ. ನನ್ನದೇನು ತಕರಾರಿಲ್ಲ. ಕಷ್ಟಪಟ್ಟು ಒಂಬತ್ತು ತಿಂಗಳು ಹೊತ್ತು ಹೆತ್ತು ಭೂಮಿಗೆ ಪ್ರಸೆಂಟ್ ಮಾಡೋಳು ನೀನು. ಇತರೇ ರಿಸ್ಕ್ ಅಮ್ಮ, ಅಪ್ಪನದು. ನಂದು ಬರೀ... ಸುಖ... ಸಂತೋಷ" ಅಂದ ಗಂಡನ ಕಿವಿ ಹಿಡಿದುಕೊಂಡು "ಯೂ... ನಾಟಿ... ಪರ್ವಾಗಿಲ್ಲ, ನಾನೇನೋ ಅಂದುಕೊಂಡಿದ್ದೆ" ನಗೆಯಾಡಿದಳು. ತಕ್ಷಣ ಸಿರಿಯಸ್ಸಾದ "ಅಮ್ಮ, ನಿನ್ನ ಒಂದ್ಸಲ ಡಾಕ್ಟ್ರ ಹತ್ರ ಕರ್ಕಂಡ್ ಹೋಗ್ಬಾಂದ್ರು. ಆಮೇಲೆ ಮುಂದಿನದು, ಯಾವುದೋ ಮಂಪರುನಲ್ಲಿ ನಿನ್ನ ನೋವಿಗೆ ತಳ್ಳೋದು ಯಾರ್ಗೂ ಬೇಕಿಲ್ಲ. ಇನ್ನ ಅಮ್ಮ ಹೇಳಿದ್ರು... ನಂಗೇನು ಅರ್ಥವಾಗಲಿಲ್ಲ" ವಿಷಯನ ಬೇರೆಡೆ ಹೊರಳಿಸಿದ.

ನಂತರ ಅವನೇ "ವರ್ಷ ಆ್ಯಡ್ ಕಂಪನಿ ಗೆಸ್ಟ್ ಹೌಸ್‌ಗೆ ಹೋಗಿದ್ದೆ. ನನ್ನ ಕಲ್ಪನೆಗೆ ಮೀರಿದ ಗೆಸ್ಟ್‌ಹೌಸ್. ಅಲ್ಲು ಅಪಾಯಿಂಟ್‌ಮೆಂಟ್ ಬೇಕೂಂದ್ರು. ನನ್ನ ಕೊಲೀಗ್ ಫ್ರೆಂಡ್ ರಿಸೆಪ್ಷನಿಸ್ಟ್ ಆಗಿ ಕೆಲ್ಸ ಮಾಡ್ತಾನೇಂದ ತಿಳಿದಿದ್ದರಿಂದ ತಲಾಷ್‌ಗೆ ಪ್ರಯತ್ನಿಸಿದೆ. ಶ್ರೀಕಾಂತ್ ನಾಲ್ಕು ದಿನ ರಜ ಹಾಕಿದ್ದ. ಇಷ್ಟೆಲ್ಲ, ಯಾಕೆ? ಹೇಗೂ ಶರಧಿ ನಿಂಗೇ ಕ್ಲೋಸ್ ತಾನೇ? ಅವಳನ್ನ ಡಿಟೈಲ್ಸ್ ಕೇಳಿ ಬಿಡು. ಅಕಸ್ಮಾತ್ ಅವರಿಬ್ರೂ ಇಷ್ಟಪಟ್ಟು ಮದ್ವೆ ಆಗೋದಾದ್ರೆ ಇಲ್ಲಿ ಯಾರ ತಕರಾರು ಇರೋಲ್ಲ" ನಿಶ್ಚಿಂತೆಯಿಂದ ನುಡಿದ, ಯಾರನ್ನ ಮದುವೆಯಾದರು ಅವನ ಆಕ್ಷೇಪಣೆ ಇಲ್ಲ.

"ಅಯ್ಯೋ, ಹಾಗಲ್ಲ ಬಿಡು, ನಾವು ಅವ್ನ ಬಗ್ಗೆ ತಿಳೀಬೇಕಲ್ಲ" ಅಂದಕೂಡಲೆ 'ಓ...' ಎಂದು ನಕ್ಕು "ನಿಂಗೆ ಶರಧಿ ಬಗ್ಗೆ ಗೊತ್ತು. ಅವಳ ಕ್ವಾಲಿಟೀಸ್ ಬಗ್ಗೆ ಗೊತ್ತು. ಇತ್ತೀಚಿನ ದಿನಗಳ ಜೀವನ ಶೈಲಿ ನಂಗಿಂತ ನಿಂಗೆ ಚೆನ್ನಾಗಿ ಗೊತ್ತಿದೆ. ಆ ಲೆವಲ್‌ನಲ್ಲಿರೋ ಗಂಡನ್ನ ಹುಡ್ಕೀ ಕೊಳ್ಳೋದು. ಆ ಬಗ್ಗೆ ಅನುಮಾನ ಬೇಡ. ನಮ್ಗೇ ಶ್ರೀಕಾಂತ ಇಷ್ಟವಾಗೋಲ್ಲಾಂತ ಇಟ್ಕೋ, ಅವಳು ಹಿಂದಕ್ಕೆ ಸರೀತಾಳಾ? ಇಂಪಾಜಿಬಲ್. ಅದೆಲ್ಲ ತಲೆ ಬಿಸಿ ನಂಗೆ ಹಚ್ಚಬೇಡ. ನನ್ನ ತೆಪ್ಪಗಿರೋಕೆ ಬಿಡು" ಅಂದ. ಬಡಪೆಟ್ಟಿಗೆ ಒಪ್ಪದೇ, ಶ್ರೀಕಾಂತ್‌ನ ಒಂದಿಷ್ಟು ವಿಷಯ ತಿಳಿದು ಬರಲು ಶತಃ ಪ್ರಯತ್ನ ಮಾಡಿ ಒಪ್ಪಿಸಿದಳು. ಸತ್ಯ ಉಸುರುವುದು ಅವಳಿಂದ ಸಾಧ್ಯವಿಲ್ಲ.

ತೆಪ್ಪಗೆ ಮಲಗಿದವ ಎದ್ದು ಕೂತು "ನಂಗೆ ಇನ್ನೊಂದು ವಿಷ್ಯ ತಲೆಗೆ ಬಂದಿದೆ. ನನ್ನ ಫ್ರೆಂಡ್ ಬರ್ತ್‌ಡೇ ಅಂತ ಹೋಟೆಲ್‌ನಲ್ಲಿ ಒಂದು ಪಾರ್ಟಿ ಕೊಟ್ಟಾಗ ಮಾತುಗಳ ಮಧ್ಯೆ ಪ್ರಸಿದ್ಧ ಗಾಯಕಿ ಲತಾಮಂಗೇಶ್ಕರ್ ನುಸುಳಿ ಬಂದರು. ನನ್ನ ಫ್ರೆಂಡ್ ಹೇಮಂತ್‌ದು ಅವ್ರ ಬಗ್ಗೆ ಹುಚ್ಚು ಅಭಿಮಾನ, ಎಷ್ಟೊಂದು ಡಿಟೈಲ್ಸ್ ಕಲೆಕ್ಟ್ ಮಾಡಿದ್ದಾರೆ, ಗೊತ್ತಾ? ಕ್ಯಾಸೆಟ್, ಸಿ.ಡಿ., ಡಿ.ವಿ.ಡಿ.ಗಳ ಜೊತೆ ಇತ್ತೀಚೆಗೆ ಬಿಡುಗಡೆಯಾದ 'ಇನ್ ಹರ್ ಓನ್ ವಾಯ್ಸ್' ಪುಸ್ತಕದಲ್ಲಿ ತಮ್ಮ ಅಂತರಂಗವನ್ನು ಬಿಚ್ಚಿಟ್ಟಿದ್ದಾರಂತೆ. ಒಂದು ಕಾಲದ ದಂತ ಕತೆಯಾದ ಮಹಾನ್ ಗಾಯಕ ಸೈಗಲ್‌ನ ಪ್ರೇಮಿಸಿದ್ದರಂತೆ.

ಅವರನ್ನು ಮದ್ವೆಯಾಗಲು ಇಚ್ಛಿಸಿದ್ದರಂತೆ. ಆದರೆ ಸೈಗಲ್‌ನ ಕಂಡೆ ಇರ್ಲಿಲ್ವಂತೆ. ಎಷ್ಟೋ ಜನ ಅವರನ್ನು ವಿವಾಹವಾಗಲು ಕ್ಯೂನಲ್ಲಿ ನಿಂತಿದ್ದುಂಟು. ಆದರೆ ಯಾರನ್ನೂ ವರಿಸದೆ ಒಂಟಿಯಾಗಿ ಉಳಿದರು. ಪ್ರೇಮಕ್ಕೆ ಪ್ರತಿರೂಪ ಲತಾಮಂಗೇಶ್ಕರ್. ಅದೇ ರೀತಿ ನಮ್ಮ ಶರಧಿ ಯಾರನ್ನಾದ್ರೂ ಮನಸ್ಸಿನಲ್ಲಿ ಇಟ್ಕೊಂಡ್ ಇರಬಹುದಾ? ಪ್ರೇಮಿಗಳ ಇತಿಹಾಸದಲ್ಲಿ ಇವಳದು ದಾಖಲೆಯೇ" ಎಂದು ನುಡಿದ.

ಇದು ಹೇಗೆ ಸಾಧ್ಯ? ಅವಳಿಗೊಂದು ತೋಚಲಿಲ್ಲ.

"ಯೋಚ್ಸಿ ನೋಡಿ, ನಿಮಗೇನಾದ್ರೂ ಕ್ಲೂ ಸಿಗಬಹುದು. ಆದರೆ ಪವನ್‌ನ್ನೆ ನಿರಾಕರಿಸಿದಳಂತಲ್ಲ" ಅನುಮಾನದ ದನಿಯಲ್ಲಿ ನುಡಿದಳು.

ಸರಿಯಾಗಿ ಕೂತು ದಿಂಬು ಎಳೆದು ತೊಡೆಯ ಮೇಲೆ ಹಾಕಿಕೊಂಡು "ಹೌದು, ಆದರೆ ಅಂತರಂಗನ ಬಲ್ಲವರಾರು? ಪವನ್‌ನ ಬಿಟ್ಟು ಯಾವುದಾದರೂ ನಟರನ್ನೋ, ಗಾಯಕರನ್ನೋ, ಕಲಾಕಾರರನ್ನೋ, ಯಾಕೆ ಪ್ರೇಮಿಸಿರಬಾರದು?" ಇಂಥದೊಂದು ವಿಷಯವನ್ನು ಮಂಡಿಸಿದ ಹೆಂಡತಿಯ ಮುಂದೆ.

"ಗೊತ್ತಿಲ್ಲಪ್ಪ, ಅದೆಲ್ಲ ಹೇಗಾದ್ರೂ, ಇರಲೀ ಶ್ರೀಕಾಂತ್ ವಿಚಾರ ಒಂದಿಷ್ಟು ತಿಳ್ಕೊಂಡ್ ಬನ್ನಿ, ಈಗ ತೀರಾ ಅಗತ್ಯ" ಎಂದು ಮಲಗಿದಳು.

ಒಂದೆರಡು ದಿನದಲ್ಲಿ ಒಂದಿಷ್ಟು ಮಾಹಿತಿ ಸಂಗ್ರಹಿಸಿಕೊಂಡು ಬಂದ ಶ್ರೀಧರ್. ಇದುವರೆಗಾಗಲೇ ಅವನಿಗೆ ವಿವಾಹವಾಗಿದೆ. ಎರಡು ಮಕ್ಕಳು, ಆದರೆ ಡೈವೋರ್ಸ್ ಪಡೆದಿದ್ದಾನೆ. ಮೂರು ವರ್ಷಗಳ ಹಿಂದೆ ಅವನ ಹೆಂಡತಿ ಯಾವುದೋ ವಿದೇಶಿ ಆ್ಯಡ್ ಸಂಸ್ಥೆಯಲ್ಲಿ ಕೆಲಸದಲ್ಲಿದ್ದಾಳೆ. ಸದ್ಯಕ್ಕೆ ಮಕ್ಕಳು ಅವಳ ಸುಪರ್ದಿನಲ್ಲೆ.

ಶರಾವತಿಗೆ ಎದೆಯ ಮೇಲಿನ ದೊಡ್ಡಭಾರ ಇಳಿದಂತಾಯಿತು. ಅವರ ಪ್ರೀತಿ, ಪ್ರೇಮ, ಸಂಬಂಧಕ್ಕೆ ಯಾವ ಅಡಚಣೆಯು ಇಲ್ಲ. 'ವಿವಾಹ...' ಅನುಮಾನವೆನಿಸಿತು. ಅಂದು ನಾದಿನ ರಾತ್ರಿ ಹಿಂದಿರುಗಿದ ಕೂಡಲೆ ಪ್ರಸ್ತಾಪಿಸಬೇಕೆಂಬ ನಿರ್ಧಾರಕ್ಕೆ ಬಂದಳು.

"ನಾನು ರಾತ್ರಿ ಶರಧಿಯಲ್ಲಿ ಪ್ರಸ್ತಾಪಿಸ್ತೀನಿ. ನೀವು ನನ್ನ ಜೊತೆಗೆ ನಿಲ್ಲಬೇಕು. ಮಾವನ ತಕರಾರು ಇರೋಲ್ಲ. ಸ್ವಲ್ಪ ಹೆಡ್ ಮೇಡಮ್‌ದೇ ಪ್ರಾಬ್ಲಮ್" ಎಂದು ಗಂಡನ ಕೈಯಲ್ಲಿ ಮೊಟಕಿಸಿಕೊಂಡಳು.

"ಏಯ್, ನಮ್ಮಮ್ಮ ರಿಟೈರ್ಡ್ ಆಗಿ ಆಯ್ತು. ಈಗ್ಲೂ ಹಂಗಿಸ್ತೀಯ? ಆಕೆ ವೃತ್ತಿಯಲ್ಲಿದ್ರೂ ಗಂಡ, ಮಕ್ಕಳನ್ನು ಕಡೆಗಣಿಸಿದವರಲ್ಲ, ಗುಡ್ ವೈಫ್ ಆ್ಯಂಡ್ ಗುಡ್ ಮದರ್, ಅಮ್ಮನ ಬಗ್ಗೆ ಮಾತಾಡುವಾಗ ಕೇರ್‌ಫುಲ್ಲಾಗಿರು" ಎಚ್ಚರಿಸಿದ. ಕೆನ್ನೆಗೆ ಹಾಕಿಕೊಂಡು "ಖಂಡಿತ ಇಲ್ಲಪ್ಪ, ಆಕೆ ಎರಡು ಕೆಲಸಗಳನ್ನು ಅತ್ಯಂತ ಸಮರ್ಪಕವಾಗಿ ನಿರ್ವಹಿಸಿದರು. ನಾನು ಒಂದು ಕೆಲ್ಸ ಮಾಡೋಕೆ ಒದ್ದಾಡ್ತ ಇದ್ದೀನಿ. ಐಯಾಮ್ ಲಕ್ಕೀ, ನಂಗೆ ಒಳ್ಳೆ ಗಂಡ ಮಾತ್ರವಲ್ಲ. ಒಳ್ಳೆಯ ಅತ್ತೆ ಮಾವ

ಕೂಡ ಸಿಕ್ಕಿದ್ದಾರೆ, ನಾನೇನು ಅಷ್ಟೊಂದು ದೊಡ್ಡದಾಗಿ ಸಂಗಾತಿಯ ಬಗ್ಗೆ ಕನಸು ಕಂಡಿರಲಿಲ್ಲ ಬಿಡಿ" ಮುಖ ಉಮ್ಮಿಸಿ ಅಣಕಿಸಿದಳು.

"ನಾನಂತು ಕಂಡಿದ್ದೇ, ಬಿಡು 'ನಿಮ್ಮ ಬಾಳ ಸಂಗಾತಿ ಹೇಗಿರಬೇಕು?' ಎನ್ನುವ ವಿಷಯದ ಮೇಲೆ ದೊಡ್ಡದಾಗಿ ಭಾಷಣ ಮಾಡಿ ಮೊದಲ ಪ್ರೈಜ್ ಗಿಟ್ಟಿಸಿದ್ದೆ. ಆದರೆ, ಒಂದೇ... ಒಂದು ಪರ್ಸೆಂಟ್ ಕೂಡ ನಿಜವಾಗ್ಲಿಲ್ಲ. ಕಡೆಗೆ ಆಂಗ್ಲ ಭಾಷೆಯ ಒಂದು ಮಾತಿನಂತೆ 'Either put up or shut up' ಅನ್ನುವ ಪರಿಸ್ಥಿತಿಗೆ ಒಳಗಾಗಿದ್ದೇನೆ" ನಗಾಡಿ ಹೆಂಡತಿಯ ಮುನಿಸಿಗೆ ಒಳಗಾದ.

ಇಡೀ ರಾತ್ರಿಯೆಲ್ಲ ಶರಾವತಿ ಗಾಯಕಿ ಲತಾಮಂಗೇಶ್ಕರ್‌ನಂತೆ ನೋಡದೆಯೇ ಸೈಗಲ್ ಅಂಥ ವ್ಯಕ್ತಿಯನ್ನೇನಾದರೂ ಪ್ರೀತಿಸಿರಬಹುದೆ? ತಕ್ಷಣ ಲತಾಮಂಗೇಶ್ಕರ್ ಹಾಡಿದ ಕನ್ನಡ ಚಿತ್ರದ 'ಬೆಳ್ಳನೆ ಬೆಳಗಾಯಿತು' ಹಾಡಿದ ನೆನಪು ಬಂತು. ಹಳೇ ಚಿತ್ರಗಳ ಸಾಲಿನ ಆ ಹಾಡನ್ನು ಸಾಕಷ್ಟು ಸಲ ಕೇಳಿದ್ದಳು.

ಬೆಳಿಗ್ಗೆ ಸ್ವಲ್ಪ ಬೇಗನೆ ಎದ್ದಳು.

ಪರೀಕ್ಷಿತ್ ಕೆಲಸ ಹೋದ ಕೂಡಲೆ ಸಾರ ಸಗಟ್ಟಾಗಿ ಮನಸ್ಸಿನಿಂದ ಕಿತ್ತು ಹಾಕಿ ಬೇರೆ ಗಂಡನ್ನು ವಿವಾಹವಾಗಲು ಸಿದ್ಧವಾದ ರಾಗಿಣಿಯಂಥ ಯುವತಿಯರು ಸಾಕಷ್ಟು ಜನ ಇರಬಹುದು. ಆದರೆ ಲತಾಮಂಗೇಶ್ಕರ್ ಅಂತ ಅಮರ ಪ್ರೇಮಿ ಸಿಗಬಹುದೇ?

"ಗುಡ್ ಮಾರ್ನಿಂಗ್ ಅತ್ತೆ..." ಎನ್ನುತ್ತ ಅವರ ರೂಮು ಹೊಕ್ಕವಳು "ವಾಕಿಂಗ್... ಕ್ಯಾನ್ಸಲ್..." ಅನ್ನುತ್ತ ಅಲ್ಲೇ ಇದ್ದ ಸ್ಟೂಲ್ ಮೇಲಿದ್ದ ಬಾಟಲುನಿಂದ ನೀರನ್ನು ಲೋಟಕ್ಕೆ ಬಗ್ಗಿಸಿಕೊಟ್ಟು "ಮಾವ, ಏನಾದ್ರೂ... ಪ್ರಾಬ್ಲಮಾ?" ಕೇಳಿದಳು.

"ರಾತ್ರಿಯೆಲ್ಲ ಇವಳು ತಲೆಯಲ್ಲಿ ಇನ್ನೊಂದು ಪ್ಲಾನ್ ಆವಿಷ್ಕಾರವಾಗಿದೆ. ಶರಧಿನ ಪರೀಕ್ಷಿತ್‌ಗೆ ಕೊಟ್ಟು ಮದ್ವೆ ಮಾಡೋ ಯೋಜನೆ. ನಂಗೇನೋ ಸರಿಯೆನಿಸೋಲ್ಲ. ಅವನಣ್ಣನ್ನೇ ಬೇಡಾಂದ್ಲು, ಈಗ ತಮ್ಮನ್ನ ಮಾಡ್ಕೋತಾಳಾ?" ತಮ್ಮ ಅನುಮಾನವನ್ನು ಬಾಯಿ ಬಿಟ್ಟರು ರಾಮೂರ್ತಿ "ಅದೇನು ದೊಡ್ಡ ತಪ್ಪಾ? ತುಸು ಚಿಕ್ಕವನು, ಈಗ ಅದನ್ನೆಲ್ಲ ಯಾರು ನೋಡ್ತಾರೆ? ಎಲ್ಲರೂ ಒಟ್ಟಾಗಿ ಇಂಥ ಒಂದು ಪ್ರಯತ್ನ ಮಾಡಬೇಕು. ವಯಸ್ಸು ಸರಿಯುತ್ತ ಇದೆ. ನಾಳೆ ಒಂಟಿ ಮರವಾಗಿ ಬಿಡ್ತಾಳೆ. ಈಗ ವಯಸ್ಸು ಜಾಕ್ತ, ಗೋತ್ರಾ ಯಾವ್ದೂ ನೋಡೋದು ಬೇಡ" ಇದು ತನ್ನ ಕಟ್ಟ ಕಡೆಯ ತೀರ್ಮಾನವೆನ್ನುವಂತೆ ಹೇಳಿದರು ಸುಬ್ಬಲಕ್ಷ್ಮಿ.

"ಅತ್ತೆ, ಹೇಳ್ದಂಗೆ ಮಾಡಿ ನೋಡೋಣ, ಅದಕ್ಕೆ ಮೊದ್ಲು, ಒಂದ್ಸಲ. ನಾನು ಶರಧಿ ಹತ್ರ ಮಾತಾಡಿ ನೋಡ್ಲಾ? ಈಗ ನಂಗಿಂತ ಅವಳು ಎಲ್ಲ ರೀತಿಯಲ್ಲು ಸಿನಿಯರ್. ವಯಸ್ಸಿನಲ್ಲಿ ಆರು ತಿಂಗಳು ಚಿಕ್ಕೋಳು, ಓದಿನಲ್ಲಿ, ಬೇರೆ ಎಲ್ಲ ರೀತಿಯಲ್ಲು ಅವಳಷ್ಟು ತಿಳುವಳಿಕೆ ನನ್ನಲ್ಲಿಲ್ಲ" ಅಂದ ಕೂಡಲೆ ಆಕೆ ರೇಗಿದರು.

"ಏನು ಅವಳ ತಲೆ, ಸಿನಿಯಾರಿಟಿ! ಅವಳಿನ್ನು ಕನ್ಯೆ! ನೀನು ಒಂದ್ಮನೆ ಸೊಸೆ. ಗಂಡನಿಗೆ ಹೆಂಡ್ತಿ, ಒಂದು ಮಗುವಿನ ತಾಯಿ. ನಿನ್ನ ಅನುಭವದ ಮುಂದೆ ಅವಳದೇನು? ನೀನು ಅತ್ತಿಗೆ, ನನ್ನ ನಂತರದ ಸ್ಥಾನ ನಿಂದೇ, ಡೋಟ್ ವರೀ... ಯು ಪ್ರೊಸಿಡ್..." ಅಂದರು ಸುಬ್ಬಲಕ್ಷ್ಮಿ. ರಾಮೂರ್ತಿ ಒಳಗೊಳಗೆ ನಕ್ಕರು 'ಸಿನಿಮಾ ಕೋರ್ಟ್ ಸೀನ್‌ಗಳ ಪ್ರಭಾವನಾ, ಅಥ್ವಾ ಸೀರಿಯಲ್ ಕೋರ್ಟು ಸೀನ್‌ಗಳ... ಪ್ರಭಾವನಾ?' ಎಂದು ಕೇಳಬೇಕೆನಿಸಿದರು ಕೇಳಲಿಲ್ಲ. ಇನ್ನಷ್ಟು ಮಾತು ಮುಂದುವರಿಯೋದು ಅವರಿಗೆ ಬೇಕಿಲ್ಲ.

ಹಿಂದಿನ ದಿನ ಮೀಟಿಂಗ್‌ಗೆಂದು ಮುಂಬಯಿಗೆ ಹೋಗಿದ್ದ. ಶರಧಿ ಅಂದು ಸಂಜೆಗೆ ಮುನ್ನವೆ ಹಿಂದಿರುಗಿದ್ದು, ಶರಾವತಿಗೆ ಅನುಕೂಲವಾಯಿತು. ರಾಮೂರ್ತಿ, ಸುಬ್ಬಲಕ್ಷ್ಮಿ ವಾಕ್ ಹೋಗಿದ್ದರು. ಪಚ್ಚಿ ಹೋಗಿ ಪಕ್ಕದ ಮನೆಯಲ್ಲಿ ಕೂತಿದ್ದ. ಮನೆ ದೇವರಿಗೆ ಮನದಲ್ಲಿಯೇ ನಮನ ಸಲ್ಲಿಸಿದ್ದು.

"ಸರ್‌ಪ್ರೈಜ್, ನಂಗಂತು ಈ ಸಮಯದಲ್ಲಿ ಬಂದಿದ್ದು ಅಚ್ಚರಿಯೇ! ಕಾಫೀ... ತರಲಾ?" ಕೇಳಿದಳು. ಸಂಭ್ರಮದ ಜೊತೆಯಲ್ಲಿ ಒಂದು ರೀತಿಯ ಆತಂಕದ ಮಿಡಿತ. ಪರೀಕ್ಷಿತ್ ವಿಷಯ ಪಕ್ಕಕ್ಕಿಟ್ಟು ಶ್ರೀಕಾಂತ್‌ನ ಮಾತ್ರ ಮನಸ್ಸಿನಲ್ಲಿ ಇಟ್ಟುಕೊಂಡಿದ್ದು.

"ಮೀಟಿಂಗ್, ಷೂಟಿಂಗ್ ಸ್ಪಾಟ್‌ನಲ್ಲಿನ ಓಡಾಟ ಜಾಸ್ತಿಯಾಯ್ತು", ಅಷ್ಟೆ ಹೇಳಿದ್ದು. ಶರಾವತಿ ತಾನೇ ಕಾಫೀ ಒಯ್ದು. "ಒಂದತ್ತು ನಿಮಿಷ ಮಾತಾಡಬಹುದಾ? ನಂಗೆ ಈ ಮಾತುಗಳು ಅನಿವಾರ್ಯ" ಅಂದಿದ್ದಕ್ಕೆ ಮುಗುಳ್ನಗೆ ಬೀರಿದ ಶರಧಿ "ಓಕೇ, ಹೇಳಿ ಒಂದ್ಮಾತು ಹೇಳಲಾ? ಶರಾವತಿ ಅಮೇರಿಕಾದಲ್ಲಿ 12–13 ವರ್ಷಕ್ಕೆ ಮಕ್ಕಳು ಕಾಲಿಟ್ಟಾಗ 'Breaking the Plate' ಅನ್ನೋ ಕಾರ್ಯಕ್ರಮ ಮಾಡ್ತಾರೆ. ಅಂದರೆ ಮಕ್ಕಳು ಪ್ರವರ್ಧಮಾನಕ್ಕೆ ಕಾಲಿಟ್ಟರೆಂದರೆ ಅವರ ಅನ್ನವನ್ನು ಅವರೇ ದುಡಿದುಕೊಳ್ಳಬೇಕು, ಇನ್ನು ಮುಂದೆ ಹೆತ್ತವರ ಅವಲಂಬನ ಬೇಡವೆನ್ನುವುದು ಅದರ ಉದ್ದೇಶ, ಪ್ಲೀಸ್ ಇಷ್ಟನ್ನ ಅರ್ಥಮಾಡ್ಕೊಳ್ಳಿ" ಅಂದಳು. ಖಂಡಿತ ಅವಳ ಮಾತಿನ ತಲೆಬುಡ ಒಂದಿಷ್ಟು ಅರ್ಥವಾಗಲಿಲ್ಲ. ಆದರೂ ಕೆದಕಿ ಸಮಯ ಹಾಳುಮಾಡುವುದು ಬೇಡವೆನಿಸಿತು ಶರಾವತಿಗೆ.

"ನಿನ್ನ ಬಾಸ್ ಶ್ರೀಕಾಂತ್ ಕೂಡ ಡೈವರ್ಸಿ ಅಂತ ಗೊತ್ತಾಯ್ತು. ವಿವಾಹಕ್ಕೆ ಯಾರ್ದೇ ಅಡ್ಡಿ ಇಲ್ಲ."

ಶರಧಿ ಅವಳ ಮಾತಿಗೆ ಬಹಳ ಸೀರಿಯಸ್ಸಾಗಿ ನೋಡಿ "ನಂಗೂ ಒಬ್ಬ ಕಂಪಾನಿಯನ್ ಬೇಕೂಂತ ಅನ್ನಿಸ್ತು. ಅವ್ರಿಗೂ ಇಷ್ಟವಾದೆ. ಮದ್ವೆ ಅಂಥದೆಲ್ಲ ಬೇಕಿಲ್ಲ" ನೇರವಾಗಿಯೆ ಹೇಳಿದಳು.

ಶರಾವತಿ ವಿಸ್ಮಿತಳಾದಳು. ಚೇತರಿಸಿಕೊಳ್ಳಲು ಸಮಯ ಬೇಕಾಯಿತು.

"ಈ ಸಂಬಂಧಕ್ಕೆ ಸಮಾಜ ಏನು ಹೇಳುತ್ತೆ?"

"ಷಟಪ್, ನಂಗೆ ಏನೇನೋ ಹೇಳಬೇಡಿ. ಜೀವನ ನಂದು ನನ್ನ ವೈಯಕ್ತಿಕ ಕಷ್ಟ – ಸುಖಗಳಲ್ಲಿ ಸಮಾಜಕ್ಕೆ ಪಾಲಿಲ್ಲ, ಮದ್ವೆ ಅನ್ನೋ ಬಂಧನಕ್ಕೆ ಒಳಗಾಗಿ ಎಷ್ಟು ಜನ ಸುಖವಾಗಿದ್ದಾರೆ? ನಂಗೆ ಅದರ ಅಗತ್ಯವಿಲ್ಲ. ನರ್ಕ ಅಂದುಕೊಂಡು ನರಳ್ತಾ ಒಂದು ಛಾವಣಿಯ ಕೆಳ್ಗೇ ಬದ್ಕೋ ಹಣೆಬರಹ ನಂಗೆ ಬೇಕಿಲ್ಲ. ಪ್ಲೀಸ್... ಅತ್ತಿಗೆ, ಸ್ವಲ್ಪ ಅರ್ಥಮಾಡ್ಕೊಳ್ಳಿ" ಸಿಡಿದು ಬಟ್ಟೆ ಬದಲಾಯಿಸಲು ಹೋದಳು. ಶರಾವತಿ ತಟಸ್ಥಳಾಗಿ ಕೂತಳು.

ಹರಕೆ ಇತ್ತೆಂದು ತಿರುಪತಿ ಶ್ರೀನಿವಾಸನ ಕಲ್ಯಾಣೋತ್ಸವಕ್ಕೆ ಒಮ್ಮೆ ಹೋದಾಗ ಅವಳಪ್ಪ ನವಿರಾಗಿ ಹಾಸ್ಯ ಮಾಡಿದ್ದರು.

"ವಿವಾಹಕ್ಕೆ ಇರೋ ಶಕ್ತಿ ಎಷ್ಟೆಂದರೇ, ನಮ್ಮ ನಮ್ಮ ದೇವರಿಗೂ ಸಹ ಹೆಂಡತಿ ಮಕ್ಕಳನ್ನು ಸೃಷ್ಟಿಸಿ ನಮ್ಮಂತೆ ಅವರನ್ನು ವಿವಾಹಿತರನ್ನಾಗಿ ಮಾಡ್ತೇವೆ. ಪ್ರತಿ ವರ್ಷವು ದೇವರಿಗೆ ಕಲ್ಯಾಣೋತ್ಸವ, ಆ ಆನಂದವನ್ನು ಸಂಭ್ರಮವನ್ನು ಮನಪೂರ್ವಕವಾಗಿ ಅನುಭವಿಸುತ್ತೇವೆ. ವೆಂಕಟೇಶ್ವರ ನಿನಗಂತು ನಿತ್ಯ ಕಲ್ಯಾಣ, ನಿತ್ಯ ಪ್ರಥಮ ರಾತ್ರಿ ಉತ್ಸವ, ಎಷ್ಟೊಂದು ವಿಧಿ ಪೂರ್ವಕವಾಗಿ ನಡೆಯುತ್ತೆ."

ಹೌದು, ಶ್ರೀನಿವಾಸನಿಗೆ ನಿತ್ಯ ಕಲ್ಯಾಣ, ಹೆಣ್ಣಿಗಾಗಲೀ, ಗಂಡಿಗಾಗಲೀ ಒಂದೇ ಕಲ್ಯಾಣ! ಅದನ್ನೆಲ್ಲ ಬದಿಗಿರಿಸಿ ಮಾತ್ರವಲ್ಲ, ವಿವಾಹ ವಿಧಿಗಳನ್ನು ಪಕ್ಕಕ್ಕಿಟ್ಟು ಬದುಕುವುದು ಆಧುನಿಕ ಜೀವನ ಶೈಲಿ.

ಬಾತ್‌ರೂಂನಿಂದ ಹೊರ ಬಂದ ಶರಧಿ "ಯಾಕೆ, ಒಂದು ತರಹ ಕೂತಿರೀ? ಈಸೀಯಾಗಿ ತಗೊಳ್ಳಿ. ಬಹುಶಃ, ಇನ್ಮೇಲೆ ನಾನು ಶ್ರೀಕಾಂತ್ ಜೊತೆನೇ ವಾಸಿಸಬಹುದು. ಬೇರೆ ಯಾರಾದ್ರೂ... ಏನಾದ್ರೂ ಅನ್ನಬಹುದೆನ್ನುದ್ನ ಅವರು ಕೇರ್ ಮಾಡೋಲ್ಲ. ಮಕ್ಕಳನ್ನು ಹೆತ್ತು ಸಾಕಿದ ಮಾತ್ರಕ್ಕೆ, ಅವರೇನು ಜೀವವಿಲ್ಲದ ಕುಣಿಯುವ ಗೊಂಬೆಗಳಲ್ಲ. ಪ್ರತಿಯೊಬ್ಬರ ಬದ್ಕಿನ ಆಯ್ಕೆ ಅವರವರದೇ. ನಾನು ಇನ್ನೇನು ಹೇಳ್ಲಾರೆ" ಹೋಗಿ ಶರಧಿ ಕನ್ನಡಿ ಮುಂದೆ ನಿಂತಾಗ ಶರಾವತಿ ಎದ್ದು ಹೊರಗೆ ಬಂದಳು. ನಿಂತ ನಿಲುವಿನಿಂದ ನಾದಿನಿ ಚಲಿಸಲಾರಳೆನಿಸಿತು.

ಮುಂದೇನು ತೀರಾ... ಸಿಂಪಲ್... ಇಂದಲ್ಲ.. ನಾಳೆ ಶ್ರೀಕಾಂತ್ ಜೊತೆಯಲ್ಲಿ ಹೋಗಿ ವಾಸಿಸಬಹುದು. ಆಗ... ಒಂದು ರೀತಿಯಲ್ಲಿ ಸಂಬಂಧ ಕಡಿದುಕೊಂಡಂತೆ.

ಮುಚ್ಚಿದ ಬಾಗಿಲನ್ನು ತಳ್ಳಿಕೊಂಡು ಒಳಗೆ ಬಂದ ರಾಮೂರ್ತಿ ಮತ್ತು ಸುಬ್ಬಲಕ್ಷ್ಮಿಯವರು ಸೊಸೆಯನ್ನು ನೋಡಿ ಒಂದಿಷ್ಟು ಗಾಬರಿಯಾದರು.

"ಯಾಕೆ, ಹೀಗೇ... ಕೂತೆ? ಪಚ್ಚಿಯೇನಾದ್ರೂ ಬಿದ್ದು ಪೆಟ್ಟು ಮಾಡಿಕೊಂಡಿದ್ದಾನಾ?" ಸುಬ್ಬಲಕ್ಷ್ಮಿಯಂತು ಆತಂಕಗೊಂಡರು. ತಟ್ಟನೆ ಮೇಲೆದ್ದು "ಏನಿಲ್ಲ ಅತ್ತೆ! ಪಚ್ಚಿ ಪಕ್ಕದ ಮನೆ ಹುಡುಗರ ಜೊತೆ ಆಟ ಆಡ್ತಾ ಇದ್ದಾನೆ, ಬೇಜಾರೂಂತ ಅನ್ನಿಸ್ತು ಕೂತೆ. ಇವತ್ತು ವಾಕ್‌ನಿಂದ ಬೇಗ ಬಂದಂಗಿದೆ" ಎಂದಳು,

ಇದೆಲ್ಲ ಇವರಿಗೆ ಹೇಳಲು ಸಾಧ್ಯವೇ? ಮೌನವಹಿಸುವುದು ಸೂಕ್ತವೆನಿಸಿತು."

"ಪಾರ್ಕ್‌ನಲ್ಲಿ ರಾಜಗೋಪಾಲ್ ಸಿಕ್ಕರು ಹಾಗೇ ಕೂತು ಮಾತಾಡಿದೆವು. ಅವರಿಂದ ಯಾವ್ದೇ ವಿರೋಧ ಬರಲಿಕ್ಕಿಲ್ಲ. ಮೊದ್ಲು ಇವಳನ್ನು ಒಪ್ಪಿಸಬೇಕು. ಅದರ ಷುರು ನಿನ್ನಿಂದ್ಲೇ... ಆಗಲೀ" ಎಂದಕೂಡಲೇ ಶರಾವತಿ ಮೆಟ್ಟಿ ಬಿದ್ದಳು.

"ಬೇಡ ಅತ್ತೆ, ಅಷ್ಟು ಸೂಕ್ತ ಅನ್ನಿಸೋಲ್ಲ ಅವಳಿಗೆ ಇಷ್ಟವೆನಿಸಿದಾಗ ಅವಳೇ ಮದ್ವೆ ಆಗ್ತಾಳೆ ಬಿಡಿ"

ಸೊಸೆಯ ಈ ಸಮಾಜಾಯಿಸಿಗೆ ಅವರು ಒಪ್ಪಲಿಲ್ಲ.

"ವೈವಾಹಿಕೋ ವಿಧಿಃ ಸ್ತ್ರೀಣಾಂ ಸಂಸ್ಕಾರೋ ವೈದಿಕಃಸ್ಮೃತಃ ॥
ಪತಿ ಸೇವಾಗೃಹೇವಾಸೋ ಗೃಹಾರ್ಥೇಗ್ನಿ ಪರಿಕ್ರಿಯಾ ॥

"ಸ್ತ್ರೀಯರಿಗೆ ವಿವಾಹವಿಧಿ ವೈದಿಕ ಸಂಸ್ಕಾರವಾಗಿದೆ. ಪತಿಯ ಗೃಹನಿವಾಸವು ಅಗತ್ಯವಾಗಿದೆ. ಪುರುಷರು ಗುರುಕುಲ ನಿವಾಸಕ್ಕೆ ಹೋದಂತೆ ಸ್ತ್ರೀಯರು ಗಂಡನ ಮನೆಗೆ ಹೋಗಬೇಕು. ಗೃಹಕೃತ್ಯಗಳನ್ನು ಯಜ್ಞಯಾಗಗಳಂತೆ ನಿರ್ವಹಿಸಬೇಕು. ಅಂತ ಮನುಧರ್ಮ ಶಾಸ್ತ್ರದಲ್ಲಿ ಹೇಳಿದೆ. ಮದುವೆಗೆ ಅದರದೇ ಆದ ವಿಧಿ ವಿಧಾನಗಳು ಇವೆ."

ಹೆಂಡತಿಯ ಧೋರಣೆಯನ್ನು ರಾಮೂರ್ತಿಗಳೇ ನಿರಾಕರಿಸಿದರು. "ಈಗ ಕಾಲ ಬದಲಾಗಿದೆ. ಅದಕ್ಕೆ ಅನುಸಾರವಾಗಿ ವಿಧಿ ವಿಧಾನಗಳು ಬದಲಾಗಿದೆ. ನಮ್ಗೇ ಅವಳು ಮದ್ವೇ ಆಗೋದು ಮುಖ್ಯವೇ ಹೊರತು, ಹೇಗೆ, ಏನು, ಎತ್ತ ಅಂತಲ್ಲ. ತೀರಾ ಒತ್ತಡವೇರಿ, ಮತ್ತಷ್ಟು ಅವಳು ನಮ್ಮಿಂದ ದೂರ ಸರಿಯುವಂತೆ ಮಾಡಬೇಡ" ಹೆಂಡತಿಯನ್ನು ಗದರಿಕೊಂಡರು.

ಸುಬ್ಬಲಕ್ಷ್ಮಿ ಕೂಡ ಸುಮ್ಮನಾದರು. ಈಗೇನು ಮಾಡೋದು? ಎನ್ನುವಂತೆ ಸೊಸೆಯ ಕಡೆ ನೋಡಿದರು. ಮಾವ ಹೇಳಿದಂತೆ ಸುಮ್ಮನಾಗಿ ಬಿಡೋಣ ಎನ್ನುವಂತೆ ಕಣ್ಣು ಸನ್ನೆಯಲ್ಲಿಯೆ ತಿಳಿಸಿದಳು.

ಶ್ರೀಕಾಂತ್ ಜೊತೆ ಶೂಟಿಂಗ್ ಸ್ಪಾಟ್‌ಗೆ ಹೋಗಿದ್ದ ಶರಧಿ ಜೊತೆಯಾಗಿಯೇ ಗೆಸ್ಟ್ ಹೌಸ್ ಬಂದವಳು ಮನೆಗೆ ಹೊರಟಾಗ ಕೈ ಹಿಡಿದು "ನೋ, ನೀನು ಹೊರಟು ಹೋದರೇ ಲೋನ್ಲೀ ಅನಿಸುತ್ತೆ" ಎಂದು ಕಣ್ಣಲ್ಲಿಯೇ ನಿರಾಕರಣೆ ತೋರಿದಾಗ ಅವಳ ಮನದಲ್ಲಿ ಸಮ್ಮತಿ ಸಿಕ್ಕಿತು. ಅವಳಿಗೂ ಶ್ರೀಕಾಂತ್‌ನಿಂದ ದೂರವಿರಲು ಇಷ್ಟವಿಲ್ಲ.

ಇವರಿಬ್ಬರ ಒಡನಾಟ, ಸಾಂಗತ್ಯವೇನು ಯಾರಿಗೂ ತಿಳಿಯದಲ್ಲ. ಇದೆಲ್ಲ ಸರ್ವೇಸಾಧಾರಣ ಎನ್ನುವ ಕ್ಷೇತ್ರದಲ್ಲಿದ್ದ ಜನವೇ ಸುತ್ತಲು.

ರೆಸ್ಟ್ ರೂಮಿಗೆ ಬಂದ ಕೂಡಲೆ ಸೋಫಾದಲ್ಲಿ ಅಸೀನನಾದ ಶ್ರೀಕಾಂತ್

"ನೀನು ಪ್ರೆಷ್ ಅಪ್ ಆಗಿ ಬಾ ಇಬ್ರೂ ಡಿನ್ನರ್ ತಗೋಳೋಣ" ಹಿಂದಕ್ಕೆ ಒರಗಿದ. ಇಂದಿನ ಶೂಟಿಂಗ್, ಸಮಯದಲ್ಲಿನ ಮಾಡೆಲ್ ಮಧು ಮಾಲಿನಿಯ ಅಂಗಾಂಗಗಳು ಅವನನ್ನು ಕೆರಳಿಸಿತ್ತು. ಅದಕ್ಕೆ ಅವನಿಗೆ ಶರಧಿಯ ಸಾಂಗತ್ಯ ಅಗತ್ಯವಿತ್ತು.

ಸುಗಂಧ ಬೆರೆತ ಬಾತ್ ಟಬ್‌ನಲ್ಲಿ ಮನಪೂರ್ವಕವಾಗಿ ಮಿಂದು, ಅತ್ತರುನ ಘಮಲಿನಲ್ಲಿ ತೊಯ್ದು ನೈಟಿ ಧರಿಸಿ ಬಂದವಳು ಸೂರಾ ಸುಂದರಿಯೆ. ತೆರೆದ ತೋಳುಗಳಲ್ಲಿನ ಅನುಭವ ಯಾವುದೋ ಲೋಕಕ್ಕೆ ಕೊಂಡೊಯ್ದಿತು. ಇಡೀ ಬಾತ್ ಟಬ್‌ನಲ್ಲಿ ರಾತ್ರಿ ಪೂರ್ತಿ ಜಲಕ್ರೀಡೆಯಾಡಿದರು.

ಈ ಘಟನೆಯ ನಂತರ ಹೆಚ್ಚು ಕಡಿಮೆ ಶ್ರೀಕಾಂತ್‌ನೊಂದಿಗೆ ಗೆಸ್ಟ್‌ಹೌಸ್‌ನಲ್ಲಿ ಉಳಿಯುವುದು ಜಾಸ್ತಿಯಾಯಿತು. ಮನೆಯವರಲ್ಲಿ ಕಸಿವಿಸಿ. ಅಂದು ಶ್ರೀಧರ್ 'ವರ್ಷ ಆ್ಯಡ್ ಕಂಪನಿ'ಗೆ ಹೋಗಿಯೇ ಮನೆಗೆ ಬಂದದ್ದು.

"ವಾರದಲ್ಲಿ ಒಂದು ಮಧ್ಯಾಹ್ನ ಮಾತ್ರ ಶರಧಿ ಬಂದು ಹೋದಳು. ಆಫೀಸ್‌ನವರಿಂದಲೇ ತಿಳಿದುಕೊಂಡೆ, ಈ ತಿಂಗಳಲ್ಲಿ ಹೊರ್ಗೇ ಹೋಗಿದ್ದೇ ಇಲ್ವಂತೆ. ಮನೆ ಎಂದೋ ಬಂದು ಹೋಗೋ ಗೆಸ್ಟ್ ಹೌಸಾ? ಅವ್ಳಿಗೆ ಹೇಳೋರು, ಕೇಳೋರು ಯಾರಿಲ್ಲ. ಅವಳ ಸಂಪಾದನೆ ಯಾರ್ಗೇ... ಬೇಕು? ಒಂದ್ರೂಪಾಯಿ ಮುಟ್ಟಬೇಡಿ. ನಾವು ಮರ್ಯಾದಸ್ಥ ಜನ. ಸಮಾಜ ಏನು ಅಂದೀತು? ಶರಧಿ ಬಂದ ಕೂಡಲೆ ತೀರ್ಮಾನವಾಗಬೇಕು." ಕೂಗಾಡಿದ. ಹೆಚ್ಚು ಕಡಿಮೆ ಅವಳು ತನ್ನ ಬಾಸ್ ಶ್ರೀಕಾಂತ್‌ನ ಜೊತೆ ಇರುವುದು ಖಾತ್ರಿಯಾಗಿತ್ತು.

"ಸ್ವಲ್ಪ ಸುಮ್ನೇ ಇರೀ, ಎಲ್ಲಾ ತಾನಾಗಿ ಸರ್ಯೋಗುತ್ತೆ" ಶರಾವತಿ ಸಂತೈಯಿಸಲು ಪ್ರಯತ್ನಿಸಿದಾಗ ಗದರಿಸಿದ "ನೀನು ತೆಪ್ಪಗಿದ್ದು ಬಿಡು" ಹಾರಾಡಿದ ಕೋಪದಿಂದ. ಅವನ ಮೈ ಉರಿಯುತ್ತಿತ್ತು. 'ನಿನ್ತಂಗಿ ಸಂಪಾದ್ನೆ ಹೇಗಿದೇ?' ಒಬ್ಬರು ಪ್ರಶ್ನಿಸಿದಾಗ, ಅವರ ಮೇಲೇರಿ ಹೋಗಿ ದೊಡ್ಡ ಗಲಾಟೆಯೇ ಆಗಿತ್ತು.

ತೀರಾ ಅಚಾನಕ್ ಎನ್ನುವಂತೆ ಶರಧಿ ಸ್ಕೋರ್ಪಿಯಾದಲ್ಲಿ ಮನೆಗೆ ಬಂದಳು. ಹಾಲ್‌ನಲ್ಲಿ ಟಿ.ವಿ. ನೋಡುತ್ತಿದ್ದ ರಾಮೂರ್ತಿ ನೋಡಿದರೂ ನೋಡದಂತಿದ್ದರು. ಈಚೆಗೆ ಆಡಿದರೇ ಒಂದೆರಡು ಮಾತುಗಳು. ಕೆಲವೊಮ್ಮೆ ಅದು ಇರುತ್ತಿರಲಿಲ್ಲ.

"ಏಯ್ ಶರಧಿ, ನಿಂತ್ಕೋ" ರೂಮಿನಲ್ಲಿದ್ದ ಶ್ರೀಧರ ಬಂದು ಅಬ್ಬರಿಸಿದ. ನಿಂತು ನಿಧಾನವಾಗಿ ಅವನತ್ತ ನೋಟ ಹರಿಸಿದಳು "ಏನಂತ ತಿಳ್ದುಕೊಂಡೇ? ಜನ ನಿನ್ನ ಬಗ್ಗೆ ಏನು ಆಡಿಕೊಳ್ಳೋಕೆ ಷುರು ಮಾಡಿದ್ದಾರೆ. ಗೊತ್ತಾ? ಇದು ಮನೆ ಕಣೇ, ನಾವ್ ಮಾರ್ಯಾದಸ್ಥ ಜನ" ಹಾರಾಡಿದ. ನಾಲ್ಕು ಏರಿ ಬಿಡುವಷ್ಟು ಕೋಪ.

"ನಂಗೆ ಆಡಿಕೊಳ್ಳೋರ ಮಾತು ಕೇಳೋಕೆ ಪುರಸತ್ತಿಲ್ಲ. ಷಟ್‌ಅಪ್" ಅಂದವಳೇ "ಅತ್ಗೇ, ನಾಳೆ ಬೆಳಿಗ್ಗೆ ಕಾರು ಬರುತ್ತೆ, ಜೊತೆಗೆ ಗೆಸ್ಟ್ ಹೌಸ್ ಸರ್ವೆಂಟ್ ಬರ್ತಾನೆ. ಅವ್ನೆ ಪ್ಯಾಕ್ ಮಾಡ್ಕೋತಾನೆ, ನನ್ನ ಲಗೇಜ್‌ನ. ನೀವು ಒಂದಿಷ್ಟು ಹೆಲ್ಪ್ ಮಾಡಿ"

ಅಷ್ಟು ಹೇಳಿ ಹೆತ್ತವರ ಕಡೆ ತಿರುಗಿ "ನಂಗೆ ಸಾರಿ ಹೇಳೋಕೆ ಇಷ್ಟವಿಲ್ಲ. ಮಕ್ಳು ಅವರವರ ರೀತಿಯಲ್ಲಿ ಬದುಕೋಕೆ ಹೆತ್ತವರು ಸಹಕರಿಸಬೇಕು. ನಂಗೆ ಶ್ರೀಕಾಂತ್ ಇಷ್ಟವಾಗಿದ್ದಾರೆ, ನನ್ನ ಸಾಂಗತ್ಯ ಅವ್ರಿಗೆ ಇಷ್ಟ, ಇನ್ಮೇಲೆ ಜೊತೆಯಾಗಿ ಇರ್ತೀವಿ" ಹೇಳಿದ್ದು ಮುಗೀತು ಅನ್ನುವಂತೆ ಹೊರಟು ಬಿಟ್ಟಳು. ತೀರಾ ಸರಳವಾಗಿಯೆ ಹೇಳಿದ್ದು.

ದಿಗ್ಭ್ರಾಂತರಾಗಿದ್ದವರಲ್ಲಿ ಚಲನೆ ಬರಲು ಸಾಕಷ್ಟು ವೇಳೆಯೇ ಬೇಕಾಯಿತು. ಹೆಣ್ಣನ್ನು ಹಡೆದಾಗ ಆ ತಾಯಿಯ ಕನಸ್ಸುಗಳೇ ಬೇರೆ. ಅವಳು ಬೆಳೆದಂತೆ ಬಣ್ಣ ಬಣ್ಣದ ರೆಕ್ಕೆಪುಕ್ಕಗಳು ಹುಟ್ಟಿಕೊಳ್ಳುತ್ತೆ. ಅದನ್ನು ಹಂತ ಹಂತವಾಗಿ ಕತ್ತರಿಸಿದವಳು ಬುಡ ಸಮೇತ ಕಿತ್ತು ಎಸೆದು ಹೋಗಿದ್ದಳು ಶರಧಿ.

ಸುಬ್ಬಲಕ್ಷ್ಮಿ ಕುಸಿದು ಬಿಕ್ಕಳಿಸಿದರು. ಹೆಣ್ಣು ಮಕ್ಕಳ ಸರ್ಕಾರಿ ಶಾಲೆಯಲ್ಲಿ ಹೆಡ್ ಮಿಸ್ ಆಗಿ ರಿಟೈರ್ಡ್ ಆದವರು. ಶಿಸ್ತು, ಜರ್ಬ್ ಎರಡೂ ಅವರಲ್ಲಿ ಮನೆ ಮಾಡಿಕೊಂಡಿತ್ತು. ಅದಕ್ಕೆ ಪೆಟ್ಟು ಕೊಟ್ಟವರು ಹಿರಿಯರಲ್ಲ, ಕೈ ಹಿಡಿದ ಗಂಡನಂತು ಅಲ್ಲ, ಹುದ್ದೆಯಲ್ಲು ಪೆಟ್ಟು ತಿಂದಿರಲಿಲ್ಲ. ಆದರೆ ಮಗಳು ಅದನ್ನ ಒಂದೇ ಏಟಿಗೆ ಇಳಿಸಿದ್ದಳು.

ಅಳೋ ಹೆಂಡತಿಯನ್ನು ನೋಡಿ ರಾಮೂರ್ತಿ ಕರಗಿ ಹೋದರು. ಎಷ್ಟೋ ಅದ್ಭುತವಾದ ಕನಸುಗಳಿತ್ತು ಮಗಳ ಬಗ್ಗೆ. ತೀರಾ ಜವಾಬ್ದಾರಿಯೆನ್ನುವಂತೆ ಅಷ್ಟಿಷ್ಟು ಮಿಗಿಸಿ ಮಗಳ ಮದುವೆಗಾಗಿ ಸೇರಿಸಿ ಇಟ್ಟಿದ್ದರು ಸುಬ್ಬಲಕ್ಷ್ಮಿ.

"ಸಮಾಧಾನ ಮಡ್ಕೋ, ಸುಬ್ಬು" ಹೆಂಡತಿಯ ಬೆನ್ನು ಮೇಲೆ ಕೈಯಿಟ್ಟು "ಇನ್ನೆಲ್ಲಿ ಸಮಾಧಾನ! ಅವಳು ಹೇಳಿದ್ದು ಕೇಳಿದಿರಾ? ಈ ಸಾಮ್ರಾಜ್ಯಕ್ಕೆ ಅವಳನ್ನು ಹೆತ್ತು ಹೊತ್ತು ಸಾಕಿ ಸಲಹಿ ಇಷ್ಟೆಲ್ಲ ಮಾಡಬೇಕಿತ್ತಾ? ಪ್ರೀತಿ, ವಿಶ್ವಾಸ ಬಿಡೀ, ಅಲ್ಪ ಸ್ವಲ್ಪನಾದ್ರೂ ಕೃತಜ್ಞತೆ ಇದ್ಯಾ?" ಅಳೋಕೆ ಷುರು ಮಾಡಿದಾಗ ರಾಮೂರ್ತಿಗೆ ಏನು ಹೇಳಬೇಕೋ ತೋಚಲಿಲ್ಲ.

ಶ್ರೀಧರ ಹೆಂಡತಿಯ ಮುಖ ನೋಡಿ ಧುಮಗುಟ್ಟುತ್ತ ರೂಮಿಗೆ ಹೋಗಿ ಬಾಗಿಲು ಹಾಕಿಕೊಂಡ. ಅಭಿಮಾನಕ್ಕೆ, ಅಹಂಕಾರಕ್ಕೆ ಮಾತ್ರವಲ್ಲ ತಾನು ಗಂಡೆಂಬ ಚಾಳಿಗೆ ಬಲವಾದ ಪೆಟ್ಟು ಕೊಟ್ಟು ಹೋಗಿದ್ದಳು. ತಾನು ಏನಾದರೂ ಮಾಡಲು ಸಾಧ್ಯವೇ? ಯೋಚಿಸಿ ತಲೆ ಕೆಡಿಸಿ ಕೊಂಡಿದೊಂದೆ. ಒಂದು ರೀತಿಯ ನಿಸ್ಸಾಯಕತೆಯಲ್ಲಿ ತೇಲಿದ.

"ತಗೊಳ್ಳಿ... ಕಾಫೀ" ಮಡದಿಯ ದನಿ.

"ನಂಗೆ ಬೇಡ" ಗುಡುಗಿದ.

"ನಿಮ್ಗೇ ಈಗ ಕಾಫಿಯ ಅಗತ್ಯವಿದೆ. ನಮ್ಮ ಕೈಯಲ್ಲಾಗದ ವಿಷ್ಯಗಳಿಗೆ ತಲೆ ಕೆಡ್ಸಿಕೊಂಡರೇ, ಬರೀ ತಲೆ ಕೆಡುತ್ತೆ ಅಷ್ಟೆ. ಏನು ಉಪಯೋಗವಿಲ್ಲ. ಅವಳಿಗೆ ಕಂಪ್ಯಾನಿಯನ್ ಅಗತ್ಯವೇ ವಿನಃ ಹೆತ್ತವರು, ಬೇರೆಯವರು ಬೇಕೆನಿಸೋಲ್ಲ. ನಂಗೆ

ಹೆತ್ತವರ್ಗಿಂತ ನೀವೇ, ಪ್ರಿಯ! ಯಾಕೆ... ಹೇಳಿ?" ಅವನ ಕ್ರಾಪನ್ನು ಕೆದರಿ ಕಾಫೀ ಕಪ್ ಅವನ ಮುಂದಿಟ್ಟಳು.

"ನಿನ್ನ ಹೋಲಿಕೆ ಸರಿ ಇಲ್ಲ!" ಬೋರಲು ಮಲಗಿದ್ದವನು. ಎದ್ದು ಕೂತ "ಹೇಗೆ, ಅಂದುಕೊಂಡರೂ ಅಷ್ಟೇ, ಶ್ರೀಕಾಂತ್ ಅವಳ ಆಯ್ಕೆ, ಅಷ್ಟೆ, ಒಂದು ಸಂಬಂಧಕ್ಕೆ ಕೆಲವು ವಿಧಿಗಳು ಅಗತ್ಯ. ಅದು ಗಟ್ಟಿಯಾಗಿ ಉಳಿಯಲು ಸಂಭ್ರಮ, ಸಡಗರ ಅಷ್ಟೆ. ಸ್ವಲ್ಪ ಮೇಡಮ್‌ನವರನ್ನು ಸುಧಾರಿಸೋ ಜವಾಬ್ದಾರಿ ನಿಮ್ದು. ಮಾವನವರು ಪೂರ್ತಿ ಸುಸ್ತು ಆಗೋ ಮುನ್ನ ಅವರ ಜವಾಬ್ದಾರಿಯನ್ನು ನಿಮ್ಮ ಹೆಗಲಿಗೇರಿಸಿಕೊಳ್ಳಿ" ಅಷ್ಟು ನುಡಿದು ಎದ್ದು ಹೋದಳು.

ಸರಿಯಾಗಿ ಕೂತು ಶ್ರೀಧರ್ ಕಾಫೀ ಕಪ್ ಎತ್ತಿಕೊಂಡ. ಕೋಪಕ್ಕೆ ಮೊದಲಿನ ಬಿರುಸು ಇರಲಿಲ್ಲ. ಅಲ್ಲ ಸ್ವಲ್ಪ ತಣ್ಣಗಾಗಿತ್ತು.

"ಶರಧಿ ಅರ್ಥವಾಗಲಿಲ್ಲ!" ಪವನ್ ಹೇಳುತ್ತಿದ್ದ.

'ನಂಗೂ ಅರ್ಥವಾಗಿಲ್ಲ ಪವನ್' ಎಂದುಕೊಂಡ. ಆ ವೇಳೆಗೆ ಎಸೆದಾಟದ ಸದ್ದು ಕೇಳಿ ಹೊರಗೆ ಬಂದ. ಸುಬ್ಬಲಕ್ಷ್ಮಿ ಮಗಳ ರೂಮಿನಲ್ಲಿನ ಸಾಮಾನುಗಳನ್ನು ಎಸೆದಾಡುತ್ತಿದ್ದರು. ಅದನ್ನು ತಡೆಯುವಲ್ಲಿ ರಾಮೂರ್ತಿಗಳು ವಿಫಲರಾಗಿ ಒಂದೆಡೆ ಕೂತಿದ್ದರು. ಮನದಾಳದ ನೋವು, ದುಃಖ, ಕೋಪದ ಪ್ರದರ್ಶನ.

ಶ್ರೀಧರ, ಶರಾವತಿ ಅವರನ್ನು ಸುಮ್ಮನಾಗಿಸಿ ಕರೆತಂದು ಕೂಡಿಸುವ ವೇಳೆಗೆ ಸಾಕು ಸಾಕಾದರು. ಸರ, ಉಂಗುರ, ಸೆಂಟ್ ಬಾಟಲಿಗಳು ಹೊರಗೆ ಚೆಲ್ಲಾಡಿದ್ದವು.

"ಎಲ್ಲಾ ತೆಗ್ದು ಆಚೆ ಬಿಸಾಕು" ಅಬ್ಬರಿಸಿದರು.

"ಆಯ್ತು, ಸುಮ್ನೇ ಇರಿ, ಇದರಿಂದ ಅವಳಿಗೆ ಶ್ರೇಯಸ್ಸಲ್ಲ. ಆಯ್ದುಕೊಂಡ ಜೀವನದಲ್ಲಿ ಸುಖವಾಗಿರಲೀಂತ ಆಶೀರ್ವದಿಸಬೇಕು ಅಷ್ಟೆ" ಇಷ್ಟು ನುಡಿದು ಶರಧಿಯ ರೂಮಿಗೆ ಹೋದ ಶರಾವತಿ ಎಲ್ಲ ವಸ್ತುಗಳನ್ನು ಒಂದೆಡೆ ತೆಗೆದಿಟ್ಟಳು.

"ಬಿಡೇ ಸಾಕು, ನೀನೇನು ಅವಳಿಗೆ ಜವಾನಿಯಲ್ಲ. ಯಾವೋನು ಇಲ್ಲಿ ಬರೋದು ಬೇಡ. ಎಲ್ಲಾ ತೆಗ್ದು ಹೊರ್ಗಡೆ ಹಾಕಿಸ್ತೀನಿ ಕೆಲ್ಸದವಳ ಕೈಯಲ್ಲಿ. ಈ ಮನೆಗಿದ್ದ ಋಣ ಕಳೆದು ಹೋಯ್ತು" ಸುಬ್ಬಲಕ್ಷ್ಮಿ ಹಣೆ ಗಿಟ್ಟಿಸಿಕೊಂಡರು.

ತೀರಾ ಸಮಾಧಾನವಾಗದಿದ್ದರೂ ಅಲ್ಪ ಸ್ವಲ್ಪ ಸಮಾಧಾನದ ನಂತರ ಶ್ರೀಧರ ಕೇಳಿದ "ಮುಂದೇನು?" ಅತ್ಯಂತ ಸರಳವಾಗಿ ಚುರುಕಾಗಿತ್ತು ಅವಳ ಉತ್ತರ "ವೆರಿ ಸಿಂಪಲ್, ಶರಧಿ ರೂಂ ಖಾಲಿಯಾಗುತ್ತೆ, ಅಲ್ಲಿ ನಿಮ್ಮ ಮಗ ಪ್ರತಿಷ್ಠೆ ಆಗ್ತಾನೆ. ಅವಳ ನೆನಪುಗಳಲ್ಲಿ ದಿನಗಳು ಉರುಳುತ್ತೇ. ಕಾಲಕ್ರಮೇಣ ಅವಳ ಮೇಲಿನ ಕೋಪ ತಗ್ಗಿ ಸಂಬಂಧ ಸುಧಾರಿಸಬಹುದು" ತರ್ಕಬದ್ಧವಾಗಿ ಹೇಳಿದಳುಉ.

"ಸಾಕು ನಿಲ್ಸು! ನಿಂದು ಬರೀ ತಲೆ ಹರಟೆ. ಈಗ ನಾವೇನು ಮಾಡಬಹುದು?" ಕೇಳಿದ ಸೀರಿಯಸ್ಸಾಗಿ, ತಲೆ ಅಡ್ಡಡ್ಡ ಆಡಿಸಿ "ಏನು ಮಾಡೋಕ್ಕಾಗೋಲ್ಲ. ನಿಮ್ತೆಂಗಿ

ವಯಸ್ಸೆಷ್ಟು ಗೊತ್ತಾ? ಮುವತ್ತೆರಡು ತುಂಬುತ್ತೆ, ಓದಿದವಳು, ಒಳ್ಳೆ ಪೊಜಿಷನ್‌ನಲ್ಲಿದ್ದಾಳೆ. ಕ್ಲವರ್ ಅನ್ನೋ ಸರ್ಟಿಫಿಕೇಟ್ ಇದೆ. ಅವಳ ನಡವಳಿಕೆಯ ವಿಚಾರದಲ್ಲು ತಕರಾರಿಲ್ಲ, ಒಬ್ಬರೊಬ್ಬರು ಇಷ್ಟಪಟ್ಟಿದ್ದಾರೆ, ಜೊತೆಯಲ್ಲಿ ಇರ್ತಾರೆ, ಇದಕ್ಕೆ 'ಲಿವಿಂಗ್ ಟುಗೆದರ್' ಅಂತಾರೆ. ಸುಮ್ನೇ ಇರೋದು ಕ್ಷೇಮ" ಅರ್ಥೈಯಿಸಿದಳು. ಸದ್ಯಕ್ಕೆ ಅಷ್ಟೆ.

ಶ್ರೀಧರ ಸುಮ್ಮನಾದ. ಮರುದಿನ ಶರದಿಯಿಂದ ಶರಾವತಿಗೆ ಒಂದು ಫೋನ್ ಕಾಲ್ ಬಂತು "ಬರೀ ನನ್ನ ಉಡುಪು, ನಿತ್ಯ ಉಪಯೋಗಕ್ಕೆ ಬೇಕಾದ ಪರಿಕರಗಳನ್ನು ಬಿಟ್ಟು ಬೇರೇನು ಕಳುಹಿಸಬೇಡಿ. ಒಂದೆರಡು ಸೀರೆಗಳು ಸಾಕು, ಮಿಕ್ಕಿದನ್ನು ನೀವು ಇಟ್ಕೊಳ್ಳಿ" ಅಂತ ಹೇಳಿದಳೇ ವಿನಃ ಯಾರೊಬ್ಬರನ್ನು ವಿಚಾರಿಸಲಿಲ್ಲ.

ಮೌನವಾಗಿ ಶರಾವತಿ ಅವಳ ಬಟ್ಟೆ ಬರಹಗಳನ್ನು ಪ್ಯಾಕ್ ಮಾಡಿಟ್ಟಳು. ಯಾವುದೇ ಸೀರೆಗಳನ್ನು ಇಟ್ಟುಕೊಳ್ಳಲು ಅವಳಿಗೆ ಮನಸ್ಸಾಗಲಿಲ್ಲ. ತವರು ಮನೆಯಿಂದ ಹೊರಟ ಹೆಣ್ಣಿಗೆ ಅರಿಶಿನ ಕುಂಕುಮದ ಜೊತೆ ಮಡಿಲು ತುಂಬ ಬೇಕಿತ್ತು. ಅಂಥದೊಂದು ಶಾಸ್ತ್ರ ಮಾಡದಕ್ಕೆ ಫೀಲ್ ಆದಳು.

ಸ್ಕೂಲಿನಿಂದ ಮಧ್ಯಾಹ್ನಕ್ಕೆ ವಾಪಸ್ಸು ಬಂದ ಪಚ್ಚಿ "ಅಮ್ಮ ಇನ್ಮೇಲೆ ಅತ್ತೆ ನಮ್ಮ ಮನೆಗೆ ಬರೋಲ್ವಾ? ದೊಡ್ಡದಾಗಿ ಜಗಳ ಮಾಡಿಕೊಂಡು ಹೋಗಿದ್ದಾರಂತಲ್ಲ. ಎಷ್ಟೊಂದು ಗಿಫ್ಟ್ ತಂದು ಕೊಡೋರು, ಸಿಂಗಾಪುರ..." ಏನೋ ಹೇಳಲು ಹೊರಟವನ ಭಯ ಮುಚ್ಚಿ "ತೆಪ್ಪಗಿರು, ಯಾರೋ ಇದನ್ನೆಲ್ಲ ನಿಂಗೆ ಹೇಳಿದ್ದು?" ಗದರಿಸಿ ಕಳುಹಿಸಿದಳು. ಒಂದು ರೀತಿಯ ಸಂಕಟ. ಇಂಥ ಸಂಬಂಧಗಳನ್ನು ಇಲ್ಲಿಯ ಸಂಸ್ಕೃತಿ ಒಪ್ಪದು!

ಎರಡು ದಿನಗಳ ನಂತರ ಕಾರಿನಲ್ಲಿ ಬಂದ ಶೂಟಿಂಗ್ ಯೂನಿಟ್‌ನ ಬಾಯ್‌ಗಳು ಲಗೇಜ್‌ನ ಎತ್ತಿ ಒಯ್ದರು. ಆ ಸಮಯದಲ್ಲಾದರು ಶರಧಿ ಬರಬಹುದೆಂಬ ಒಂದು ಪುಟ್ಟ ಆಸೆ ಮನೆಯವರಿಗೆಲ್ಲ ಇತ್ತು! ಅದು ಬರೀ ಆಸೆಯಾಗೇ ಉಳಿಯಿತು.

ಆಮೇಲೆ ಒಂದು ಗಂಟೆ ಕೂತು ಸುಬ್ಬಲಕ್ಷ್ಮಿ ಕಣ್ಣೀರು ಸುರಿಸಿದರು! ಹೆಣ್ಣು ತವರಿನಿಂದ ಹೊರಗೆ ಹೋಗುವವಳು. ಅದಕ್ಕೆ ಕೆಲವು ಪದ್ಧತಿ ರೀತಿ – ರಿವಾಜುಗಳನ್ನು ಪೂರ್ವಿಕರು ತುಂಬ ದೂರ ದೃಷ್ಟಿಯಿಂದ ಮಾಡಿಟ್ಟಿದ್ದರು. ಅದನು ಅನಗತ್ಯವಾಗಿ ಕಂಡಿತು.

ಸೊಸೆಯನ್ನು ಕರೆದು ಹೇಳಿದರು.

"ಅವಳೇನಾದ್ರೂ ಬರ್ತೀನೀಂತ ಅಂದರೆ ಬೇಡ ಅನ್ನು. ಇನ್ನ ಯಾವ ಮುಖ ಇಟ್ಕೊಂಡ್ ಇಲ್ಲಿ ಬರ್ತಾಳೆ? ಇದೆಂಥ ಸುಡುಗಾಡು ಸಂಬಂಧ!"

"ಪ್ಲೀಸ್, ಸಮಾಧಾನ ಮಾಡ್ಕೊಳ್ಳಿ, ಭಾವನಾತ್ಮಕವಾಗಿ ನಮ್ಮಿಂದ ಎಂದೋ ದೂರವಾಗಿದ್ಲು! ಈ ಬಗ್ಗೆನು ಪೂರ್ತಿ ನಂಬಿಕೆ ಬಂದಿಲ್ಲ. ಈತ ತುಂಬ... ತುಂಬ... ಬದಲಾವಣೆಗಳು ಆಗ್ತಾ ಇದೆ! ಬೇಬಿ ಕೇರ್ ಸೆಂಟರ್, ರೆಸಿಡೆನ್ಷಿಯಲ್ ಸ್ಕೂಲು,

ಏಜ್ ಓಲ್ಡ್ ಹೋಂ ಇಂಥ ಹೆಸರುಗಳ್ಳುಳ್ಳ ಬದಲಾವಣೆಗಳು ಹಿಂದೇನು ಇತ್ತು. ಈಗ ಹೆಸರು ಬದಲಾಯಿಸಿಕೊಂಡಿದೆ. ಗುರುಕುಲ, ವಾನ ಪ್ರಸ್ತದ ನಡುವೆ..." ಅವಳ ಮಾತು ಇನ್ನು ಸಾಗುತ್ತಿತ್ತೇನೋ, "ಇದ್ವರ್ಗೂ ಅಮ್ಮ ಒಬ್ಬರೇ ಪಾಠ ಮಾಡ್ತಾ ಇದ್ದರು. ಈಗ ನೀನು ಷುರು ಮಾಡಿಕೊಂಡಂಗೆ ಕಾಣುತ್ತೆ" ಛೇಡಿಸಿದ. ಅದರಲ್ಲಿ ಒರಟುತನವಿತ್ತು. ಅವನಿನ್ನು ತಂಗಿಯ ಬಗ್ಗೆ ಪ್ರಸನ್ನವಾಗಿರಲಿಲ್ಲ. ಅವನಿಗೆ ಇದು ಅವಮಾನದ ವಿಷಯ.

"ಈಗೇನು ಮಾಡೋಣ?" ಕೇಳಿದ "ನಂಗೂ ಏನು ತೋಚ್ತಾ ಇಲ್ಲ. ನಾವೇ ಹೋಗಿ ನೇರವಾಗಿ ಅವಳ ಬಾಸ್‌ನ ಕೇಳೋಣ. ಸುಮ್ಮನೆ ಜೊತೆಯಲ್ಲಿ ಇಟ್ಟುಕೊಳ್ಳುವ ಬದಲು ಅವ್ಳ ಕುತ್ತಿಗೆಗೆ ತಾಳಿ ಕಟ್ಟೇಂತ ಕೇಳೋಣ" ಎಂದು ಆವೇಶದಿಂದ "ಹೌದು, ನಾನು ಎರಡು ದಿನ ರಜ ಹಾಕ್ತೀನಿ. ಎಲ್ಲಿ ಹೋಗಿ ಅವರನ್ನು ಹಿಡಿಯೋದು? ಬರೀ ವಿಮಾನದಲ್ಲೇ ಓಡಾಡೋ ಮನುಷ್ಯ" ಎಂದ ಶ್ರೀಧರ ಆವೇಶದಿಂದ.

ಅಂತು ಎಲ್ಲಾ ಕೂತು ಹೋಗಿ ಕೇಳಲೇಬೇಕೆಂಬ ತೀರ್ಮಾನಕ್ಕೆ ಬಂದರು. ಇದು ಶರಾವತಿಗೆ ಮಾತ್ರ ಇಷ್ಟವಾಗಲಿಲ್ಲ.

"ಅವರು ನಮ್ಹತ್ರ ಮಾತಾಡೋಕೆ ಇಷ್ಟಪಡದಿದ್ದರೇ?" ಶ್ರೀಧರ ಒಂದು ತರಹ ಹೆಂಡತಿಯನ್ನು ನೋಡಿ "ಏನು ನಾಚ್ಕೆ! ಯಾವ ಮುಖ ಇಟ್ಕೊಂಡ್ ಅವರ ಮುಂದೆ ನಿಲ್ಲೋದು?" ಅವಮಾನಭಾವದಿಂದ ನುಡಿದ. ಇಬ್ಬದಿಯ ಸಂಕಟ.

ಯಾರಿಗೂ ಏನು ತೋಚಲಿಲ್ಲ. ರಾಮೂರ್ತಿಗಳು ಮಾತ್ರ ಮೌನವಹಿಸಿದರು. 'ಪ್ರಯೋಜನವಿಲ್ಲ' ಎನ್ನುವ ನಿರ್ಧಾರಕ್ಕೆ ಬಂದಂತಿತ್ತು.

* * *

ಶ್ರೀಕಾಂತ್‌ಗೆ ಈಗ ಜೀವನ ವಂಡರ್‌ಫುಲ್ ಅನ್ನಿಸಿತ್ತು. ಶರಧಿಯ ಸಾಂಗತ್ಯ ತುಂಬ ಇಷ್ಟವೆನಿಸಿತ್ತು. ವಿವಾಹದ ಕೆಲವು ದಿನಗಳು ಬಿಟ್ಟರೇ, ಅವನನ್ನು ಕಾಡಿ ಬಿಟ್ಟಿದ್ದಳು, ಅಮೂಲ್ಯ. ಆ ಬೆಂಕಿಯಲ್ಲೆ ಅರಳಿದ್ದವು ಎರಡು ಮಕ್ಕಳು. ಮೊದಲು ಅವಳು ಡೈವೋರ್ಸ್‌ಗೆ ಅರ್ಜಿ ಹಾಕಿದರು. ಆಮೇಲೆ ಕೋರ್ಟಿನಲ್ಲಿಯೆ ಇಲ್ಲ ಸಲ್ಲದ ಆಪಾದನೆಗಳನ್ನು ಮಾಡಿ ನರಳಿಸಿದ್ದಳು. ಸುಳ್ಳುಗಳ ಸರಮಾಲೆಯನ್ನು ಸೃಷ್ಟಿಸಿ. ಒಂದು ಹಂತದಲ್ಲಿ ಅವನನ್ನು ಸರಳುಗಳ ಹಿಂದೆ ಹಾಕುವವರೆಗೂ ಹೋಗಿದ್ದಳು. ಅದು ಅವರ ಜೀವನದಲ್ಲಿ ಬಹಳ ಕಠಿಣ ದಿನಗಳು. ನೆನಪುಗಳು ಕೂಡ ಹಿಂಸೆಯೆನಿಸಿತ್ತು.

ಬಾಲ್ಕನಿಯಲ್ಲಿ ನಿಂತು ಸಿಗರೇಟು ಸೇದುತ್ತಿದ್ದವನ ಮುಂದೆ ಕಾಫೀ ಕಪ್ ಹಿಡಿದಿದ್ದು ಶರಧಿಯೇ "ಗುಡ್ ಮಾರ್ನಿಂಗ್... ಕಾಫೀ" ಎಂದವಳನ್ನು ಬಟ್ಟಲು ಸಮೇತ ಹತ್ತಿರಕ್ಕೆಳೆದುಕೊಂಡು "ಐಯಾಮ್ ವೆರಿ ಹ್ಯಾಪಿ, ಹೆಣ್ಣು ಇಷ್ಟೊಂದು ಸುಖ, ಸಂತೋಷ ಕೊಡಬಲ್ಲಳೆಂದು ತಿಳಿದಿದ್ದು ನೀನು ನನ್ನ ತೋಳಿನಾಸರೆಯಲ್ಲಿ

ನಲುಗಿದಾಗಲೇ" ಅವಳ ಕೋಮಲ ಕೆನ್ನೆಗೆ ತನ್ನ ಒರಟು ಗಡ್ಡದಿಂದ ಸ್ಪರ್ಶಿಸಿದ. ಅಪೂರ್ವವಾದದನ್ನು ಪಡೆದುಕೊಂಡ ಸಂತೋಷ.

"ನಾನು ಕೂಡ ಅಷ್ಟೆ, ಒಂದು ಗಂಡಿನಿಂದ ಇಷ್ಟೆಲ್ಲ ಸುಖ, ಸಂಭ್ರಮ ಸಿಗುತ್ತದೆಯೆಂದು ಅರಿತಿದ್ದು ಈಚೆಗೇನೇ, ಐಯಾಮ್ ಆಲ್ ಸೋ... ವೆರಿ ಹ್ಯಾಪಿ" ಸುಖದಲ್ಲಿ ತೇಲಿದಂತೆ ನುಡಿದಳು. ಹಿಂದೆಯೇ ಶ್ರೀಕಾಂತ್ ಮೊಬೈಲ್ ಸದ್ದು ಮಾಡಿದು. "ಸಾರಿ, ಡಾರ್ಲಿಂಗ್..." ಅತ್ತ ಗಮನ ಕೊಡಲು ಎದ್ದು ಹೋದ.

ಇದುವರೆಗೂ ಶ್ರೀಕಾಂತ್ ತನ್ನ ಪರ್ಸನಲ್ ಲೈಫ್ ಬಗ್ಗೆ ಹೇಳಿದ್ದು ಸ್ವಲ್ಪವೇ, ಬಹುಶಃ ಇವಳಿಗೂ ಅದನ್ನೆಲ್ಲ ಕೇಳುವ ಆಸಕ್ತಿ ಇರಲಿಲ್ಲವೇನೋ ದಿನಗಳ ರೋಮ್ಯಾಂಟಿಕ್ ಆಗಿ ಮಾತ್ರವಲ್ಲ ಅತ್ಯಂತ ಉತ್ಸಾಹದಿಂದ ಕಳೆಯುತ್ತಿತ್ತು. ಉಲ್ಲಾಸದ ದಿನಗಳು ಫೆಂಟಾಸ್ಟಿಕ್.

ಮೊದಲೇ ಗುಸ ಗುಸ ಪಿಸ ಪಿಸ ಇದ್ದರೂ ಈಗ ಪೂರ್ತಿಯಾಗಿ ಬಾಸ್‌ನೊಂದಿಗೆ ಗೆಸ್ಟ್‌ಹೌಸ್‌ನಲ್ಲಿ ಶರಧಿ ವಾಸಿಸುತ್ತಿರುವುದು 'ವರ್ಷ ಆ್ಯಡ್ ಕಂಪನಿ'ಯಲ್ಲಿ ಎಲ್ಲರಿಗೂ ತಿಳಿದಿತ್ತು. ತೀರಾ ಮಿಡ್ಲ್ ಕ್ಲಾಸ್ ಮೆಂಟಾಲಿಟಿಯ ಹೆಣ್ಣುಗಳು ಅಲ್ಲದಿದ್ದರಿಂದ ಅದನ್ನ ತೀರಾ ಸೀರಿಯಸ್ಸಾಗಿ ತಗೊಳ್ಳಲಿಲ್ಲ! ಆದರೂ ಪೂರ್ತಿ ಅವರೇ ಇರಲಿಲ್ಲ, ಎಲ್ಲ ತರಹದವರು ಇದ್ದರು.

"ಸೆಕ್ರೆಟರಿ–ಕಂ–ಆಲ್, ಹೇಗೂ ಶ್ರೀಕಾಂತ್ ಡೈವೋರ್ಸಿ ಶರಧಿಗೂ ಮದ್ವೆ ಇರ್‍ಲಿಲ್ಲ. ಕಣ್ಣು ಮುಚ್ಚಿ ತೆಗೆಯೋದರಲ್ಲಿ ಹಾಸಿಗೆ ಏರಿದಲ್ಲ, ಸಾಕಷ್ಟು ಸಾಹಸ ಮಾಡಿಯೇ ಬಲೆಗೆ ಕೆಡವಿಕೊಂಡದ್ದು." ಸೋಫಿಯಾ ನಗೆಯಾಡಿದ್ದಳು. ಈ ಕಂಪನಿಯ ಪರ್ಮನೆಂಟ್ ಮಾಡೆಲ್. ಬೇರೆಯ ಕಂಪನಿಗಳಲ್ಲಿ ನಟಿಸಬಾರದೆಂಬ ಅಗ್ರಿಮೆಂಟ್ ಕೂಡ ಇದ್ದಿದ್ದರಿಂದ ಇಲ್ಲಿಗೆ ಅಂಟಿಕೊಂಡಿದ್ದರಿಂದ ಎಲ್ಲರಿಗಿಂತ ಹೆಚ್ಚಾಗಿ ಸ್ವತಂತ್ರವಹಿಸಿ ಮಾತಾಡುತ್ತಿದ್ದಳು. "ಬಾಸ್... ಬಂದ್ರು" ಅವಳ ಸುತ್ತಲೂ ಗುಂಪು ಗೂಡಿದ್ದವರು ತಮ್ಮ ಸೀಟುಗಳಿಗೆ ಸರಿದು ಹೋದರು.

ಶ್ರೀಕಾಂತ್ ಒಂದು ವಿಷಯದಲ್ಲಿ ಸೋಷಿಯಲ್ಲಾದರು. ಇನ್ನೊಂದು ವಿಚಾರದಲ್ಲಿ ತುಂಬ ಸ್ಟ್ರಿಕ್ಟ್, ವರ್ಣರಂಜಿತ ಮಾಡೆಲ್ ಪ್ರಪಂಚವನ್ನು ನೋಡಿದವ. ಆ ಬಗ್ಗೆ ತೀರಾ ಎಚ್ಚರವೇ. ಇಲ್ಲಿ ಗ್ಲಾಮರ್ ಪ್ರಮುಖವಾದುದ್ದರಿಂದ ಹುಷಾರ್ ಅಗತ್ಯ.

ತನ್ನ ಛೇಂಬರ್‌ಗೆ ನ್ಯೂ ಪ್ರಾಜೆಕ್ಟ್ ಡೈರೆಕ್ಟರ್‌ನ ಕರೆದು ವಿವರಣೆ ನೀಡುತ್ತಿದ್ದವನು "ನ್ಯೂ ವಿನ್ ಸೋಪಿನ ಪ್ರಾಜೆಕ್ಟ್‌ನ ಫೈಲ್ ಎಲ್ಲಿ?" ವಿಚಾರಿಸಿದ ಶರಧಿನ ತುಸು ಗಡಿಬಿಡಿ, ಹೊರಡುವ ಆತುರದಲ್ಲಿ ಮರೆತು ಬಂದಿದ್ದಳು. "ಸಾರಿ, ಡ್ರಾಯಿಂಗ್ ರೂಂನಲ್ಲೇ ಬಿಟ್ಟು ಬಂದಿದ್ದೆ" ಅಂದ ಕೂಡಲೆ ಕಣ್ಣು ಕೆಂಪಗೆ ಮಾಡಿದ "ಏನಾಯ್ತು? ಕೆಲ್ಸದ ಬಗ್ಗೆ ಎಚ್ಚರವಿರಲೀ. ಆ ಕಾಂಟ್ ಟಲರೇಟ್..." ಕೂಗಾಡಿ ಬಿಟ್ಟ, ಅವಳಿಗೆ ಆಕಾಶ, ಭೂಮಿ ಒಂದಾದಂತಾಯಿತು. ಅವಮಾನವೆನಿಸಿತು ಕೂಡ "ಸಾರಿ, ಸರ್..."

ಸರಿದು ಹೊರಟವಳ್ನ "ಈಗ ಹೋಗಿ ತಗಂಡ್ ಬನ್ನಿ, ಅರ್ಧ ಗಂಟೆಯಲ್ಲಿ ಫೈಲ್ ನನ್ನ ಟೇಬಲ್ ಮೇಲಿರಬೇಕು" ಗುಡುಗಿದ. ಕೆಲವನ್ನು ಕ್ಷಮಿಸನು.

ಅವಳ ಕಣ್ಣಲ್ಲಿ ನೀರು ಫಳಕ್ಕೆಂದಿತು. 'ಹ್ಞೂ' ಗುಟ್ಟಿ ಹೊರಗೆ ಬಂದಳು. ಶಿಸ್ತು, ಶ್ರಮ, ಪ್ರಾಮಾಣಿಕತೆಯ ಜೊತೆ ತನ್ನ ಬುದ್ಧಿವಂತಿಕೆಯಿಂದ ಮೇಲೇರಿದವಳು, ಶ್ರೀಕಾಂತ್ ಮೆಚ್ಚಿಗೆ ಪಡೆದವಳು. ಮೊದಲ ಸಲ ಛೀಮಾರಿ ಮಾಡಿಸಿಕೊಂಡಂತಾಗಿತ್ತು.

ಗೆಸ್ಟ್‌ಹೌಸ್‌ಗೆ ಬಂದ ಮೇಲೆ ರೂಮಿನ ಬಾಗಿಲನ್ನು ಹಾಕಿಕೊಂಡು ಬಿಕ್ಕಿ ಬಿಕ್ಕಿ ಅತ್ತು ಸಮಾಧಾನ ಮಾಡಿಕೊಂಡಳು. ಅವಳಲ್ಲಿ ನಾನಾ ಯೋಚನೆಗಳು. ತನ್ನ ಮೇಲಿನ ವ್ಯಾಮೋಹ ಕಮ್ಮಿ ಆಯಿತಾ? 'ನಾಲ್ಕು ದಿನ ಎಲ್ಲಾ ಮುಗಿದ್ಮೇಲೆ ನಿನ್ನ ದೂರ ತಳ್ಳುತ್ತಾನೆ, ಆಗ ಸಮಾಜ, ಕಾನೂನು ಯಾರು ನಿನ್ನ ಪರ ನಿಲ್ಲೋಲ್ಲ' ಅವಳಮ್ಮ ಫೋನ್ ಮಾಡಿ ಬೈದಿದ್ದಳು. ಅಂದರೆ... ಶ್ರೀಕಾಂತ್... ಬಹುಶಃ ಹಾಗೇನಾದರೂ ಬೇಸರ ವ್ಯಕ್ತಪಡಿಸಿದರೇ, ದೂರ ಸರಿಯುವುದು. ಅದಕ್ಕೆ ಯಾರ ಪರ್ಮಿಷನ್ ಬೇಕಾಗೋಲ್ಲಾಂತ ಅನಿಸಿದಾಗ. ಕೂಡಲೆ ಮುಖ ತೊಳೆದು ಟಚ್ ಅಪ್ ಮಾಡಿಕೊಂಡು ಫ್ರೆಶಾಗಿಯೇ ಹೊರಟಿದ್ದು. ಇಲ್ಲಿ 'ಅಹಂ' ಪ್ರತಿನಿಧಿಸಿದ್ದು.

ಶ್ರೀಕಾಂತ್ ನಾರ್ಮಲ್ಲಾಗಿ ವರ್ತಿಸಿದ. ಅಮೂಲ್ಯ ಅಂಥ ಹೆಂಡತಿಯೊಂದಿಗೆ ಆರು ವರ್ಷ ಸಂಸಾರ ಮಾಡಿದ್ದರ ಜೊತೆಗೆ ವಿವಿಧ ರೀತಿಯ ಹೆಣ್ಣುಗಳನ್ನು ನೋಡುವ ಅವಕಾಶ ಅವನ ವೃತ್ತಿ ಒದಗಿಸಿ ಕೊಟ್ಟಿತ್ತು. ಸ್ವಲ್ಪ ಶರಧಿ ಭಿನ್ನ ಎಂದು ಯೋಚಿಸಿದ್ದು ತಪ್ಪಾಯಿತೇನೋ, ಅಂದುಕೊಂಡ. ಅಲ್ಲಿ ಏಕಾಂಗಿತನ ಸೋತಾಗ ಶರಧಿಯನ್ನು ಆಯ್ಕೆ ಮಾಡಿಕೊಂಡಿದ್ದ.

ಡ್ರೆಸ್ ಬದಲಾಯಿಸಿ ಬಂದವ ಅವಳತ್ತ ಸಿರಿಯಸ್ಸಾಗಿ ನೋಟ ಹರಿಸಿ "ಯಾಕೆ ಒಂದು ತರಹ ಇದ್ದೀ? ಕಂಪನಿ ಮ್ಯಾಟರ್‌ನ ಪರ್ಸನಲ್‌ಗೆ ಬಳಸೋದು ನಂಗಿಷ್ಟವಿಲ್ಲ. ಕಂಪನಿಯಿಂದ ಸಂಬಳ ಪಡೆಯೋ ನೀನು ಅಲ್ಲಿನ ರೂಲ್ಸು ಫಾಲೋ ಮಾಡಬೇಕಾಗುತ್ತೆ. ನಾನು ನಿಂಗೆ ಯಾವ್ದೇ ರೀತಿ ರಿಯಾಯಿತಿ ತೋರ್‍ಸೋಲ್ಲ. ಅದನ್ನ ನನ್ನಿಂದ ನಿರೀಕ್ಷಿಸಬೇಡ" ಹೇಳಿದ. ಇದು ಬೇಕಾ ಬಿಟ್ಟಿಯ ಮಾತಲ್ಲ, ಅದನ್ನ ಬಹಳ ಸ್ಟ್ರಿಕ್ಟಾಗಿ ಪಾಲಿಸಬಲ್ಲ. ಅಮೂಲ್ಯ ಬಗ್ಗೆಯು ಒಂದೆರಡು ಮಾತು ಹೇಳಿದ.

ಶರಧಿ ಮಾತಾಡಲಿಲ್ಲ. ಭ್ರಾಮಕ ಪ್ರಪಂಚದಿಂದ ಹೊರಬಂದಂತಾಯಿತು. ಈಚೆಗೆ ಶ್ರೀಕಾಂತ್ ಬಗ್ಗೆ ಒಂದಿಷ್ಟು ಪೊಸೆಸಿವ್ ಆಗಿದ್ದು ಗಮನಕ್ಕೆ ಬಂದಿದ್ದರಿಂದ ಇದೊಂದು ಎಚ್ಚರಿಕೆಯು ಕೂಡ.

ಶ್ರೀಕಾಂತ್ ಅವಳ ಭುಜದ ಮೇಲೆ ಕೈಯಿಟ್ಟು "ಮರ್‍ತುಬಿಡು! ಅನಗತ್ಯವಾಗಿ ವಿರಸ ಮೂಡೋಕೆ ಅವಕಾಶ ಮಾಡಿಕೊಡೋಲ್ಲ. ಮತ್ತೊಬ್ಬ ಅಮೂಲ್ಯ ಸೃಷ್ಟಿಗೆ ಅವಕಾಶವಿಲ್ಲ" ಎಚ್ಚರಿಸಿದಂತಿತ್ತು. ಮರೆತಂತರೆ ನಟಿಸುವುದು ಅವಳಿಗೆ ಅನಿವಾರ್ಯ ವಾಗಿತ್ತು.

ಈ ಘಟನೆ ನಂತರ ಶರಧಿಗೆ ಮನೆ ಅಪ್ಪ, ಅಮ್ಮ, ಶ್ರೀಧರ ಶರಾವತಿಯ ಜೊತೆ ಪಚ್ಚಿಯ ನೆನಪಾಗತೊಡಗಿತು. ಮೂರು ತಿಂಗಳ ಅವಧಿಯಲ್ಲಿ ಒಮ್ಮೆ ಕೂಡ ಇವಳು ಫೋನ್ ಮಾಡಿರಲಿಲ್ಲ. ಅವರುಗಳು ಫೋನ್ ಮಾಡಿರಲಿಲ್ಲ. ಅದು ಸಾಧ್ಯವು ಇರಲಿಲ್ಲ, ಅಕಸ್ಮಾತ್ ಶರಾವತಿ ಮಾಡಬೇಕಿತ್ತು.

ಅಂದು ಫ್ಲಾಟ್‌ಗೆ ಹಿಂದಿರುಗಿದವಳು ಮನೆಯ ಲ್ಯಾಂಡ್‌ಲೈನ್‌ಗೆ ಫೋನ್ ಮಾಡಿದಳು. ಮೊದಲು ಎತ್ತಿದ್ದು ಸುಬ್ಬಲಕ್ಷ್ಮಿನೇ, ಶರಧಿಯ ಸ್ವರವೇಳಲಿಲ್ಲ.

"ಹಲೋ..." ಅಂದ ಆಕೆ "ಶರಾವತಿ ಸ್ವಲ್ಪ ನೋಡು, ಈ ಫೋನ್‌ಗೆ ಉಸಿರೇ ಇಲ್ಲ, ನಾನು ಒಂದಿಷ್ಟು ಹೊರ್ಗೇ ಹೋಗಿ ಬರ್ತೀನಿ" ಅಂದಿದು ಕೇಳಿಸಿತು. ಧೈರ್ಯದ ಶರಧಿ ಮೈಯೆಲ್ಲ ಬೆವತಂತಾಯಿತು ಯಾಕೆ? ಕಟ್ ಮಾಡಿದಳು.

ಹತ್ತು ನಿಮಿಷದ ನಂತರ ಫೋನ್ ಮಾಡಿದಳು, ಆಗ ಎತ್ತಿದ್ದು ಶರಾವತಿಯೇ "ಹಲೋ..." ಉಸಿರು ಮೇಲಕ್ಕೆಳೆದುಕೊಂಡು "ಹಲೋ, ನಾನು ಶರಧಿ" ಅಂದಳು ಶರಾವತಿಯ ಹುಬ್ಬೇರಿತು.

ಈ ಮೂರು ತಿಂಗಳಲ್ಲಿ ಶರಧಿ ರಾಮಾಯಣ ನಡೆಯದ ದಿನವೆ ಇಲ್ಲ. ಸುಬ್ಬಲಕ್ಷ್ಮಿ ತಾಯಿ ಒಡಲ ನೋವಿನ ಮಾತುಗಳು ಮನೆಯಲ್ಲಿ ಪ್ರತಿಧ್ವನಿಸುತ್ತಲೇ ಇತ್ತು. ಕೆಲವೊಮ್ಮೆ ವಿಕೋಪಕ್ಕೆ ಹಓಗಿ ಮನೆ ನೆಮ್ಮದಿ ಕದಡುತ್ತಿತ್ತು.

"ಹೇಗಿದ್ದೀರಾ?" ಕೇಳಿದಳು.

"ಫೈನ್, ಎಲ್ಲಾ ಹೇಗಿದ್ದಾರೆ? ಇವತ್ತು ಒಂದಿಷ್ಟು ಪುರಸತ್ತು ಇತ್ತು" ಅಷ್ಟೆ ಹೇಳಿದ್ದು. ಮುಂದೆ ಮಾತಾಡಲು ಪದಗಳಿಗಾಗಿ ಹುಡುಕಾಟ ಶರಾವತಿಗೆ ಅರ್ಥವಾಯಿತು. "ಇವತ್ತಾದ್ರೂ ಪುರಸತ್ತು ಸಿಕ್ಕಿದ್ದು ಸಂತೋಷ. ಇಲ್ಲು ಎಲ್ಲಾರ ದೇಹದ ಆರೋಗ್ಯ ಚೆನ್ನಾಗಿದೆ. ಮನಸ್ಸಿನ ಆರೋಗ್ಯನ ತಾವಾಗಿ ಕೆಡ್ಸಿಕೊಂಡಿದ್ದಾರೆ. ಅದು ಸರಿ ಹೋಗಲು ಸಾಕಷ್ಟು ಸಮಯ ಬೇಕಾಗಬಹುದು. ಎಲ್ಲೋ ಒಂದ್ಕಡೆ ಗುರುತು ಉಳಿದು ಹೋಗುತ್ತೆ. ಒಮ್ಮೆ... ಬಾ" ಆಹ್ವಾನಿಸಿದಳು, ಅರೆಮನಸ್ಸಿನಿಂದಲೆ.

"ಪ್ಲೀಸ್ ಶರಾವತಿ, ಇವತ್ತು ಪೂರ್ತಿ ಗೆಸ್ಟ್ ಹೌಸ್‌ನಲ್ಲೆ ಇರ್ತೀನಿ. ಇಲ್ಲಿಗೆ ನೀವೆ... ಬನ್ನಿ. ಕಾರು ಕಳುಹಿಸಿ ಕೊಡ್ಲಾ?" ವಿಚಾರಿಸಿದಳು. ಶರಾವತಿಗೆ ತಕ್ಷಣ ಪ್ರತಿಕ್ರಿಯಿಸಲು ಕಷ್ಟವೆನಿಸಿತು. ಇದಕ್ಕೆ ಮನೆಯವರ ಪೂರ್ಣ ವಿರೋಧವಿರುತ್ತದೆಯೆಂದು ಅವಳಿಗೆ ಗೊತ್ತು. ಆದರೂ ತುಸು ಧೈರ್ಯ ಮಾಡಿ "ಖಂಡಿತ ಬರ್ತೀನಿ, ನಿಮ್ಮ ಗೆಸ್ಟ್‌ಹೌಸ್‌ನ ಸದ್ಯದ ಅಡ್ರೆಸ್ ಹೇಳು. ಕಾರು ಕಳಿಸೋದು ಬೇಡ, ಆಟೋನಲ್ಲಿ ಬರ್ತೀನಿ. ಗೇಟಿನಲ್ಲಿರೋ ವಾಚ್‌ಮನ್‌ಗೆ ಹೇಳಿರು. ನಾನು ಗೇಟಿನ ಬಳಿ ಇಳಿದ ಕೂಡಲೆ ಫೋನ್ ಮಾಡ್ತೀನಿ" ಎಂದ ಶರಾವತಿ ಅಡ್ರಸ್ ಪಡೆದುಕೊಂಡಳು. ಆದರೆ ದಿಗಿಲು ಅವಳ ಮಟ್ಟಿಗೆ ಇದೊಂದು ಸಾಹಸವೆ. ರಾಮೂರ್ತಿ ಮಲಗಿದ್ದರು. ಏನಾದರೂ ಹಏಳಿದರು ಎನ್‌ಕ್ವೈರಿ ಕಡಿಮೆಯಲ್ಲ. ಸುಬ್ಬಲಕ್ಷ್ಮಿಗೆ ಅಷ್ಟು ಕುತೂಹಲ, ಅನುಮಾನದ

ವ್ಯಕ್ತಿಯಲ್ಲ. ಆದರೂ ಹೆದರಿಕೆ.

'ಅಂತು ಒಬ್ಬ ಗೆಳತಿಯನ್ನು ನೋಡಬೇಕಾಗಿದೆ' ಎಂದು ಸುಳ್ಳು ಹೇಳಿ ಗೇಟು ದಾಟಿದವಳು ಹಿಂದಕ್ಕೆ ಬಂದು, ನಿಜವನ್ನು ಉಸುರಿ "ಈಗೇನ್ಮಾಡ್ಲಿ?" ಕೇಳಿದಳು. "ಹೋಗ್ಬಾ, ಈಗ್ಲೂ ನಮ್ಮಿಂದ ಅವಳಿಗೆ ಆಗಬೇಕಾದ್ದು ಏನಾದ್ರೂ.... ಇದ್ದರೆ ತಿಳಿಸೋಕೆ ಹೇಳು. ವಿಷ್ಯ ಯಾರ ಕಿವಿಗೆ ಬೀಳೋದು ಬೇಡ" ಎಂದು ಹೇಳಿ ಕಳಿಸಿದ ಮಾವನ ವಿವೇಕಕ್ಕೆ ಮನಸ್ಸಿನಲ್ಲಿಯೇ ಧನ್ಯವಾದ ಅರ್ಪಿಸಿದಳು. ಆವೇಗಕ್ಕಿಂತ, ಆಲೋಚನೆಗೆ ಗಮನ ಕೊಡುವ ವ್ಯಕ್ತಿ.

ಗೆಸ್ಟ್‌ಹೌಸ್ ಸಿಟಿಯಿಂದ ಸ್ವಲ್ಪ ಆಚೆ ಇತ್ತು. ಆಟೋ ಇಳಿಯೋದಕ್ಕಿಂತ ಮೊದಲೇ ಶರಧಿಯನ್ನು ಸಂಪರ್ಕಿಸಿದ್ದರಿಂದ ವಾಚ್‌ಮನ್‌ಗೆ ಇನ್‌ಫರ್ಮೇಷನ್ ಸಿಕ್ಕಿದ್ದರಿಂದ ಸೆಲ್ಯೂಟೊಡೆದು ಗೇಟ್ ತೆಗೆದ. ಮುಂದೆ ಬ್ಯೂಟಿಫುಲ್ ಗಾರ್ಡನ್, ಹಚ್ಚ ಹಸುರಿನ ಲಾನ್ ಖುಷಿ... ಖುಷಿಯೆನಿಸಿತು ಅವಳಿಗೆ. ಶರಧಿ, ಶ್ರೀಕಾಂತ್ ಸಂಬಂಧಕ್ಕೆ ಇಂಥ ಶ್ರೀಮಂತಿಕೆಯ ಕಾರಣವಾ?

ಅಡಿಯ ಮೇಲೆ ಅಡಿಯಿಡುತ್ತ ನಡೆದವಳನ್ನು ಶರಧಿ ಬಾಲ್ಕನಿಗೆ ಬಂದು ಕರೆದೊಯ್ದಳು. ಎಲ್ಲೆಡೆ ಸುವಾಸನೆಯ ತಂಪು. ಗೋಡೆಯ ಮೇಲಿನ ತೈಲ ಚಿತ್ರಗಳಲ್ಲಿ ಅರೆ ನಗ್ನ ಮಾಡೆಲ್‌ಗಳ ಭವ್ಯ ಚಿತ್ರಗಳು, ಕಾರ್ಪೆಟ್‌ನಿಂದ ಹಿಡಿದು ಆಸನಗಳವರೆಗೂ ಎಲ್ಲವು ಅದ್ಭುತವೇ.

ಮುಂದಿನ ಗೆಸ್ಟ್‌ರೂಂಗೆ ಕರೆದೊಯ್ದಳು. ಅಚ್ಚರಿಯ ವಾತಾವರಣದಲ್ಲಿ ಮೌನ ಮುಸುಗೊದ್ದು ಮಲಗಿತ್ತು.

"ಕೂತ್ಕೊಳ್ಳಿ, ಅಮ್ಮನ ಗಲಾಟೆಗೆ ಅತ್ತಿಗೆ ಅಂತ ಇದ್ದೆ, ಅಷ್ಟೆ. ನಂಗಂತೂ ಶರಾವತಿಯಾಗಿಯೇ ಇಷ್ಟ. ಅಲ್ಲಿ ಎಲ್ಲಾ ಹೇಗಿದ್ದಾರೆ? ಅಪ್ಪ ಚೆಕ್‌ಅಪ್‌ಗೆ ಹೋಗಿದ್ರಾ?" ವಿಚಾರಿಸಿದಳು.

"ಹೋಗಿದ್ರು, ಎಲ್ಲಾ ಚೆನ್ನಾಗಿದ್ದಾರೆ. ಇದೇನು ಗೆಸ್ಟ್‌ಹೌಸ್‌ನಲ್ಲಿದ್ದೀಯ? ಇನ್ನು ಮನೆ ಮಾಡಿಲ್ವಾ?" ಸುತ್ತಲು ನೋಟವರಿಸುತ್ತ ಕೇಳಿದಳು "ಇಲ್ಲೇ ಎಲ್ಲಾ ಅನ್ಕೂಲವಿದೆ, ಹೆಚ್ಚೆಚ್ಚು ದೆಹಲಿ, ಹಾಂಕಾಂಗ್, ಸಿಂಗಪೂರ್ ಅಂತ ತಿರುಗೋದರಿಂದ ಬೇರೆ ಮನೆ, ಅದೆಲ್ಲ ಯಾಕೆ ಬೇಕು?" ಎಂದಳು ಸರಳವಾಗಿ ಶರಧಿ.

ಒಂದು ದೊಡ್ಡ ಪುಡಿಂಗ್ ಟ್ರೇ ಬಂತು. ಶರಾವತಿ ಸ್ವಲ್ಪ ಗಾಬರಿಯಿಂದಲೇ "ಸಾರಿ, ನಂಗೆ ಏನೇನು ಬೇಡ, ನಾನು ಮದ್ವೆಯಾಗಿ ಬಂದ್ಮೇಲೆ ಅತ್ತೆಗೆ ಹೇಳ್ದೇ ಹೊರಗೆ ಹೋಗಿಯೇ ಇಲ್ಲ. ಇವತ್ತಿನದು ಪ್ರಥಮ ಪ್ರಯತ್ನ, ಎದೆ ಡವಗುಟ್ಟುತ್ತ ಇದೆ" ಎಂದಳು. ಕಣ್ಣುಗಳಲ್ಲಿ ಭಯವಿತ್ತು.

ಶರಾವತಿಯ ಬಗ್ಗೆ ಕೆಲವು ಕ್ಷಣಗಳು ಮರುಕದ ಭಾವ ಮೂಡಿತು ಶರಧಿಯಲ್ಲಿ. ಪಂಜರದ ಮಧ್ಯೆ ಅವಳು ಸುಖಿ!

"ನಂಗೇನು ತೋಚ್ತಾ ಇಲ್ಲ, ನೀನೇ ಏನಾದ್ರೂ ಹೇಳು" ಕೇಳಿದಳು ಶರಾವತಿ "ನೀವು ಮೊದ್ಲು ಏನಾದ್ರೂ ತಗೊಳ್ಳಿ" ಬಲವಂತದ ನಂತರ ಜ್ಯೂಸ್ ಕುಡಿದಳು.

ಆಮೇಲೆ ತಮ್ಮ ಬೆಡ್‌ರೂಮಿಗೆ ಕರೆದೊಯ್ದಳು. ಅದರ ವೈಭವ ನೋಡಿ ದೊಪ್ಪನೆ ಬೀಳುವಂತಾಯಿತು ಶರಾವತಿಗೆ. ಅದ್ಭುತವಾದ ತೈಲ ಚಿತ್ರಗಳ ಕಲಾ ರಸಿಕತೆಗೆ ಸಾಕ್ಷಿಯೆನಿಸಿತು. ಏರ್ ಕಂಡೀಷನರ್ ತಂಪಿನ ಜೊತೆ ಅತ್ಯಂತ ಮಧುರವಾದ ಸುವಾಸನೆ ಹರಡಿದಂತಿತ್ತು.

"ಕೂತ್ಕೊ, ಇವತ್ತು ಶ್ರೀಕಾಂತ್ ಶೂಟಿಂಗ್ ಸ್ಪಾಟ್‌ಗೆ ಹೊರಟರು. ಸ್ವಲ್ಪ ತಲೆ ನೋವಿತ್ತು. ಹಾಗಂತ ಉಳ್ದುಕೊಂಡೇ," ತಾನು ಉಳಿದುಕೊಂಡಿದಕ್ಕೆ ಕಾರಣ ಕೊಟ್ಟಳು ಶರಧಿ.

ತಕ್ಷಣ ಏನು ಮಾತಾಡಬೇಕೆಂದು ತೋಚಲಿಲ್ಲ ಶರಾವತಿಗೆ "ಯಾಕೆ, ಏನು ಮಾತಾಡ್ತಾ ಇಲ್ಲ" ಕೇಳಿದಳು.

"ಏನು ತೋಚ್ತಾ ಇಲ್ಲ, ಮೂರು ತಿಂಗ್ಳು ಮೇಲಾಯ್ತು ಗೆಸ್ಟ್‌ಹೌಸ್‌ಗಿಂತ ಒಂದ್ಮನೆ ಮಾಡಿದ್ದರೇ ಚೆನ್ನಿತ್ತು" ಅದೇ ಮಾತು. ಶರಧಿ ಗೆಸ್ಟ್‌ಹೌಸ್‌ನಲ್ಲಿರೋದು ಅವಳಿಗೆ ಸರಿ ಬರಲಿಲ್ಲ.

"ನಂಗೇನು ಮನೆ ಬೇಕೂಂತ ಅನ್ನಿಸಲಿಲ್ಲ. ಅದೆಲ್ಲ ಸ್ವಂತ ರಿಸ್ಕ್ ಇಲ್ಲೇನು ತೊಂದರೆ ಇಲ್ಲ" ಶರಧಿ ತನ್ನ ಅನಿಸಿಕೆಯನ್ನು ಮುಕ್ತವಾಗಿ ವ್ಯಕ್ತಪಡಿಸಿದಳು.

ಶರಧಿಯ ಕೈಯನ್ನು ತನ್ನ ಕೈಯೊಳಗೆ ತಗೊಂಡು "ನಂಗಿಂತ ಹೆಚ್ಚಿಗೆ ಓದಿದ್ದೀ. ಹೊರ್ಗಿನ ಜಗತನ್ನು ಚೆನ್ನಾಗಿ ನೋಡಿದವಳು. ಗೆಸ್ಟ್‌ಹೌಸ್‌ಗೆ ವಿಶೇಷವಾದ ಗೆಸ್ಟ್‌ಗಳೆಲ್ಲ ಬಂದು ಉಳಿದುಕೊಳ್ಳಬಹುದು. ಆಗ... ನೀನು... ಪ್ಲೀಸ್ ಮೊದ್ಲು ನೀನು, ಶ್ರೀಕಾಂತ್ ಒಂದ್ಮನೆ ಮಾಡ್ಕೊಳ್ಳಿ. ಆಗ ನಿನ್ನದೇ ಸಮಯ ಉಳಿಯುತ್ತೆ, ನಿಮ್ಮ ಸುತ್ತಲೂ ಸ್ವಂತಿಕೆ ಅರಳುತ್ತೆ. ಆ ಬಗ್ಗೆ ಯೋಚ್ಸು. ನಂಗೆ ತೋಚಿದ್ದು ನಾನು ಹೇಳಿದ್ದೀನಿ. ಇದು ಹೊಸ ಅಲೆಯಲ್ಲ, ಪರಂಪರೆಯ ರಸ್ತೆ. ಈಗ ನಿನ್ನದೇನು?"

ಶ್ರೀಕಾಂತ್ ಕೊಡಿಸಿದ ಗಿಫ್ಟ್‌ಗಳ ಭಂಡಾರವನ್ನು ತೋರಿಸಿದಳು. ಅಂತು ವೈಭವಯುತ ಶ್ರೀಮಂತ ಜೀವನ ಅವಳಿಗೆ ಲಭ್ಯವಾಗಿತ್ತು! ದಿನ, ವಾರ, ತಿಂಗಳು, ವರುಷ... ಅವಧಿಯ ಲೆಕ್ಕ ಹಾಕಲಾರದೆ ಹೋದಳು ಶರಾವತಿ.

"ಬರ್ತೀನಿ, ಅತ್ತೆಗೆ ಹೇಳ್ದೇ ಬಂದಿದ್ದೀನಿ. ಒಂದು ರೀತಿಯ ಗಿಲ್ಟ್. ಆದರೆ ಮಾವನಿಗೆ ಹೇಳಿ ಬಂದಿದ್ದೀನಿ, ನಾನು ಇಲ್ಲಿಗೆ ಬಂದಿದ್ದು ಗೊತ್ತಾದರೆ, ಉರಿದು ಬೀಳ್ತಾರೆ" ಮೇಲೆದ್ದಳು.

ಪಚ್ಚಿಗೆ, ಅವಳಿಗೆ ಎಲ್ಲರಿಗೂ ಹೊರಗೆ ಹೋದಾಗ ಕೊಂಡ ಗಿಫ್ಟ್ ಬಾಕ್ಸ್‌ಗಳನ್ನು ನೀಡಿದಾಗ ಅತ್ಯಂತ ಹಸನ್ಮುಖಳಾಗಿ ನಿರಾಕರಿಸಿದಳು.

"ಬೇಡ ಇದು ಮನೆಯವರಿಗೆ ಇಷ್ಟವಾಗೋಲ್ಲ. ಅವರ ಇಷ್ಟಕ್ಕೆ ವಿರುದ್ಧವಾಗಿ

ನಾನು ತಗೊಳೋಲ್ಲ! ಎಲ್ಲಾ ಸರಿಯಾದ ಮೇಲೆ ಖಂಡಿತ ತಗೋತೀನಿ. ಇದೆಲ್ಲ ನಿನ್ನ ಹತ್ತಿರಾನೆ ಇರಲೀ."

ಇದನ್ನು ಶರಧಿ ನಿರೀಕ್ಷಿಸಿರಲಿಲ್ಲ. ಇಷ್ಟೊಂದು ಕಾಸ್ಟ್ಲಿ ಗಿಫ್ಟ್‌ಗಳನ್ನು ನಿರಾಕರಿಸುವಷ್ಟು ದಡ್ಡತನ ಅನ್ನಿಸಿತು.

"ಪ್ಲೀಸ್, ಏನು ತಿಳ್ಕೋಬೇಡ, ವಿವಾಹವಿಲ್ದೇ ನೀನು ಶ್ರೀಕಾಂತ್ ಜೊತೆ ವಾಸಿಸೋದು ಯಾರ್ಗೂ ಇಷ್ಟವಿಲ್ಲ. ಪರಿಸ್ಥಿತಿ ಹೀಗೇ ಇರುವಾಗ ನಿನ್ನಿಂದ ಗಿಫ್ಟ್ ತಗೊಳ್ಳೋದು ಸರಿಯೆನಿಸೋಲ್ಲ. ಮುಂದಿನ ಸಲ ನಾನು ಖಂಡಿತ ಗೆಸ್ಟ್‌ಹೌಸ್‌ಗೆ ಬರೋಲ್ಲ. ನಿಂದೆ, ಒಂದ್ಮನೆ ಇರಲೀ" ಅವಳಿಗೆ ಇಷ್ಟ ಇರಲೀ, ಬಿಡಲೀ ಮತ್ತೆ ಇಂಥದ್ದೊಂದು ಸಜೆಷನ್ ಕೊಟ್ಟೆಕೊಟ್ಟಳು.

ಶರಧಿ ಏನು ಮಾತಾಡಲಿಲ್ಲ.

ಶರಾವತಿ ಹೊರಟಾಗ "ಈ ಸೀರೆನಾದ್ರೂ ತಗೊಳ್ಳಿ" ಕೊಡಲು ಹೋದಾಗ "ಹಾಗೇ ಇಟ್ಟಿರಿ. ನಿಮ್ಮ ಮನೆಗೆ ಬಂದು ತಗೊಂಡು ಹೋಗ್ತೀನಿ. ಪಚ್ಚಿ ಆಗಾಗ ನಿಮ್ಮನ್ನ ನೆನಸ್ಕೊತಾನೆ, ಮನೆಗೆ ಬನ್ನಿ" ಒಂದು ಪುಟ್ಟ ಆಹ್ವಾನ, ಅವಳ ಮುಖ ಗಂಭೀರವಾಯಿತು.

"ಅಮ್ಮನಿಗೆ ಇಷ್ಟವಾಗೋಲ್ಲ. ನಾನು ಸ್ವಲ್ಪ ಡಿಫರೆಂಟಾಗಿ ಯೋಚಿಸ್ತೀನಿ. ವಿವಾಹಿತರ ನಡುವೆ ಎಷ್ಟು ಸಾಮರಸ್ಯವಿದೇ? ಒಂದು ಮನೆಯಲ್ಲಿ ಶತ್ರುಗಳಂತೆ ವಾಸಿಸ್ತಾರೆ. ಚಾಟಿ ಸಮಾಜದ ಕೈಗೆ ಕೊಟ್ಟು ಒಳ್ಗೇ ನರಳ್ತಾರೆ. ಅದು ನಂಗೆ ಇಷ್ಟವಾಗೋಲ್ಲ. ಎಲ್ಲೋ ನಡೆದು ಹೋದ ಮದ್ವೆ ತೀರ್ಮಾನ, ಪಬ್ಲಿಕ್ಕಾಗಿ ಕೋರ್ಟು, ನೋವು, ಸಮಯ ಪೋಲು. ಶ್ರೀಕಾಂತ್ ಅವರ ಹೆಂಡ್ತಿ ಕೋರ್ಟು ಮೆಟ್ಟಿಲು ಹತ್ತಿದ ಮೇಲೆ ತೀರ್ಮಾನವಾಗಿದ್ದು ಮೂರು ವರ್ಷದ ನಂತರವಂತೆ. ಆಗ ಆ ಮನುಷ್ಯ ಹುಚ್ಚನೇ ಆಗಿದ್ದನಂತೆ. ಎಷ್ಟೋ ಸಲ ಆತ್ಮಹತ್ಯೆ ಮಾಡ್ಕೋಬೇಕೂಂತ ಅಂದುಕೊಂಡಿದ್ದರಂತೆ. ಇದೆಲ್ಲ ಬೇಕಾ? ಇರೋದೊಂದು ಪುಟ್ಟ ಬದ್ಕು ಅದರ ನಡ್ವೇ ಹೆಣ್ಣು - ಗಂಡಿನ ಒಂದು ಸಂಬಂಧಕ್ಕಾಗಿ ಕಿತ್ತಾಟ, ರಾದ್ಧಾಂತ ಛೀ..." ಮುಖ ಒಂದು ತರಹ ಮಾಡಿದಳು ಶರಧಿ.

ಪೂರ್ತಿ ಗೊಂದಲದಲ್ಲಿದ್ದ ಶರಾವತಿಗೆ ಮಾತನಾಡಲಿಲ್ಲ. ಬಾಲ್ಕನಿಗೆ ಜೊತೆಯಲ್ಲಿ ಬಂದ ಶರಧಿ ಒಂದು ಚೆಕ್‌ನ ಅವಳ ಕೈಯಲ್ಲಿಟ್ಟಳು "ಹಣ ಬೇಕಾಗುತ್ತೆ, ಅಮ್ಮನಿಗೆ ಒಂದಿಷ್ಟು ತಿಳಿ ಹೇಳಿ ಕೊಡಿ" ಶರಾವತಿಯ ಎದೆ ಬಡಿತ ಜೋರಾಯಿತು.

"ಮೈ ಗಾಡ್, ನಂಗೆ ಅಷ್ಟೊಂದು ಧೈರ್ಯವಿಲ್ಲ. ನಿನ್ನ ದುಡ್ಡು ನಾವು ಬಳಸೋದು ತೀರಾ ತಪ್ಪು. ದಯವಿಟ್ಟು ಸೇವಿಂಗ್ಸ್‌ನಲ್ಲಿ ಹಾಕಿಡು. ಇದೇನಾದ್ರೂ ಅತ್ತೆಗೆ ಗೊತ್ತಾದರೇ, ಆರಾಮಾಗಿ ನನ್ನ ಆಚೆಗೆ ಕಳುಸ್ತಾರೆ, ನಂಗೆ ನಿನ್ನಣ್ಣನ ಸಪೋರ್ಟ್ ಸಿಗೋಲ್ಲ. ತವರಿಗಂತು ಸಾಧ್ಯವಿಲ್ಲ. ನಾನು ಗೆಸ್ಟ್‌ಹೌಸ್‌ಗೆ ಓಡಿಬರಬೇಕಾಗುತ್ತೆ" ಅಂದ ಶರಾವತಿ

ಚೆಕ್ ಹಿಂದಿರುಗಿಸಿ "ದಯವಿಟ್ಟು ತಪ್ಪು ತಿಳ್ಕೋಬೇಡ, ನಂಗೂ ಈ ಚೆಕ್ ಇಸುಕೊಳ್ಳೋಕೆ ಇಷ್ಟವಿಲ್ಲ ಹಿಂದಿರುಗಿಸಿದಳು. ಶರಧಿಯ ಹಣ ಪಡೆಯುವುದು ತೀರಾ ಇಷ್ಟವಿಲ್ಲ.

ಕಾರಿನಲ್ಲಿ ಡ್ರಾಪ್ ಬೇಡವೆಂದು ಆಟೋದಲ್ಲಿ ಹಿಂದಿರುಗಿದಳು. ಆಗ ಸುಬ್ಬಲಕ್ಷ್ಮಿ ಮನೆಯಲ್ಲಿ ಇದ್ದಳು. ರಾಮೂರ್ತಿಗಳು ಹೇಳಬಾರದೆಂದು ಸನ್ನೆಮಾಡಿದರು.

ತರಕಾರಿ ತರುವ ನೆಪದಲ್ಲಿ ರಾಮೂರ್ತಿಯವರನ್ನು ಜೊತೆಗೆ ಕರೆದೊಯ್ದು. ಎಲ್ಲಾ ವಿವರಿಸಿ ಜೊತೆಗೆ ತಾನು ಕೊಟ್ಟ ಸಜೆಷನ್ ತಿಳಿಸಿದ್ದು.

"ಒಳ್ಳೇದೇ ಆಯ್ತು. ಮೊದ್ಲು ಅವಳದೂಂತ ಒಂದ್ಮನೆಯಾಗ್ಲೀ. ವಿದೇಶಗಳಲ್ಲಿ ಈ ಲಿವಿಂಗ್ ಟುಗೆದರ್ ಸರಿಹೋಗುತ್ತೇನೋ, ಇಲ್ಲಿಗೆ ಹೇಗೆ ಯೋಚಿಸಿದರು ಸರಿ ಬರೋಲ್ಲ. ವಿಪರೀತವಾದ ಅರ್ಥಗಳು. ಕನ್ನಡದಲ್ಲಿ ಅಂಥ ಸಂಬಂಧಕ್ಕೆ ಏನು ಹೇಳ್ತಾರೆ? ಜೋಡಿಸಿದ ಪದಗಳೆಲ್ಲ ಅರ್ಥಹೀನವೆನಿಸಿತು. ಏನೋ ಬಿಡು, ನಾವೇನು ಮಾಡೋಕೆ ಸಾಧ್ಯ?" ಮನಸನ್ನು ಸೊಸೆಯ ಮುಂದೆ ತೋಡಿಕೊಂಡರು.

ಶರಾವತಿಗೆ ಏನೇನು ತೋಚಲಿಲ್ಲ. ಅದನ್ನ ಶ್ರೀಧರನ ಮುಂದೆ ಹೇಗೆ ಹೇಳುವುದು? ಮನದಲ್ಲಿ ಮಂಥನ ನಡೆಸಿದಳು.

ರಾತ್ರಿ ಊಟದ ನಂತರ ಟಿ.ವಿ. ಮುಂದೆ ಕೂಡೋದು ಶ್ರೀಧರನ ಪದ್ಧತಿ. ಅಂದು ಕೂಡ ಅದೇ ಆಗಿತ್ತು. ನ್ಯೂಸ್ ಛಾನೆಲ್ ಅಂದಿನ ಮುಖ್ಯ ವಿಷಯ ಭಿತ್ತಗೊಳ್ಳುತ್ತಿತ್ತು.

"ಮೊಟ್ಟ ಮೊದಲ ಬಾರಿ ಮನುಷ್ಯ ಚಂದ್ರನ ಪಾದಾರ್ಪಣೆ ಮಾಡಿ ಇಂದಿಗೆ ಜುಲೈ 9, 2009ಕ್ಕೆ ನಲ್ವತು ವರ್ಷಗಳು. ರೋಮಾಂಚನದ ವಿಷ್ಯ. ಅದರ ವಿಶೇಷ ಕ್ಲಿಪಿಂಗ್ ಹಾಕುತ್ತಿದ್ದಾರೆ. ಕೆಲವು ಛಾನಲ್‌ಗಳವರು ಇನ್ನೊಂದು ಛಾನಲ್‌ನಲ್ಲಿ ಇಡೀ ಚಿತ್ರಣ ಭಿತ್ತರಗೊಳ್ಳುತ್ತಿದೆ" ಎಂದು ಆ ಛಾನಲ್‌ಗಾಗಿ ಹುಡುಕಾಟ ನಡೆಸುತ್ತಿದ್ದ.

ಅಷ್ಟರಲ್ಲಿ ಕರೆಂಟ್ ಹೋಯಿತು. ಆ ಮೇಲೆಲ್ಲ ಅಮೆರಿಕಾ ಸಂಯುಕ್ತ ಸಂಸ್ಥಾನದ ಗಗನಯಾತ್ರಿ ಗಿಲ್ ಆರ್ಮ್ ಸ್ಟಾಂಗ್ ಜೊತೆ ಅಪೊಲೊ – 11 ಗಗನ ನೌಕೆಯಲ್ಲಿ ಪಯಣಿಸಿದ ಎಡ್ವಿನ್ ಅಲ್ಡಿನ್ ಮತ್ತು ಮೈಕೇಲ್ ಕೊಲಿನ್ಸ್‌ನ ಜ್ಞಾಪಿಸಿಕೊಂಡರು.

"ಅಪ್ಪ, ಇನ್ನು ಕರೆಂಟ್ ಇರೋಲ್ಲ, ಮಲಗೋದು ಉತ್ತಮ" ಎನ್ನುತ್ತ ಎದ್ದು ಹೋದ "ಮಧ್ಯಾಹ್ನ ಯುಪಿಎಸ್ ಬುಕ್ ಮಾಡಿ ಶರಧಿ ಹಣ ಕಟ್ಟಿ ಇಲ್ಲಿನ ಅಡ್ರೆಸ್‌ಗೆ ಕಳಿಸಿದ್ದಳಂತೆ. ಅತ್ತೆ ವಾಪಸ್ಸು ಕಳ್ಸಿದ ವಿಷ್ಯ ತಿಳಿಸಿದ್ರು" ಮಲಗಿದ್ದ ಶರಾವತಿ ಎದ್ದು ಕೂತು ಉಸುರಿದಕ್ಕೆ ಅವನ ಮುಖ ಕೆಂಪಾಯಿತು. ಅವುಡು ಕಚ್ಚಿ ಮುಷ್ಟಿ ಬಿಗಿಹಿಡಿದು ಗಾಳಿಯಲ್ಲಿ ಗುದ್ದಿದ "ಅವಳೊಬ್ಬ ಸ್ಕೌಂಡ್ರಲ್, ಮದ್ವೆ ಆಗಲಿಲ್ಲವಲ್ಲ ಅನ್ನೋ ಬೇಸರದ ಜೊತೆ, ನಮ್ಮಗಳಿಂದ ಮಾನಸಿಕವಾಗಿ ದೂರವಾಗುತ್ತಿದ್ದಳಲ್ಲ ಎನ್ನುವ ನೋವಿನ ಜೊತೆ ಅಭಿಮಾನವು ಇತ್ತು. ಬುದ್ಧಿವಂತೆ, ಒಳ್ಳೆ ಪೋಸ್ಟ್‌ನಲ್ಲಿದ್ದಾಳಲ್ಲ ಅನ್ನುವ ಖುಷಿ, ಈಗಂತು ಕಂಡರೇ ಕಡಿದು ಬಿಡೋಣಾಂತ ಅನ್ನಿಸುತ್ತೆ. ಕದ್ದು ಮುಚ್ಚಿ

ಮಾಡೋ ವ್ಯವಹಾರಕ್ಕೆ ಏನಾದ್ರೂ ಸಮರ್ಥನೆ ಕೊಟ್ಟು ಬಚಾವಾಗಬಹುದು, ನೇರವಾಗಿ ಅವನ ಜೊತೆ ವಾಸಿಸೋಕೆ ಷುರು ಮಾಡಿದ್ದಾಳೆ. ಇದು ಸಕ್ರಮ ಅಲ್ಲ ನನ್ನಲ್ಲೇ ಒಂದು ರೀತಿಯ ಅಪರಾಧಭಾವ. ಇವಳಿಗ್ಯಾಕೆ ಈ ಬುದ್ಧಿ ಬಂತು? ಅವನನ್ನು ಕಟ್ಟಿಕೊಂಡಿದ್ದರೇ, ನಮ್ಮಿಂದ ವಿರೋಧವೇ ಇರ್ಲಿಲ್ಲ" ತಲೆ ಚಚ್ಚಿಕೊಂಡ. ಶರಾವತಿಯ ನಾಲಿಗೆಯಲ್ಲಿನ ಪಸೆಯಾರಿತು. ತಾನು ಭೇಟಿಯಾದ ವಿಷಯ ತಿಳಿಸಿದರೇ ಪ್ರಳಯವಾಗಿ ಬಿಡಬಹುದೆಂದು ತೆಪ್ಪಗೆ ಮಲಗಿದಳು.

ನಾಲ್ಕು ದಿನ ಕಳೆದ ಮೇಲೆ ಅವನನ್ನು ಹೊರಡಿಸಿಕೊಂಡು ಹೋದವಳು. ಪಾರ್ಕ್‌ನಲ್ಲಿ ಹುಡುಗರ ಜೊತೆ ಪಚ್ಚಿಯನ್ನು ಆಡಲು ಕಳಿಸಿ ಮೂಲೆಯಲ್ಲಿದ್ದ ಅಮೃತ ಶಿಲೆ ಕಲ್ಲಿನ ಹಾಸಿನ ಮೇಲೆ ಕೂತಳು.

ತೀರಾ ಬಲವಂತ ಮಾಡಿ ಹೊರಡಿಸಿದ್ದರಿಂದ ಇಂದೇನೋ ವಿಷಯವಿದೆಯೆಂದು ಶ್ರೀಧರನಿಗೆ ಅನುಮಾನವಾಯಿತು. ಸುಬ್ಬಲಕ್ಷ್ಮಿ ಕೋಪಿಸಿಕೊಂಡು ಏನಾದರೂ ಅಂದರೂ ಅದನ್ನು ದೂರಿನ ರೂಪದಲ್ಲಿ ಗಂಡನವರೆಗೂ ಒಯ್ಯುವ ಸ್ವಭಾವವಲ್ಲ. ಅದರಿಂದ ಆ ಬಗ್ಗೆ ಯಾವುದೇ ಭಯವಿರಲಿಲ್ಲ. ಅಂತು ಏನಾದರೂ ಹೇಳಬಹುದೆನ್ನುವ ಅನುಮಾನ ಮೂಡಿದಂತು ನಿಜ.

"ಏನು ವಿಷ್ಯ?"

"ಏನು ಇಲ್ವಲ್ಲ, ಈಚೆಗೆ ಹೊರ್ಗೇ ಬಂದಿದ್ದೆ ಇಲ್ಲ. ಅದಕ್ಕೆ ನಿಮ್ಮನ್ನ ಹೊರಡಿಸ್ಕೊಂಡ್ ಬಂದಿದ್ದು."

ಅವನು ಜೋರಾಗಿ ನಕ್ಕು ಬಿಟ್ಟ.

"ನಮ್ಮ ಮದ್ವೆ ಆಗಿ ಎಷ್ಟು ವರ್ಷವಾಯ್ತು ಹೇಳು? ನೀನು ನಂಗೆ ಮೇಲ್ಮುಖವಾಗಿಯಾದ್ರೂ ಅರ್ಥವಾಗಿದ್ದೀ, ಏನು ವಿಚಾರ?" ಹಲುಸಿ ನಗುವಿನೊಂದಿಗೆ ಕೇಳಿದ.

"ನೀವು ಕೋಪ ಮಾಡ್ಕೊಬಾರ್ದು. ಒಮ್ಮೆ ನೀವು ಯಾಕೆ ಶ್ರೀಕಾಂತ್‌ನ ಭೇಟಿ ಮಾಡಬಾರದು?" ಇವಳ ಕೇಳಿಕೆಗೆ ಮೆಟ್ಟಿ ಬಿದ್ದ "ನಿಂಗೇನಾದ್ರೂ ತಲೆ ಇದ್ಯಾ? ಯಾವ ಸಂಬಂಧಾಂತ ಹೇಳ್ಕೊಂಡ್ ಅವನ್ನ ಭೇಟಿ ಮಾಡೋದು? ಅಷ್ಟು ಈಸಿಯಾಗಿ ಭೇಟಿ ಮಾಡೋಕ್ಕಾಗೋಲ್ಲ. ಸದಾ ಬಿಜಿ ಇರುವ ಮನುಷ್ಯ ಸದಾ ಆಕಾಶದಲ್ಲಿ ಹಾರಾಡೋ ಜನ. ತಲೆ ತಿಕ್ಕಲು ಯೋಜನೆಗಳನ್ನು ಹಾಕಬೇಡ" ಗದರಿಸಿದ ಸುಲಭಕ್ಕೆ ಸೋಲು ಒಪ್ಪಿಕೊಳ್ಳಲಿಲ್ಲ. ಶತಾಯ ಗತಾಯ ಭೇಟಿ ಮಾಡಿ ವಿವಾಹದ ಪ್ರಯತ್ನ ಮಾಡುವ ನಿರ್ಣಯಕ್ಕೆ ಬಂದರು. ದೊಡ್ಡ ಸಾಧನೆಯಂತೆ ಬೀಗುತ್ತ ಮನೆಗೆ ಬಂದಳು. ಅವಳ ಮುಖದ ಮೇಲೆ ಹರ್ಷದ ಹೊನಲು.

ಹೇಗೋ, ಎಂತೋ, ಶ್ರೀಕಾಂತ್‌ನ ಪರ್ಸನಲ್ ಮೊಬೈಲ್ ನಂಬರನ್ನು ಸಂಪಾದಿಸಿದವಳು. ಧೈರ್ಯದಿಂದ ಅವನ ಮೊಬೈಲ್‌ಗೆ ಫೋನ್ ಮಾಡಿದಾಗ

"ಹಲೋ..." ಅಂದ.

"ಸಾರಿ, ಸಾರ್... ನಾನೇನು ಮಾಡೆಲ್ ಅಲ್ಲ. ನಮ್ಮ ಪ್ರಾಡಕ್ಟ್‌ಗೆ ಆ್ಯಡ್ ಬಯಸಿಯಲ್ಲ ಫೋನ್ ಮಾಡ್ತಾ ಇರೋದು. ನಂಗೆ ನಿಮ್ಮಿಂದ ಒಂದು ಹೆಲ್ಪ್ ಬೇಕು. ಬರೀ ಒಂದತ್ತು ನಿಮಿಷ ನಿಮ್ಮನ್ನು ಭೇಟಿ ಮಾಡಿ ಮಾತಾಡೋಕೆ ಅವಕಾಶ ಕೊಡಿ, ಪ್ಲೀಸ್..." ರಿಕ್ವೆಸ್ಟ್ ಮಾಡಿಕೊಂಡಳು.

"ನಿಮ್ಗೇ ಬೇಕಾದ ಸಹಾಯಕ್ಕೆ ನಮ್ಮಲ್ಲಿ ಒಂದು ಪ್ರತ್ಯೇಕ ವಿಂಗ್ ಇದೆ. ಅವ್ರನ್ನ ಸಂಪರ್ಕಿಸಿ, ಏನು ವಿಷ್ಯಾಂತ ತಿಳಿಸಿದರೇ ನಮ್ಮ ಆಫೀಸ್ ರಿಸೆಪ್ಷನಿಸ್ಟ್ ಸಜೆಷನ್ ಕೊಡ್ತಾರೆ. ಈ ಮೊಬೈಲ್ ಫೋನ್ ನಂಬರ್ ಯಾರು ಕೊಟ್ರು?" ದನಿ ಒರಟಾಗಿದ್ದು ಅವಳ ಗಮನಕ್ಕೆ ಬಂತು.

"ಎಕ್ಸ್‌ಕ್ಯೂಜ್ ಮೀ, ಇದ್ನ ನಾನೇ ಪಡೆದಿದ್ದು ನಿಮ್ಹತ್ರ. ಮಾತಾಡಲೇ ಬೇಕಿದೆ. ಕೆಲ್ಸ, ಹಣಕಾಸಿನ ಸಹಾಯ ಅಂಥದೇನು ಬೇಡ. ಬರೀ ಹತ್ತು ನಿಮಿಷದ ಮಾತಷ್ಟೇ. ನಿಮ್ಗೇ ಹತ್ತು ನಿಮಿಷಗಳು ವಿಮಾನವೇರಿದಂಥ ಸಮಯ"

ತುಂಬ ರಿಕ್ವೆಸ್ಟ್ ಮಾಡಿಕೊಂಡೇ ಒಪ್ಪಿಸಿದ್ದು.

ಇದನ್ನ ರಾಮೂರ್ತಿಗೆ ತಿಳಿಸಿದಾಗ ಯೋಚನೆಗೆ ಒಳಗಾದವರು. ಸೊಸೆಯ ಬಗ್ಗೆ ಮನದಲ್ಲಿ 'ಶಭಾಷ್' ಎಂದುಕೊಂಡರು. ಮೆಚ್ಚಿಗೆ ಕೂಡ ಮೂಡಿತು.

"ಇದು ಸಹಾಯಸದ ಕೆಲಸವೇ ಶರಾವತಿ, ನಮ್ಗೇ ಶರಧಿಯ ಸಪೋರ್ಟ್ ಇದ್ದರೇ ಹೋರಾಟ ನಡೆಸಬಹುದಿತ್ತು. ಅದಿಲ್ಲದಿದ್ದದ್ದೇ ಪ್ರಾಬ್ಲಮ್ ಆಗಿದೆ. ಆದ್ರೂ ಒಂದು ಪ್ರಯತ್ನ ಅಷ್ಟೇ. ಶ್ರೀಧರ್ ನಿನ್ನೊತೆ ಇರೋದ್ರಿಂದ ತಾಪತ್ರಯವಿಲ್ಲ. ಸುಬ್ಬಲಕ್ಷ್ಮಿಗೆ ಯಾವ್ದೂ ತಿಳಿಯೋದು ಬೇಡ" ಇಂಥದೊಂದು ಕಿವಿ ಮಾತು ಹೇಳಿದರು. ಇತ್ತೀಚೆಗೆ ಆಕೆ ಬಿ.ಪಿ. ಹೆಚ್ಚಿಸಿಕೊಂಡಿದ್ದರು. ಪದೇ ಪದೇ ಡಾಕ್ಟರನ್ನು ನೋಡಬೇಕಾಗಿತ್ತು. ಸಮಾಧಾನ ಎನ್ನುವುದೇ ಇರಲಿಲ್ಲ.

ಅಲ್ಲಿಗೆ ಹೋಗುವ ಮುನ್ನ "ದಯವಿಟ್ಟು, ನಿಮ್ಮ ಸೆಕ್ರೆಟರಿ ಇರೋದು ಬೇಡ" ಇಂಥದೊಂದು ಸಣ್ಣ ರಿಕ್ವೆಸ್ಟ್‌ಗೆ ಶ್ರೀಕಾಂತ್ ರೇಗಿ ಫೋನ್ ಕಟ್ ಮಾಡಿದ್ದರಿಂದ ಅವಳಲ್ಲಿ ಅನುಮಾನದ ರಾಗ ಶುರುವಾಗಿತ್ತು. ಅಕಸ್ಮಾತ್ ಶ್ರೀಕಾಂತ್ ಗೆಟ್‌ಔಟ್ ಅಂದುಬಿಟ್ಟರೇ ಆಗಿನ ಶ್ರೀಧರನ ಅವಮಾನ, ಕೋಪದಿಂದ ಭುಸುಗುಟ್ಟುವ ಅವತಾರವನ್ನು ನೆನಸಿಕೊಂಡು ತಳಮಳಿಸಿದಳು. ಹಿಂದಕ್ಕೆ ಹೆಜ್ಜೆ ಇಡಲು ಇಚ್ಛಿಸಲಿಲ್ಲ. ಏನಾದರಾಗಲೀ ಎನ್ನುವ ನಿರ್ಣಯಕ್ಕೆ ಬಂದಳು.

ಅಂತು ಶ್ರೀಧರ್ ಮತ್ತು ಶರಾವತಿ ಹೋದಾಗ ಶ್ರೀಕಾಂತ್ ತನ್ನ ಛೇಂಬರ್‌ನಲ್ಲಿಯೇ ಇದ್ದ. ರಿಸೆಪ್ಷನ್‌ನಲ್ಲಿ ಪ್ರಶ್ನಿಸಿದ ಕೂಡಲೆ ಫೋನಾಯಿಸಿ ನಗು ಮುಖದಿಂದ ಉಸುರಿದಳು.

"ನೀವು ಒಳ್ಗೇ ಹೋಗಬಹುದು"

ಛೇಂಬರ್‌ನಲ್ಲಿನ ಸುವಾಸನ ಭರಿತ ಶೀತಲ ವಾತಾವರಣದ ಜೊತೆ ಅದರ

ವೈಭವಕ್ಕೆ ಬೆರಗಾದರು. ಮಾತುಗಳು ಹೊರಡುವುದು ಕಷ್ಟವೇ.

"ಬನ್ನಿ, ಕೂತ್ಕೊಳ್ಳಿ" ಅಂದ ಠೀವಿಯಿಂದ.

ಅವಳ ನಿರೀಕ್ಷೆಗೂ ಮೀರಿದ ಎತ್ತರದ ದೃಢಕಾಯ ವ್ಯಕ್ತಿ. ಮುಖ ಲಕ್ಷಣವು ಉತ್ತಮ ಮಟ್ಟದ್ದು. ಕನ್ನಡಕದ ಹಿಂದಿನ ಕಣ್ಣುಗಳು ಫಳ ಫಳ ಹೊಳೆಯುವುದರ ಜೊತೆಗೆ ಚಿಕಿತ್ಸಕ ಭಾವವಿದೆಯೆನಿಸಿತು.

"ಥ್ಯಾಂಕ್ಯೂ ಸರ್..." ಮುಂದಿನ ಪದಗಳಿಗಾಗಿ ಹುಡುಕಾಡಿದಾಗ "ಪರ್ವಾಗಿಲ್ಲ, ಐಯಾಮ್ ಆಲ್‌ಸೋ ಇಂಟರೆಸ್ಟಿಂಗ್, ಹೊರ ಮುಖದ ಕೆಲವು ವಿಚಾರಗಳು ನಿಮ್ಗೇ ಗೊತ್ತಿರಬಹುದು. ಅಮೃತ ಸೇನ್ ಒಬ್ಬಳೇ ಮಗಳು ನಂಗೆ ಹೆಂಡ್ತಿಯಾಗಿದ್ಲು. ಈಗ ನಮ್ಮಿಬ್ಬರ ನಡ್ವೇ ಡೈವೋರ್ಸ್ ಆಗಿದೆ. ದಾಂಪತ್ಯ ಜೀವನದ ಸುಖ, ದುಃಖ, ಸಮಸ್ಯೆಗಳ ಪರಿಚಯವಿದೆ. ನಾನು ಸಾಕಷ್ಟು ಸಫರ್ ಆಗಿದ್ದೀನಿ. ಮತ್ತೆ ನಂಗೆ ಅಂಥ ರಿಸ್ಕ್ ಬೇಡ. ನಂಗೆ ಕಂಪ್ಯಾನಿಯನ್ ಅಗತ್ಯವೇ ವಿನಃ ಹೆಂಡ್ತಿ ಅಲ್ಲ. ನಂಗೆ ಶರಧಿ ಒಳ್ಳೆ ಕಂಪ್ಯಾನಿಯನ್ ಅಂತ ಅನಿಸಿದೆ. ಅವಳಿಗೂ ನನ್ನ ಸ್ನೇಹ ಬೇಕಾಗಿದೆ. ಇದ್ನ ನೀವು ಹೇಗೆ ಅರ್ಥೈಯಿಸಿಕೊಳ್ಳುತ್ತೀರೋ ನಂಗೆ ಗೊತ್ತಿಲ್ಲ" ಎಂದು ಮೊಬೈಲೆತ್ತಿಕೊಂಡ, ಇಬ್ಬರು ಸುಸ್ತು.

ಆ ವೇಳೆಗೆ ಟೀ ಬಂತು. ತಗೊಳ್ಳುವಂತೆ ಸನ್ನೆ ಮಾಡಿದ. ಬೇಡವೆನಿಸಿದರು ಬಲವಂತವಾಗಿ ಕುಡಿದಿಟ್ಟು ಮೇಲೆದ್ದರು. ಶ್ರೀಧರ್ ತುಟಿ ಬಿಚ್ಚಲಿಲ್ಲ.

"ಹೇಗೂ ಬಂದಿದ್ದೀವಿ, ಎರಡು ಮಾತು ಆಡಬಹುದು" ಮೆಲ್ಲಗೆ ಷುರು ಮಾಡಿದಾಗ ಅವನ ಮೀಸೆಯಡಿಯ ತುಟಿಗಳ ಮೇಲೆ ನಗು ಅರಳಿತು "ಹೇಳಿ..." ಅಂದ. ಆ ಪದ ಬಳಸುವುದರಲ್ಲು ಗತ್ತು ಇತ್ತು.

"ಮುಂದೆ ಶರಧಿಯ ಫ್ಯೂಚರ್?"

"ಇದ್ನ ಅವರಲ್ಲಿ ಕೇಳಿ, ಇನ್ನ ನೀವು ಹೋಗಿಬರಬಹುದು" ಅಚ್ಚ ಕನ್ನಡದಲ್ಲಿ ಉಸುರಿ ಮುಂದಿದ್ದ ಲಾಪ್‌ಟಾಪ್‌ನ ಆನ್ ಮಾಡಿಕೊಂಡ. ನಿಲ್ಲುವುದು ಶ್ರೇಯಸ್ಕರವಲ್ಲವೆಂದು ಇಬ್ಬರು ಹೊರಗೆ ಬಂದರು.

ಪೇಲವವಾಗಿದ್ದ ಶ್ರೀಧರ್ ಅವಮಾನವಾದಂತೆ ಧುಮಗುಟ್ಟತೊಡಗಿದ "ಸ್ವಲ್ಪ ಕೂಡ ಬುದ್ಧಿ ಇಲ್ಲ. ಅವಳೇ ನಮ್ಮಗಳ ಮಾತು ಕೇಳ್ದೇ ಅವ್ನ ಜೊತೆ ಬಂದು ಇದ್ದಾಳೆ. ಈಗ ಮದ್ವೆ ಅನ್ನೋ ರಿಸ್ಕ್‌ಗೆ ಅವನು ಸಿದ್ಧವಾಗ್ತಾನಾ? ಇಷ್ಟು ಸಣ್ಣ ಸತ್ಯ ನಿನ್ನ ತಲೆಗೆ ಹೊಳೀಬಾರ್ದಾ?" ದಾರಿಯಲ್ಲೆಲ್ಲ ಬೈಯ್ದ.

ಹತ್ತಿರದ ರೆಸ್ಟೋರೆಂಟ್‌ಗೆ ಹೋಗಿ ಒಮ್ಮೆ ಪೂರಿ ಸಾಗು, ಬಿಸಿಬೇಳೆ ಬಾತ್, ಗೀ ರೈಸ್ – ಶರಾವತಿ ಸುಸ್ತಾದಳು, ಬಾಯಿ ತೆರೆಯದೆ ತರಿಸಿದ್ದೆಲ್ಲ ತಿಂದು ಎರಡೆರಡು ಕಪ್ ಕಾಫೀ ಕುಡಿದು ಹೊರ ಬಂದರು. ಅವಳು ತುಟಿ ಎರಡು ಮಾಡಲಿಲ್ಲ. ಗಂಡ ಅಂಥ ಕೋಪಿನಷ್ಟನಲ್ಲದಿದ್ದರೂ ಸ್ವಾಭಿಮಾನಿಯೆಂದು ಗೊತ್ತು.

"ಎಲ್ಲಾದರು ಸ್ವಲ್ಪ ಹೊತ್ತು ಕೂತು ಕೊಳ್ಳೋಣ" ತೀರಾ ಡಿಪ್ರೆಷನ್‌ಗೆ ಒಳಗಾದಂತೆ ನುಡಿದ. "ಈ ಕೊನೆಯಲ್ಲಿ ಪಾರ್ಕ್ ಇದೆ, ಆದ್ರೂ ಈ ಸಮಯದಲ್ಲಿ ಹೋಗಿ ಕೂಡೋದು ಸರಿ ಇಲ್ಲ. ಗಾರ್ಡನ್ ರೆಸ್ಟೋರೆಂಟ್‌ನಲ್ಲಿ ಬೇಕಾದರೆ ಹೋಗಿ ಕೂತ್ಕೋಬಹುದು. ಮಧ್ಯೆ ಕಾಫೀ, ಟೀ, ಜ್ಯೂಸ್ ಜೊತೆ ಐಸ್‌ಕ್ರೀಮ್ ತರಿಸಿಕೊಂಡು ಬಿಲ್ ಹೆಚ್ಚಿಸಿಕೊಂಡರೇ, ಸಾಕು" ತಮಾಷೆ ಮಾಡಿದಳು. ಸಿರಿಯಸ್ಸಾಗಿ ಅವಳತ್ತ ನೋಡಿದರು ಪ್ರಸನ್ನವಾಗಿದ್ದ.

ನಡೆದೇ ರೋಡಿನ ಕೊನೆಯಲ್ಲಿದ್ದ ಗಾರ್ಡನ್ ರೆಸ್ಟೋರೆಂಟ್‌ನಲ್ಲಿ ಹೋಗಿ ಕೂತರು. ಹಸಿರು ಚಾದರದ ನೆರಳು ತಂಪಾಗಿಯೆ ಇತ್ತು. ಹೊಟ್ಟೆಯಲ್ಲೇನು ಜಾಗವಿರಲಿಲ್ಲ. ಬರೀ ಐಸ್‌ಕ್ರೀಂಗೆ ಆರ್ಡರ್ ಮಾಡಿದರು.

"ಏನು ಮಾಡೋದು? ಆತ ಬಯಸಿದ್ದು ಕಂಪ್ಯಾನಿಯನ್, ಈಗಾಗಲೇ ಸಾಕಷ್ಟು ದಾಂಪತ್ಯ ಸಲುಖ ಅನುಭವಿಸಿ ಬಿಡುಗಡೆ ಪಡೆದ ಮನುಷ್ಯನಿಗೆ ಆ ಬಂಧನದಲ್ಲಿ ಮತ್ತೆ ಸಿಕ್ಕಿ ಹಾಕಿಕೊಳ್ಳಲು ಇಷ್ಟವಿಲ್ಲ. ಒಬ್ಬ ಗೆಳತಿಯ ಸ್ನೇಹ ಮಾತ್ರ ಬಯಸಿದೆಂದು ಹೇಳಿದರಲ್ಲ. ಮತ್ತೇನು ಮಾತಾಡೋದಿತ್ತು?" ಇಷ್ಟನ್ನು ಶ್ರೀಧರ ಹಏಳಿದ. 'ಹೌದು' ಅನಿಸಿತು. ಶರಾವತಿಗೂ ಕೂಡ.

"ಇದರಿಂದ ಸಫಲತೆ ಸಿಕ್ಕುತೆನ್ನುವ ನಂಬಿಕೆಯೇನು ಇರಲಿಲ್ಲ. ಒಂದು ಪ್ರಯತ್ನ ಅಷ್ಟೇ. ನೇರವಾದ ಮನುಷ್ಯ ಸತ್ಯವನ್ನೇ ಹೇಳಿದ್ದಾನೆ. ಇವಳಿಗೆ ಕೂಡ ವಿವಾಹ ಬೇಕಿಲ್ಲ. ತನ್ನ ನಡೆ ಸರಿಯೆನ್ನುವ ಭಾವ. ನಂಗೂ, ಒಂದು ಲೆಕ್ಕದಲ್ಲಿ ಅದೇ ಸರಿಯೆನಿಸುತ್ತೆ. ಈಗ ನಂಗಾಗ್ಲೀ, ನಿಮಗಾಗ್ಲೀ ಡೈವೋರ್ಸ್ ಬೇಕೂಂತ ಅನ್ನಿಸಿದರೇ ಅಷ್ಟು ಸುಲಭವಾಗಿ ಸಿಕ್ಕುತ್ತ? ಜಗಳ, ಲಟಾಪಟಿ, ಕೆಲವರ ವಿರೋಧ, ಕಏಲವರ ಪ್ರೋತ್ಸಾಹ... ಕೆಲಸಕ್ಕೆ ಬಾರದವರ ಉಪದೇಶ. ಕೆಟ್ಟ ಕೆಟ್ಟ ಆಪಾದನೆಯನ್ನು ಕೋರ್ಟಿನಲ್ಲಿ ಮಂಡಿಸಿ ಬಿಡುಗಡೆ ಪಡ್ಕೋಬೇಕು. ವಿವಾಹಕ್ಕಿಂತ ತೀರಾ ರಿಸ್ಕೀ ಡೈವೋರ್ಸ್. ಈಗ ಶ್ರೀಕಾಂತ್ ಇಷ್ಟವಾಗಲ್ಲಿಲ್ಲಾಂದರೇ, ತನ್ನ ಲಗೇಜ್ ತಗೊಂಡ್ ಶರದಿ ಸರಳವಾಗಿ ಹೊರಬರಬಹುದು. ಶ್ರೀಕಾಂತ್‌ಗೂ ಬೇಡ ಅನ್ನಿಸಿದರೇ, ಬರೋದು ಪೂರ್ತಿ ಬಂದ್ ಮಾಡಿದರೇ ಮುಗ್ದೇ ಹೋಯ್ತು. ವಿವಾಹವಾದವರ ಸ್ಥಿತಿ ಹಾಗಲ್ಲ" ಎಂದು ಎದೆಯ ಮೇಲೆ ಕೈ ಇಟ್ಟುಕೊಂಡಾಗ ಮಡದಿಯ ತಲೆಯ ಮೇಲೊಂದು ಮೊಟಕಿ "ಪರ್ವಾಗಿಲ್ಲ, ಒಳ್ಳೆ ಅವೇರ್‌ನೆಸ್ ತಂದಿದ್ದಾಳೆ. ಸದ್ಯ ಇನ್ಮೇಲೆ ಶರಧಿಯ ವಿಷ್ಯ ಪೂರ್ತಿ ಬಂದ್. ವಿವಾಹವಾಗದಿದ್ದರೂ ಅವಳ ಆಯ್ಕೆ ಒಳ್ಳೆಯದೇ ಇದೆ. ಮೂವತ್ತ ಮೂರರ ಅವಳಿಗೆ ಮೊದಲ ಸಂಬಂಧ ಸಿಗೋದು ಕಷ್ಟ. ಇನ್ನು ಮಕ್ಕಳ ವಿಷಯ ಬಂದರೆ ಮುವತ್ತರ ನಂತರ... ಬಿಡು, ಐಸ್‌ಕ್ರೀಮ್ ಬಂತು ನೋಡು. ಮನಸ್ಸು, ಮೈಯೆಲ್ಲ ಬಿಸಿಯಾಗಿ ಹೋಗಿದೆ" ಎಂದ ಸ್ವಲ್ಪ ತಣ್ಣಗೆ ಹೇಳಿದಷ್ಟು ಶರಧಿಯನ್ನು ಮನಸ್ಸಿನಿಂದ ದೂರ ತಳ್ಳುವುದು ಕಷ್ಟವೆನಿಸಿದ್ದು ನಿಜ.

ಐಸ್‌ಕ್ರೀಮ್ ತಿನ್ನುತ್ತ ಶ್ರೀಧರ "ಅಮ್ಮ, ಬಾಯಿ ತಪ್ಪಿ ಎಂದೋ ಶರಧಿ,

ಪರೀಕ್ಷಿತ್ ವಿಚಾರ ರಾಜಗೋಪಾಲ್ ಹತ್ರ ಪ್ರಸ್ತಾಪಿಸಿರಬೇಕು. ಅದಕ್ಕೆ ತಮ್ಮ ಒಪ್ಗೇ ಇದೆ, ಪರೀಕ್ಷಿತ್‌ನ ಒಪ್ಪಿಸ್ತೀನಿ ಅನ್ನೋ ಭರವಸೆ ಕೊಟ್ಟರಂತೆ. ಅವರಿಗೆ ಈಗಿನ ಶರಧಿಯ ವಿಷಯ ಗೊತ್ತಾಗಿಲ್ಲಂತ ಅನ್ನಿಸುತ್ತೆ. ಅಂಥದೊಂದು ಆಸೆ ಚಿಗುರಿಕೊಂಡಿದೆ. ಅವರಲ್ಲಿ" ಎಂದು ನಿಧಾನವಾಗಿ ಹೇಳುತ್ತಲೇ ಇನ್ನೆರಡು ಕಪ್ ಐಸ್‌ಕ್ರೀಮ್ ತರಿಸಿಕೊಂಡು ತಿಂದವ, ಒಂದು ಅನಾನಸ್ ಜ್ಯೂಸ್‌ಗೆ ಆರ್ಡರ್ ಮಾಡಿದಾಗ ಶರಾವತಿಗೆ ಗಾಬರಿಯಾಯಿತು.

"ಇದೇನಿದು?" ಆತಂಕದಿಂದ ಕೇಳಿದಳು.

"ನಿಂಗೂ ಬೇಕಾದರೆ ತರಿಸ್ಕೋ, ಹೇಗೆ ಸಮಾಧಾನ ಮಾಡಿಕೊಂಡರೂ ಹೊಟ್ಟೆಯುರಿ ಕಣೇ. ನಂಗಂತು ಮದ್ವೆ ಮಾಡಿಕೊಳ್ಳದೇ ಹೋಗಿ ಅವನೊಂದಿಗೆ ಇರೋದು ಇಷ್ಟವಿಲ್ಲ, ಅವಮಾನ" ಎಂದ ಅವನ ಕಂಠ ಗೆಗದವಾಯಿತು. ಕಣ್ಣಲ್ಲಿ ನೀರು.

"ಬಿ ಕಾಮ್, ವಿದೇಶಗಳೋಲ್ಲಿ ಇವೆಲ್ಲ ಕಾಮನ್! 'ಲಿವಿಂಗ್ ಟುಗೆದರ್', ಅಂತಾರೆ. ಎಷ್ಟೋ ಬದಲಾವಣೆಗಳು ಇಲ್ಲಿಗೆ ಕಾಲಿಟ್ಟಿದೆ. ಡೈವೋರ್ಸ್ ಅನ್ನೋದು ನಮ್ಮ ಸಂಸ್ಕೃತಿಯಲ್ಲೇನು ಇಲ್ಲ. ಈಗ ಬಗ್ಗಿಕೊಂಡಿಲ್ವಾ? ಏಳೇಳು ಜನ್ಮದ ಸಂಬಂಧ ಅನ್ನೋದಲ್ಲ. ಈ ಒಂದು ಜನ್ಮದಲ್ಲಿಯೇ ಒಟ್ಟಾಗಿ ಬದುಕೋದು ಕಷ್ಟ. ಸ್ವಲ್ಪ ರಿಲ್ಯಾಕ್ಸ್ ಮಾಡ್ಕೊಳ್ಳಿ" ಸಂತೈಯಿಸಿದಳು. ಸಮಾಧಾನ ಬಂದ ಮೇಲೆ ಎದ್ದು ಮನೆಗೆ ಬಂದರು.

ಆಮೇಲೆ ಆದಷ್ಟು ಮೌನಿಯಾದ ಶ್ರೀಧರ.

ಅಂದು ಶಾಲೆಯಿಂದ ಬಂದ ಪದ್ಮನಾಭ "ಅಜ್ಜಿ, ಅತ್ತೆ ಬಂದಿದ್ರು ಕಾನ್ವೆಂಟ್ ಹತ್ರ, ನನ್ನ ಬರ್ತ್ ಡೇ ಸೆಲಬ್ರೇಷನ್ ಅಂತ ಎಲ್ಲರಿಗೂ ಚಾಕಲೇಟು ಕೊಟ್ರು. ನಂಗಂತು ಒಂದು ಬಾಕ್ಸ್, ನೋಡು ಈ ಸರನ..." ಚಾಕಲೇಟ್ ಬಾಕ್ಸ್ ಸುಬ್ಬಲಕ್ಷ್ಮಿಯ ಮುಂದಿಟ್ಟ, ಷರಟುನೊಳಗಿನ ಸರವನ್ನು ಹೊರ ತೆಗೆದು ತೋರಿಸಿದ.

"ನಿಂಗ್ಯಾಕೆ ಬೇಕಿತ್ತು, ಇದೆಲ್ಲ?" ಗದರಿಕೊಂಡರು.

"ಅಯ್ಯೋ, ಅತ್ತೆ ಕೊಟ್ರು ಬಿಡಿ! ನೀವು ಅವರತ್ರ ಜಗಳ ಆಡಿರೋದು. ನಂಗೆ ಅವ್ರನ್ನ ಕಂಡರೆ ಇಷ್ಟ, ಅವರಿಗೂ ನನೂಂದ್ರೆ ಇಷ್ಟ. ನೀವೇನು ನೋಡೋದು ಬೇಡ" ಚಾಕಲೇಟು ಡಬ್ಬ ಎತ್ತಿಕೊಂಡು ಹೊರಗೆ ಹೋದ. ರಾಮೂರ್ತಿಗಳು ಹೆಂಡತಿಯತ್ತ ನೋಡಿ ಒಂದು ತರಹ ನಗೆ ಬೀರಿ "ಆ ಮಗು ಮನಸ್ಸಿನಲ್ಲಿ ಯಾಕೆ ಕಹೀ ಬಿತ್ತುತ್ತೀಯ? ಶರಧಿ ನೀನು ಕಂಡಂಗೆ ಕೆಟ್ಟವಳಾ? ಕಾಲೇಜು ಓದುವಾಗ ಬಾಯ್ ಫ್ರೆಂಡ್ಸ್ ಜೊತೆ ತೀರಾ ಅಡಾಡಿದ್ದುಂಟು? ವಿವಾಹದ ವಿಚಾರದಲ್ಲಿ ಅವಳೇ ತೀರ್ಮಾನ. ಮುಂದಿನ ಬದ್ಕು ಅವರದು ಬಿಡು. ಸುಮ್ನೇ ದ್ವೇಷ ಸಾಧಿಸೋಕೆ ಹೋಗಬೇಡ. ಪಚ್ಚಿ ಎದರು ಅವಳ ಬಗ್ಗೆ ಏನಾದ್ರೂ ಮಾತಾಡಿದರೇ, ಕಪಾಳಕ್ಕೆ ಬಿಗಿತೀನಿ ಹುಷಾರ್" ಕನಲಿ ನುಡಿದರು. ಬಹುಶಃ ಇಷ್ಟು ದೊಡ್ಡದಾಗಿ ರೋಪ್

ಹಾಕಿದ್ದು ಇಂದೇ ಇರಬೇಕು.

ಸುಬ್ಬಲಕ್ಷ್ಮೀ ಮೌನವಾಗಿ ಎದ್ದು ಹೋದರು. ರಾಮೂರ್ತಿಗಳಿಗೆ ನಗು ಬಂತು. ಮರುದಿನ ಮಗನ ಜೊತೆ ವಾಕ್ ಹೊರಟವರು ಹೇಳಿಕೊಂಡರು, ಸಂದರ್ಭ ವಿವರಿಸಿ.

"ನಂಗೆ ಆಶ್ಚರ್ಯ ಕಣೋ, ಶ್ರೀಧರ ನಾನು ಅಷ್ಟು ಮಾತನಾಡಲಿಲ್ಲವೆಂದರೆ ಒಂದ್ಗಂಟೆ ಪಾಠ ಮಾಡ್ತಾ ಇದ್ಲು. ಬಾಯಿ ಮುಚ್ಕೊಂಡ್ ಎದ್ದು ಹೋದಳು. ತಪ್ಪೋ, ಹಾಗಂತ ಮಗಳ ಮೇಲೆ ದ್ವೇಷ ಸಾಧಿಸೋಕೆ ಆಗುತ್ತ? ನಮ್ಮ ಸಂಸ್ಕೃತಿಗೆ ಇದು ಸರಿ ಹೊಂದೋಲ್ಲ, ಏನ್ಮಾಡೋಕ್ಕಾಗುತ್ತೆ? ವಿವಾಹಗಳು ಪ್ರಾರಂಭವಾಗಿ ಮೂರು ಸಾವಿರ ವರ್ಷಗಳೇ ಆಯಿತಂತೆ. ಆದರೂ ಈ ಪದ್ಧತಿ ಸ್ಥಿರಗೊಂಡು ಎರಡೂವರೆ ಸಾವಿರ ವರ್ಷ ಆಯಿತಂತೆ. ತ್ರೇತಾಯುಗದಲ್ಲಿ ಸೀತಾರಾಮರ ಕಲ್ಯಾಣದ ವೈಭವ ಎಷ್ಟರಮಟ್ಟಿನದು. ಇಂಥ ಒಂದು ನಿಯಮ ಆರೋಗ್ಯಕರ ಸಮಾಜಕ್ಕೆ ಒಳ್ಳೆಯದು. ಇದು ಸಂಪ್ರದಾಯಸ್ಥ ಕುಟುಂಬದಲ್ಲಿ ಹುಟ್ಟಿ ಬೆಳೆದಿದ್ದ ಶರಧಿಗೆ ಅರ್ಥವಾಗದಿದ್ದರೇ ಹೇಗೆ? ಈಗ ತೆಪ್ಪಗಿರಬೇಕಷ್ಟೆ. ಈಗ ಪರತಿಯೊಬ್ಬರ ಮನೆಯಲ್ಲಿ, ಒಂದಲ್ಲ... ಒಂದು ಕೂತು ಇರೋದರಿಂದ ಯಾರ ಬಗ್ಗೆ ಆಡಿಕೊಂಡಾರು ಬಿಡು" ಅತ್ಯಂತ ಸರಳವಾಗಿ ವ್ಯಾಖ್ಯಾನಿಸಿದ. ತಂದೆಯತ್ತ ನೋಡಿದ. ಅವರು ಸಾಕಷ್ಟು ಬದಲಾಗಿದ್ದಾರೆನಿಸಿತು ಅವನಿಗೆ.

"ಅದೇ ಕಣೋ, ಪರೀಕ್ಷಿತ್‌ನದು! ಅವನಿಗೆ ರಾಗಿಣಿಯ ಅಮ್ಮ ಫೋನ್ ಮಾಡಿ ಬಾ ಅಂತ ಹೇಳಿದ್ದಳಂತೆ. ಅವನು ಬರೋಲ್ಲಾಂತ ಅಂದನಂತೆ. ಪೂರ್ತಿ ಕೊಡದಿದ್ದರೂ ಅಲ್ಪಸ್ವಲ್ಪ ಏನಾದ್ರೂ ಕೊಡಬಹುದು. ರಾಜಗೋಪಾಲ್‌ಗೆ ಹೃದಯದಲ್ಲಿ ಏನೋ ತೊಂದರೆಯಂತೆ ಆಪರೇಷನ್ ಆಗಬೇಕೂಂದ್ರು. ಆ ಖರ್ಚಿಗಾದ್ರೂ, ಆದೀತು. ರಾಗಿಣಿ ಮನೆಗೆ ಲಾಯರ್ ನೋಟೀಸ್ ಹೋಗಿರಬೇಕು, ಅದಕ್ಕೆ ಹೆದರಿ ಫೋನ್ ಮಾಡಿರಬೇಕು. ಅಲ್ಲಿಗೆ ನೀನು, ನಿಮ್ಮನೆ ಒಂದಿಷ್ಟು ಓಡಾಡಬೇಕಾಗುತ್ತೆ" ಇದೊಂದು ವಿಷಯ ತಿಳಿಸಿದರು. ಹ್ಞೂಗುಟ್ಟಿದ.

ಅಂತು ಇನ್ನ ಶರಧಿಯ ವಿಷಯದಲ್ಲಿ ಏನು ಮಾಡಲಾಗದ ಸ್ಥಿತಿ!

ಮುಂಬಯಿಯ ವಿಸಿಟ್‌ನ ನಂತರ ಗೆಸ್ಟ್ ಹೌಸ್‌ಗೆ ಬಂದ. ಶರಧಿಗೆ ಒಂದಿಷ್ಟು ಇರುಸು ಮುರುಸು. ಕೆಲವು ವಿದೇಶ ಕಂಪನಿಯವರು ಕೂಡ ಬಂದು ಗೆಸ್ಟ್‌ಹೌಸ್‌ನಲ್ಲಿ ಬೀಡು ಬಿಟ್ಟಿದ್ದರು. ಅದರಲ್ಲಿ ವಿದೇಶಿ ಅತಿಥಿಗಳಿಗಾಗಿಯೇ ಕೆಲವು ರೂಮುಗಳನ್ನು ಸಿದ್ಧಪಡಿಸಿದ್ದರು.

ಇಲ್ಲಿ ಅವಳು ಶ್ರೀಕಾಂತ್ ಪರ್ಸನಲ್ ಸೆಕ್ರೆಟರಿ ಎಂದೇ ಪರಿಚಿತಳಾಗಿದ್ದರಿಂದ ಆ ಭಾವನೆಯಿಂದಲೇ ಅವಳಲ್ಲಿ ವರ್ತಿಸುತ್ತಿದ್ದರು.

ಅಂದು ಸಂಜೆ ಅತಿಥಿಗಳಿಗಾಗಿ ಒಂದು ಪಾರ್ಟಿಯನ್ನು ಕಂಪನಿಯಿಂದ

ಆಯೋಜಿಸಲಾಗಿತ್ತು. ಇವರ ಜೊತೆ ಕಂಪನಿಯ ಸಿಇಒ, ಮ್ಯಾನೇಜರ್, ಡೈರೆಕ್ಟರ್ ಮುಂತಾದವರೆಲ್ಲ ಬರುವವರಿದ್ದರು. ಕೆಲವರ ಆಗಮನವಾಗಿತ್ತು ಪಾರ್ಟಿಯ ರಂಜನೆಗೆಂದು ಅತ್ಯಂತ ಅಂದದ ಮಾಡೆಲ್‌ಗಳ ಆಗಮನವಾಗಿತ್ತು.

ಹೊರಗಡೆ ಶ್ರೀಕಾಂತ್ ಎಲ್ಲೆ ಮೀರಿ ವರ್ತಿಸುತ್ತಿರಲಿಲ್ಲ. ಇವರ ವಿಷಯ ಎಲ್ಲರಿಗೂ ಗೊತ್ತಿತ್ತು. ಆ ಬಗ್ಗೆ ಶ್ರೀಕಾಂತ್ ತಲೆ ಕೆಡಿಸಿಕೊಳ್ಳಲಾರ. ಅವಳು ಮನಸಾರೆ ಒಪ್ಪಿಕೊಂಡಿದ್ದರಿಂದ, ಗಿಲ್ಟ್ ಏನು ಇರಲಿಲ್ಲ.

ಆ ಮ್ಯಾನೇಜ್‌ಮೆಂಟ್ ಉಸ್ತುವಾರಿ ವಹಿಸಿಕೊಂಡಿದ್ದ ಮಾಪಿಳ್ಳೆ ನೋಟದಲ್ಲಿ ಇಂದೇನೋ ಇದೆಯೆನಿಸಿತು. ಅವನ ಕ್ಯಾರೆಕ್ಟರ್ ಅಷ್ಟಕಷ್ಟೆ ಎಂದು ಎಲ್ಲರಿಗೂ ಗೊತ್ತಿತ್ತು.

"ಶರಧಿ, ಮೇಡಮ್..." ಅಂದು ಬಂದು ಎದುರು ನಿಂತಾಗ ಕಪಾಳಕ್ಕೆ ಹೊಡೆಯಬೇಕೆನಿಸಿತು. "ಬಾಸ್ ಹತ್ರ ಮಾತಾಡಿ" ಎಂದು ರೂಮಿಗೆ ಬಂದು ಸೋತವಳಂತೆ ಕುಕ್ಕರಿಸಿದಳು. ಮೊದಲ ಸಲ ಅವಳಲ್ಲಿ ಆಂದೋಳನ! ತನ್ನನ್ನ ಪಿಳ್ಳೆ ಅಸಹ್ಯಕರ ನೋಟದಿಂದ ನೋಡುತ್ತಿದ್ದಾನೆನಿಸಿತು. ಅರ್ಥವಾಗದ ತಳಮಳ.

ಶ್ರೀಕಾಂತ್ ಪರ್ಸನಲ್ ಮೊಬೈಲ್‌ಗೆ ಫೋನಾಯಿಸಿ "ತುಂಬ... ತಲೆನೋವು..." ಅಂದಳು. "ಓಕೇ, ಮಾತ್ರೆ ತಗೊಂಡ್ ರೆಸ್ಟ್ ತಗೋ. ಡಾಕ್ಟರ್‌ನ ಕರೆಸಲಾ?" ವಿಚಾರಿಸಿದ.

"ನೋ... ನೋ... ಸ್ವಲ್ಪ ಮಲಗ್ತೀನಿ. ಸಾರಿ, ನಂಗೆ ಪಾರ್ಟಿಯಲ್ಲಿ ಭಾಗವಹಿಸೋಕ್ಕಾಗೋಲ್ಲ" ಇಂಥದೊಂದು ಸಣ್ಣ ರಿಕ್ವೆಸ್ಟ್ "ದಟ್ಸ್... ಓಕೇ..." ಫೋನ್ ಕಟ್ ಮಾಡಿದ.

ಇಲ್ಲಸಲ್ಲದ ಯೋಚನೆಗಳು ಅವಳನ್ನು ಕಂಗೆಡಿಸಿಬಿಟ್ಟಿತು. 'Secared' ಎನಿಸಲಿಲ್ಲ. ಅನುಮಾನ, ಅರ್ಧ ಸಮಾಧಾನ, ಎದೆಯ ಬಡಿತವೇರಿತು. ಅವಳ ಇಷ್ಟು ವರ್ಷದ ಚಿಂತನೆಗಳೆಲ್ಲ ಚೆಲ್ಲಾಪಿಲ್ಲಿಯಾಗಿ ಅರ್ಧದಾರಿಯಲ್ಲಿ ನಿಂತಂತಾಯಿತು. ತಾನು ಆಯ್ದುಕೊಂಡ ಮುಕ್ತವಾದ ಹಾದಿ ಸರಿ ಇಲ್ಲವೇ? ಅಷ್ಟು ಬೇಗ ಸೋಲೊಪ್ಪಿಕೊಳ್ಳಲು ಅವಳು ಇಚ್ಛಿಸಲಿಲ್ಲ. ಅವಳಲ್ಲಿನ ದೃಢತೆ ಎಲ್ಲವನ್ನು ತಳ್ಳಿಹಾಕಿತು."

ಮರುದಿನ ಶ್ರೀಕಾಂತ್ ಕೀ ಬಂಚ್‌ನ ಅವಳ ಕೈಯಲ್ಲಿಟ್ಟ "ಫ್ಲಾಟ್ ಖರೀದಿಸಿದೆ. ಇನ್ಮೇಲೆ ಮೊಕ್ಕಾಂ ಅಲ್ಲಿಯೇ" ಮೋಹಕ ನೋಟ ಹರಿಸಿ ಅವಳ ಕಣ್ಣಲ್ಲಿ ಕಣ್ಣಿಟ್ಟ. ಒಮ್ಮೆ ಪ್ರಸ್ತಾಪಿಸಿದ್ದಳು. ಅದು ಇಷ್ಟು ಬೇಗ ಕಾರ್ಯಗತವಾಗುತ್ತದೆಯೆಂದು ಅವಳಿಗೆ ತಿಳಿದಿರಲಿಲ್ಲ.

"ನಾನೊಂದು ತರಹ ಅವಸರದ ಮನುಷ್ಯ ಅಂದ್ಕೊ? ನೀನು ನೋಡಿದ್ಮೇಲೆ ಖರೀದಿಸಬಹುದಿತ್ತು. ಎನೀ, ವೇ ಖರೀದಿಸಿದಾಯ್ತು" ಅವಳ ಕೆನ್ನೆ ಸವರಿದ. ಅವಳಿಗೆ ಏನು ಮಾತಾಡಬೇಕೋ ಗೊತ್ತಾಗಲಿಲ್ಲ "ನಿನ್ನ ಕಣ್ಣುಗಳೇ ಅದ್ಭುತವಾಗಿ ಮಾತಾಡ್ತಾ

ಇದೆ." ಬರಸೆಳೆದು ಅಪ್ಪಿಕೊಂಡ. ಹಿತವೆನಿಸಿತು ಶರಧಿಗೆ. ಈ ಸುಖಕ್ಕಾಗಿ ಹವಣ್ಣಿನ ಚಡಪಡಿಕೇಯ? ಕ್ಷಣಗಳು ಸರಿದು ಹೋಯಿತು.

ಅಂದೇ, ಲಗೇಜ್‌ನೊಂದಿಗೆ ಫ್ಲಾಟ್‌ಗೆ ಷಿಫ್ಟ್ ಆದಳು. ಅತ್ಯಂತ ಶ್ರೀಮಂತಿಕೆಯ ಪರಿಸರ, ಎಲ್ಲಾ ಅನುಕೂಲಗಳಿದ್ದ ಬಡಾವಣೆ, ಒಬ್ಬ ಸರ್ವೆಂಟ್ ಕೂಡ ಕೆಲಸಕ್ಕೆ ನಿಗದಿಯಾದಳು.

ತುಂಬ... ತುಂಬ... ಖುಷಿಯೆನಿಸಿತು. ಯಾಕೋ ಯಾರಿಗಾದರೂ ಇದು ತಿಳಿಸಬೇಕೆನಿಸಿತು. ಯಾರಿಗೆ? ಫ್ರೆಂಡ್ಸ್ ಕಡಿಮೆಯೇ ಕಂಪನಿಯೆಲ್ಲರೊಂದಿಗೆ ಇವಳ ಒಡನಾಟ ಅಷ್ಟಕಷ್ಟೆ, ಸ್ವಲ್ಪ ಸಲಿಗೆ, ಸ್ನೇಹದಿಂದ ಇದ್ದವರು ಇತ್ತೀಚೆಗೆ ಹಿಂದಕ್ಕೆ ಸರಿದಿದ್ದಾರೆನಿಸಿತು. ಇನ್ನು ಅಮ್ಮ, ಅಪ್ಪ, ಅಣ್ಣ... ಅವರಿಗೆ ಫೋನ್ ಮಾಡಲು ಸಾಧ್ಯವೇ ಇರಲಿಲ್ಲ. ನೆನಪಾದದ್ದು ಶರಾವತಿ.

"ಹಲೋ..." ಮೊದಲು ಫೋನ್ ಎತ್ತಿದ್ದು ಸುಬ್ಬಲಕ್ಷ್ಮಿ. ಅವಳ ಸ್ವರವೇಳಲಿಲ್ಲ. ಕಟ್ ಮಾಡಿದಳು. ಆಮೇಲೆ ಅರ್ಧ ಗಂಟೆಯ ನಂತರ ಫೋನ್ ಮಾಡಿದಳು. "ಹಲೋ..." ಶರಾವತಿಯ ಸ್ವರ.

"ನಾನು... ಶರಧಿ.." ಅಂದಳು.

"ಹೇಗಿದ್ದೀರಾ, ನಾನು ಫೋನ್ ಮಾಡೋಕೆ ಪರ್ಮೀಷನ್ ಇಲ್ಲ ನೀವು... ಹೇಗಿದ್ದೀರಾ?" ಕೇಳಿದಳು ಅದೇ ಪ್ರೀತಿಯಿಂದ.

"ನೀವೂ ಅನ್ನೋ ಮರ್ಯಾದೆ ಬೇಡ, ಶರಧಿ ಅಂದರೆ ಸಾಕು. ಚೆನ್ನಾಗಿದ್ದೀನಿ, ನಾನು ಈಗ ಗೆಸ್ಟ್ ಹೌಸ್‌ನಿಂದ ಫ್ಲಾಟ್‌ಗೆ ಶಿಫ್ಟ್ ಆಗಿದ್ದೀನಿ, ನಿಮ್ಗೇ ತಿಳಿಸಬೇಕೆನಿಸ್ತು. ಯಾವಾಗ... ಬರ್ತೀರಾ?" ಕೇಳಿದಳು. ನಿಜವಾಗಿಯು ಶರಧಿ ಫ್ಲಾಟ್‌ಗೆ ಹೋಗಿದ್ದು ಸಂತೋಷದ ವಿಷಯವೆ ಶರಾವತಿಗೆ.

"ತುಂಬ... ತುಂಬಾನೆ ಸಂತೋಷ. ನಾನು ಸತ್ಯ ಹೇಳಿ ಪರ್ಮೀಷನ್ ಪಡೆದು ಅಲ್ಲಿಗೆ ಬರೋದು ಸಾಧ್ಯವಿಲ್ಲ. ನಂಗೆ ಅತ್ಯಂತ ಚಂದವಾಗಿ ಸುಳ್ಳು ಹೇಳೋಕೆ ಬರೋಲ್ಲ. ಅದೇ ಸಮಸ್ಯೆಯಾಗಿರೋದು. ಒಮ್ಮೆ ಬರೋಕೆ ಸಾಧ್ಯವೇನೋ, ನೋಡ್ತೀನಿ... ಹೊಸ... ಹೊಸದು ಅನ್ನಿಸ್ತ ಇರಬೇಕಲ್ಲ. ಆ ಫ್ಲಾಟ್‌ಗೆ ಅಗತ್ಯವಾದ ಪ್ರತಿಯೊಂದನ್ನು ನೀನು ಪರ್‌ಚೇಸ್ ಮಾಡು" ಇಂಥದೊಂದು ದಿವ್ಯ ಸಲಹೆ ಕೊಟ್ಟಳು.

"ಏನು ಬೇಕಿಲ್ಲ, ಫುಲ್ ಫರ್ನಿಷ್ಡ್, ನಂಗೆ ಅದರಲ್ಲೆಲ್ಲ ಆಸಕ್ತಿ ಕಡ್ಮೇ. ನೀನು ಯಾವಾಗ ಬರ್ತೀ ಶರಾವತಿ?" ಇಂಥದೊಂದು ಬೇಡಿಕೆ ಸಲ್ಲಿಸಿದಾಗ "ಸಾರಿ, ಬಂಧನ ಅಲ್ಲ, ಇದು ಅನುಬಂಧದ ಕಾರಂಜಿ. ಅದರೊಳಗಿನ ಬದ್ಕು ಹಿತ. ಅತ್ತೆಗೆ ಇಷ್ಟವಾಗೋಲ್ಲ, ನಿನ್ನಣ್ಣನ ಒಪ್ಗೇ ಸಿಗೋಲ್ಲ. ಮಾವನ್ನ ಕೇಳ ನೋಡ್ತೀನಿ. ಈಗ ಹೇಗೆ ಅನ್ನಿಸುತ್ತೆ?" ಇಂಥದೊಂದು ಕೇಳಿಕೆಗೆ "ಹೇಗೆ... ಹೇಳ್ಲೀ? ಸಮಯ ಬೇಕಾಗುತ್ತದೆ! ಫೋನ್... ಇಡ್ತೀನಿ" ಇಟ್ಟೆ ಬಿಟ್ಟಳು.

ಇಡೀ ಫ್ಲಾಟ್‌ನಲ್ಲೆಲ್ಲ ಓಡಾಡಿದಳು. ಅತ್ಯಂತ ಸೋಫಿಸ್ಟಿಕೇಟೆಡ್. ಆ ಕ್ಷಣ ಅಮ್ಮ, ಅಪ್ಪ, ಮಿಕ್ಕ ಎಲ್ಲರು ಇಲ್ಲೇ ಇದ್ದಿದ್ದರೇ. ಗಲಾಟೆ, ಸಂಭ್ರಮ, ಸಡಗರ, ಅದರ ಹಿಂದೇನೇ ಅಮ್ಮನ ಗೊಣಗುಟ್ಟುವಿಕೆ, ಒಂದು ರೀತಿಯ ಬಿಗುವಿನ ವಾತಾವರಣ, ಅವೆಲ್ಲ ಬೇಡವೆನಿಸಿತು.

ಅಂದಿನ ರಾತ್ರಿ ಶ್ರೀಕಾಂತ್ ಗೆಸ್ಟ್‌ರೂಂನಲ್ಲಿಯೇ ಉಳಿದುಕೊಂಡು ಫೋನ್ ಕೂಡ ಮಾಡಲಿಲ್ಲ. ಹಂಸತೂಲಿಕದಂಥ ಹಾಸಿಗೆ ಆದರೂ ಬೆಳಗಿನ ಜಾವದವರೆಗೆ ನಿದ್ದೆ ಬರದೆ ಓಡಾಡಿದಳು. ಆಮೇಲೆ ಎಚ್ಚರವಾಗುವ ವೇಳೆಗೆ ಮೊಬೈಲ್ ಸದ್ದು ಮಾಡಿತು.

"ಹಲೋ, ಶರಧಿ, ಗೋಕುಲ್‌ದಾಸ್ ಅವ್ರ ಫೈಲ್ ತಗೊಂಡ್ ಬೇಗ ಬಾ. ಮಿಕ್ಕಿದ್ದು ಆಮೇಲೆ ಮಾತಾಡೋಣ" ಅಷ್ಟೇ ಮಾತಾಡಿದ್ದು. ಸ್ವಲ್ಪ ಮೈ ಭಾರವೆನಿಸಿತು ಕೆಲವು ವಿಚಾರಗಳಲ್ಲಿ ಶ್ರೀಕಾಂತ್ ತುಂಬ ಸ್ಟ್ರಿಕ್ಟ್ ಎಂದು ಗೊತ್ತಿತ್ತು. ಅವರಿಬ್ಬರ ಮಧ್ಯ ಸಂಬಂಧ ಬೆಳೆದ ನಂತರವು ಕೆಲಸದಲ್ಲಿ ಯಆವುದೇ ರಿಯಾಯಿತಿ ತೋರುತ್ತಿರಲಿಲ್ಲ. ತಿಂಗಳ ಸಂಬಳದ ಹಣ ಅವಳ ಅಕೌಂಟ್‌ಗೆ ಜಮಾ ಆಗುತ್ತಿತ್ತು.

ಬೇಗ ಸ್ನಾನ ಮುಗಿಸಿ ಕನ್ನಡಿಯ ಮುಂದೆ ನಿಂತಾಗ "ಸಿಂಪ್ಲೀ ಸೂಪರ್ಬ್, ನೀನು ಈ ಸೀರೆಯಲ್ಲಿ ತುಂಬ ಸುಂದರವಾಗಿ ಕಾಣ್ತೀಯ" ಎಂದು ಅವಳನ್ನು ಸಮೀಪಿಸಿದ್ದು ನೆನಪಾಗಿ ಮೈ ಮನಗಳು ಪುಳಕಗೊಂಡವು. ಆ ಕ್ಷಣಗಳೇ ರೋಮಾಂಚನ ಶ್ರೀಕಾಂತ್ ಅಗತ್ಯ ತನಗೆ ಇದೆ.

ತೊಟ್ಟ ಸಲ್ವಾರ್ ಕಮೀಜ್ ಬಿಚ್ಚಿ ಸೀರೆಯಿಟ್ಟು ಮೇಕಪ್ ಮಾಡಿಕೊಂಡು ಫ್ಲಾಟ್‌ನಿಂದ ಹೊರ ಬರುವ ವೇಳೆಗೆ ಡ್ರೈವರ್ ಬಾಲ್ಕನಿಯಲ್ಲಿ ನಿಂತದ್ದು ಕಾಣಿಸಿತು. ಯೂನಿಫಾರಂನಲ್ಲಿದ್ದ ಅವನು ಸೆಲ್ಯೂಟೊಡೆದ. ಕಿರು ನಗು ಬೀರುವುದು ಇವಳ ಪದ್ಧತಿಯಲ್ಲ. ಯಾರೊಂದಿಗೂ ಅಂಥ ಸ್ನೇಹ, ಸಲಿಗೆ ಇರಲಿಲ್ಲ.

"ಮಲೆ ಬೆನ್ನೂರಿನ ಷೂಟಿಂಗ್ ಸ್ಪಾಟ್ ಬಳಿ ಇರ್ತೀನೀಂದ್ರು ನೇರವಾಗಿ ಅಲ್ಲಿಗೆ ಹೋಗಬೇಕ್. ಅವರು ಸಿಟಿ ಬಿಟ್ಟು ಒಂದ್ಗಂಟೆ ಆಯಿತು" ಡೋರ್ ತೆಗೆದು ನಿಂತು ಹೇಳಿದ. "ಸರಿ..." ಅಷ್ಟೇ ನುಡಿದು ಸೀಟಿನ ಮೇಲೆ ಜಾರಿದಳು. ಶ್ರೀಕಾಂತ್‌ನ ನಿಲುವು, ಮಾತಿನ ವೈಖರಿ ಎಲ್ಲವು ಅದ್ಭುತವೇ. ಅವನ ಜೊತೆಗಿನ ಕೆಲಸ ತುಂಬ ಇಷ್ಟವಾಗಿತ್ತು. 'ಹಕ್ಕು ಅಧಿಕಾರ ಇಲ್ಲದ ಜೊತೆಗಾರ' ಮನದ ಮೂಲೆಯಲ್ಲಿನ ಯಾವುದೋ ದನಿ ಇದನ್ನು ಸ್ಪಷ್ಟಪಡಿಸಿದಾಗ ಬೆವತಳು.

ಇಂದು ಊದು ಬತ್ತಿ ಪ್ರಾಡಕ್ಟ್‌ಗಾಗಿ ತಾನೇ ಷೂಟಿಂಗ್ ಮಾಡುತ್ತಿದ್ದ. ಕ್ಯಾಮರ ಹಿಡಿದೇ ಅಡ್ವಾರ್ಟೈಸಿಂಗ್ ಪ್ರಪಂಚಕ್ಕೆ ಕಾಲಿಟ್ಟಿದ್ದು. ನಂತರ ಈ ಮಟ್ಟಕ್ಕೆ ಬರಲು ಅಮೂಲ್ಯ ತಂದೆಯೆ ಕಾರಣ! ಅದಕ್ಕೆ ಕಾರಣ ಸ್ವಾರ್ಥ! ತಮ್ಮ ಮಗಳು ಮೆಚ್ಚಿದ ಗಂಡು ಉತ್ತಮ ಉದ್ಯೋಗದಲ್ಲಿ ಇರಬೇಕೆಂಬ ಕನಸ್ಸು ಅವರದು.

ನಟಿಸುತ್ತಿದ್ದ ಮಾಡೆಲ್ ಕಲಾ ಚಿಟ್ಟಪ್ಪ ಬಂದು ಅವಳ ಕಿವಿಯಲ್ಲಿ ಉಸುರಿದಳು. "ಅವರೇ ಅಮೂಲ್ಯ ಮೇಡಮ್. ಇಂದು ಅವರೊಂದಿಗೆ ಬಂದಿದ್ದಾರೆ" ನಿಧಾನವಾಗಿ ಶರಧಿ ಎದೆ ಬಡಿತ ಏರಿತು. ಅವಳು ಶ್ರೀಕಾಂತ್‌ನ ಪತ್ನಿಯಾಗಿದ್ದವಳು. ವಿದೇಶದಲ್ಲಿ ಇದ್ದ ಈ ಆ್ಯಡ್ ಕಂಪನಿಯ ಒಬ್ಬ ಪಾರ್ಟನರ್ ಅವಳ ತಂದೆ. ಎಷ್ಟೋ ಸಲ ಈ ಕಂಪನಿ ಬಿಡಲು ಉದ್ದೇಶಿಸಿದ್ದರು. ಶ್ರೀಕಾಂತ್‌ಗೆ ಸಾಧ್ಯವಾಗಿರಲಿಲ್ಲ. ಅದರಿಂದ ತಂದೆಯ ಜೊತೆ ಬರೋ ಅಮೂಲ್ಯ ದರ್ಶನವಾಗುತ್ತಿತ್ತು. 'ಹಲೋ ಹಲೋ' ಅಷ್ಟರಲ್ಲಿ ಮಾತುಕತೆ ಮುಗಿಯುತ್ತಿತ್ತು. ನೇರವಾಗಿ ಮಕ್ಕಳ ಬಗ್ಗೆ ಕೂಡ ವಿಚಾರಿಸುತ್ತಿರಲಿಲ್ಲ.

ಷೂಟಿಂಗ್ ಮುಗಿದು ವಿಶ್ರಾಂತಿಗೆ ಮರಳಿದಾಗ ಒಂದು ದೊಡ್ಡ ಆಲದ ಮರದ ಕೆಳಗೆ ಕೇನ್ ಛೇರ್‌ನ ಮೇಲೆ ಕೂತಿದ್ದ ಅವಳು ಒಂದು ತರಹ ನೋಟ ಬೀರಿದಳು. ಎಷ್ಟೇ ಜಗಳವಿದ್ದರೂ ಶ್ರೀಕಾಂತ್‌ಗೆ ಸ್ವತಂತ್ರ ಕೊಡಲು ಅವಳು ಇಚ್ಛಿಸಿರಲಿಲ್ಲ. ಅವನ ಬಗ್ಗೆ ಈಗಲೂ ಪೊಸೆಸ್ಸಿವ್.

"ಹಲೋ, ಶ್ರೀಕಾಂತ್" ಎಂದಳು ಒಂದು ತರಹ.

"ಹಲೋ ಮೇಡಮ್..." ಅಂದವ ಇನ್ನೊಂದು ಕಡೆ ಗುಂಪಾಗಿ ಛೇರ್‌ಗಳನ್ನು ಹಾಕಿದ್ದ ಕಡೆ ಹೋಗಿ ಕೂತಿದ್ದು. ಮಾತಾಡುವಂಥದೇನಿರಲಿಲ್ಲ "ಆ ಫೈಲ್ ಕೊಡು" ಎಂದು, ಶರಧಿ ಕೊಟ್ಟ ಫೈಲ್‌ನ ತೆರೆದಿಟ್ಟುಕೊಂಡು ಕೂತ. ಅಮೂಲ್ಯ ನೆನಪೇ ಅವನನ್ನು ಹಿಂಸಿಸುತ್ತಿತ್ತು. ಅಂಥದ್ದರಲ್ಲಿ ಅವಳು ಎದುರಾದರೇ, ಕೊಲೆ ಇಲ್ಲ ಆತ್ಮಹತ್ಯೆ ಎನ್ನುವ ತೀರ್ಮಾನಕ್ಕೆ ಬಂದುಬಿಡುತ್ತಿತ್ತು ಮನಸ್ಸು. ಈಗ ಕೂಡ ವಿಚಲಿತನಾದ. ಈ ಸ್ಥಳದಿಂದ ದೂರ ಹೋಗಬೇಕು. ಅದನ್ನು ಅವಳು ಪಲಾಯನವೆಂದು ತಿಳಿದು ಹಂಗಿಸುತ್ತಾಳೆ.

ಒಂದಿಷ್ಟು ಚೇತರಿಸಿಕೊಂಡು "ಕೂತ್ಕೋ, ಶರಧಿ" ಎಂದ ಸಿರಿಯಸ್ಸಾಗಿ. ಕ್ಷಣ ಬೆವತಳು. ಅಲ್ಲೇ ಒಂದು ಛೇರ್ ಎಳೆದುಕೊಂಡು ಕೂರುವ ವೇಳೆಗೆ ಡೈರೆಕ್ಷನ್ ವಿಂಗ್‌ನ ಪೂರ್ತಿ ಜನ ಬಂದು ಅಲ್ಲು ಸುತ್ತಲೂ ನಿಂತಾಗ ಕೂಡುವಂತೆ ಸನ್ನೆ ಮಾಡಿದ. ಶ್ರೀಕಾಂತ್ ಚಿತ್ರೀಕರಣದ ಬಗ್ಗೆ ವಿವರಿಸತೊಡಗಿದ. ಪ್ರೀತಿ ಇದ್ದ ಪ್ರೊಫೆಷನ್ ಆದುದ್ದರಿಂದ ಡೈರೆಕ್ಷನ್ ಕಡೆ ಅವನ ಒಲವು.

"ಅವರು ನಿಮ್ಹತ್ರ ಮಾತಾಡಬೇಕೂಂದ್ರು" ಎಂದ ತಲೆ ಕೆರೆದುಕೊಳ್ಳುತ್ತ ಫೋಟೋಗ್ರಾಫರ್ "ಏನಂತೆ..." ಅಂದವ ಕೈಯೆತ್ತಿ "ನಾನೇ... ಕೇಳ್ತೀನಿ" ಫೈಲ್ ಶರಧಿಯ ಕೈಗೆ ಕೊಟ್ಟು ಅಮೃತ ಸೇನ್ ಕುಳಿತಿದ್ದತ್ತ ಬಂದ "ಹಲೋ, ಸರ್" ಎಂದು ಛೇರ್ ಎಳೆದುಕೊಂಡು ಕೂತ. ವಿಚಲಿತನಾಗಲಿಲ್ಲ.

ಕೆಲವು ವಿದೇಶಿ ಕಂಪನಿಯವರು ತಮ್ಮ ಪ್ರಾಡಕ್ಟ್‌ಗೆ ಆ್ಯಡ್ ಮಾಡಿಕೊಡಲು ಕೊಟ್ಟ ಅಸೈನ್‌ಮೆಂಟ್ ಬಗ್ಗೆ ವಿವರಿಸಿ "ನೀನೇ, ಅವರೊಂದಿಗೆ ಮಾತಾಡು. ಇದರಲ್ಲಿ

ಸಕ್ಸಸ್ ಕಂಡರೇ, ನಮ್ಮ ಕಂಪನಿಗೆ ಇಂಟರ್‌ನ್ಯಾಷನಲ್ ಲೆವಲ್ ರೆಕ್ಮಂಟೇಷನ್ ಸಿಗುತ್ತೆ" ಅದಕ್ಕೆ ಸಂಬಂಧಿಸಿದಂತೆ ಮಾತಾಡಿದವರು ಮೇಲಕ್ಕೆದ್ದಾಗ ತಾನು ಮೇಲೆದ್ದ ಅಗತ್ಯಕ್ಕಿಂತ ಹೆಚ್ಚಿಗೆ ಗೌರವ ಕೊಡಲಾರ.

"ನಿನ್ಹತ್ರ ಅಮೂಲ್ಯ ಮಾತಾಡಬೇಕೂಂದ್ಲು" ಹೇಳಿದರು.

"ನನ್ನ ಹತ್ರನ..." ಅಂದವನ ಮುಖದ ನರಗಳು ಬಿಗಿದುಕೊಂಡವು. "ಮಾತಾಡಿ, ನಂಗೆ ಇಲ್ಲೆಲ್ಲ ನೋಡಬೇಕೂಂತ ಅನಿಸಿದೆ" ಎದ್ದು ಹೋದರು. ಅವನ ಹುಬ್ಬುಗಳು ಸೆಟೆದುಕೊಂಡವು. ಅನಿವಾರ್ಯವೆನ್ನುವಂತೆ ಕೂತ. ಅವಳ ಚೆಲುವಾದ ಮುಖವನ್ನು ನೋಡುವುದು ಕೂಡ ಅವನಿಗೆ ಇಷ್ಟವಿಲ್ಲ. ಅಷ್ಟೊಂದು ಕಹಿ!

"ಏನು ವಿಷ್ಯ?" ಕೇಳಿದ ಬೇರೆಡೆ ನೋಟ ಹರಿಸಿ.

"ನಂಗೆ ನೀವು ತುಂಬ ಹೆದರುತೀರಾ!"

ಅವಳ ಸ್ವಭಾವ ಬಲ್ಲ ಶ್ರೀಕಾಂತ್ ಊಭ, ಶುಭ ಅನ್ನಲಿಲ್ಲ. ಎರಡು ಸಲ ಕೈಯಲ್ಲಿದ್ದ ವಾಚ್ ಕಡೆ ನೋಟ ಹರಿಸಿ ಆಫ್ ಮಾಡಿದ ಮೊಬೈಲ್‌ನ ಆನ್ ಮಾಡಿದ.

"ಹೇಳಿ" ಕೇಳಿದ.

"ನಿಮ್ಗೇ ಮಕ್ಕಳನ್ನು ನೋಡಬೇಕೂಂತ ಅನ್ನಿಸೋಲ್ವ?" ಚಾಟಿಯೇಟಿನಂತೆ ಪ್ರಶ್ನಿಸಿದಳು "ಇಲ್ಲ..." ಎಂದು ಮೇಲಕ್ಕೆದ್ದು ಹೊರಟ. ಅವನಿಗೆ ನೋವಾಗಬೇಕೆಂದು ಅವಳ ಮನ ತಪಿಸುತ್ತಿತ್ತು. ಅಂತಹ ಸಮಯಕ್ಕಾಗಿ, ಇದು ನಿರೀಕ್ಷೆಯೇ.

ಕೆಲವು ಇನ್‌ಸ್ಟ್ರಕ್ಷನ್ ಕೊಟ್ಟವನೆ ಕಾರು ಹತ್ತಿದ, ಅವನ ಮೂಡ್ ಪೂರ್ತಿ ಕೆಟ್ಟು ಹೋಯಿತು. ಅವನು ಇಲ್ಲಿಗೆ ಬರುವ ಅಗತ್ಯವೇನು ಇರಲಿಲ್ಲ. ಪ್ರತಿಯೊಂದು ಪ್ರಾಜೆಕ್ಟ್ ಕಲಾತ್ಮಕವಾಗಿರಬೇಕೆಂಬ ಹಂಬಲ ಅವನದು. ಅದಕ್ಕೆ ಹೆಚ್ಚಿನ ಶ್ರಮ ತೆಗೆದುಕೊಳ್ಳುತ್ತಿದ್ದ. ಪೂರ್ಣ ಪ್ರಯಾರಿಟಿ ಪ್ರೊಫೆಷನ್‌ಗೇನೇ.

ಇಂದಿನ ಯುವ ಪೀಳಿಗೆ ಹೆಚ್ಚು ಆಕರ್ಷಿತವಾಗಿರುವ ಕ್ಷೇತ್ರ. ಗ್ಲಾಮರ್‌ನದೇ ಹುಚ್ಚಾಟ. ಇದರ ಕಲಾತ್ಮಕತೆಯನ್ನು ಗುರುತಿಸಿದವರು ಕಡಿಮೆ. ಆದರೆ ಶ್ರೀಕಾಂತ್‌ನದು ಡಿಫರೆಂಟ್ ಮನಸ್ಥತ್ವ, ಪ್ರತಿಯೊಂದು ಅರ್ಥಪೂರ್ಣವಾಗಿರಬೇಕೆಂಬ ಹಂಬಲ.

ಒಂದು ತಿರುವಿನಲ್ಲಿ ಕಾರು ನಿಲ್ಲಿಸಿದ ಶ್ರೀಕಾಂತ್ ಇಳಿದು ಹೋಗಿ ದಟ್ಟವಾದ ಮರದ ಕೆಳಗೆ ನಿಂತು ಸಿಗರೇಟು ಹಚ್ಚಿದ. ಹೊಗೆಯಲ್ಲಿ ತೇಲಿದ್ದು ಅಮೂಲ್ಯ, ಅವಳ ಸುಂದರ ರೂಪದಲ್ಲಿ ಹುದುಗಿರುವುದು ರಾಕ್ಷಸತ್ವ, ಅಸೂಯೆ, ಅನುಮಾನ ಅವಳನ್ನು ಕುರೂಪಿಗಳ ಸ್ಥಾನದಲ್ಲಿ ನಿಲ್ಲಿಸಿತ್ತು. ಬಂದ ಕೋಪವನ್ನು ಅವುಡು ಕಚ್ಚಿ ನುಂಗಿದ.

ಶರಧಿ ಇಳಿದು ಹೋಗಿ ಅವನ ಪಕ್ಕ ನಿಂತಳು.

"ತುಂಬ ಡಿಸ್ಟರ್ಬ್ ಆಗಿದ್ದೀರಿ" ಮೆಲ್ಲಗೆ ಪ್ರಾರಂಭಿಸಿದಾಗ ಹೌದು ಎನ್ನುವಂತೆ

ತಲೆದೂಗಿ "ಅಮೃತ ಸೇನ್ ಮಗ್ಳು, ಅಮೂಲ್ಯ ಹೆಂಡತಿಯಾಗಿದ್ದವಳು" ಹೇಳಿದ. ಯಾರ ಮುಂದಾದರು ಹೇಳಿಕೊಳ್ಳಬೇಕೆನ್ನುವ ಒತ್ತಡ ಅವನಲ್ಲಿ ಮೂಡಿತ್ತು.

"ವೆರಿ ಬ್ಯೂಟಿಫುಲ್..." ಅಂದಳು ಮೆಲ್ಲಗೆ. ಶ್ರೀಕಾಂತ್ ನಕ್ಕು ಬಿಟ್ಟ. ಅವನ ನಗುವಿನಲ್ಲಿ ನೋವು, ಜಿಗುಪ್ಸೆ, ರೋಷ ಎಲ್ಲಾ ಇತ್ತು. "ಅವಳಲ್ಲಿ ಹೆಣ್ತನದ ಮೃದುತ್ವವೇ ಇಲ್ಲ, ಡೇವಿಲ್. ಅವಳ ಜೊತೆಯಲ್ಲಿ ಕಳೆದ ರಸಗಳಿಗೆಗಳನ್ನು ಲೆಕ್ಕ ಹಾಕ್ಕೋಬಹುದು. ಶತ್ರುವಿನ ತರಹ ಹೋರಾಟ ನಡೆಸಿದ್ದಾಳೆ" ಯಾವುದೋ ಒಂದು ಘಟನೆಯನ್ನು ನೆನಪಿಸಿಕೊಂಡ.

ವಿವಾಹದ ಕೆಲವು ತಿಂಗಳುಗಳನ್ನು ಮಾತ್ರ ಕಳೆದಿದ್ದ ಸಮಯ. "ಶ್ರೀಕಾಂತ್ ಇವತ್ತು ನೀವೆಲ್ಲು ಹೋಗಬಾರದು" ಬೆಳಿಗ್ಗೆಯೇ ವರಾತ ಆರಂಭಿಸಿದ್ದಳು. 'ವರ್ಷ ಆ್ಯಡ್' ಕಂಪನಿಯ ಡೈರೆಕ್ಷನ್ ವಿಂಗ್‌ನಲ್ಲಿ ಕೆಲಸ ಮಾಡುತ್ತಿದ್ದ ದಿನಗಳು. ಆಯುರ್ವೇದಿಕ್ ಸುಗಂಧಿತ ತೈಲದ ಸಲುವಾಗಿ ಆ್ಯಡ್ ಫಿಲಂ ಮಾಡಬೇಕಾಗಿತ್ತು.

ಅದೊಂದು ದೊಡ್ಡ ಪ್ರಾಜೆಕ್ಟ್, ಜೊತೆಗೆ ಛಾಲೆಂಜಿಂಗ್ ಕೂಡ. ಅದಕ್ಕಾಗಿ ಸಾಕಷ್ಟು ತಲೆ ಕೆಡಿಸಿಕೊಂಡಿದ್ದ. ಸೂಕ್ತ ಸಮಯದಲ್ಲಿ ಪ್ರಾಜೆಕ್ಟ್ ಮುಗ್ಸಿ ಕೊಡದಿದ್ದರೇ, ಅವರು ಕೋರ್ಟು ಮೆಟ್ಟಲು ಹತ್ತಿ ಡೆಮರೇಜ್ ಕ್ಲೇಮ್ ಮಾಡಬಹುದಿತ್ತು. ಅದನ್ನೆಲ್ಲ ಅರ್ಥವಾಗುವಂತೆ ಹೇಳಿದ.

"ಪರ್ಸನಲ್ ಲೈಫ್ ಜೊತೆ ಪ್ರೊಫೆಷನ್ ಕೂಡ ಅಷ್ಟೆ ಮುಖ್ಯ ಇದ್ನ ಗ್ರೇಟ್ ಅಮೃತಸೇನ್ ಮಗಳಿಗೆ ಹೇಳಬೇಕಾಗಿಲ್ಲ. ಈ ಪ್ರಾಜೆಕ್ಟ್ ಮುಗ್ಯೋ ವರ್ಗೂ ನೋ ಫ್ರೀ" ಎಂದ. ಅವಳು ಪೂರ್ತಿ ಹಟಕ್ಕೆ ಬಿದ್ದಳು "ನೋ, ಬೇರೆಯವ್ರಿಗೆ ವಹಿಸಿ, ಡ್ಯಾಡ್ ಮನಸ್ಸು ಮಾಡಿದ್ರೆ. ನೀವೇ... ಒಂದು ಕಂಪನಿ ತೆಗೀಬಹ್ದು. ಬೇರೆಯವ್ರಿಗೆ ವಹಿಸಿ" ನಿರ್ಲಕ್ಷ್ಯದ ಮಾತಿಗೆ ರೇಗಿತ್ತು. ಇದು ಅವನಿಗೆ ಇಷ್ಟವಾಗದು ಕೂಡ.

"ಹತ್ತು ವರ್ಷದ ನಂತರ ಆ ಬಗ್ಗೆ ಯೋಚ್ಸೋಣ. ನಾನು ತುಂಬ ಇಷ್ಟಪಟ್ಟು ಆಯ್ಕೆ ಮಾಡ್ಕೊಂಡೆ ಈ ಪ್ರೊಫೆಷನ್" ಹೇಳಿದ ಮತ್ತು ಹೊರಟೇ ಬಿಟ್ಟ.

ಅಂದಿನಿಂದಲೆ ಷುರುವಾಯಿತು. ಆದಷ್ಟು ಅವನನ್ನು ತನ್ನೊಂದಿಗೆ ಕಟ್ಟಿ ಹಾಕುವ ಪ್ರಯತ್ನ ಮಾಡಿದಳು. ಪ್ರತಿ ರಾತ್ರಿ ಅವಳ ಬಯಕೆ ಹೆಮ್ಮರವಾಗುತ್ತಿತ್ತು. ತೀರಾ ದಣಿದಾಗ, ಮೂಡ್‌ಕೆಟ್ಟಾಗ ಕೂಡ ಬಲವಂತ ಮಾಡುವುದರ ಜೊತೆಗೆ ವ್ಯಂಗ್ಯವಾಡುತ್ತಿದ್ದಳು. ತೀರದ ಅನುಮಾನ! ಬೇರೆ ಮಾಡಲ್‌ಗಳ ಜೊತೆಗೆ ಸಂಬಂಧಗಳು ಕಲ್ಪಿಸುತ್ತಿದ್ದಳು. ಇಷ್ಟರ ಮಧ್ಯೆ ಎರಡು ಮಕ್ಕಳಾಯಿತು. ಆದರೂ ಅವಳಲ್ಲಿ ಬದಲಾವಣೆ ಬರಲಿಲ್ಲ. ತಾಯ್ತನ ಕೂಡ ಅವಳ ಸ್ವಭಾವ, ನಡವಳಿಕೆಯನ್ನು ಬದಲಾಯಿಸಲಾಗಲಿಲ್ಲ.

ಮಕ್ಕಳಿಂದ ಅವನನ್ನು ದೂರವಿಟ್ಟಳು. ಚಿತ್ರ ಹಿಂಸೆಯನ್ನು ಕೊಟ್ಟಳು. ಜೊತೆಯಲ್ಲಿದ್ದಾಗ ಒಂದು ತರಹ, ಹೊರಗೆ ಹಓದಾಗ ಇನ್ನೊಂದು ರೀತಿಯಲ್ಲಿ ಕಾಡೋಕೆ ಷುರು ಮಾಡಿದಾಗ ತೀರಾ ವಿಚಲಿತನಾದ. ವಿವಾಹದ ಬಗ್ಗೆ ಶ್ರೀಕಾಂತ್‌ಗೆ

ಗೌರವವಿತ್ತು. ಅದೆಲ್ಲ ವಿಧವಿಧವಾಗಿ ಇದರಿಂದ ಬಿಡುಗಡೆಯಾದರೇ ಸಾಕೆಂದು ತೊಳಲಾಡಿದ್ದ.

ಡೈವೋರ್ಸ್ ಸಿಕ್ಕಿತ್ತು. ಆದರೆ ಅಮೂಲ್ಯ ನೆನಪಿನಿಂದ ವಿಮುಕ್ತಿ ಆಗಲಿಲ್ಲ. ಇದು ವೈವಾಹಿಕ ಜೀವನದ ಒಂದು ದುರಂತ ಕತೆ.

* * *

ಪಚ್ಚಿಗೆ... ಪದ್ಮನಾಭನಿಗೆ ವಾರದಿಂದ ವೈರಲ್ ಫೀವರ್. ಮನೆಯವರೆಲ್ಲ ಎಷ್ಟು ಕಂಗೆಟ್ಟು ಬಿಟ್ಟಿದ್ದರೆಂದರೆ ಊಟ, ತಿಂಡಿಯ ಕಡೆ ಗಮನವನ್ನೆ ಕೊಡಲಿಲ್ಲ. ಫ್ರಿಡ್ಜಿನಲ್ಲಿಟ್ಟಿದ್ದನ್ನು ಬಡಿಸಲು ನಿರಾಕರಿಸುತ್ತಿದ್ದ ಸುಬ್ಬಲಕ್ಷ್ಮಿ, ಅದೇ ಸಾರು, ಹುಳಿಯನ್ನು ಬಿಡಿ ಮಾಡಿ ಬಡಿಸಿದರೆಂದರೆ ಪೂರ್ತಿ ತಲೆ ಕೆಡಿಸಿಕೊಂಡು ಬಿಟ್ಟಿದ್ದರು.

ಹಿಂದಿನ ದಿನ ಜ್ವರ ಸ್ವಲ್ಪ ಕಡಿಮೆಯಾಗಿತ್ತು. ಡಾಕ್ಟರ್ ಕೂಡ ಪರವಾಗಿಲ್ಲ ಎಂದಿದ್ದರಿಂದ ಮನೆಯವರು ಸ್ವಲ್ಪ ಗೆಲುವಾದರು. ನಾಲ್ಕು ದಿನ ಆಫೀಸ್‌ಗೆ ರಜ ಹಾಕಿ ಮಗನ ಪಕ್ಕ ಶ್ರೀಧರ, ನಿಶ್ಚಿಂತೆಯಿಂದ ಆ ಆಫೀಸ್‌ಗೆ ಹೋದ ಕೂಡಲೇ ರಾಮೂರ್ತಿ, ಸುಬ್ಬಲಕ್ಷ್ಮಿಯವರು ಬಂಧುಗಳ ಮನೆಯ ಸತ್ಯನಾರಾಯಣ ಪೂಜೆಗೆ ಹೋದಾ ಹೋದಾಗ ಶರಾವತಿ ಬಂದು ಮಗನ ಬಳಿ ಕೂತಳು.

ಫೋನ್ ಸದ್ದಾಯಿತು. ಶರಧಿಯ ನೆನಪಿನಿಂದಲೇ ಹೋಗಿ ಫೋನ್ ಎತ್ತಿದ್ದು "ಹಲೋ, ಅತ್ತಿಗೆ... ಮೇಡಮ್ ಸುಬ್ಬಲಕ್ಷ್ಮಿಯವರು ಪತಿ ಸಮೇತ ಅನಂತ ಚಿಕ್ಕಪ್ಪನ ಮನೆಯ ಸತ್ಯನಾರಾಯಣ ಪೂಜೆಗೆ ಹೋಗಿದ್ದಾರ? ಎಂದೋ ರಾಜಾಮಾಲ್‌ನಲ್ಲಿ ಸಿಕ್ಕಾಗ ಮೊಬೈಲ್ ನಂಬರ್ ಕೊಟ್ಟಿದ್ದೆ. ನಂಗೂ ಪೂಜೆಗೆ ಆಹ್ವಾನ ಕೊಟ್ಟಿದ್ರು" ಇವಳು 'ಹಲೋ' ಎನ್ನುವ ಮೊದಲೆ ಎಲ್ಲಾ ಹೇಳಿ ಮುಗಿಸಿದಾಗ ಶರಾವತಿಗೆ ಅಚ್ಚರಿಯೆನಿಸಿತು. "ನಾನೇನು ಹೇಳೋದು ಇಲ್ಲ. ಎಲ್ಲಾ ನೀನೇ ಹವಳಿದ್ದಿ, ಹೇಗಿದ್ದೀಯಾ? ಈಚೆಗೆ ಫೋನ್ ಮಾಡೋದು ಪೂರ್ತಿ ನಿಲ್ಲಿಸಿದ್ದೀಯ! ಅದಕ್ಕೆ ಕಾರಣ ಅವಳಿಗೆ ಗೊತ್ತಿದ್ದರಿಂದ, ದೊಡ್ಡದಾದ ಆಕ್ಷೇಪಣೆಯೇನಲ್ಲ.

"ಫೈನ್, ನಾನು ಅಂದ್ಕೊಂಡ ಲೈಫ್ ನಂಗೆ ಸಿಕ್ಕಿದೆ, ಮನೆಗೆ ಬರೋಣಾಂತ ಇದ್ದೀನಿ" ಹೇಳಿದಳು. ಶರಾವತಿಗೆ 'ಅಯ್ಯೋ' ಎನಿಸಿತು. ಫೋನಿಟ್ಟು ಬಿಟ್ಟಳು. ಈಗ ಅಂತಹ ಸಡಗರವೇನಿಲ್ಲ. ವಿವಾಹವಾಗಿ ಗಂಡನ ಮನೆಗೆ ಹೋಗಿ ತವರಿಗೆ ಬಂದಾಗ ಸುಖದ ಕ್ಷಣಗಳು. ಈಗ... ಅಂಥ ಭಾಗ್ಯ ಶರಧಿಗೆ ಇಲ್ಲ!

ಶರಾವತಿ ಒಂದು ರೀತಿಯ ಟೆನ್ಷನ್‌ಗೆ ಒಳಗಾದಳು. ಇಷ್ಟವಿತ್ತೋ, ಇಲ್ಲವೋ... ಶರದಿ ಬಗೆಗಿನ ಸಿಡಿಮಿಡಿ ಕಮ್ಮಿಯಾಗಿರಲಿಲ್ಲ. ಪ್ರಸ್ತಾಪವಾದಾಗಲೆಲ್ಲ ಮನೆಯ ವಾತಾವರಣದಲ್ಲಿ ಬಿಸಿಯೇರುತ್ತಿತ್ತು. ಈಗ ಅವಳು... ಬಂದರೇ?

ಮೂರು ನಾಲ್ಕು ಸಲ ಒಳಕ್ಕೂ ಹೊರಕ್ಕೂ ಓಡಾಡಿದಳು. ಆಮೇಲೆ ಮಾವನ

ಮೊಬೈಲ್‌ಗೆ ಫೋನ್ ಮಾಡಿ. "ಮಾವ, ಒಂದ್ವಿಷ್ಯ ಕನ್‌ಫರ್ಮ್ ಮಾಡ್ಕೊಬೇಕು. ಶರಧಿ ಈ ಮನೆಯ ಮಗಳು. ಅವಳ ಅನಿಸಿಕೆ, ನಡವಳಿಕೆ ನಿಮಗೆ ಇಷ್ಟವಾಗಲೀ, ಬಿಡಲೀ. ಈ ಮನೆಗೆ ಬರುವ ಹಕ್ಕು ಅವಳಿಗೆ ಇರುತ್ತಲ್ಲ. ಇನ್ನೊಂದು ಮುಖ್ಯವಾದ ವಿಚಾರ. ಹಿಂದೂ ಸಂಪ್ರದಾಯ, ಭಾರತೀಯ ಪರಂಪರೆಗೆ ಅನುಗುಣವಾಗಿ ನಾವು ವಿವಾಹ ಮಾಡಿ ಇಲ್ಲಿಂದ ಅವಳನ್ನು ಕಳುಹಿಸಿ ಕೊಟ್ಟಿಲ್ಲ. ಅಲ್ಲಿನ ಬಂಧನ ಶಾಶ್ವತವೆನಿಸಿದಾಗ ಇಲ್ಲಿನ ಹಕ್ಕು ಸ್ವಲ್ಪ ಮೊಟಕಾಗುತ್ತೆ, ಸದ್ಯಕ್ಕೆ ಅದು... ಆಗಿಲ್ಲ. ಆದರಿಂದ ಈ ಮನೆಯ ಹೆಣ್ಣು ಮಗಳಿಗೆ ಬಂದು ಹೋಗುವ ಹಕ್ಕು ಇರುತ್ತಲ್ಲ" ಸೊಸೆಯ ಮಾತುಗಳನ್ನ ಅತ್ಯಂತ ಶ್ರದ್ಧೆಯಿಂದ ಕೇಳಿಸಿಕೊಂಡರು.

ಸುಬ್ಬಲಕ್ಷ್ಮಿ ಹೆಂಗಳೆಯರ ಮಧ್ಯೆ ಕೂತು ಸತ್ಯನಾರಾಯಣ ಕತೆಯನ್ನು ಅತ್ಯಂತ ಶ್ರದ್ಧೆ – ಭಕ್ತಿಯಿಂದ ಆಲಿಸುತ್ತಿದ್ದದ್ದನ್ನು ಗಮನಿಸಿ ಹೊರಬಂದರು.

"ಈಗೇನು, ವಿಷ್ಯ?" ಕೇಳಿದರು ಸೊಸೆಯನ್ನು, ಅವಳು ಎರಡೇ ಮಾತಿನಲ್ಲಿ ತಿಳಿಸಿದಾಗ "ಮನೆ, ಮನೆತನದ ಮಾನ, ಮರ್ಯಾದೆಯನ್ನು ಗೌರವಿಸದ ಹೆಣ್ಣಿಗೆ ಯಾವ ಹಕ್ಕು ಇರೋಲ್ಲ. ಶರಧಿಯೇನು ಬರೋದು ಬೇಡ. ಯಾವುದೇ ಮತ, ಧರ್ಮ, ಜಾತಿಯ ಗಂಡನ್ನ ಮಗಳು ವಿವಾಹವಾಗಿದ್ದರೇ, ಖಂಡಿತ ಹೆತ್ತವರು ಕ್ಷಮಿಸಬಹುದು. ಇದು ದೊಡ್ಡ ಅಪರಾಧ ಕಣೇ, ಶರಾವತಿ. ನನ್ನ ಮಗಳು ಅವಳ ಬಾಸ್ ಜೊತೆ ಇದ್ದಾಳೇಂತ ಹೇಗೇ ಹೇಳಿಕೊಳ್ಳೋದು? ಯಾರಾದ್ರೂ ಕೇಳಿಯಾರೆಂದು ಜೀವ ಕೈಯಲ್ಲಿಡಿದು ಜನರ ಮುಂದೆ ನಿಲ್ಲೋಂಥ ಪರಿಸ್ಥಿತಿಯಲ್ಲಿ ಇದ್ದೀವಿ. ನಮ್ಮನ್ನು ಬದುಕದಂಗೆ ಸಾಯೋಂಗೆ ಮಾಡಿಬಿಟ್ಟಳು." ಅವರ ಆರ್ದ್ರತೆ ತುಂಬಿದ ದನಿ ಅವಳಿಗೆ ಕೇಳಿಸಿತು. ಆದರೆ ಮಿಡಿದ ಕಣ್ಣೀರು ಕಾಣಲಿಲ್ಲ. ಮಧ್ಯಮ ದರ್ಜೆಯ ಮರ್ಯಾದಸ್ಥ ಕುಟುಂಬದ ಯಜಮಾನನಿಗೆ ಮಾನ ಮರ್ಯಾದೆಯೆ ಮುಖ್ಯ.

ಶರಾವತಿಯ ಕಣ್ಣಲ್ಲಿ ಕೂಡ ಕಂಬನಿ ಗುಟ್ಟಾಗಿ ಮಿಸುಕಾಡಿತು. ಕ್ಷಣ ಕ್ಷಣದ ನೆನಪಿನಲ್ಲಿ ಇದ್ದ ಶರಧಿಯ ಭವಿಷ್ಯದ ಬಗ್ಗೆ ಆತಂಕ, ಅವಳ ಈ ನಿರ್ಧಾರವನ್ನು ಹೇಗೆ, ಸಮಾಜಕ್ಕೆ ಅರ್ಥೈಯಿಸುವುದೆನ್ನುವ ಚಡಪಡಿಕೆ. ಅಲ್ಲಿ ಇಣುಕುತ್ತಿದ್ದುದ್ದು. ನಿಸ್ಸಾಯಕತೆಯ ನೆರಳು, ಪರಂಪರೆಯಲ್ಲಿಲ್ಲದ ಈ ಸಂಬಂಧಕ್ಕೆ ಏನಂತ ಹೆಸರಿಸುವುದು? ಆಮೇಲೆ ಒಂದು ಗಂಟೆಯ ವೇಳೆಗೆ ಮಾರುತಿ ಜೀನ್ ಬಂದು ಮನೆಯ ಮುಂದೆ ನಿಂತಿತು. ಯೂನಿಫಾರಂನಲ್ಲಿದ್ದ ಡ್ರೈವರ್ ಡೋರ್‌ನ ನಮ್ರತೆಯಿಂದ ಓಪನ್ ಮಾಡಿದಾಗ ಶರಧಿ ಇಳಿದಳು. ಅತ್ಯಂತ ಅದ್ಭುತವಾಗಿ ಕಂಡಳು. ಶರಾವತಿ ಕಣ್ಣರಳಿಸಿ ಬರಮಾಡಿಕೊಂಡಿದ್ದು.

"ಅತ್ತೆ, ಮಾವ ಸತ್ಯನಾರಾಯಣ ಪೂಜೆಗೆ ಹೋಗಿದ್ದಾರೆ. ಪಚ್ಚಿಗೆ ಹುಷಾರಿಲ್ಲ, ಮಲಗಿದ್ದಾನೆ. ಅವರು ಆಫೀಸ್..." ಹೇಳಿದಳು. ನಂತರ "ಸಾರಿ, ಅತ್ತೆ ಮಾವ ಸತ್ಯನಾರಾಯಣ ಪೂಜೆಗೆ ಹೋಗಿರುವುದು ಗೊತ್ತಿದೆಯೆಂದೇ, ಅಲ್ವಾ? ನಾನು ಮರ್ತೆ ಬಿಟ್ಟಿದ್ದೆ, ಒಳ್ಗೇ... ಬಾ" ಕೈಯನ್ನಿಡಿದೇ ಕರೆದೊಯ್ದಳು ಒಳಕ್ಕೆ. ಶರಧಿಗೆ

ಅಲೌಕಿಕವಾದ ಆನಂದ. ತವರಿನ ಸೆಳೆತ ಹೆಣ್ಣು ಮಕ್ಕಳಿಗೆ ಸಹಜ. ಅದಕ್ಕೆ ಅವಳೇನು ಹೊರತಲ್ಲ. ಎಲ್ಲೆಡೆ ನೋಟವರಿಸಿ ತನ್ನ ರೂಮಿಗೆ ಹೋದಳು.

"ಸದ್ಯಕ್ಕೆ, ಈಗ ಈ ರೂಮು ಪಚ್ಚಿದು, ಸಿಕ್ಕಿದೆಲ್ಲ ತಂದು ತುಂಬಿಕೊಂಡಿದ್ದಾನೆ. ನೀನು ಇದ್ದಾಗ ನೀಟಾಗಿ, ಶಿಸ್ತಾಗಿ ಇತ್ತು. ಈಗ ಮೀನಿನ ಮಾರ್ಕೆಟ್ ಆಗಿದೆ." ಶರಾವತಿ ಮಾತು ಅರಳಿಸಿದಳು.

ಶರಧಿ ಮಾತಾಡಲಿಲ್ಲ. ಎಲ್ಲೆಡೆ ಸುತ್ತಾಡಿ ಹಾಲ್‌ನಲ್ಲಿದ್ದ ಸೋಫಾ ಮೇಲೆ ಕೂತಳು. ಈ ಮನೆಯಿಂದ ಹೊರ ಹೋಗಿ ಐದು ತಿಂಗಳಾಗಿತ್ತು. ನೆನಪು ಕಾಡಿದರು ತನ್ನ ನಿರ್ಣಯಕ್ಕೆ ಅವಳೆಂದು ಪಶ್ಚಾತಾಪ ಪಟ್ಟಿರಲಿಲ್ಲ ಅವಳು ಸುಖಿಯೆ!

ಹಬೆಯಾಡುವ ಟೊಮಾಟೋ ಬಾತ್‌ನ ತಟ್ಟೆ ತಂದು ಅವಳ ಮುಂದಿಡಿದು "ನಿಂಗಿಷ್ಟಾಂತ ಮಾಡ್ದೇ ತಗೋ" ಅಂದಳು. ಅವಳ ತುಟಿಯಂಚಿನಲ್ಲಿ ಕಂಡು ಕಾಣದಂಥ ಕಿರು ನಗೆ ತೇಲಿತು "ಇವತ್ತು Fasting ಹೊರಟಾಗ ಸೂಪ್ ಕುಡಿದಿದ್ದೆ. ಇನ್ನು ಸಂಜೆವರ್ಗೂ ಏನಿಲ್ಲ. ತೂಕ ಜಾಸ್ತಿಯಾಗಿದೆ. ಲವಲವಿಕೆ ಕಮ್ಮಿ ಆಗುತ್ತೆ. ಆಮೇಲೆ ಅದೇ ಒಂದು ಪ್ರಾಬ್ಲಂ" ನಿರಾಕರಿಸಿದಳು.

"ಒಂದೆರಡು ಸ್ಪೂನ್ ತಿಂದಿದ್ದರೆ ಚೆನ್ನಿತ್ತು. ಹೋಗ್ಲಿ ಬಿಡು, ಕುಡ್ಯೋಕೆ ಏನಾದ್ರೂ... ತರಲಾ?" ಕೇಳಿದಳು ಶರಾವತಿ "ಸದ್ಯಕ್ಕೇನು ಬೇಡ, ಒಂದ್ಲೋಟ ನೀರು ಕೊಡಿ" ಎಂದಳು ಸರಳವಾಗಿ, ಸ್ವಲ್ಪ ಬೇಸರವೇ ಶರಾವತಿಗೆ, ಆದರೆ ತೋರ್ಪಡಿಸಿಕೊಳ್ಳದೇ ನೀರು ತಂದು ಕೊಟ್ಟು ಅವಳೆದುರು ಕೂತಳು. ನಾದಿನಿ ಮೊದಲಿಗಿಂತ ಚೆನ್ನಾಗಿಯೇ ಕಂಡದ್ದು ಸಂತೋಷವೆನಿಸಿತು.

"ಹೇಗಿದ್ದೀ, ಫ್ಲಾಟ್‌ನಲ್ಲಿ ಒಬ್ಬಳೇನಾ?" ಕೇಳಿದ್ದಕ್ಕೆ "ಇಲ್ಲ, ಶ್ರೀಕಾಂತ್ ನನ್ನೊತೆ ಇದ್ದಾರೆ. ಒಮ್ಮೊಮ್ಮೆ ಗೆಸ್ಟ್ ಹೌಸ್‌ನಲ್ಲಿ ಉಳ್ಕೋತಾರೆ. ಒಬ್ಬ ಫಿಮೇಲ್ ಸರ್ವೆಂಟ್ ಇದ್ದಾಳೆ. ನಂಗೆ ಅಡ್ಗೇ ಮನೆಯ ಪರಿಚಯ ಅಷ್ಟಕಷ್ಟೇ. ಹಾಗೆ ನೋಡಿದರೆ ಶ್ರೀಕಾಂತ್ ಗುಡ್ ಕುಕ್, ಸ್ಯಾಂಡ್‌ವಿಚ್, ಫ್ರೂಟ್ ಸಲಾಡ್ ಜೊತೆ... ಒಂದು ಸಲ ಪರೋಟಾ, ಚೆನ್ನ ಪನಾಲಾ ಕೂಡ ಮಾಡಿದ್ರು" ಅಭಿಮಾನದಿಂದ ಹೇಳಿಕೊಂಡಳು. ಶ್ರೀಕಾಂತ್ ಬಗ್ಗೆ ಅಭಿಮಾನವೆ.

"ಗುಡ್, ಯು ಆರ್ ಲಕ್ಕಿ, ನೀನು ಆಗಾಗ ಅವರು ಇಷ್ಟಪಡೋಂಥದ್ದು. ಏನಾದ್ರೂ ಮಾಡು, ನಂಗೆ ಕೇಳೋಖೆ ಒಂದು ತರಹ ಮುಜುಗರ, ಅಂತಲ್ಲ, ನೀನೇನು ಬೇಜಾರು ಮಾಡ್ಕೋತಿಯೋಂತ. ಶ್ರೀಕಾಂತ್ ಯಾವ ಕಡೆಯೋರು?" ಕೇಳಿದಳು ಶರಾವತಿ ಒಂದಿಷ್ಟು ಹಿಂಜರಿಕೆಯಿಂದಲೇ, ಹೇಳಲೋ ಬೇಡವೇಂತ ಶರಧಿ ಯೋಚಿಸಿ ನಂತರವೆ ತುಟಿ ಬಿಚ್ಚಿದ್ದು "ಮಂಗ್ಳೂರು ಕಡೆಯವರಂತೇ, ಈಗ್ಲೂ ಕುಂದಾಪುರದಲ್ಲಿ ಅವರಣ್ಣ ಹೋಟಲ್ ನಡೆಸ್ತಾರಂತೆ, ಅವರಿಬ್ಬರ ನಡುವೆ ಅಂಥ ಸಂಪರ್ಕವೇನಿಲ್ಲ. ಅವರನ್ನು ನೋಡಿಯೆ ನಾಲ್ಕಾರು ವರ್ಷವಾಯಿತಂತೆ"

ಎಂದಳು. ಆದರೆ ಹೇಳುವಲ್ಲಿ ಅಂತಹ ಉತ್ಸಾಹವೇನು ಇರಲಿಲ್ಲ ಅವಳ ದನಿಯಲ್ಲಿ.

ಶರಾವತಿಗೆ ನಾದಿನಿ ಹೆಚ್ಚು ಹೊತ್ತು ಇರೋದು ಬೇಡವಾಗಿತ್ತು. ಅದನ್ನ ಬಾಯಿ ಬಿಟ್ಟು ಹೇಳಲು ಸಾಧ್ಯವೇ? ಮಾತುಗಳಿಗಾಗಿ ಹುಡುಕಾಡಿದಳು. ಮನಸ್ಸಿನಲ್ಲಿದ್ದುದ್ದನ್ನು ಹೊರ ಹಾಕೋಕು ಕಷ್ಟ. ಏನಾದರೂ ಪ್ರಶ್ನಿಸಿದರೇ ಅವಳ ಮನಸ್ಸಿಗೆ ಎಲ್ಲಿ ನೋವಾಗುತ್ತೋ ಅನ್ನೋ ಮುಜುಗರ ಇತ್ತು.

ಶರಧಿಗೂ ಮಾತುಗಳು ಇಲ್ಲವೆನಿಸಿತು, ಮೂಡುವ ಬೇಸರ, ನೋವನ್ನು ಹೊರದಬ್ಬುವಷ್ಟು ಶಕ್ತಳಾಗಿದ್ದರಿಂದ ಬಚಾವ್ ಅಷ್ಟೆ.

"ಪ್ಲೀಸ್, ಶರದಿ... ಏನಾದ್ರೂ ಹೇಳ್ಬೇಕೂಂತ ಅನ್ನಿಸಿದರೆ ಹೇಳು. ಈಗಿನ ಜೀವನ... ಶ್ರೀಕಾಂತ್ ವಿಚಾರವಾಗಿ ನಿಂಗೆಷ್ಟು ಗೊತ್ತಿದ್ಯೋ, ಅಷ್ಟನ್ನು ಹಏಳು, ನೀನು ಪೂರ್ತಿ ವೆಜಿಟೇರಿಯನ್ ಅವರೇನಾದ್ರೂ ನಾನ್ ವೆಜಿಟೇರಿಯನ್... ಆದರೆ..." ಶರಾವತಿಯ ಮಾತುಗಳಿಗೆ ನಕ್ಕುಬಿಟ್ಟಳು.

"ನೀವಿನ್ನ ಯಾವ್ದೊ ಕಾಲದಲ್ಲಿ ಇದ್ದೀರಿ, ಪಾರ್ಟಿಗಳಿಗೆ ಹೋದಾಗ ಏನಾದ್ರೂ ತಿನ್ನಬಹುದೇನೋ, ನಾನು ಗಮನಿಸಿಯೇ ಇಲ್ಲ, ಈಗೆಲ್ಲ ನಾನ್ ವೆಜಿಟೇರಿಯನ್ ಕಾಮನ್, ಆ ಕಡೆ ಗಮನವಿರೋಲ್ಲ, ನಾನು ಕೂಡ ಏನಾದ್ರೂ ತಿಂದಿದ್ದರೇ ಹೆಚ್ಚಲ್ಲ. ಬಹುಶಃ ಪೂರ್ತಿ ನಾನ್‌ವೆಜಿಟೇರಿಯನ್ ಅಲ್ಲಾಂತ ಅನಿಸುತ್ತೆ, ಅಕಸ್ಮಾತ್ ಆಗಿದ್ದರೂ ನಾನೇನು ಅಮ್ಮ, ನಿನ್ನಂಗೆ ಮಾಡಿಹಾಕಬೇಕಾ? ಅದೆಲ್ಲ ಸಮಸ್ಯೆ ಅಲ್ಲ ಬಿಡಿ" ಸುಲಭವಾಗಿ ತಳ್ಳಿ ಹಾಕಿದಳು.

ಯಾಕೋ ವೃತ್ತಿಯಲ್ಲಿರುವಷ್ಟು ಸಿರಿಯಸ್‌ನೆಸ್ ಪರ್ಸನಲ್ ಲೈಫ್‌ನಲ್ಲಿ ಶರಧಿಗೆ ಇಲ್ಲವೆನಿಸಿತು. ಮದುವೆ ಬೇಡ! ಬಹುಸಃ ಮಕ್ಕಳು ಬೇಡ! ಮತ್ತೆ ಯಾಕಾದರೂ ಬದುಕು? ಎಲ್ಲಾ ವಿಚಿತ್ರವೆನಿಸಿತು ಶರಾವತಿಗೆ.

"ಒಂದ್ಮಾತು ಹೇಳ್ಲಾ?" ಶರಾವತಿಗೆ ಕೇಳಿದಳು.

"ಹೇಳಿ, ನಿಮ್ಮ ಮಾತಿನಲ್ಲಿ ಅಮ್ಮನಷ್ಟು ಕೊರತೆ ಇರೋಲ್ಲ. ಅಮ್ಮನಿಗೆ ಸಂಸಾರದ ಮೇಲೆ ಅತಿಯಾದ ಕಾಳಜಿ. ಮೂರ್‍ಹೊತ್ತು ಅದೇ ಪಾಠ ಪ್ರವಚನ. ಇದ್ರಿಂದ ಆಕೆ ಕಳೆದುಕೊಂಡಿದೆಷ್ಟು? ನಂಗೆ ಅವನ್ನೆಲ್ಲ ಕಂಡರೆ ಬೇಸರ. ರಿಸೆಷನ್ ಷುರುವಾದ್ಮೇಲೆ ಫ್ಯಾಮಿಲಿ ಕೋರ್ಟುಗಳು ಎಷ್ಟೊಂದು ಬಿಜಿಯಾಗಿಬಿಟ್ಟಿದೆ, ಗೊತ್ತಾ? ಪ್ರೇಮ, ಪ್ರೀತಿ ಅಂದ್ಕೊಂಡ್ ಮದ್ವೆಯಾದವರೆಲ್ಲ ಡೈವೋರ್ಸ್‌ಗಾಗಿ ಪರದಾಡ್ತ ಇದ್ದಾರೆ" ಮೇಲೆದ್ದಳು. ಶರಾವತಿಗೆ ಹೇಳುವುದು ಏನು ಇಲ್ಲವೆನಿಸಿತು.

ಹೋಗುವಾಗ ಲಕ್ಷದ ಸಾವಿರ ರೂಪಾಯಿನ ಒಂದು ಕಟ್‌ನ ಶರಾವತಿಯ ಕೈಯಲ್ಲಿಟ್ಟು "ತಿಂಗ್ಳು... ತಿಂಗ್ಳು ಸಂಬಳ ಬರುತ್ತೆ. ಮೊದಲಿನ ಹಾಗೆ ಸ್ವಲ್ಪ ಖರ್ಚು ಕೂಡ ಇಲ್ಲ. ಎಲ್ಲಾ ಖರ್ಚುಗಳನ್ನು ಅವರೇ ನೋಡ್ಕೊತಾರೆ. ಇದು ಮನೆಗೆ ಇರ್ಲೀ" ಎಂದಳು. ಶರಾವತಿ ಸ್ವಲ್ಪ ಗಾಬರಿ.

"ಶರಧಿ, ನೀನು ಇಷ್ಟೊಂದು ಮುಗ್ಧೆ ಅಂದುಕೊಂಡಿರಲಿಲ್ಲ. ಸ್ವಲ್ಪ ನಿನ್ನ ಭವಿಷ್ಯದ ಬಗ್ಗೆ ಯೋಚ್ಸು. ನೀನು, ಶ್ರೀಕಾಂತ್ ಜೊತೆಯಲ್ಲಿ ಇರಬಹುದು. ಆದರೆ ಅದು ಕಾನೂನಿನ ರೀತಿಯಲ್ಲಿ, ಸಮಾಜದ ರೀತಿಯಲ್ಲಿ ದಾಂಪತ್ಯವೆನಿಸೋಲ್ಲ. ನೀನು ಚೆನ್ನಾಗಿರಬೇಕು. ಆದರೆ ಶ್ರೀಕಾಂತ್ ನಿನ್ನ ಬಗ್ಗೆ ಅನಾಸಕ್ತಿ ತೋರಿದರೆ..." ಅವಳು ಮಾತು ಮುಗಿಸುವ ಮುನ್ನವೇ "ಪ್ಲೀಸ್, ನನ್ಮಾತು ಕೇಳಿ ವಿವಾಹಿತರಲ್ಲಿ ಅನ್ಯೋನ್ಯತೆ ಇದ್ಯಾ? ನಿಮ್ಮಕ್ಕ ಗಂಡನ ಕಾಟ ತಾಳಲಾರದೆ ಆತ್ಮಹತ್ಯೆ ಮಾಡ್ಕೊಂಡ್ಳೂಂತ ನೀವೇ ಹೇಳಿದ್ರಿ. ಶ್ರೀಕಾಂತ್ ಹೆಂಡ್ತಿ ಎಷ್ಟೊಂದು ಚಿತ್ರಹಿಂಸೆ ಕೊಟ್ಟಳಂತೆ ಗೊತ್ತಾ? ಗಟ್ಟಿ ವ್ಯಕ್ತಿತ್ವದ ಮನುಷ್ಯ, ಎಷ್ಟೋ ಸಲ ಆತ್ಮಹತ್ಯೆಗೆ ಪ್ರಯತ್ನಿಸಿದ್ದುಂಟಂತೆ. ಕಾನೂನು ಬಾಗಿಲಲ್ಲಿ, ಸಮಾಜದ ಹೆದರಿಕೆಯಲ್ಲಿ ಎಷ್ಟೋ ಹೆಣ್ಣು, ಗಂಡುಗಳು ಸವೆದು ಹೋಗ್ತಾ ಇದ್ದಾರೆ. ನಂಗೆ ಅಂಥ ಜೀವನ ಬೇಡ, ಬೇಸವೆನಿಸಿದ ದಿನ, ಭೋರೆನಿಸಿದ ಸಮಯದಲ್ಲಿ ನಾವೇ ಕೂತು ನಿರ್ಧಾರ ತಗೊಂಡ್ ಬೇರೆಯಾಗ್ತೀವಿ. ನಮ್ಗೇ ಕಾನೂನಿನ ನೆರವಾಗಲೀ, ಸಮಾಜದ ವಕಾಲತ್ತಾಗಲಿ ಬೇಡ, ಆ ವಿಚಾರದಲ್ಲಿ ತಲೆ ಕೆಡಿಸ್ಕೋಬೇಡಿ. ನನ್ನ ಭವಿಷ್ಯ ನಂದೇ, ನಾನು ಬೇರೆಯವರಿಗೆ ಒಪ್ಪಿಸಲಾರೆ. ಅಮ್ಮ, ಅಪ್ಪ ಈ ಹಣ ತಗೋಳೋಲ್ಲ, ಇದನ್ನ ಪಚ್ಚಿಗೇಂತ ಕೊಡ್ತಾ ಇದ್ದೀನಿ, ದಯವಿಟ್ಟು ಇಟ್ಟುಕೊಳ್ಳಿ. ಯಾರ್ಗೂ ಏನು ಹೇಳೋದು ಬೇಡ" ಬಲವಂತದಿಂದ ಅವಳ ಕೈಯಲ್ಲಿ ತುರುಕಿದಳು.

ಹೊರಟು ನಿಂತಾಗ ಶರಾವತಿ ದೇವರ ಮನೆಯಿಂದ ಅರಶಿನ, ಕುಂಕುಮದ ತಟ್ಟೆ ತಂದು ಮಂಗಳ ದ್ರವ್ಯಗಳ ಜೊತೆ ಸೀರೆ, ರವಿಕೆ ಇಟ್ಟು ಹಣೆಗೆ ಹಚ್ಚಿ ಕೊಟ್ಟಳು.

"ಇದು ತವರು ಮನೆಯದು, ನೀನು ಬೇಡ ಅನ್ನಬಾರದು."

"ಓಕೆ, ನೀವು ಕೊಟ್ಟಿದ್ದು ನಾನು ಯಾಕೆ ಬೇಡ ಅನ್ನಲೀ? ಪಚ್ಚಿನ ನೋಡ್ಕೊಂಡ್ ಹೊರಡ್ತೀನಿ" ಶರಧಿ ಮೇಲೆದ್ದಳು.

ರೂಮಿಗೆ ಕರೆದೊಯ್ದಳು. ಪದ್ಮನಾಭ ಮಲಗಿಯೇ ಇದ್ದ. ಹಣೆ, ಕತ್ತು ಮುಟ್ಟಿ ನೋಡಿದ ಶರಧಿ "ಇನ್ನು ಜ್ವರ ಇದೇ ಅತ್ತಿಗೆ. ಇನ್ನೊಂದ್ವಾರ ಶಾಲೆಗೆ ಕಳುಹಿಸಬೇಡಿ, ಮೇಡಮ್‌ನ ಬಲವಂತಕ್ಕೆ" ನಗೆಯಾಡಿ ಹೊರಟಳು.

ಕಾರಿನವರೆಗೂ ಬಂದು ಹತ್ತಿಸಿದ ಶರಾವತಿಯ ಕಣ್ಣಲ್ಲಿ ನೀರಿತ್ತು "ಬರ್ಲಾ, ಯಾವಾಗ್ಲಾದ್ರೂ ಫೋನ್ ಮಾಡ್ತೀನಿ, ಅಮ್ಮನ ಮಾತಿಗೆ ಹೆದರಿ, ಅಮ್ಮನಿಗಲ್ಲ" ನಗೆ ಚಾಟಿಕೆಯಾಡಿಸಿಯೇ ಕಾರು ಹತ್ತಿದ್ದು.

ಕಾರು ಕಣ್ಮರೆಯಾಗುವವರೆಗೂ ಅಲ್ಲಿಯೇ ನಿಂತು. ಒಳಗೆ ಬಂದವಳು ಒಂದೆಡೆ ದೊಪ್ಪನೆ ಕುಕ್ಕರಿಸಿದಳು. ಶರಧಿ ಏನೇ ಹೇಳಿದರೂ ಇವಳಲ್ಲಿ ಧೈರ್ಯ ಮೂಡದು. ಈ ಸಂಬಂಧಕ್ಕೆ ಒಂದು ಹೆಸರು ಬೇಡವೇ? ಯಾವ ಪದಗಳು ನುಸುಳಿ ಅವಳ ಚಿಂತನೆ ದಿಕ್ಕು ತಪ್ಪುವ ವೇಳೆಗೆ ಪದ್ಮನಾಭ ನರಳಿದ.

ಶರಾವತಿ ಧಾವಿಸಿ ಮಗನ ಹಣೆ, ಕತ್ತುನ ಮುಟ್ಟಿ ನೋಡಿ "ಚೆನ್ನಾಗಿ ಬೆವತಿದ್ದೀಯ,

ಜ್ವರ ಪೂರ ಕಮ್ಮಿಯಾಗಿದೆ" ಎಂದು ಮಗನನ್ನು ಅಪ್ಪಿಕೊಂಡು ಚುಂಬಿಸಿ "ಪಚ್ಚಿ, ನಿಂಗೆ ಜ್ವರ ಇಲ್ಲದಿದ್ದರೇ ಅಜ್ಜಿ, ತಾತ ನಿನ್ನ ಸತ್ಯನಾರಾಣ ಪೂಜೆಗೆ ಕರ್ಕಂಡ್ ಹೋಗ್ತಾ ಇದ್ರು" ಮತ್ತಷ್ಟು ಅಪ್ಪಿಕೊಂಡಳು. ಹೆತ್ತಮ್ಮನ ಪ್ರೀತಿಗೆ ಹತ್ತು ಆನೆಗಳ ಬಲ "ಏನು ಕೊಡ್ಲಿ ಪುಟ್ಟನಿಗೆ?" ರಮಿಸಿದಳು.

"ಅಜ್ಜಿ, ಸತ್ಯನಾರಾಯಣನ ಪೂಜೆಗೆ ಕರ್ಕಂಡ್ ಹೋಗ್ತಾ ಇರ್ಲಿಲ್ಲ, ಕಾನ್ವೆಂಟ್‌ಗೆ ಕಳಿಸ್ತಾ ಇದ್ದರು. ಅಲ್ಲಿ ಮಿಸ್ ಪಾಠ ಮಾಡೋರು, ಅಕಸ್ಮಾತ್ ಮನೆಯಲ್ಲಿ ಉಳ್ದುಕೊಂಡರೇ ಅಜ್ಜಿ" ಅಂದವನನ್ನು ತಬ್ಬಿಕೊಂಡು "ಯೂ ನಾಟಿ, ನೀನು ತುಂಬ ಪಾಕಟ ಇದ್ದೀ. ಅಜ್ಜಿ ಬಂದ್ಮೇಲೆ ಹೇಳ್ತೀನಿ... ನೋಡು" ಮಗನನ್ನು ಮುದ್ದಿಸಿ ಮಾತ್ರೆ ನುಂಗಿಸಿ "ನಿಂಗೆ ರೆಸ್ಟ್ ಬೇಕು, ಮಲಕ್ಕೋ, ಎದ್ದಿದ್ದರೇ ಅಜ್ಜಿ ಪಾಠ ಮಾಡೋಕೆ ಷುರು ಮಾಡ್ತಾರೆ" ಕೆನ್ನೆ ತಟ್ಟಿದಳು. 'ಇನ್ನೊಂದು ಮಗು ಇರಲೀ' ಅತ್ತೆಯ ಬುದ್ಧಿವಾದ. ಶ್ರೀಧರ ಡಾಕ್ಟರ್ ಬಳಿ ಕರೆದೊಯ್ದಾಗ 'ನೋ ಪ್ರಾಬ್ಲಮ್, ಇನ್ನೊಂದು ಮಗು ಮಾಡಿಕೊಳ್ಳೋದರಲ್ಲಿ ಏನು ತೊಂದರೆ ಇಲ್ಲ' ಭರವಸೆ ಕೊಟ್ಟಿದ್ದರಿಂದ ಇನ್ನೊಂದು ಮಗುವಿನ ಮಾಡಿಕೊಳ್ಳಬಹುದೆನಿಸಿತು. ಮತ್ತೊಮ್ಮೆ ತಾಯಿಯಾಗುವ ಕನಸು ಅವಳದು.

ಹೊರಗೆ ಬಂದರು. ತಾಯ್ತನದ ಆಹ್ಲಾದಕರ ಅನುಭವವನ್ನು ನೆನಪು ಮಾಡಿಕೊಂಡಾಗ ಅಲೌಕಿಕವಾದ ಸಂತೋಷ. ಪ್ರಕೃತಿ ತೀರಾ ನಿಗೂಢವೆನಿಸಿತು. ಸೃಷ್ಟಿ ಕಾರ್ಯ ಅದ್ಭುತವಾದ, ವಿನೂತನವಾದ ಕ್ಷಣಗಳನ್ನು ನೀಡುತ್ತಲೇ ಕರೆದೊಯ್ಯುತ್ತೆ.

"ಅಮ್ಮ..." ಮಗನ ಸ್ವರ ಕೇಳಿ ರೂಮಿನೊಳಕ್ಕೆ ಹೋದಾಗ "ನಂಗೆ ಅತ್ತೆ ಕನಸಿನಲ್ಲಿ ಬಂದಿದ್ಲು" ಅಂದಕೂಡಲೆ ಅವನ ಬಳಿ ಹೋಗಿ ಕೂತಳು. ಶರಧಿ ಬಂದಿದ್ದು ಇವನಿಗೆ ಗೊತ್ತಾಯಿತಾ? ತೀವ್ರತೆ ಕಡಿಮೆಯಾಗುವ ಮುನ್ನ ಸುಬ್ಬಲಕ್ಷ್ಮಿಯವರಿಗೆ ತಿಳಿದಿರೆ ದೊಡ್ಡ ಘಟಸ್ಫೋಟವೆ "ಹೌದಾ...?" ಅಂದು ಅವನ ಕ್ರಾಪ್‌ನಲ್ಲಿ ಕೈಯಾಡಿಸಿದಳು.

"ಹೌದು, ಶರಧಿ ಅತ್ತೆನೆ ಬಂದಿದ್ದು, ನಂಗೆ ಡಬ್ಬ ಡಬ್ಬ ಚಾಕಲೇಟ್ ತಂದು ಕೊಡೋಳು, ಈಗ ಎಲ್ಲಿ ಹೋದ್ಲು? ಅಜ್ಜಿ, ಯಾಕೆ ಜಗಳ ಆಡೋದು?" ಅವನದೇ ಆದ ಪ್ರಶ್ನೆಗಳು ಏನಂತ ಬಿಡಿಸಿ ಹೇಳೋದು, 'ಮದ್ವೆಯಾಗಿ ಗಂಡನ ಮನೆಗೆ ಹೋದ್ಲು' ಅಂತ ಹೇಳುವುದು ತೀರಾ ಸುಲಭ. ಹಾಗೇ ಸುಳ್ಳು ಹೇಳಿ ಒಪ್ಪಿಸುವುದು ಎಷ್ಟು ಸರಿ?

"ಬೇರೆ ಕಡೆ ಟ್ರಾನ್ಸ್‌ಫರ್ ಆಗಿದೆ."

"ಎಲ್ಲಿಗೆ ಟ್ರಾನ್ಸ್‌ಫರ್ ಆಗಿದೆ?"

"ಎಲ್ಲೋ ಒಂದ್ಕಡೆ ಸುಮ್ನೇ ಮಲ್ಗು" ಗದರಿಸಿ ಸುಮ್ಮನಾಗಿಸಿ ಮಲಗಿಸಿ ಹೊರಗೆ ಬಂದು ಕಣ್ಣೀರು ಮಿಡಿದಳು. ಆ ಜಾಗ ಬಿಟ್ಟು ಅಲುಗಾಡಲಿಲ್ಲ.

ನಾಲ್ಕರ ಸುಮರಿಗೆ ಸುಬ್ಬಲಕ್ಷ್ಮಿ, ರಾಮೂರ್ತಿಗಳು ಬಂದರು. ಅವಮಾನ,

ಮೌನದ ಮಧ್ಯೆ ಒದ್ದಾಡುತ್ತಿದ್ದರು. ಅಲ್ಲೇನೋ ನಡೆದಿದೆಯೆನಿಸಿತು. ಆದರೆ ಶರಾವತಿ ಬಾಯಿಬಿಟ್ಟು ಕೇಳಲಿಲ್ಲ.

"ಬುಟ್ಟಿಯಲ್ಲಿ ಪ್ರಸಾದ ಇದೆ, ತಗೋ" ಎಂದರು.

"ಕಾಫೀ... ಕೊಡ್ಲಾ?" ಮೆಲ್ಲಗೆ ಕೇಳಿದಳು.

"ಬೇಡಮ್ಮ... ಬೇಡಾ, ನಿನ್ನ ನಾದಿನ ಬದ್ಕೀಗೆ ಬೇಕಾದಷ್ಟು ಹಾಲು ಕುಡ್ಸೀ ಹೋಗಿದ್ದಾಳೆ. ಜನಕ್ಕೆ ಯಾಕೆ ಉಸಾಬರಿ? 'ಅಯ್ಯೋ ಇನ್ನು ಮಗಳಿಗೆ ಮದ್ವೆ ಮಾಡಿಲ್ಲ? ತೀರಾ ವಯಸ್ಸಾದ್ಮೇಲೆ ಸಿಗೋದು ಎರಡನೆ ಸಂಬಂಧ' ಇದು ಒಬ್ಬರ ಮಾತಾದರೇ ಇನ್ನೊಬ್ಬರು 'ಶರಧಿ ಜಗಳವಾಡಿಕೊಂಡು ಮನೆ ಬಿಟ್ಟು ಹೋದ್ಲಾ? ಏನು ವಿಷ್ಯ? ನಾಲ್ಕು ಕಾಸು ಕಂಡ ಕೂಡಲೇ ಮನೆ ಬಿಟ್ಟು ಹೋಗೋದು ಹೊಸದಾ? ನಾಲ್ಕು ಅಕ್ಷತೆ ಹಾಕಿ ಕಳ್ಸೀ ಬಿಟ್ಟದರೇ, ಚೆನ್ನಿತ್ತು' ದನಿಯೆತ್ತಿದ್ದರು. ಯಾರ್ಗೇ ಉತ್ತರ ಹೇಳೋದು? ನಮ್ಮ ಸಂಕಟ ಅವಳಿಗೆ ಹೇಗೆ ಗೊತ್ತಾಗಬೇಕು?" ಮಗಳನ್ನು ವಾಮಗೋಚರವಾಗಿ ಬಯ್ಯತೊಡಗಿದಾಗ ತೆಪ್ಪಗೆ ಅಲ್ಲಿಂದ ಜಾಗ ಖಾಲಿ ಮಾಡಿದಳು.

ಒಂದು ಲಕ್ಷದ ಹಣವನ್ನು ಜೋಪಾನವಾಗಿ ಬೀರುವಿಗೆ ಸೇರಿಸಿ ಬಂದು ಮಗನ ಬಳಿ ಕೂತಳು, ಶ್ರೀಧರ ಬರುವವರೆಗೂ ಅಲ್ಲಿಂದ ಏಳಲಿಲ್ಲ.

"ಏನಾಯ್ತೆ, ಮನೆಯವರಿಗೆಲ್ಲ? ಒಬ್ಬೊಬ್ಬರು ಒಂದೊಂದು ಕಡೆ ಕೂತಿದ್ದೀರಾ? ನಾನು ಪಚ್ಚಿಗೆ ಏನಾಯ್ತೋ ಅಂತ ಹೆದರಿ ಬಿಟ್ಟಿದ್ದೆ" ಮಗನ ಬಳಿ ಕೂತು ಸಮಾಧಾನದ ಉಸಿರು ಬಿಟ್ಟ, ತನಗೆ ಈಚೆಗೆ ಬೇಗ ಗಾಬರಿಯಾಗುತ್ತೇಂತ ಅನಿಸಿತು ಶ್ರೀಧರನಿಗೆ.

ಶರಾವತಿ ನಸು ನಗು ಬೀರುತ್ತ "ಅಂಥದೇನಿಲ್ಲಪ್ಪ. ಅತ್ತೆ, ಮಾವ ಸತ್ಯನಾರಾಯಣ ಪೂಜೆಗೆ ಹೋಗಿದ್ರು. ಅತ್ತೆಗೆ ಮಾತಾಡಿ ಸಾಕಾಗಿದೆ. ಮಾವನವರಿಗೆ ಮಾತು ಕೇಳಿ... ಕೇಳಿ ಸಾಕಾಗಿದೆ. ಅದ್ಕೇ ಇಬ್ರೂ ಒಂದಿಷ್ಟು ಹೊತ್ತು ಮೌನವಾಗಿ ಕೂತಿದ್ದಾರೆ. ಅದು ಅವರ ಆರೋಗ್ಯಕ್ಕೆ ಒಳ್ಳೆಯದಲ್ವಾ? ಪಚ್ಚಿಗೆ ಜ್ವರ ಬಿಟ್ಟಿದೆ, ಏನು ಪ್ರಾಬ್ಲಮ್ ಇಲ್ಲ, ನೀವ್ಯಾಕೆ ಪ್ರತಿಯೊಂದಕ್ಕೂ ಗಾಬರಿಯಾಗಿ ಬಿ.ಪಿ. ಬರಸ್ಕೋತೀರಾ? ಒಂದ್ಸಲ ನಿಮ್ಗೇ ಬಿ.ಪಿ. ಇದೇಂತ ರೆಕನ್ಶೈಜ್ ಆದಿರೋ ಮುಗ್ದು ಹೋಯ್ತು ಜೀವನ ಪೂರ್ತಿ ಮಾತ್ರೆ ತಗೋಬಾದದ್ದೇ. ಈಗ ಹೋಗಿ ಕಾಫೀ ತರ್ತೀನಿ" ಕ್ರಾಪ್ ಕೆದರಿ ಹೊರಗೆ ಹೋದಳು.

ಎಚ್ಚರವಿದ್ದರು ಪದ್ಮನಾಭ ಕಣ್ಣುಗಳನ್ನು ತೆಗೆಯಲಿಲ್ಲ, ಮಗನ ಹಣೆ, ಕೆನ್ನೆ ಮುಟ್ಟಿ ನೋಡಿ ಕೂತ. ಈಚೆಗೆ ಅವನಲ್ಲಿ ಗಾಬರಿ, ಆತಂಕ ಜಾಸ್ತಿ ಆಗಿದೆ. ಯಾಕೆ? ಮೊದಲು ಇಲ್ಲದ ಟೆನ್ಷನ್ ಈಗ ಯಾಕೆ? ಶರಧಿ ಬಂದು ಅವನ ಕಣ್ಮುಂದೆ ನಿಂತಳು. ಮತ್ತೆ ಬೆವತ ಬಟ್ಟೆ ಬದಲಾಯಿಸಿ ಟವಲಿಡಿದು ಬಾತ್ ರೂಂಗೆ ಹೋಗಿ ಮುಖಕ್ಕೆ ತಣ್ಣೀರು ಎರಚಿಕೊಂಡ ಒಬ್ಬ ಕೊಲೀಗ್ ಹೊರಟಾಗ ಭೇಡಿಸಿದ್ದ.

"ನನ್ನ ಫ್ರೆಂಡ್ ಹೇಳಿದನಲ್ಲ, 'ವರ್ಷ ಆ್ಯಡ್' – ಕಂಪನಿಯಲ್ಲಿ ಒಳ್ಳೆ ಸ್ಯಾಲರಿಯಂತೆ ನಿನ್ತಂಗಿ ಅಲ್ಲೇ ಕೆಲ್ಸ ಮಾಡೊದೂಂತ ಹೇಳಿದೆಯಲ್ಲ. ಅದಕ್ಕೆ ನಿಂಗೆ ಹಣಕಾಸಿನ

ತಾಪತ್ರಯವಿಲ್ಲ, ನನ್ನ ಭಾವ ಮೈದುನನಿಗೆ ಅಲ್ಲಿ ಕೆಲಸಕ್ಕೆ ಟ್ರೈ... ಮಾಡೋಣಾಂತ..." ಏನೇನೋ ಹೇಳುತ್ತಲೇ ಇದ್ದ. ಇವನ ಕಿವಿಗೆ ಒಂದು ಮಾತು ಕೂಡ ಬೀಳಲಿಲ್ಲ. ಆ ಜಾಗದಿಂದ ಹೊರಬಿದ್ದಿದ್ದ.

ಕಾಫೀ ಹಿಡಿದು ಬರುವ ವೇಳೆಗೆ ಗಲಿಬಿಲಿ ಪಟ್ಟವನಂಗೆ ಕೂತಿದ್ದ ಗಂಡನನ್ನು ನೋಡಿ ಆತಂಕದಿಂದ "ಏನಾಗಿದೆ, ನಿಮ್ಗೇ? ಗಾಬರಿಯಿಂದ ಕೇಳಿದಳು, "ಏನಿಲ್ಲ, ಬಿಡು" ಮುಖ ಪಕ್ಕಕ್ಕೆ ತಿರುಗಿಸಿಕೊಂಡು "ನಾನು ಶರಧಿ ಅತ್ಯಂತ ಪ್ರೀತಿಯಿಂದ ಒಡನಾಡಿದವರು. ಬೆಳೆದಂತೆ ಅವಳು ಮೌನಿಯಾದಳು, ಕೆಲ್ಸಕ್ಕೆ ಸೇರಿದ ಮೇಲಂತು ಮಾತು ಹೆಚ್ಚು ಕಡ್ಮೇ ಬಿಟ್ಟಳೂಂತಲೇ ಅಂದುಕೋಬೇಕು. ಪವನ್ ಆಫರ್ ನಿರಾಕರಿಸಿದಾಗ ನಾನು ಸಾಕಷ್ಟು ಬೈಯ್ದೇ. ಆ ವಿಷಯದಲ್ಲಿ ಮನೆಯವರೆಲ್ಲ ಒಂದಾದರು ಅವಳು ಚಲಿಸಲಿಲ್ಲ. ನೋಡು, ಮದ್ವೆ ಬೇಡಾಂದ್ಲು, ಹಾಳಾಗ್ಲಿ ಅಂದುಕೊಂಡೆ, ಈಗ ಈ ಹೊಸ ಯೋಜನೆ, ಎಷ್ಟು ಛೀಪ್... ಅಲ್ವಾ?" ಮೆಲುಸಿರಿನೊಂದಿಗೆ ಹೇಳಿ ಮುಗಿಸಿದ.

ಶರಾವತಿ ಮಾತಾಡದೆ ಸುಮ್ಮನೆ ಕೂತಳು. ಈಗ ತಂಗಿಯ ಭವಿಷ್ಯದ ಬಗೆಗಿನ ಆತಂಕಕ್ಕಿಂತ, ಸಮಾಜ ಆ ಸಂಬಂಧವನ್ನು ಅವಹೇಳನ ಮಾಡಬಹುದು, ಆಗ ಅಣ್ಣನೆಂದು ಗುರುತಿಸಿಕೊಂಡ ತಾನು ಅವಮಾನಿತನಾಗಬಹುದೆಂಬ ಹೆದರಿಕೆಯೆ ಹೆಚ್ಚೆನಿಸಿತ್ತು. ಅದು ಸತ್ಯವೆಂದು ಸ್ಪಷ್ಟವಾಯಿತು ಕೂಡ.

"ಯಾಕೆ ಇಷ್ಟೊಂದು ಹೆದರ್ತೀರಿ?" ಸ್ವಲ್ಪ ಖಾರವಿತ್ತು ಅವಳ ಸ್ವರದಲ್ಲಿ "ನೀನು ಆರಾಮಾಗಿ ಒಳ್ಗೇ ಇರ್ತೀ, ಹೊರ್ಗಡೆ ಓಡಾಡೋನು ನಾನು ಇಂಥದೊಂದು ಸಂಬಂಧಕ್ಕೆ ಜನ ಏನು ಹೇಳ್ತಾರೆ ಗೊತ್ತಾ?" ಅದೇ ದಾಟಿಯಲ್ಲಿ ಅವನ ಮಾತು ಮುಂದುವರಿಯಿತು.

"ಇಷ್ಟು ದೊಡ್ಡ ಸಿಟಿ. ಜನಕ್ಕೆ ಅವರದೇ ಸಮಸ್ಯೆಗಳು, ಇಂಥದ್ದರಲ್ಲಿ ನಿಮ್ಕಡೆ ಕೈ ಮಾಡೋಕೆ ಜನಕ್ಕೇನು ಕೆಲ್ಸವಿಲ್ವಾ? ಆ ಸಂಬಂಧ ಮನೆಯವರಿಗೆ ಮಾತ್ರ ಗೊತ್ತು. ತೀರಾ ಸಿಂಪಲ್... ಕೇಳಿದರೇ ಹಣಕಾಸಿನ ಬಗ್ಗೆ ಒಂದಿಷ್ಟು ಮನಸ್ತಾಪ. ಅದಕ್ಕೆ ಬೇರೆ ಫ್ಲಾಟ್ ಮಾಡ್ಕೊಂಡ್ ಇದ್ದಾಳೇಂತ ಹೇಳಿ ಬಿಡಿ. ಅವರು ತೀರಾ ಸ್ವಾರ್ಥಿಯಲ್ಲ, ನಾವೇ ಸ್ವಾರ್ಥಿಯನ್ನಾಗಿ ಮಾಡಿ ಬಿಡೋಣ," ಎಂದಳು. ಇದರಿಂದ ಅಲ್ಪ ಸ್ವಲ್ಪ ಸಮಾಧಾನವಾಯಿತು. ಹಾರುವ ಎದೆ ತಹಬಂದಿಗೆ ಬಂತು.

ನಿಜ ಹೇಳಿ ಅವಮಾನ ಪಡುವುದಕ್ಕಿಂತ ಸುಳ್ಳು ಹೇಳಿ ಎದೆಯುಬ್ಬಿಸಿ ನಿಲ್ಲುವುದೇ ಸರಿಯೆನಿಸಿದಾಗ ಸ್ವಲ್ಪ ನಿರಾತಂಕದಿಂದ ಉಸಿರಾಡಿದ.

"ನಂಗೆ ಈ ತರಹ ಹೇಳೋದು ಕಷ್ಟ, ನಾನು ಚಿಕ್ಕವನಿದ್ದಾಗಿನಿಂದ ಅಮ್ಮ ಪದೇ ಪದೇ 'ಸತ್ಯವೇ ನಮ್ಮ ತಾಯಿ ತಂದೆ' ಅಂತ ಹೇಳಿಸಿ... ಹೇಳಿಸಿ... ಸುಳ್ಳು ಹೇಳೋದು ಕಷ್ಟವಾಗುತ್ತೆ ಕಣೇ, ಶರಾವತಿ" ನಿಸ್ಸಾಯಕತೆಯಿಂದ ಹೇಳಿಕೊಂಡಾಗ

ಅವಳು ಜೋರಾಗಿ ನಕ್ಕು "ಡೋಂಟ್ ವರೀ, ನಂಗೆ ಸುಳ್ಳು ಹೇಳಿ ಅಭ್ಯಾಸವಿದೆ. ನಾಲ್ಕು ಮಕ್ಕಳ ಮಧ್ಯೆ ಹುಟ್ಟಿ ಬೆಳೆದೋಳು. ನನ್ನಮ್ಮನಿಗೆ ಅದನ್ನೆಲ್ಲ ಹೇಳಿಕೊಡೋಕೆ ಪುರಸತ್ತು ಇರಲಿಲ್ಲ. ಬೇಕಾದರೆ ಸುಳ್ಳು ಹೇಳಿ ನಿಮ್ಮನ್ನು ನಂಬಿಸಬಲ್ಲೆ, ಆದರೆ ಗಂಡನಿಗೆ ಸುಳ್ಳು ಹೇಳಬಾರದು, ಅನ್ನೋ ಪಾಠ ಮಾಡಿರೋದೇ, ನಂಗೆ ಸಮಸ್ಯೆ ಆಗಿದೆ. ಸತ್ಯ ಹೇಳಿ ಗಂಡಂದಿರ ಜೊತೆ ಪೂರೈಸೋಕೆ ಸಾಧ್ಯನಾ?" ಛೇಡಿಸಿದಾಗ ಕೆನ್ನೆ ಹಿಂಡಿ ಕೆಂಪನಗೆ ಮಾಡಿ "ಸದ್ಯಕ್ಕೆ ಹತ್ತು ನಿಮಿಷ ನೀನು ಹೊರ್ಗೇ ಹೋಗೋ ಹಂಗಿಲ್ಲ" ಎಂದು ಛೇಡಿಸಿ ಹೋಗಿ ಪಚ್ಚಿಯ ಪಕ್ಕ ಕೂತ.

"ಶರಾವತಿ... ಶರಾವತಿ..." ಸುಬ್ಬಲಕ್ಷ್ಮಿಯ ದನಿ ಕೇಳಿ ಕೆನ್ನೆ ಸವರಿಕೊಳ್ಳುತ್ತ ಹೊರಗೆ ಹೋದಳು "ಸ್ವಲ್ಪ ಕಾಫೀ ಮಾಡಿಕೊಡು, ಹೋಗಲೇಬಾರದಾಗಿತ್ತು. ಅವ್ರ ಸಂಸಾರಗಳಲ್ಲಿ ಇಪ್ಪತ್ತೆಂಟು ತೂತುಗಳು, ಬೇರೆಯವರ ಸಂಸಾರಗಳಲ್ಲಿ ಏನಾದ್ರೂ... ಸಿಕ್ಕಿತಾಂತ ಕಾಯ್ತಾರೆ" ಮತ್ತೆ ಧುಮಗುಟ್ಟಿದರು.

ಕೋಣೆಯೊಳಕ್ಕೆ ಇಣಕಿದಳು, ರಾಮೂರ್ತಿ ಕಣ್ಮುಚ್ಚಿ ಮಲಗಿದ್ದರು. ಮರ್ಯಾದೆಯಾಗಿ ಹೊರ ಜನರ ಕಣ್ಣಿಗೆ ಬೀಳದಂತೆ ಸಮಾಜದಲ್ಲಿ ಬದುಕಿದವರು, ಸಣ್ಣ ಪುಟ್ಟದನ್ನ ಸಹಿಸಲಾರದಷ್ಟು ವೀಕ್.

"ಮಾವ..." ಅವರು ಕಣ್ತೆರೆಯಲಿಲ್ಲ, ಸುಬ್ಬಲಕ್ಷ್ಮಿ ಹಾಲ್‌ನಲ್ಲಿ ತೀರಾ ಕಂಗೆಟ್ಟಂಗೆ ಕೂತಿದ್ದರು. "ಅತ್ತೆ, ಸ್ವಲ್ಪ ಮಾವನ್ನ ಸಮಾಧಾನ ಮಾಡಿ. ಈಗ ತುಂಬ ಬದಲಾಗಿದೆ ಸಮಾಜ. ಇವೆಲ್ಲ ದೊಡ್ಡ ವಿಷಯಗಳೇ ಅಲ್ಲ. ಕೆಲವರಿಗೆ ಮಕ್ಕಳನ್ನು ಹೆರೋಕು ಪುರಸತ್ತಿಲ್ಲ. ಈಗ ಗರ್ಭ ಚೀಲ ಕೂಡ ಹಣ ಕೊಟ್ಟರೇ ಬಾಡ್ಗೆಗೆ ಸಿಗುತ್ತೆ. ಏನೇನೋ ಆಗಿ ಹೋಗಿದೆ. ಬೇರೆ ದೇಶಗಳಲ್ಲಿ ಇದೆಲ್ಲ ಸರ್ವೇ ಸಾಮಾನ್ಯ. ಹಿಂದೆ ಒಂದು ಸಲ ತಾಳಿ ಕಟ್ಟಿಸಿಕೊಂಡರೇ, ಅದಕ್ಕೆ ನಿಷ್ಟೆ ಇರ್ಬೇಕು. ಮದುವೆಗಳು ಸ್ವರ್ಗದಲ್ಲಿ ನಡೆದಿರುತ್ತೆ. ಇಲ್ಲಿ ಬರೀ ನೆಪ ಇಂಥ ಹೇಳಿಕೆಗಳು ಒಂದು ಅರ್ಥದಲ್ಲಿ ಬೆಲೆ ಕಳೆದುಕೊಳ್ಳುತ್ತಾ ಇದೆ. ಧರ್ಮೇಚ, ಅರ್ಥೇಚ, ಮೋಕ್ಷೇಚ, ನಾತಿಚರಮಿ, ಅಂತ... ವಧುವಿಗೆ ಪ್ರಮಾಣ ಮಾಡುತ್ತಾನೆ. 'ಓ ಧರ್ಮಪತ್ನೀ ಧರ್ಮಧಾನಾದಿ ವಿಷಯಗಳಲ್ಲಿ, ಧನ ಧಾನ್ಯಾದಿ ಸಂಪತ್ತುಗಳ ವಿಷಯದಲ್ಲಿ ಶಾರೀರಿಕ ಸುಖಗಳ ವಿಷಯದಲ್ಲಿ ಇಂದಿನಿಂದ ನೀನು ನನ್ನ ಸಮಭಾಜನಳಾಗಿರುವೆ. ನಿನ್ನನ್ನು ಅತಿಕ್ರಮಿಸಿ ನಾನು ನಡೆಯುವುದಿಲ್ಲ, ನೀನು ಸಹ ನನ್ನಂತೆಯೆ ಇರಬೇಕು. ಈ ಪ್ರಮಾಣದ ನಂತರವೆ ಹಿಂದೂಗಳಲ್ಲಿ ಮಾಂಗಲ್ಯಧಾರಣೆ, ಇದೆಲ್ಲ ಹೆಚ್ಚು ಆಚರಣೆಯಲ್ಲಿ ಇರಬಹುದು. ಆದರೆ ಎಷ್ಟು ಜನ ಗೌರವದಿಂದ ಪಾಲಿಸ್ತ ಇದ್ದಾರೆ?" ಎಂದ ಸೊಸೆಯನ್ನು ಒಂದು ತರಹ ನೋಡಿ "ಕಾಫೀ ತಗೊಂಡ್ ಬಾ" ಎಂದರು.

ಎಲ್ಲೋ ಏನೋ ಆಗಿದೆ, ಅದಕ್ಕಾಗಿ ಇಡೀ ವ್ಯವಸ್ಥೆ ವಿರುದ್ಧ ಹೋಗುವುದೇ? ಚಿಂತನೆ ಸುಬ್ಬಲಕ್ಷ್ಮಿಗೆ ಸರಿಯೆನಿಸಲಿಲ್ಲ.

ರೂಮಿನಲ್ಲಿದ್ದ ಶ್ರೀಧರ ಬಂದು ತಾಯಿಯ ಎದುರು ಕೂತ. "ನಂಗೂ ಫೋನ್

ಮಾಡಿದ್ರು. ಎಲ್ಲಾ ಒಟ್ಟಿಗೆ ಸತ್ಯನಾರಾಯಣ ಪೂಜೆಗೆ ಹೋಗಬಹುದಿತ್ತು. ಅಲ್ಲಿ ಯಾರೋ ಏನೋ ಕೇಳಿದ್ದಾರೆ, ನಿಂಗೆ ಬೇಜಾರಾಗಿದೆ. ಇದು ಬೇಕಾ? ಶರಧಿ ಏನು ಪೇಪರ್‌ಗೆ ಹಾಕ್ಸಿ ಹೋಗಿಲ್ಲ. ನಾವೇ ಒಂದು ಹೇಳಿದರಾಯ್ತು, ಹಣಕಾಸಿನ ವಿಚಾರದಲ್ಲಿ ಸ್ವಲ್ಪ ತಗಾದೆ ಷುರುವಾಯಿತು. ಅದಕ್ಕೆ ಒಂದು ಫ್ಲಾಟ್ ಕೊಂಡುಕೊಂಡ್ ಹೋಗಿದ್ದಾಳೇಂತ ನಾವೇ ಹೇಳಿ ಬಿಡೋಣ. ಅವಳೆಂದು ಹಣಕಾಸಿನ ಬಗ್ಗೆ ತಗಾದೆ ತೆಗೆದವಳಲ್ಲ. ಆದರೆ ಈ ಸುಳ್ಳಿನಿಂದ ಏನು ಡ್ಯಾಮೇಜ್ ಆಗೋಲ್ಲ. ಏನೇನೋ ನಡೀತಾ ಇದೆ. ಇಷ್ಟು ಸಣ್ಣ ವಿಷ್ಯಕ್ಕೆ ಯಾಕೆ ತಲೆ ಕೆಡಿಸ್ಕೋತೀಯ" ಎಂದ ಮಗನತ್ತ ನೋಡಿದರು.

"ಇದ್ನ ಶರಾವತಿ ಹೇಳಿದ್ಲಾ? ಬುದ್ಧಿವಂತೆ... ಬಿಡು! ನಾವು... ನಾವು... ಈ ರೀತಿ ಅಂದ್ಕೊಂಡ್ ಸಮಾಧಾನ ಮಾಡ್ಕೋಬಹುದು. ಆದರೆ... ಸಮಾಜ... ನಾವು ಬದುಕೋದು ಸಮಾಜದಲ್ಲಿ ಕಣೋ" ಆಕೆಯ ಕಣ್ತುಂಬಿತು.

ಕಾಫೀ ತಂದು ಅವರ ಮುಂದಿಟ್ಟ ಶರಾವತಿ ಅಲ್ಲೇ ಅವರ ಎದುರಿನಲ್ಲಿ ಕೂತು "ಪ್ಲೀಸ್, ಅತ್ತೆ... ಸಮಾಜನ ನೋಡಿದ್ದೀರಾ ಮಹಾಭಾರತ ಓದಿದವರೆಲ್ಲ ದ್ರೌಪತಿನ ಗೌರವಿಸ್ತಾರೆ, ಕನಿಕರಿಸ್ತಾರೆ. ಐದು ಜನ ಗಂಡಂದಿರು... ಇದು ಹೇಗೆ ಸರಿ? ಅಣ್ಣನ ಹೆಂಡ್ತಿ ಅತ್ತಿಗೆ, ತಾಯಿಗೆ ಸಮಾನ ಅಂತಾರೆ, ಅಂಥ ವಿಚಾರಗಳನ್ನು ಸಮಾಜ ಪುರಸ್ಕರಿಸಿಲ್ಲವಾ? ಸ್ವಲ್ಪ ಈಸೀಯಾಗಿ ತಗೊಳ್ಳಿ. ಶರದಿ ಆ ವಿಚಾರದಲ್ಲಿ ದೃಢವಾಗಿದ್ದಾಳೆ," ಎನ್ನುವುದರ ಜೊತೆಗೆ ಈಗಿನ ಬದಲಾದ ಸಮಾಜದಲ್ಲಿನ ಎಷ್ಟೋ ವಿಷಯಗಳನ್ನು ಹೇಳಿ ಒಂದಿಷ್ಟು ಸಂತೈಯಿಸಿದಳು.

ರಾತ್ರಿ ಒಂದಿಷ್ಟು ಪದ್ಮನಾಭನಿಗೆ ಜ್ವರವೇರಿದ್ದರಿಂದ ಆ ಬಗ್ಗೆ ಆತಂಕಗೊಂಡರಷ್ಟೆ.

ಶ್ರೀಕಾಂತ್ ಆಫೀಸ್‌ಗೆ ಬಂದಾಗ ಪ್ರೊಡೆಕ್ಷನ್ ಮ್ಯಾನೇಜರ್ ಚೇತನ ಬಂದವನೇ "ನಿಮ್ಮ ಮಕ್ಕು ಬಂದಿದ್ದಾರೆ, ಸರ್" ಅವನ ಹುಬ್ಬೇರಿತು. 'ಮಕ್ಕಳನ್ನು ನೋಡಬಾರದು, ಅವರ ಪ್ರಸಕ್ತಿಗೆ ಬರಬಾರದು' ಇಂಥ ಹಲವಾರು ಕಂಡೀಷನ್ ಹಾಕಿಯೇ ಡೈವೋರ್ಸ್ ಕೊಟ್ಟ ಅಮೂಲ್ಯ ಅವನನ್ನು ಚಿತ್ರಹಿಂಸೆಗೆ ಒಳಪಡಿಸಿದ್ದಳು. ಅಂದಿನಿಂದ ಅವನು ಮಕ್ಕಳನ್ನು ನೋಡಿರಲಿಲ್ಲ! ಅವುಡುಗಳು ಬಿಗಿದುಕೊಂಡವು.

"ಎಲ್ಲಿದ್ದಾರೆ?" ಕೇಳಿದ ಸ್ವಲ್ಪ ಆವೇಗದಿಂದ.

"ನಿಮ್ಮ ಛೇಂಬರ್‌ನಲ್ಲಿ" ಅಂದ ಗೆಲುವಿನಿಂದ ಪ್ರೊಡಕ್ಷನ್ ಮ್ಯಾನೇಜರ್ ಚೇತನನಿಗೆ ಇವರ ಕತೆಯೆಲ್ಲ ಗೊತ್ತಿತ್ತು. ಶ್ರೀಕಾಂತನ ಬಗ್ಗೆ ಒಂದಿಷ್ಟು ಮರುಕ. ಅದು ಶ್ರೀಕಾಂತ್‌ಗೆ ಬೇಡ ಅಷ್ಟೇ, ಯಾರೇ ಅವನ ಪರ್ಸನಲ್ ವಿಚಾರಗಳನ್ನು ಪ್ರಸ್ತಾಪಿಸಿದರು ಸಿಟ್ಟಾಗುತ್ತಿದ್ದ "ಓಕೇ, ಚಾಂದಿನಿ ಗೋಲ್ಡ್ ಅವರ ಫೈಲ್ ರೆಡಿ ಮಾಡು" ಅಷ್ಟು ಹೇಳಿ ಛೇಂಬರ್‌ಗೆ ಬಂದಾಗ ವಿಸ್ಮಿತನಾದ. ಅವನ ಸೀಟಿನಲ್ಲಿದ್ದ ಅಮನೀಯನ್ನು ನೋಡಿ ಅವನ ಹೃದಯ ತುಂಬಿ ಬಂತು. ಬಹುಶಃ ಅವನಿಗೆ

ಮಕ್ಕಳ ಪರಿಚಯ ಅಷ್ಟಕಷ್ಟೆ. ತಂದೆ, ಮಕ್ಕಳ ಮಧ್ಯೆ ಒಂದು ಕಂದಕವನ್ನು ನಿರ್ಮಿಸಿದ್ದಳು. ಇಬ್ಬರು ಒಂದೊಂದು ಕಡೆ.

"ಯು ಆರ್ ಮೈ ಡಾಡಿ?" ಕೇಳಿದಕ್ಕೆ ಅವನಲ್ಲಿ ರೋಷ ಉಕ್ಕಿತು ತಲೆದೂಗಿ ಅವಳ ಸೊಂಪು ಕ್ರಾಪ್‌ನ ಸವರಿ "ಹೇಗಿದ್ದೀ?" ವಿಚಾರಿಸಿದ. ಅಮನೀ ಅಮೂಲ್ಯನ ಪಡಿಯಚ್ಚು, ನೆನಪುಗಳು ಕುರುಕ್ಷೇತ್ರದ ಸಂಗ್ರಾಮವನ್ನು ಸೃಷ್ಟಿಸಿತ್ತು.

"ನೀನು ಡೈವೋರ್ಸ್ ತಗೊಮಡಿದ್ದಿಯಂತೆ. ನಮ್ಗೇ ಹೊಸ ಡ್ಯಾಡಿ ಬಂದಿದೆ. ನೀನು ಹಳೇ ಡ್ಯಾಡಿ" ಎಂದ ಮಗಳನ್ನು ಬರ ಸೆಳೆದು ಎದೆಗಪ್ಪಿಕೊಳ್ಳಬೇಕೆನಿಸಲಿಲ್ಲ? ತುಟಿ ಕಚ್ಚಿ ಬೇರೆಡೆ ನೋಟ ಹರಿಸಿ ಬಾತ್ ರೂಂಗೆ ಹೋಗಿ ಕಣ್ಣೀರಿಟ್ಟ. 'ಅಮೂಲ್ಯ... ಅಬ್ಬ...' ಆ ಹೆಸರೇ ಅವನನ್ನು ಹೆದರಿಸಿದಂತಿತ್ತು.

ಒಂದಿಷ್ಟು ಸಮಾಧಾನಿಸಿಕೊಂಡು ಹೊರ ಬಂದ, ಪ್ರೀತಿ, ಮಮತೆ ಇಲ್ಲಿ ದೌರ್ಬಲ್ಯವಾಗಬಾರದೆನಿಸಿತು.

"ಯಾರ‍್ಯಾರು... ಬಂದ್ರಿ?" ಎಂದು ಅವಳನ್ನು ಮೆಲ್ಲಗೆ ತನ್ನ ಸೀಟಿನಿಂದ ಎಬ್ಬಿಸಿ "ಅಲ್ಲಿ, ಕೂತ್ಕೋ" ಕರೆದೊಯ್ದು ಕೂಡಿಸಿ ಬಂದು ತನ್ನ ಸೀಟಿನಲ್ಲಿ ಕೂತ, ಮಗ ಅತುಲ್ ಸುಮ್ಮನೆ ಕೂತಿದ್ದನ್ನು ಗಮನಿಸಿ ಕಿರು ನಗೆ ಬೀರಿ "ಬಾ... ಇಲ್ಲಿ" ಕರೆದ ಅವನ ಕಣ್ಣುಗಳಲ್ಲಿ ಹಟದ ಜೊತೆ ಒಂದಿಷ್ಟು ಮಂಕು ಇತ್ತು.

"ನಿನ್ಕಂಡರೇ ಅವ್ನಿಗೆ ಇಷ್ಟವಿಲ್ಲ!" ಹೇಳಿದ್ದು ಅಮನೀ. ನೇರವಾಗಿ ಅವಳನ್ನು, ಅತುಲ್‌ನನ್ನ ಬದಲಾಯಿಸಿ ಬದಲಾಯಿಸಿ ನೋಡಿ "ಯಾಕೆ ಮೈ ಏಂಜಲ್?" ಅನುನಯಿಸುವ ದನಿಯಲ್ಲಿ ಕೇಳಿದ.

"ಯು ಆರ್ ಎ ಡೇವಿಲ್, ಐ ಹೇಟ್ ಯು" ಆತುಲ್ ಕೋಪದಿಂದ ನುಡಿದಾಗ ಅವನಿಗೆ ಅರ್ಥವಾಯಿತು. ಡೋರ್ ಬಳಿ ನಿಂತ ಶರಧಿಗೆ ಈ ಮಾತುಗಳು ಕೇಳಿಸಿದಾಗ ಬೆಚ್ಚಿ ಬಿದ್ದಳು. "ಪ್ಲೀಸ್, ಕಂ..." ಎಂದು ಡೋರ್ ತೆಗೆದುಕೊಂಡು ಹೋಗಿ ಕಾರಿಡಾರ್‌ನಲ್ಲಿ ನಿಂತು ಸಿಗರೇಟು ಹಚ್ಚಿದ. ಕಾನೂನು ಪ್ರಕಾರ ಸಂಬಂಧ ಮುರಿದಿದೆ. ಆದರೆ ಅಮೂಲ್ಯ ಸೇಡು ಮುಗಿದಿಲ್ಲ. ನಿರಂತರವಾಗಿ ಹಿಂಸಿಸೋಕೆ ಕಾರಣ? ವಿಪರೀತ ಪೊಸೆಸಿವ್ ಅವಳನ್ನು ಸ್ಯಾಡಿಸ್ಟ್ ಆಗಿಸಿತ್ತು.

ಫೈಲ್ ಹಿಡಿದುಕೊಂಡ ಶರಧಿನಾ "ನೀವು ಎರಡು ದಿನ ಲೀವ್ ತಗೊಂಡ್ ಫ್ಲಾಟ್‌ಗೆ ಹೋಗಿ, ಇಂಪಾರ್ಟೆಂಟ್ ಅಂದರೆ ನಿಮ್ಗೇ ಸಂಬಂಧಿಸಿದವರ ಅರ್ಥವಾಗಿರಬೇಕಲ್ಲ, ಅವರುಗಳ ಫೋನ್‌ಗಳನ್ನು ಮಾತ್ರ ರಿಸೀವ್ ಮಾಡ್ಕೊಳ್ಳಿ. ಯು ಕೇನ್ ಗೋ" ಅಂದ. ಅವಳಿಗೇನು ಅರ್ಥವಾಗಲಿಲ್ಲ. ಆದರೂ ಲೀವ್ ಲೆಟರ್ ಕಂಪನಿ ಮ್ಯಾನೇಜರ್‌ಗೆ ಕೊಟ್ಟು ಸಿಇಓ ತಲುಪಿಸುವಂತೆ ಹೇಳಿ ಹೊರಟಳು. ವಿಚಿತ್ರವಾಗಿ ಕಂಡಿತು. ಅವಳ ಅಭಿಮಾನಕ್ಕೆ ಪೆಟ್ಟು!

ಇತ್ತೀಚೆಗೆ ಅಮೂಲ್ಯ ಇನ್ನೊಂದು ವಿವಾಹವಾಗಿರುವುದು ತಿಳಿದಿತ್ತು. ಅದು

ಅವನಿಗೆ ಸಂಬಂಧ ಪಟ್ಟದಲ್ಲ! ಕಾನೂನು ಬಿಡುಗಡೆ ಘೋಷಿಸುವುದಕ್ಕೆ ಮುನ್ನವೆ ಮಾನಸಿಕವಾಗಿ, ದೈಹಿಕವಾಗಿ ದೂರ ಸರಿದಿದ್ದ. ಅಮೃತಸೇನ್ ಈ ಆ್ಯಡ್ ಕಂಪನಿಯ ಪಾರ್ಟನರ್, ಆದರೂ ಮಿಕ್ಕ ಮೂವರು ಇವನ ಪರ ಇದ್ದುದ್ದರಿಂದ ಶ್ರೀಕಾಂತ್ ಇಲ್ಲಿಯೆ ನಿಲ್ಲಬೇಕಾಗಿತ್ತು.

ಫ್ಲಾಟ್ ಮುಂದೆ ಶರಧಿ ಇಳಿದಾಗ ಒಂದು ಕ್ಷಣ ಯಾಕೆ ಅಮ್ಮನ ಮನೆಗೆ ಹೋಗಿ ಬರಬಾರದೆನಿಸಿತು. ಆದರೆ ಎಂಥ ಸ್ವಾಗತ ಸಿಗಬಹುದೆಂದು ಅವಳಿಗೆ ಗೊತ್ತಿತ್ತು. ಅಕಸ್ಮಾತ್ ಸುಬ್ಬಲಕ್ಷ್ಮೀ ಬಾಗಿಲು ತೆರೆದರು ಗೆಟ್‌ಔಟ್ ಅನ್ನಬಹುದು. ಅಷ್ಟೊಂದು ದಾಕ್ಷಿಕ, ದೃಢತ್ವ ಇತ್ತು. ಈ ಸಂಬಂಧ ಪುರಸ್ಕರಿಸಿದರು.

ಲಿಫ್ಟ್‌ನಲ್ಲಿ ಮೇಲಕ್ಕೆ ಬಂದಳು. ಈ ಸಮಯದಲ್ಲಿ ಹೆಚ್ಚು ಕಡಿಮೆ ನಿರ್ಜನವೆ. ಗಂಡು - ಹೆಣ್ಣು ಎಂಬ ಭೇದ ಭಾವವಿಲ್ಲದಂತೆ ದುಡಿಯುವ; ವಿದ್ಯಾವಂತರು ಎನ್ನುವುದರ ಜೊತೆಗೆ ನಾಗರೀಕರೆಂದು ಹಣೆಪಟ್ಟಿ ಕಟ್ಟಿಕೊಂಡಿರುವ ಜನ ವಾಸಿಸುವಂತ ಫ್ಲಾಟ್‌ಗಳೇ. ಪ್ರತಿ ಫ್ಲಾಟ್‌ನಲ್ಲಿ ಇದ್ದಿದ್ದು ಇಬ್ಬರು, ಜೊತೆಗೊಂದು ಸಂತಾನ, ಅಕಸ್ಮಾತ್ ಸಂತಾನವಿಲ್ಲದಿದ್ದರೆ ಸರ್ವೆಂಟ್ ಅಂತು ಇರುತ್ತಿದ್ದಳು.

ರೂಮಿನೊಳಕ್ಕೆ ಬಂದು ಕುಸಿದಂತೆ ಕೂತಳು. ಎಲ್ಲಾ ಇತ್ತು ಇರಬೇಕಾದ ಜೀವಂತಿಕೆಯೆ ಇಲ್ಲವೆನಿಸಿತು. ಅಧಿಕಾರಯುತವಾಗಿ ರಜ ಹಾಕಿ ಶ್ರೀಕಾಂತ್ ಹೋಗೆಂದ. ಅವನು ಅವಳ ಬಾಸ್. ಅದಕ್ಕೂ ಮೀರಿದ ಸಂಬಂಧವೊಂದಿತ್ತು. ಅವರಿಬ್ಬರ ಮಧ್ಯೆ. ಅದಕ್ಕೆ ಏನೆಂದು ಹೆಸರು ಕೊಡುವುದು? ಸಾಂಗತ್ಯವೆಂದರೆ? ಇಲ್ಲಿ ಇದ್ದಿದ್ದು ಕೂಡ ವಿವಾಹದ ವ್ಯವಸ್ಥೆಯೆ.

ಎ.ಸಿ. ಆಫ್ ಮಾಡಿ, ಉಡುಪು ಕೂಡ ಬದಲಾಯಿಸದೆ ಮಂಚದ ಮೇಲೆ ಉರುಳಿಕೊಂಡಳು. ಶ್ರೀಮಂತಿಕೆಯ ಸುಪ್ಪತ್ತಿಗೆ ಸಿಕ್ಕಿತ್ತು! ಆದರೆ ಎಲ್ಲೋ, ಏನೋ ಕೊರತೆ ಎದ್ದು ಕಾಣುತ್ತಿತ್ತು.

ಅಷ್ಟರಲ್ಲಿ ಅವಳ ಮೊಬೈಲ್ ಸದ್ದು ಮಾಡಿತು. ನಂಬರ್‌ಗಳನ್ನು ನೋಡಿ ಖುಷಿಯೆನಿಸಿತು. "ಹಲೋ..." ಅಂದಳು.

"ನಾನು ಶರಾವತಿ, ನಿನ್ನ ಅಣ್ಣನ ಹೆಂಡ್ತಿ, ಹೇಗಿದ್ದಿ? ಮಾತಾಡಬೇಕೆನಿಸಿತು. ಈಗ ಮನೆಯಲ್ಲಿ ನಾನು ಒಬ್ಬೇ" ಶರಾವತಿ ಹೇಳಿದಳು. ಅಪರೂಪದ ಆನಂದ ಶರದಿಯ ಮನದಲ್ಲಿ "ಚೆನ್ನಾಗಿದ್ದೀನಿ, ನಾನು ಕೂಡ ರಜಾ ಹಾಕಿ ಫ್ಲಾಟ್‌ನಲ್ಲೇ ಉಳ್ದುಕೊಂಡಿದ್ದೀನಿ. ನೀವು ಯಾಕೆ ಬರಬಾರದು?" ಇಂಥದೊಂದು ಕೇಳಿಕೆ ಅವಳದು. ಅಲ್ಲಿಗೆ ಶರಾವತಿ ಕರೆದರೆ ಹೋಗಲು ಸಿದ್ದ. ಆದರೆ ಆಹ್ವಾನ ಸಿಗದು.

"ಖಂಡಿತ ಬರ್ತೀನಿ. ನಂಗೂ ಸ್ವಲ್ಪ ಕೆಲ್ಸ ಇದೆ" ಫೋನ್ ಕಟ್ ಮಾಡಿದಳು. ಶರಧಿ ಕೊಟ್ಟು ಹೋದ ಲಕ್ಷ ರೂಪಾಯಿ ಹಣ ಅವಳ ಮಡಿಲು ಸುಡುತ್ತಿತ್ತು. ಅದನ್ನ ಗಂಡನೊಂದಿಗೆ ಹೇಳುವ ಧೈರ್ಯ ಮಾಡದೆ ಕೊನೆಗೆ ರಾಮೂರ್ತಿಗಳೊಂದಿಗೆ

ಹೇಳಿಕೊಂಡಾಗ "ಖಂಡಿತ ನೀನು ತಗೊಂಡ್ ತಪ್ಪು ಮಾಡ್ದೇ. ಏನಾದ್ರೂ ಅಂದುಕೊಳ್ಳಲೀ, ಶರಧಿ ಮಾಡಿದ್ದು ತಪ್ಪೇ, ಮುಂದೇನು? ಒಂದು ಗಂಡು, ಒಂದು ಹೆಣ್ಣಿನ ಸಂಬಂಧ ಬೆಸೆಯಲು ಪೂರ್ವಿಕರು ಎಷ್ಟೋ ವಿಧಿ, ವಿಧಾನಗಳನ್ನು ಅನುಸರಿಸಿ ಅದನ್ನು ವ್ಯವಸ್ಥೆಯಾಗಿ ರೂಪಿಸಲು ಸಾಕಷ್ಟು ಕಷ್ಟಪಟ್ಟಿದ್ದಾರೆ. ಅದನ್ನೆಲ್ಲ ಮಾಡಿದ್ದು, ಆರೋಗ್ಯಕರ ಸಮಾಜದ ಏಳಿಗೆಯ ದೃಷ್ಟಿಯಿಂದ ಇವಳು ಆಯ್ದುಕೊಂಡ ಮಾರ್ಗ ಸರಿ ಇಲ್ಲ. ಅದೂ ತಪ್ಪಂತ ತಿಳ್ದು ಬೇಗ ತಿದ್ದಿಕೋಬೇಕು. ಇಲ್ಲ ಹಿಂದಕ್ಕೆ ಬರ್ಬೇಕು. ಅದರವರ್ಗೂ ಈ ರೀತಿಯ ಬಹಿಷ್ಕಾರ ಮುಂದುವರಿಯಬೇಕು. ಅದರಿಂದ ನೀನು ಯಾರ್ಗೂ ಹೇಳೋದು ಬೇಡ, ಆ ಹಣ ಹಿಂದಿರುಗಿಸಿ ಬಿಡು" ಎಂದು ಅಪ್ಪಣೆ ಮಾಡಿದ ಮೇಲೆ ಬೆಂಕಿಯನ್ನು ಒಡಲಲ್ಲಿ ಇಟ್ಟುಕೊಂಡಂತಾಗಿತ್ತು. ಅವರ ಡಿಸಿಷನ್ ಅಲ್ಲಗಳೆಯುವುದು ಅವಳಿಂದ ಸಾಧ್ಯವಿರಲಿಲ್ಲ. ಇಂದು ಸಮಯ ಕೂಡಿ ಬಂದಿತ್ತು. ಸೀರೆಗಳ ಅಡಿಯಲ್ಲಿದ್ದ ಹಣವನ್ನು ಹ್ಯಾಂಡ್‌ಬ್ಯಾಗ್‌ಗೆ ಸೇರಿಸಿ ಹೊರಟಿದ್ದು.

ಅಪಾರ್ಟ್‌ಮೆಂಟ್ ತಲುಪಿದಾಗ ಮೇಲುಸಿರು ಬಿಟ್ಟು ಆಯೋದವನಿಗೆ ಹಣ ಕೊಟ್ಟು ಬೆವರೊರೆಸಿಕೊಂಡಿದ್ದು. ಆವರಣದಲ್ಲಿ ಅಡಿಯಿಟ್ಟಾಗ ಎಲ್ಲೆಡೆ ಸ್ವಚ್ಛ ಶ್ರೀಮಂತಿಕೆಯ ವಾತಾವರಣ.

ಆಯ್ಕೆಯೇನೋ ಸರಿಯಾಗಿತ್ತು. ಮದುವೆಯಾಗದಿದ್ದರೂ 'ಲಿವಿಂಗ್ ಟುಗೆದರ್' ಜೋಡಿಗಳನ್ನು ರೂಲ್ಸ್, ರೆಗ್ಯುಲೇಷನ್, ಕಮಿಟ್‌ಮೆಂಟ್‌ಗಳು ಬಾಧಿಸಿವು.

"ಹಾಯ್... ಅತ್ತಿಗೆ..." ದನಿ ಕೇಳಿಯೇ ಯೋಚನಾಲಹರಿಯಿಂದ ಎಚ್ಚೆತ್ತಿದ್ದು. ಪಿಳಿ ಪಿಳಿ ನೋಡಿದಳು. 'ಅತ್ತಿಗೆ' ಎಂದು ಕರೆಯಬೇಕೆಂದು ಸುಬ್ಬಲಕ್ಷ್ಮೀ ತಾಕೀತು ಮಾಡಿದರು. ಶರಧಿಗೆ ಇಷ್ಟವಾಗದು. 'ಶರಾವತಿ...'ಯೆಂದೇ ಕರೆಯುತ್ತಿದ್ದುದು. ಇಂದಿನ ಸಂಬೋಧನೆಯಿಂದ ಶರಾವತಿಗೂ ಖುಷಿಯಾಯಿತು. ಬದಲಾವಣೆಗೆ ಇದು ನಾಂದಿಯೆನಿಸಿತು. "ಅತ್ತಿಗೆ ಅಂದಿದಕ್ಕೆ ತುಂಬ ಸಂತೋಷವಾಯ್ತು. ಹೆಸರಿಡಿದು ಯಾರು ಬೇಕಾದ್ರೂ... ಕೂಗಬಹುದು. ಅತ್ತಿಗೇಂತ ನೀನೊಬ್ಬು ಮಾತ್ರ ಅನ್ನಬೇಕು" ಎನ್ನುತ್ತ ಮುಗುಳ್ನಗೆ ಹರಿಸಿದಳು.

ನಸು ನಗುತ್ತ ಶರಧಿ ಲಿಫ್ಟ್‌ನಲ್ಲಿ ಅವಳನ್ನು ಮೇಲಕ್ಕೆ ಕರೆದೊಯ್ದಳು. ಎಲ್ಲಾ ಚೆಂದವೆನಿಸಿತು. ಶ್ರೀಮಂತಿಕೆಯ ಎಲ್ಲಾ ಲಕ್ಷಣಗಳು ಅಲ್ಲಿದ್ದವು. ಚೆಂದ ಫ್ಲಾಟ್‌ನೊಳಗೆ ಕಾಲಿಟ್ಟಾಗ ಮಂಜಿನ ಅರಮನೆ ಹೊಕ್ಕಂತಾಯಿತು. ಬಹುಶಃ ಇಡೀ ಫ್ಲಾಟ್‌ಗೆ ಎಸಿ! ಆ ಕ್ಷಣ ಶರಧಿ ಅದೃಷ್ಟವಂತೆಯಾಗಿ ಕಂಡಳು.

"ನೀರು... ಬೇಕು" ಕೇಳಿದಳು

ಒಳಗಿನ ಅಂದ ಚೆಂದಕ್ಕೆ ಶರಾವತಿ ಬೆರಗಾಗಿದ್ದಳು. ಆದರೆ ಏನೋ ಒಂದು ರೀತಿಯ ತಳಮಳ. ಇದು ಅರಗಿನ ಅರಮನೆಯಾಗಿ ಬಿಟ್ಟರೇ?

"ತಗೊಳ್ಳಿ, ಸರ್ವೆಂಟ್ ಬಂದ್ ಹೋಗಿದ್ದಾಳೆ. ಇನ್ನ ನಿಶ್ಚಿಂತೆ. ಕೆಲವೊಮ್ಮೆ

ಹಿಂಸೆನೇ, ಇನ್ನ ಬರೋದು... ನಾಳೆನೇ" ಎಂದು ರೂಮಿಗೆ ಕರೆದೊಯ್ದು ಮೊದಲು ಜ್ಯೂಸ್ ತಂದುಕೊಟ್ಟು ಅಲ್ಲೇ ಎದರು ಕೂತ ಶರಧಿಯನ್ನು ದಿಟ್ಟಿಸಿದಳು. ಮತ್ತಷ್ಟು ಚೆಂದವಾಗಿ ಕಂಡಳು. "ಯು ಲುಕ್ ವರಿ ಬ್ಯೂಟಿ ಫುಲ್, ಹಿಂದಿಗಿಂತ ಈಗ ತುಂಬ ಚೆಂದ ಕಾಣ್ತೀಯ, ಶ್ರೀಕಾಂತ್ ನಿನ್ನ ಸುಖವಾಗಿ ನೋಡಿಕೊಂಡಿದ್ದಾರೆ" ಮುಂದೆ ನಾಲಿಗೆ ತುದಿಗೆ ಬಂದ ಮಾತನ್ನು ನುಂಗಿಕೊಂಡಿದ್ದು ಪ್ರಯಾಸದಿಂದಲೇ.

ಅತ್ಯಂತ ಗಂಭೀರವಾದ ಮುಗುಳ್ನಗೆ ಬೀರಿ "ಅಮ್ಮ, ಅಪ್ಪ ಹೇಗಿದ್ದಾರೆ? ಇವತ್ತು ಬಂದು ಬಿಡುವ ಮನಸ್ಸಿತ್ತು. ಜೊತೆಗೆ ಬಿಡುವು ಇತ್ತು. ನಂಗೆ ಆಗೋ ಮಾನಸಿಕ ಹಿಂಸೆಗಿಂತ ಅವರುಗಳು ಅನುಭವಿಸೋ ವೇದನೆ ಗುರ್ತಿಸಿ" ಶರಾವತಿ ಅವಳ ಕೈ ಹಿಡಿದುಕೊಂಡಳು. ಅಷ್ಟೇ, ಭರವಸೆ ಮಾತ್ರ ಕೊಡಲು ಸಾಧ್ಯವಿರಲಿಲ್ಲ.

"ಎಲ್ಲಾ ಚೆನ್ನಾಗಿದ್ದಾರೆ, ಖಂಡಿತ ಬರೋ ಧೈರ್ಯ ಮಾಡಬೇಡ, ನಿನ್ನ ನಿರ್ಧಾರ ಇಟ್ಟ ಹೆಜ್ಜೆಯನ್ನು ಪುರಸ್ಕರಿಸಿಲ್ಲ. ಬಹುಶಃ ಅಂಥ ಸಾಧ್ಯತೆಯು ಕಡ್ಮೆ, ಆ ವಿಚಾರ ಬಿಡು" ಎಂದು ಹ್ಯಾಂಡ್‌ಬ್ಯಾಗ್‌ನಲ್ಲಿದ್ದ ಲಕ್ಷ ರೂಪಾಯಿನ ನೋಟುಗಳ ಕಂತೆಯನ್ನು ಟೀಪಾಯಿ ಮೇಲಿಟ್ಟು "ದಯವಿಟ್ಟು ಕ್ಷಮ್ಸಿ ಬಿಡು, ಶರಧಿ. ಈ ಹಣನ ತಗೊಂಡ ನಾನು ಅವರ ಮುಂದೆ ಅಪರಾಧಿ ಸ್ಥಾನದಲ್ಲಿ ನಿಲ್ಲಬೇಕಾಗುತ್ತೆ, ಕ್ಷಮಿಸೋಲ್ಲ, ಅದಕ್ಕೆ ಹಿಂದಕ್ಕೆ ಕೊಡೋಕೆ ತಂದೆ" ಅಂದಳು ನಿಸ್ಸಾಯಕ ಭಾವದಿಂದ.

ಶರಧಿ ಹಣದ ಕಂತೆ, ಅವಳನ್ನು ಬದಲಿಸಿ, ಬದಲಿಸಿ ನೋಡಿ "ಅವರಿಗೆ ಹೇಳೋದು ಬೇಡವಾಗಿತ್ತು. ನಿಮ್ಹತ್ರನೆ ಇದ್ದಿದ್ರೆ ಯಾವುದಕ್ಕಾದ್ರೂ ಪ್ರಯೋಜನವಾಗ್ತ ಇತ್ತು" ಎಂದಳು.

"ಬೇಡ, ಅದ್ನ ನನ್ನ ಮನಸ್ಸು ಒಪ್ಪೋಲ್ಲ. ಅಂಥ ಧೈರ್ಯ ಕೂಡ ನಂಗಿಲ್ಲ. ಎಷ್ಟೋ ಸಲ ನಿನ್ನ ಅಣ್ಣನಿಗೆ ಹೇಳೋಣಾಂತ ಅಂದುಕೊಮಡರು, ಆಗ್ಲಿಲ್ಲ. ಹೆಂಡ್ತಿ ಅನ್ನೋ ಪ್ರೀತಿ ಜೊತೆ ನನ್ಮೇಲೆ ಅಭಿಮಾನನು ಇದೆ. ಅದ್ನ ಕಳೆದುಕೊಂಡರೇ, ಮತ್ತೆ ಸಂಪಾದಿಸುವುದು ಕಷ್ಟ. ಆ ರಿಸ್ಕ್ ಬೇಡ. ನಿಂಗೆ ಖಂಡಿತ ಸೇವಿಂಗ್ಸ್ ಅಗತ್ಯ. ನನ್ಗಂಡನಿಗೆ ಗೌರ್ನಮೆಂಟ್ ಉದ್ಯೋಗ ಇದೆ. ಅನ್ನಕ್ಕಂತು ಮೋಸ ಇಲ್ಲ. ಜಾಬ್ ಸೆಕ್ಯೂರಿಟಿ ಇದೆ. ಅತ್ತೆದು ಸರ್ಕಾರಿ ಉದ್ಯೋಗ, ಈಗ ಪಿಂಚಣಿ ಬರ್ತಾ ಇದೆ. ಮಾವನಿಗೆ ರಿಟೈರ್ಡ್ ಆದಾಗ ಬಂದ ಹಣನ ಫಿಕ್ಸೆಡ್‌ನಲ್ಲಿ ಹಾಕಿದ್ದಾರೆ. ಅನ್ ಸೆಕ್ಯೂರ್ಡ್ ಅನ್ನಿಸೋಲ್ಲ" ಎಂದಳು ಶರಾವತಿ. ಅವಳಿಗೆ ಅಲ್ಪಸ್ವಲ್ಪ ಅರ್ಥವಾಗಲೀಯೆಂದೇ ಹೇಳಿದ್ದು. ಆದರೆ ಅವಳಿಗೆ ಅರ್ಥಮಾಡಿಕೊಳ್ಳಲು ಇಷ್ಟವಿಲ್ಲ!

"ಹೋಗ್ಲಿ ಬಿಡಿ. ಪಚ್ಚಿಗೆ ಗಿಫ್ಟ್ ಅಂತಾದ್ರೂ ತಗೋಬಹುದಿತ್ತು" ಶರಧಿಯ ಈ ಮಾತಿಗೆ ಪ್ರತಿಕ್ರಯಿಸಲಿಲ್ಲ "ಇವತ್ತು ಅತ್ತೆ ಬಿಸಿ ಬೇಳೆಬಾತ್ ಮಾಡಿದ್ರು, ಅದು ನಿಂಗೆ ತುಂಬ ಇಷ್ಟಾಂತ ಡಬ್ಬಿಗೆ ಹಾಕ್ಕೊಂಡ್ ಬಂದೆ" ಅನ್ನುತ್ತ ಶರಾವತಿ ಬ್ಯಾಗ್‌ನಲ್ಲಿದ್ದ ಡಬ್ಬಿಯನ್ನು ಹೊರ ತೆಗೆದು "ನಾನೇ, ಒಂದು ಪ್ಲೇಟ್‌ಗೆ ಹಾಕಿ ಕೊಡ್ತೀನಿ" ಮೇಲೆ ಎದ್ದವಳನ್ನು ಕೂಡಿಸಿ "ಹೇಗೂ, ಸ್ಪೂನ್ ಇದೆಯಲ್ಲ, ಡಬ್ಬಿಯಲ್ಲೆ ತಿಂತೀನಿ" ಡಬ್ಬಿಯನ್ನು

ತೆಗೆದುಕೊಂಡು ತಿನ್ನತೊಡಗಿದಳು. ಉಪ್ಪಿಟ್ಟು ಬಿಟ್ಟರೇ ಸುಬ್ಬಲಕ್ಷ್ಮೀ ಬಿಸಿಬೇಳೆಬಾತ್ ಮಾಡುತ್ತಿದ್ದುದು ಹೆಚ್ಚು. ಆಗ ರಾಮೂರ್ತಿಗಳು ಹಾಸ್ಯ ಮಾಡುತ್ತಿದ್ದರು.

"ಈಗ್ಲೂ, ಅಮ್ಮ ಜಾಸ್ತಿ ಬಿಸಿಬೇಳೆಬಾತ್ ಮಾಡ್ತಾರ?" ಎಂದು ಕೇಳುತ್ತ ಸ್ಪೂನ್‌ನಲ್ಲಿದ್ದನ್ನ ನಾಲಿಗೆಯ ತುದಿಯ ಮೇಲಿಟ್ಟುಕೊಂಡದಷ್ಟೆ "ಲೇ ಶರದಿ... ಖಾರನೇನೋ, ಒಂದಿಷ್ಟು ತುಪ್ಪದ ಎಣ್ಣೆನೋ ಹಾಕ್ಕೋ, ಇನ್ನಷ್ಟು ರುಚಿ ಇರುತ್ತೆ" ಅಮ್ಮ ಬರೀ ಬಾಯಲ್ಲೇ ಹೇಳುತ್ತ ಸುಮ್ಮನಿರುತ್ತಿರಲಿಲ್ಲ, ನಾಲ್ಕು ಸ್ಪೂನ್ ತುಪ್ಪ ಹಾಕಿಯೇ ಬಿಡುತ್ತಿದ್ದರು. ಅದನ್ನು ಮರೆಯಲು ಸಾಧ್ಯವೇ? ಕಣ್ಣಂಚು ಒದ್ದೆಯಾಗಿ ಗಂಟಲೊತ್ತಿ ಬಂದಾಗ "ರುಚಿಯಾಗಿದೆ, ನೀವು ತಂದಿದ್ದು ನಂಗೆ ಎರಡು ದಿನಕ್ಕೆ ಆಗುತ್ತೆ. ಆಮೇಲೆ... ತಿಂತೀನಿ" ಎಂದು ಹೇಳಿ ಕಿಚನ್‌ನಲ್ಲಿ ಡಬ್ಬಿಯನ್ನು ಇಟ್ಟು ಮುಚ್ಚಳ ಹಾಕಿ, ಒಸರಿದ ಕಂಬನಿಯನ್ನು ತೊಡೆದುಕೊಂಡು ಹೊರ ಬಂದಳು.

ಬರೀ ಪಾದವನ್ನು ನೆಲ ಮೇಲೂರಿ ಅದರ ನುಣುಪನ್ನು ಪರೀಕ್ಷಿಸುತ್ತಿದ್ದ ಶರಾವತಿ "ಫೆಂಟಾಸ್ಟಿಕ್, ನೆಲ ಚೆನ್ನಾಗಿದೆ, ಯಾಕೆ ಇಟ್ಟು ಬಂದೆ? ಅದೇನು ಎರಡು ದಿನಕ್ಕೆ ಸಾಕಾಗೋಲ್ಲ ಫ್ರಿಡ್ಜ್‌ನಲ್ಲಿಟ್ಟು, ಮತ್ತೆ ಬಿಸಿ ಮಾಡೋಕ್ಕಿಂತ, ತಂದಂಗೆ ತಿಂದಿದ್ದರೇ ಮತ್ತಷ್ಟು ರುಚಿ" ಎಂದಳು ಅವಳ ಕಣ್ಣುಗಳಲ್ಲಿನ ನೀರಿನ ಪರೆ ಗಮನಿಸುತ್ತ.

"ಈಗ ಆಗ್ತಾ ಇಲ್ಲ, ಅಮ್ಮನ ಕೈನ ತಿಂಡಿ ತಿಂದು ಎಷ್ಟು ದಿನವಾಗಿತ್ತು. ಖಂಡಿತ ಆಮೇಲೆ ತಿಂತೀನಿ. ಪಚ್ಚಿ ಹೇಗಿದ್ದಾನೆ?" ಕೇಳಿದಳು ಶರಧಿ ಪದ್ಮನಾಭನನ್ನು ನೆನಪು ಮಾಡಿಕೊಂಡು ಪ್ರಶ್ನಿಸಿದ್ದು. "ಈಗ ಪರ್ವಾಗಿಲ್ಲ, ಜ್ವರ ಬಂದು ಬಡವಾಗಿದ್ದ. ಈಗ ಮತ್ತೆ ಕುದುರೆ ತರಹ ಆಗಿದ್ದಾನೆ. ನಿನ್ನ ಬಗ್ಗೆ ಅವನದು ಹಲವಾರು ಪ್ರಶ್ನೆ, ನನ್ನಿಂದ ಉತ್ತರ ಸಾಧ್ಯವಿಲ್ಲ. ನಿನ್ನ ಗಿಫ್ಟ್‌ಗಳಿಂದ ಮೋಡಿ ಮಾಡಿ ಬಿಟ್ಟಿದ್ದೆ. ಅತ್ತೆ ಯಾವಾಗ ಬರ್ತಾರೆ? ಅವನ ಕೇಳಿಕೆಗೆ ನನ್ನ ಮೌನ. ಅತ್ತೇನೇ ಒಂದು ಸಲ ಅವಳಿನ್ನು ಬರೋಲ್ಲ ಬಿಡೋ! ಎಂದು ಗದರಿಕೊಂಡಾಗ ಅತ್ತು ಕೊಂಡು ಕೂತಿದ್ದ. ಈಗ್ಲೂ ಆಗಾಗ ಕೇಳೋದೇನು, ಬಿಟ್ಟಿಲ್ಲ. ನಿನ್ನ ಆಹ್ವಾನಿಸೋ ದಿನ ಬೇಗ ಹತ್ತಿರವಾಗ್ಲೀ"

ಅದಕ್ಕೆ ಶರಧಿ ಪ್ರತಿಕ್ರಯಿಸಲಿಲ್ಲ.

ಆಮೇಲೆ ಇಬ್ಬರು ಮಾತಾಡಲು ಪದಗಳಿಗಾಗಿ ಹುಡುಕ ಬೇಕಾಯಿತು.

"ಪ್ಲೀಸ್, ಏನು ತಿಳ್ಕೋಬೇಡ. ಈಗ ಶ್ರೀಕಾಂತ್ ಕೂಡ ನಿಂಗೆ ಬಾಸ್ ಆಗಿ ಉಳೀದಿಲ್ಲ. ನಮ್ಗೇ ಸಂಬಂಧಿಸಿದ ವ್ಯಕ್ತಿಯೇ. ಅವರು ಹೇಗಿದ್ದಾರೆ?" ಉಗುಳು ನುಂಗುತ್ತ ಕೇಳಿದಳು ಶರಾವತಿ.

ಯಾರ ಮುಂದಾದರೂ ಹೇಳಿಕೊಳ್ಳಬೇಕೆನಿಸಿತ್ತು ಶರಧಿಗೂ.

"ಸ್ವಲ್ಪ ಅಪ್‌ಸೆಟ್ ಆಗಿದ್ದಾರೆ, ಆಫೀಸ್‌ಗೆ ಅವರ ಮಕ್ಕು ಬಂದಿದ್ರು" ಅಂದ ಕೂಡಲೆ "ಅದು ಸಹಜ ತಾನೇ? ಮಕ್ಳು ತಂದೆ ತಾಯಿ ಇಬ್ಬರಿಗೂ ಸೇರಿದೋರು. ಅವಕ್ಕೆ ತಂದೆಯ ಜವಾಬ್ದಾರಿ, ತಾಯಿಯ ಮಮತೆ ಎರಡು ಬೇಕು. ಅದು ಒಟ್ಟಿಗೆ

ಸಿಕ್ಕಾಗ ಆರೋಗ್ಯ ಪೂರ್ಣ ಬೆಳವಣಿಗೆ. ಈಗ ಮಕ್ಳು ಅಮ್ಮನ ಹತ್ರ ಆ ಬಗ್ಗೆ ಒಂದು ತರಹ ನೋವಿರುತ್ತೆ" ಬಡಬಡನೆ ಹೇಳಿದಳು. ಅದು ಶರಧಿಗೆ ಸರಿಯೆನಿಸಲಿಲ್ಲ ಒಂದಿಷ್ಟು ಸತ್ಯ ತಿಳಿದಿತ್ತು.

"ಅಲ್ಲ, ಅತ್ತಿಗೆ. ವಿಷ್ಯನೆ ಬೇರೆ ಇದೆ. ಡೈವೋರ್ಸ್‌ನಿಂದ ಎಲ್ಲಾ ಮುಗಿದಿಲ್ಲಾಂತ ಅನ್ನಿಸುತ್ತೆ. ತಂದೆಯ ಬಗ್ಗೆ ಇಲ್ಲದ್ದು ಹೇಳಿ ಅವ್ರ ಮನಸ್ಸಿನಲ್ಲಿ ದ್ವೇಷ ಭಿತ್ತಿದ್ದಾರೆ, ಆಕೆ ಅವರನ್ನು ನೋಡಿ ಅವ್ರ ಮಾತುಗಳ್ನ ಕೇಳಿದ್ಮೇಲೆ ಅಪ್‌ಸೆಟ್ ಆದರು. ಮದ್ವೆ ಬರೀ ನೋವೇ ಕೊಟ್ಟಿದೆ. ಆಗ ಪಡೆದ ಸಂತಾನ ಈಗ ನೋಯಿಸ್ತಾ ಇದೆ" ಮನಸ್ಸು ಬಿಚ್ಚಿ ಹೇಳಿಕೊಂಡಳು. ಹೇಳಿದ್ದು ಸರಿಯೋ ತಪ್ಪೋ ಎಂದು ನಿರ್ಣಯಿಸುವ ಸ್ಥಿತಿಯಲ್ಲಿರಲಿಲ್ಲ ಶರಧಿ. ಈ ಪ್ರಕರಣ ಅವಳ ನಿರ್ಧಾರವನ್ನು ಮತ್ತಷ್ಟು ಗಟ್ಟಿ ಮಾಡಿತ್ತು.

"ಅಂದರೇ, ಶ್ರೀಕಾಂತ್ ಡೈವೋರ್ಸ್ ಪಡೆದಿದ್ದು ಬೇರೆ ಬೇರೆ ಕಾರಣಕ್ಕೆ ಇರಬಹುದು. ಆದರೆ ಮಕ್ಕಳು ಇಬ್ಬರಿಗೂ ಸೇರಿದ್ದು!" ಶರಾವತಿ ಮತ್ತೆ ಅದೇ ರಾಗ ಎಳೆದಳು.

ಅದು ಸರಿಯೆಂದುಕೊಂಡರು. ಹೇಗೆ ಪ್ರತಿಕ್ರಹಿಸಬೇಕೋ ತಿಳಿಯದೇ ಮೌನವಾಗಿಸಿದಳು ಶರಧಿ.

ನೆನಪಿಸಿಕೊಂಡಂಗೆ ಶರಾವತಿ "ಪವನ್ ಭಾರತಕ್ಕೆ ಬರ್ತಾ ಇದ್ದಾರಂತೆ. ಆ ಸಂದರ್ಭದಲ್ಲಿ ಪರೀಕ್ಷಿತ್ ಮದ್ವೆ ಮುಗ್ಸೋ ಆತುರ ರಾಜಗೋಪಾಲ್ ಅಂಕಲ್‌ಗೆ" ಮೆಲ್ಲಗೆ ವಿಚಾರ ಪ್ರಸ್ತಾಪಿಸಿದಕ್ಕೆ ಅತ್ಯಂತ ಸಹಜವಾಗಿ "ಕೆಲವು ದಿನಗಳ ಹಿಂದೆ ಪವನ್ ಫೋನ್ ಮಾಡಿದ್ದ. ಏನೋ ಹೇಳ್ದ ಏನೋ ಕೇಳ್ದ... ನಂಗೇನು ಅರ್ಥವಾಗಲಿಲ್ಲ. ಪರೀಕ್ಷಿತ್ ವಿಚಾರನು ಬಂತು. ಅರ್ಜೆಂಟ್ ಒಂದು ಫೈಲ್ ರೆಡಿ ಮಾಡಬೇಕಿತ್ತು 'ಸಾರಿ' ಅಂತ ಕಟ್ ಮಾಡ್ದೇ" ಹೇಳಿದಳು ಶರಧಿ.

"ಶ್ರೀಕಾಂತ್... ಹೇಗೆ?" ಕೇಳಿದಳು.

"ಹ್ಯಾಂಡ್‌ಸಮ್, ವೆರಿ ಟ್ಯಾಲೆಂಟೆಡ್, ಅದ್ಭುತ ಮಾತುಗಾರ, ವೆರೀ... ಸಿಂಪಲ್... ಇಷ್ಟೇ ಗೊತ್ತಿರೋದು."

ಶರಾವತಿ ಬೆರಗಿನಿಂದ ನೋಡಿದಳು. ಒಂದು ಹೆಣ್ಣು ಮೆಚ್ಚಲು ಇಷ್ಟು ಸಾಕು. ಹಿರಿಯರಾದರೆ, ಅವರ ಕುಟುಂಬ, ಫ್ಯಾಮಿಲಿ ಬ್ಯಾಕ್‌ರೌಂಡ್, ಇನ್ನು ಹಲವು, ಹತ್ತು ವಿಷಯಗಳನ್ನು ತಿಳಿಯ ಬಯಸುತ್ತಾರೆ, ಸಂಬಂಧ ಬೆಳೆಸಲು ಇಲ್ಲಿ ಆ ರಿಸ್ಕ್ ಇರಲಿಲ್ಲ.

"ಶ್ರೀಕಾಂತ್ ಮದ್ವೆ ಆಗಬಹುದಲ್ಲ?" ಶರಾವತಿಯ ಪ್ರಶ್ನೆಗೆ ತಲೆ ಕೊಡವಿ "ಗೊತ್ತಿಲ್ಲ, ಬಹುಶಃ ಒಮ್ಮೆ ಮಾಡಿದ ತಪ್ಪನ್ನು ಮತ್ತೆ ಮಾಡೋಲ್ಲಾಂತ ಕಾಣಿಸುತ್ತೆ" ದೃಢವಾಗಿ ನುಡಿದಳು. ಅಂದರೆ ಈಗಲೂ ಅವಳಿಗೆ ವಿವಾಹವಾಗುವ ಯೋಚನೆ ಇಲ್ಲ. ಶರಾವತಿ ತಲೆ ಬಿಸಿಯಾಯಿತು.

ನಿರಾಶೆಯಿಂದಲೆ ಮೇಲಕ್ಕೆದ್ದು "ಪ್ಲೀಸ್, ಶರಧಿ ಭವಿಷ್ಯದ ಬಗ್ಗೆ ಚಿಂತಿಸು. ಒಟ್ಟಾರೆ ವ್ಯವಸ್ಥೆಯನ್ನು ಮನಸ್ಸಿನಲ್ಲಿ ಇಟ್ಕೊಂಡ್ ಚಿಂತಿಸು. ಒಂದು ಆಸರೆ, ಸಂಬಂಧ ಬೇಕಾಗುತ್ತೆ. ನೀನು ಶ್ರೀಕಾಂತ್‌ನ ವಿವಾಹಕ್ಕೆ ಒಪ್ಪು. ಇದು ನನ್ನ ರಿಕ್ವೆಸ್ಟ್" ಆರ್ದ್ರತೆಯಿಂದ ಕೇಳಿಕೊಂಡಾಗ ಶರಧಿ ತುಟಿಯಂಚಿನಲ್ಲಿ ಒಂದು ತೆಳುವಾದ ನಗು ಅರಳಿತಷ್ಟೆ. ಆ ನಗುನಲ್ಲಿ ಪಾಸಿಟಿವ್ ಇದೇಯಾಂತ ಯೋಚಿಸಿಯೆ ನಿರುತ್ಸಾಹಗೊಂಡಿದ್ದು.

ಲಿಫ್ಟ್‌ನಲ್ಲಿ ಇಬ್ಬರು ಜೊತೆಯಾಗಿಯೇ ಇಳಿದು ಬಂದರು.

"ಟ್ಯಾಕ್ಸಿ, ತರಿಸ್ಲಾ?" ಕೇಳಿದಳು.

"ಬೇಡ ಆಟೋ ಸಇಗುತ್ತೆ, ಟ್ಯಾಕ್ಸಿಯಾದರೆ ಸಮಸ್ಯೆ ಸೃಷ್ಟಿಸುತ್ತೆ ಹಲವು ಪ್ರಶ್ನೆಗಳು. ಅದಕ್ಕೆ ಸುಳ್ಳುಗಳು, ಅವೆಲ್ಲ ಅಗತ್ಯವಿಲ್ಲ. ಪ್ಲೀಸ್ ಶ್ರೀಕಾಂತ್ ಮದ್ವೆಗೆ ಒಪ್ಪಿಕೊಳ್ಳಲೀಂತ ಹಾರೈಸ್ತೀನಿ."

ಶರಧಿ ಮಾತಾಡದೆ ತನ್ನ ಫ್ಲಾಟ್‌ಗೆ ಹಿಂದಿರುಗಿದಳು. ಒಂದು ಕಡೆ ಗಂಭೀರವಾಗಿ ಕೂತಳು. ಶ್ರೀಕಾಂತ್ ವೈಯಕ್ತಿಕ ವಿಷಯಗಳನ್ನು ಮಾತಾಡುತ್ತಿದ್ದುದ್ದು ಕಡಿಮೆಯೇ, ಕಂಪನಿ, ವೃತ್ತಿಗೆ ಸಂಬಂಧಪಟ್ಟ ವಿಚಾರಗಳ ಚರ್ಚೆಯಾಗುತ್ತಿದ್ದುದು. ಆಗಾಗ ಮಾತಿನ ಮಧ್ಯೆ ದಾಂಪತ್ಯದ ಕೆಲವು ವಿಷಯಗಳು ತಿಳಿದಿದ್ದು. ಗಂಡಸರ ಜೊತೆ ಒಡನಾಟವಿದ್ದರೂ ಎಂದೂ ಅವಳ ಮನವಾಗಲೀ, ಮೈಯಾಗಲೀ ಯಾವ ಗಂಡನ್ನು ಬಯಸಿದ್ದಿಲ್ಲ. ಆದರೆ ಶ್ರೀಕಾಂತ್ ಇಷ್ಟವಾಗಿದ್ದ. ಅದಕ್ಕೆ ಕಾರಣಗಳನ್ನು ಕಬಡಲು ಅವಳು ಸಮರ್ಥಳಲ್ಲ.

ಹೊಟ್ಟೆ ಹಸಿವೆನಿಸಿದಾಗ ಕಿಚನ್‌ಗೆ ಬಂದು ಶರಾವತಿ ತಂದುಕೊಟ್ಟಿದ್ದ ಡಬ್ಬಿಯನ್ನು ತೆಗೆದ ಕೂಡಲೆ 'ಘಂ' ಎಂದಿತು ಚಿಕ್ಕಂದಿನಲ್ಲಿ ಪವನ್ ಎಷ್ಟೋ ಸಲ 'ಬಿಸಿಬೇಳೆಬಾತ್ ಸ್ಪೆಷಾಲಿಸ್ಟ್ ಸುಬ್ಬಲಕ್ಷ್ಮೀಯ ಮಗಳು' ಎಂದು ಅವಳನ್ನು ಹಆಸ್ಯ ಮಾಡುತ್ತಿದ್ದುದನ್ನು ನೆನಪಿಸಿಕೊಂಡಳು. ಎಲ್ಲರ ಬದುಕಿನಂತೆ ಬಾಲ್ಯ ಅವಳ ಪಾಲಿಗೆ ರಮ್ಯವೇ. ಪವನ್, ಪರೀಕ್ಷಿತ್ ಅಮ್ಮ ಅವಳನ್ನು ಬಹಳ ಅಕ್ಕರೆಯಿಂದ ಕಂಡಿದ್ದರು.

ಡೈನಿಂಗ್ ಟೇಬಲ್ ಮುಂದೆ ಬಂದು ಕೂತಳು.

"ಹಾಯ್, ಶರಧಿ..." ಶ್ರೀಕಾಂತನ ದನಿ.

ಅಚ್ಚರಿಯಿಂದ ಅತ್ತ ನೋಟ ಹರಿಸಿದಾಗ ಅವಳ ಭುಜದ ಮೇಲೆ ಕೈಯಿಟ್ಟು ಒತ್ತಿ "ಬೇಗ್ಬಂದೇ, ಲಂಚ್‌ಗೆ ಹೊರ್ಗೇ ಹೋಗೋಣವಾ?" ಕೇಳಿದಾಗ "ಬೇಡ, ಇವತ್ತು ಮನೆಯಲ್ಲೆ ಲಂಚ್. ಬೇಗ್ ಡ್ರೆಸ್‌ಛೇಂಜ್ ಮಾಡ್ಕೊಂಡ್ ಬನ್ನಿ" ಅಂದಳು ಮಾಮೂಲಿ ಗೃಹಿಣಿಯಂತೆ. ಕೆನ್ನೆ ತಟ್ಟಿ ರೂಮಿಗೆ ಹೋದ. ಎಷ್ಟೋ ಜನ ಮಾಡೆಲ್‌ಗಳು ಅವನನ್ನು ಸೆಳೆಯಲು ಹೋಗಿ ಸೋತದ್ದುಂಟು. ಹೆಣ್ಣಿನ ಬಗ್ಗೆ ವಿಶಿಷ್ಟವಾದ, ವಿಪರೀತವೆನಿಸುವ ಹಂಬಲಗಳೇನು ಇರಲಿಲ್ಲ. ಶರಧಿ ಇಷ್ಟವಾಗಿದಕ್ಕೆ ಕಾರಣಗಳು ಇರಬಹುದು, ಇಂಥದ್ದೇ ಎಂದು ಲೆಕ್ಕ ಮಾಡಲಾರ. 'ರಿಯಲೀ ಜಂಟಲ್‌ಮೆನ್'

ಎಲ್ಲರ ಪ್ರಕಾರ.

ಯಾವುದೇ ಗಹನವಾದ ವಿಚಾರಗಳನ್ನು ಎತ್ತಿಕೊಳ್ಳಲಾರದೆ ಲಂಚ್ ಮುಗಿದ ನಂತರ ಶರಧಿ ಬಾಯಿ ತೆರೆದಳು.

"ಇವತ್ತು, ನನ್ನ ಅತ್ತಿಗೆ ಶರಾವತಿ ಬಂದಿದ್ರು. ನೀವು ತಿಂದ ಬಿಸಿ ಬೇಳೆಬಾತ್ ನಮ್ಮಮ್ಮನ್ನ ತಯಾರಿಕೆ"

"ಗುಡ್, ತುಂಬ ಟೇಸ್ಟಿಯಾಗಿತ್ತು. ಸಾರಿ, ಶರಧಿ ನಿನ್ನನೇನು ಕೇಳಿಯೇ ಇಲ್ಲ. ನೀನು ಹೂ, ಅಂದರೆ ಇಷ್ಟಪಟ್ಟರೇ, ಒಂದೆರಡು ಮಾತು ಆಡಬಹುದಾ?" ಮೊದಲ ಸಲ ಕೇಳಿದ ತಟ್ಟನೆ ಅವನ ಕಣ್ಣುಗಳನ್ನು ನೋಡಿ "ಷ್ಯೂರ್, ತೀರಾ ಮಧ್ಯಮ ದರ್ಜೆಯ ಕುಟುಂಬದಲ್ಲಿ ಹುಟ್ಟಿಬೆಳೆದೋಳು. ನನ್ನಪ್ಪ ಒಂದು ಸಹಕಾರಿ ಬ್ಯಾಂಕ್‌ನಲ್ಲಿ ಕೆಲ್ಸ ಮಾಡಿ ರಿಟೈರ್ಡ್ ಆದವರು. ನನ್ನಮ್ಮನದು ಸರ್ಕಾರಿ ನೌಕರಿ, ಉಪದ್ಯಾಯಿನಿ ಆಗಿ ಈ ವಿಶ್ರಾಂತಿ ವೇತನ ಪಡೀತಾ ಇದ್ದಾರೆ. ನನ್ನಣ್ಣ ಡಿಗ್ರಿ ಹೋಲ್ಡರ್ ಕೆಲ್ಸ ಇದೆ, ಹೆಂಡ್ತಿ ಇದ್ದಾಳೆ, ಒಂದ್ಮಗುವಿನ ತಂದೆ. ಸಮಾಜದ ವ್ಯವಸ್ಥೆಗೆ ಅನುಗುಣವಾಗಿ ಬದುಕೋಂತ ಜನ."

ಇಡೀ ಚಿತ್ರವನ್ನು ಬಿಡಿಸಿಬಿಟ್ಟಳು.

ಶ್ರೀಕಾಂತ್ ಒಂದು ಹತ್ತು ನಿಮಿಷ ಮಾತಾಡಲಿಲ್ಲ. ಶ್ರೀಮಂತಿಕೆಯಲ್ಲೇ ಹುಟ್ಟಿದ್ದು, ಬೆಳೆದಿದ್ದು, ಆದರೆ ತನಗೆ ಇಷ್ಟ ಬಂದ ವೃತ್ತಿ ಆರಿಸಿಕೊಂಡು ಎಲ್ಲರಿಂದ ದೂರವಾಗಿದ್ದ. ಅದನ್ನೆಲ್ಲ ಯಾರ ಮುಂದು ಹೇಳಿಕೊಳ್ಳಲು ಇಷ್ಟವಿಲ್ಲ ಒಂದು ರೀತಿಯಲ್ಲಿ ಇಂಟರ್‌ವರ್ಟ್.

"ನಿನ್ನಣ್ಣ, ಅತ್ತಿಗೆ ಒಂದ್ಸಲ ನನ್ನಲ್ಲಿಗೆ ಬಂದಿದ್ದರು. ಸಮಾಜಕ್ಕೆ ಎದರೋ ಜನ. ತಂಗಿಯ ಭವಿಷ್ಯದ ಬಗ್ಗೆ ಆತಂಕ. ನಾನು ಇರೋ ವಿಷ್ಯ ತಿಳಿಸ್ದೇ. ಸುಮ್ನೇ ಹೋದ್ರು, ಅವರಿವರು, ಸಮಾಜಕ್ಕೋಸ್ಕರ ಬದುಕೋ ಜನನೇ ಹೆಚ್ಚು, ಸ್ವಂತಕ್ಕೊಂದು ಜೀವನವಿದೇಯೆಂದು ತಿಳಿಯದೇ ಕಳ್ದು ಹೋಗ್ತಾರೆ. ಈಗ... ಬೇಡ" ಎಂದು ತನ್ನ ಮಾತುಗಳನ್ನು ಅರ್ಧದಲ್ಲಿಯೆ ನಿಲ್ಲಿಸಿದ.

ಮಾತು ಸಾಕೆನಿಸಿದಾಗ ಟಿ.ವಿ. ಆನ್ ಮಾಡಿದ ಸ್ಟಾರ್ ಪ್ಲಸ್ ಚಾನಲ್‌ನಲ್ಲಿ 'ಸಚ್ ಕಾ ಸಾಮ್ನಾ' ಎನ್ನುವ ಕಾರ್ಯಕ್ರಮವನ್ನು ರಾಜೀವ್ ಖಂಡೇಲವಾರ ನಡೆಸಿಕೊಡುತ್ತಿದ್ದ. 21 ಪರಶ್ನೆಗಳು. ಒಂದೊಂದು ಪ್ರಶ್ನೆಗೆ ಸರಿ (ಸತ್ಯ) ಉತ್ತರಿಸಿದವರಿಗೆ ಇಂತಿಷ್ಟು ಹಣ ನಿಗದಿಯಾಗಿತ್ತು. ಹಣ ಯಾರಿಗೆ ಬೇಡ? ಸಮಾಜದಲ್ಲಿ ಅತ್ಯುನ್ನತವಾದ ಸ್ಥಾನದಲ್ಲಿ ಇದ್ದವರು ಕೂಡ ಈ ಕಾರ್ಯಕ್ರಮದಲ್ಲಿ ಭಾಗವಹಿಸಿ ಲಕ್ಷಾಂತರ ಹಣ ಸಂಪಾದಿಸುತ್ತಿದ್ದರು. ಮೇಲ್ನೋಟಕ್ಕೆ ಸತ್ಯದ ಅನ್ವೇಷಣೆಯೆನಿಸಿದರು. ಪ್ರಶ್ನೆಗಳು ಸರಿದಂತೆ 'ಸೆಕ್ಸ್'ಗೆ ಸಂಬಂಧಪಟ್ಟ ಅಸಹ್ಯ ತರಿಸುವಂಥ ಪ್ರಶ್ನೆಗಳೇ.

'ನೀವು, ನಿಮ್ಮ ಮಗಳಿಗಿಂತ ಕಡಿಮೆ ವಯಸ್ಸಿನ ಜೊತೆ ಲೈಂಗಿಕ ಸಂಬಂಧ

ಇಟ್ಟುಕೊಮಡಿದ್ದೀರಾ?' ಇಂಥ ಪ್ರಶ್ನೆ ಒಂದು ಉದಾಹರಣೆ. 'ಬೆಟ್ಟಿಂಗ್ ಕಟ್ಟಿ ನಗ್ನವಾಗಿ ಓಡಾಡಿದ್ದೀರಾ?' 'ವೇಶ್ಯರ ಜೊತೆ ನಿಮಗೆ ಸಂಪರ್ಕ ಇದೆಯಾ?' 'ನೀವು ಮಲಗಿದ ಹೆಣ್ಣುಗಳ ಲೆಕ್ಕವನ್ನು ಸರಿಯಾಗಿ ಇಟ್ಟಿದ್ದೀರಾ?' ಇದೇ ರೀತಿಯ ಪ್ರಶ್ನೆಗಳು ಮುಂದುವರಿದಾಗ ಟಿ.ವಿ.ಯನ್ನು ಆಫ್ ಮಾಡಿದ. ಎಂಥ ಪ್ರಶ್ನೆಗಳು! ಇಲ್ಲಿ ಹಣ ಕಟ್ಟಿ ಬೆಡ್‌ರೂಂನ ರಹಸ್ಯಗಳನ್ನು ಹೊರಗೆ ಎಳೆಯುವ ತಂತ್ರ. ಗ್ಲಾಮರಸ್ ಎನಿಸುವ ಮಾಡಲ್‌ಗಳನ್ನು ಕಂಡಿದ್ದರು. ಅಸಹ್ಯಭಾವ ಮೂಡಿತು.

ಸೋಫಾಗೆ ತಲೆಯಾನಿಸಿ ಕಣ್ ಮುಚ್ಚಿದ, ಎಂತಹ ಪ್ರಶ್ನೆಗಳು! ಸರ್ವ ಜೀವರಾಶಿಗಳಲ್ಲಿ ಪ್ರಕೃತಿ ಮಾನವನನ್ನು ಪ್ರತ್ಯೇಕಿಸಿದೆ. ಪಶು, ಪಕ್ಷಿ, ಮೃಗಗಳು ನಿರ್ಧಾರಿತ ಸಮಯದಲ್ಲಿ ಅಂದರೆ ಗರ್ಭಧಾರಣೆ ಸಮಯದಲ್ಲಿ ಮಾತ್ರ ಸಂಭೋಗಕ್ಕೆ ಸಿದ್ಧವಾಗುತ್ತದೆ. ಸಂತಾನದ ನಂತರ ಮತ್ತೆ ಗರ್ಭಧಾರಣೆಯ ಸಮಯದಲ್ಲಿ ಮಾತ್ರ ಒಂದಾಗುತ್ತದೆ. ಮನುಷ್ಯ ಪ್ರಾಣಿ ಹಾಗಲ್ಲ, ದಿನ ನಿತ್ಯವು ಸಿದ್ಧ! ಚಿಂತನ ಬಹು ದೂರಕ್ಕೆ ಹರಿಯಿತು.

ಮೊಬೈಲ್‌ಗಳು ಒಂದರ ನಂತರ ಒಂದು ಸದ್ದು ಮಾಡುತ್ತಿತ್ತು ಒಂದರ ಮೇಲೊಂದರಂತೆ ಸಿಗರೇಟುಗಳನ್ನು ಹಚ್ಚಿ ಆಷ್‌ಟ್ರೇನಲ್ಲಿ ಒತ್ತಿ ಮೇಲೆದ್ದ.

"ಇವತ್ತು ತುಂಬ ಡಿಸ್ಟರ್ಬ್ ಆಗಿದ್ದೀರಾ?" ಎಂದಳು ಶರಧಿ. "ಸಾರಿ, ತುಂಬ ತಲೆ ಕೆಟ್ಟಿದೆ. ಕಾನೂನು ನನ್ನಿಂದ ಅಮೂಲ್ಯನ ದೂರ ಮಾಡೋಕೆ ಮೊದಲೆ ಅವಳನ್ನು ಮನಸ್ಸಿನಿಂದ ದೂರ ಸರಿಸಿದ್ದೆ. ಆದರೆ ಅವಳ ತನ್ನ ಮನಸ್ಸಿನಿಂದ ನನ್ನನ್ನು ದೂರ ಮಾಡಿಲ್ಲ. ಈಗ ಕೇಳಿದೆಯಲ್ಲ, ಇಂಥ ಪ್ರಶ್ನೆಗಳನ್ನು ಪ್ರತಿ ರಾತ್ರಿ ಕೇಳುತ್ತಿದ್ದಳು. ಆಫೀಸ್‌ನಲ್ಲಿ ಕೆಲಸ ಮಾಡುವ ಪ್ರತಿಯೊಂದು ಹೆಣ್ಣನ್ನು ನನ್ನ ಜೊತೆ ಮಲಗಿಸಿ, ಅಂಥ ಒಂದು ಕಲ್ಪನೆ ಮಾಡಿಕೊಂಡು ಹಿಂಸಿಸುತ್ತಿದ್ದಳು. ಬರಿ ಸೆಕ್ಸ್... ಸೆಕ್ಸ್... ಸೆಕ್ಸ್... ಪ್ರತಿಯೊಬ್ಬ ಮಾಡೆಲ್‌ನಲ್ಲಿಯು ನಂಗೆ ಸಂಬಂಧವಿದೆಯೆಂಬ ಆರೋಪದ ಜೊತೆ, ಆ ಬಗ್ಗೆ ಹಲವಾರು ಪ್ರಶ್ನೆಗಳು. ರೋಸಿ ಹೋಯ್ತು... ಜೀವನ! ಅವಳ ಜೊತೆ ಮಲಗಿದ್ರಾ, ಇವಳ ಜೊತೆಯಲ್ಲಿನ ಅನುಭವ... ಡಿಟೈಲ್ಸ್ ಕೆದಕಿ... ಕೆದಕಿ... ನನ್ನಲ್ಲಿ ಒಂದು ರೀತಿಯ ಅಸಹ್ಯ ಭಾವಗಳು ಸುಟ್ಟು ಭಸ್ಮವಾದವು. ಹಿಂದೂ ಧರ್ಮದಲ್ಲಿ ಡೈವೋರ್ಸ್ ಇಲ್ಲ. ನಂಗೂ ಆ ಬಗ್ಗೆ ಯೋಚಿಸುವುದು ಮಕ್ಕಳ ದೃಷ್ಟಿಯಿಂದ ಸರಿಯಲ್ಲವೆನಿಸಿತು. ಆದರೆ ಅನಿವಾರ್ಯವಾಯ್ತು ಒಂದು ಆತ್ಮಹತ್ಯೆ ಚಿತ್ರವಧೆ ಮಾಡಿದ್ಲು. ಅವ್ರ ಮೇಲಿನ ವ್ಯಾಮೋಹ ಕೂಡ ಸುಟ್ಟು ಭಸ್ಮವಾಯ್ತು" ಹೇಳುತ್ತಲೇ ಹೋದ. ಕೇಳುತ್ತಿದ್ದ ಅವಳಿಗೇನೇ ಹಿಂಸೆ, ನೋವು. ಒಂದು ವಿವಾಹ ಎಷ್ಟೊಂದು ನೋವನ್ನು ಕೊಟ್ಟಿದೆ ಅಂತಹ ವ್ಯವಸ್ಥೆಯ ಬಗ್ಗೆ ಮತ್ತಷ್ಟು ತಿರಸ್ಕಾರ ಮೂಡಿತು.

ಶ್ರೀಕಾಂತ್ ಡಿಪ್ರೆಷನ್‌ಗೆ ಹೋದವನಂತೆ ಎರಡು ಪೆಗ್ ಹಾಕಿ ಮಲಗಿದೆ.

ಬೆಳಿಗ್ಗೆ ನೋಡಿದ ಮಕ್ಕಳನ್ನು ನೆನಪು ಮಾಡಿಕೊಂಡಳು. ಮುದ್ದಾದ ಮಕ್ಕಳೇ. ಆದರೆ ಅವರಿಗೆ ತಂದೆಯ ಬಗ್ಗೆ ಕೋಪ, ತಿರಸ್ಕಾರ, ಛಲವನ್ನು ಕಣ್ಣುಗಳು

ವ್ಯಕ್ತಪಡಿಸುತ್ತಿತ್ತು.

ಒಂದು ಮದುವೆ, ಒಂದು ಸಂಬಂಧ ಎಷ್ಟೆಲ್ಲ ಚಿತ್ರವಧೆ! ಒಮ್ಮೆ ವಿವಾಹಿತರಾದವರು ಬೇಡವೆನಿಸಿದಾಗ ಸುಲಭವಾಗಿ ಬಿಡುಗಡೆ ಪಡೆಯಲು ಸಾಧ್ಯವಿಲ್ಲ. ಈ ಸತ್ಯದ ಅರಿವು ಅವಳಿಗಿತ್ತು.

* * *

ಸೊಪ್ಪು ಸೋಸಿ ಡಬರಿಗೆ ಹಾಕುತ್ತಿದ್ದ ಸುಬ್ಬಲಕ್ಷ್ಮಿ ಫೋನ್‌ನ ಶಬ್ದ ಕೇಳಿ ಸ್ವಲ್ಪ ಗೊಣಗುತ್ತಲೇ ಎದ್ದು ಹೋದರು. ಶ್ರೀಧರ್ ಆಫೀಸ್‌ಗೆ ಹೋಗಿ ಆಗಿತ್ತು. ಮಗನ ಸಲುವಾಗಿ ಕಾನ್ವೆಂಟ್‌ಗೆ ಹೋಗಿದ್ದ ಶರಾವತಿ ಇನ್ನು ಬಂದಿರಲಿಲ್ಲ.

"ಹಲೋ..." ಎಂದಾಗ, ಆ ಕಡೆ ಇದ್ದಿದ್ದು ರಾಗಿಣಿಯ ತಾಯಿ "ಏನ್ರೀ, ಲಾಯರ್ ನೋಟೀಸ್ ಕೊಡಿಸಿದ್ದೀರಿ. ಪರೀಕ್ಷಿತ್‌ದು ಸಾಫ್ಟ್ ನೇಚರ್. ನೀವೇ ಅವ್ನ ತಲೆ ಕೆಡ್ಸಿದ್ದೀರಿ. ಅಷ್ಟಕ್ಕೆ ಹೆದರಿ ಹಣ ಕೊಟ್ಟುಬಿಡ್ತೀವಾ? ಅವನ ಕೈಯಲ್ಲೇ ನಿಮ್ಮ ಮುಖಕ್ಕೆ ಮಂಗಳಾರತಿ ಮಾಡಿಸ್ತೀವಿ" ಒಂದೇ ಸಮ ದಬಾಯಿಸೋಕೆ ಷುರು ಮಾಡಿದಾಗ ಅತ್ಯಂತ ಶಾಂತವಾಗಿ ಕೇಳುತ್ತಿದ್ದವರು "ನಿಮ್ಗೇ ಕೊನೆ ಅವಕಾಶ, ಎಲ್ಲಾ ಹೇಳಿ ಬಿಡಿ" ಎಂದರು. ಒಂದು ಹಂತದವರೆಗೂ ಆಕೆಯ ವಾಗ್ಝರಿ ಮುಗಿದ ಮೇಲೆ "ನಿಮ್ಮ ಮಗಳೇ ಪರೀಕ್ಷಿತ್‌ಗೆ ಫೋನ್ ಮಾಡಿ ಅಂದು ನೀವಿಟ್ಟ ಲಗ್ನಕ್ಕೆ ಪರೀಕ್ಷಿತ್‌ನ ವಿವಾಹವಾಗೋಕೆ ಸಿದ್ದವಾಗಿದ್ದಾಳೆ ವಿಚಾರಿಸಿ" ಅಷ್ಟು ಹೇಳಿ ಫೋನ್ ಇಟ್ಟಿದ್ದು. ಕೋಪದಿಂದ ಆಕೆಯ ಮೈ ಉರಿಯುತ್ತಿತ್ತು. ಇಂಥದೊಂದು ಡೋಸ್ ಕೊಟ್ಟಿದ್ದು ಬುದ್ಧಿವಂತಿಕೆಯಿಂದ.

ಅವರಿಗೆ ಸಿಕ್ಕ ಮಾಹಿತಿ ಪ್ರಕಾರ ಒಂದಿಷ್ಟು ಹಣ ಹಿಂದಿರುಗಿಸುವವರಿದ್ದ ರಾಗಿಣಿಯ ಮನೆಯವರು ಇದ್ದಕ್ಕಿದ್ದಂತೆ ಪ್ಲೇಟ್ ಛೇಂಜ್ ಮಾಡಿದ್ದು ಯಾಕೆ? ಆಕೆಗೆ ಸಿಟ್ಟು ಬಂದಿದ್ದು ಪರೀಕ್ಷಿತ್ ಮೇಲೆ. ಅವನು ಎದುರಿಗೆ ಇದ್ದಿದ್ದರೇ ಜಾಡಿಸಿ ಬಿಡೋರು.

ಆ ವೇಳೆಗೆ ಶರಾವತಿ ಬಂದ ಕೂಡಲೆ ಷುರು ಹಚ್ಚಿದರು.

"ನೀನೂ, ನಾನು ಪಟ್ಟ ಶ್ರಮಕ್ಕೆ ಸಿಕ್ಕಿದ್ದೇನು? ಆ ಪರೀಕ್ಷಿತ್ ಹೋಗಿ ರಾಗಿಣಿ ಮನೆಯವರ ಕಡೆ ಸೇರಿಕೊಂಡಿದ್ದಾನೆ. ಅವಳಮ್ಮ ನನ್ನ ಯದ್ವಾ, ತದ್ವಾ... ದಬಾಸಿದ್ಲು. ಇದರಲ್ಲಿ ನನ್ನ ಸ್ವಾರ್ಥ ಏನಿತ್ತು ಹೇಳು? ಆ ರಾಜಗೋಪಾಲ್ ಮಾತ್ರೆ, ಔಷ್ಧಿ ಹಣ ಹೊಂದಿಸೋಕೆ ಪರದಾಡುತ್ತಾರೆ. ಇವನೋ ಒಳ್ಳೆಯವನಾಗೋಕೆ ಹೊರಟಿದ್ದಾನೆ."

ಅಲ್ಪ ಸ್ವಲ್ಪ ಶರಾವತಿಗೆ ಅರ್ಥವಾಯಿತು, ಆಮೇಲೆ ಪೂರ್ತಿ ವಿಚಾರಿಸಿಕೊಂಡು.

"ಸಂಜೆ ಆರರ... ಹೊತ್ಗೆ... ಪರೀಕ್ಷಿತ್ ಮನೆಗೆ ಹೋಗ್ತಾನೆ. ಆ ವೇಳೆಗೆ ಹೋಗಿ ಭೇಟಿ ಮಾಡೋಣ, ಇಲ್ಲಿ ನಾವು ಸೋಲು ಒಪ್ಪಿಕೊಳ್ಳೋದು ಬೇಡ, ರಾಗಿಣಿ

ಮನೆಯವರು ನಮ್ಮ ಮೇಲೆ ಅಪಪ್ರಚಾರ ಮಾಡ್ತಾರೆ. ಇವನು ಲಾಯರ್ ಹತ್ರ ಸಹಿ ಹಾಕಿ ಕೊಟ್ಟು ಬಂದಿದ್ದಾನೆ. ಈಗ ಪರೀಕ್ಷಿತ್ ಕೇಸ್ ವಾಪಸ್ಸು ತಗೋಬೇಕು. ಒಮ್ಮೆ ಮಾತಾಡೋಣ ಅವ್ನ ಹತ್ರ" ಎಂದ ಶರಾವತಿ ಸುಬ್ಬಲಕ್ಷ್ಮಿಯನ್ನು ಒಪ್ಪಿಸುವ ವೇಳೆಗೆ ಸಾಕು ಸಾಕಾದಳು. ಹಿಂದಕ್ಕೆ ಸರಿಯುವುದು ಬೇಡವೆನಿಸಿತು.

ಅದನ್ನ ಆಮೇಲೆ ಬಂದ ರಾಮಮೂರ್ತಿಗಳಿಗೆ ಒಪ್ಪಿಸಿದ ಮೇಲೆ ಸಮಾಧಾನಗೊಂಡಿದ್ದು.

"ಯಾಕೆ, ಪರೀಕ್ಷಿತ್‌ಗೆ ಬುದ್ಧಿ ಇಲ್ಲ, ಸೇವಿಂಗ್ಸ್ ಖಾಲಿ ಮಾಡಿಕೊಂಡಿದ್ದಾನೆ. ಸರ್ಯಾದ ಕೆಲ್ಸವಿಲ್ಲ. ಸಂಬಳವಿಲ್ಲ. ಐಟಿ ಕ್ಷೇತ್ರ ಚೇತರಿಸಿಕೋಬೇಕಾದರೆ ಮೂರು ನಾಲ್ಕು ವರ್ಷ ಬೇಕಾಗುತ್ತೆ. ಐದು ವರ್ಷಗಳ ಹಿಂದೆ ಕಂಪ್ಯೂಟರ್ ಮಾಹಿತಿ ತಂತ್ರಜ್ಞಾನದ ಬಗ್ಗೆ ತಲೆ ಕೆಡಿಸಿಕೊಂಡಿದ್ದವರಿಗೆ ಬಿಲ್‌ಗೇಟ್ಸ್‌ನ ಮೇರು ಪ್ರತಿಭೆ ಅಪ್ಯಾಯ ಮಾನವಾಗಿತ್ತು. ಹಿರಿಯರಂತು ತಮ್ಮ ಮಕ್ಕಳು ಬಿಲ್‌ಗೇಟ್ಸ್‌ನಂತಾಗ್ಲೀ, ಮಧ್ಯಮ ವರ್ಗದ ಕನಸುಗಳಿಗೆ ರೆಕ್ಕೆ ಪುಕ್ಕ ಬೆಳೆಯಿತು, ತಮ್ಮ ಆಸ್ತಿಪಾಸ್ತಿಗಳನ್ನೆಲ್ಲ ಮಾರಿ ಬಿಟೆಕ್ ಪದವಿ ಕೊಡಿಸಿದವು. ಎಷ್ಟೋ ಮಂದಿ. ಸಾಫ್ಟ್‌ವೇರ್ ಕಂಪನಿಯಲ್ಲಿ ಕೆಲಸ ಗಿಟ್ಟಿಸಿದವರಿಗೆ ಅಪಾರವಾದ ಮನ್ನಣೆ. ಯುವತಿಯರೆಲ್ಲ ಸಾಫ್ಟ್‌ವೇರ್ ಗಂಡುಗಳೇಬೇಕೆಂದು ಪಟ್ಟು ಹಿಡಿದು ಕೂತಿದ್ದು ಇತಿಹಾಸವಾಗುವುದಕ್ಕೆ ಮುನ್ನವೇ ಹೊಡೆತ" ನೊಂದುಕೊಂಡರು. ರಾಜಗೋಪಾಲ್ ಬಗ್ಗೆ ಮರುಕ.

"7000 ಸಾವಿರ ಸಾಫ್ಟ್‌ವೇರ್ ಇಂಜಿನಿಯರ್ ಖಾಲಿ ಕೂತಿದ್ದಾರೇಂತ ಪೇಪರ್‌ನಲ್ಲಿ ಓದಿದೆ, ಈಗೇನು ಮಾಡೋದು? ರಾಗಿಣಿ ಇವನನ್ನು ಭೇಟಿ ಮಾಡಿ ಅತ್ತು ಕರೆದು ಮಾಡಿದ್ದಾಳೆ. ಇವನು ಮುಲಾಜಿಲ್ಲದೆ ನಮ್ಮ ಮನೆಯವರ ಕಡೆ ಕೈ ತೋರಿಸಿದ್ದಾನೆ. ಅದಕ್ಕೆ ನಂಗೆ ಅಷ್ಟೊಂದು ಬೈಗುಳ. ಎಲ್ಲಾದ್ರೂ ಹಾಳಾಗಿ ಹೋಗ್ಲೀ, ನಮಗ್ಯಾಕೆ... ಬೇಕಿತ್ತು? ಆ ರಾಜಗೋಪಾಲ್‌ನೇ ದೂರ ಇಡಿ. ಅವರವರ ಕರ್ಮಗಳ್ನು ಅವರವರೇ ಅನುಭವಿಸ್ಲೀ" ಕನಲಿದರು ಸುಬ್ಬಲಕ್ಷ್ಮೀ. ಪರೀಕ್ಷಿತ್‌ಗೆ ಶರಧಿನ ಕೊಟ್ಟು ವಿವಾಹ ಮಾಡುವ ಕನಸು ಭಗ್ನವಾಗಿತ್ತು. ಅದರಿಂದ ಈಗ 'ಎಲ್ಲಾದ್ರೂ ಹಾಳಾಗ್ಲಿ!' ಎನ್ನುವ ತೀರ್ಮಾನಕ್ಕೆ ಬಂದರು. ಅದನ್ನ ಸೊಸೆಗೆ ಹೇಳಿದರು.

"ನಾವ್ಹೋಗಿ ಪರೀಕ್ಷಿತ್‌ನ ಕೇಳೋದೇನು ಬೇಡ. ಅವನ ಹಣೆಬರಹ. ಇಬ್ಬರು ಗಂಡು ಮಕ್ಳು ಇದ್ದು ಕೂಡ ಆರ್ಥಿಕವಾಗಿ ಪರದಾಡುವ ಹಣೆ ಬರಹ ರಾಜಗೋಪಾಲ್‌ದಾದರೆ ನಾವು ತಪ್ಪಿಸೋಕೆ ಆಗುತ್ತಾ? ಅನುಭವಿಸಿಕೊಳ್ಳಿ, ನಮ್ಗೇ ಅವರ ಸಹವಾಸ ಬೇಡ."

ಅತ್ತೆ ಹೇಳುವುದು ಶರಾವತಿಗೂ ನ್ಯಾಯವಾಗಿ ಕಂಡಿತು ರಾಜಗೋಪಾಲ್ ಮಾತ್ರೆಯ ಸಲುವಾಗಿ ಇವಳನ್ನು 200 ರೂಪಾಯಿ ಕೇಳಿದಿದೆ. ಪರೀಕ್ಷಿತ್‌ಗೆ ಬರೋ ಸಂಬಳ ಬಾಡಿಗೆ, ಮನೆ ಖರ್ಚು ತೂಗಿಸುವ ವೇಳೆಗೆ ಸಾಕು ಬೇಕಾಗುತ್ತಿತ್ತು. ಅಂಥದ್ದರಲ್ಲಿ ವಯಸ್ಸಾದ ತಂದೆಯ ಟ್ರೀಟ್‌ಮೆಂಟ್, ಮಾತ್ರೆಗಳನ್ನು ಒದಗಿಸಲಾಗದೆ

ಪರದಾಡುತ್ತಿದ್ದ. 'ಅಯ್ಯೋ' ಎನಿಸಿತು ಅವಳಿಗೆ.

"ಬೇಡ ಅತ್ತೆ, ಒಂದ್ಸಲ ಹೋಗಿ ಪರೀಕ್ಷಿತ್‌ನ ಮೀಟ್ ಮಾಡೋಣ. ಓದಿನಲ್ಲಿ ಬುದ್ಧಿವಂತನಿರಬಹುದು, ಜೀವನದಲ್ಲಿ ಅಲ್ಲ. ಮುಂದೆ ತುಂಬ ಕಷ್ಟಪಡ್ತಾನೆ. ಕರ್ತವ್ಯಾಂತ ಒಂದಿಷ್ಟು ಬುದ್ಧಿ ಹೇಳಿ ಬರೋಣ. ಎಲ್ಲಕ್ಕೂ ಮಿಗಿಲಾಗಿ ರಾಗಿಣಿ ಕುಟುಂಬದ ಮುಂದೆ ಸೋಲು ಒಪ್ಪಿಕೊಳ್ಳೋದು ಬೇಡ" ಅತ್ತೆಯನ್ನು ಹುರಿದುಂಬಿಸಿದಳು.

ಆಕೆ ಗಂಡನ ಕಡೆ ನೋಡಿದರು.

"ಶರಾವತಿ ಹೇಳೋದು ಸರ್ಯಾಗಿದೆ, ರಾಜಗೋಪಾಲ್ ಪರಿಸ್ಥಿತಿ ತಿಳ್ದು ಸುಮ್ಮನಿರೋಕ್ಕಾಗೋಲ್ಲ, ಆ ತಿಳಿಗೇಡಿಗೆ ಬುದ್ಧಿ ಹೇಳು, ಆ ಮೇಲಿನದು ಅವನ ಹಣೆಬರಹ" ಇಂಥ ಒಂದು ಸಲಹೆ ಕೊಟ್ಟರು.

ಶ್ರೀಧರ್ ಮನೆಗೆ ಬರುವ ವೇಳೆಗೆ ಅತ್ತೆ, ಸೊಸೆ ಹೊರಟು ನಿಂತಿದ್ದರು.

"ಕಾಫೀ, ತಿಂಡಿ ತೆಗೆದಿಟ್ಟಿದ್ದೀನಿ, ಪಚ್ಚಿ ಪಕ್ಕದ ಮನೆಯಲ್ಲಿದ್ದಾನೆ. ಮಿಕ್ಕಿದೆಲ್ಲ ಮಾವನವರು ಹೇಳ್ತಾರೆ. ನಾನು ಅತ್ತೆ ರಾಜಗೋಪಾಲ್ ಮನೆಗೆ ಹೋಗ್ ಬರ್ತೀವಿ" ಇಂಥ ಪರವಾನಿಗಿ ಹೊರಡಿಸಿಯೇ ಹೊರಟಿದ್ದು ಅತ್ತೆ, ಸೊಸೆ.

ಆಟೋಸ್ಟಾಂಡ್‌ಗೆ ಬಂದು ಆಟೋ ಏರಿದರು. ಸುಬ್ಬಲಕ್ಷ್ಮೀ ಮುಖ ಇನ್ನು ಬಿಗಿದುಕೊಂಡೇ ಇತ್ತು.

"ನೀನೇ ಅವನತ್ರ ಮಾತಾಡಬೇಕು. ಕಡಿಮೇ ಓಡಾಟವಾಗಿದ್ಯಾ? ಆಟೋಗೆ ಸಾವಿರದವರ್ಗೂ ಖರ್ಚು ಮಾಡಿದ್ವಿ? ಲಾಯರ್ ಫೀಜು ಮಾತ್ರ ರಾಜಗೋಪಾಲ್ ಕೊಟ್ಟಿದ್ದು. ಪರೀಕ್ಷಿತ್‌ಗೆ ನಾಲ್ಕು ಬಾರಿಸಿ ಬಿಡೋಣಾಂತ ಅನಿಸುತ್ತೆ. ಹುಡ್ಗೀರು, ಏನು ಇಟ್ಟಿರುತ್ತಾರೋ?" ಅಂದುಬಿಟ್ಟರು. ಶರಾವತಿ ಬಾಯಿಗೆ ಕೈ ಅಡ್ಡ ಇಟ್ಟು ಮುಸಿ ಮುಸಿ ನಕ್ಕಳು.

ಹರೆಯದ ಪ್ರೇಮದ ಮಂಪರು ಹಾಗೆಯೇ, ಅದಕ್ಕೊಂದು ಶಕ್ತಿ ಇರುತ್ತೆ. ಪ್ರೀತಿ, ಪ್ರೇಮದ ಅಮಲು ಜಗತ್ತನ್ನೆ ದಿಕ್ಕರಿಸಲು ಸಿದ್ಧವಾಗುತ್ತೆ. ಸೃಷ್ಟಿಯ ಚಮತ್ಕಾರವಿದು. ವೈಜ್ಞಾನಿಕವಾಗಿ, ವೈದ್ಯಕೀಯವಾಗಿ ಇದಕ್ಕೆ ಸಾಕಷ್ಟು ಕಾರಣಗಳು ಇದೆ.

ರಾಜಗೋಪಾಲ್ ಮನೆ ಮುಂದೆ ಆಟೋ ಇಳಿಯುವಾಗ ಒಂದಿಷ್ಟು ದುಸು ದುಸು ಎನ್ನುತ್ತಲೆ ಇದ್ದರು. ಸೊಸೆಯ ಮೇಲೆ ಕೋಪ ಕೂಡ.

"ನಾನು ಈಗ್ಲೇ ಹೇಳಿದ್ದೀನಿ, ನೀನೇ ಮಾತಾಡಬೇಕು, ನೀನು ಮೃದುವಾಗೇನು ಮಾತಾಡಬೇಡ, ನಾಲ್ಕು ಮಾತು ಬೈದು ಬುದ್ಧಿ ಹೇಳು" ಸೊಸೆಗೆ ಎಚ್ಚರಿಕೆ ನೀಡಿದರು. ಶರಾವತಿ ತುಟಿ ಬಿಚ್ಚಲಿಲ್ಲ ಅತ್ತೆಯನ್ನು ಚೆನ್ನಾಗಿ ಬಲ್ಲಳು.

ಅದೊಂದು ಪುಟ್ಟ ಹೌಸ್. ಮೂರುವರೆ ಸಾವಿರದಷ್ಟು ಬಾಡಿಗೆ. ಇವರ ಸ್ವಂತ ಮನೆ ಇದಕ್ಕೆ ನಾಲ್ಕರಷ್ಟು ದೊಡ್ಡದಿತ್ತು. ಆಮೇಲೆ ಪರೀಕ್ಷಿತ್‌ಗೆ ಕೆಲಸ ಸಿಕ್ಕ ಮೇಲು ಒಳ್ಳೆ ಪ್ಲಾಟ್‌ನಲ್ಲಿದ್ದ... ಆದರೆ ಈಗಿನ ಸ್ಥಿತಿಯೇ ಶೋಚನೀಯ.

ಇವರು ಕಾಲಿಂಗ್ ಬೆಲ್ ಒತ್ತಿದಾಗ ಕಾಫೀ ಕುಡಿಯುತ್ತಿದ್ದ ಕಪ್ ಹಿಡಿದು ಬಂದೇ ಬಾಗಿಲು ತೆಗೆದಿದ್ದು. "ಅರೇ, ಬನ್ನಿ... ಬನ್ನಿ... ನಾನೇ ಬರೋನಿದ್ದ. ಲಾಯರ್‌ನ ಕೇಸ್ ವಾಪಸ್ಸು ತಗೋಳ್ಳಿಂತ ಹೇಳ್ದೇ. ರಾಗಿಣಿ ತುಂಬ ಡಿಪ್ರೆಷನ್‌ಗೆ ಹೋಗಿ ಬಿಟ್ಟಿದ್ದಾಳೆ. ತುಂಬ... ಬ್ಯಾಡ್ ಅನ್ನಿಸ್ತು, ನೊಂದವಳಿಗೆ ನೋವು ಕೊಡೋದು ಬೇಡ. ಅವಳೇ ಇಲ್ಲದ ಮೇಲೆ ಹಣ ಯಾಕೆ?" ಬಡ ಬಡಿಸಿದ. ಸುಬ್ಬಲಕ್ಷ್ಮೀ ಮುಖ ಕೆಂಪಾಯಿತು.

"ನೀನೊಬ್ಬ ಈಡಿಯಟ್, ಕಣೋ! ಹುಟ್ಟಿನೊಂದಿಗೆ ಷುರುವಾದ ಸಂಬಂಧಗಳಿಗೆ ನೀನು ಸ್ಪಂದಿಸಲ್ಲಿಲ್ಲಾಂದರೇ, ಇನ್ನ ಬೇರೆ ಸಂಬಂಧ, ಪ್ರೀತಿ–ವಿಶ್ವಾಸಗಳಿಗೆ ಲೆಕ್ಕವೇನು? ಛೀ, ಬಿಡೋ, ಶರಾವತಿ ಹೋಗೋಣ... ಬಾ, ಹೆತ್ತಪ್ಪನಿಗೆ ಮಾತ್ರೆ ಕೊಡಿಸೋಕೆ ಇವನಿಂದ ಆಗೋಲ್ಲ, ಒಂದೆರಡು ವರ್ಷಗಳ ಪರಿಚಯದವಳು ಡಿಪ್ರೆಷನ್‌ಗೆ ಹೋಗಿದ್ದಾಳೆ. ಆ ನೋವುಗಾಗಿ ಇವ್ನು ತ್ಯಾಗ ಮಾಡೋಕೆ ಹೊರಟಿದ್ದಾನೆ. ಪ್ಲೀಸ್, ಶರಾವತಿ... ಬಂದ್ ಬಿಡು" ಹೊರಟೇ ಬಿಟ್ಟರು. ಪರೀಕ್ಷಿತ್ ಏನು ಹೇಳಲಾರದೆ ಹೋದ.

ಶರಾವತಿ ಮುಖ್ಯ ತಿರುವಿನವರೆಗೂ ಸುಬ್ಬಲಕ್ಷ್ಮಿಯನ್ನು ಹಿಂಬಾಲಿಸಿ "ಪ್ಲೀಸ್, ಅತ್ತೆ ಸ್ವಲ್ಪ ಯೋಚ್ಸಿ, ಪರೀಕ್ಷಿತ್‌ಗೆ ಅಮ್ಮ ಇಲ್ಲ. ಬೇರೆ ವಿಷ್ಯಗಳಲ್ಲಿ ಆದರ್ಶವಿಲ್ದ ಯುವಕರು, ಯುವತಿಯ ವಿಚಾರಕ್ಕೆ ಬಂದಾಗ ಆದರ್ಶವಾದಿಗಳಾಗ್ತಾರೆ, ಸರ್ವ ತ್ಯಾಗಕ್ಕೂ ಸಿದ್ದವಾಗ್ತಾರೆ. ಒಂದರ್ಧ ಗಂಟೆ ಮಾತಾಡಿ ಬಂದ್ ಬಿಡ್ತೀನಿ. ಆ ಹಣ ಬಂದರೆ ಮುಂದೆ ಅವನ ಭವಿಷ್ಯಕ್ಕೆ ಒಂದಿಷ್ಟು ಅನ್ಕೂಲವಾಗುತ್ತೆ" ಅತ್ತೆಯನ್ನು ಓಲೈಸುವ ಪ್ರಯತ್ನ ಮಾಡಿದಳು. ಅರೆ ಮನಸ್ಸಿನಿಂದಲೆ ಒಪ್ಪಿಗೆ ಸೂಚಿಸಿದಾಗ ಸಮಾಧಾನದ ಉಸಿರು ಬಿಟ್ಟು ಆಕೆಯನ್ನು ಆಟೋ ಹತ್ತಿಸುವ ವೇಳೆಗೆ ಪರೀಕ್ಷಿತ್ ಕೂಡ ಬಂದ.

"ಆಂಟೀ, ಹೊರಟೇ... ಹೋದರಾ?" ಕೇಳಿದ.

"ನಾನು ಅವ್ರ ಜೊತೆನೆ ಹೋಗಬೇಕಿತ್ತು. ಬಂದ ಕೆಲ್ಸವಾಗಿರಲಿಲ್ಲ. ಒಂದತ್ತು ನಿಮಿಷ ಮಾತಾಡಿಕೊಂಡೇ ಹೋಗೋಣಾಂತ. ಮತ್ತೆ ಇಲ್ಲಿಗೆ ಬರೋ ಅವಕಾಶ ಸಿಗೋಲ್ಲ. ಅತ್ತೆ, ಮಾವ ಇಲ್ಲಿಗೆ ಬರೋಕೆ ಪರ್ಮಿಷನ್ ಕೊಡೋಲ್ಲ, ಅವ್ರ ಒಪ್ಗೇ ಇಲ್ದೇ ನಾನು ಬರೋಲ್ಲ. ಬರೋಂಥದ್ದು ಕೂಡ ಏನು ಇರೋಲ್ಲ" ಎನ್ನುತಲೇ ಅವನ ಜೊತೆಯಲ್ಲಿ ಹಿಂದಕ್ಕೆ ಹೆಜ್ಜೆ ಹಾಕಿದಳು.

ಮನೆ ಬಾಗಿಲು ತೆರೆದೆ ಇತ್ತು. ವರಾಂಡದಂತೆ ಕಾಣುವ ಹಾಲ್‌ನಲ್ಲಿದ್ದ ಸೋಫಾ ಮೇಲೆ ಕೂತು. "ಎದುರು ಬದರು ಮನೆಯಲ್ಲಿದ್ದು ಸ್ನೇಹಿತರಾದ ಜನ, ಪವನ್, ನೀನು ನಮ್ಮ ಶರಧಿ, ನಮ್ಮವರ ಜೊತೆ ಒಡನಾಡಿ ಬೆಳೆದವರು. ಆಗ ನಾನು ಇರದಿದ್ದರು ಈಗ ರಾಮೂರ್ತಿಯ ಮನೆಯವರಲ್ಲಿ ನಾನು ಒಬ್ಳು, ಜೊತೆಗೆ ನಿನ್ನ ಹಿತ ಚಿಂತಕಳು" ಷುರುವಿಗೇನೇ ಸಂಕೋಚಿಸಿದ; ಹಣೆಯೊತ್ತಿಕೊಂಡು ಕೂತು

ಬಿಟ್ಟ. ಅವನೆದೆಯ ಬಡಿತ ಏರಿತು. ಅಂಥ ಸ್ಟ್ರಾಂಗ್ ಪರ್ಸನಾಲಿಟಿ ಅಲ್ಲ.

"ನಿನ್ತಂದೆ ತುಂಬ ನೊಂದಿದ್ದಾರೆ, ಇಲ್ಲಿ ಹಿಂದಿರುಗೋಕೆ ಅವಕಾಶ ಕೊಟ್ಟ ಅವ್ರಿಗೆ ನಿನ್ನ ಬಗ್ಗೆ ಕೃತಜ್ಞತೆಯೇ. ಆದರೆ ಈಗಾಗಲೇ ಒಂದು ತಪ್ಪು ಮಾಡಿದ್ದೀ" ಅಂದಕೂಡಲೆ ಬಗ್ಗಿಸಿದ ತಲೆ ಮೇಲೆತ್ತಿದ "ಐ ಲವ್ ಹರ್, ನಾನು ರಾಗಿಣಿನ ಪ್ರೀತಿಸ್ದೇ" ಆವೇಗದಿಂದ ನುಡಿದ.

"ಓಕೇ, ಓಕೇ... ಪ್ರೀತಿ ಪ್ರೇಮ ಅನ್ನೋದು ಸಹಜ, ಖಂಡಿತ ತಪ್ಪಲ್ಲ, ರಾಗಿಣಿ ಕೂಡ ನಿನ್ನ ಪ್ರೀತಿಸಿದ್ಲಾ? ಕೆಲವೇ... ಕೆಲವು ಅಂದರೆ ಮೂರು ನಾಲ್ಕು ಪ್ರಶ್ನೆಗಳಷ್ಟೆ. 'ನೀನು ರಾಗಿಣಿಗೆ ಗಿಫ್ಟಾಗಿ ಕೊಟ್ಟಿದ್ದು ಅದೆಲ್ಲ ನಿನ್ನ ಪರ್ಸನಲ್'. ಪ್ಲೀಸ್, ಈ ನನ್ನ ಪ್ರಶ್ನೆಗಳಿಗೆ ಉತ್ತರಿಸು" ಕನ್ವಿನ್ಸ್ ಮಾಡುವುದರಲ್ಲಿ ಸಫಲಳಾದಳು.

ತಾವಿಬ್ಬರು ಒಂದು ವೀಕ್‌ಎಂಡ್ ಪಾರ್ಟಿಯಲ್ಲಿ ಭೇಟಿಯಾಗಿದ್ದು ಒಂದು ನಾಲ್ಕು – ಐದು ಕಾಸ್ಟ್ಲಿ ಗಿಫ್ಟ್ ಕೊಟ್ಟಿದ್ದು, ತಾವು ಸುತ್ತಾಡಿದ್ದು ಪ್ರತಿಸಲವು ಇವನ ಜೇಬಿಗೆ ಕತ್ತರಿ ಬೀಳುತ್ತಿದ್ದುದು. ಎಲ್ಲಾ ಹೇಳಿಕೊಂಡ. ಅವಳ ಪ್ರಶ್ನೆಗಳ ಜೊತೆ ಅವನ ಉತ್ತರಗಳಲ್ಲಿಯೆ ಸತ್ಯಾಂಶ ಹೊರಬಿದ್ದಿತು. ಅವನಲ್ಲಿಯೇ ಒಂದು ರೀತಿಯ ಜಿಜ್ಞಾಸೆ.

"ಇದ್ನ ಪ್ರೀತಿ ಅಂತಾರಾ? ಅಷ್ಟೊಂದು ಸ್ವಾರ್ಥ ತುಂಬಿಕೊಂಡಿರೋ ಅವಳಿಗೆ ನನ್ನ ಸೇವಿಂಗ್ಸ್ ಧಾರೆಯೆರಿಬೇಕು? ಆ ಶಿಕ್ಷೆ ನಿಂಗಿರ್ಲಿ, ನಿನ್ನ ತಂದೆಗೆ ಯಾಕೆ? ಬೇರೆ ಎಷ್ಟು ಖರ್ಚು ಮಾಡಿದ್ಯೋ, ಏಳು ಲಕ್ಷ ಕಾರಿಗೆ ಕೊಟ್ಟಿದ್ದೀ, ಆ ಹಣ ಒಂದಿಷ್ಟು ಬಂದರೇ, ನಿನ್ತಂದೆ ಮಾತ್ರೆಗಳಿಗೆ ಪರದಾಡಬೇಕಿಲ್ಲ. ರಾಗಿಣಿಗೆ ಶ್ರೀಮಂತ ಡಾಕ್ಟ್ರ ಜೊತೆ ವಿವಾಹ, ನೀನು ಕಣ್ಣೀರು ಇಡೋಂಥ ಪರಿಸ್ಥಿತಿ ಇಲ್ಲ. ನಿಂಗೆ ಸರ್ಯಾದ ಕೆಲ್ಸವಿಲ್ಲ, ಹಣವಿಲ್ಲ ವಯಸ್ಸಾದ ನಿನ್ತಂದೇನ ಯಾರು ನೋಡ್ಕೋತಾರೆ? ಇನ್ಮೇಲೆ ಅವ್ರು ನಮ್ಮ ಮನೆಯಲ್ಲಿ, ನಮ್ಜೊತೆ ಇರಲೀ, ಇರ್ತಾರೆ, ಮಿಕ್ಕಿದ್ದು ನಿನ್ನಿಷ್ಟ" ಎಂದು ಹೇಳಿ ಹೊರ ಬಂದವಳು. ಆಟೋಗಾಗಿ ಒಂದೆರಡು ಕಿಲೋ ಮೀಟರ್ ನಡೆಯಬೇಕಾಯಿತು, ಆವೇಶದಿಂದ ಹೇಳಿದ್ದು.

ಬಹುಶಃ ತಾನು ಹೇಳಿಬಂದಂಗೆ ರಾಜಗೋಪಾಲ್‌ಗೆ ತಾವೇ ಆಶ್ರಯ ನೀಡಬೇಕಾಗಿ ಬಂದರೇ, ಇದಕ್ಕೆ ಮಿಕ್ಕವರ ಪ್ರತಿಕ್ರಿಯೆ ಹೇಗಿರಬಹುದು? ಇಲ್ಲು ಅಂಥ ಶ್ರೀಮಂತಿಕೆಯ ಮೆರೆದಾಟವಿಲ್ಲ. 'ತಿಂಗಳಿಗೆ ನನ್ನ ಮಾತ್ರೆ, ಔಷಧಿಗಳ ಖರ್ಚು ಮೂರು ಸಾವಿರ... ಹತ್ತಿರ... ಹತ್ತಿರ. ಪವನ್ ಸ್ಥಿತಿ ಕೂಡ ಚೆನ್ನಾಗಿಲ್ಲ. ಅವ್ನ ಹೆಂಡ್ತಿ ಅನಾರೋಗ್ಯ ಪೀಡಿತೆ, ಜೊತೆಗೆ ಇಬ್ಬರು ಮಕ್ಕಳು, ಅಲ್ಲಿನ ಖರ್ಚು, ವೆಚ್ಚಗಳನ್ನು ಸರಿದೂಗಿಸುವುದೇ ಅವನಿಗೆ ಕಷ್ಟ. ಇಲ್ಲಿ... ಪರೀಕ್ಷಿತ್... ಏನೇನು ಪ್ರಯೋಜನವಿಲ್ಲ, ಇನ್ನ ಬದ್ಕಿ ತಾನೇ ಮಾಡಬೇಕಾದ್ದು ಏನಿದೆ?' ಎಂದು ಕಣ್ಣೀರು ಸುರಿಸುವ ರಾಜಗೋಪಾಲ್ ಚಿತ್ರ ಕಣ್ಮುಂದೆ ನಿಂತರೆ ಕರುಳು ಕಿತ್ತು ಬರುತ್ತಿತ್ತು ಅವರ ನಿಸ್ಸಾಯಕತೆ ಚಿಂತಿಸುವಂತೆ ಮಾಡಿತ್ತು.

ದಾರಿಯುದ್ದಕ್ಕೂ ಇದೇ ಚಿಂತನೆ ಆಟೋ ನಿಂತು ಪಚ್ಚಿ 'ಅಮ್ಮ' ಅಂದಾಗಲೆ ಅವಳ ಗಮನ ಅತ್ತ ಹರಿದಿದ್ದು. ಇಳಿದು ಆಟೋದವನಿಗೆ ಹಣ ಕೊಟ್ಟು ಪಚ್ಚಿನ ಬಳಸಿ ಒಳಗೆ ಬಂದಾಗ ಸುಬ್ಬಲಕ್ಷ್ಮಿ ಕಾಲುನೀಡಿಕೊಂಡು ಕೆಳಗೆ ಕೂತಿದ್ದರೆ ರಾಮೂರ್ತಿಗಳು ದಿವಾನ ಮೇಲೆ ಕೂತು ಪೇಪರ್ ಹಿಡಿದಿದ್ದರು.

"ನಂಗೆ ನೀನು ಅಲ್ಲಿ ನಿಂತಿದ್ದು ಸರಿ ಹೋಗ್ಲಿಲ್ಲ, ಶರಾವತಿ ಅವನೊಬ್ಬ ಮೂರ್ಖ, ಅದು ಬೇರೆಯವರ ಮನೆ ಸುದ್ದಿ ನಮಗ್ಯಾಕೆ?" ಮುಖ ನೋಡಿದ ಕೂಡಲೆ ಗುಡುಗಿದರು. ರಾಮೂರ್ತಿ ಸೊಸೆ ಮುಖ ನೋಡಿ ತಣ್ಣನೆಯ ನಗೆ ಬೀರಿ "ಆಯ್ತು ಬಿಡು, ಕೊನೆ ಪ್ರಯತ್ನ ಅಂತ ಮಾಡಿ ಬಂದಿದ್ದಾಳೆ. ಇನ್ನ ಅವನಿಷ್ಟ, ಅವನ ಉಸಾಬರಿಗೆ ಹೋಗೋದು ಬೇಡ" ಒಂದು ತೀರ್ಮಾನ ಕೊಟ್ಟರು.

ಮಗನನ್ನು ಕೂಡಿಸಿಕೊಂಡು ಅಲ್ಲೆ ಕೂತ ಶರಾವತಿ "ನಾನು ಒಂದಿಷ್ಟು ಹೇಳಿ ಬಂದೇ, ಇನ್ನ ಯಾವ್ದೇ ಉಸಾಬರಿ ಬೇಡ. ರಾಜಗೋಪಾಲ್‌ಗೆ ಬೇರಾರು ಇಲ್ವಾ? ಈಗ ಅವನಿಗೆ ಬರೋ ಸಂಬಳದಲ್ಲಿ ಅವ್ರನ್ನ ನೋಡಿಕೊಳ್ಳೋದು ಕಷ್ಟವಾಗುತ್ತೆ" ಎಂದಳು. ಇದೊಂದು ಸಣ್ಣ ಪೀಠಿಕೆಯಷ್ಟೆ. ಮುಂದೇನು? ಪ್ರಶ್ನೆಗೆ ಹುಡುಕಾಟ.

ರಾಮೂರ್ತಿ ಮುಖ ಸಪ್ಪಗಾಯಿತು.

"ಸ್ವಂತ ಮಕ್ಕಳಿಗಿಲ್ದ ದರ್ದ್ ಬೇರೆಯವ್ರಿಗೆ ಯಾಕೆ ಇರುತ್ತೆ? ತೀರಾ ಹತ್ತಿರ ಅನ್ನೋಂಥ ನೆಂಟರೇನಿಲ್ಲಾಂತ ಅನಿಸುತ್ತೆ. ಇದ್ದರೂ ಇವರನ್ನ ಕರ್ಕೊಂಡ್ಹೋಗಿ ಯಾರು ಇಟ್ಕೋತಾರೆ? ಮಧ್ಯಮ ವರ್ಗದ ಜನ ಭಾವನೆಗಳಲ್ಲಿ ಬದುಕುತ್ತಾರೆ. ಅಲ್ಲಿ ಮಾತ್ರ ಸಂಬಂಧಗಳನ್ನ ಕಾಣಬಹುದೇನೋ ಅಂಥ ಜನಕ್ಕೆ ನೂರೆಂಟು ತಾಪತ್ರಯ. ಅದೆಲ್ಲ ಸಾಧ್ಯವಿಲ್ದ ಮಾತು ಬಿಡು" ಸ್ಪಷ್ಟಪಡಿಸಿದರು. ಅವಳೆದೆಯ ಬಡಿತ ಒಂದಿಷ್ಟು ಏರಿತು. ಅಲ್ಲಿ ಹೇಳಿ ಬಂದಿದ್ದು! ಇವಳೊಬ್ಬಳ ತೀರ್ಮಾನ ತಗೊಳ್ಳುವುದು ಸಾಧ್ಯವಿಲ್ಲ.

ತಕ್ಷಣ ಸುಬ್ಬಲಕ್ಷ್ಮಿ, ನೆನಪಿಸಿಕೊಂಡಂಗೆ "ಅಯ್ಯೋ, ಮರೆತಿದ್ದೆ... ರಾಜಗೋಪಾಲ್‌ಗೆ ಒಬ್ಬ ತಂಗಿ ಇದ್ರು, ಹಿಂದೆ ಆಗಾಗ ಬಂದು ಹೋಗ್ತಾ ಇದ್ರು.ನಮ್ಗೂ ಪರಿಚಯವಿದೆ. ವರ್ಷದ ಕೆಳ್ಗೇ ದೇವಸ್ಥಾನದಲ್ಲಿ ಸಿಕ್ಕಿ ಅವ್ರ ಮನೆ ಅಡ್ರೆಸ್, ಫೋನ್ ನಂಬರ್ ಕೊಟ್ಟಿದ್ರು, ಡೈರಿಯಲ್ಲಿ ಗುರುತು ಹಾಕಿ ಇಟ್ಕೊಂಡಿದ್ದೀನಿ" ಎಂದರು. ಎಲ್ಲೋ ದೂರದಲ್ಲಿ ಒಂದು ಮಿಣುಕು ದೀಪ ಗೋಚರಿಸಿದಂತಾಯಿತು ಶರಾವತಿಗೆ.

"ಅಂತು ಅವರಿಗೆ ಬೇರೊಂದು ವ್ಯವಸ್ಥೆ ಮಾಡಬೇಕಾಗುತ್ತೆ, ಅತ್ತೆ. ಅವರು ಬೇಯ್ಸಿಕೊಳ್ಳೋದರ ಜೊತೆಗೆ ಮಗನಿಗೂ ಬೇಯ್ಸಿ ಹಾಕಬೇಕು. ಪರೀಕ್ಷಿತ್ ತುಂಬ ಬುದ್ಧಿಗೇಡಿ. ನಂಬ ಬೇಕಾಗಿದ್ದಕ್ಕಿಂತ ಹೆಚ್ಚಿಗೆ ರಾಗಿಣಿನ ನಂಬಿ ಪೂರ್ತಿ ಕೈ ಖಾಲಿ ಮಾಡಿಕೊಂಡಿದ್ದಾನೆ. ನೀವು ಅದೃಷ್ಟವಂತರು, ನಿಮ್ಮ ಮಗ ಪ್ರೇಮ, ಪ್ರೀತಿಯಲ್ಲಿ ಬೀಳಲಿಲ್ಲ" ತಮಾಷೆಯಾಡಿ ಮಗನನ್ನು ಎಬ್ಬಿಸಿಕೊಂಡು ರೂಮಿಗೆ ಹೋದಳು. ಪುಕ ಪುಕ ಎನ್ನುತ್ತಿತ್ತು ಅವಳ ಮನ.

ಪಚ್ಚಿ ಯಾಕೋ ಮಂಕಾಗಿದ್ದ. ಅಮ್ಮನಿಗೆ ಏನೋ ಹೇಳುವ ಕಾತುರ, ಅದಕ್ಕೆ ಮೀರಿದ ಚಿಂತೆ.

"ಅಮ್ಮನಂಗೆ ಕ್ರಿಕೆಟ್ ಆಡೋಕೆ ಆಗೋಲ್ವಾ?" ಕೇಳಿದ ಕೋಡಲೆ ಅವಳಿಗೆ ಕೋಪ ಬಂತು "ಯಾರೋ, ಹೇಳಿದ್ದು? ಮೂರೊತ್ತು ಬ್ಯಾಟು ಬಾಲ್ ಇಟ್ಕೊಂಡ್ ಓಡಾಡ್ತಿ" ಗದರಿಸುವಂತೆ ಹೇಳಿದಳು.

"ಏನು ಪ್ರಯೋಜನ? ನಂಗೆ ಸಚ್ಚಿನ್ ತರಹ, ಧೋನಿ ತರಹ ಒಳ್ಳೆ ಬ್ಯಾಟ್‌ಮನ್ ಆಗೋ ಆಸೆ."

ಮಗನ ಆಸೆಗೆ ನಗು ಬಂತು. "ದೊಡ್ಡದಾಗಿ ಗುರಿ ಇಟ್ಟುಕೊಳ್ಳೋದು ಒಳ್ಳೇದು. ಅಷ್ಟು ಎತ್ತರಕ್ಕೇರದಿದ್ದರೂ ಕ್ರಿಕೆಟ್ ಆಡೋಕೇನು ತೊಂದರೆ ಇಲ್ಲ. ಆಗಾಗ ಓದೋಲ್ಲ, ಹೋಂ ವರ್ಕ್ ಮಾಡೋಲ್ಲಾಂತ ಗೊಣಗಾಡಿದರೂ, ನಮ್ಗೇ ನೀನು ಕ್ರಿಕೆಟ್ ಆಡೋದು ಇಷ್ಟನೇ, ನಿಂಗೆ ಕ್ರಿಕೆಟ್ ಬಗ್ಗೆ ಸಖತ್ತಾಗಿ ತಿಳಿಯಬೇಕೂಂದರೇ, ಅಜ್ಜಿ ಹತ್ರ ಅರ್ಧರ್ಧ ಗಂಟೆ ಪಾಠ ಮಾಡಿಸ್ಕೋ" ಮಗನ ಕೆನ್ನೆ ತಟ್ಟಿದಳು. ಎಂದಿನಂತಿರಲಿಲ್ಲ ಅವನ ಮುಖದ ಭಾವ.

"ನಮ್ಮ ಕಾನ್ವೆಂಟ್‌ನಲ್ಲಿ ಡ್ರಿಲ್ ಮಾಸ್ಟರ್, ಅದೇ ಸ್ಪೋರ್ಟ್ಸ್ ಮಾಸ್ಟರ್... ನಂಗೆ ಕ್ರಿಕೆಟ್ ಆಡೋದಿಕ್ಕೆ ಆಗೋಲ್ಲಾಂತ ಹೇಳಿದ್ರು" ಇಡೀ ಕೈಯೆತ್ತಿ ಹಸ್ತಬಿಡಿಸಿ ತೋರಿಸಿದ. ತಕ್ಷಣ ಅವಳ ಮುಖ ಮಂಕಾಯಿತು. "ಇದೇನು ದೊಡ್ಡ ಪ್ರಾಬ್ಲಮ್ ಅಲ್ಲ" ತಟ್ಟನೆ ನುಡಿದಳು.

"ಐ ನೋ, ದಿಸ್ ಈಸ್ ಪ್ರಾಬ್ಲಮ್.... ನಂಗೆ ಚೆಂಡಾಗ್ಲಿ, ಬ್ಯಾಟಾಗ್ಲೀ ಸರ್‍ಯಾಗಿ ಹಿಡ್ಕೋಕ್ಕಾಗೋಲ್ಲ. ನಾನು ಆಡಿದ್ರೂ ರೆಫ್ಯೂಸ್ ಮಾಡ್ತಾರೆ" ಅಳು ದನಿಯಲ್ಲಿ ಹೇಳಿದ, ಒಂದಿಷ್ಟು ನ್ಯೂನತೆ ಇತ್ತು. ಕೈಗಳು ಮತ್ತು ಬೆರಳುಗಳಲ್ಲಿ. ತಕ್ಷಣ ನೋಡಿದವರಿಗೆ ಎದ್ದು ಕಾಣುತ್ತಿರಲಿಲ್ಲ. ಕೆಲವು ಸರ್ಜರಿಗಳಿಗೆ ಡಾಕ್ಟರ್‌ಗಳು ಸೂಚಿಸಿದ್ದರು ಸುಬ್ಬಲಕ್ಷ್ಮಿ ಒಪ್ಪಿರಲಿಲ್ಲ. "ಇರೋದ್ನ ಒಪ್ಪಿಕೊಳ್ಳೋಣ, ನಾಳೆ ಏನಾದ್ರೂ ಹೆಚ್ಚು ಕಡ್ಮೇಯಾದರೇ, ಅಂಗವಿಕಲನಾಗಿ ಬಿಡ್ತಾನೆ. ಈಗ ಅವನ ಕೆಲ್ಸಗಳನ್ನು ಅವ್ನು ಮಾಡ್ಕೋತಾನೆ. ಬರ್‍ಯೋದು ಕಷ್ಟವಾದರೂ, ಅಭ್ಯಾಸವಾಗಿ ಬಿಟ್ಟಿದೆ. ನಂಗಂತು ಇಷ್ಟವಿಲ್ಲ" ತಳ್ಳಿ ಹಾಕಿದ್ದರು. ರಾಮೂರ್ತಿ, ಶ್ರೀಧರ್ ಕೂಡ ಅದನ್ನೆ ಅನುಮೋದಿಸಿದ್ದರು. ಇವರನ್ನೆಲ್ಲ ಮೀರಿ ಮಗನನ್ನು ಸರ್ಜರಿಗೊಡ್ಡುವುದು ಅವಳಿಗೂ ಇಷ್ಟವಿಲ್ಲ. ಅಷ್ಟಕ್ಕೆ ಆ ಪ್ರಕ್ರಿಯೆ ನಿಂತಿತ್ತು. ಆಗಾಗ ಇಡೀ ಕುಟುಂಬದವರನ್ನು ಕಾಡುತ್ತಿತ್ತು.

ಈಗ ಮಗನ ನಿರಾಶೆ, ದುಃಖಕ್ಕೆ ಏನು ಹೇಳಬೇಕೋ ಗೊತ್ತಾಗಲಿಲ್ಲ. ಬರೀ ಬ್ಯಾಟು, ಚೆಂಡು ಎಳೆದಾಡುತ್ತಿದ್ದನೆ ವಿನಃ ಆಡಲು ಸಾಧ್ಯವಾಗುತ್ತಿರಲಿಲ್ಲ. ಮೇಲ್ನುಖಕ್ಕೆ ದೊಡ್ಡದಾಗಿ ಕಾಣದ ನ್ಯೂನತೆ.

"ನಂಗೆ ಕ್ರಿಕೆಟ್ ಇಷ್ಟ, ಆಗೋಲ್ಲಾಂದ್ರು... ಮಾಸ್ಟರ್" ಅಳು ತುಂಬಿಕೊಂಡ

ಧ್ವನಿಯಲ್ಲಿ ಉಸುರಿ ಅಮ್ಮನನ್ನು ಅಪ್ಪಿಕೊಂಡು ಅಳಲು ಸಿದ್ಧವಾದ. ಅವಳ ಮಸ್ತಿಷ್ಕದಲ್ಲಿ ಸುಳಿದಿದ್ದು ಡಾ. ಅಬ್ದುಲ್ ಕಲಾಂ ಅವರ ಜೀವನ ಚಿತ್ರ, ಅವರ ಬಗ್ಗೆ ಅಪರಿಮಿತವಾದ ಗೌರವ.

ಮಗನ ಕಣ್ಣೊರೆಸಿ ಸಮಾಧಾನ ಮಾಡಿ "ನಿಂಗೊಂದು ಕತೆ ಹೇಳ್ತೀನಿ ಕೇಳು" ಕೆನ್ನೆ ಸವರಿ ಷುರು ಹಚ್ಚಿದ್ದು.

"ಒಬ್ಬ ಪುಟಾಣಿ ಹುಡುಗನಿಗೆ ವಿಮಾನ ನೋಡಿದಾಗಲೆಲ್ಲ. ಅದರ ಚಾಲಕನಾಗುವ ಕನಸು, ಬೆಳೆದಂತೆಲ್ಲ ಅವನ ಕನಸು ಕೂಡ ವಿಸ್ತಾರಗೊಂಡಿತು. ಆದರೆ ಯುವಕ ವಿಮಾನ ಪ್ರವೇಶ ಪರೀಕ್ಷೆಯಲ್ಲಿ ಅನುತ್ತೀರ್ಣನಾದ. ಅದಕ್ಕೆ ಒಂದು ಸ್ಮಾಲ್ ರೀಸನ್ ಅಷ್ಟೆ... ಪೈಲಟ್‌ಗೆ ಬೇಕಾದ ನಿಗದಿತ ಎತ್ತರಕ್ಕಿಂತ ಒಂದೆರಡು ಇಂಚು ಕಮ್ಮಿ ಅನ್ನೋ ಕಾರಣಕ್ಕೆ ಪೈಲಟ್‌ನ ಕನಸುನಿಂದ ವಂಚಿತರಾಗಿದ್ದರು. ನಿರಾಶೆಯಿಂದ ಸುಮ್ಮನೆ ಕೂಡಲಿಲ್ಲ. ವಿಮಾನಗಳನ್ನು ಡಿಜೈನ್ ಮಾಡುವ ಮದ್ರಾಸ್ (ಚೆನ್ನೈ)ನಲ್ಲಿನ ಇಂಜಿನಿಯರಿಂಗ್ ಕಾಲೇಜಿಗೆ ಸೇರ್ಕೊಂಡ್ರು, ವಿಮಾನಗಳ ವಿಷಯದಲ್ಲಿ ಪರಿಣಿತಿ ಪಡೆದು, 'ಇಂಡಿಯನ್ ಸ್ಪೇಸ್ ರಿಸರ್ಚ್ ಆರ್ಗನೈಸೇಷನ್' ಸಂಸ್ಥೆಗೆ ಜಾಯಿನ್ ಆದರು. ಅವರ ಅಪಾರವಾದ ಆಸಕ್ತಿ, ಅವಿರತ ಪರಿಶ್ರಮದಿಂದ ಉನ್ನತ ಶ್ರೇಣಿಯ ಎಂಜಿನಿಯರ್ ಆದರು. ಕೊನೆಗೊಂದು ದಿನ ಇಸ್ರೋ ಅಧ್ಯಕ್ಷರು ಆದರು. ರಾಕೆಟ್ ತಂತ್ರಜ್ಞಾನದಲ್ಲಿ ಅವರದು ಅಪರಿಮಿತ ಸಾಧನೆ. ಮುಂದೊಂದು ದಿನ ಭಾರತದಂಥ, ದೊಡ್ಡ ದೇಶಕ್ಕೆ 11ನೇ ರಾಷ್ಟ್ರಪತಿಯಾದರು. ಅವರೇ ನಾವೆಲ್ಲ ಹೆಮ್ಮೆಪಡುವಂಥ ಡಾ॥ ಅಬ್ದುಲ್‌ಕಲಾಂ. ಅಂದು ಏನಾದ್ರೂ ಪೈಲೇಟ್ ತರಬೇತಿಯಲ್ಲಿ ಸೆಲೆಕ್ಟ್ ಆಗಿದ್ದರೇ, ಬರೀ ಪೈಲೇಟ್ ಆಗಿರುತ್ತಿದ್ದರು, ಆದರೆ ಅವರ ಇಷ್ಟೊಂದು ಸಾಧನೆ, ಪರಿಶ್ರಮ ಭಾರತಕ್ಕೆ ದಕ್ಕುತ್ತಿರಲಿಲ್ಲ. ನೀನು ಅಷ್ಟೆ, ಕ್ರಿಕೆಟ್ ಆಡದಿದ್ದರೇನು, ಅದಕ್ಕೆ ಸಂಬಂಧಪಟ್ಟ ಬೇರೆ ಏನನಾದ್ರೂ ಮಾಡಬಹುದು" ಮಗನನ್ನು ಸಮಾಧಾನಿಸಿದಳು. ಆದರೂ ಎಲ್ಲೋ ಒಂದು ಮೂಲೆಯಲ್ಲಿ ನೋವಿತ್ತು.

ಪಚ್ಚಿ ಅಮ್ಮನ ಮಡಿಲಲ್ಲಿ ತಲೆ ಇಟ್ಟು ಹಾಗೇ ಮಲಗಿದ. ಅವನ ಕನಸು ದಿಕ್ಕು ಅರಸಿತ್ತೇನೋ, ಆದರೆ ಅದಕ್ಕೆ ಹಿರಿಯರ ಸಹಕಾರವು ಬೇಕು. ಅದಕ್ಕೆ ಸಿದ್ಧವಿತ್ತು ಆ ಕುಟುಂಬ.

ಏನಾದರಾಗಲೀ, ಮನಸ್ಸಿನಲ್ಲಿದ್ದ ವಿಷಯವನ್ನು ಹೊರ ಹಾಕಲೇಬೇಕಿತ್ತು. ರಾತ್ರಿ ಊಟದ ನಂತರ ಶ್ರೀಧರನನ್ನು ಹೊರಗೆ ಕರೆದೊಯ್ದು ಫಸ್ಟ್ ಆಫ್ ವಿವರಿಸಿದಳು.

"ಆಯ್ತು, ಬಿಡು! ಪರೀಕ್ಷಿತ್ ಕೂಡ ಕತ್ತಲೆಯಲ್ಲಿ ಕೂತು ಒಂದೆರಡು ಪೆಗ್ ಹಾಕುತ್ತ ಫ್ಯಾಥರ್ ಸಾಂಗ್ ಆಡಲೀ. ಈಗಲ್ಲ, ಅವರು ಹೊರ್ಗೇ ಹಾಕಲೀ, ಆಮೇಲೆ ಸಣ್ಣ ಪುಟ್ಟ ಕಳ್ಳತನದಿಂದ ಜೀವನ ಮಾಡ್ಲೀ" ಕನಲೀ ನುಡಿದ. ಇಷ್ಟೇ ತೀರ್ಮಾನ ಎನ್ನುವಂತಿತ್ತು ಅವನ ದನಿ.

"ಇನ್ನಷ್ಟು ಹೇಳೋದಿದೆ" ಅಂದವಳು ಎಂಡಿಂಗ್ ಹಂತವನ್ನು ವಿವರಿಸಿ "ರಾಜಗೋಪಾಲ್ ಅಂಕಲ್‌ನ ನಾವು ಇಟ್ಕೋತೀವಿಂತ ಹೇಳಿ ಬಂದೆ."

ಮೊದಲು ಶರಾವತಿ ಮಾತುಗಳಿಂದ ಅವನಿಗೆ ಷಾಕ್, ಆದರು ತಮಾಷೆ ಇರಬಹುದೆಂದು ನಕ್ಕುಬಿಟ್ಟ.

"ಅಂತು ಡಿಸಿಷನ್ ತಗೋಳ್ಳೊಷ್ಟು ಹಿರಿಯಳಾದೆ... ಅಮ್ಮನ ಮುಂದೆ ಹೇಳೀಬಿಟೀ, ಪಾಠ ಮಾಡ್ತಾರೆ. ಸುಮ್ನೇ ತೆಪ್ಪಗಿದ್ದು, ಬಿಡು. ರಾಜಗೋಪಾಲ್‌ನ ಜವಾಬ್ದಾರಿ ತಗೋಳ್ಳೋಕೆ, ಆಗುತ್ತಾ?" ಉತ್ಪ್ರೇಕ್ಷೆಯಿಂದ ಮಾತಾಡಿದ.

"ಬಿ ಸಿರಿಯಸ್, ನಾನು ತಮಾಷೆಗಲ್ಲ, ಅಂದಿದ್ದು ಸಿರಿಯಸ್ಸಾಗಿಯೇ. ನಾಲಿಗೆಯಿಂದ ಮಾತು ಹೊರ ಬಿತ್ತು. ಪರೀಕ್ಷಿತ್ ನಿರ್ಧಾರದಲ್ಲಿ ಬದಲಾವಣೆ ಇಲ್ಲದಿದ್ದರೇ, ನಾವ್ ಖಂಡಿತ ರಾಜಗೋಪಾಲ್ ಜವಾಬ್ದಾರಿ ಹೊರಬೇಕಾಗುತ್ತೆ" ಅಂದಕೂಡಲೆ ಹೆಜ್ಜೆಗಳನ್ನು ಮರೆತು ನಿಂತುಬಿಟ್ಟ. ಅವನ ತಲೆ ಬಿಸಿಯಾಯಿತು "ಮನೆಗೆ ಹೋಗೋಣ, ಸದ್ಯಕ್ಕೆ ಈ ವಿಷ್ಯ ನಿನ್ನಲ್ಲೇ ಇರ್ಲಿ" ಸಿರಿಯಸ್ಸಾಗಿ ಎಚ್ಚರಿಸುವಂತೆ ಹೇಳಿದ್ದು.

ಆರ್ಥಿಕ ಪರಿಸ್ಥಿತಿಯಲ್ಲಿ ಕುಸಿತ, ಬೆಲೆಯೇರಿಕೆ ಕಾವು ಆ ಕುಟುಂಬಕ್ಕೂ ತಟ್ಟಿತ್ತು. ರಾಮೂರ್ತಿ ಸಾಲಾಗಿ ಮೂವರು ತಂಗಿಯರ ಮದುವೆ. ಅದರಿಂದ ಆದ ಸಾಲದ ಮಧ್ಯೆ ನಲುಗಿದವರು, ಪುಟ್ಟ ಮನೆಯೊಂದು ಮಾಡಿಕೊಂಡಿದ್ದೆ ದೊಡ್ಡದು, ನಿವೃತ್ತಿಯ ನಂತರ ಬಂದ ಹಣ ಒಂದಿಷ್ಟು ಪೋಸ್ಟ್ ಆಫೀಸ್‌ನಲ್ಲಿತ್ತು. ಈಗ ಸುಬ್ಬಲಕ್ಷ್ಮಿಯ ಪೆನ್‌ಷನ್ ಮತ್ತು ಶ್ರೀಧರನ ಸಂಬಳದಿಂದ ಕುಟುಂಬದ ನಿರ್ವಹಣೆ, ಮುಂದೆ ಪದ್ಮನಾಭನ ಭವಿಷ್ಯಕ್ಕಾಗಿ ಒಂದಿಷ್ಟು ಎತ್ತಿಡಬೇಕಿತ್ತು. ಮತ್ತೇನು ಆಸ್ತಿ ಇರಲಿಲ್ಲ.

ಮನೆ ತಲುಪುವವರೆಗೂ ಶ್ರೀಧರ ಮಾತಾಡಲಿಲ್ಲ. ರಾಮೂರ್ತಿ, ಸುಬ್ಬಲಕ್ಷ್ಮಿ ಸಂಗೀತ ಕಾರ್ಯಕ್ರಮ ನೋಡುತ್ತ ಕೂತಿದ್ದರು. ಅವರ ಜೊತೆ ರಾಜಗೋಪಾಲ್‌ನ ಕೂಡ ಕಲ್ಪಿಸಿಕೊಂಡ. ಸ್ವಲ್ಪ ಕಸಿವಿಸಿಯೆ? ಅಷ್ಟು ಧಾರಾಳತನ ತನಗಿದೆಯೇ?

"ಊಟ ಜಾಸ್ತಿ ಆಯ್ತೇನೋ?" ಕೇಳಿದರು ಸುಬ್ಬಲಕ್ಷ್ಮಿ.

"ಇಲ್ಲ ಅತ್ತೆ, ಮಾವನವರಿಗೆ ಬಾಳೆ ಹಣ್ಣು ಇರ್ಲಿಲ್ಲ, ಅದ್ನ ತರೋಕೆ ಇವ್ರನ್ನ ಹೊರಡಿಸ್ಕೊಂಡ್ ಹೋಗಿದ್ದು" ಪ್ಲಾಸ್ಟಿಕ್ ಕವರ್‌ನಲ್ಲಿದ್ದ ಬಾಳೆಹಣ್ಣನ್ನು ಟೀಪಾಯಿ ಮೇಲಿಟ್ಟು "ಅಂಥ ಒಳ್ಳೆ ಸೈಜು ಇರ್ಲಿಲ್ಲ, ತೆಗೆದಿದ್ದು ಒಂದು ಬೀಡಾ ಅಂಗ್ಡೀ, ಅಲ್ಲೇ ತಂದಿದ್ದು, ಜೊತೆಗೆ ನಿಮ್ಮ ಮಗನ ಬೈಗುಳ" ಅನ್ನೋ ವೇಳೆಗೆ ಅವರು ರೂಮಿಗೆ ಹೋಗಿ ಆಗಿತ್ತು. ರಾಜಗೋಪಾಲ್ ವಿಚಾರ ಅವನ ತಲೆಯಲ್ಲಿ ಹುಳ ಬಿಟ್ಟಂತಾಗಿತ್ತು.

ಪಚ್ಚಿ ಇಲ್ಲಿ ಮಲಗಿರಲಿಲ್ಲ. ಅವನು ಕೆಲವೊಮ್ಮೆ ಅಜ್ಜಿ, ತಾತನ ಜೊತೆ ಮಲಗುತ್ತಿದ್ದ, ಆ ರಾತ್ರಿಗಳು ಇವರ ಪಾಲಿಗೆ ಪೂರ್ತಿ ಸ್ವತಂತ್ರವನ್ನು ಒದಗಿಸುತ್ತಿತ್ತು! ಆದರೆ ಇಂದು ಇಬ್ಬರ ಮೂಡ್ ಔಟ್.

ಮೌನವಾಗಿ ಮಲಗಿದ ಶ್ರೀಧರ ಎದ್ದು ಕೂತ. ಈಚೆಗೆ ಕೆಲವೊಮ್ಮೆ ರಾಜಗೋಪಾಲ್ ಇಲ್ಲೇ ಊಟ, ತಿಂಡಿಗೆ ನಿಲ್ಲುತ್ತಿದ್ದರ ಬಗ್ಗೆ ಸುಬ್ಬಲಕ್ಷ್ಮಿಯ ಆಕ್ಷೇಪಣೆ ಇತ್ತು. ಮನೆಯ ಯಜಮಾನಿಯಾಗಿ ಯೋಚಿಸುವುದು ಸರಿಯೇ. ಅತಿಥಿಗಳ ಬರೋದು ಅಪರೂಪವಾಗಿಯೇ ಇರಬೇಕು! ಅದು ಎಲ್ಲಾ ರೀತಿಯಲ್ಲು ಸರಿ, ಚೆನ್ನ ಕೂಡ.

ನಿದ್ರಿಸಲಾಗದೆ ಎದ್ದು ಕೂತ ಶ್ರೀಧರ.

"ನಿಂಗೆ ಈ ರೀತಿಯ ಯಜಮಾನಿಕೆ ಯಾರು ಕೊಟ್ಟರು? ಈ ಕಾಲದಲ್ಲಿ ನಿನ್ಗಂಡನ ದುಡಿಮೆ ಯಾತಕ್ಕೂ ಸಾಲೋಲ್ಲ. ಅಮ್ಮನ ಪೆನ್‌ಷನ್ ಜೊತೆ ಬುದ್ಧಿವಂತಿಕೆಗೆ ಕೂಡ, ನಮ್ಮ ಸಂಸಾರ ಸುಸ್ಥಿತಿಯಲ್ಲಿರೋಕೆ ಪ್ರಯೋಜನಕ್ಕೆ ಬರ್ತಾ ಇದೆ. ನೀನು ಈ ಮನೆಗೆ ಬಂದ್ಮೇಲೆ ಊಟ, ತಿಂಡಿಗೆ ಎಂದಾದ್ರೂ ಪರದಾಟವಿತ್ತಾ? ಫೈವ್‌ಸ್ಟಾರ್ ಹೋಟಲ್ ಫುಡ್ ಅಲ್ಲದಿದ್ದರೂ, ದಕ್ಷಿಣ ಭಾರತದ ಥಾಲಿಗಂತು ಕೊರತೆಯಾದದ್ದಿಲ್ಲ ಹಆಲು, ತುಪ್ಪ, ತರಕಾರಿ ಇಲ್ದೇ ಊಟ ಮಾಡಿದ್ದು ಇದ್ಯಾ? ಶರಧಿ ಕೆಲ್ಸಕ್ಕೆ ಸೇರಿದ ಮೇಲಂತು ಮತ್ತಷ್ಟು ಶ್ರೀಮಂತಿಕೆಯ ಜೊತೆ ಧಾರಾಳತನವು ಇತ್ತು. ಅವಳ ವಿವಾಹಕ್ಕೆ ಜೋಡಿಸಿಟ್ಟ ಹಣ ಬ್ಯಾಂಕ್‌ನಲ್ಲೆ ಉಳಿದಿದೆ. ಅದು ಎಂದಿದ್ದರು ಅವಳಿಗೆ ಸೇರೋಂಥದ್ದೇ. ಇವೆಲ್ಲ ನಿಂಗೆ ತಿಳಿದಿದೆ. ಇಲ್ಲ ಇಳಿ ವಯಸ್ಸಿನ ರಾಜಗೋಪಾಲ್ ಈ ಕುಟುಂಬಕ್ಕೆ ಹೊರೆಯೇ, ನಾವು ಸಾಮಾನ್ಯರು, ಧರ್ಮ, ಆದರ್ಶ ಅಂಥದೇನಿಲ್ಲ, ಇಂಥ ಮನಸ್ಥಿತಿಯಲ್ಲಿರೋ ನಾವು ತೀರಾ ಸಂಬಂಧವಲ್ಲದ, ಹಲವು ವರ್ಷಗಳಿಂದ ಒಬ್ಬರನ್ನೊಬ್ಬರು ನೋಡದ ನಾವು ದಿಢೀರ್ ಅಂಥ ಇಂಥ ಧಾರಾಳತನ ತೋರೋಕೆ ಸಾಧ್ಯವೇ? ಇದು ಒಂದೂ, ಎರಡು ದಿನದ ಮಾತಲ್ಲ. ಇದನ್ನೆಲ್ಲ ನೀನು ಗಮನದಲ್ಲಿ ಇಟ್ಕೋಬೇಕಿತ್ತು. ಅಕಸ್ಮಾತ್ ಯಾವ್ದೋ ಒಂದು ಕಾರಣಕ್ಕೆ ಇಟ್ಟುಕೊಂಡರು, ಗೋಣಗದೇ ಇರ್ತೀವಾ? ಅದರಿಂದ ನಮ್ಗೇ ಪಾಪವೇ, ಹೊರತು ಪುಣ್ಯವಿಲ್ಲ" ಒಂದು ಗಂಟೆ ಲೆಕ್ಚರ್ ಕೊಟ್ಟು ಬಿಟ್ಟಿದ್ದಕ್ಕೆ ಪೂರ್ತಿ ಸುಸ್ತಾದಳು. ಇದೆಲ್ಲವು ನಿಜವೇ? ಆದರೆ... ರಾಜಗೋಪಾಲ್, ಅವಳೆದೆ ಭಾರವಾಯಿತು. ಕಣ್ಣಲ್ಲಿ ನೀರಾಡಿತು. ಇಂಥ ಪರಿಸ್ಥಿತಿ ಯಾರಿಗೂ ಬರಬಾರದೆನಿಸಿತು.

"ನಮ್ಗೂ ವಯಸ್ಸಾಗುತ್ತೆ. ಪಚ್ಚಿ ನಮ್ಮನ್ನು ಹೇಗೆ ನೋಡ್ಕೋತಾನೋ ಗೊತ್ತಿಲ್ಲ. ಅಕಸ್ಮಾತ್ ಇಂಥ ಪರಿಸ್ಥಿತಿ ನಮ್ಗೇ ಎದುರಾದರೇ?" ಹೆಂಡತಿಯ ಮಾತಿಗೆ ರೇಗಿ ಬಿಟ್ಟ "ಅದು ಎಷ್ಟೋ ವರ್ಷಗಳ ಮಾತು. ನನ್ತಲೆ ಬಿಸಿ ಮಾಡಬೇಡ, ತೆಪ್ಪಗೆ ಮಲ್ಗು. ಅಂತು ನಂಗೆ ನಿದ್ದೆ ಇಲ್ದಂಗೆ ಮಾಡೋದರಲ್ಲಿ ನಿಂಗೆ ಖುಷಿ" ಜೋರಾಗಿಯೆ ಗದರಿದ.

ವಿರುದ್ಧ ದಿಕ್ಕಿಗೆ ತಿರುಗಿಕೊಂಡು ಮಲಗಿದ ಅವನಿಗೆ ನಿದ್ದೆ ಬಂತೋ, ಬಿಟ್ಟಿತೋ, ಇಡೀ ರಾತ್ರಿ ಶರಾವತಿಗೆ ಜಾಗರಣೆಯೇ ಒಂದು ರೀತಿಯ ಅಪರಾಧಭಾವ ಅವಳಲ್ಲಿ ಜಾಗೃತವಾಯಿತು.

ಷೂಟಿಂಗ್ ಸ್ಪಾಟ್‌ಗೆ ಹೋದವರು ಬಹಳ ಬೇಗ ಆಫೀಸ್‌ಗೆ ಹಿಂದಿರುಗಿದರು.

ಇಂಥ ಸಂಬಂಧಗಳು ತೀರಾ ಹೊಸದಾಗೇನು ಇರದಿದ್ದರಿಂದ, ಶ್ರೀಕಾಂತ್‌ನ ಅಪರಾಧ ದೃಷ್ಟಿಯಿಂದೇನು ನೋಡುತ್ತಿರಲಿಲ್ಲ! ಶ್ರೀಕಾಂತ್ ತಮಗೆ ಸುಲಭವಾಗಿ ದಕ್ಕದಿದ್ದಕ್ಕೆ ಕೆಲವು ಹೆಣ್ಣುಗಳು, ಅಸೂಯೆ ಪಟ್ಟರೆ ಶರಧಿಯ ಚೆಲುವಿನ ಮೇಲೆ ಕಣ್ಣಿಟ್ಟ ಗಂಡಸರಿಗೆ ಒಂದು ರೀತಿಯ ನಿರಾಶೆ, ಶ್ರೀಕಾಂತ್ ಶರಧಿ ಒಂದೇ ಫ್ಲಾಟ್‌ನಲ್ಲಿ ವಾಸಿಸುತ್ತಿದ್ದಾರೇಂತ ತಿಳಿದ ಮೇಲೆ ಕೆಲವು ನಾಲಿಗೆಗಳು ಸ್ತಬ್ಧವಾಗಿದ್ದವು.

ಸ್ವಲ್ಪ ಬೇಸರದಿಂದಲೇ ಹೇಳಿದ.

"ಅಗತ್ಯಕ್ಕೆ ಮೀರಿ ಸಣ್ಣಗಾಗಿದ್ದಾಳೆ, ನಿಶಾ ಈ ಆ್ಯಡ್‌ಗೆ ಸೂಟಬಲ್ ಅಲ್ಲ" ಎನ್ನುತ್ತ ಕುರ್ಚಿಯ ಮೇಲೆ ಕುಸಿದ ಶ್ರೀಕಾಂತ್ ಎ.ಸಿ. ಆನ್ ಮಾಡಿದ ಅವನ ಮನಸ್ಸು ಇನ್ನು ಡಿಸ್ಟರ್ಬ್ ಆಗಿಯೇ ಇತ್ತು. ಅಮೃತ ಸೇನ್ ಮಗಳು, ಅಳಿಯ, ಮೊಮ್ಮಕ್ಕಳೊಂದಿಗೆ ಇಲ್ಲೆ ಜಾಂಡ ಹೂಡಿದ್ದು ಕಿರಿಕಿರಿಯಲ್ಲ, ಆಗಾಗ ಫೋನಾಯಿಸಿ ಅವನ ನೆಮ್ಮದಿಯನ್ನು ಕೆಡಿಸುತ್ತಿದ್ದರು. ಇಂಟರ್‌ಕಾಮ್ ಎತ್ತಿ ಲಂಚ್ ಒಳಗೆ ಕಳಿಸಲು ಸೂಚಿಸಿ "ಓಡಾಟ ಜಾಸ್ತಿನೇ ಇತ್ತು. ಬ್ರೇಕ್ ಫಾಸ್ಟ್ ಯಾತಕ್ಕೂ ಸಾಕಾಗಲಿಲ್ಲಾಂತ, ಹೊಟ್ಟೆ ಹೇಳ್ತಾ ಇದೆ" ಎಂದು ಎದ್ದು ರೆಸ್ಟ್ ರೂಮಿಗೆ ಹೋಗಿ ಸೋಫಾ ಮೇಲೆ ಕುಸಿದ. ಅಮೂಲ್ಯಗೆ ಯಾಕಿಷ್ಟು ಸೇಡು, ನನ್ಮೇಲೆ? 'ಆ' ಪ್ರಶ್ನೆ ಅನೇಕ ನೂರು ಬಾರಿ ಅವನಲ್ಲಿ ಮೂಡಿತ್ತು. ಉತ್ತರ ಸಿಕ್ಕದಿದ್ದರೂ ಪ್ರಶ್ನೆಯಿಂದ ಮಾತ್ರ ವಿಮುಕ್ತಿ ಇರಲಿಲ್ಲ.

ಟೀಪಾಯಿ ಮೇಲೆ ತಟ್ಟೆ ನೀರಿನ ಗ್ಲಾಸ್‌ಗಳನ್ನು ತಂದಿತ್ತು. ಕ್ಯಾರಿಯರ್ ಇಟ್ಟು ಬಸಪ್ಪ ಹೊರಗೆ ಹೋದ. ಮೊದಲು ಅವನೇ ಬಡಿಸುತ್ತಿದ್ದ. ಈಗ ಅದನ್ನು ಶರಧಿ ವಹಿಸಿಕೊಂಡಿದ್ದಳು.

ಕೈ ತೊಳೆದು ಬಂದ ಶರಧಿ "ಮೂರು ನಾಲ್ಕು ಸಲ ಕೋಪ ಮಾಡ್ಕೊಂಡ್ರಿ, ಷೂಟಿಂಗ್ ಸ್ಪಾಟ್‌ನಲ್ಲಿ" ಅಂದಳು ಮೃದುವಾಗಿ ಶ್ರೀಕಾಂತ್ ನಕ್ಕು "ನಾನು ಕ್ಯಾಮೆರಾ ಹಿಡಿದೇ, ವೃತ್ತಿ ಜವಾಬ್ದಾರಿ ಹೊತ್ತಿದ್ದು. ಆ್ಯಡ್ ಫಿಲಂ ಕ್ಷೇತ್ರ ಇಷ್ಟಪಟ್ಟು ಆರಿಸಿಕೊಂಡಿದ್ದು, ಅದಕ್ಕೆ ನಾನು ಹೆಚ್ಚಿನ ಪ್ರಿಫರೆನ್ಸ್ ಕೊಡೋದು. ಈ ಮಾತುನ ನಾನು ನಿಂಗೆ ಸುಮಾರು ಸಲ ಹೇಳಿದ್ದೀನಿ" ಅಂದ ಕೈಯನ್ನು ನ್ಯಾಪ್‌ಕೀನ್‌ಗೊರೆಸುತ್ತ ಶರಧಿ ಮಾತಾಡಲಿಲ್ಲ. ಹಲವು ಕಾರಣಕ್ಕೆ ಶ್ರೀಕಾಂತ್ ಇಷ್ಟವಾಗಿದ್ದ. ಅಂಥ ಕ್ವಾಲಿಟಿಯ ಮನುಷ್ಯನೆ.

ಇನ್ನೇನು ಊಟ ಪ್ರಾರಂಭಿಸಬೇಕು, ಮೊಬೈಲ್ ಸದ್ದು ಮಾಡಿತು ಅದೆಲ್ಲ ಕಾಮನ್, ಎತ್ತಿ ನೋಡಿ ಕಟ್ ಮಾಡಿ "ಯು ಚೆಟ್...." ಅವುಡುಗಚ್ಚಿದ. ಅಷ್ಟೆ ಬೇಗ ಶಾಂತವಾಗಿ ಊಟ ಪ್ರಾರಂಭಿಸುವುದಕ್ಕೆ ಮುನ್ನ ಮೂರು ಮೊಬೈಲ್‌ಗಳನ್ನು ಆಫ್ ಮಾಡಿ "ಪ್ಲೀಸ್, ಊಟ ಮಾಡು ನಮ್ಮ ಪ್ರೊಫೆಷನ್ನೆ ಅಷ್ಟೆ. ಈ ಟೆನ್‌ಷನ್ ಹಿಂದೆ ಬಿ.ಪಿ. ಷುಗರ್, ಹಾರ್ಟ್ ಪ್ರಾಬ್ಲಮ್... ಇನ್ನು ಡಿಫರೆಂಟ್ ಡಿಸೀಸ್ಸಸ್ ಸಾಲುಗಟ್ಟಿ ನಿಂತಿರುತ್ತೆ. ನಂಗೂ ಯೋಗ, ಪ್ರಾಣಾಯಾಮ ಅಂಥದೆಲ್ಲ ಮಾಡೋ ಮನಸ್ಸು. ಆ ವಿಷ್ಯ ಬಿಡು. ಆರಾಮಾಗಿ ಒಂದತ್ತು ನಿಮಿಷವಾದ್ರೂ ಸ್ವಂತಕ್ಕೆ ಇಟ್ಟುಕೊಳ್ಳೋಣ"

ನಸು ನಗು ಬೀರಿ, ರೊಟ್ಟಿಗೆ ಕೈ ಹಾಕಿದ ಮಧ್ಯೆ, ಮಧ್ಯೆ ವೃತ್ತಿಗೆ ಸಂಬಂಧಪಟ್ಟ ವಿಷಯಗಳನ್ನು ಹೇಳಿದ, "ಹಲೋ ಮರೆತಿದ್ದೆ. ಬೆಳಿಗ್ಗೆ ನಿಂಗೊಂದು ಫೋನ್ ಇತ್ತು. ಯಾರೋ ಶರಾವತಿ... ಅಂದ್ರು. ನಿಂಗೆ ತಿಳಿಸ್ತೀನಿ ಅಂದು, ಮರ್ತೆ, ಸೋ ಸಾರಿ" ಸಿಂಪಲ್ಲಾಗಿ ಸಾರಿ ಕೇಳಿದ. ಆಮೇಲೆ ನೆನಪಿಸಿಕೊಂಡ, ಶರಧಿಯ ಅಣ್ಣ, ಅತ್ತಿಗೆಯೆಂದು ಹೇಳಿಕೊಂಡು ಬಂದು ಹೆಚ್ಚು ಮಾತಾಡಿದ್ದು ಆ ಹೆಣ್ಣೇ "ಓ, ಈಗ ನೆನಪಾಯ್ತು, ಶರಾವತಿ ನಿನ್ನ ಅಣ್ಣನ ಶ್ರೀಮತಿ ಬಂದಿದ್ರು ವೆರಿ ಕ್ಲವರ್ ಅನ್ನಿಸ್ತು. ನಿನ್ನ ಬಗ್ಗೆ ತುಂಬಾ ಕನ್ಸರ್ನ್ ಇದೇಂತ ಕಾಣಿಸ್ತು" ಇಷ್ಟು ಮಾತ್ರ ಹೇಳಿ ಸುಮ್ಮನಾದ. ಅಂದಿನ ಮಾತುಕತೆ ನೆನಪಿಸಿಕೊಂಡ.

"ನಮ್ದು ಅಭ್ಯಂತರವಿಲ್ಲ, ಸಿಂಪಲ್ಲಾಗಿ ಮದ್ವೆ ಆಗಿ" ಈ ರಿಕ್ವೆಸ್ಟ್‌ಗೆ ಅತ್ಯಂತ ಸರಳವಾಗಿ ಹೇಳಿದ್ದ "ಶರಧಿ ಎಂದೂ ವಿವಾಹದ ಪ್ರಸ್ತಾಪ ಮಾಡಿಲ್ಲ. ನಂಗೂ ಅಂಥ ಯೋಚ್ನೆ ಇಲ್ಲ" ಫ್ರಾಂಕಾಗಿ ಉಸುರಿದ್ದು ನೆನಪಿಸಿಕೊಂಡ. ಇಂದು ಕೂಡ ಅದೇ ನಿಲುವು. ಅವನು ವಿವಾಹಕ್ಕೆ ಸಿದ್ಧನಿಲ್ಲ.

ಅದನ್ನ ದೀರ್ಘವಾಗಿ ಎಳೆಯಲು ಶರಧಿಗೂ ಇಷ್ಟವಿಲ್ಲ, ಸುಮ್ಮನಾದಳು. ಆಮೇಲೆ ಬಸಪ್ಪ ಬಂದು ಏನೋ ಹೇಳಿದಾಗ ಎದ್ದು ಹೋದ.

ತಟ್ಟೆ ಅದನ್ನೆಲ್ಲ ತೆಗೆಯುತ್ತಿದ್ದ ಬಸಪ್ಪ "ಅವ್ರ ಮಕ್ಳು ಬಂದಿದ್ದಾರೆ. ನೀವೂ ಏನಾದ್ರೂ ಅಂದ್ಕೊಳ್ಳಿ, ಮಕ್ಕಳನ್ನು ಬೆಳೆಸಿದ ರೀತಿ ಸರಿ ಇಲ್ಲ. ತಂದೆ ಎದುರಿಗೆ ಹೇಗೆ ಮಾತಾಡಬೇಕೂಂತ ಕೂಡ ಗೊತ್ತಿಲ್ಲ" ಇಂದು ಗೊಣಗಿದ. ಶ್ರೀಕಾಂತ್ ಬಗ್ಗೆ ಅವನಿಗೆ ಗೌರವ. ನಿರಂತರವಾಗಿ ಕಾಡಿದ ಅಮೃತಸೇನ್ ಪುತ್ರಿ ಬಗ್ಗೆ ಕೋಪವೇ.

ಶರಧಿ ಮಾತಾಡದೆ ಹೊರಗೆ ಬಂದಳು. ಪ್ರತಿಯೊಂದು ಹೆಣ್ಣಿನ ಬಗ್ಗೆಯು ಶ್ರೀಕಾಂತ್‌ಗೆ ಸಂಬಂಧ ಕಲ್ಪಿಸಿ ಅವನನ್ನು ಹೈರಾಣಮಾಡಿ ಬಿಟ್ಟಿದ್ದ ಅಮೂಲ್ಯ ಬಗ್ಗೆ ಅವಳಿಗೆ ಅಸಹ್ಯವೇ. ಸ್ವಲ್ಪ ಡಿಫರೆಂಟಾಗಿ ಕಂಡಳು. 'ನಿನ್ನ ಯೋಚ್ನೆಗಳು ತೀರಾ ಡಿಫರೆಂಟ್' ಶರಾವತಿ ಹಲವಾರು ಬಾರಿ ಅಂದಿದ್ದಳು, ಅದೇ ಅರ್ಥ ಬರುವ ಮಾತುಗಳನ್ನು ಸುಬ್ಬಲಕ್ಷ್ಮೀ ಕಟುವಾಗಿ ಆಡಿದ್ದರೇ, ರಾಮೂರ್ತಿ ಕೋಪ, ಬೇಸರದಿಂದ ಬುದ್ಧಿ ಹೇಳಿದ್ದರು, ಶ್ರೀಧರ್ ಅಂತು ಹಾರಾಡಿದ್ದ, ಈಗಲೂ ಹಾರಾಟವೆ.

ರಿಸೆಪ್ಷನ್ ಕೌಂಟರ್‌ನಲ್ಲಿ ಕೂತು ಹರಟೆಯೊಡೆಯುತ್ತಿದ್ದ ಮಕ್ಕಳು ಇವನನ್ನು ನೋಡಿ ಮೇಲೆದ್ದು "ಹಲೋ, ಡ್ಯಾಡ್" ಅಂತ ಇವನತ್ತ ಬಂದವರನ್ನು ಬಳಸಿ ತಬ್ಬಿಕೊಳ್ಳಬೇಕೆನಿಸಿತು. ಆದರೆ ಅವರ ಬಾಯಿಂದ ಬರುವ ಅಸಂಬದ್ಧ ಪ್ರಲಾಪವನ್ನು ಸಹಿಸಲಾರ. ಬರೀ... ನೋವೇ!

"ಹಲೋ, ಯಾವಾಗ್ಬಂದ್ರಿ?" ಅತ್ತಿತ್ತ ನೋಟ ಹರಿಸಿದ.

"ಮಮ್ಮಿ ಷೂಟಿಂಗ್ ಇತ್ತು" ಇದೊಂದು ಹೊಸ ವಿಷಯವೆನಿಸಿತು. "ನಂಗೆ ಕೆಲ್ಸ ಇದೇ, ನೀವು ಸಿಟ್ಟಿಂಗ್ ರೂಂನಲ್ಲಿ ಕೂತಿರಿ" ಕೆನ್ನೆ ತಟ್ಟಿದ್ದು ಅರೆ ಮನಸ್ಸಿನಿಂದ,

ಅವರುಗಳ ಬಾಯಿಂದ ಉದುರುವ ಬೆಂಕಿಯ ಚೆಂಡುಗಳಂಥ ಮಾತುಗಳನ್ನು ಅವನು ಸಹಿಸಲಾರ "ನೀನು ನಂಗೆ ಡ್ಯಾಡಿ ತಾನೇ?" ಕೇಳಿದವನ ಕಣ್ಣುಗಳಲ್ಲಿ ಒಂದು ರೀತಿಯ ಅಪಹಾಸ್ಯ ಅತ್ತಿತ್ತ ನೋಡಿದ. ಓಡಿಯಾಡುವವರ ಕೆಲವರ ದೃಷ್ಟಿಯಾದರು ಈ ಕಡೆ ಇತ್ತು.

"ಅಲ್ಲ, ಷಟಪ್... ಅಂಡ್ ಗೆಟ್ ಔಟ್" ಕನಲಿ ತನ್ನ ಪಾಡಿಗೆ ತಾನು ಡಬ್ಬಿಂಗ್ ಥಿಯೇಟರ್ ಕಡೆ ತೆರಳಿದ. ಅಲ್ಲಿಂದ ರಿಸೆಪ್ಷನಿಸ್ಟ್ ಕೌಂಟರ್‌ನಲ್ಲಿದ್ದ ನೀಳಾ ಅಗರವಾಲ್‌ಗೆ ಫೋನ್ ಮಾಡಿ "ವರ್ಕಿಂಗ್ ಅವರ್ಸ್‌ನಲ್ಲಿ ಯಾರನ್ನು ಒಳ್ಗೇ ಸೇರಿಸಬೇಡಿ, ನಿಮ್ಗೇ ಸಂಬಳ ಕೊಡೋದು ಅಗತ್ಯವಾದ ಕೆಲ್ಸ ಮಾಡೋಕೆ, ಕೂತ್ಕೊಂಡ್ ಹರಟೆ ಹೊಡೆಯೋಕಲ್ಲ, ಬಿ ಕೇರ್ ಫುಲ್" ಎಚ್ಚರಿಸಿ, ಇನ್ನೊಂದು ಬಾಗಿಲಿನಿಂದ ತನ್ನ ಛೇಂಬರ್‌ಗೆ ಹಓಗಿ ಕೂತವನು "ಪ್ಲೀಸ್ ಶರಧಿ, ಲೀವ್ ಮಿ ಅಲೋನ್, ಸ್ವಲ್ಪ ಹೊತ್ತು ನನ್ನ ಡಿಸ್ಟರ್ಬ್ ಮಾಡೋದು ಬೇಡ" ಹೇಳಿ ಹೊರಗೆ ಕಳಿಸಿ ತನ್ನ ಸೀಟಿಗೆ ಒರಗಿ ಕಣ್ಮುಚ್ಚಿದ. ಅಮೂಲ್ಯನ ನೋಡಿದ ದಿನ ಬೆಳದಿಂಗಳು ಅಂದುಕೊಂಡಿದ್ದ. ಆದರೆ ದಿನ ಕಳೆದಂತೆ ಅರಿವಾದದ್ದು ಅಮಾಸ್ಯೆಯ ಕತ್ತಲು. ಆದರೆ ಅದಕ್ಕೊಂದು ಅರ್ಥಪೂರ್ಣವಾದ ಗಾಂಭೀರ್ಯವಿತ್ತು. ಆದರೆ ಅವಳ ಸಂಪರ್ಕದ ಕತ್ತಲಿನಲ್ಲಿ ಇದ್ದದ್ದು ಭೂತಪ್ರೇತಗಳ ನರ್ತನ.

ನಿರಂತರವಾದ ಬ್ಲಾಕ್ ಮೇಲ್‌ನ ಜೊತೆ ಅವಳ ಅಸಭ್ಯ ಮಾತುಗಳಿಂದ 'ಹೆಂಡತಿ'ಯೆಂದರೆ ಬೋನಿನಲ್ಲಿ ಸಿಕ್ಕಿಸಿ ಆಡಿಸುವ ಕೆಟ್ಟ ಹೆಣ್ಣು ಎನ್ನುವ ಮಟ್ಟಿಗೆ ರೋಸಿ ಹೋಗಿದ್ದ, ವಿವಾಹ ಉದ್ದೇಶ ಬರೀ ಮಿಲನ, ಪ್ರತಿ ರಾತ್ರಿ ಬಯಕೆಗಳು ಅಲ್ಲಿ ಸಾಯಬೇಕು, ಅವಳ ವಿಚಿತ್ರವಾದ ಕಾಮಾಸಕ್ತಿ, ಮುಕ್ತವಾಗಿ ಎಗ್ಗಿಲ್ಲದೆ ಪ್ರತಿಯೊಂದನ್ನು ಮಾತಿನಲ್ಲಿ ವ್ಯಕ್ತಪಡಿಸುವುದು. ಅವನಲ್ಲಿ ಹೆಂಡತಿಯ ಬಗ್ಗೆ ಅಸಹ್ಯವನ್ನುಂಟು ಮಾಡಿತ್ತು. ಪ್ರಣಯ ಕಾವ್ಯವೆಂದುಕೊಂಡಿದ್ದು ಬರೀ ಕಾಮವಾಗಿತ್ತು.

"ಹಲೋ..." ಇವನ ಭುಜದ ಮೇಲೆ ಕೈಯಿಟ್ಟಾಗ ಬೆಚ್ಚಿ ಕಣ್ಣು ತೆರೆದ. ಪಕ್ಕದಲ್ಲಿ ಇದ್ದಿದ್ದು ಅಮೂಲ್ಯ ಎದೆಗಳಿಗೆ ಕಂಚುಕ, ಮೊಣಕಾಲಿನ ಮೇಲಕ್ಕೆ ಉಟ್ಟ ತಿಳಿ ತೆಳುವಾದ ಸೀರೆ ಸ್ತನಗಳ ಮಧ್ಯ ಭಾಗದಲ್ಲಿ ಮಡಕೆಯಂತೆ ಹಾದು ಹೋಗಿತ್ತು. ಮುಖಕ್ಕೆ ದಟ್ಟವಾದ ಮೇಕಪ್. ಇಳಿ ಬಿದ್ದ ಕೂದಲಿನ ರಾಶಿ "ವಾಟ್, ಇದೇನಿದು? ನನ್ನ ಡಿಸ್ಟರ್ಬ್ ಮಾಡಬೇಡಾಂತ ಸ್ಟಾಫ್‌ಗೆ ಹೇಳಿದ್ದೆ. ನೀವ್ಯಾಕೆ ಒಳ್ಗೇ ಬಂದ್ರಿ? ಏನು ವಿಷ್ಯ?" ಸ್ವಲ್ಪ ಒರಟಾಗಿಯೆ ಕೇಳಿದ.

"ನಾನು ದೋನಾ ಸೋಪಿನ ಆ್ಯಡ್ ಫಿಲಂಗಾಗಿ ಕೆಲ್ಸ ಮಾಡ್ತಾ ಇದ್ದೀನಿ, ನೀವೇ ಬಂದು ಷೂಟ್ ಮಾಡಬೇಕು" ಅಂದ ಅವಳತ್ತ ನೋಟ ಕೂಡ ಹರಿಸದೆ "ನೋ ದೋನಾ ಸೋಪು ಅಸೈನ್‌ಮೆಂಟ್ ನಮ್ಮದಲ್ಲ. ನೀವು ರಾಂಗ್ ಪರ್ಸನ್ ಹತ್ರ ಬಂದಿದ್ದೀರಿ" ಎಂದವನು ಇನ್ನೊಂದು ಕಡೆಯಿಂದ ಹೊರಗೆ ಹೋದ.

ಅಮೂಲ್ಯ ಹಲ್ಮುಡಿಯನ್ನು ಕೋಪದಿಂದ ಕಚ್ಚಿಡಿದಳು. ವಿವಾಹ ಬಂಧನದಿಂದ ಅವನನ್ನು ವಿಮುಕ್ತಿಗೊಳಿಸಿದ್ದು, ಆ ಕ್ಷಣ ತಪ್ಪೆನಿಸಿತು. ಅವನಿಂದ ಪಡೆದ ಸುಖ ಅವಳಿಂದ ಮರೆಯಲಾಗಿರಲಿಲ್ಲ, ಅದು ಬೇಕು! ಹೇಗೆ? ಶ್ರೀಕಾಂತ್ ಸ್ವಭಾವ ಬಲ್ಲಳು, ಅವನ ಬಗ್ಗೆ ಸಾಕಷ್ಟು ಆರೋಪವನ್ನೊರೆಸಿದ್ದರು, ಅದಕ್ಕೆ ದಾಖಲೆಗಳು ಇರಲಿಲ್ಲ. ಅವನನ್ನು ಉತ್ತೇಜಿಸಲು ಹಲವು ಮಾತು ಪ್ರಯೋಗ ಮಾಡಿದ್ದು ಅವನು ಇವಳಿಂದ ಪೂರ್ತಿ ದೂರ ಸರಿಯಲು ಸಾಧ್ಯವಾಯಿತು.

ಅಷ್ಟಿಷ್ಟು ವಿಷಯ ಕಿವಿಗೆ ಬಿದ್ದಿದ್ದರಿಂದ ಶರಧಿಯನ್ನರಸಿಕೊಂಡು ಅವಳ ರೂಂಗೆ ಬಂದಳು. ತಲೆ ಬಗ್ಗಿಸಿಕೊಂಡು ಫೈಲ್ ನೋಡುತ್ತಿದ್ದ ಶರಧಿ ತಲೆಯೆತ್ತಿ ನೇರವಾಗಿ ನೋಡಿದ್ದು.

"ನೀನೇನಾ, ಶರಧಿ?" ಕೇಳಿದಳು.

"ಹೌದು..." ಎಂದಳು ಚುಟುಕ್ಕಾಗಿ.

"ಡೈರೆಕ್ಟರ್ ಅಮೃತ ಸೇನ್ ಮಗಳು" ಅಂದ ಕೂಡಲೆ "ಪ್ಲೀಸ್ ಕಂ ಮೇಡಮ್, ನನ್ನಿಂದ ಏನಾಗಬೇಕು?" ದೊಡ್ಡದಾದ ವಿನಯಬೇಕು ಇರಲಿಲ್ಲ ಅವಳ ದನಿಯಲ್ಲಿ.

ಛೇರ್ ಎಳೆದುಕೊಂಡು ಕೂತ ಅಮೂಲ್ಯ "ನಿಮ್ಮ ಬಾಸ್ ಎಲ್ಲಿ?" ಕೇಳಿದಳು. ಸರಿಯಾಗಿ ಕೂತು "ಅವ್ರ ಛೇಂಬರ್‌ನಲ್ಲಿ ಇರ್ಬೇಕು. ಸ್ವಲ್ಪ ಹೊತ್ತು ಯಾರನ್ನು ನೋಡೋಲ್ಲಾಂತ ಹೇಳಿದ್ದಾರೆ. ನಾನು ಡಿಸ್ಟರ್ಬ್ ಮಾಡೋಕ್ಕಾಗೋಲ್ಲ" ಸಹಜವಾಗಿ ನುಡಿದಳು.

ಮಾತೇ ಆಡದಿದ್ದಾಗ ಶರಧಿ ತನ್ನ ಪಾಡಿಗೆ ತಾನು ಫೈಲ್ ನೋಡ ತೊಡಗಿದಳು. ಅಮೂಲ್ಯಗೆ ಇದು ನಿರ್ಲಕ್ಷ್ಯವೆನಿಸಿತು.

"ವಾಟ್ ಈಸ್ ಯುವರ್ ನೇಮ್?" ಕೇಳಿದಳು.

"ಶರಧಿ, ಡಿಟೈಲ್ಸ್ ಬೇಕಾದರೇ, ಡಿಸೋಜಾನ ಕೇಳಿ" ಅಷ್ಟು ಆಡಿ ಮುಗಿಸಿದ ಶರಧಿ ಮುಂದಿದ್ದ ಲಾಪ್‌ಟಾಪ್ ಓಪನ್ ಮಾಡಿಕೊಂಡು "ದೋನಾ ಸೋಪು ಪ್ರಾಜೆಕ್ಟ್ ಹ್ಯಾಂಡಲ್ ಮಾಡ್ತಾ ಇರೋದು ಕಲ್ಯಾಣ್. ಅವರನ್ನೆ ನೋಡಿ" ಎಂದ ಅವಳ ಧೋರಣೆ ನಿನಗೂ, ನನಗೂ ಸಂಬಂಧವಿಲ್ಲಾಂತ ಹೇಳಿದಂತಿತ್ತು.

"ನಿಂಗೆ, ಶ್ರೀಕಾಂತ್ ಜೊತೆ ಸಂಬಂಧವಿದೇಂತ ಗೊತ್ತಾಯ್ತು" ಭಾಷೆ ಸರಳವಾಗಿದ್ದರು ಬೆಂಕಿಯ ಕಿಡಯನ್ನು ಸಿಡಿಸಿದಂತಿತ್ತು. ಶರಧಿಗೆ ಅದು ಸುಳ್ಳೆನ್ನಲಾಗಲಿಲ್ಲ. ಅಷ್ಟರಲ್ಲಿ ಬಂದ ಫೋನ್ ಎತ್ತಿಕೊಂಡು "ಕೀಪ್ ಕ್ವೈಟ್, ಅವಳತ್ರ ಮಾತು ಬೇಡ" ಅಂದ ಶ್ರೀಕಾಂತ್ ದನಿ ಕಟ್ ಆಯಿತು. ಇದು ಅವನ ಅಧಿಕಾರದ ಧೋರಣೆಯೆನಿಸಿದರು. ಅವಳಿಗೆ ಮಾತು ಬೇಕಿರಲಿಲ್ಲ. "ಸಾರಿ..." ಅಂದು ತನ್ನ ಕೆಲಸದಲ್ಲಿ ಮಗ್ನಳಾದಳು.

ಆಮೇಲೆ ಸಾಕಷ್ಟು ಅಂದೇ ಅಮೂಲ್ಯ ಎದ್ದು ಹೋಗಿದ್ದು.

ಶರಧಿ ಸುಸ್ತಾದಳು ಮದುವೆ ಆದ ಕಾರಣಕ್ಕೆ ಆರು ವರ್ಷ ಶ್ರೀಕಾಂತ್ ಹೇಗೆ ಸಹಿಸಿಕೊಂಡಿರಬೇಕು? ನಂತರ ಡೈವೋರ್ಸ್‌ಗಾಗಿ ಹೋರಾಟ. 'ಅಬ್ಬಬ್ಬ....' ಅನಿಸಿತು. ಆ ಕಟ್ಟುಪಾಡಿನಿಂದ ಕಳಚಿಕೊಳ್ಳುವ ಸ್ವತಂತ್ರ ಅವನಿಗೆ ಇರಲಿಲ್ಲ! ಇದೆಂಥ ದುರಂತ? ಈಗಲೂ ಮಾಜಿ ಪತ್ನಿಯಿಂದ ಮಾನಸಿಕ ಕ್ಲೇಶ ತಪ್ಪಿದ್ದಲ್ಲ, ಸಜಾಜದಲ್ಲಿ ಒಂದು ಸಲ ರೆಕಗ್ನೈಜ್ ಆಗಿಬಿಟ್ಟರೇ? ಹಲವಾರು ಪದರಗಳು ಸುತ್ತಿಕೊಂಡು ಅವನ ಅಥವಾ ಅವಳ ಸ್ವತಂತ್ರ ಹರಣ ಮಾಡಿ ಬಿಡುತ್ತೆ. ಯೋಚನಾಲಹರಿ ಸಾಗುತ್ತಿದ್ದಂತೆ ಮೊಬೈಲ್ ಸದ್ದು ಮಾಡಿತು.

"ಹಲೋ... ಶರಾವತಿ" ಅಂದವಳು ತಕ್ಷಣ "ಸಾರಿ, ಅಮ್ಮ ರೇಗಾಡಿದಾಗ ನಂಗೆ ಬೇಸರವಾಗ್ತ ಇತ್ತು, ಈಗ ಅತ್ತಿಗೆ ಅನ್ನೋಕೆ ತುಂಬಾನೆ ಇಷ್ಟವಾಗುತ್ತೆ. ನಿಮ್ಮಿಂದ ಫೋನ್ ಬಂದ ವಿಷ್ಯ ಶ್ರೀಕಾಂತ್ ತಿಳಿಸಿದ್ರು. ಏನು... ವಿಷ್ಯ?" ಕೇಳಿದಳು.

"ನೀನಾದ್ರೂ ಸಿಗೋಕೆ ಸಾಧ್ಯನಾ? ನೀನು ಫ್ಲಾಟ್‌ನಲ್ಲಿ ಒಬ್ಬಳೇ ಇರೋವಾಗ ರಿಂಗ್ ಮಾಡು. ನಿಂಗೊಂದು ಸೀರೆ ತಂದಿದ್ದೀನಿ ಅದೇನು ಅಂಥ ಕಾಸ್ಲಿ ಅಲ್ಲ. ನಂಗೆ ಕೊಡಬೇಕೂಂತ ಅನ್ನಿಸಿದೆ ಅಷ್ಟೇ" ಅಷ್ಟನ್ನು ಹೇಳಿ ಮುಗಿಸಿದಾಗ ಅವಳಿಗೂ ಕಾತರ, ಆತುರ, ಹಾಗಂತ ತಕ್ಷಣ ಹೋಗುವ ಹಾಗೇ ಇರಲಿಲ್ಲ "ನಾನೇ ಫೋನ್ ಮಾಡ್ತೀನಿ, ನೀವು ಯಾವ ಸೀರೆ ಕೊಟ್ಟರೂ ಇಷ್ಟವೇ? ಅಮ್ಮ, ಅಪ್ಪ... ಹೇಗಿದ್ದಾರೆ? ಕೇಳಿದಳು. "ಒಂದು ರೀತಿಯಲ್ಲಿ ಫೈನ್, ಅತ್ತೆ ಬರ್ತಾ ಇದ್ದಾರೆ" ಶರಾವತಿ ಫೋನ್ ಕಟ್ ಮಾಡಿದಳು. ಆಕೆಗೆ ಮಗಳ ಮೇಲಿನ ಕೋಪವೇನು ಕಡಿಮೆ ಆಗಿರಲಿಲ್ಲ.

"ಯಾರದು ಫೋನ್?" ವಿಚಾರಿಸಿದರು, ಕೈಗಳನ್ನು ಸೆರಗಿಗೊರಸಿಕೊಂಡು "ನನ್ನ ಅತ್ತಿಗೇದು, ಏನೋ ಗಂಡ, ಹೆಂಡ್ತಿಯ ಮಧ್ಯೆ ಜಗಳ ಅವಳದು ಬಾಯಿ ಜೋರು, ಅವನದು ಕೈ ಮುಂದು, ನಾಲ್ಕು ಬಾರಿಸಿದ್ದಾನೆ" ಪುಟ್ಟ ಕತೆ ಹೇಳಿದಳು. ಇದೇನು ಪೂರ್ತಿ ಸುಳ್ಳಲ್ಲ, ಆಗಾಗ ಅವಳಣ್ಣ, ಅತ್ತಿಗೆಯ ಮಧ್ಯೆ ಇಂಥದ್ದು ನಡೆಯುತ್ತಿದ್ದುದ್ದು ಎಲ್ಲರಿಗೂ ಗೊತ್ತು. ಅದರಿಂದ ಹೆಚ್ಚಿಗೆ ಭಾವಿಸಲಿಲ್ಲ.

"ನಿನ್ನ ಅತ್ಗೇ ಸ್ವಲ್ಪ ಬಾಯಿ ಕಮ್ಮಿ ಮಾಡೋದು ಒಳ್ಳೆಯದಲ್ವಾ? ಸಂಸಾರದಲ್ಲಿ ಅನುಸರಣೆ ಬೇಕು! ಈಗೋಗೆ ಪೆಟ್ಟು ಕಟ್ಟಿದರೇ, ಅಪಾಯ ತಪ್ಪಿದಲ್ಲ. ಅದರ ಅರಿವು ಎಲ್ಲರಿಗೂ ಬೇಕು." ಎಂದು ಗೊಣಗಿದ ಸುಬ್ಬಲಕ್ಷ್ಮೀ "ಆಗ್ಲೇ ಬಂದ ರಾಜಗೋಪಾಲ್ ಜ್ವರ, ನೆಗಡಿ ಅಂದು ಹೋದರು. ಈಗ ಅವರು ಇರೋ ಮನೆಯಲ್ಲಿ ಅನ್ಕೂಲ ಕಮ್ಮಿ ಅದಕ್ಕೂ ಕಮ್ಮಿ ಬಾಡ್ಗೇಯ ಮನೆ ಹುಡ್ಕೀ ಕೊಡೂಂದ್ರು. ಎಂಥ ಮನೆಯಲ್ಲಿದ್ದ ಜನ, ಈ ಅವ್ಯವಸ್ಥೆಗೆ ಬರಬೇಕಾಯ್ತು. ಬೇರೆ ಕಡೆ ಇರೋಲ್ಲ, ಹೆತ್ತ ಮಕ್ಕಳೇ ಶತ್ರುಗಳು!" ಕನಲಿ ನುಡಿದರು. ಪ್ರಸ್ತಾಪವಾದಾಗಲೆಲ್ಲ ಮಕ್ಕಳಿಗೆ ಶಾಪ ಹಾಕುತ್ತಿದ್ದರು. ಶರಾವತಿಗೆ ಗಂಟಲಲ್ಲಿ ಏನೋ ಸಿಕ್ಕಿ ಹಾಕಿಕೊಂಡಂತಾಯಿತು. ಸದಾ ಆಕೆಗೆ ಮಗಳ ಭವಿಷ್ಯದ ಚಿಂತೆಯ ಜೊತೆ ಎಲ್ಲರ ಮುಂದೆ ನಗೆ ಪಾಟಲಾಗುತ್ತೆ ಎನ್ನುವ ಅಂಜಿಕೆಯಿಂದ ಆದಷ್ಟು ಹಬ್ಬ, ಸಂಭ್ರಮಗಳನ್ನು ಕಡಿಮೆ ಮಾಡಿಕೊಂಡಿದ್ದರು.

ಆಕೆಯ ಸ್ವಭಾವ ತಿಳಿದ ಅಪ್ಪ, ಮಗ ಉಗುಳು ನುಂಗಿಕೊಂಡು ತೆಪ್ಪಗಿದ್ದರಿಂದ ಮನೆಯ ಆರೋಗ್ಯಕ್ಕೆ ಎಲ್ಲೋ ಪೆಟ್ಟು ಬಿದ್ದಂತಾಗಿತ್ತು.

"ಅವರ್ಯಾಕೆ, ಹಿರಿ ಮಗ ಪವನ್ ಜೊತೆ ಇರಲು ಹಿಂದಿರುಗಬಾರದು?" ಇಂಥ ಒಂದು ಮಾತಿಗೆ ಆಕೆ "ಅದೆಲ್ಲ, ಆಗದ ಮಾತುಗಳು ಅಲ್ಲೂ ಅಷ್ಟೊಂದು ಅನ್ಕೂಲವಿಲ್ವಂತೆ. ಮೂರ್ಹೊತ್ತು ಬ್ರೆಡ್, ಅಂಥದ್ದು ತಿಂದು ಸೋತಿದ್ದಾರೆ. ಅವರೇ ಅಲ್ಲಿಗೆ ಹೋಗೋ ಬದ್ಲು ಆತ್ಮಹತ್ಯೆ ಮಾಡಿಕೊಳ್ಳೋದು ಒಳ್ಳೆಯದು ಅಂದ್ರು. ಇಲ್ಲೇ ಇರ್ಬೇಕು. ಅಪ್ಪ, ಮಗನ ಕೈ ಖಾಲಿ, ಪರೀಕ್ಷಿತ್‌ಗೆ ಬರೋ ಸಂಬಳ ಯಾತಕ್ಕು ಸಾಲ್ದು" ಇಂಥ ಒಂದು ವಿವರಣೆಗೆ ಸೋತಳು.

ರಾಜಗೋಪಾಲ್ ವಿಷಯ ನುಂಗಲಾರದ ತುತ್ತು. ಅದು ತನ್ನದೇ ಜವಾಬ್ದಾರಿ ಅನ್ನುವ ಮಟ್ಟಿಗೆ ಮಾನಸಿಕವಾಗಿ ಚಡಪಡಿಸುವ ಪರಿಗೆ ಶ್ರೀಧರ್ ರೇಗಿಕೊಳ್ಳುತ್ತಿದ್ದ. 'ತೆಪ್ಪಗಿದ್ದು ಬಿಡು, ಸುಮ್ನೇ ಮಾತಿಗೆ ಅಂದ್ಕೋತಾನೆ ಪರೀಕ್ಷಿತ್' ಇಂಥ ಮಾತಿಗೆ ಅವಳ ಮನ ಒಪ್ಪುತ್ತಿರಲಿಲ್ಲ.

"ಅತ್ತೆ, ಹಿಂದೆ ಎದರು ಮನೆಗೂ, ನಮ್ಮ ಮನೆಗೂ ವಿಶ್ವಾಸವಿತ್ತೂಂತ ಅಂದ್ರಿ. ಒಂದೇ ಮನೆಯವರ ತರಹ ಒಡನಾಟವಾಗಿದ್ದವರು. ಈಗ ಅವರು ಕಷ್ಟದಲ್ಲಿದ್ದರೇ ಆವು ಸಹಾಯ ಮಾಡೋದು ಒಳ್ಳೇಲ್ವಾ?" ಶರಾವತಿ ಅಂದಕೂಡಲೇ ತಿರುಗಿ ಬಿದ್ದರು ಆಕೆ.

"ಕೈಯಲ್ಲಾದಷ್ಟು ಮಾಡ್ತಾ ಇದ್ದೀವಿ, ಎಲ್ಲಾನು ನಾವೇ ಹೊತ್ತು ಕೊಳ್ಳೋಕ್ಕಾಗುತ್ತ? ಆಟೋ ಛಾರ್ಜ್ ನಾವೇ ಹಾಕ್ಕೊಂಡ್ ರಾಗಿಣಿ ಮನೆಯವರಿಗೆ ಓಡಾಡಿದಾಯ್ತು. ಇನ್ನ ಲಾಯರ್‌ವರ್ಗ್ಗೂ ಹೋಗಾಯ್ತು. ಆದರೇನು ಪ್ರಯೋಜನ? ನಾವು ಪರೀಕ್ಷಿತ್‌ಗೆ ಮಾತ್ರವಲ್ಲ, ರಾಗಿಣಿಯವರಿಗೂ ಕೆಟ್ಟವರಾದ್ವಿ. ಇನ್ನ ಅವರ ಉಸಾಬರಿ ಬೇಡ, ಬಂದಾಗ ಒಂದಿಷ್ಟು ಕಾಫೀ ಕೊಡೋಷ್ಟು ಸಂಬಂಧ ಸಾಕು" ಎಲ್ಲಾ ಟಾಪಿಕ್‌ಗೂ ಕೊನೆಮಾಡಿ ಹೋದರು.

ಸಂಜೆ ಮುಂದು ರಾಜಗೋಪಾಲ್ ಬಂದಿದ್ದು ಸುಬ್ಬಲಕ್ಷ್ಮಿಗೆ ಸರಿ ಹೋಗಲಿಲ್ಲ. 'ಅಪರೂಪಕ್ಕೆ ಬಂದರೆ ಚೆನ್ನ. ಇದ್ನ ಅವರೇ ಅರ್ಥಮಾಡಿಕೊಳ್ಳಬೇಕು. ಇಲ್ಲ ಬೇರೆ ತರಹ ಬಿಡ್ಸಿ ಹವಿಳಬೇಕಾಗುತ್ತೆ' ಎಂದು ಅಡಿಗೆ ಮನೆಯಲ್ಲಿ ಗೊಣಗಿ ಹಿತ್ತಲಿಗೆ ಹೋದಾಗ ಶರಾವತಿ ಅಲ್ಲಿಯೆ ಇದ್ದಳು. ಗಂಟಲಲ್ಲಿ ಏನೋ ಸಿಕ್ಕಿಕೊಂಡಂತಾಯಿತು.

"ರಾಮೂರ್ತಿ, ಯಾರು ಕಾಣ್ತಾ ಇಲ್ವಲ್ಲ" ಹಾಲ್‌ನಿಂದಲೆ ಕೂಗಿದಾಗ, ಶರಾವತಿ ಹೊರಗೆ ಬಂದು "ಯಾರೋ, ಹಳೇ ಸ್ನೇಹಿತರು ಬಂದಿದ್ರು, ಅವ್ರ ಜೊತೆ ಒಂದಷ್ಟು ದೂರ ಹೋಗಿದ್ದಾರೆ, ಬಂದ್ ಬಿಡ್ತಾರೆ ಕೂತ್ಕೊಳ್ಳಿ" ಅಂದಾಗ, ಅವರು ಕೈನಿಂದ ಗಂಟಲು ನೀವಿ ಕೊಳ್ಳುತ್ತ "ಒಂದ್ಲೋಟ ಬಿಸಿ ನೀರು ಕೊಡು ಮಗು, ರಾತ್ರಿಯೆಲ್ಲ ಗಂಟಲು ನೋವು. ಅವನ್ನ ಎಬ್ಸಿ ಒಂದ್ಲೋಟ ಬಿಸಿ ನೀರು ಕಾಯ್ಸಿ ಕೊಡೂಂತ

ಹೇಳೋಕೆ ಸಂಕೋಚ, ಹಾಗೇ ಮಲಗಿದ್ದೆ. ಬೆಳಕು ಹರಿದ ಮೇಲೆ ಅವ್ನೆ ಒಂದಿಷ್ಟು ಕಾಫೀ ಮಾಡಿ ಕೊಟ್ಟ. ಆಮೇಲೆ ಒಂದಿಷ್ಟು ಶಮನವಾಯ್ತು" ಹೇಳಿಕೊಂಡವರ ದನಿಯಲ್ಲಿ ನಿಸ್ಸಾಯಕತೆ ಇತ್ತು. ವೃದ್ಧಾಪ್ಯ ಶಾಪವೇ? ಬಹುಶಃ ಹೌದು!

"ಈಗ ತರ್ತೀನಿ, ಕೂತು ಸುಧಾರಿಸಿಕೊಳ್ಳಿ"

ಸ್ಟೌವ್ ಹಚ್ಚಿ ಕಾಯಲು ನೀರಿಟ್ಟವಳ ಕಣ್ಣಲ್ಲಿ ತುಂತುರು ಇಣಕಿತು. ಅವಳ ತಂದೆ ಚಿಕ್ಕಂದಿನ ದಿನಗಳಲ್ಲಿಯೆ ತೀರಿಕೊಂಡಿದ್ದರು. ಅವರಿಗೂ ಇಷ್ಟೇ ವಯಸ್ಸಾಗುತ್ತಿತ್ತೇನೋ! ಕಣ್ಣಲ್ಲಿನ ತುಂತುರು ಕೆನ್ನೆಯ ಮೇಲೆ ಜಾರಿದ ತಕ್ಷಣ ಒರೆಸಿಕೊಂಡು ಕಾದ ನೀರನ್ನು ಲೋಟಕ್ಕೆ ಬಗ್ಗಿಸಿಕೊಂಡು ಹೊರಬಂದಳು.

"ನೀರು ಕಾಯ್ಸಿಕೊಳ್ಳೋಕೆ, ಈ ಮುದ್ಕನಿಗೆ ಭಾರವಲ್ಲ, ಗ್ಯಾಸ್ ತೀರಿಹೋಗಿತ್ತು. ಹೀಟರ್ ಕೆಲ್ಸ ಮಾಡ್ಲಿಲ್ಲ, ಅದ್ಕೇ ಇಲ್ಲಿವರ್ಗ್ಗೂ ಬಂದೇ" ಅಂದರು ಲೋಟ ಕೈಗೆತ್ತಿಕೊಳ್ಳುತ್ತ. ಮಾತಾಡದೆ ಕಿಚನ್‌ಗೆ ಹೋದಳು ಬಂದ ಸುಬ್ಬಲಕ್ಷ್ಮೀ "ಕಾಫೀ, ಅಂಥದೆಲ್ಲ ಕಟ್ ಮಾಡು. ಪದೇ ಪದೇ ಬರೋದು ಸರಿಯಿಲ್ಲಾಂತ ಅವ್ರು ಅರ್ಥಮಾಡ್ಕೋತಾರೆ" ಪಿಸು ದನಿಯಲ್ಲಿ ನುಡಿದರು. ಕೆಟ್ಟ ಉದ್ದೇಶವಿಲ್ಲದಿದ್ದರೂ ಅನಗತ್ಯವಾಗಿ ತೊಂದರೆ ಬೇಕಿರಲಿಲ್ಲ.

ಒಂದು ರೀತಿಯಲ್ಲಿ ಇಂದಿನ ಸೊಸೈಟಿಯಲ್ಲಿ ಚಲಾವಣೆಯಲ್ಲಿರುವ ನಡವಳಿಕೆ ಇದು. ಒಂದು ಲೋಟ ನೀರು ಕೊಡುವ ಮುನ್ನ ಆ ವ್ಯಕ್ತಿಯಿಂದ ಏನಾದರೂ ಪ್ರಯೋಜನವಿದೆಯೇ ಎಂದು ಯೋಚಿಸುವ ಹಂತ. ಅಂಥದ್ದರಲ್ಲಿ ಸುಬ್ಬಲಕ್ಷ್ಮಿ ಹೇಳಿದ್ದರಲ್ಲಿ ಅತಿಶಯವಿಲ್ಲವೆನಿಸಿತು.

ಮತ್ತೆ ಅಡಿಗೆ ಮನೆಗೆ ಬಂದ ಸುಬ್ಬಲಕ್ಷ್ಮೀ "ತುಂಬ ಸೋತಂಗೆ ಕಾಣ್ತಾರೆ, ಒಂದ್ಲೋಟ ಕಾಫೀ ಕೊಡು" ಹೇಳಿ ಹೋದಾಗ ಖುಷಿಯೆನಿಸಿತು ಕಪ್‌ಗಿಂತ ಮಾಮೂಲಿ ಲೋಟದಲ್ಲಿ ಕಾಫೀ ಒಯ್ದುಕೊಟ್ಟು ಅಲ್ಲೆ ಕೂತು "ಪರೀಕ್ಷಿತ್ ಏನಾದ್ರೂ... ಹೇಳಿದ್ನಾ?" ಕೇಳಿದಳು.

ಕಾಫೀ ಕುಡಿಯುವವರೆಗೂ ಮಾತೆ ಇಲ್ಲ. ಆಮೇಲೆ ಸುಧಾರಿಸಿಕೊಂಡವರಂತೆ ನುಡಿದರು.

"ಈಚೆಗಂತು ಮಾತೇ ಇಲ್ಲ, ಸುಮ್ನೇ ಅಳ್ತಾನೆ, ಏನೇನೋ ಬಡ ಬಡಿಸ್ತಾನೆ, ಅವ್ನಿಗೆ ಪಶ್ಚಾತಾಪವಾಗಿದೆ. ಅದರಿಂದ ಪ್ರಯೋಜನವೇನು?"

ನಿಜವಾಗಿ ಪರೀಕ್ಷಿತ್ ಬಗ್ಗೆ ಸಹಾನೂಭೂತಿಯುಂಟಾಗಲಿಲ್ಲ, ಕನಿಷ್ಟ ಮೂರು, ನಾಲ್ಕು ಲಕ್ಷವಾದರೂ ರಾಗಿಣಿ ಮನೆಯವರು ಕೊಡಲು ಸಿದ್ಧವೆಂದು ಲಾಯರ್ ತಿಳಿಸಿದ್ದರು. ಆದರೆ ಅಷ್ಟರಲ್ಲಿ ಎಡವಟ್ಟಾಗಿತ್ತು. 'ರಾಗಿಣಿಯದೇನು ತಪ್ಪಿಲ್ಲ. ಎಲ್ಲಾ ಅವರ ಮನೆಯವರ ಒತ್ತಡದಿಂದ ನಡೆಯುತ್ತಿದೆ' ಇದು ಅವನ ಸ್ಲೋಗನ್.

"ಮಾವನೋರು ಬರ್ತಾರೆ" ಹೇಳಿ ಹೋದಳು. ಈ ದಿನ ಶ್ರೀಧರ್‌ನಲ್ಲಿ ಚರ್ಚಿಸಿ

ಬೇಗ ಸುಬ್ಬಲಕ್ಷ್ಮಿಯವರಿಗೆ ವಿಷಯ ತಗೊಂಡು ಹೋಗಬೇಕೆನ್ನುವ ತೀರ್ಮಾನಕ್ಕೆ ಬಂದಳು.

ಸಂಜೆ ಶ್ರೀಧರ್ ಬಂದಾಗ ರಾಜಗೋಪಾಲ್ ಇಲ್ಲೆ ಇದ್ದಿದ್ದನ್ನು ನೋಡಿ ಗಾಬರಿಯಾದ. ವಿಧೇಯ ಹೆಂಡತಿಯೇ! ಆದರೆ ಕೆಲವು ವಿಷಯಗಳಲ್ಲಿ ತೀರಾ ಪರ್‌ಫೆಕ್ಟ್ ಎಂದು ಗೊತ್ತಿತ್ತು.

"ಅಮ್ಮ..." ಎಂದು ಕೂಗಿದಾಗ ಅಲ್ಲೆ ಕೂತಿದ್ದ ರಾಮೂರ್ತಿ "ಹೊರ್ಗೇ ಹೋಗಿದ್ದಾರೆ, ಅತ್ತೆ ಸೊಸೆ ಕಾಫೀ ಬೆರಸಿ ಇಟ್ಟಿದ್ದಾರಂತೆ ಬೇಕೂಂತ ಅನಿಸಿದರೆ ಬಿಸಿ ಮಾಡ್ಕೋ, ಕೋಲ್ಡ್ ಕಾಫೀನು ಚೆನ್ನವೆ" ನಗುತ್ತ ಹೇಳಿದರು. ಅವನಿಗೆ ಖಂಡಿತ ಕಾಫೀ ಬೇಕಿರಲಿಲ್ಲ. ನಿಜವಾಗಿಯು ವಯಸ್ಸಾದ ರಾಜಗೋಪಾಲ್ ಜವಾಬ್ದಾರಿ ಹೊರುವುದು ಬೇಕಿರಲಿಲ್ಲ.

ಸಿಡಿಮಿಡಿ ಗುಟ್ಟತಲೆ ಬಟ್ಟೆ ಬದಲಾಯಿಸಿ ರೂಮಿನಲ್ಲೆ ಉಳಿದ. ಎಂದಿನಂತೆ ಹೊರಗೆ ಹೋಗಿ ರಾಜಗೋಪಾಲ್‌ನ ಮಾತಾಡಿಸುವುದು ಅವನಿಗೆ ಬೇಕಿರಲಿಲ್ಲ. ಅದಕ್ಕೆ ಸರಿಯಾಗಿ ಅವರು ಊಟ ಮುಗಿಸಿಕೊಂಡೆ ಇಲ್ಲಿಂದ ಹೋಗಿದ್ದು. ಮುಂದಿನ ಬೀದಿಯಾದುದ್ದರಿಂದ ಆರಾಮಾಗಿ ನಡೆದು ಹೋಗಬಹುದಿತ್ತು.

"ಬನ್ನಿ, ಊಟ ಮಾಡಿ. ನೀವ್ ಧುಮಗುಟ್ಟೋದು ನೋಡಿ ಊಟಕ್ಕೆ ಕರೀಲಿಲ್ಲ, ಸಂಜೆ ಪಟ್ಟಾಗಿ ತಿಂಡಿ ತಿಂದು ಬಂದಿದ್ದಾರೆ. ಸ್ವಲ್ಪ ಲೇಟಾಗಿ ಊಟ ಮಾಡ್ತಾರೇಂತ ಸುಳ್ಳು ಹೇಳ್ದೇ. ನಿಮ್ಮ ಮುಖ ನೋಡಿದರೇ ಹಸಿದಂಗೆ ಕಾಣ್ತೀರಾ, ಸೋ ಸಾರಿ..." ಅಣಕಿದಳು. ಗಂಡನಿಗೆ ಕೋಪ ಬಂದಿರುವ ಕಾರಣ ಅವಳಿಗೆ ಗೊತ್ತಿತ್ತು.

ದುರಗುಟ್ಟಿಕೊಂಡು ಎದ್ದು ಹೋದವನು ಅಮ್ಮನ ಕೈಯಲ್ಲಿ ಬಡಿಸಿಕೊಂಡು ಸೇರಿದಷ್ಟು ತಿಂದು ಬಂದು ಮಲಗಿದ ಗಂಡನ ನೋಡಿ ಕಿಸಕ್ಕನೆ ನಕ್ಕ ಕೂಡಲೆ ಎದ್ದು ಕೂತು ಗುಡುಗಿದ.

"ಬೇಸರ ಬಂದು ಹೋಗಿದೆ, ನಿನ್ನೊತೆ ಬದ್ಕು ಸಾಗಿಸೋದು ಕಷ್ಟವಾಗಿದೆ. ಆರಾಮಾಗಿ ಡೈವೋರ್ಸ್ ತಗೊಂಡ್ ಬಿಡ್ತೀನಿ."

"ಅದು ಆರಾಮಾಗಿ ಡೈವೋರ್ಸ್! ಅಷ್ಟು ಸುಲಭಾನ ಶ್ರೀಧರ ಮೂರ್ತಿಗಳೇ? ನಂಗೇನು ಕೋಪ ಇಲ್ಲ. ಎಂಥ ಗಂಡಸರಿಗೂ ಒಂದಲ್ಲ ಒಂದು ಸಲ ಈ ರೀತಿ ಅನ್ನಿಸೋದುಂಟು. ನಮ್ಮ ಅಜ್ಜಿ ಒಂದು ಕತೆ ಹೇಳೋರು. ಒಬ್ಬ ಮನುಷ್ಯ ಇದ್ದನಂತೆ, ಒಂಟಿಯಾಗಿ ಎಲ್ಲಾ ಸವಲತ್ತುಗಳಿದ್ದರು ಬದುಕು ಬೇಸರವಯಿತಂತೆ, ದಿನಗಳನ್ನು ಕಳೆಯೋದು ಕಷ್ಟವೆನಿಸಿದಾಗ ದೇವರನ್ನು ಕುರಿತು ತಪಸ್ಸು ಮಾಡಿದನಂತೆ ಬಹಳ ಬೇಗ ದೇವರು ಪ್ರತ್ಯಕ್ಷನಾಗಿ 'ನಿನಗೇನುಬೇಕು?' ಎಂದು ಕೇಳಿದಾಗ ತನ್ನ ಪರಿಸ್ಥಿತಿಯನ್ನು ಸರಳವಾಗಿ ತೋಡಿಕೊಂಡ. ದೇವರಿಗೆ ಅರ್ಥವಾಯಿತು. ಅವನ ಒಂಟಿತನ ನೀಗಿಸಲು ಒಂದು ಹೆಣ್ಣನ್ನು ಸೃಷ್ಟಿಸಿ ಕಳುಹಿಸಿದ. ಅದ್ಭುತವೆನಿಸಿತು, ಇದೆಷ್ಟು ದಿನ?

ಆ ಮನುಷ್ಯನಿಗೆ ಸಂತೋಷವೋ, ಸಂತೋಷ, ಕೆಲವು ಕಾಲ ಖುಷಿಯಿಂದ ಕಳೆದ ಮೇಲೆ ಷುರುವಾಯಿತು ಜಗಳ, ಮುನಿಸು, ಕಡೆಗೆ ಅವಳ ಜೊತೆ ಬಾಳ್ವೆ ಸಾಧ್ಯವೇ ಇಲ್ಲವೆನಿಸಿದಾಗ ಮತ್ತೆ ದೇವರನ್ನು ಕುರಿತು ತಪಸ್ಸು ಮಾಡಿದ. ಮತ್ತೆ ದೇವರು ಪ್ರತ್ಯಕ್ಷನಾದಾಗ ತನ್ನ ಕಷ್ಟ ತೋಡಿಕೊಂಡ. ಆಗ ದೇವರು ಆ ಹೆಣ್ಣನ್ನು ಹಿಂದಕ್ಕೆ ಪಡೆದುಕೊಂಡ. ಆಗ ಅವನಿಗೆ ಹಾಯೆನಿಸಿತು.

ಕೆಲವು ದಿನ ಕಳೆಯುವ ವೇಳೆಗೆ ಏಕಾಂಗಿತನ ಸಾಕೆನಿಸಿತು. ದಿನಗಳು ಕಳೆಯುವುದು ಸಾಧ್ಯವೇ ಇಲ್ಲವೆನಿಸಿದಾಗ ಮತ್ತೆ ದೇವರನ್ನು ಕುರಿತು ತಪಸ್ಸು ಮಾಡಿದ. ಪ್ರತ್ಯಕ್ಷನಾದ ದೇವರು ನಕ್ಕು ಏನೆಂದು ವಿಚಾರಿಸಿದ. 'ಆ ಹೆಣ್ಣನ್ನು ದಯಪಾಲಿಸು ಎಂದು ಕೇಳಿಕೊಂಡ' ದೇವರು 'ತಥಾಸ್ತು' ಎಂದು ಹೆಣ್ಣನ್ನು ಕಳುಹಿಸಿದ 'ಇದೇನು ಕತೆ' ಅಂದ್ಕೋಬೇಡಿ ವಾಸ್ತವದ ಸ್ಥಿತಿಯು ಹಾಗೆಯೇ ಇದೆ" ಎಂದು ಹವಿಳಿ ಮುಗಿಸಿ ನಿಟ್ಟುಸಿರು ದಬ್ಬಿ "ನಿಮ್ಗೇ ಅರ್ಥವಾಗಿರಬೇಕಲ್ಲ, ಕತೆಯ ಉದ್ದೇಶ ಏನಾದರೂ ಆಗಿರಲೀ, ಒಂದು ಸ್ಪಷ್ಟವಾದ ಸತ್ಯ ಗೋಚರಿಸುತ್ತೆ ಗಂಡಿಗೆ ಹೆಣ್ಣು ಇಲ್ಲದೆ ಬದುಕುವುದು ಸಾಧ್ಯವಿಲ್ಲ, ಹಾಗೆಯೇ ಅವಳೊಡನೆ ಬದುಕುವುದು ಕೂಡ ಕಷ್ಟ! ಈ ಕತೆ ಪುರಾಣದ್ದೋ, ಇತಿಹಾಸದ್ದೋ, ಆದರೆ ಎಲ್ಲಾ ಕಾಲಕ್ಕೂ ಸಲ್ಲುವಂಥದ್ದೇ, ಈ ವ್ಯವಸ್ಥೆ ನಿಂತಿರೋದು ಹೊಂದಾಣಿಕೆ ಸೂತ್ರದ ಮೇಲೆ" ಅಂದಕೂಡಲೆ ಎರಡು ಕೈಗಳನ್ನು ಜೋಡಿಸಿದ ಶ್ರೀಧರ "ಸಾಕು, ಅಮ್ಮನಿಗಿಂತ ಚೆನ್ನಾಗಿ ಪಾಠ ಮಾಡ್ತೀಯಾ! ತರಬೇತಿ ಅವರದ್ದೇಂತ ಕಾಣಿಸುತ್ತೆ. ರಾಜಗೋಪಾಲ್ ಅಂಕಲ್ ಕಂಡರೆ ಈ ವಿಷ್ಯ ತಿಳಿಸೋಕೆ ಮೊದ್ಲು ಪ್ರೀತಿ, ಗೌರವ ಎಲ್ಲಾ ಇತ್ತು. ಈಗ ಅದನ್ನೆಲ್ಲ ಸರ್ವನಾಶ ಮಾಡಿಬಿಟ್ಟೆ. ಮಾತಾಡಿಸೋಕೆ ಕೂಡ ಮನಸ್ಸು ಆಗ್ತಾ ಇಲ್ಲ" ಅಬ್ಬರಿಸಿದಂತೆ ಹೇಳಿದ. ಶರಾವತಿ ಗಂಭೀರವಾದಳು. ಹೇಳಿದಷ್ಟು ಸುಲಭವಲ್ಲವೆಂದು ಅವಳಿಗೆ ಗೊತ್ತಿತ್ತು. ಸ್ವಲ್ಪ ತಿಳಿಯಾಗಿಸುವ ಅಗತ್ಯವಿತ್ತು.

"ಅದ್ನ ಯಾಕೆ ಅಷ್ಟೊಂದು ಡೀಪಾಗಿ ತಗೋತೀರಾ? ನಾನೇನೋ ಆವೇಶಕ್ಕೆ ಆಡಿದ ಮಾತುಗಳನ್ನು ಅಪ್ಪ, ಮಗ ಸಿರಿಯಸ್ಸಾಗಿ ತಗೋಳೋಲ್ಲ. ರಾಜಗೋಪಾಲ್‌ಗೂ ಸ್ವಾಭಿಮಾನವಿರುತ್ತೆ. ರಕ್ತಸಂಬಂಧಿಗಳಲ್ಲದ ನಮ್ಮಲ್ಲಿ ಅವರು ಬಂದು ನೆಲಸೋಕೆ ಒಪ್ಕೋತಾರಾ? ಪರೀಕ್ಷಿತ್ ಕೂಡ ಅಂಥ ಕೆಟ್ಟವನೇನು ಅಲ್ಲ. ಕನಿಷ್ಟ ತಾನು ಉಪವಾಸವಿದ್ದಾದರೂ ಅವರನ್ನು ನೋಡ್ಕೋತಾರೆ. ಇದನ್ನೆಲ್ಲ ಮನಸ್ಸಿನಲ್ಲಿ ಇಟ್ಕೊಳ್ಳಿ, ದಯವಿಟ್ಟು ಅವ್ರನ್ನ ದ್ವೇಷಿಸೋಕೆ ಹೋಗಬೇಡಿ. ಪ್ಲೀಸ್..." ಕಣ್ಣೀರು ಸುರಿಸುತ್ತ ರಿಕ್ವೆಸ್ಟ್ ಮಾಡಿಕೊಂಡಳು.

ಶ್ರೀಧರಮೂರ್ತಿ ಸಮಾಧಾನಕ್ಕೆ ಬಂದ.

"ಶರಧಿ, ಅವಳ ಬಾಸ್ ಒಟ್ಟಿಗೆ ವಾಸಿಸೋದು, ಅವರ ನಡುವಿನ ಸಂಬಂಧ 'ವರ್ಷ ಆ್ಯಡ್ ಕಂಪನಿಯಲ್ಲಿ' ಡಣಾ ಡಂಗುರವಾಗಿದಯೇಂತ, ಇಲ್ಲಿವರ್ಗ್ಗೂ ಹೋಗ್ಬಾರ್ದಿತ್ತು. ಅದೇ ನನ್ನ ಕೊಲೀಗ್ ಫ್ರೆಂಡ್ ಒಬ್ಬ ಅಲ್ಲಿ ಕೆಲ್ಸಕ್ಕೆ ಇದ್ದಾಂತ ಹೇಳಿದ್ನಲ್ಲ, ಅವನು ಇವ್ನಿಗೆ ಹೇಳಿದ್ದು, ಇವ್ನು ನನ್ನ ಹತ್ರ ಪ್ರಸ್ತಾಪಿಸಿದ್ದು. ನಂಗೆ ಏನು

ಹೇಳಬೇಕೋ ತೋಚಲಿಲ್ಲ" ಸ್ವಲ್ಪ ಮೆತ್ತಗೆ ನೊಂದಂತೆ ಹೇಳಿಕೊಂಡ. ಶರಾವತಿಗೆ ಏನು ತೋಚಲಿಲ್ಲ.

"ಏನಾಗಿದೆ ಶರಧಿಗೆ? ಹೇಗೂ ಶ್ರೀಕಾಂತ್ ಡೈವೋರ್ಸಿ ಸಂಬಂಧ ಹಳೆಯದಾಗಿ ಸಂಭ್ರಮ ಕಳೆದುಕೊಳ್ಳೋಕೆ ಮೊದ್ಲು ಅವ್ನ ಕೈಯಲ್ಲಿ ಯಾಕೆ ತಾಳಿ ಕಟ್ಟಿಸಿಕೊಂಡು ಹೆಂಡ್ತಿ ಅನ್ನಿಸ್ಕೊಬಾರ್ದು?" ಒತ್ತಡದಲ್ಲಿ ಸಿಲುಕಿದಂತೆ ನುಡಿದು. ಅಂಥದೊಂದು ನಡೆದು ಬಿಟ್ಟರೇ ತಿರುಪತಿ ವೆಂಕಟರಮಣನಿಗೆ ಕೂದಲು ಕೊಡುವುದಾಗಿ ಹರಿಕೆ ಕಟ್ಟಿದ್ದೆ. ಕೂದಲು ಅವನ ಪಾಲಿಗೆ ಹೆಚ್ಚು ಅಮೂಲ್ಯವೇ, ಒತ್ತಾದ ಕೂದಲು ತನ್ನ ವ್ಯಕ್ತಿತ್ವಕ್ಕೆ ಮೆರಗು ತಂದಿದೆಯೆನ್ನುವ ಹುಮ್ಮಸ್ಸು ಅವನದು. ಅಂಥ ಕೂದಲನ್ನು ಹರಕೆಯ ರೂಪದಲ್ಲಿ ಕೊಡಲು ಸಿದ್ದನಾದನೆಂದರೆ, ಅವನೆಷ್ಟು ಮಾನಸಿಕ ಕ್ಲೇಶ ಅನುಭವಿಸುತ್ತಿರಬಹುದೆಂದು ಅರ್ಥವಾಗುತ್ತಿತ್ತು.

"ಶರಧಿಗೆ ಕೂಡ ವಿವಾಹದಲ್ಲಿ ನಂಬಿಕೆ ಇಲ್ಲ, ಜೊತೆಯಾಗಿ ಬದುಕುವುದರಲ್ಲಿ (ಲಿವಿಂಗ್ ಟುಗೆದರ್) ಮಾತ್ರ ಆಸಕ್ತಿ. ಅದರಿಂದ ಶ್ರೀಕಾಂತ್ ಮೇಲೆ ಒತ್ತಡವೇರಲು ಅವಳು ಸಿದ್ಧವಿಲ್ಲ" ಮಾತನ್ನು ಅಲ್ಲಿಗೆ ನಿಲ್ಲಿಸಿದಳು. ಕಟುವಾದರೂ ಸತ್ಯವೇ. ಅವಳು ವಿವಾಹವಾಗುವ ಸಾಧ್ಯತೆ ಕಡಿಮೆಯೆನಿಸಿತ್ತು.

"ನಂಗೆ ಎಷ್ಟು ಕೋಪ ಬರುತ್ತೆಂದರೆ, ಕತ್ತರಿಸಿ ಬಿಸಾಕಿ ಬಿಡೋಣಾಂತ. ಅವಳೇಕೆ ಮದ್ವೆ ಬೇಡಾಂತಾಳೆ?" ಮತ್ತೆ ಸಿಡಿದ. ಪ್ರತಿಕ್ರಯಿಸದೆ ಶರಾವತಿ ಎದ್ದು ಹೋದಳು.

ಎಂದಾದರೂ ಇದು ನಿಜವಾಗಿ ಬಿಡಬಹುದು ಎಂದು ಹೆದರುತ್ತಿದ್ದಳು.

* * *

ಶ್ರೀಕಾಂತ್ ಮತ್ತು ಶರಧಿ ಮುಂಬಯಿನಿಂದ ಸಂಜೆಯ ಫ್ಲೈಟ್‌ಗೆ ಹಿಂದಿರುಗಿ ಬಂದರು. ಮ್ಯಾನೇಜ್‌ಮೆಂಟ್‌ಗೂ ಇವರಿಬ್ಬರ ಸಂಬಂಧದ ಬಗ್ಗೆ ತಿಳಿದಿತ್ತು. ಅದನ್ನು ದೊಡ್ಡ ಅಪರಾಧವಾಗಿ ಭಾವಿಸಲಾರರು. ಅಂತ ಕಾಂಪ್ಲಿಕೇಟೆಡ್ ಅಲ್ಲವಾಗಿರೋದು ಸಮಾಧಾನದ ವಿಷಯವಾದುದರಿಂದ ಅದರಲ್ಲಿ ತಲೆ ಹಾಕಲು ಹೋಗಿರಲಿಲ್ಲ. ಶರಧಿಯ ಕ್ಯಾರೆಕ್ಟರ್ ಬಗ್ಗೆ ಅಂಥ ಗುಸಗುಸ ಪಿಸಪಿಸ ಇರಲಿಲ್ಲ.

ಕಾರಿನ ಹಿಂದಿನ ಸೀಟಿಗೆ ಪೂರ್ತಿ ಒರಗಿ ಕೂತ ಶ್ರೀಕಾಂತ್ "ಫ್ಲಾಟ್‌ಗೆ..." ಎಂದ ಡ್ರೈವರ್‌ಗೆ. ಬೆಳಿಗ್ಗೆ ಫೋನ್‌ನಲ್ಲಿಯೆ, ಅಮೂಲ್ಯ ಜಗಳವಾಡಿದ್ದಳು. "ತಂದೆಯಾಗಿ ಮಕ್ಕಳನ್ನು ಇಷ್ಟಪಡಬೇಕಿತ್ತು. ಹಂಬಲಿಸಿ ಕಣ್ಣೀರಿಡಬೇಕಿತ್ತು. ತಾವಾಗಿ ಬಂದ ಮಕ್ಕಳಿಗೆ 'ಡ್ಯಾಡಿ ನಾನು ಅಲ್ಲಾಂತ...' ಅಂದೆಯಂತೆ ಯೂ ಸ್ಟುಪಿಡ್... ನಿನ್ನ ಕೋರ್ಟಿಗೆ ಎಳೀತೀನಿ, ಮಾನ ನಷ್ಟ ಮೊಕದ್ದಮೆ ಹಾಕ್ತೀನಿ, ನನ್ನ ಕ್ಯಾರೆಕ್ಟರ್ ಬಗ್ಗೆ ನಿಂಗೆ... ಅನುಮಾನ" ಎಂದು ಷುರು ಮಾಡಿದವಳು ಭಾಗವಹಿಸಿದ ಎಷ್ಟೋ ಮಾಡೆಲ್‌ಗಳ ಜೊತೆಗಿನ ಇವನ ಸಂಬಂಧವನ್ನು ವಿವರವಾಗಿ, ಅತ್ಯಂತ ಅಶ್ಲೀಲವಾಗಿ

ಕೊನೆಗೆ ಶರಧಿಯ ಸುದ್ದಿಗೆ ಬಂದಾಗ. "ಸ್ಟ್ಯಾಪಿಟ್, ನಿಂಗೆ ಬೇಕಾದ್ದು ಮಾಡಿಕೋ" ಫೋನ್ ಕಟ್ ಮಾಡಿದ್ದ. ಆಮೇಲೆ ಸಾಕಷ್ಟು ಸಲ ಫೋನ್ ರಿಂಗಾಗಿದ್ದರೂ ರಿಸೀವ್ ಮಾಡಿಕೊಂಡಿರಲಿಲ್ಲ, ಅವಳೊಬ್ಬ ಕ್ರೂಕ್, ನೀಚ ಹೆಣ್ಣು.

"ಶರಧಿ, ಟ್ರೈ ಟು ಅಂಡರ್‌ಸ್ಟ್ಯಾಂಡ್ ಮಿ, ನಿಂಗೆ ಇಲ್ಲಿ ಕೆಲ್ಸ ಮಾಡೋದು ಕಷ್ಟವಾಗುತ್ತೆ. ರಿಜೈನ್ ಮಾಡಿ ಬೇರೆ ಕಡೆ ಪ್ರಯತ್ನ ಮಾಡು. ಕೆಲ್ಸ ಅನಗತ್ಯವೆನಿಸಿದರೇ, ಬೇರೆ ಆಕ್ಟೀವ್‌ನಲ್ಲಿ ಭಾಗಿ ಆಗು" ಎಂದವ ಅವಳ ಹಸ್ತವನ್ನು ತನ್ನ ಕೈಯೊಳಗೆ ತಗೊಂಡು ಅದುಮಿದ. ಅರ್ಥವಾದರೂ, ಸೋಲು ಒಪ್ಪಿಕೊಳ್ಳಲು ಅವಳಿಗಿಷ್ಟವಿಲ್ಲ "ನೋ, ನಾನ್ಯಾಕೆ... ರಿಜೈನ್ ಮಾಡ್ಲೀ? ಇಲ್ಲಿ ನನ್ನ ತಪ್ಪೇನಿದೆ? ನಂಗೂ ಫೇಸ್ ಮಾಡೋದು ಗೊತ್ತು" ಎಂದು ನುಡಿದಾಗ ಸ್ವಾಭಿಮಾನ, ಸ್ವತಂತ್ರ ಮನೋಭಾವ ಈ ಮಾತನ್ನು ಆಡಿಸಿದರು ಇದು ಅಪಾಯವೆನಿಸಿತು ಅವನಿಗೆ, ಮಾತಾಡದೆ ಮೌನವಹಿಸಿದ.

ಶರಧಿ ಅವನಿಗೆ ಇಷ್ಟವಾಗಿದ್ದಳು. ಒಂಟಿತನ ಬೇಸರವಾಗಿ ಅವಳೊಂದಿಗೆ ಸಾಂಗತ್ಯ ಬಯಸಿದ್ದ, ಎಲ್ಲಾ ಸರಳವಾಗಿ ನಡೆದು ಹೋಗಿತ್ತು. ಇಲ್ಲಿ, ಮೋಸ, ವಂಚನೆ, ಚಿಟ್ ಅಂಥದೇನು ಇರಲಿಲ್ಲ ಮುಂದು ಕೂಡ ಇದೇ ರೀತಿ ಮುಂದುವರಿಯಬೇಕಷ್ಟೆ.

ಫ್ಲಾಟ್‌ಗೆ ಹಿಂದಿರುಗಿದ ಶರಧಿ ಬೆಡ್‌ರೂಂಗೆ ಬಂದು ಉಡುಪು ಕೂಡ ಬದಲಾಯಿಸದೆ ಮಂಚದ ಮೇಲೆ ಉರುಳಿಕೊಂಡಳು. ಶ್ರೀಕಾಂತ್‌ನ ಸಾಂಗತ್ಯ ಪಿಸು ನುಡಿಗಳು ಬರೀ ಬೆಚ್ಚಗಾಗಿಸಿದ್ದು ಮಾತ್ರವಲ್ಲ, ಅದ್ಭುತ ಲೋಕವನ್ನು ತೆರೆದಿಟ್ಟಿತ್ತು. ಇಂದು ಅವನ ಮಾತಿನಿಂದ ಬೇಸರಗೊಂಡಿದ್ದು ನಿಜ 'ನಾನು ರಿಜೈನ್ ಮಾಡೋಲ್ಲ ಅತ್ಯಂತ ಸ್ಪಷ್ಟವಾಗಿ ನುಡಿದಿದ್ದು ಅವನ ಮನಸ್ಸಿಗೆ ಕಷ್ಟವಾಗಿದೆಯೆಂದು ಅವಳು ಭಾವಿಸಲಿಲ್ಲ. ಒಂದು ರೀತಿಯಲ್ಲಿ ಅಧಿಕಾರವನ್ನು ತನ್ನ ಮೇಲ್ಲೊರೆಸುವ ಒಂದು ವಿಧಾನ! ಇದು ಅವಳ 'ಅಹಂ'ಗೆ ಪೆಟ್ಟು ಕೊಟ್ಟಿತ್ತು. ಇಂದು ಒಂಟಿಯಾಗಿ ಎಸ್ಟೇಟ್‌ಗೆ ಹೋಗಿ ಬಿಟ್ಟ, ಅದು ಅವನಿಗೆ ತುಂಬ ಇಷ್ಟವಾದ ಜಾಗ. ಆ ಜಾಗವನ್ನು ಖರೀದಿಸಿ ತನಗೆ ಇಷ್ಟ ಬಂದಂಗೆ ಪರಿವರ್ತಿಸಿಕೊಂಡಿದ್ದ. ಇದು ಅವನ ಸ್ವಂತ ಗಳಿಕೆ. ಮೂರು ವರ್ಷಗಳ ನಂತರ ಇದರ ಪೂರ್ತಿ ಸ್ವಾಮ್ಯ ಮಕ್ಕಳಿಗೆ ಸೇರುತ್ತೆ. ಅದನ್ನೆಲ್ಲ ಬರೆಸಿಕೊಂಡ ಮೇಲೆಯೆ ಅವನ ಡೈವೋರ್ಸ್‌ಗೆ ಒಪ್ಪಿಗೆ ಸೂಚಿಸಿದ್ದು. ಆ ಬಗ್ಗೆ ಅವನಿಗೆ ನೋವಾಗಲೀ, ಪಶ್ಚಾತಾಪವಾಗಲೀ ಇರಲಿಲ್ಲ.

"ನನ್ನ ರಕ್ತ ಹಂಚಿಕೊಂಡು ಹುಟ್ಟಿದ ಮಕ್ಕಳು, ನನ್ನೆಲ್ಲ ಪ್ರಾಪರ್ಟಿ ಅವರಿಗೆ ತಾನೇ ಸೇರಬೇಕು, ನೋ ಪ್ರಾಬ್ಲಮ್" ಎಂದು ಒಪ್ಪಿಗೆ ಸೂಚಿಸಿದಾಗ ಅವನ ಕಡೆಯ ಲಾಯರ್ ಒಂದಿಷ್ಟು ಬುದ್ಧಿ ಉಪಯೋಗಿಸಿ 'ಒಂದು ಅವಧಿಯವರೆಗೂ ಇವನ ಸುಪರ್ಧಿನಲ್ಲಿ, ನಂತರವೆ ಮಕ್ಕಳಿಗೆ ಸೇರಿ ಹೋಗಬೇಕು' ಎನ್ನುವ ಕರಾರನ್ನು ಪತ್ರದಲ್ಲಿ ನಮೂದಿಸಿದ್ದು ಮಾತ್ರವಲ್ಲ, ಬುದ್ಧಿವಂತಿಕೆಯಿಂದ ಅಪ್ಪ, ಮಗಳನ್ನು

ಒಪ್ಪಿಸಿದ್ದರು. ಆದರಿಂದ ಇನ್ನು ಮೂರು ವರ್ಷ ಇವನ ಸುಪರ್ದಿನಲ್ಲಿಯೇ ಇರುತ್ತಿತ್ತು. ನಂತರ ಅಮೂಲ್ಯ ಮಕ್ಕಳಿಗೆ. ಈಗ ಬರೀ ಅವಳ ಮಕ್ಕಳೇ!

ಗೆಸ್ಟ್‌ಹೌಸ್‌ಗೆ ಬಂದವನೆ ಸಿಗರೇಟು ಮೇಲೆ ಸಿಗರೇಟು ಹಚ್ಚಿ ಸುಟ್ಟ. ಆ ಹೆಣ್ಣಿನೊಂದಿಗೆ ಅಷ್ಟೆಲ್ಲ ಹಿಂಸೆ ಅನುಭವಿಸಿದ ಮೇಲೆ ಶರಧಿ ತೋಳುಗಳಲ್ಲಿ ಒರಗಿದ್ದು ಯಾಕೆ? ನೂರು ಕಾರಣಗಳನ್ನು ಕೊಡಬಲ್ಲ. ಅವನೇನು ಸ್ತ್ರೀ ದ್ವೇಷಿಯಲ್ಲ. ಒಂಟಿತನ ಸಾಕೆನಿಸಿ ಶರಧಿಯತ್ತ ಆಕರ್ಷಿನಾಗಿದ್ದ. ಸಹಕಾರ ಸಿಕ್ಕಿತ್ತು, ಸಾಂಗತ್ಯ 50–50 ಅನ್ನೋ ತರಹ ಇಂದು?

"ಅವಳ ಎದೆಯ ಮೂಟ ಬ್ಯೂಟಿಫುಲ್, ನನ್ನಲ್ಲಿ ನಿಂಗೆ ಅದೊಂದು ಕೊರತೆ ಇತ್ತು" ಇಂಥ ಒಂದು ಮಾತನ್ನು ಆಡಿದ್ದು ಅಮೂಲ್ಯ. ಅವನ ಹುಬ್ಬೇನು ಏರಿಸುವಂತೆ ಮಾತಾಡಿರಲಿಲ್ಲ ಬಹಳ ಸ್ಪಷ್ಟವಾಗಿ ಮಾತಾಡುತ್ತಿದ್ದಳು ಪಠ್ಯ ಪುಸ್ತಕದಂತೆ.

ಸದ್ದು ಮಾಡಿತು. ಆ ಮೊಬೈಲ್ ಶರಧಿಯ ಕರೆಗೆ ಮಾತ್ರ, ಅಕ್ಕರೆಯಿಂದ, ಅವಸರದಿಂದ ಎತ್ತುವ ಮೊಬೈಲ್ ಕಡೆ ನೋಟ ಹರಿಸಿದನೇ ವಿನಃ ಎತ್ತಲಿಲ್ಲ. ಏಕಾಂತ ಬೇಕೆನಿಸಿತ್ತು. ಅದು ಶರಧಿಗೆ ಅರ್ಥವಾಯಿತೇನೋ, ನಲವತ್ತೈದು ನಿಮಿಷಗಳ ತರುವಾಯ ಮೊಬೈಲ್ ಸದ್ದಾದಾಗ ತುಂಬು ಅಲಸ್ಯದಿಂದ ಬೇಸರದಿಂದಲೇ ಎತ್ತಿದ್ದು "ಹಲೋ..." ಎಂದ ಕನಿಷ್ಟ ಒಂದೆರಡು ನಿಮಿಷಗಳ ನಂತರವೇ "ಹಲೋ..." ಅಂದಿದ್ದು ಶರಧಿ. ಇಂದು ಅವಳ ಧಿಮಾಕ್‌ನ ಬಗ್ಗೆ ಅವನಿಗೆ ಕೋಪ ಬಂತು ಕೂಡ.

"ಐ ಡೋಂಟ್ ಲೈಕ್ ಇಟ್! ಫೋನ್ ಮಾಡಿ ಡಿಸ್ಟರ್ಬ್ ಮಾಡಿದ್ದು ಅಲ್ದೇ, ಯಾಕೆ ಮೌನವಹಿಸಿದ್ದು?" ಸ್ವಲ್ಪ ಅವನ ದನಿ ಖಾರವಾಗಿಯೆ ಇತ್ತು "ಸಾರಿ, ಗೆಸ್ಟ್‌ಹೌಸ್‌ನಲ್ಲಿದ್ದೀರಾ?" ಕೇಳಿದಳು.

"ಹೌದು..." ಎಂದ ಚುಟುಕ್ಕಾಗಿ.

ಆ ಕಡೆಯಿಂದ ಸದ್ದು ಬರದಿದ್ದಾಗ "ನೇರವಾಗಿ ಗೆಸ್ಟ್‌ಹೌಸ್‌ಗೆ ಬಾ" ಅಂದ ಯಾಕೋ ಅವಳಿಗೆ ಬೇಡವೆನಿಸಿತು. "ಇಲ್ಲ, ನಾನು ಫ್ಲಾಟ್‌ಗೆ ಹೋಗ್ತೀನಿ" ನೇರವಾಗಿಯೆ ಹೇಳಿದಳು. ಅವನೇನು ಒತ್ತಡವೇರಲಿಲ್ಲ. ಆಫೀಸ್, ಪ್ರಾಜೆಕ್ಟ್‌ಗಳ ಬಗ್ಗೆ ಮಾತ್ರ ವಿಚಾರಿಸಿ, ಒಂದಿಷ್ಟು ಸಲಹೆ ಸೂಚನೆ ಕೊಟ್ಟು "ಥ್ಯಾಂಕ್ಯೂ..." ಎಂದು ಫೋನ್ ಕಟ್ ಮಾಡಿದ. ಇಂದು ವಿಚಲಿತಳಾಗಿದ್ದಳು. ಭ್ರಾಮಕ ಜಗತ್ತಿನಲ್ಲಿ ತೇಲುತ್ತ ಬಂದು ಅಪ್ಪಿಕೊಂಡ ವ್ಯವಸ್ಥೆ ಕೂಡ ಸರಳವೆನಿಸಲಿಲ್ಲ. ಆದರೆ ತೀರಾ ಡಿಫರೆಂಟಾದ ಸಮಸ್ಯೆಯನ್ನು ಎದುರಿಸಬೇಕಿತ್ತು.

ಸೀಟಿಗೆ ಒರಗಿ ಕಣ್ಮುಚ್ಚಿದಳು. ಬಂದ ಫೋಟೋಗ್ರಾಫರ್ ಜಿ.ಕೆ. ಐತಾಳ್ "ಸಾಹೇಬ್ರು ತುಂಬಾನೆ ಡಿಸ್ಟರ್ಬ್ ಆಗಿದ್ದಾರೆ ಆಕೀ, ಅದೇ... ಅಮೃತಸೇನ್ ಮಗ್ಳು, ಅಮೂಲ್ಯ... ಬಲು ಕೆಟ್ಟ ಹೆಂಗ್ಸು ಬಿಡಿ. ಉಕ್ಕಿನಂಥ ಶ್ರೀಕಾಂತ್ ಸಾಹೇಬ್ರನ್ನು

ಅಲ್ಲಾಡಿಸಿ ಬಿಸಾಕಿ ಬಿಟ್ಲು. ತುಂಬ ಅವಮಾನ ಅನುಭವಿಸಿದ್ದಾರೆ. ಒದ್ಮಾತು ಹೇಳ್ತೀನಿ ನೀವ್ ಆಕೀ ಕೈಗೆ ಸಿಗಬ್ಯಾಡಿ" ಅತ್ತಿತ್ತ ನೋಟ ಹರಿಸಿ ಪಿಸು ದನಿಯಲ್ಲಿ ಹೇಳಿದಾಗ 'ಗೆಟ್‌ಔಟ್' ಎನ್ನಬೇಕೆನಿಸಿದಳು. ತಾಳ್ಮೆ ತಗೊಂಡಳು.

"ಬಿಡೀ ಆ ವಿಷ್ಯ, ನಂಗೂ ಆಕೆಗೂ ಏನು ಸಂಬಂಧ?" ಎಂದ ಕೂಡಲೆ ಜಿ.ಕೆ. ಐತಾಳ್ ಮುಖ ಒಂದು ತರಹ ಮಾಡಿಕೊಂಡು "ಅದು ದಿಟನೇ! ಆದರೆ ಸಾಹೇಬ್ರಿಗೂ... ನಿಮ್ಗೂ ಸಂಬಂಧ ಇರೋದು ಡಣಾ ಡಂಗುರವಾಗಿದೆ. ಅಷ್ಟು ಸಾಕಲ್ಲ, ಆಕೀಗೆ? ನೀವೇ ಆಫೀಸ್ ಬಿಟ್ಟು ಹೋಗಿ ಬಿಡ್ಬೇಕು ಹಾಗೆ ಮಾಡ್ತಾಳೆ, ನಾನು ನಿಮ್ಮ ಹಿತೈಷಿಯಾಗಿ ಹೇಳ್ತಾ ಇದ್ದೀನಿ. ಆಕೀ ಕೈಗೆ ನೀವು ಸಿಗಬ್ಯಾಡಿ" ಇಂಥ ಒಂದು ಬುದ್ಧಿ ಮಾತು ಹೇಳಿ ಹೋದ. ಇಂಥ ಪಲಾಯನ ಅವಳಿಗೆ ಸರಿಯೆನಿಸಲಿಲ್ಲ.

ಅಮೃತಸೇನ್ ಅತ್ಯಂತ ಪ್ರಭಾವಿ ವ್ಯಕ್ತಿಯೆಂದು ಅವಳಿಗೆ ಗೊತ್ತು. ಮಗಳ ಮೇಲೆ ಅಪಾರವಾದ ಅಕ್ಕರೆ, ಅದರಿಂದ ತಪ್ಪು ಮಾಡುವ ಸಂಭವ ಹೆಚ್ಚಿಗಿತ್ತು. ಇಲ್ಲಿ ಬಿದ್ದಿದ್ದು ಅವಳ ಅಹಂಗೆ ಪೆಟ್ಟು ಚೇತರಿಸಿಕೊಳ್ಳಲಾರದ ಸ್ಥಿತಿಯಲ್ಲಿದ್ದಾಗಲೇ ಅಮೂಲ್ಯ ಮಕ್ಕಳು ಛೇಂಬರ್‌ಗೆ ನುಗ್ಗಿದರು.

ಇವಳಿಗೆ ಪೂರ್ತಿ ಗಲಿಬಿಲಿ.

"ಏಯ್ ಶರದಿ... ಮಮ್ಮಿ ವಾಂಟ್ಸ್ ಟು ಯು" ಇಬ್ಬರು ಒಟ್ಟಿಗೆ ಹೇಳಿದವರು. ಕನಿಷ್ಟ ಉಸಿರಾಡೋಕು ಬಿಡದೆ ಮುಂದಿನ ರೆಸ್ಟ್ ರೂಂಗೆ ಎಳೆದೊಯ್ಯುತ್ತಿದ್ದ ದೃಶ್ಯ ನೋಡುವವರಿಗೆ ಮನರಂಜನೆ. ದನಿಯೆತ್ತಲಾಗಲಿಲ್ಲ, ಕೊಸರಿಕೊಳ್ಳಲು ಕೂಡ ಅಸಮರ್ಥಳಾದಳು, ಅವಮಾನ, ದುಃಖದಿಂದ ಅವಳ ಕಣ್ತುಂಬಿತು.

ಮೊದಲು ಘಮ ಘಮ ಎನ್ನು ವಿದೇಶಿ ಪರಿಮಳ ಹರಿದು ಬಂದ ನಂತರವೆ ಅಮೂಲ್ಯ ದರ್ಶನವಾದದ್ದು. ಮಾಡೆಲಿಂಗ್ ಆಕೆಯ ಹವ್ಯಾಸಗಳಲ್ಲಿ ಒಂದೆಂದು ಕೇಳಿದ್ದರಿಂದ, ಒಬ್ಬ ಸಿನಿಮಾ ತಾರೆಯನ್ನು ಕಂಡಂತಾಯಿತು. ಅವಳು ರೂಪಸಿಯೆ, ಅದಕ್ಕೆ ಮೆರಗಿಟ್ಟಂತೆ ಮೇಕಪ್ ವಸ್ತ್ರ ವಿನ್ಯಾಸ.

"ಸಿಟ್ ಡೌನ್... ಶರಧಿ" ಹೇಳಿದಳು. ಒಂದು ತರಹ ನಗೆ ಬೀರುತ್ತ. ಶರಧಿ ಹುಬ್ಬುಗಳು ಬಿಗಿದುಕೊಂಡವು "ವಾಟ್ ಈಸ್ ದಿಸ್? ಮಕ್ಕಳಿಗೆ ಸ್ವಲ್ಪ ಕೂಡ ಕಲ್ಚರ್ ಇಲ್ಲ" ಅವರುಗಳಿಂದ ಕೈಗಳನ್ನು ಬಿಡಿಸಿಕೊಂಡು "ಸ್ವಲ್ಪ ಅರ್ಥ ಮಾಡ್ಕೊಳ್ಳಿ ನಂಗೂ ನಿಮ್ಗೂ ನೇರವಾದ ಸಂಬಂಧವಿಲ್ಲ. ನಾನು ಕೆಲ್ಸ ಮಾಡ್ತಾ ಇರೋದು 'ವರ್ಷ ಆ್ಯಡ್ ಕಂಪನಿಯಲ್ಲಿ. ನಿಮ್ಮಗಳ ವರ್ತನೆಯಿಂದ ನೋವಾಗಿದೆ. ನನ್ನ ಸುಪೀರಿಯರ್‌ಗೆ ರಿಪೋರ್ಟ್ ಮಾಡಬೇಕಾಗುತ್ತೆ" ಸ್ವಲ್ಪ ಸಿರಿಯಸ್ಸಾಗಿ ಹೇಳಿದಳು. ಅಮೂಲ್ಯ ಜೋರಾಗಿ ನಕ್ಕಳು. ಆ ನಗು ಎಲ್ಲೆಡೆ ಪ್ರತಿಫಲಿಸಿದಂತಾಯಿತು. 'ಇಲ್ಲಿ ನೀನು ಕೆಲ್ಸ ಬಿಡೋದು ಒಳ್ಳೇದು' ಇಂಥ ಒಂದು ಮಾತನ್ನು ಶ್ರೀಕಾಂತ್ ಹೇಳಿದಾಗ ಅವಳ ನಿರಾಕರಣೆ ಸ್ಪಷ್ಟವಾಗಿತ್ತು. ಅವನು ಬಹಳ ಯೋಚಿಸಿಯೆ ತಿಳಿಸಿದ್ದು. ಇವಳಿಗೆ ಅರ್ಥವಾಗಿರಲಿಲ್ಲ.

"ನೀವು ತುಂಬ ಸೆಕ್ಸಿಯಾಗಿ ಕಾಣ್ತೀರಾ" ಅಂದಾಗ ಶರಧಿ ನಾಲಿಗೆ ಹೊರಳಲು ಕಷ್ಟವಾಯಿತು. ಹೊಸ ಯೋಚನೆ, ಚಿಂತನೆಗಳು ಅವಳಲ್ಲಿ ಇರಬಹುದು. ಕೆಲವನ್ನು ಆಡಲು, ಮುಕ್ತವಾಗಿ ಕೇಳಲು ಅವಳಿಗಿಷ್ಟವಿಲ್ಲ "ಷಟಪ್, ನಿಮ್ಮ ಕಾಂಪ್ಲಿಮೆಂಟ್ ನಂಗೆ ಬೇಕಿಲ್ಲ" ಸುಧಾರಿಸಿಕೊಂಡು ಹೇಳಿದಳು. ಅಮೂಲ್ಯ ಒಂದು ತರಹ ನಗೆ ಬೀರಿದಳು.

"ಸಾರಿ... ಸಾರಿ... ಇದ್ನ ಗಂಡಸರು ಮಾತ್ರ ಹೇಳಬೇಕಾ? ಈಗ ಹೆಂಗಸರು ಹೇಳಬಹುದು. ಶ್ರೀಕಾಂತ್ ನಿಮ್ಮಲ್ಲಿ ಏನು ಇಷ್ಟಪಟ್ಟ ಅಂಥ ನಂಗೆ ಅರ್ಥವಾಯ್ತು" ಮತ್ತೆ ನಗು ಶರಧಿಗೆ ರೇಗಿತು "ಷಟಪ್, ಈ ತರಹದ ಮಾತುಗಳು ನಂಗೆ ಇಷ್ಟವಾಗೋಲ್ಲ" ತಾನೇ ರೂಮಿನಿಂದ ಹೊರಗೆ ಹೋದಳು. ಬೇರೆ ಬೇರೆ ರೀತಿಯಲ್ಲಿನ ಸಂದರ್ಭಗಳನ್ನು ದಿಟವಾಗಿ ಎದರಿಸಿದ್ದಳು. ಆದರೆ, ಅಮೂಲ್ಯ... ಅವಳ ತಲೆ ಚಿಟಚಿಟ ಅನ್ನ ತೊಡಗಿತು.

ಫೋಟೋಗ್ರಾಫರ್ ಕೆ. ಐತಾಳ್ ಬಂದವನು "ಪ್ಲೀಸ್ ನೀವು ಹೋಗಿ ಬಿಡಿ. ಮಾತಿನಲ್ಲಿಯೇ ಆಕೆ ಬಡಿದು ಹಾಕ್ತಾಳೆ ಶ್ರೀಕಾಂತ್ ಇಲ್ಲದ್ದು ಆಕೆಗೆ ವರವಾಗಿ ಬಿಡುತ್ತೆ" ಬುದ್ಧಿ ಹೇಳಿದ. ಈಗ ನಿರಾಕರಿಸಬೇಕೆನಿಸಲಿಲ್ಲ.

ಕಾರು ಹತ್ತಿದಾಗ ಯೂನಿಫಾರಂನಲ್ಲಿದ್ದ ಡ್ರೈವರ್ ಓಡಿ ಬಂದು "ಮೇಡಮ್, ನಿಮ್ಗೇ ಕಾಲ್" ಎಂದು ಕೊಟ್ಟಾಗ ಬೇರೇನು ಮಾತಾಡದೇ ತಗೊಂಡು ಕೂಡಲೆ "ಶರಧಿ, ಸ್ವಲ್ಪ ಕೇಳು, ನೀನು ನನ್ನೊಂದಿಗೆ ಮಾತಾಡದೆ ತಪ್ಪಿಸಿಕೊಳ್ಳೋಕೆ ಆಗೋಲ್ಲ. ಸ್ವಲ್ಪ ಮಾತಾಡೋದು ಇದೆ. ನಾನು ಫ್ಲಾಟ್‌ಗೆ ಬರ್ತಾ ಇದ್ದೀನಿ. ನಿರಾಕರಣ ಎ ಬೇಡ, ಬಿಕೇರ್ ಫುಲ್" ಅಷ್ಟು ಹೇಳಿದ ನಂತರ ಕಟ್ ಆಯಿತು. 'ಅವಳಿಗೂ, ನನಗೂ ಏನು ಸಂಬಂಧ?' ಮೊದಲ ಸಲ ಪ್ರಶ್ನೆಯನ್ನು ಹಾಕಿಕೊಂಡಳು ಶ್ರೀಕಾಂತ್ ಅವಳ ಕಣ್ಮುಂದೆ ಸುಳಿದಾಡಿದ.

ಮೊಬೈಲ್‌ನ ಆ ಡ್ರೈವರ್‌ಗೆ ಹಿಂದಿರುಗಿಸಿ ಕಾರು ಹತ್ತಿದಳು. ಫ್ಲಾಟ್ ಮುಂದೆ ಬಂದು ಇಳಿದಳು. ಎರಡು ಹೆಸರಾಂತ ಕಂಪನಿಯ ಪ್ರಾಜೆಕ್ಟ್‌ಗಳು ಬೇಗ ಮುಗಿಯಬೇಕಿತ್ತು. ಶ್ರೀಕಾಂತ್‌ದು 'ದೈತ್ಯ ಪ್ರತಿಭೆ' ಎನ್ನುವುದು ಎಲ್ಲರ ಅಂಬೋಣ. ಆ್ಯಡ್ ಜಗತ್ತಿನಲ್ಲಿ ಅವನಿಗೆ ಅಪರಿಮಿತ ಗೌರವ. ಕೆಲಸದ ಬಗ್ಗೆ ನಿರಾಸಕ್ತಿ ಸಹಿಸನು.

ಫ್ಲಾಟ್‌ಗೆ ಬಂದವಳೆ ಹಾಸಿಗೆಯ ಮೇಲೆ ಹೋಗಿ ಬಿದ್ದುಕೊಳ್ಳುವ ವೇಳೆಗೆ ಮೊಬೈಲ್ ಸದ್ದಾಯಿತು "ಹಲೋ ಶರಧಿ, ನಾನು ಅಮೂಲ್ಯ... ಸುಮ್ನೇ ಫೋನ್ ಇಡಬೇಡ. ನಾನು ನಿನ್ನೊಂದಿಗೆ ಮಾತಾಡಲೇ ಬೇಕು. ಸ್ವಾಗತ ಚೆನ್ನಾಗಿರಬೇಕು" ಕಟ್ ಆಯಿತು. ಶರಧಿಯ ತಲೆ ಬಿಸಿಯಾಯಿತು. ಅವಳಿಗೆ ತನ್ನಿಂದ ಏನಾಗಬೇಕಿದೆ? ಈಗಾಗಲೇ ಶ್ರೀಕಾಂತ್‌ನೊಂದಿಗಿನ ಎಲ್ಲಾ ಬಂಧನಗಳನ್ನು ಹರಿದುಕೊಂಡಾಗಿದೆ. ಆದರೂ... ಮೆಲುಸಿರು ದಬ್ಬಿ ಧೈರ್ಯ ತಂದುಕೊಂಡು ಬಾತ್‌ರೂಂಗೆ ಹೋಗಿ ಬಂದು ಹಾಲ್‌ನಲ್ಲಿ ಕೂತಳು.

ಹತ್ತು ನಿಮಿಷದಲ್ಲಿ ಕಾಲಿಂಗ್ ಬೆಲ್ ಸದ್ದಾಯಿತು. ಹೋಗಿ ಬಾಗಿಲು ತೆಗೆದಾಗ ನಿಂತಿದವಳು ಸರ್ವೆಂಟ್ "ಮೇಮ್ ಸಾಬ್ ನೀವು ಬರೋದು ಗೊತ್ತಿರಲಿಲ್ಲ. ರಾತ್ರಿ ಡಿನ್ನರ್‌ಗೆ ಏನಾದ್ರೂ ಮಾಡ್ಲಾ?" ಕೇಳಿದಳು.

"ಈಗೇನು ಬೇಡ" ಅವಳನ್ನು ಕಳುಹಿಸುವ ವೇಳೆಗೆ ಅಮೂಲ್ಯ ಬಂದವಳು "ವಾಹ್, ಗುಡ್ ಪ್ಲೇಸ್... ಶ್ರೀಕಾಂತ್ ಆಯ್ಕೆ ಯಾವಾಗ್ಲೂ ಮಾರ್ವಲಸ್" ಅವಳ ಉದ್ಗಾರಕ್ಕೆ ಪ್ರತಿಕ್ರಯಿಸಲಿಲ್ಲ.

ಬಂದ ಅಮೂಲ್ಯ ಕಾಲು ಮೇಲೆ ಕಾಲು ಹಾಕಿಕೊಂಡು ಸೋಫಾ ಮೇಲೆ ಕೂತು ಎಲ್ಲೆಡೆ ನೋಟ ಹರಿಸಿ "ಐ ಯಾಮ್ ಜಲಸ್ ಫಾರ್ ಯು. ಕಾರಣ ಗೊತ್ತಾ? ಶ್ರೀಕಾಂತ್‌ನೊಂದಿಗಿನ ರಾತ್ರಿಗಳು ನಿನ್ನದಾಗಿದೇ. ಅದ್ನ ಸಹಿಸಿಕೊಳ್ಳೋಕೆ ನನ್ನಿಂದ ಸಾಧ್ಯವಾಗ್ತ ಇಲ್ಲ" ಹೇಳಿದಳು ಭಾರವಾದ ಉಸಿರಿನೊಂದಿಗೆ. ಅವಳು ಹೇಳಿದ್ದು ಸತ್ಯವೆ.

ಶರಧಿಗೆ ಹೇಗೆ ಪ್ರತಿಕ್ರಯಿಸಬೇಕೋ ಅರ್ಥವಾಗಲಿಲ್ಲ. ಶ್ರೀಕಾಂತ್, ಅಮೂಲ್ಯನೊಂದಿಗೆ ಸಂಬಂಧ ಹೊಂದಿದ್ದ. ಈಗ ಇಲ್ಲೆ ಇರಬಹುದು, ಆದರೂ ಬೆರೆತು ಹೋದ ಜನ. ಹಿಂದೆ ಸಂಬಂಧ ಇತ್ತು ಅನ್ನೋದು ಮಸುಕಾಗದು.

"ನಿಮ್ಮ ಮಾತುಗಳು ನಂಗೆ ಸಂಬಂಧಿಸಿದಲ್ಲ" ಸುಧಾರಿಸಿಕೊಂಡು ಹೇಳಿದ ಶರಧಿಯನ್ನೇ ನೇರವಾಗಿ ನೋಡಿ "ನನ್ನ ಬಗ್ಗೆ ಶ್ರೀಕಾಂತ್ ನಿಂಗೇನು ಹೇಳಿದ್ದಾರೆ?" ಈ ಪ್ರಶ್ನೆಗೆ ಕೆನ್ನೆಗೆ ಬಾರಿಸಿ ಬಿಡಬೇಕೆನಿಸಿತು ಶರಧಿಗೆ. ಅತ್ಯಂತ ತಾಳ್ಮೆಯಿಂದ "ನಂಗೇನು ಹೇಳಿಲ್ಲ, ಬಹುಶಃ ಅವರಿಗೆ ತಮ್ಮ ಹಿಂದಿನ ಬದುಕಿನ ದಿನಗಳ ಬಗ್ಗೆ ಹೇಳೋಕೆ, ಪುರಸತ್ತು ಇಲ್ಲದಿರಬಹುದು, ಜೊತೆಗೆ ಇಷ್ಟವು ಇಲ್ಲವೇನೋ, ದಯವಿಟ್ಟು ನನ್ನಲ್ಲಿ ಮಾತಾಡಿ ಪ್ರಯೋಜನವಿಲ್ಲ" ಹೇಳಿ ಮೇಲೆದ್ದಲು.

ತಕ್ಷಣ ತೋಳಿಡಿದು ಜಗ್ಗಿ ಕೂಡಿಸಿ "ಕೂತ್ಕೊಳ್ಳಿ ಶ್ರೀಕಾಂತ್ ಬಗ್ಗೆ ನಿಮ್ಮೊಂದಿಗೆ ತಾನೇ ಮಾತಾಡಬೇಕು? 'ಲಿವಿಂಗ್ ಟು ಗೆದರ್' ಇದೊಂದು ಹೆಸರು ಚಲಾವಣೆಯಲ್ಲಿದೆ. ಒಬ್ಬ ಸೂಟಬಲ್ ಬಾಯ್‌ನ ಹುಡ್ಕಿಕೊಂಡು ಆರಾಮಾಗಿ ಎಂಜಾಯ್ ಮಾಡುವುದು. ಆಮೇಲೆ ಈಸೀಯಾಗಿ ಬದಲಾಯಿಸಿಕೊಳ್ಳಬಹುದು. ನೀನು ತುಂಬ ಕಿಲಾಡಿ" ಹಂಗಿಸುವಂತಿತ್ತು ಅವಳ ಮಾತುಗಳು.

ಮತ್ತೆ ಮೇಲೆದ್ದ ಶರಧಿ "ಪ್ಲೀಸ್, ಸ್ವಲ್ಪ ಅರ್ಥ ಮಾಡ್ಕೊಳ್ಳಿ, ನಿಮ್ಗೂ ಶ್ರೀಕಾಂತ್‌ಗೂ ಕಾನೂನುರಿತ್ಯಾ ಡೈವೋರ್ಸ್ ಆಗಿದೆ. ಯಾವ್ದೇ ರೀತಿಯ ಸಂಬಂಧ ಉಳಿದಿಲ್ಲ. ಅಂಥದ್ದರಲ್ಲಿ ಅವರನ್ನು ಪ್ರಶ್ನಿಸೋ ಅಧಿಕಾರ ನಿಮಗೆಲ್ಲಿದೆ? ದಯವಿಟ್ಟು ನನ್ನ ಡಿಸ್ಟರ್ಬ್ ಮಾಡದೇ ಹೋಗಿ" ತೀಕ್ಷ್ಣವಾಗಿಯೇ ಹೇಳಿದಳು. ಆದರೆ ಅಮೂಲ್ಯ ಅಂಥ ಹೆಣ್ಣು ಅಷ್ಟಕ್ಕೆಲ್ಲ ಚಲಿಸಿ ಹೋಗಲಾರಳು "ಕೀಪ್ ಕ್ವೈಟ್, ನಂಗೆ ಏನೇನೋ ಹೇಳೋಕೆ ಹೋಗಬೇಡಿ. ನಿಂಗೆ ಅಗತ್ಯಕ್ಕಿಂತ ಹೆಚ್ಚು ಮರ್ಯಾದೆ ಕೊಡೋಕೆ

ಒಂದು ಕಾರಣವಿದೆ. ನೀನು ಬೇರೆ ಗಂಡಸರಿಂದ ಗಿಫ್ಟ್‌ಗಳನ್ನು ಪಡೆದಿಲ್ಲ. ಯಾರೊಂದಿಗೂ ಸಂಬಂಧವಿಲ್ಲಂತ ಕೇಳ್ದೇ, ದಟ್ಸ್ ಗುಡ್, ಅದಕ್ಕೆ ಶ್ರೀಕಾಂತ್ ನಿನ್ನ ಆಯ್ಕೆ ಮಾಡಿಕೊಂಡಿದ್ದು. ಅದೆಲ್ಲ ಹಾಗೇ ಇರಲೀ, ಯು ಆರ್ ಹ್ಯಾಪಿ?" ಮತ್ತೆ ಅದೇ ಜಾಡಿಗೆ ಬಂತು ಮಾತಿನ ವರಸೆ.

ಶರಧಿಯ ತಲೆ ಚಿಟಿಚಿಟಿ ಅನ್ನೋಕೆ ಷುರುವಾಯಿತು. ಹೇಗೆ ಅವಳನ್ನು ನಿವಾರಿಸಿಕೊಳ್ಳಬೇಕು? ಫೋನ್ ಹಚ್ಚಿ ಶ್ರೀಕಾಂತ್‌ಗೆ ವಿಷಯ ತಿಳಿಸಿ ಬಾ ಎಂದರೆ? ಯಾಕೋ ಸರಿಯೆನಿಸಲಿಲ್ಲ. ಅಷ್ಟು ದೌರ್ಬಲ್ಯಕ್ಕೆ ಒಳಗಾಗಲು ಅವಳಿಗೆ ಇಷ್ಟವಾಗಲಿಲ್ಲ.

"ಸ್ಪಷ್ಟವಾದ ರೀಸನ್ ಬೇಕು, ನನ್ನ ಪರ್ಸನಲ್ ಲೈಫ್ ಬಗ್ಗೆ ನಿಮಗ್ಯಾಕೆ ಆಸಕ್ತಿ? ಖಂಡಿತ ನಂಗೆ ಇಷ್ಟವಾಗೋಲ್ಲ" ಶರಧಿ ಕೋಪದಿಂದ ಕನಲಿದಳು.

ಇನ್ನಷ್ಟು ಇವಳತ್ತ ಬಗ್ಗಿ "ನಿಂಗೆ ಇಷ್ಟವಿರ್ಲಿ ಬಿಡ್ಲಿ ನೀನು ಕೇಳಲೇಬೇಕು. ನನ್ನ ಶ್ರೀಕಾಂತ್‌ನ ಸ್ಲೀಪಿಂಗ್ ಪಾರ್ಟನರ್, ಒಂದಿಷ್ಟು ಕೇಳು" ಅಧಿಕಾರದ ದನಿಯಲ್ಲಿ ನುಡಿದಳು. ಶರಧಿ ಮೌನವಹಿಸಿದಳು.

"ನಂದು, ಶ್ರೀಕಾಂತ್‌ದು ಲವ್ ಅಟ್ ಫಸ್ಟ್ ನೈಟ್, ಅಂದುಕೊಳ್ಳೋದೇನು ಬೇಡ. ನಾನು ಕೆಲವರೊಂದಿಗೆ ಓಡಾಡಿದವಳು. ಅವರೆಲ್ಲರಿಗಿಂತ ಹೆಚ್ಚು ಇಷ್ಟವಾದದ್ದು ಅವ್ನ ಹ್ಯಾಂಡ್‌ಸಮ್ ಪರ್ಸನಾಲಿಟಿ, ಅವನ ರೋಮಭರಿತ ವಿಶಾಲವಾದ ಎದೆಯ ಮೇಲೆ ತಲೆ ಇಟ್ಟು ಮಲಗಿದವಳ ಮನದಲ್ಲಿ ಆ ಸಂದರ್ಭ ಮೆಮರಬಲ್, ನಾನು ಇಷ್ಟ ಬಂದಂಗೆ ಮೊದಲು ಇಷ್ಟವಾಗಿ ನಂತರ ಕಾಡಿ ಬೇಡಿ ಸುಖೀಸಿದ್ದೀನಿ, ವಾಹ್, ಅದ್ಭುತ ಕ್ಷಣಗಳು! ಆ ನೆನಪೇ ಖುಷಿ ಕೊಡುತ್ತೆ, ನನ್ನ ಮೈ ಬಿಸಿ ಮಾಡುತ್ತೆ ಐ ಲವ್ ಶ್ರೀಕಾಂತ್, ಅವನ ಜೊತೆಗಿನ ಪ್ರಣಯದಾಟ... ಮೆಮರಬಲ್" ಚಪ್ಪರಿಸುತ್ತ ಭಾವೋದ್ವೇಗದಲ್ಲಿ ತೇಲಿ ಹೋದ ಅಮೂಲ್ಯ ಬಗ್ಗೆ ದಿಗ್ಭ್ರಾಂತಳಾದಳು ಶರಧಿ. ಅವಳ ಬಾಯಿಂದ ಮಾತುಗಳೆ ಹೊರಡಲಿಲ್ಲ.

ನಾಚಿಕೆಯೆನಿಸುವ ವಿಷಯಗಳನ್ನೆಲ್ಲ ಮುಕ್ತವಾಗಿ ಹೇಳಿಕೊಂಡ ಅಮೂಲ್ಯ ಸೈಕಿಕ್ ಅನಿಸಿತು ಶರಧಿಗೆ.

"ಹೇಳಿ ಮುಗೀತಲ್ಲ, ಇಷ್ಟರಮಟ್ಟಿಗೆ ಶ್ರೀಕಾಂತ್‌ನ ಬಯಸುವ ನೀವು ಡೈವೋರ್ಸ್ ತಗೋಬಾರದಿತ್ತು" ಒಂದೇ ಮಾತು ಹೇಳಿದ್ದು "ಹೌದು, ನನ್ನ ಪ್ರೇಮ, ಪ್ರಣಯಕ್ಕೆ ತಣ್ಣಗಿನ ಪ್ರತಿಕ್ರಿಯೆ ವ್ಯಕ್ತಪಡಿಸಲು ಷುರು ಮಾಡಿದ. ಎಷ್ಟರಮಟ್ಟಿಗೆ ನನ್ನ ನೆಗ್ಲೆಕ್ಟ್ ಮಾಡಿದನೆಂದರೇ, ನಾನು ಪೂರ್ತಿ ನಗ್ನಳಾಗಿ ಅವನನ್ನು ಪ್ರಚೋದಿಸಿದರು ತಳ್ಳಿ ಎದ್ದು ಹೋಗುತ್ತಿದ್ದ. ಡೈವೋರ್ಸ್ ಪ್ರಸ್ತಾಪ ಅವನಿಂದಲೇ ಬಂದಿದ್ದು" ಒಂದೊಂದಾಗಿ ಹೇಳತೊಡಗಿದಾಗ ಶರಧಿ ಬೆಚ್ಚಿ ಬಿದ್ದಳು, ಹೆಣ್ಣಲ್ಲಿ ಇಂಥ ಕ್ರೌರ್ಯ, ಸಣ್ಣಗೆ ಬೆವೆತು ಮುದ್ದೆಯಾದ ಅವಳಲ್ಲಿ ಶಕ್ತಿಯೇ ನಶಿಸಿ ಹೋದಂತಾಯಿತು. ಕಿಚನ್‌ಗೆ ಎದ್ದು ಹೋಗಿ ಮೂರು ನಾಲ್ಕು ಗ್ಲಾಸ್ ನೀರು ಕುಡಿದು ಬೆವರೊರೆಸಿಕೊಂಡಿದ್ದು. ನಿಧಾನವಾಗಿ ಇವಳಿಂದ ಹೇಗೆ ತಪ್ಪಿಸಿಕೊಳ್ಳುವುದು?

ಒಳ್ಳೆ ಬಿರುಗಾಳಿಯಂತೆ ನುಗ್ಗಿ ಬಂದು "ಪ್ಲೀಸ್, ಲಿಸನ್.... ಈಗ ನನ್ಮದ್ವೆಯಾಗಿದೆ. ಹೇಳಿದಷ್ಟು ಕೇಳೋ ಪವಾರ್ ನನ್ನ ತೃಪ್ತಿ ಪಡಿಸಲಾರ. ನಂಗೆ ಬೇಕೆನಿಸಿದಾಗ ಇಲ್ಲಿಗೆ ಬರೋಕೆ ಅವಕಾಶ ಬೇಕು. ಆಗಾಗ ನಿನ್ನ ಬೆಡ್‌ರೂಂ ನಂಗೆ ಬೇಕು. ನೀನು ಅದಕ್ಕೆ ಶ್ರೀಕಾಂತ್‌ನ ಒಪ್ಪಿಸಬೇಕು. ಬರೀ ತಣ್ಣಗೆ ಝುರಿಯಂತೆ ಹರಿಯುವ ನಿಂಗಿಂತ ಭೂಗರೆಯುವ ನನ್ನಿಂದಲೇ ಅವ್ನಿಗೆ ಹೆಚ್ಚು ಸುಖ ಸಿಕ್ಕುತ್ತೆ. ಅನುಭವಿಸಿದವ ಮರೆತಿರಲಾರ, ನಂಗೆ ಇಷ್ಟು ಬೇಕೇಬೇಕು, ನೆನಪಿರಲೀ..." ಕಿಚನ್‌ನಿಂದ ಹೊರಗೆ ಹೋದಳು. ಎಷ್ಟು ಹೊತ್ತು ಅಲ್ಲಿದ್ದಳೋ, ಸರ್ವೆಂಟ್ ದನಿ ಕೇಳಿ ಚೇತರಿಸಿಕೊಂಡು ಹೊರ ಬಂದಿದ್ದು.

"ಮೇಮ್ ಸಾಹೇಬ್, ಮಲಗಿದ್ರಾ?" ಕೇಳಿದಳು. ದೀರ್ಘವಾಗಿ ನೋಡುತ್ತ ಅತ್ಯಂತ ಅನುಭವಿ ಹೆಂಗಸು, ಬುದ್ಧಿವಂತೆ ಒಂದು ನಾಲ್ಕು ಶ್ರೀಮಂತ ಫ್ಲಾಟ್‌ಗಳ ಕೆಲಸದ ಯಜಮಾನಿಕೆ! ಅವರುಗಳು ಬೆಳಿಗ್ಗೆ ಹೋದರೆ ಹಿಂದಿರುಗುವುದು ರಾತ್ರಿ. ಆ ಐಷಾರಾಮಿ ಬದುಕು ಇವಳಂಥವರಿಗೆ "ಇಲ್ಲ, ಈಗ್ಬಂದಿದ್ದು?" ಸಿಡುಕುವಂತೆ ಕೇಳಿದಳು. ಒಮ್ಮೆ ಬೇಡವೆಂದು ಕಳಿಸಿದವಳು, ಮತ್ತೆ ಬಂದದ್ದು ಯಾಕೆ?

"ರಾತ್ರಿಗೆ ಡಿನ್ನರ್‌ಗೆ ಏನಾದ್ರೂ ಮಾಡೋಣಾಂತ"

"ಏನು ಬೇಡ, ನೀನು ಹೋಗು" ತಟ್ಟಕ್ಕನೇ ನುಡಿದಳು.

ಒಂದು ತರಹ ನೋಡಿ ಹೊರಗೆ ಹೋಗಿ ಬಾಗಿಲು ಮುಚ್ಚಿಕೊಂಡ ಕೂಡಲೇ ತನ್ನ ಪಾಡಿಗೆ ತಾನು ಲಾಕ್ ಆಯಿತು. ಸರ್ವೆಂಟ್ ಬಳಿ ಒಂದು ಕೀ ಇರುತ್ತಿತ್ತು. ಒಂದು ಸಮಯದಲ್ಲಿ ಬಂದು ಪೂರ್ತಿ ಅಚ್ಚುಕಟ್ಟಿನ ಕೆಲಸ ಮುಗಿಸಿ ತನಗೆ ಬೇಕೆನಿಸಿದ್ದು ಮಾಡಿ ತಿಂದು ಸಮಯ ಸಿಕ್ಕರೇ, ಟಿ.ವಿ. ಹಾಕಿಕೊಂಡು ಕೂಡುತ್ತಿದ್ದಳು ಸ್ವತಂತ್ರವಾಗಿ. ಅವಳ ಸ್ವತಂತ್ರ, ಸಮಯವನ್ನು ಪ್ರಶ್ನಿಸಲು ಯಾರಿಗೂ ಪುರಸತ್ತು ಇಲ್ಲ.

ಹನ್ನೊಂದರ ಸುಮಾರಿನವರೆಗೂ ಏನು ತಿನ್ನದೇ ಶ್ರೀಕಾಂತ್‌ಗಾಗಿ ಕಾದವಳು, ಆಮೇಲೆ ಒಂದಿಷ್ಟು ಬ್ರೆಡ್ ಟೋಸ್ಟ್ ತಿಂದು ಮುಗಿಸಿ ಹಾಸಿಗೆಗೆ ಬಂದಳು. ಜೀವಂತಿಕೆ ಇಲ್ಲದ ಎಲ್ಲಾ ಪರಿಕರಗಳಿದ್ದರು. ಎಲ್ಲ ನಿರ್ಜನವೆನಿಸಿತು. ಇಲ್ಲಿ ಸ್ವತಂತ್ರವಿತ್ತು! ಹಾರಾಡುವ ಸ್ವತಂತ್ರವಿತ್ತು. ಮನೆಗೆ ಮೊದ ಮೊದಲು ತಡವಾಗಿ ಹೋದ ದಿನ ಮನೆಯವರೆಲ್ಲ ಎದ್ದು ಕೂತಿರುತ್ತಿದ್ದರು. ತಲಾ ಒಬ್ಬೊಬ್ಬರದು ಒಂದೊಂದು ಮಾತು, ಅಭಿಪ್ರಾಯ.

"ಈ ಕೆಲ್ಸ ಬಿಡು ನಾನು ಇಷ್ಟು ವರ್ಷ ದುಡಿದೆ. ಒಂದು ದಿನವಾದ್ರು, ಲೇಟಾಗಿ ಬಂದಿದಿದೆಯೇ? ಎಷ್ಟು ಸಂಬಳ ಕೊಡ್ಲೀ, ಕೆಲಸಕ್ಕೆ ಒಂದು ಸಮಯ ಇರುತ್ತೆ" ಸುಬ್ಬಲಕ್ಷ್ಮಿ ಅಸಮಾಧಾನ ಈ ರೀತಿ ಅವಳಪ್ಪ ರಾಮೂರ್ತಿ "ನಿನ್ನ ಮಾಸ್ಟರ್ ಗಿರಿಯನ್ನು, ಅವ್ಳ ಕೆಲ್ಸದೊಂದಿಗೆ ಯಾಕೆ ಹೋಲಿಕೆ ಮಾಡ್ತಿ? ಪ್ರೈವೇಟ್ ಕಂಪನಿಗಳ ರೂಲ್ಸು ಬೇರೆ ಇರುತ್ತೆ" ಅಂದವರು ಮಗಳತ್ತ ತಿರುಗಿ "ಇದು ನಂಗೂ ಸರಿಯೆನಿಸೋಲ್ಲ,

ಈಗ ಹೇಗೋ ಆಗುತ್ತೆ. ಮದ್ವೆ ಅಂತ ಮಾಡ್ಕೊಂಡ್ಮೇಲೆ, ಇದೆಲ್ಲ ಸಾಧ್ಯನಾ? ನೀನೇ ಯೋಚ್ನೆ ಮಾಡು" ಎಂದು ಎದ್ದು ಹೋಗುತ್ತಿದ್ದರು. ಅವರದು ತಣ್ಣನೆಯ ಪ್ರತಿಕ್ರಿಯೆ.

ಶ್ರೀಧರನಂತು ದುರ ದುರ ನೋಡುತ್ತಿದ್ದ, ತನಗಿಂತ ತಂಗಿ ಹೆಚ್ಚಿನ ಸಂಬಳ ತರುತ್ತಾಳೆಂಬ ಗಿಲ್ಟ್ ಆಗಾಗ ಅಸಹನೆಯನ್ನು ಹೊರ ಹಾಕುತ್ತಿತ್ತು. ಇಂಥ ಸಂದರ್ಭಗಳಲ್ಲಿ ಅದು ಉಪಯೋಗಕ್ಕೆ ಬರುತ್ತಿತ್ತು. ಅಂಥ ಸಂದರ್ಭದಲ್ಲಿ ಮೌನವಹಿಸುತ್ತಿದ್ದವಳು ಶರಾವತಿ ಮಾತ್ರ "ಊಟ ಮಾಡ್ತಾಳೇನೋ, ಕೇಳು ಎಲ್ಲಾ ಅಲ್ಲೇ ಮುಗಿದಿರುತ್ತೆ. ಮನೆ ರೆಸ್ಟ್‌ಗೆ ಬಂದು ಹೋಗೋ ಗೆಸ್ಟ್‌ಹೌಸ್," ಇವಳಿಗೆ ಕೇಳುವಷ್ಟರ ಮಟ್ಟಿಗೆ ಜೋರಾಗಿಯೇ ಸೊಸೆಗೆ ಹೇಳುತ್ತಿದ್ದುದು. ಆಗೆಲ್ಲ ಮೈ ಉರಿದು ಹೋಗುತ್ತಿತ್ತು 'ಯಾಕೆ ಬಂದೆನೋ' ಎನ್ನುವಂತೆ ಸಿಡಿಮಿಡಿಗುಟ್ಟುತ್ತಿದ್ದಳು. ಈಗ ಅಂಥ ಸ್ಥಿತಿ ಇರಲಿಲ್ಲ. ಸಂಪೂರ್ಣ ಸ್ವತಂತ್ರ ಸಿಕ್ಕಿತ್ತು.

ಆಗ ರೂಮಿನೊಳಕ್ಕೆ ಬಂದ ಶರಾವತಿಗೆ "ನಾನು ಮಗುವಲ್ಲ, ಅವರುಗಳ ಹತ್ರ ಬುದ್ಧಿ ಹೇಳಿಸಿಕೊಡೋಕೆ, ನಾನ್ಸೆನ್ಸ್.... ಮನೆಗೆ ಬರೋದೇ ಬೇಡಾಂತ ಅನ್ನಿಸುತ್ತೆ. ಹೆತ್ತ ಮಾತ್ರಕ್ಕೆ ಮುಷ್ಟಿಯಲ್ಲಿ ಇಟ್ಕೋಬೇಕೂಂತ... ಅನ್ನೋದು ಶುದ್ಧ ಮೂರ್ಖತನ" ರೇಗಾಡಿದ್ದಳು.

ಅವಳಿಗೆ ಎರಡು ಸರಿಯಲ್ಲವೆನಿಸಿತು.

"ದಯವಿಟ್ಟು ಹಿರಿಯರ ಉದ್ದೇಶ ಅರ್ಥಮಾಡ್ಕೊಳ್ಳಿ ಇಷ್ಟು ಕಾಳಜಿ, ಪ್ರೀತಿ ತೋರಿಸೋ ಜನ ಇದ್ದಾರೇಂತ ಅಂದುಕೊಳ್ಳೋದು ಕೂಡ ಸುಖ ಅಲ್ವಾ?"

ಶರಾವತಿಯ ಕೇಳಿಕೆಗೆ ಮುಖ ತಿರುಗಿಸುತ್ತಿದ್ದಳು. ಇದೆಲ್ಲ ತೀರಾ ನಾನ್ಸೆನ್ಸಿಕಲ್ ಎನಿಸುತ್ತಿತ್ತು. ಅವಳ ಚಿಂತನೆಗಳು ಅದನ್ನ ಅಕ್ಕರೆಯೆಂದುಕೊಳ್ಳಲು ಬಿಡುತ್ತಿರಲಿಲ್ಲ ಅಂದು ದಿನದಿಂದ ದಿನಕ್ಕೆ ಇಂಥ ಪ್ರಲಾಪಗಳು ಇದ್ದೇ ಇರುತ್ತಿತ್ತು. ಕೆಲವೊಮ್ಮೆ ಬೇಸತ್ತು ಬೇರೆ ಹೋಗುವ ನಿರ್ಧಾರ ಮಾಡಿದ್ದು ಕೂಡ ಉಂಟು.

ಶ್ರೀಕಾಂತ್ ಕಾರ್ಯದರ್ಶಿಯಾದ ನಂತರವಂತು ಸಂಬಳ, ಸವಲತ್ತು ಬೆಳೆದಂತೆ ಜವಾಬ್ದಾರಿಯು ಹೆಚ್ಚಾಯಿತು. ಅವನ ಒಂದು ಭಾಗವಾಗಿ ಕೆಲಸ ಮಾಡುತ್ತಿದ್ದ ಸಂದರ್ಭದಲ್ಲಿಯೇ ಅವನಿಗೆ ಹತ್ತಿರವಾದದ್ದು. ಇಲ್ಲಿ ಆಯ್ಕೆ ಅವಳದೇ ಆಗಿತ್ತು. ಎಲ್ಲಾ ಕಲರ್‌ಫುಲ್.

ಎಲ್ಲಾ ವಿಚಾರಗಳು ಅವಳ ತಲೆಯನ್ನು ಬಿಸಿ ಮಾಡಿತು.

ನಿದ್ದೆಯಲ್ಲಿ ಹೊರಳಾಡಿ ಮೇಲೆದ್ದು ಶ್ರೀಕಾಂತ್‌ನ ಮೊಬೈಲ್‌ಗೆ ಕಾಲ್ ಒತ್ತಿದಳು. ಅದು ಸ್ವಿಚ್ ಆಫ್. ರೋಷದಿಂದ ಎಸೆದಾಡಿದಳು ಖಂಡಿತ ಶ್ರೀಕಾಂತ್ ಎದುರಿಗಿದ್ದರೇ ಎಷ್ಟರ ಮಟ್ಟಿನ ಸಿಟ್ಟಿನ ಪ್ರದರ್ಶನ ಮಾಡುತ್ತಿದ್ದಳೋ, ಅವನು ಗೆಸ್ಟ್‌ಹೌಸ್‌ನಲ್ಲಿ ಇಳಾ ಪ್ರೊಡಕ್ಷನ್ ಪ್ರಾಜೆಕ್ಟ್‌ನ ಬಗ್ಗೆ ಡೈರೆಕ್ಟರ್ ಘೋಷ್ ಜೊತೆ ಚರ್ಚಿಸುತ್ತಿದ್ದ.

ಅಗತ್ಯಕ್ಕಿಂತ ಹೆಚ್ಚಿನ ಪ್ರಾಶಸ್ತ್ಯ ನೀಡುವುದು ಅವನ ಸ್ವಭಾವವಲ್ಲ.

* * *

ಒಂದು ಬೆಳಿಗ್ಗೆಯೇ ಪರೀಕ್ಷಿತ್ ಬಂದಿದ್ದು ಹೆಚ್ಚು ಕಡಿಮೆ ಯಾರಿಗೂ ಇಷ್ಟವಾಗಲಿಲ್ಲ. ಜ್ವರದಿಂದ ಮಲಗಿದ ರಾಜಗೋಪಾಲ್ ಇಲ್ಲೇ ಉಳಿದುಕೊಂಡಿದ್ದರು. ಅವರ ಸೇವೆಯಲ್ಲಿ ಮನೆಯವರು ದಣಿದಿದ್ದರು. ಸಾರಾಸಾಗಟ್ಟಾಗಿ ಕಟ್ಟುನಿಟ್ಟಾಗಿ ಸುಬ್ಬಲಕ್ಷ್ಮಿ ಗಂಡನಿಗೆ ಹೇಳಿದರು.

"ನಿಮ್ಮ, ರಾಜಗೋಪಾಲ್ ಸ್ನೇಹ ಬಂದ್ ಆಗ್ಲೀ, ಎಂದೋ ಎದರು ಬದರು ಮನೆಯಲ್ಲಿ ಇದ್ವಿ ಅನ್ನೋ ಒಂದು ಕಾರಣಕ್ಕೆ ನಾವುಗಳು ಅವ್ರನ್ನ ಮನೆಯಲ್ಲಿ ಇಟ್ಟುಕೊಳ್ಳೋಕೆ ಆಗುತ್ತಾ? ಒಂದಷ್ಟು ದಿನ ಮುಖ ತಿರುಗಿಸಿ, ಅವರೇ ಬರೋದು ಕಮ್ಮಿ ಮಾಡ್ತಾರೆ."

ರಾಮೂರ್ತಿಗಳು ಛಾವಣಿಯ ಕಡೆ ನೋಡಿದರು 'ದೇವರೇ ದಿಕ್ಕು' ಎಂದಿತು ಅವರ ಮನ. ಈ ಮನೆಗೆ ಇರೋ ಸಂಪನ್ಮೂಲಗಳಿಗೆ ರಾಜಗೋಪಾಲ್‌ನ ಉರುಳು ಹಾಕಿಕೊಳ್ಳುವುದು ಸರಿಯಲ್ಲವೆಂದು ಬುದ್ಧಿ ಹೇಳುತ್ತಿತ್ತು. ಮನಸ್ಸು ಮಾತ್ರ ಅವರ ಬಗ್ಗೆ ಸಹಾನುಭೂತಿ ವ್ಯಕ್ತಪಡಿಸುತ್ತಿತ್ತು. ತಮ್ಮಗಳ ನಿಸ್ಸಾಯಕತೆಗೆ ಮರಗುತ್ತಿದ್ದರು. ವಿರೋಧ ವ್ಯಕ್ತಪಡಿಸುವ ಶಕ್ತಿ ಅವರಿಗೆ ಇರಲಿಲ್ಲ.

ಇಂಥ ಬಿಗುವಿನಿಂದ ಕೂಡಿದ ವಾತಾವರಣದ ಮಧ್ಯೆ ಅವನ ಪ್ರವೇಶವಾಗಿತ್ತು. ಮೊದಲು ನೋಡಿದ ಸುಬ್ಬಲಕ್ಷ್ಮಿ ನೋಡಿ ನೋಡದಂತೆ ತಮ್ಮ ರೂಮಿಗೆ ಹೋದರು.

"ಪರೀಕ್ಷಿತ್ ಬಂದಿದ್ದಾನೆ" ಮುಖ ದಪ್ಪಗೆ ಮಾಡಿಕೊಂಡು ಕೂತರು ರಾಮೂರ್ತಿಗಳಿಗೆ ಅರ್ಥವಾಯಿತು. "ಹೋಗಿ ಮಾತಾಡ್ಸು, ಅವನೇನು ಅಂದ್ಕೋಬೇಕು?" ತಾವೇ ಎದ್ದು ಹೊರಗೆ ಹೋದರು.

ಅತ್ತಿತ್ತ ನೋಡುತ್ತ ಕೂತಿದ್ದ ಪರೀಕ್ಷಿತ್ ದಿಕ್ಕೆಟ್ಟಂತೆ ಕಂಡ. ಲಕ್ಷಕ್ಕೆ ಹತ್ತಿರ ಸಂಬಳ ಪಡೆಯುತ್ತಿದ್ದ ಸಾಫ್ಟ್‌ವೇರ್ ಇಂಜಿನಿಯರ್ ತನ್ನೆಲ್ಲ ಹಣವನ್ನು ಪ್ರಿಯತಮೆಗೆ ಧಾರೆಯೆರೆದು, ಈಗ ಬರಿಗೈ ದಾಸನಾಗಿದ್ದ.

"ಪರೀಕ್ಷಿತ್, ರಾಜಗೋಪಾಲ್ ಹೇಗಿದ್ದಾನೆ?" ಅಂದ ಕೂಡಲೆ ಮೇಲೆದ್ದು "ಪರ್ವಾಗಿಲ್ಲ, ಅಂಕಲ್. ಅಪ್ಪನ ಆರೋಗ್ಯ ಕೆಟ್ಟಾಗ ನೀವುಗಳು ಮಾಡಿದ ಉಪಕಾರ ಮರೆಯೋಕ್ಕಾಗೋಲ್ಲ" ಎಂದವನ ದನಿಯಲ್ಲಿ ದುಃಖವಿತ್ತು.

"ಆ ವಿಷ್ಯ ಬಿಡು, ಹೆಪಿಗೋ ಚೇತರಿಸಿಕೊಂಡನಲ್ಲ, ಮತ್ತೆ ನಾಲ್ಕು ದಿನ ಇಲ್ಲೇ ಇರಬೇಕಿತ್ತು. ಅವನಿಗೆ ಸಂಕೋಚ, ಈಗೇನು... ಬಂದಿದ್ದು?" ಕೇಳಿಯೇ ಬಿಟ್ಟರು. ನಂತರವೆ ಕೂತಿದ್ದು.

ಇನ್ನೊಮ್ಮೆ ಎಲ್ಲೆಡೆ ನೋಟ ಹರಿಸಿ "ಆಂಟೀ, ಇಲ್ವಾ?" ಕೇಳಿದ. ಹೆಂಡತಿ, ಸ್ವಲ್ಪ ನೇರವೆಂದು ಗೊತ್ತು ರಾಮೂರ್ತಿಗೆ. ಈಗ ಆಕೆ ಇರೋ ಟೆಂಪರ್‌ಮೆಂಟ್‌ನಲ್ಲಿ ನಾಲ್ಕು ಮಾತಂದರೂ ಹೆಚ್ಚಲ್ಲವೆನಿಸಿತು "ತಲೆ ನೋವೂಂದ್ಲು, ಶರಾವತಿ ಇದ್ದಾಳೆ"

ಎಂದು ಸೊಸೆಯನ್ನು ಕರೆದು ಟೀಪಾಯಿ ಮೇಲಿದ್ದ ಪೇಪರನ್ನಿಡಿದು ಮುಂದಿನ ವರಾಂಡಾಗೆ ಹೋದರು.

ಅನ್ಯೋನ್ಯ ದಾಂಪತ್ಯವೇ! ಸಣ್ಣ, ಪುಟ್ಟವಾದ, ಜಗಳ ಎಲ್ಲಾ ಇದ್ದರೂ ಗೆಲವು ಸದಾ ಹೆಂಡತಿಯದೆಂದು ಅವರಿಗೆ ಗೊತ್ತಿತ್ತು. ಲೆಕ್ಕಾಚಾರದ ಜೊತೆ ಮಾತು ಜಾಸ್ತಿ. ಹಾಗಂತ ಸುಬ್ಬಲಕ್ಷ್ಮಿಯನ್ನು ಕೆಟ್ಟವಳೆಂದು ನರಕಕ್ಕೆ ಹೋಗಲು ಅವರು ಸಿದ್ಧರಿರಲಿಲ್ಲ.

ಮೊದಲು ಕಣ್ಣೀರಿನೊಂದಿಗೆ ಮಾತು ಷುರು ಮಾಡಿದ ಪರೀಕ್ಷಿತ್ ಅಳೋಕೆ ಷುರು ಮಾಡಿದ "ಅತ್ಗೇ, ನನ್ನ ಕ್ಷಮ್ಸಿ ಬಿಡಿ, ನಂಗೆ ನಿಮ್ಮ ಹೆಲ್ಪ್‌ಬೇಕು. ಹೃದಯದ ಮಾತು ಕೇಳಿ ಕೆಟ್ಟೆ, ಬುದ್ಧಿಗೆ ಅವಕಾಶಕೊಡದಿದ್ದರೇ ತಂದೆಯನ್ನು ಸರ್‍ಯಾಗಿ ನೋಡಿಕೊಳ್ಳದ ಪಾಪಿಯಾಗಿ ಬಿಡ್ತಾ ಇದ್ದೆ. ಖಂಡಿತ ನನ್ನ ಹಣ ನಂಗೆ ಬೇಕು. ನನ್ನ ಇಡೀ ಭವಿಷ್ಯ ಹಾಳಾಗೋದು ಬೇಡ. ಪ್ಲೀಸ್ ಹೆಲ್ಪ್‌ಮಾಡಿ. ನಂಗೆ ಆಂಟೀ ಜೊತೆ ಮಾತಾಡೋ ಧೈರ್ಯ ಇಲ್ಲ" ಬಡಬಡಿಸಿದ ಆ ಕ್ಷಣ ಶರಾವತಿಗೆ ನಿರಾಳವೆನಿಸಿತು. ಮುಂದೇನಾದರಾಗಲೀ, ಒಂದು ಪ್ರಯತ್ನವಂತು ಇದೆಯೆನ್ನುವ ಧೈರ್ಯ.

"ಸ್ವಲ್ಪ ಸಮಾಧಾನ ಮಾಡ್ಕೋ, ಇದು ಅಳೋ ವಯಸ್ಸು ಅಲ್ಲ. ಸಾಧನೆಯ ಏಜ್, ಅಂತು ಒಂದು ನಿಲುವಿಗೆ ಬಂದೆಯಲ್ಲ, ಅತ್ತೆಗಂತು ಕೋಪ ಬಂದಿದೆ. ಆದ್ರೂ ನಿನ್ನ ಪರ ನಿಲ್ತಾರೆ" ಎಂದು ತಗ್ಗಿಸಿದ ದನಿಯಲ್ಲಿ ಹೇಳಿದ ಶರಾವತಿ ಕಾಫೀ ತರಲು ಹೋದಳು.

ಏನೇ ಆಗಲೀ, ಹೇಳಿದ ಪ್ರಕಾರ ರಾಜಗೋಪಾಲ್‌ನ ನೋಡಿಕೊಳ್ಳುವ ಬಾಧ್ಯತೆ, ಹೇಳಿದ ಪ್ರಕಾರ ತನ್ನದೆನ್ನುವ ನಿರ್ಧಾರಕ್ಕೆ ಬಂದಿದ್ದರಿಂದ, ಯಾವುದಾದರೂ ಒಂದು ಸಣ್ಣಪುಟ್ಟ ಕೆಲಸಕ್ಕೆ ಸೇರಲು ನಿರ್ಧರಿಸಿ ಗಂಡನ ಮುಂದಿಟ್ಟಾಗ ಎಗರಿ ಬಿದ್ದಿದ್ದ.

"ನಂಗೆ ಕೆಲ್ಸನೆ ಬೇಡಾಂತ ಅಂದಿದ್ದೆ. ಈಗ ಬೇರೆ ಯಾರದೋ ಉದ್ದಾರಕ್ಕೆ, ನೀನು ಕೆಲ್ಸಕ್ಕೆ ಸೇರೋದು. ಅದು ನಿಂಗೋಸ್ಕರ ಕೆಲ್ಸ ಖಾಲಿ ಇರುತ್ತೆ" ವ್ಯಂಗ್ಯವಾಡಿದ್ದ. ಅದೆಲ್ಲದರಿಂದ ಅವಳು ಹೊರ ಬಂದಿರಲಿಲ್ಲ.

ಕಾಫೀ ಬೆರೆಸಿಕೊಂಡು ಹೋಗಿ ಕೊಟ್ಟು ಅಲ್ಲಿಯೇ ಕೂತು ಪಿಸುದನಿಯಲ್ಲಿ ಚರ್ಚಿಸಿ "ಇನ್ನು ಮದ್ವೆ ಬರೀ ಐದೇ ದಿನ ಇರೋದು. ಅಷ್ಟರಲ್ಲಿ ವಸೂಲು ಆದಷ್ಟೆ ಗಟ್ಟಿ. ನೀನು ಬೇರೆ ರೀತಿಯಲ್ಲಿ ಧಮಕಿ ಹಾಕು. ಹೆಣ್ಣಿಗೆ ಅನ್ಯಾಯವಾಗಿದ್ದರೇ ಮಹಿಳಾ ಸಂಘಟನೆಗಳು ವಿಚಾರವಾದಿಗಳು, ಪ್ರಗತಿಪರರ ಜೊತೆ ಕಾನೂನು, ಸರ್ಕಾರ ಎಲ್ಲಾ ನೆರವಿಗೆ ಬರೋದು. ಗಂಡಸಿಗೆ ಅದು ಯಾವ್ದೂ ಸಿಗೊಲ್ಲ. ಒಂಟಿಯಾಗಿ ಅವಳನ್ನು ಮಣಿಸೋಕೆ, ಇನ್ನೊಂದು ಹೆಣ್ಣೇ ಬೇಕು. ನಾನು ಅತ್ತೆ ಹೋಗಿ ನಿನ್ಮೇಲೆ ಪೊಲೀಸ್ ಕಂಪ್ಲೇಂಟ್ ಕೊಡ್ತೀವಿ" ಅಂದ ಕೂಡಲೆ ಎದೆಯ ಮೇಲೆ ಕೈಯಿಟ್ಟುಕೊಮಡು "ಅತ್ಗೇ, ನೀವೇನು ಹೇಳ್ತಾ ಇದ್ದೀರಾ? ನನ್ನ ಎಳೆದುಕೊಂಡು ಹೋಗಿ ಕಂಬಿ ಹಿಂದೆ ಹಾಕ್ತಾರೆ" ಹೆದರಿದ.

ಮುಂದಿನ ಪಲಾನ್ ಹೇಳಿ ಕೊಟ್ಟು "ನೀನು ಈಗಿಂದೀಗ್ಲೇ ರಾಗಿಣಿ ಮನೆಗೆ ಫೋನ್ ಮಾಡಿ, ನೀನು ಕಾರು ಸಲುವಾಗಿ ಕೊಟ್ಟ ಹಣ ಈಗಿಂದೀಗ್ಲೇ ಕೊಡ್ಬೇಕು, ಇಲ್ಲದಿದ್ದರೇ ಸ್ಟೇಷನ್‌ನಲ್ಲಿ ನಿನ್ನ ಹೆಸರು ಹೇಳಬೇಕಾಗುತ್ತೆ ಅನ್ನು. ಆ ಹಣ ಪೂರ್ತಿ ಅತ್ತೆದು. ಅವರಿಂದ ಹಣ ಪಡೆದು ಕೊಟ್ಟೆ ಅನ್ನು. ಅತ್ತೆ ಮಹಿಳಾ ಸಂಘಟನೆಯಲ್ಲಿ ಇದ್ದವರು. ಅವರ ಪರ ಧರಣಿ ಹೂಡೋಕೆ ಮಹಿಳೆಯರು ಬರ್ತಾರೆ, ಖಂಡಿತ ಹಣ ವಸೂಲಾಗುತ್ತೆ. ನೀನು ಈ ಧಮಕೀ ಹಾಕು, ಬಗ್ಗಲಿಲ್ಲಾಂದ್ರೆ ಪೋಲೀಸ್ ಸ್ಟೇಷನ್‌ಗೆ ಹೋಗಿ ನಿನ್ಮೇಲೆ ಕಂಪ್ಲೇಂಟ್ ಕೊಟ್ಟೇ ಬಿಡ್ತೀವಿ. ನಿಶ್ಚಿಂತೆಯಿಂದ ರಾಗಿಣಿ ಕಡೆ ಕೈ ತೋರ್ಸು. ಅಲ್ಲಿ ನಿನ್ನ ಪ್ರೇಮಗಾಥೆಗೆ ಅರ್ಥ ಸಿಗುತ್ತೆ ಅದೃಷ್ಟ ಚೆನ್ನಾಗಿದ್ದರೇ ರಾಗಿಣಿ ಸಿಕ್ತಾಳೆ, ಇಲ್ಲ ಹಣವಾದ್ರೂ... ವಾಪಸ್ಸು ಬರುತ್ತೆ. ಇದೊಂದು ಪ್ರಯತ್ನ. ಮಿಕ್ಕಿದ್ದು ದೇವರಿಗೆ ಬಿಡೋಣ" ಭರವಸೆ ಕೊಟ್ಟಳು.

ಆಮೇಲೆ ಇಬ್ಬರು ವರಾಂಡಾಗೆ ಬಂದು ರಾಮೂರ್ತಿಗಳ ಮುಂದೆ ಪೂರ್ತಿ ವರದಿ ಒಪ್ಪಿಸಿದರು. ಇದೆಲ್ಲ ಆಗುತ್ತೊ, ಬಿಡುತ್ತೊ ಈಗ ಹೆಂಡತಿಯನ್ನು ಒಪ್ಪಿಸುವುದು ಕಷ್ಟವೆನಿಸಿತು.

"ಒಳ್ಳೆಯದಾಗ್ಲೀಂತ ಹೇಳ್ಬಲ್ಲೆ. ಮೇಡಮ್‌ನ ನೀವ್‌ಗಳು ಕನ್ವಿನ್ಸ್ ಮಾಡಬೇಕಷ್ಟೆ. ಇಲ್ಲಿ ನಾನು ಸೈಲೆಂಟ್" ಅವರು ತಪ್ಪಿಸಿಕೊಂಡರು. ಇಲ್ಲಿ ಹೆಂಡತಿದಷ್ಟು ಮನೋಬಲವಾಗಲೀ, ವಾಕ್ ಚಾತುರ್ಯವಾಗಲೀ ಅವರಿಗೆ ಇರಲಿಲ್ಲ. ಅದನ್ನು ಪ್ರಾಮಾಣಿಕವಾಗಿ ಒಪ್ಪಿಕೊಂಡ ಮನುಷ್ಯ "ಅರ್ಥವಾಗಿರಬೇಕಲ್ಲ, ನಾನು ಸ್ವಲ್ಪವೇನು, ತುಂಬಾನೆ ವೀಕ್ ಸುಬ್ಬಲಕ್ಷ್ಮೀಗಿಂತ. ಅವಳಿಲ್ದೇ ನಾನು ಹೊರ್ಗೇ ಹೋಗೋದೇ... ಇಲ್ಲ" ನಕ್ಕರು, ಅದಕ್ಕೆ ಶರಾವತಿಯ ನಗು ಕೂಡ ಸೇರಿತು.

"ಮಾವ, ಅಂತು ಏನಾದರಾಗ್ಲೀ, ಒಂದಿಷ್ಟು ಸಪೋರ್ಟ್ ಇರ್ಲೀ, ಎಷ್ಟೇ ಆಗ್ಲೀ, ಅತ್ತೆ ನಿಮ್ಮ ಮಾತನ್ನು ಯಾವಾಗ್ಲೂ ತೆಗ್ದು ಹಾಕೋಲ್ಲ" ಇಂಥದೊಂದು ಪೂಸಿಯೊಡೆದ.

ಅವರಿಬ್ಬರನ್ನು ಅಲ್ಲಿಯೆ ಬಿಟ್ಟು ಸುಬ್ಬಲಕ್ಷ್ಮಿಯ ರೂಮಿಗೆ ಬಂದಾಗ ಆಕೆ ಸೊಸೆಯ ಕಡೆ ಒಂದು ತರಹ ನೋಡಿದರು. ಅಲ್ಲೇ ಕೂತ ಶರಾವತಿ ಸ್ವಲ್ಪ ಭಯದಿಂದಲೇ ಮಾತು ಷುರು ಮಾಡಿದಳೂ.

"ಅತ್ತೆ, ಈಗ ನಿಮ್ಮಿಂದ ಹಣ ಪಡೆದಿದ್ದಕ್ಕೆ ಒಂದು ಪ್ರೊನೋಟ್ ಬರ್ದು ಕೊಡ್ತಾನೆ ಪರೀಕ್ಷಿತ್. ಮಧ್ಯದಲ್ಲಿ ಕೈಯೆತ್ತಿದರೆ ಕಂಬಿಗಳ ಹಿಂದೆ ಹಾಕ್ಸಿ ಬಿಡೋಣ" ಎಂದು ತಮ್ಮ ಪ್ಲಾನೆಲ್ಲ ನಿಧಾನವಾಗಿ ವಿವರಿಸಿ ನಂತರ ಬೈಸಿಕೊಂಡಳು. ಅವರನ್ನು ಒಂದು ಹದಕ್ಕೆ ತಂದು "ಪರೀಕ್ಷಿತ್ ಒಂದೇ ಸಮನೆ ಅಳ್ತಾ ಇದ್ದಾನೆ. ಸದ್ಯಕ್ಕೆ ನಾವೇ ಸಹಾಯ ಮಾಡ್ಬೇಕು, ಅತ್ತೆ" ರಿಕ್ವೆಸ್ಟ್ ಮಾಡಿಕೊಂಡ ನಂತರವೆ ಸುಬ್ಬಲಕ್ಷ್ಮಿ ಹೊರಗೆ ಬಂದದ್ದು. ಬೇಸರದ ಮುಖ ನಂತರ ಸಡಿಲವಾಯಿತು.

"ನಾನು ಈಗ್ಲೇ ರಾಗಿಣಿ ಅಮ್ಮನಿಗೆ ಒಂದು ಡೋಸ್ ಕೊಡ್ತೀನಿ ನೋಡು.

ರಾಗಿಣಿ ಅಜ್ಜಿಯಂತು ನಮ್ಮ ಸಪೋರ್ಟ್‌ಗೆ ಇದ್ದಾರೆ" ಉತ್ಸಾಹದಿಂದ ಮೇಲೆದ್ದರು. ತಕ್ಷಣ ಕಾರ್ಯೋನ್ಮುಖರಾದರು.

ಈಕೆಯ ಮೊಬೈಲ್ ಕರೆಯನ್ನು ರಿಸೀವ್ ಮಾಡಿಕೊಂಡಿದ್ದ ರಾಗಿಣಿಯ ಅಮ್ಮನೇ "ನೀವ್‌ಗಳು ಪೊಲೀಸ್ ಸ್ಟೇಷನ್‌ಗೆ ಬರಬೇಕಾಗುತ್ತೆ. ಅಂದು ನಿಜ ಹೇಳ್ದೇ ಇದ್ದದಕ್ಕೆ ಕಾರಣ ಇದೆ. ಪರೀಕ್ಷಿತ್ ನನ್ನಿಂದ ಸಾಲ ಪಡೆದು ನಿನ್ನ ಮಗಳಿಗೆ ಸುರಿದಿದ್ದಾನೆ. ಅವ್ನಿಗೆ ಕೆಲ್ಸ ಇಲ್ಲ, ಕೈಯಲ್ಲಿ ಪೈಸಾ ಇಲ್ಲ, ನಿಮ್ಮಿಂದ ಹಣ ವಸೂಲು ಮಾಡೋಕೆ ನಾವು ಬೇರೆ ದಾರಿನೇ ಹಿಡಿಯಬೇಕಾಯ್ತು" ಒಂದೇ ಸಮನೆ ವದರಿ ಬಿಟ್ಟರು ಸುಬ್ಬಲಕ್ಷ್ಮಿ ಆಕೆಗೆ ಮಾತಾಡೋಕೆ ಅವಕಾಶ ಕೊಡದೆ ಫೋನ್ ಕಟ್ ಮಾಡಿದರು.

ಪರೀಕ್ಷಿತ್ ಸುಸ್ತಾದ. ತಂದೆಯ ಅನಾರೋಗ್ಯ ಅವನನ್ನು ಕಂಗೆಡಿಸಿತ್ತು. ಅವನ ಸಂಪಾದನೆ ಯಾತಕ್ಕೂ ಸಾಲುತ್ತಿರಲಿಲ್ಲ.

"ಸದ್ಯಕ್ಕೆ ನೀನು ಇಲ್ಲೇ ಇರ್ಬೇಕು" ಎಂದರು ಪರೀಕ್ಷಿತ್‌ಗೆ.

ಆದರೆ ಶರಾವತಿ ಅವನ ಜೊತೆಗೆ ಬ್ಯಾಂಕ್ ಪಾಸ್‌ಬುಕ್ ಚೆಕ್ ಬುಕ್ ತಂದು ಅತ್ತೆಯ ಮುಂದಿಟ್ಟಳು. ಇವನು ಮೊದಲ ಎರಡು ಲಕ್ಷದ ಚೆಕ್‌ನ ರಾಗಿಣಿಯ ಹೆಸರಿಗೆ ಕೊಟ್ಟರು, ನಂತರ ಚೆಕ್‌ನ ಕೆನರಾ ಬ್ಯಾಂಕ್ ಮೂಲಕ ಕಾರು ಕಂಪನಿಗೆ ಸಂದಾಯವಾಗಿತ್ತು. ಆಕೆ ಬಹು ಎಚ್ಚರದಿಂದ ಎಲ್ಲವನ್ನು ಗುರುತು ಹಾಕಿಕೊಂಡು ಹತ್ತು ನಿಮಿಷಕ್ಕೆ ಅವನ ಮೊಬೈಲ್ ಎರಡು ಸಲ ಸದ್ದು ಮಾಡಿತು. ನಂತರ ಅಲ್ಲೇ ಇದ್ದ ಪರೀಕ್ಷಿತ್ ಸುಬ್ಬಲಕ್ಷ್ಮಿಯ ಮುಖ ನೋಡಿದ.

"ಹೇಳಿದೆಲ್ಲ ಜ್ಞಾಪಕ ಇದೇ, ತಾನೇ? ದೃಢವಾಗಿರು, ಕರಗೋಕೆ ಹೋಗಬೇಡ" ಎಚ್ಚರವಹಿಸಿದರು ಸಣ್ಣ ದನಿಯಲ್ಲಿ, ಆಮೇಲೆ "ಹಲೋ..." ಅಂದ. ಮೊದಲು ರಾಗಿಣಿಯ ಕಣ್ಣೀರು ನಂತರ ಅವಳಮ್ಮನ ದಬಾಯಿಸುವಿಕೆಗೆ "ಅವ್ರಿಗೆ ಹಣ ಕೊಡ್ಬೇಕು. ನನ್ಹತ್ರ ಇಲ್ಲ... ಪೊಲೀಸ್ ಸ್ಟೇಷನ್‌ಗೆ ಹೋಗಿ ಕಂಪ್ಲೇಂಟ್ ಕೊಟ್ಟರು. ಹಿರಿಯ ನಾಗರೀಕಳು, ಆಕೆಯ ಜೊತೆ ಸದೂಬಾಯಿ ಇದ್ದಾರೆ? ನಂಗಂತು ಜೈಲು ಗ್ಯಾರಂಟಿ ಮಿಕ್ಕಿದ್ದು ನಿಮ್ಗೇ ಸೇರಿದ್ದು" ಮೊಬೈಲು ಕಟ್ ಮಾಡಿದ.

ಪರೀಕ್ಷಿತ್ ಅಂದರೆ ಕ್ಯಾರೆ ಅನ್ನದ ರಾಗಿಣಿ ಮನೆಯವರು ಸದೂಬಾಯಿ ಹೆಸರು ಕೇಳಿದ ಕೂಡಲೆ ಬೆಚ್ಚಿದ್ದರು. ಎಲ್ಲೇ ಅನ್ಯಾಯ, ಮೋಸ ಎಂದರೆ ಮುಂಚೂಣಿಯಲ್ಲಿರೋ ಹೆಣ್ಣು. ಈಗ ಸುಬ್ಬಲಕ್ಷ್ಮಿಯ ಪರ ನಿಂತರೇ, ಪೂರ್ತಿಯಾಗಿ ಹೆದರಿದರು.

"ದೊಡ್ಡದಾಗಿ ಮಾಡ್ತಾ ಇರೋದು ಡಾಕ್ಟ್ರು ಮನೆಯ ಸಂಬಂಧ, ಅವನಪ್ಪ, ಅಮ್ಮ ಮರ್ಯಾದಸ್ಥ ಜನ, ಈ ವಿಷ್ಯದ ಹಿಂದೆ ಎಲ್ಲಾ ಈಚೆಗೆ ಬರುತ್ತೆ. ಪರೀಕ್ಷಿತ್ ಜೊತೆ ಇವಳೇನು ಕಡ್ಮೇ ಸುತ್ತಿದ್ದಾಳಾ? ಬೇಗ ಏನಾದ್ರೂ... ಒಂದು ವ್ಯವಸ್ಥೆ ಮಾಡು"

ಅವಳಜ್ಜಿ ಮಗನಿಗೆ ಉಗಿದು ಬುದ್ಧಿ ಹೇಳಿದರು.

ಇಡೀ ದಿನ ಮೀಟಿಂಗ್, ಅಷ್ಟು ಹಣ ಕೈಬಿಟ್ಟು ಹೋಗೋದು ರಾಗಿಣಿ ಅಮ್ಮನಿಗೆ ಇಷ್ಟವಿಲ್ಲ, ಮರು ದಿನ ನೇರವಾಗಿ ಸುಬ್ಬಲಕ್ಷ್ಮಿ ಮನೆಗೆ ಬಂದಿಳಿದರು.

"ನನ್ನ ಹಣ ನಂಗೆ ಮುಖ್ಯ, ನನ್ಹತ್ರ ಅವ್ನು ಹಣ ತಗೊಂಡಿದಕ್ಕೆ ಪತ್ರ ಬರ್ದು ಕೊಟ್ಟಿದ್ದಾನೆ. ನಿನ್ನ ಮಗಳಿಗೆ ಸುರಿಯೋಕೆ, ನನ್ನ ಹಣನೇ ಬೇಕಿತ್ತಾ?" ಸುಬ್ಬಲಕ್ಷ್ಮೀ ಹಿಗ್ಗಾ ಮುಗ್ಗಾ ತಗೊಂಡರು. ಏನೇನೋ ಸಮರ್ಥನೆ ನೀಡಲು ಹೋಗಿ ಸೋತರು.

"ಅದೆಲ್ಲ ಅವ್ನ ಸೇವಿಂಗ್ಸ್! ನೀವೆಲ್ಲ ಸುಳ್ಳು ಹೇಳ್ತಾ ಇದ್ದೀರಾ. ಇಂಥ ಕತೆಗಳು ನನ್ಹತ್ರ ನಡ್ಯೋಲ್ಲ" ರಾಗಿಣಿ ಮಧ್ಯೆ ಬಾಯಿ ಹಾಕಿದಾಗ "ಆಯ್ತು, ಇಲ್ಲಿಗ್ಯಾಕೆ... ಬಂದ್ರಿ? ನಿಮ್ಗೂ ನಂಗೂ ಯಾವ್ದೇ ಸಂಬಂಧ ಇಲ್ಲ. ನಾನಂತು ಪೊಲೀಸ್‌ಗೆ ಕಂಪ್ಲೇಂಟ್ ಮಾಡಿದ್ದೀನಿ. ಅವರೇನು ಆ್ಯಕ್ಷನ್ ತಗೊಳ್ಳದಿದ್ದರೇ ಸದೂಬಾಯಿನ ಕರ್ಕಂಡ್ ಹೋಗಿ ಧರಣಿ ಕೂಡ್ತೀನಿ. ದಯವಿಟ್ಟು ನೀವಿನ್ನ ಹೋಗಿ" ಸುಬ್ಬಲಕ್ಷ್ಮಿ ಎದ್ದೇ ಬಿಟ್ಟರು. ಪಟ್ಟು ಸಡಲಿಸದ ಸ್ವಭಾವ ಆಕೆಯದು.

"ಪರೀಕ್ಷಿತ್ ಒಳ್ಳೆಯೋನು. ನೀವ್ ಬೇಕೂಂತ ಅವ್ನಿಗೆ ಹೇಳಿಕೊಟ್ಟಿದ್ದೀರಿ. ಈ ತೊಂದರೆ ಎಲ್ಲಾ ನಿಮ್ಮಿಂದಲೇ" ರಾಗಿಣಿ ಅಮ್ಮ ಅಂದಾಗ "ಅಂತೂ ಒಳ್ಳೆಯವನ ಹತ್ರ ಹಣ ತಗೊಂಡಿದ್ದೀರಿ, ತುಂಬಾ ಸಂತೋಷ. ಈಗ ಅವ್ನು ನಮ್ಗೇ ಹಣ ಕೊಡ್ಬೇಕು. ನಾವು ವಸೂಲ್ ಮಾಡ್ಕೋತೀವಿ ಬಿಡೀ. ಅವನು ನಿಮ್ಮ ಕಡೆ ತೋರಿಸ್ತಾ ಇದ್ದಾನೆ. ಅದ್ಕೇ ನಾವಂತು ಸುಮ್ನೇ ಇರೋಲ್ಲ, ಅತ್ತೆಗೆ ರಿಟೈರ್ಡ್ ಆಗಿದೆ. ಆಕೆ ಹೆಣ್ಣು, ಕೆಲವು ಮಹಿಳಾ ಸಂಘಟನೆಗಳು ಸಪೋರ್ಟ್ ಮಾಡೋಕೆ ಸಿದ್ಧವಾಗಿದ್ದಾರೆ, ನೋಡೇ ಬಿಡ್ತೀವಿ" ಶರಾವತಿ ಹೇಳಿದವಳು ಬಾಗಿಲ ಕಡೆ ಕೈ ಮಾಡಿ "ದಯವಿಟ್ಟು ಹೋಗಿ ನಮ್ಗೇ ಬೇರೆ ಕೆಲ್ಸವಿದೆ."

ಅಮ್ಮ, ಮಗಳ ಜೊತೆ ಬಂದಿದ್ದ ಮನೆಯ ಯಜಮಾನ ಅನ್ನಿಸಿಕೊಂಡಿದ್ದ ರಾಗಿಣಿಯ ತಂದೆ ಮೊದಲು ಮೇಲಕ್ಕೆ ಎದ್ದರು. ಆತ ಮೆದು ಮನುಷ್ಯ. ಹೆಂಡತಿಯ ಕೈಗೆ ಯಜಮಾನಿಕೆ ಒಪ್ಪಿಸಿ ಆರಾಮವಾಗಿದ್ದವ. ಒಂದು ಪ್ರತಿಮೆಯಾಗಿ ಉಪಯೋಗಿಸಲ್ಪಡುತ್ತಿದ್ದ.

"ಏನಾದ್ರೂ ಮಾತಾಡಿ" ಗಂಡನಿಗೆ ಹೇಳಿದರು ರಾಗಿಣಿಯ ತಾಯಿ. 'ಆಗೋಲ್ಲ' ಎನ್ನುವಂತೆ ತಲೆಯಾಡಿಸಿ ಹೊರ ನಡೆದ ವ್ಯಕ್ತಿ. ಇವರಿಬ್ಬರನ್ನು ಇಲ್ಲಿಯೆ ಬಿಟ್ಟು ತನ್ನ ಪಾಡಿಗೆ ತಾನು ಹೋದ.

ಒಳ್ಳೆ ಕೆಲಸದಲ್ಲಿದ್ದವ. ರಾಗಿಣಿಯ ತಾಯಿ ಜೋರು. ಪೇ ಸ್ಲಿಪ್ ಜೊತೆ ಸಂಬಳದ ಚೆಕ್ ಕೊಡಬೇಕಿತ್ತು. ಆಕೆಗೆ ಅಷ್ಟೋ ಇಷ್ಟೋ ಖರ್ಚಿಗೆ ಪುಡಿಗಾಸು ಕೊಟ್ಟರೂ ಲೆಕ್ಕ ಕೇಳುವ ಹೆಣ್ಣಿನ ಕೈಯಲ್ಲಿ ಅವನ ಅಸ್ತಿತ್ವ ಉಳಿಯಲು ಸಾಧ್ಯವೇ?

ಅವರುಗಳು ಹೊರಟಾಗ ಶರಾವತಿ ರಾಗಿಣಿಯನ್ನು ಕರೆದು "ಹೋಗುವಾಗ

ಪರೀಕ್ಷಿತ್‌ನ ನೋಡಿ ಮಾತಾಡಿಕೊಂಡ್.... ಹೋಗು. ಅವನ್ಹತ್ರ ಪೂರ್ತಿ ಹಣ ಇಲ್ಲ. ನಿನ್ನ ಹೆಸರನ್ನು ಪೊಲೀಸ್ ಸ್ಟೇಷನ್‌ನಲ್ಲಿ ಹೇಳೋಕೆ ಸಿದ್ಧವಾಗಿದ್ದಾನೆ. ಈ ಮದ್ವೆ ಕ್ಯಾನ್ಸಲ್ ಮಾಡ್ಕೊಂಡ್ ಪರೀಕ್ಷಿತ್ ಜೊತೆ ನಿಲ್ಲು, ನಿಮ್ಮ ಪ್ರೇಮಕ್ಕೂ ಸಾಫಲತೆ ಸಿಕ್ಕುತ್ತೆ" ಬುದ್ಧಿ ಹೇಳಿದಳು.

ಅವಳ ಮುಖ ವಿವರ್ಣವಾಯಿತು.

"ನೋ... ನೋ... ಅವ್ನಿಗೆ ಕೆಲ್ಸವಿಲ್ಲ. ಅಂಥ ಪ್ರಾಪರ್ಟಿ ಕೂಡ ಇಲ್ಲ. ಅಂಥದ್ದರಲ್ಲಿ, ನಾನು ಅವ್ನ ಮ್ಯಾರೇಜ್ ಆಗೋಕೆ ಸಾಧ್ಯವಿಲ್ಲ ಬೇಕೂಂತ ಅನ್ನಿಸಿದರೇ, ಅವನ ಹಣ ಬಿಸಾಕುತೀನಿ" ಇಂಥದೊಂದು ಅಭಿಪ್ರಾಯ ವ್ಯಕ್ತಪಡಿಸಿ ಅಮ್ಮನನ್ನು ಹಿಂಬಾಲಿಸಿದ ಅವಳ ಬಗ್ಗೆ ಮರುಕಪಡಬೇಕೋ, ಪರೀಕ್ಷಿತ್ ಬಗ್ಗೆ ಮರುಗಬೇಕೋ, ಶರಾವತಿಗೆ ಅರ್ಥವಾಗಲಿಲ್ಲ.

ಅಷ್ಟರಲ್ಲಿ ಸುಬ್ಬಲಕ್ಷ್ಮಿ ಅವಳನ್ನು ಒಳಗೆ ಕರೆದು "ಈಗೇನು ಹೇಳ್ತಾನೋ ಪರೀಕ್ಷಿತ್ ಕೇಳು" ಎಂದರು. ಅವನು ಮುಂದಿನ ರೂಮಿನಲ್ಲಿದ್ದ. ಬಹುಶಃ ಅಷ್ಟಿಷ್ಟು ಏನು ಎಲ್ಲಾ ಕೇಳಿಸಿಕೊಂಡಿದ್ದ. ಒತ್ತಡ, ಒತ್ತಾಯ ಯಾವುದು ಅಲ್ಲ, ಮನದ ಮಾತನ್ನು ರಾಗಿಣಿ ಸ್ಪಷ್ಟವಾಗಿ ಉಸುರಿ ಅವನ ಮನದ ದ್ವಂದ್ವವನ್ನು ಕಡಿಮೆ ಮಾಡಿದ್ದಳು. ಸದ್ಯಕ್ಕೆ ಅನಾಯಾಸವಾಗಿ ಸಿಕ್ಕ ಪರಿಹಾರ.

"ಅತ್ಗೇ ನೀವ್ಹೋಗಿ ನನ್ಮೇಲೆ ಕಂಪ್ಲೇಂಟ್ ಕೊಡಿ. ನಾನು ಅಲ್ಲೇ ಹೇಳ್ತೀನಿ, ಎಲ್ಲಾ" ಆವೇಗದಿಂದ ನುಡಿದ, ಅಲ್ಲಿಯವರೆಗೂ ಅವಕಾಶ ಬೇಕೆನಿಸಲಿಲ್ಲ. "ನೋಡೋಣ, ಸಂಜೆಯೋಳ್ಗೇ ಒಂದು ತೀರ್ಮಾನಕ್ಕೆ ಬರೋಣ. ಅಂತು ನಿಂಗೆ ಹೊಗೇ ಹೋಗೋಕೆ ಪರ್ಮಿಷನ್ ಇಲ್ಲ. ರಾತ್ರಿ ಇಲ್ಲೇ... ಉಳ್ಕೋ, ಬೆಳಿಗ್ಗೆ ನೋಡ್ಕೋಣ" ಅಂದಳು ಶರಾವತಿ. ತಮಗೂ ಈ ವಿಷಯಕ್ಕೆ ಸಂಬಂಧವೇ ಇಲ್ಲವೆನ್ನುವಂತೆ ವರ್ತಿಸಿದರು ರಾಮೂರ್ತಿ. ಇದು ಬುದ್ಧಿವಂತಿಕೆಯ ಲಕ್ಷಣ.

ಆಫೀಸ್‌ನಿಂದ ಬಂದ ಶ್ರೀಧರ ಪರೀಕ್ಷಿತ್‌ನ ನೋಡಿ ಹುಬ್ಬೇರಿಸಿ ಮಡದಿಯನ್ನು ಕಣ್ಣುಗಳಲ್ಲಿಯೆ ಪ್ರಶ್ನಿಸಿದ. 'ಏನು ವಿಷ್ಯ? ಇವನನ್ನು ದತ್ತು ತಗೊಂಡೆಯಾ?' ಎಂದು ಕೇಳುವಂತಿತ್ತು ಅವನ ನೋಟ.

"ಹಲೋ..." ಪರೀಕ್ಷಿತ್ ಹೇಳಿದ. ಬಲವಂತದ ಮುಗುಳ್ನಗೆ ಬೀರಿದಾಗ, ಅಲ್ಲೆ ಕೂತಿದ್ದ ಪಚ್ಚಿ ಕಣ್ಣೊಡೆದಾಗ ಗುದ್ದು ಬಿಡಬೇಕೆನಿಸಿತು. "ಇದೇನು ಬಂದಿದ್ದು? ರಾಜಗೋಪಾಲ್ ಅಂಕಲ್ ಎಲ್ಲಿ?" ಕೇಳಿದ ಒಂದು ರೀತಿಯ ಇರುಸು ಮುರುಸುನಿಂದ.

"ಅತ್ಗೇ ಇರ್ಸಿಕೊಂಡ್ರು, ಅಪ್ಪನಿಗೂ ಫೋನ್ ಮಾಡಿದ್ದಾರೆ ಬರೋಕೆ" ಎಂದಾಗ ಶ್ರೀಧರ ಮಾತಾಡದೇ ರೂಮು ಹೊಕ್ಕ 'ಇವಳಿಗೇನಾಗಿದೆ?' ಮೊದಲ ಸಲ ಯೋಚಿಸಿದ. ಅವನಿಗೆ ದಿಗಿಲಾಯಿತು. ಕರುಣೆಯಿಂದ ಪರೀಕ್ಷಿತ್‌ನು ಇಲ್ಲೇ ಇರಿಸಿಕೊಂಡರೇ? ಅವನೆದೆ ಧಸಕ್ಕೆಂದಿತು.

"ಇವತ್ತು ಮುಕ್ಕಾಲು ಗಂಟೆ ಲೇಟು" ಅನ್ನುತ್ತಲೆ ಕಾಫೀ ಲೋಟ ಮುಂದಿಟ್ಟ ಮಡದಿಯನ್ನು ದುರು ದುರು ನೋಡಿ "ನಿರುದ್ಯೋಗಿಗಳಿಗೆ ಕೆಲ್ಸ ಕೊಡೋ ಏರ್ಪಾಡೇನಾದ್ರೂ ಮಾಡಿದ್ದೀಯ? ನಿಂಗೆಲ್ಲೋ ತಲೆ ಕೆಟ್ಟಿದೆ. ನಾವು ನೆಮ್ದಿಯಾಗಿರೋದು ನಿಂಗೆ ಬೇಕಿಲ್ಲ" ಕನಲಿದ.

ಇಂಥ ಮಾತುಗಳಿಗೆ ಕೋಪ ಮಾಡಿಕೊಳ್ಳುವ ಸ್ವಭಾವ ಅವಳದಲ್ಲ. "ನೀವು ಕುಡ್ದು, ಒಂದಿಷ್ಟು ತಣ್ಣಗಾಗಿ. ಆ ಮೇಲ್ಬಂದು ಎಲ್ಲಾ ಹೇಳ್ತೀನಿ" ಹೊರಗೆ ಹೋದಳು. ಈ ಮನೆಗೆ ಬರಿಗೈಯಲ್ಲಿ ಕಾಲಿಟ್ಟ ಸೊಸೆ. ಆ ಬಗ್ಗೆ ಯಾರು ಹಂಗಿಸುತ್ತಿರಲಿಲ್ಲ.

ದಬ್ಬುವಂತೆ ಪಚ್ಚಿ ಒಳಗೆ ಬಂದವನನ್ನು ಹತ್ತಿರಕ್ಕೆಳೆದು "ಏನೋ, ಇವನ್ಯಾಕೆ ಬಂದ?" ಕೇಳಿದ, ಅವನು ಆ ಕಡೆ ಈ ಕಡೆ ನೋಡಿದ "ಅಜ್ಜಿ ಹತ್ರ ಅವ್ನು ತುಂಬ ದುಡ್ಡು ಇಸ್ಕೊಂಡಿರೋದು, ನಿಂಗೆ ಗೊತ್ತಿಲ್ವಾ? ಈಗ ಅವ್ನ ಹತ್ರ ದುಡ್ಡಿಲ್ವಂತೆ, ಅದಕ್ಕೆ ಪೊಲೀಸ್‌ಗೆ ಕಂಪ್ಲೇಂಟ್ ಕೊಟ್ಟಿದ್ದಾರೆ. ಅದಕ್ಕೆ ಅವ್ನು ಇಲ್ಲಿರೋದು, ಇಲ್ಲೇ ಇರಲೀ, ಬಿಡಪ್ಪ, ಹೋಂ ವರ್ಕ್ ಮಾಡೋಕೆ ಹೆಲ್ಪ್ ಮಾಡ್ತಾನೆ" ಗೋಗರೆಯುವ ದನಿಯಲ್ಲಿ ಹೇಳಿದಾಗ ಶ್ರೀಧರನಿಗೆ ತಲೆ ಕೆಟ್ಟಂತಾಯಿತು. 'ಅಮ್ಮ ಇದಕ್ಕೆ ಖಂಡಿತ ಒಪ್ಪೋಲ್ಲ ಈ ಶರಾವತಿನೆ ಏನೋ ಪ್ಲಾನ್ ಮಾಡಿದ್ದಾಳೆ' ಅಂದುಕೊಂಡ. ಆಮೇಲೆ ಏನೇನೊ ಕೇಳಿದ ಪಚ್ಚಿನ "ಅಯ್ಯೋ, ನಂಗೆ ಇಷ್ಟೆ ಗೊತ್ತಿರೋದು. ನೀನೇ ಬೇಕಾದರೆ, ಅಮ್ಮನ್ನ ಕೇಳ್ಕೋ, ಇಲ್ಲ ಅಜ್ಜಿ ಹತ್ರ ಹೋದರೇ ಪಾಠದ ತರಹ ವಿವರ್ಸಿ ಹೇಳ್ತಾರೆ. ನಂಗೆ ಈಗ ಕೆಲ್ಸ ಇದೆ" ತಪ್ಪಿಸಿಕೊಂಡು ಹೋದಾಗ ಸುಮ್ಮನೆ ಕೂತ.

ಅಷ್ಟರಲ್ಲಿ ಸುಬ್ಬಲಕ್ಷ್ಮಿ ಮಗನನ್ನು ಹುಡುಕಿಕೊಂಡು ಬಂದವರು ಕೂತು, ಒಂದೊಂದೇ ಬಿಡಿಸಿ ಹೇಳಿದಾಗ ಅವನಿಗೆ ತಲೆ ಪರಚಿಕೊಂಡಂಗೆ ಆಯ್ತು.

"ಇದೆಲ್ಲ ನಮ್ಗೇ ಬೇಕಿತ್ತಾ? ಅವಳ ಜೊತೆ ಚೈನಿ ಮಾಡಿದ್ದಾನೆ, ಅದಕ್ಕೆ ತೆತ್ತ ಹಣ. ಈಗ ಹಿಂದಕ್ಕೆ ಕೇಳೋದು ತಪ್ಪು. ಈ ಕಾರುಬಾರೆಲ್ಲ ನಿನ್ನ ಸೊಸೆದಾ? ಅಬ್ಬ... ಅಬ್ಬ... ನಾನೇನೋ ಅಂದ್ಕೊಂಡೇ, ಇವಳು ಸಾಮಾನ್ಯದವಳಲ್ಲ."

ಮಗ ಹೇಳಿದ್ದು ಆ ಸಮಯದಲ್ಲಿ ಸರಿಯೆನಿಸಿದರು ಸೊಸೆಯನ್ನು ಸಮರ್ಥಿಸಿಕೊಂಡರು.

"ಬಿಡು ಪಾಪ, ಎದುರು ಮನೆಯಲ್ಲಿದ್ದ ರಾಜಗೋಪಾಲ್ ಕುಟುಂಬದ ಬಗ್ಗೆ ಅವಳಿಗೇನು ಗೊತ್ತಿತ್ತು? ನನ್ನ ಹೇಗೆ ಅಂದಳು ಗೊತ್ತಾ ರಾಗಿಣಿಯ ತಾಯಿ. ಈಗ ಬುದ್ಧಿ ಕಲಿಸ್ತೀನಿ ನೋಡು."

"ಸರಿ, ನಿಮ್ಮಿಷ್ಟ, ಆದ್ರೂ ನನ್ನ ಪ್ರಕಾರ ಇದೆಲ್ಲ ನಮ್ಗೇ ಬೇಡವಾಗಿತ್ತು. ಪರೀಕ್ಷಿತ್ ಮೇಲೆ ಪೊಲೀಸ್‌ಗೆ ಕಂಪ್ಲೇಂಟ್ ಕೊಟ್ಟು, ಅವನನ್ನು ಮನೆಯಲ್ಲಿ ತಂದಿಟ್ಕೊಂಡಿದ್ದೀಯಲ್ಲ. ಇವು ಯಾವ್ದೂ ಸರಿಯೆನಿಸೋಲ್ಲ" ಬೇಸರ ವ್ಯಕ್ತಪಡಿಸಿದ. ಮಗನ ಸ್ವಭಾವ ಬಲ್ಲರು ಆಕೆ "ರೂಪದಲ್ಲಿ ಮಾತ್ರವಲ್ಲ. ಸ್ವಭಾವದಲ್ಲಿ ಕೂಡ

ನಿಮ್ಮಪ್ಪನನ್ನೆ ಹೊತ್ತುಕೊಂಡಿದ್ದೀ. ನೀವೊಬ್ರು ಸುಖವಾಗಿದ್ರೆ ಸಾಕು ನೆರೆಯವರಿಗೂ ಕಷ್ಟ ಸುಖದಲ್ಲಿ ಸಾತ್ ಕೊಡಬೇಕು" ಎನ್ನುತ್ತಲೇ ಎದ್ದು ಹೊರ ಹೋದರು.

'ಉಸ್' ಎನ್ನುತ್ತ ಕೂತ, ತಾವಾಗಿ ಸಮಸ್ಯೆಗಳನ್ನು ತಂದು ಹಾಕಿಕೊಳ್ಳುವುದು ಅವನಿಗೆ ಇಷ್ಟವಿಲ್ಲ. ಅದರಿಂದಲೇ ಆಸೆಯಾದರೂ ಯಾವ ಯುವತಿಯನ್ನು ಪ್ರೇಮಿಸಲು ಹೋಗಿರಲಿಲ್ಲ. ಅಪ್ಪ, ಅಮ್ಮ ತೋರಿಸಿದ ಕನ್ಯೆಗೆ ತಾಳಿ ಕಟ್ಟಿ ಸೈಲೆಂಟಾಗಿ ಸಂಸಾರ ಮಾಡುತ್ತಿದ್ದ ಸಭ್ಯ ಗೃಹಸ್ಥನಂತೆ 'ಸೇಫ್ಟಿ ಕಾರ್ನರ್' ನಲ್ಲಿರುವಂಥ ಮನುಷ್ಯ.

ಊಟದ ಸಮಯಕ್ಕೆ ರಾಜಗೋಪಾಲ್ ಬಂದರು. ಊಟ ಆಯಿತು. ವರಾಂಡದಲ್ಲಿ ಅಪ್ಪ ಮಗನಿಗೆ ಹಾಸಿಗೆ ಬಿಡಿಸಿ ಕೊಟ್ಟಾಯಿತು. ಮುಖ ಉಮ್ಮಿಸಿಕೊಂಡು ಊಟದ ಶಾಸ್ತ್ರ ಮಾಡಿ ಎದ್ದು ಹೋದ ಗಂಡನನ್ನು ಗಮನಿಸಿದರು, ಗಮನಿಸದಂತೆ ಮಾಮೂಲಾಗಿದ್ದ ಶರಾವತಿ ಇಂದು ಸ್ವಲ್ಪ ತಡವಾಗಿಯೇ ರೂಮಿಗೆ ಹೋಗಿದ್ದು.

ಅದಕ್ಕೆ ಮುನ್ನ ಸುಬ್ಬಲಕ್ಷ್ಮಿ "ಅವ್ನಿಗೆ ಸ್ವಲ್ಪ ಬುದ್ಧಿ ಹೇಳು. ಸ್ವಂತಕ್ಕೆ ಬದ್ಕೀ ಬಿಡೋ ಜನ ಮನುಷ್ಯನಾಗಿ ಹುಟ್ಟಿದ್ಮೇಲೆ ಬೇರೆಯವ್ರ ಕಷ್ಟ ಸುಖಕ್ಕೂ ಆಗಬೇಕು. ಇದು ಅಪ್ಪ, ಮಗನಿಗೆ ಇಲ್ಲ ಬಿಡು. ಸೋಷಿಯಲ್ ಸರ್ವಿಸ್ ಅವ್ರುಗಳ ಹಣೆಯಲ್ಲಿ ಬರ್ದಿದಿಲ್ಲ. ನಾಲ್ಕು ಜನ ನನ್ನ ಹುಡ್ಕಿಕೊಂಡು ಬರ್ತಾರೆ, ವಿನಃ ಇವ್ರುಗಳ ಹೆಸರು ಹೇಳ್ಕೊಂಡ್, ಯಾರು ಮನೆ ಬಾಗ್ಲೀಗೆ ಬರೋಲ್ಲ" ಇಂಥ ನಾಲ್ಕು ಮಾತುಗಳನ್ನು ಹೇಳಿಯೆ ಕಳಿಸಿದ್ದು.

ಮಲಗಿದ್ದ ಪಚ್ಚಿನ "ಅಜ್ಜಿ ಹತ್ರ ಮಲ್ಗು, ಇವತ್ತು ಕತೆ ಹೇಳೋ ಮೂಡ್‌ನಲ್ಲಿದ್ದಾರೆ" ಎಂದು ಮಗನನ್ನು ಕರೆದೊಯ್ದು ಸುಬ್ಬಲಕ್ಷ್ಮಿಯ ಹಾಸಿಗೆಯಲ್ಲಿ ಮಲಗಿಸಿ ಬಂದವಳು. ಬಾಯಿ ತೆಗೆಯುವ ಮುನ್ನವೇ ಜಾಡಿಸಿದ.

"ನಿಂಗೇ ಬೇರೇನು ಕೆಲ್ಸ ಇಲ್ವಾ? ಪರೀಕ್ಷಿತ್ ಯಾಕೆ ಇಲ್ಲಿಗೆ ಬಂದ? ನೀರು ನಿಧಿಯ ಜೊತೆ ಆಶ್ರಯವು ಕೊಡ್ತೀನೀಂತ ವಾಗ್ದಾನ ಮಾಡಿದ್ದೀಯ? ನಿನ್ನ ಕಟ್ಟಿಕೊಂಡ ತಪ್ಪಿಗೆ ಮನೆಯವರೆಲ್ಲ ಸಂಕಟದಲ್ಲಿ ಬೀಳಬೇಕಾಗುತ್ತೆ" ಒಂದೇ ಸಮನೆ ಜಾಡಿಸಿದ. ಮಾತುಗಳು ಪೂರ್ತಿಯಾಗುವವರೆಗೂ ಅವಳು ತುಟಿ ಬಿಚ್ಚಲಿಲ್ಲ. ಆಮೇಲು ಒಂದು ಗಂಟೆ ಒದರಿದ. ಅದುವರೆಗೂ ತೆಪ್ಪಗೆ ಮಲಗಿದ್ದ ಅವಳು ನಿಧಾನವಾಗಿ ಮೇಲೆದ್ದು "ನೀವು ಅಂದಿದ್ದೆಲ್ಲ ಅತ್ಯಂತ ಶಾಂತ ರೀತಿಯಲ್ಲಿ ಕೇಳ್ಸಿಕೊಂಡೇ. ಈಗ ನನ್ನ ಎರಡ್ಮಾತು ತಾವು ಕೇಳ್ಸಿಕೊಂಡು, ಉಪಕಾರ ಮಾಡಿ" ಅಂದು ಕೈ ಹಿಡಿದಾಗ ಕೊಸರಿ ಕೊಂಡ.

ಅತ್ಯಂತ ಸಂಕ್ಷಿಪ್ತವಾಗಿ ವಿವರಿಸಿದಳು.

"ನಿಮ್ಗೇ ಗೊತ್ತು, ನಾನು ಎಂಥ ಸಂದಿಗ್ಧದಲ್ಲಿ ಇದ್ದೇಂತ ಅಂದೇನೋ, ಆವೇಶದಲ್ಲಿ ಅಂದ್ಬಿಟ್ಟೆ. ಅಂಕಲ್, ಪರೀಕ್ಷಿತ್ ಅದನೇನು ಆಡಿ ತೋರಿಸಲಿಲ್ಲ. ನಂಗೆ ಮನಸ್ಸಿನಲ್ಲಿ ಗಿಲ್ಟ್ ಷುರುವಾಯ್ತು. ಅಕಸ್ಮಾತ್ ಆ ವಯಸ್ಸಿನವರ್ಗೂ ನಾವಿಂದು, ಪಚ್ಚಿ ನಮ್ಮನೇನಾದ್ರೂ

ಆ ಸ್ಥಿತಿಯಲ್ಲಿ ನಿಲ್ಲಿಸಿದ್ರೆ..." ಅಂಥ ಒಂದು ಕಲ್ಪನೆ ಹರಡಿದ ಕೂಡಲೆ ಬೆಚ್ಚಿದ "ಸಾಕು, ತೆಪ್ಪಗಿರು, ನಮ್ಮ ಪದ್ಮನಾಭ ಹಾಗೇನಲ್ಲ" ಗದರಿದ.

"ಅಬ್ಬಬ್ಬ, ಮಗ್ನ ಮೇಲೆ ಅದೇನು ನಂಬ್ಕೇ, ನೀವೇ ಹೇಳ್ತಾ ಇದ್ರೀ, ಚಿಕ್ಕವಳಿದ್ದಾಗ ಶರಧಿ ತುಂಬ ಡಿಸೆಂಟ್, ತೀರಾ ಓಬಿಡಿಯಂಟ್, ಒಂದು ದಿನ ಕೂಡ ಅಮ್ಮ, ಅಪ್ಪನ್ನ ಬಿಟ್ಟು ಎಲ್ಲು ಹೋಗ್ತಾ ಇರ್ಲಿಲ್ಲಾಂದ್ರಿ ಈಗ, ಇದೇ ಸಿಟಿಯಲ್ಲೇ ಇದ್ದಾಳೆ. ಈಗೆಂಥ ಧೈರ್ಯ! ಮುಂಬಯಿ, ಚೆನ್ನೈ, ದೆಹಲಿಯೇನು, ದೇಶ ಬಿಟ್ಟು ಹೊರ್ಗೇ ಹೋಗುವಾಗ ಕೂಡ ಹೇಳೋದು ಬಿಟ್ಟಿದ್ಲು. ಹಾಗೆಲ್ಲ ಮನೆಯಲ್ಲಿ ಎಷ್ಟೊಂದು ರಾದ್ಧಾಂತ. ಅವಳೇನು ಬದಲಾದ್ಲ? ಈಗ್ಲೇ ನೂರೆಂಟು ಮಾತಾಡೋ ಪಚ್ಚಿ ಬಗ್ಗೆ ಯಾವ ಭರವಸೆ? ಅವೆಲ್ಲ ಬಿಟ್ ಬಿಡಿ. ಈಗ ನಾವು ಯಾರಿಗಾದ್ರೂ ಮಾಡಿದ ಸಹಾಯ ನಮ್ಮ ಕ್ರೆಡಿಟ್‌ನಲ್ಲಿ. ನಮ್ಗೇ ಕಷ್ಟಗಳು ಬಂದಾಗ ಅದು ಸಹಾಯದ ರೂಪದಲ್ಲಿ ಬರುತ್ತೆ. ಇದು ಸತ್ಯವಾದ ವಿಷ್ಯ, ನನ್ನ ಅನುಭವಗಳ ಮೇಲಾಣೆ" ಕೊರೆದಳು.

ಅವನು ತಲೆಯ ಮೇಲೆ ಕೈಯಿಟ್ಟುಕೊಂಡು ಕೂಡ.

"ನೀವೇನು ಯೋಚ್ಸಬೇಡಿ. ಸಮಸ್ಯೆ ತಾನಾಗಿ ಪರಿಹಾರವಾಗ್ತ ಇದೆ. ರಾಗಿಣಿ ಅಜ್ಜಿ ಗುಟ್ಟಾಗಿ ಫೋನ್ ಮಾಡಿದ್ರು. ಅವರು ತುಂಬಾ ಹೇದರಿದ್ದಾರೆ. 7 ಲಕ್ಷ ಚೆಕ್‌ಗಳ ರೂಪದಲ್ಲಿ ಕಾರಿಗೆ ಸಂದಾಯ ಮಾಡಿದ್ದಾನಂತೆ. ಅದೆಲ್ಲ ದಾಖಲೆನೆ. ಈಗ 5 ಕೊಡೋ ಮಾತುಕತೆ ನಡೀತಾ ಇದೆ. ಇನ್ನು ಸ್ವಲ್ಪ ಪಟ್ಟು ಹಿಡೀರಿ, ಪೂರ್ತಿ ಉದರುತ್ತೆ. ಪರೀಕ್ಷಿತ್ ಪಾಪದ ಹುಡ್ಗ, ದುಡಿದಿದ್ದೆಲ್ಲಾ ಇವ್ಳಿಗೆ ಸುರಿದಿದ್ದಾನೆ ಅಯ್ಯೋ, ಅನಿಸುತ್ತೆ, ಇಂಥದನ್ನೆಲ್ಲ ಪ್ರೀತಿ, ಪ್ರೇಮ ಅಂತಾರಾ? ಅಂತಲೇ, ಕೇಳಿದ್ರು. ಒಂದು ರೀತಿಯಲ್ಲಿ ನಮ್ಮ ಪ್ಲಾನ್ ಸಕ್ಸಸ್. ಅತ್ತೆನು ಖುಷಿಯಾಗಿದ್ರು. ಒಂದ್ಮನೆ ಲೀಜ್‌ಗೆ ಹಿಡಿದರೇ, ಬಾಡ್ಗೇ ಕೊಡೋದು ತಪ್ಪಿ... ರಾಜಗೋಪಾಲ್ ಅಂಕಲ್ ಮಾತ್ರೆಗಳಿಗೆ ಆಗುತ್ತೆ. ಸದ್ಯಕ್ಕೆ ಮಿಕ್ಕಿದನ್ನ ಬ್ಯಾಂಕ್‌ನಲ್ಲಿ ಇಡೋದು, ಅಷ್ಟೋ, ಇಷ್ಟೋ ಬಡ್ಡಿ ಬರುತ್ತೆ. ಇನ್ನು ಅಂಕಲ್ ಯಾಕೆ ಬಂದು ನಮ್ಮನೆಯಲ್ಲಿ ಇರ್ತಾರೆ? ಸದ್ಯಕ್ಕೆ ನೀವ್ ಸೇಫ್" ಉದ್ಗರಿಸಿದಳು. ಮಡದಿಯನ್ನು ತಬ್ಬಿ ಮುತ್ತಿಟ್ಟ ಸಮಾಧಾನದ ಉಸಿರು ಬಿಡುವಂಥ ಸಮಯ.

ಆಮೇಲೆ ಹತ್ತು ನಿಮಿಷಗಳ ನಂತರ "ಅಮ್ಮನವರ್ನೂ ಹೋಗಿತ್ತಾ, ವಿಷ್ಯ?" ಕೇಳಿದ ಕೂಡಲೆ ಎದೆಯ ಮೇಲೆ ಕೈ ಇಟ್ಟುಕೊಂಡು "ಇಳಿ ವಯಸ್ಸಿನ ರಾಜಗೋಪಾಲ್ ಅಂಕಲ್‌ನ ಮನೆಯಲ್ಲಿ ಇಟ್ಟುಕೊಳ್ಳೋಕೆ, ಯಾರು ಒಪ್ಪೋಲ್ಲ. ಅಂಥದ್ದರಲ್ಲಿ ಅತ್ತೆ ಒಪ್ತಾರಾ? ಅವರ ಖರ್ಚು, ವೆಚ್ಚದ ಒಂದು ಪಟ್ಟಿ ತಯಾರಿಸಿ ಬಿಡೋರು. ನಾನು ಬೇರೇದೇ ಪ್ಲಾನ್ ಮಾಡಿದ್ದೆ. ಅದೇ ನಮ್ಮ ಮದ್ವೆಯಲ್ಲಿ ಬಂದಿದ್ದರಲ್ಲ, ಅದೇ ಕುಳ್ಳಗಿದ್ದ ಕಾಮಾಕ್ಷಿ ಅತ್ತೆ, ಅವ್ರ ಮಗ್ಳು ರಾಣಿ ಮಾಲ್‌ನಲ್ಲಿ ಸೇಲ್ಸ್‌ಗರ್ಲ್ ಆಗಿ ಕೆಲ್ಸ ಮಾಡ್ತಾ ಇದ್ದಾಳೆ. ನಂಗೂ ಅಲ್ಲೊಂದು ಕೆಲ್ಸ ಕೊಡ್ಸೋ ಗ್ಯಾರಂಟಿ ಕೊಟ್ಟಿದ್ಲು" ಅಷ್ಟು

ಅವನಿಗೆ ಸಾಕಿತ್ತು. ಕೆರಳಿ ಕೆಂಡವಾಗಿ ರೇಗಾಡಿದ. ಅವನ ಕೋಪ ತಣ್ಣಗಾಗುವವರೆಗೂ ಅತ್ಯಂತ ಸಹನೆಯಿಂದ ಕಾದಳು. ನಂತರವೆ ಬಾಯಿ ಬಿಟ್ಟಿದ್ದು.

"ಶಾಪಿಂಗ್ ಮಾಲ್‌ಗಳಲ್ಲಿ ಕೆಲ್ಸ ಮಾಡೋ ಸೇಲ್ಸ್‌ಗರ್ಲ್‌ಗೆ ಈಗ ಹತ್ತು ಸಾವಿರಕ್ಕಿಂತ ಹೆಚ್ಚು ಸಂಬಳವಂತೆ. ಮೊದಲಾಗಿದ್ದರೇ ಸೇಲ್ಸ್‌ಗರ್ಲ್ಸ್ ಅಂದರೇ ಕಡ್ಮೇ ಸಂಬಳ. ಈಗ ಆ ಸ್ಥಿತಯೇನು ಇಲ್ಲಾಂದ್ಲು, ಈಗ ವಾಣಿಜ್ಯ ಕೇಂದ್ರ ಮಾಲ್‌ಗಳಲ್ಲಿ ಕೆಲಸ ನಿರ್ವಹಿಸೋದು ಅಷ್ಟೇನು ಕಷ್ಟವಲ್ಲಾಂದ್ಲು. ಹೇಗೂ ಒಂದು ಡಿಗ್ರಿ ಇದೆ. ಪಚ್ಚಿಗೆ ಅಮ್ಮನಾದ್ರೂ ಮೈಮಾಟ ಚೆನ್ನಾಗಿದೇಂತ ನೀವೇ ಅಂದ್ರಿ. ಬಣ್ಣ ಪರ್ವಾಗಿಲ್ಲಾಂತ ಅತ್ತೆ ಹೇಳ್ತಾ ಇದ್ದಾರೆ. ಇಂಗ್ಲೀಷ್ ಜೊತೆ ಅಷ್ಟಿಷ್ಟು ಬೇರೆ ಭಾಷೆಗಳು ಗೊತ್ತು ನಿಮ್ಮನ್ನು, ಅತ್ತೆನ ಕನ್ವಿನ್ಸ್ ಮಾಡ್ತಾ ಪಳಗಿರೋ ನಂಗೆ, ಗ್ರಾಹಕರಿಗೆ ಅಗತ್ಯವಿರೋ ಪ್ರಾಡಕ್ಟ್‌ನ ತೋರಿಸಿ ಅವರ ಮನವೊಲಿಸುವುದು ಕಷ್ಟವೇನಲ್ಲ" ಎಂದು ಹುಬ್ಬು ಕುಣಿಸಿ ಹಂಗಿಸಿದಾಗ ಬೆರಗುನಿಂದ ನೋಡಿದ. ಬಾರ್ಡರ್ ಸೀರೆ ಅಥವಾ ಬ್ರೇಜರ್ ಧರಿಸಿದ ಮಡದಿಯನ್ನು ಕಲ್ಪನೆ ಮಾಡಿಕೊಂಡ.

"ನೀನು ಹೋದ ಕೂಡಲೆ ನಿಂಗೆ ಮಣೆ ಹಾಕಿ ಕುಡಿಸೋಲ್ಲ, ಫೀಲ್ಡ್‌ವರ್ಕ್‌ಗೆ ಹಾಕ್ತಾರೆ. ಆಗ ಗೊತ್ತಾಗುತ್ತೆ, ಅಮ್ಮಣ್ಣಿ ಬಂಡವಾಳ" ಹಂಗಿಸಿದ. ಶರಾವತಿ ಬರೀ ನಕ್ಕಳಷ್ಟೆ, ಅವಳು ಜಾಣೆ.

ಆಮೇಲೆ ಎಷ್ಟೋ ವಿಷಯಗಳನ್ನು ಮಾತಾಡಿದರು.

ಕಂಪನಿಯಿಂದ ಶರದಿ, ಶ್ರೀಕಾಂತ್ ಫ್ಲಾಟ್‌ಗೆ ಬಂದಾಗ ಹನ್ನೊಂದರ ಸುಮಾರು. ತೀರಾ ಸುಸ್ತಾಗಿದ್ದ ಶ್ರೀಕಾಂತ್ ಷೂಗಳನ್ನು ಕಿತ್ತೆಸೆದು ಸೋಫಾ ಮೇಲೆ ಕುಸಿದ.

"ಶರಧಿ ಭಯಂಕರ ಹಸಿವು, ಏನಾದ್ರೂ ತಿನ್ನೋಕೆ ಅರೇಂಜ್ ಮಾಡು" ಸೋತವನಂತೆ ನುಡಿದ. ಕಿಚನ್ ಸಹವಾಸ ತಪ್ಪಿ ಸಾಕಷ್ಟು ಸಮಯವೆ ಆಗಿತ್ತು. ಅದೆಲ್ಲ ಬೋರಿಂಗ್ ಅಂತ ಸರಿಸಿದಾಗ ಅವಳಮ್ಮನ ಆಕ್ಷೇಪಣೆ ಜೋರಾಗಿಯೆ ಇರುತ್ತಿತ್ತು "ಶರಧಿ, ನಿನ್ನ ಸ್ವಭಾವ ಸ್ವಲ್ಪನೂ ಇಷ್ಟವಾಗ್ತ ಇಲ್ಲ. ಅದೇನು ಯಾರು ಓದದೇ ಇರೋದು ನೀನು ಓದಿರೋದು? ಹೆಣ್ಣಿಗೆ ಅಡ್ಗೇ ಮನೆ ಮೋಸ್ಟ್ ಇಂಪಾರ್ಟೆಂಟ್. ಮೊದಲು ಗಂಡನನ್ನು ಒಲಿಸಿಕೊಳ್ಳೋಕೆ ರುಚಿ ರುಚಿಯಾಗಿ ಅಡ್ಗೇ ಮಾಡಿ ಹಾಕೋದ್ನ ಕಲೀಬೇಕು. ಮೊದ್ಲು ಅಡ್ಗೇ ಮನೆ ತರಬೇತಿ ಪಡೆದುಕೋ" ಇಂಥ ಬುದ್ಧಿವಾದಕ್ಕೆ ಎಂದೂ ಸೊಪ್ಪು ಹಾಕಿದವಳೇ ಅಲ್ಲ. ಶ್ರೀಧರನಾದ್ರೂ ಮದುವೆ ಆಗೋವರೆಗೂ ಅಮ್ಮನಿಗೆ ಅಡಿಗೆ ಮನೆಯಲ್ಲಿ ಸಹಾಯ ಮಾಡುತ್ತಿದ್ದ. "ಏಯ್ ಶರಧಿ, ಮೊದ್ಲು ಅಡ್ಗೇ ಮಾಡೋದ್ನ ಕಲೀ" ಎಷ್ಟೋ ಸಲ ಹೇಳಿದ್ದ. ಅದನ್ನ ಅವಳು ಲೆಕ್ಕಕ್ಕೆ ತಗೊಂಡಿರಲಿಲ್ಲ.

ಮೌನವಾಗಿ ಕಿಚನ್‌ಗೆ ಹೋಗಿ ಫ್ರಿಜ್ ಬಾಗಿಲು ತೆಗೆದಳು ಫಿಮೇಲ್ ಸರ್ವೆಂಟ್ ಮಡಿಟ್ಟ, ಚಪಾತಿ, ಪಲ್ಯ ಅಂಥದ್ದು ಇತ್ತು. ಅದು ಒಂದೆರಡು ದಿನಗಳ ಹಿಂದಿನದು. ಎರಡು ದಿನದಿಂದ ಚುಟ್ಟಿ. ಈ ಕಡೆ ಮುಖ ಹಾಕಿಯೇ ಇರಲಿಲ್ಲ.

ಹೌಸ್ ಕೋಟು ತೊಟ್ಟು ಬಂದು "ಬ್ರೆಡ್ ಟೋಸ್ಟ್ ಆಗುತ್ತಾ?" ಕೇಳಿದಳು. ಕಣ್ಮುಚ್ಚಿದವನು ಕಣ್ಣು ತೆರೆದು "ಬೇಡ, ನಿಂಗೆ ಬರೋಂಥದ್ದು ಏನಾದ್ರೂ ಮಾಡು. ಐ ಯಾಮ್ ಡೆಡ್ಲೀ ಟಯರ್ಡ್. ತುಂಬ ಹಿಂದಿನ ಕೆಲವು ಹಿಂದಿ, ತೆಲುಗು, ಕನ್ನಡ, ಮರಾಠಿ ಚಿತ್ರದ ಸಿ.ಡಿ.ಗಳನ್ನು ನೋಡ್ದೇ. ಈಗ ಅವೆಲ್ಲ ತೀರಾ ಅದ್ಭುತ ಅನಿಸಿತು. ಅದೆಂಥ ದಾಂಪತ್ಯದ ಸೊಗಸು. ಕೆನ್ನೆಗಳಲ್ಲಿ ಲಜ್ಜೆಯ ಕೆಂಪು, ತುಟಿಯಂಚಿನಲ್ಲಿ ಅತ್ಯಂತ ಚಂದದ ಸುಂದರ ನಗು. ನಡೆಯಲ್ಲಿ ಲಾಲಿತ್ಯ, ಮುಂದೆ ನಮ್ಮ ಕಂಪನಿಯಲ್ಲಿ ತಯಾರಾಗುವ ಆ್ಯಡ್ ಫಿಲಂನಲ್ಲಿ ಈ ಕಾನ್ಸೆಪ್ಟ್‌ನ ಹೆಚ್ಚಿಗೆ ಬಳಸಿಕೊಳ್ಳಬೇಕೂಂತ ಇದ್ದೀನಿ. ಐ ಯಾಮ್ ರಿಯಲೀ ಷಾಕಿಂಗ್. ಅಂಥ ಸುಂದರ ಅನುಭವ ಕಳೆದುಕೊಳ್ಳುವುದೊಂದು ಫೂಲಿಷ್‌ನೆಸ್." ಕನಸ್ಸಿಗೆ ಬಿದ್ದವನಂತೆ ಒದರಿದ.

ಏನು ಹೇಳಬೇಕೋ ತೋಚದೇ, ಸರಿದು ಹೋದಳು. ಇಷ್ಟು ಒಡನಾಟದಲ್ಲಿ ವೈಯುಕ್ತಿಕ ಮಾತುಕತೆಗಳು ತೀರಾ ಕಡಿಮೆಯೇ. ಆದರೆ ಶ್ರೀಕಾಂತ್ ಒಬ್ಬ ಜಂಟಲ್‌ಮನ್ ಎಂದು ಅರ್ಥವಾಗಿತ್ತು. ಮಾಡೆಲ್‌ಗಳಿಂದ ಹಿಡಿದು ಕೆಲವು ಶ್ರೀಮಂತ ಹೆಂಗಸರು ಅವನ ಫ್ಯಾನ್‌ಗಳೆ... ಬಹುಶಃ ಯಾರೊಂದಿಗೂ ಅವನ ಸಂಬಂಧವಿಲ್ಲ!

ಕಿಚನ್‌ಗೆ ಬಂದಳು. ಇಲ್ಲಿ ಅವಳು ಅಡಿಗೆ ಮಾಡಿದ್ದೇ ಇಲ್ಲ, ಆಹಾರ ಪದಾರ್ಥಗಳಿಂದ ಹಿಡಿದು ಸ್ಟೌವ್, ಗ್ಯಾಸ್, ಫರ್ನಿಚರ್, ಮಿಕ್ಸಿ, ಫ್ರಿಜ್ ಸಮೇತ ಸಜ್ಜಾದ ಫ್ಲಾಟ್‌ನ ಖರೀದಿಸಿದ್ದು. ನೇಮಕವಾದ ಫಿಮೇಲ್ ಸರ್ವೆಂಟ್ ಕ್ಲೀನಿಂಗ್‌ನಿಂದ ಹಿಡಿದು ಅಡಿಗೆವರೆಗೂ ಕಂಟ್ರಾಕ್ಟ್ ಎನ್ನುವಂತೆ ವರ್ತಿಸುತ್ತಿದ್ದಳು.

ಅವಳಿಗೇನು ಗೊತ್ತೆ ಇಲ್ಲ!

ಸೆಟ್ ಮಾಡಿಟ್ಟ ಒಂದೊಂದೇ ಡಬ್ಬಿಯನ್ನು ತೆಗೆದು ನೋಡಿದಳು. ಬಹುಶಃ ಎಲ್ಲಾ ಇತ್ತು. ಏನು ಇಲ್ಲ! ಅವುಗಳ ಉಪಯೋಗವೇ ಅವಳಿಗೆ ಗೊತ್ತಿಲ್ಲ!

"ಶ್ರೀಕಾಂತ್‌ಗೆ ಏನು ಇಷ್ಟ?" ಒಮ್ಮೆ ಮೀಟ್ ಆದಾಗ ಶರಾವತಿ ಕೇಳಿದ್ದಳು. "ಸ್ವಲ್ಪ ಅರ್ಥಮಾಡ್ಕೋ, ಮದ್ವೆ ಇಲ್ದೇ ಒಟ್ಟಿಗೆ ಬದುಕೋಕೆ ಹೊರಟಿರೋದೇ ರಿಸ್ಕ್. ಹೋಗಲೀ, ಸ್ವಲ್ಪ ಲಿಬರಲ್ಲಾಗಿ ಯೋಚ್ಸಬೇಕು. ಕನಸುಗಳಿಂದ ಹೆಣ್ಣು ಗಂಡಿನ ಸಾಂಗತ್ಯ ಅರಳಿದರೂ ಕಿಚನ್ ನಂತರವೆ. ಬೆಡ್‌ರೂಂ ಪ್ರವೇಶ, ಮೊದಲ ದಿನಗಳ ಬಿಸಿ ಹಾಗೇ ಏನು ಉಳಿಯೋಲ್ಲ. ವಿವಿಧ ಮಗ್ಗುಲನ್ನು ಪಡೆದುಕೊಳ್ಳುತ್ತೆ. ಅದು ಗಟ್ಟಿಯಾಗೋಕೆ ಅರ್ಥಮಾಡುಕೊಳ್ಳುವಿಕೆ, ಸಾಮರಸ್ಯದ ಜೊತೆ ಹಲವನ್ನು ಕಳೆದುಕೊಳ್ಳೋಕೆ ಸಿದ್ಧವಾದರೆ, ಮಾತ್ರ ಸಾಂಗತ್ಯ, ದಾಂಪತ್ಯ... ಏನಾದ್ರೂ ಉಳಿಸಿಕೊಳ್ಳುವಲ್ಲಿ ಹೆಣ್ಣಿನ ಪ್ರಯತ್ನವೆ ಹೆಚ್ಚಾಗಬೇಕು" ಇಷ್ಟನ್ನು ಬಹಳ ಮುತುವರ್ಜಿಯಿಂದ ಹೇಳಿದ್ದು ಈಗ ನೆನಪಿಗೆ ಬಂತು.

ಸುಮ್ಮನೆ ಒಂದು ಕಡೆ ಬಂದು ಕೂತಳು, ಬಂದ ಶ್ರೀಕಾಂತ್ ನೋಟವರಿಸಿದವನು ಹಿಂದಕ್ಕೆ ಹೋಗಿ ಫೋನೆತ್ತಿದ. ಅವನು ಏನಾದರು ತಿನ್ನಲೇಬೇಕಿತ್ತು.

ಹತ್ತು ನಿಮಿಷದಲ್ಲಿ ಕ್ಯಾರಿಯರ್ ಬಂತು.

"ಶರಧಿ, ಬಾ ಊಟ ಮಾಡು" ಹೇಳಿ ಬಂದು ತಾನೇ ಬಡಿಸಿಕೊಂಡು ಡಿನ್ನರ್ ಮುಗಿಸಿ ಹೋಗಿ ಮಲಗಿದ. ಇಂದು ಕೂಡ ಅಮೂಲ್ಯ ಕಾಡುವುದನ್ನು ಬಿಟ್ಟಿರಲಿಲ್ಲ. "ಈಗ ವೆರೈಟಿಗಳು... ಡೈವೋರ್ಸ್‌ನಿಂದ ಒಂದು ರೀತಿಯ ಸ್ವತಂತ್ರ, ನಿಮ್ಮ ಮೋಜಿನ ಜೀವನಕ್ಕೆ" ಅವಳು ಫೋನಾಯಿಸಿ ಕುಟುಕಿದಾಗ ಸುಮ್ಮನೆ ಇಟ್ಟಿದ್ದೆ. ಮಾತುಗಳಿಂದ ಪ್ರಯೋಜನವಿಲ್ಲವೆಂದು ಅರಿತಿದ್ದ. ನೆನಪುಗಳು ನೋವನ್ನು ತರುತ್ತಿತ್ತು.

ಎಷ್ಟೋ ಹೊತ್ತಿನ ಮೇಲೆ ಶರಧಿ ಡೈನಿಂಗ್ ಹಾಲ್‌ಗೆ ಬಂದಾಗ, ಟೇಬಲ್ ಅಸ್ತವ್ಯಸ್ತವಾಗಿ ಏನು ಇರಲಿಲ್ಲ. ಆದರೆ ಶ್ರೀಕಾಂತ್ ಡಿನ್ನರ್ ತಗೊಂಡ ಗುರುತು ಇತ್ತು. ಅವಳಿಗೇನು ಬೇಕೂಂತ ಅನ್ನಿಸಲಿಲ್ಲ. ಒಂಟಿತನ ಭಾವಿಸಿತು. ಬೆಡ್‌ರೂಂಗೆ ಬಂದಳು. ಶ್ರೀಕಾಂತ್ ಒಳ್ಳೆಯ ನಿದ್ದೆಯಲ್ಲಿದ್ದ. ಅಮೂಲ್ಯ ಹೇಳಿದ ಮಾತು ಜ್ಞಾಪಕಕ್ಕೆ ಬಂತು.

"ನಂಗೆ ಶ್ರೀಕಾಂತ್ ಬೇಕು! ಕೆಲವು ರಾತ್ರಿಗಳು ನನ್ನ ಪಾಲಿಗೆ ಇರಲೀ, ಅದ್ಕೇ ನಿನ್ನ ಸಹಕಾರಬೇಕು. ಆ ಮೊಂಡು ಗಂಡನ್ನು ಒಪ್ಪಿಸಬೇಕು. ಐ ವಾಂಟ್ ಹಿಮ್, ಅವನಿಂದ ಪಡೆದ ಸುಖ ಮರ್ರ್‍ಯೋಕ್ಕಾಗೋಲ್ಲ, ಮೆಮರಬಲ್ ನೈಟ್ಸ್. ಅದು ನಿಂಗೆ ಪೂರ್ತಿಯಾಗಿ ಬೇಕೂಂದರೇ, ನಾನು ಬಿಡೋಲ್ಲ. ಬಿ ಕೇರ್ ಫುಲ್" ಎಚ್ಚರಿಸಿಯೇ ಹೋಗಿದ್ದು.

ರಕ್ತದ ರುಚಿ ನೋಡಿದ ಗಾಯಗೊಂಡ ಹುಲಿಯಂತೆ ಕಂಡಿದ್ದಳು. ಎಷ್ಟೇ ಧೈರ್ಯ ತಂದುಕೊಂಡರೂ ಸೋಲೊಪ್ಪಿಕೊಂಡಂತಾಗಿತ್ತು. ಅದನ್ನು ಇಂದಿಗೂ ಶ್ರೀಕಾಂತ್‌ಗೆ ತಿಳಿಸಿರಲಿಲ್ಲ! ಆದರೆ ಯಾವುದೇ ಫೋನ್ ಬಂದರು ಬೆಚ್ಚುವಂತಾಗುತ್ತಿತ್ತು.

ಏನೋ ಒಂದು ರೀತಿಯ ಒಂಟಿತನ ಅಪ್ಪಳಿಸುತ್ತಿತ್ತು. ಅದರ ಹೊಡೆತ ಎಷ್ಟಿತ್ತೆಂದರೆ ಬಿರುಗಾಳಿಯ ಮಧ್ಯೆ ಸಂಜೆಯ ಸಮುದ್ರ ಅಲೆಗಳ ನಡುವೆ ನಿಂತ ಅನುಭವ.

ಬೆಳಗಿನ ಜಾವ ಅವಳಿಗೆ ಒಂದಿಷ್ಟು ನಿದ್ದೆ ಬರುವ ವೇಳೆಗೆ ಎಚ್ಚೆತ್ತ ಶ್ರೀಕಾಂತ್ ಕಾಫೀ ಬೆರೆಸಿಕೊಂಡು ಬಂದು ಲ್ಯಾಪ್‌ಟಾಪ್ ಮುಂದಿಟ್ಟುಕೊಂಡ.

ಪ್ರಖ್ಯಾತ ಕಂಪನಿಯ ಸ್ಯಾರಿ ಅಡ್ವಾರ್ಟೈಜ್ ಆ್ಯಡನ್ನು ಇವರ ಕಂಪನಿಗೆ ಒಪ್ಪಿಸಿದ್ದು ಪ್ರತಿಷ್ಠೆಯ ಸಂಕೇತವಾಗಿತ್ತು. ರೈಟರ್, ಫೋಟೋಗ್ರಾಫರ್, ಡೈರೆಕ್ಟರ್‌ನ ಕರೆಸಿಕೊಂಡು ಚರ್ಚಿಸಿದ್ದು. ಒಂದಿಷ್ಟು ಮಾರ್ಪಾಟು ಬೇಕೆನಿಸಿತು. ಆ ಬಗ್ಗೆ ಗಮನ ಹರಿಸಿದ್ದೆ.

ಒಂದೆರಡು ಸಲ ಮೊಬೈಲ್ ಸದ್ದು ಮಾಡಿದ ನಂತರವೆ ಎತ್ತಿದ್ದು. "ಹಲೋ" ಸರಿಯಾಗಿ ಹತ್ತು ಸೆಕೆಂಡ್‌ಗಳ ತರುವಾಯ. "ಹಲೋ, ಗುಡ್ ಮಾರ್ನಿಂಗ್... ಹೇಗಿದ್ದಿ?" ಕೇಳಿದ್ದು ಅಮೂಲ್ಯನೆ.

"ಹಲೋ, ಫೈನ್, ಈಗ ಫೋನ್ ಮಾಡಿದ ಉದ್ದೇಶ? ಅನಗತ್ಯ ಮಾತುಗಳು ಬೇಡ. ನನ್ನಿಂದ ನಿಮ್ಗೇನಾಗ್ಬೇಕು?" ಮಾತು ಕಡ್ಡಿ ಮುರಿದಂತಿತ್ತು. "ಸ್ವಲ್ಪ ಬಿಜಿ...

ಇದ್ದೀನಿ. ಕಾಲ್‌ಯು ಲೆಟರ್...!" ಅನ್ನುವ ವೇಳೆಗೆ "ಪ್ಲೀಸ್, ಒಂದೆರಡು ಮಾತುಗಳನ್ನು ಆಡೋಕೆ ಅವಕಾಶ ಕೊಡು. ನಿನ್ನ ತುಂಬ ಗೋಳು ಹೊಯ್ದುಕೊಂಡಿದ್ದೀನಿ. ಅದಕ್ಕೆ ಕಾರಣ ಪ್ರೀತಿ, ನಿನ್ನ ನಾನು ತುಂಬಾ ಪ್ರೀತಿಸ್ತೀನಿ."

"ಮೈ ಘುಟ್, ಅದೇ ಪ್ರೀತಿ ಅನ್ನೋದಾದ್ರೆ... ಅನ್ವರ್ಥದ ಶಕೆಯೆ ಶುರುವಾಗುತ್ತೆ. ಎಲ್ಲಾ ಮುಗ್ದು ಹೋಗಿದೆ. ನಂಗೆ ಮಾತ್ರ ಪರೀತಿಯೇನು, ಯಾವ್ದೇ ಭಾವನೆಗಳಿಲ್ಲ. ಕೆದಕಬೇಡ. ನನ್ನ ಆರಾಮಾಗಿ ಇರೋಕೆ ಬಿಡು, ಡೋಟ್ ಡಿಸ್ಟರ್ಬ್ ಮಿ" ಗದರಿ ಫೋನಿಟ್ಟ.

ಎದ್ದು ಹೋಗಿ ಷವರ್ ಕೆಳಗೆ ನಿಂತ. ಅಮೂಲ್ಯ ಸುಂದರ ರೂಪದ ಹಿಂದೆ. ಅದೆಷ್ಟು ಕುರೂಪತನವಿತ್ತು. ಮಧುರವಾಗ ಬೇಕಿದ್ದ ಕ್ಷಣಗಳೆಲ್ಲ ಭೀಕರವಾಗಿತ್ತು. ಛೇಡಿಸುತ್ತಿದ್ದಳು, ಅವನ ಪುರುಷತ್ವಕ್ಕೆ ಸವಾಲೆಸೆದು ಪ್ರಚೋದಿಸುತ್ತಿದ್ದ ರಾತ್ರಿಗಳೆಲ್ಲ ಅವನ ಪಾಲಿಗೆ ಘೋರವಾದ ಕನಸುಗಳೆ 'ಡೆವಿಲ್' ಕೆಳ ತುಟಿಯನ್ನು ಕೋಪದಿಂದ ಕಚ್ಚಿಡಿದ. ಎಲ್ಲಾ ಮುಕ್ತವೇ ಅಮೂಲ್ಯ ಪಾಲಿಗೆ, ನಾಚಿಕೆ, ಸಂಕೋಚ, ಅನ್ಯೋನ್ಯತೆ ಇಲ್ಲದ ಪ್ರಣಯವನ್ನೆ ಪರಿಚಯಿಸಿದ ಹೆಣ್ಣು, ಅವನಲ್ಲಿ ಅನುಮಾನಗಳನ್ನು ಮಾತ್ರವಲ್ಲ ಭಯವನ್ನು ಹುಟ್ಟಿಸಿದ್ದಳು. ಅದರಿಂದ ಮುಕ್ತಗೊಳ್ಳ ಬೇಕಿದ್ದರಿಂದಲೇ ಶರಧಿಯನ್ನು ಬಯಸಿದ್ದು. ನಂತರವೆ ಅವನಲ್ಲಿ ಮಧುರವಾದ ಭಾವನೆಗಳು ಚಿಮ್ಮಿದ್ದು. ಅದು ಅವನ ಪ್ರೊಫೆಷನ್‌ಗೆ ಅಗತ್ಯವಿತ್ತು.

ಸ್ನಾನ ಮುಗಿಸಿ ಹೊರಬಂದಾಗ ಇಷ್ಟು ವಸ್ತುಗಳ ನಡುವೆಯು ನಿರ್ಜನವೆನಿಸಿತು. ಹಳೆಯ ಹಿಂದಿ ಚಿತ್ರಗಳಲ್ಲಿ ಗೃಹಿಣಿ, ಅಲ್ಲಿನ ವಾತಾವರಣದ ಸೊಬಗು ಅವನಿಗೆ ತುಂಬ ಇಷ್ಟವಾಗಿತ್ತು. ಅಂಥ ಒಂದು ಪರಿಸರದ ಮಧ್ಯೆ ತಾನಿದ್ದರೇ? ಅಲ್ಲಿ ಅಮೂಲ್ಯ ಬಂದು ನಿಲ್ಲಲು ಸಾಧ್ಯವಿಲ್ಲ, ಶರಧಿಯನ್ನು ತಂದು ನಿಲ್ಲಿಸಿಕೊಂಡ, ಮಿತ ಭಾಷಿ, ಅಲಂಕಾರವು ಹಿತವೇ, ಅವನು ನೋಡಿರುವ ಎಷ್ಟೋ ಮಾಡೆಲ್‌ಗಿಂತಲು ಕಡಿಮೆಯ ಚೆಲುವೆಯೆ ಆದರೂ ಆ ಕ್ಷಣಗಳಲ್ಲಿ ದಿಕ್ಕೆಟ್ಟ ಅವನ ಮನಸ್ಥಿತಿ, ಭಾವನೆಗಳಿಗೆ ಸ್ಪಂದಿಸಲು ಒಂದು ಹೆಣ್ಣು ಬೇಕಿತ್ತು.

ನಡುವೆಯೇ ಫೋನ್‌ಗಳ ಭರಾಟೆ, ಎದ್ದು ಬಂದ ಶರಧಿ ಅವನಲ್ಲಿ 'ಸಾರಿ....' ಕೇಳಿಯೇ ಬಾತ್‌ರೂಂಗೆ ಹೋಗಿದ್ದು ಮೊದಲ ಸಲ ಎನ್ನುವಂತೆ ಶರಧಿಯ ಬಗ್ಗೆ ದೀರ್ಘವಾಗಿ ಯೋಚಿಸಿದ. ಅವಳಣ್ಣ, ಅತ್ತಿಗೆ ವಿವಾಹದ ಪ್ರಸ್ತಾಪ ಅವನ ಮುಂದಿಟ್ಟಾಗ ಯಾವ ಟೆನ್‌ಷನ್‌ಗೂ ಒಳಗಾಗದೆ ನಿರಾಕರಿಸಿದ್ದ.

"ನಂಗೆ ಆ ಉದ್ದೇಶ ಇಲ್ಲ, ಶರಧಿಗೂ ಅಂಥ ಉದ್ದೇಶ ಇದ್ದಿರಲಾರದು" ಸ್ಪಷ್ಟವಾಗಿತ್ತು ಅವನ ಮಾತು. ಆಗಿನ ಅವರ ಮನಸ್ಥಿತಿ ಬಗ್ಗೆ ಅವನು ಚಿಂತಿಸಿರಲಿಲ್ಲ, ಈಗ ಒಂದು ತರಹ ಅನಿಸಿತು. "ಹೌದು ಯಾಕೆ ಶರಧಿ ವಿವಾಹವಾಗಿಲ್ಲ?" ಈ ಪ್ರಶ್ನೆ ಮೊದಲ ಸಲ ಮೂಡಿತೇನೋ?

ಮೊಬೈಲ್‌ಗಳ ಸ್ವಿಚ್ ಆಫ್ ಮಾಡಿ ಕೂತ ಶರಧಿ ಸ್ನಾನ ಮುಗಿಸಿ ಪೂರ್ತಿ ರೆಡಿಯಾಗಿ ಲ್ಯಾಪ್‌ಟಾಪ್ ಹಿಡಿದು ಬಂದವಳು ಬರೀ ತನ್ನ ಪರ್ಸನಲ್ ಸೆಕ್ರೆಟರಿಯಾಗಿ ಕಂಡಳು.

"ಪ್ಲೀಸ್, ಸಿಟ್‌ಡೌನ್... ಒಂದು ಕಪ್ ಟೀ ಸಿಗುತ್ತ?" ಕೇಳಿದ ನಸು ನಗುತ್ತ, ಅಷ್ಟರಲ್ಲಿ ಅವಳ ಮೊಬೈಲ್ ಸದ್ದು ಮಾಡಿದಾಗ ಬಟನೊತ್ತಲು ಹೋದವಳನ್ನ ತಡೆದು "ತಗೋ ಬೇಡ" ಅಂದ.

"ಫೋಟೋಗ್ರಾಫರ್ ಅನ್ಸಾರಿ" ಎಂದಳು.

"ಲೀವ್ ಇಟ್, ಒಂದರ್ಧ ಗಂಟೆ ಮೊಬೈಲ್ ಆಫ್ ಮಾಡು" ಎಂದ ಈಗ ಸ್ವಲ್ಪ ಸೀರಿಯಸ್ಸಾಗಿ. ಅಲ್ಲಿ ಅಮೂಲ್ಯಳ ನೆರಳಾಡಿದಾಗ ಸ್ವಲ್ಪ ಬೆವೆತಳು "ಟೀ... ತರ್ತೀನಿ" ಕಿಚನ್‌ಗೆ ಹೋದವಳು ಒಂದಿಷ್ಟು ಟಈ ಬೆರೆಸಿಕೊಂಡು ಬಂದು ಅವನ ಮುಂದಿಟ್ಟಾಗ "ನಿಂಗೆ ಬೇಡ್ವಾ? ಇದನ್ನು ಷೇರ್ ಮಾಡಿಕೊಳ್ಳೋಣ" ಸಾಸರ್‌ಗೆ ಟೀ ಬಗ್ಗಿಸಿ ಅವಳಿಗೆ ಕೊಟ್ಟು "ಗಂಡು, ಹೆಣ್ಣಿನ ಸಾಂಗತ್ಯ ಫಿಫ್ಟಿ-ಫಿಫ್ಟಿ ತರಹ ಇದ್ದರೇ ಚೆನ್ನ! ಆದರೆ ಯಾವುದರಲ್ಲಿ ಫಿಫ್ಟಿ-ಫಿಫ್ಟಿ ಅನ್ನೋದೆ ಕನ್‌ಫ್ಯೂಷನ್. ಮೊದ್ಲು ಟೀ ಕುಡಿ" ಹೇಳಿದ.

ಮಧ್ಯದಲ್ಲಿ ಮೋಹಕ ನೋಟ ಬೀರಿ "ಯೂ ಲುಕ್ ವೆರಿ ಬ್ಯೂಟಿಫುಲ್. ಯು ಹ್ಯಾವ್ ಎ ಬ್ಯೂಟಿಫುಲ್, ಐಸ್" ಮೆಚ್ಚಿಕೆಯಾಡಿಯೆ ಕಪ್ ಖಾಲಿ ಮಾಡಿದ್ದು. ಐದು ನಿಮಿಷಗಳಷ್ಟು ದೀರ್ಘಕಾಲ ಸುಮ್ಮನಿದ್ದು "ಇಫ್ ಯು ಡೋಂಟ್ ಮೈಂಡ್ ನೀನ್ಯಾಕೆ ಮದ್ವೆ ಆಗ್ಲಿಲ್ಲ?" ಕೇಳಿದ ಬಹುಶಃ ಇಂದು ಅವನಿಗೆ ತಿಳಿಯುವ ಅಗತ್ಯವಿದೆಯೆನಿಸಿತು.

"ಇಂಟರೆಸ್ಟ್ ಅನ್ನಿಸಲಿಲ್ಲ. ಸಾಮರಸ್ಯಭಾವವಿಲ್ಲ, ಕಿತ್ತಾಟ, ಅಳು, ದಾಸ್ಯ ಮನೋಭಾವ ಕಟ್ಟಿಕೊಂಡ ಉರುಳುನಿಂದ ಹೊರ ಬರಲು ತಂಟೆ ತಾಪತ್ರಯದಲ್ಲಿ ಬದುಕಿನ ಹೆಚ್ಚು ಸಮಯ ಕಳೆದು ಹೋಗುತ್ತೆ. ಅದು ನಂಗೆ ಬೇಕಿರಲಿಲ್ಲ ಇಷ್ಟಕ್ಕೂ ಮದ್ವೆ ಅಂದರೇನು? ಅಲ್ಲಿ ಮುಖ್ಯವಾಗಿ ಕಂಡು ಬರೋದು ಲೈಸನ್ಸ್ ಕೊಟ್ಟಿರೋ ಪ್ರಾಸ್ಟಿಟ್ಯೂಷನ್ ಅನಿಸಿದೆ. ಅದೊಂದು ಶಿಥಿಲ ಅವಸ್ಥೆ. ಅಮ್ಮ ಸಿಕ್ಕಿಕೊಂಡಿದ್ದಾಳೆ, ಅತ್ತಿಗೆ ಸಿಕ್ಕಿಕೊಂಡಿದ್ದಾಳೆ. ಇಷ್ಟವಿರಲೀ ಬಿಡಲೀ ತಾಳಿ ಕಟ್ಟಿಸಿಕೊಂಡ ತಪ್ಪಿಗೆ ಅವನೊಂದಿಗೆ ಮಲಗಬೇಕಾ? ಐ ಡೋಂಟ್ ಲೈಕ್..." ಅರ್ಧ ಆವೇಶದೊಂದಿಗೆ ನುಡಿದಾಗ ಅವಳನ್ನು ನೋಡಿದ. ಅಂದರೆ Living in... ಅಥವಾ Living together. ಇದನ್ನು ಒಪ್ಪಿಕೊಂಡಿದ್ದ?

ಏನಾದರೂ ಹೇಳುವವನಿದ್ದನೇನೋ, ಡೈವೋರ್ಸ್ ವಿಷಯದಲ್ಲಿ ಅವನು ಅನುಭವಿಸಿದ ಮಾನಸಿಕ ಹಿಂಸೆಯನ್ನು ನೆನಪು ಮಾಡಿಕೊಂಡ. ಕೋರ್ಟ್‌ನ ದೀರ್ಘ ವಿಚಾರಣೆಯ ಜೊತೆಯಲ್ಲಿ ಅಮೂಲ್ಯ ನೀಡುತ್ತಿದ್ದ ಹಕ್ಕಿನ ಕೋಟಲೆ,

ಸ್ವಂತ ಮಕ್ಕಳ ಅನ್ಯೋನ್ಯತೆಯನ್ನು ಕಳೆದುಕೊಂಡ ನೋವು, 'ಮದುವೆ' ಎಂದರೆ ಬೆಚ್ಚುವಂತೆ ಮಾಡಿತ್ತು.

"ಸಾರಿ, ಇವತ್ತು ಕೇಳ್ಬೇಕೂಂತ ಅನ್ನಿಸ್ತು" ಮೇಲೆದ್ದ.

ಆರು ತಿಂಗಳ ಅವಧಿಯಲ್ಲಿ ಇವರಿಬ್ಬರ ನಡುವೆ ಯಾವುದೇ ರೀತಿಯ ವೈಮನಸ್ಸು ಇರಲಿಲ್ಲ! ಅದಕ್ಕೆ ಅಂಥ ದೊಡ್ಡ ಕಾರಣವಿರಲಿಲ್ಲ. ಈ ಸ್ವಂತ ಫ್ಲಾಟ್ ಶ್ರೀಕಾಂತ್‌ನ ಗಿಫ್ಟ್, ಅವಳ ಸಂಬಳ ಎಂದಿನಂತೆ ಕೈ ಸೇರುತ್ತಿತ್ತು. ಅವಳ ಸ್ವತಂತ್ರಕ್ಕೆ ಅಡ್ಡಿ ಇರಲಿಲ್ಲ. ಇವಳ ಮನೆಯ ಪರಿಚಯ ಶ್ರೀಕಾಂತ್‌ಗೆ ಕಡಿಮೆ. ಶ್ರೀಕಾಂತ್ ಹಿಂದಿನ ಜೀವನದ ಪುಟಗಳ ಪರಿಚಯ ಶರಧಿಗೆ ತೀರಾ ಕಡಿಮೆಯೇ, ಅದರಿಂದ ಅವಳ ಕಡೆಯವರನ್ನು ಇವನು ಇವನ ಕಡೆಯವರನ್ನು ಅವಳು ಕುಟುಕುವುದಕ್ಕೆ ಸಾಧ್ಯವಿರಲಿಲ್ಲ.

ಆದರೆ ಮರುದಿನ ಅಮೂಲ್ಯ ಅವಳಿಗೆ ಫೋನ್ ಮಾಡಿದಳು.

"ಹೇಗಿದ್ದಿ?" ಕೇಳಿದಳು.

"ಫೈನ್" ಅಂದಳು.

"ನಾನು ರಾತ್ರಿ ಗೆಸ್ಟ್‌ಹೌಸ್‌ಗೆ ಬರ್ತೀನೀಂತ ಶ್ರೀಕಾಂತ್‌ಗೆ ಹೇಳು. ಒಪ್ಪಿಸುವ ತಾಕತ್ತು ನಿಂದೆ" ಮತ್ತೆ ಏನೇನೋ ಹೇಳಿದಳು. "ವಾಟ್ ನಾನ್ಸೆನ್ಸ್ ಯು ಆರ್ ಟಾಕಿಂಗ್. ಅಸಹ್ಯವಾಗುತ್ತೆ, ಹೀಗೆ ಮಾತಾಡಲು ಹೇಗೆ ಸಾಧ್ಯವಾಗುತ್ತೆ? ಅಬ್ಬ... ಹೆಣ್ಣಿನ ಬಗ್ಗೆ ಇಂಥ ಒಂದು ಕಲ್ಪನೆ ಮಾಡಿಕೊಳ್ಳಲಾರೆ" ಫೋನ್ ಕಟ್ ಮಾಡಿ ಬೆವೆತಳು. 'ಛೇ...' ಹೆಣ್ಣು ಕೂಡ ಗಂಡನ್ನ ಅಷ್ಟೇ ಘೋರವಾಗಿ ಹಿಂಸಿಸಬಲ್ಲಳೆನಿಸಿತು.

ಒಂದು ರೀತಿಯ ಕುದಿತ. ಮರುದಿನ ಇವಳು ಆಫೀಸ್‌ನಲ್ಲಿದಾಗ ಪರೀಕ್ಷಿತ್‌ನಿಂದ ಫೋನ್ ಬಂತು. ಅವನೇ ಎದುರು ಮನೆಯ ರಾಜಗೋಪಾಲ್ ಮಗ. ಪರೀಕ್ಷಿತ್‌ನೆಂದು ಪರಿಚಯಿಸಿ ಕೊಂಡ ನಂತರವೆ ಕೇಳಿದ್ದು.

"ನಿಮ್ಮ ಹತ್ರ ಮಾತಾಡಬೇಕೂಂತ ಇದ್ದೀನಿ, ಯಾವಾಗ ಸಿಕ್ತೀರಾ?" ವಿಚಾರಿಸಿದ. ಅವಳು ಬರೀ ಕುಶಲೋಪರಿ ವಿಚಾರಿಸಿದ ನಂತರ "ಮುಂಬಯಿನಲ್ಲಿ ಒಂದು ಕಾನ್ಫರೆನ್ಸ್ ಇದೆ. ಅದ್ನ ಆಯೋಜಿಸಿರೋದು ನಮ್ಮ ಕಂಪನಿ, ಈ ವಾರ ಪೂರ್ತಿ ಬಿಜಿ. ತೀರಾ ಏನಾದ್ರೂ ಅರ್ಜೆಂಟಾ?" ಇವಳ ಪ್ರಶ್ನೆಗೆ "ನೋ... ನೋ... ತೀರಾ ಚಿಕ್ಕಂದಿನ ಒಡನಾಟವಲ್ಲವಾ? ಒಂದರ್ಧ ಗಂಟೆ ಮಾತನಾಡಬೇಕೆನಿಸಿತು" ಒಂದು ತರಹ ಅಂದ.

"ಷ್ಯೂರ್, ನಾನೇ ಫೋನ್ ಮಾಡ್ತೀನಿ" ಫೋನ್ ಕಟ್ ಮಾಡಿದಳು. ಆದರೆ ಪರೀಕ್ಷಿತ್‌ಗೆ ಖುಷಿಯೆನಿಸಿತು. ಅದನ್ನು ತಂದೆಯ ಮುಂದೆ ವ್ಯಕ್ತಪಡಿಸಿದ ಕೂಡ "ಅಪ್ಪ, ನಾನು ಅದೇ ರಾಮೂರ್ತಿಗಳ ಮಗಳು, ಶರಧಿನ ಮಾತಾಡಿಸ್ದೇ, ತುಂಬ ಬಿಜಿ ಅಂತ ಕಾಣುತ್ತೆ 'ವರ್ಷ ಆ್ಯಡ್ ಕಂಪನಿ'ಗೆ ನ್ಯಾಷನಲ್ ಏನು ಇಂಟರ್ ನ್ಯಾಷನಲ್ ಲೆವೆಲ್ ಹೆಸರಿದೆ. ಏನೋ ಕಾನ್ಫರೆನ್ಸ್ ಅಂದ್ಲು. ಮುಂದಿನ ವಾರ ಭೇಟಿ

ಮಾಡಬಹುದು."

ಕೂತಿದ್ದ ರಾಜಗೋಪಾಲ್ ಟಿ.ವಿ. ವಾಲ್ಯೂಮ್‌ನ ಕಡಿಮೆ ಮಾಡಿ "ಹೊಸ್ದಾಗಿ ಫ್ಲಾಟ್ ಕೊಂಡ್ಕೊಂಡ್ ಅಲ್ಲೇ ಇದ್ದಾಳೇಂದ್ರು, ಸುಬ್ಬಲಕ್ಷ್ಮಿ ಸೊಸೆ ಅಂದುಕೊಂಡಿದ್ದ ಹುಡ್ಗೀ, ಪವನ್ ಎಷ್ಟೊಂದು ಆಸೆ ಇಟ್ಕೊಂಡಿದ್ದ. ಯಾವುದಕ್ಕೂ ಋಣಾನುಬಂಧ ಇರ್ಬೇಕು" ಇಂಥದೊಂದು ಡೈಲಾಗೊಡೆದರು. ಹಿಂದಿನ ದಿನ ರಾಗಿಣಿ ತಂದೆ ಐದು ಲಕ್ಷ ನಗದು ಹಣ ತಂದು ಕೊಟ್ಟು "ದಯವಿಟ್ಟು ಮೇಡಮ್‌ನೋರಿಗೆ ತಲುಪಿಸಿ ಸಾಲ ತೀರ್‍ಸಿಕೊಳ್ಳಿ. ಈಗಾಗ್ಲೇ ಕಂಪ್ಲೇಂಟ್ ಕೊಟ್ಟಿದ್ದರೇ ವಾಪಸ್ಸು ಪಡ್ಯೋಕೆ ಹೇಳಿ" ರಿಕ್ವೆಸ್ಟ್ ಮಾಡಿಕೊಂಡಿದ್ದ ಮನುಷ್ಯ ಒಂದಿಷ್ಟು ಸಮಾಜಕ್ಕೆ ಹೆದರುವಂಥವನೇ ಒಂದು ರೀತಿಯ ನಿರಾತಂಕ.

"ಏನೇ ಆಗ್ಲಿ. ಆ ಕುಟುಂಬದವರಿಂದ ನಮ್ಗೇ ಉಪಕಾರವಾಗಿದೆ. ಲೀಜ್‌ಗೆ ಒಂದು ರೂಮಿನ ಒಂದು ಫ್ಲಾಟ್ ಹಿಡ್ದು ಮಿಕ್ಕಿದ್ನು ಬ್ಯಾಂಕ್‌ಗೆ ಹಾಕೂಂತ ಅತ್ತಿಗೆ ಹೇಳಿದ್ರು ನಂಗೆ ಅದೆಲ್ಲ ಬೇಡ, ಅಪ್ಪ ಹೇಗಾದ್ರೂ... ಮಾಡ್ಕೊಳ್ಳಿ ಅಂದೇ"

ಅಪ್ಪ, ಮಗ ಕೂತು ಆತ್ಮೀಯವಾಗಿ ಮಾತಾಡಿದರು. ಆ ವೇಳೆಗೆ ಸುಬ್ಬಲಕ್ಷ್ಮಿ ಫೋನ್ ಮಾಡಿ "ಹೇಗೂ ರಜ ಅಂದೆಯಲ್ಲ, ಅಪ್ಪ ಮಗ ಇಲ್ಲಿಗೆ ಊಟಕ್ಕೆ ಬನ್ನಿ, ನಮ್ಮ ಶರಾವತಿ ಪುಳಿಯೋಗರೆ ಗೊಜ್ಜು ಕುದಿಸಿಟ್ಟಿದ್ದಾಳೆ" ಇಂಥದೊಂದು ಆಹ್ವಾನ ಕೊಟ್ಟರು. ಹಣ ಪರೀಕ್ಷಿತ್ ಕೈ ಸೇರಿದ್ದರು ಗೆಲುವು ತಮ್ಮದೆನ್ನುವ ಖುಷಿ. ಇನ್ನು ಒಂದೆರಡು ಗಂಟೆ ಕೂತು ಮಧ್ಯಾಹ್ನವಾಗಿಸುವ ಬದಲು ಈಗಲೇ ಹೋಗಿ ಬಿಡೋಣವೆಂದು ತೀರ್ಮಾನಿಸಿದರು.

* * *

ಬಹಳ ದಿನಗಳ ನಂತರ ಶರಧಿಯಿಂದ ಮನೆಯ ಲ್ಯಾಂಡ್‌ಲೈನ್‌ಗೆ ಫೋನ್ ಬಂದಾಗ ಎತ್ತಿದ್ದು ಸುಬ್ಬಲಕ್ಷ್ಮಿಯೇ.

"ಹಲೋ, ನಾನು ಶರಧಿ" ಅಂದ ಕೂಡಲೆ ಹತ್ತಿಕ್ಕದಂಥ ಕೋಪ. "ರಾಂಗ್ ನಂಬರ್" ಇಟ್ಟಬಿಟ್ಟರು. ಇಂದಿಗೂ ಅವರ ಕೋಪ ಇಳಿದಿರಲಿಲ್ಲ. ಅದು ಇಳಿಯೋಂಥದಲ್ಲ! ಮಗಳ ಇಂಥ ಸಂಬಂಧ ಸಮಾಜದಲ್ಲಿ ಅವಮಾನಕ್ಕೆ ಈಡಾಗುವಂಥದ್ದೇ, ಎಂದಿಗೂ ಕ್ಷಮಿಸರು.

ತಲೆ ತುಂಬ ಎಣ್ಣೆ ಮೆತ್ತಿಕೊಂಡು ಕಾಚ ತೊಟ್ಟು ಮನೆಯ ತುಂಬೆಲ್ಲ ಓಡಾಡಿಕೊಂಡಿದ್ದ ಪಚ್ಚಿ "ಯಾರದು ಅಜ್ಜಿ, ಫೋನ್? ನನ್ನ ಫ್ರೆಂಡ್ ಮಾಡ್ತೀನಿ ಅಂದಿದ್ದ, ನೀವು ರಾಂಗ್ ನಂಬರ್ ಅಂತ ಇಟ್ಟು ಬಿಟ್ಟಿರೇನೋ? ನಂಗೆ ಅವ್ನ ಹತ್ರ ಮಾತಾಡೋದು ಇತ್ತು" ನಿಷ್ಠೂರದ ರಾಗ ತೆಗೆದಾಗ ಆಕೆಗೆ ರೇಗಿತು "ಇವ್ನು ದೊಡ್ಡ ಯಜಮಾನ, ಫ್ರೆಂಡ್ಸ್... ಬೇರೆ, ಫೋನ್‌ನಲ್ಲಿ ಮಾತಾಡೋದು. ಇಷ್ಟೊಂದು ಅಡ್ವಾನ್ಸ್

ಆಗೋದ್ಬೇಡ" ಗದರಿದರು ಈಗಾಗಲೇ ತನ್ನ ಬೆಳವಣಿಗೆಯಲ್ಲಿ ಲೋಪವಾಗಿದ್ದರಿಂದಲೇ ಶರಧಿ ಈ ದಾರಿ ಹಿಡಿದಿದ್ದು, ಎನ್ನುವ ಮಟ್ಟಿಗೆ ಅವರು ಚಿಂತಿಸುತ್ತಿದ್ದರು. ಅದಕ್ಕೆ ಬೇಗ ಎಕ್ಸೈಟ್ ಆಗುತ್ತಿದ್ದರು. ಇದು ಮನೆಯವರಿಗೆಲ್ಲ ಅರ್ಥವಾಗಿದ್ದರಿಂದ ಅವರವರು ತಿಳಿದಂತೆ ಸಮಾಧಾನ ಹೇಳಿ ಸಾಕಾಗಿದ್ದರು.

ಆದರೆ ಪದ್ಮನಾಭ ಹಾಗಲ್ಲ. ಅಂಥ ಸಂದರ್ಭಗಳಲ್ಲಿ ನೇರವಾಗಿಯೆ ಪ್ರತಿಭಟಿಸುತ್ತಿದ್ದ, ಹೊಸ ಜನರೇಷನ್‌ನ ಪ್ರತಿನಿಧಿಯಂತೆ ಮಾತಾಡುವುದು ಮನೆಯವರಿಗೆ ಅಚ್ಚರಿಯ ಜೊತೆ ಮುದ್ದು ಕೂಡ.

"ದೊಡ್ಡ ಯಜಮಾನರಾದರೇ ಮಾತ್ರ ಫ್ರೆಂಡ್ಸ್ ಇರಬೇಕಾ ನಂಗೆ ಎಷ್ಟೊಂದು ಜನ ಫ್ರೆಂಡ್ಸ್ ಇದ್ದಾರೇ, ಗೊತ್ತಾ? ತಾತ ಮನೆಯ ದೊಡ್ಡ ಯಜಮಾನ್ರು, ರಾಜಗೋಪಾಲ್ ಬಿಟ್ಟು ಯಾರು ಫ್ರೆಂಡ್ಸ್ ಇಲ್ಲ, ನಿಂಗೆ ಎಷ್ಟೊಂದು ಜನ ಇದ್ದಾರೆ!" ಬಾಯಿ ಮುಚ್ಚಿಕೊಂಡು ಪಿಳಿಪಿಳಿ ಕಣ್ಣುಗಳನ್ನು ತಿರುಗಿಸಿ "ಬರೋ ನಿಮ್ಮ ಫ್ರೆಂಡ್ಸ್‌ಗೆ ಕಾಫಿ, ಟೀ ಕೊಟ್ಟು... ಕೊಟ್ಟು, ಖರ್ಚು ಜಾಸ್ತಿ ಬರುತ್ತೇಂತ ನೀವೇ ಹೇಳಿದಿರಲ್ಲ, ಪಾಪ ನನ್ನ ಫ್ರೆಂಡ್ಸ್ ಬಂದರೇ, ಅಪರೂಪಕ್ಕೊಂದು ಚಾಕಲೇಟು" ಮೊಮ್ಮಗನ ವ್ಯಾಖ್ಯಾನಕ್ಕೆ ಕಣ್ ಕಣ್ ಬಿಟ್ಟರು. ಇದನ್ನೆಲ್ಲ ಶರಾವತಿ ಹೇಳಿಕೊಟ್ಟಿರಬಹುದೇ? ಅದನ್ನು ಸುಬ್ಬಲಕ್ಷ್ಮಿ ಒಪ್ಪಲಾರರು. ಅವಳ ಒಳ್ಳೆಯ ಸ್ವಭಾವ ಬಲ್ಲರು.

"ಏನೋ ಇಷ್ಟೆಲ್ಲ ಮಾತಾಡ್ತೀಯಾ?" ಸ್ವಲ್ಪ ದನಿ ಜೋರು ಮಾಡಿದರು "ಅಯ್ಯೋ, ಬಿಡಿ ಅಜ್ಜಿ! ನೀವ್ಯಾಕೆ ನನ್ನ ಫ್ರೆಂಡ್ ಫೋನ್‌ಗೆ ರಾಂಗ್ ನಂಬರ್ ಅಂತ ಇಟ್ಟಿದ್ದು? ಅವ್ನಿಗೆ ತುಂಬಾ ಹರ್ಟ್ ಆಗುತ್ತೆ" ಎಂದು ಆರೋಪ ಮಾಡುತಲೇ ಬಂದು ರಿಡೈಲ್ ಒತ್ತಿದ.

"ಹಲೋ..." ಸ್ವರ ಕೇಳಿದ ಕೂಡಲೆ ರಂಗಾದವ ಅತ್ತಿತ್ತ ನೋಡಿ "ಸುಬ್ಬಲಕ್ಷ್ಮಿ ಮೇಡಮ್ ಇಲ್ಲೇ ಇದ್ದಾರೆ, ಪಾಠ ಷುರು ಮಾಡಿ ಬಿಡ್ತಾರೆ" ಪಿಸುಗುಟ್ಟಿ ಇಟ್ಟ.

ಸುಬ್ಬಲಕ್ಷ್ಮಿ ಕಣ್ಣಲ್ಲಿ ನೀರಾಕಿಕೊಂಡು ಹೋಗಿ ಹಿತ್ತಲಲ್ಲಿ ಕೂತರು. ಒಬ್ಬಳೇ ಮಗಳು. ಅಕ್ಕರೆ ಅಂಥದ್ದು ಇರೋಲ್ವಾ? ಸಂಬಳದಲ್ಲಿ ಸಣ್ಣದಾಗಿ ಉಳಿಸಿ, ಚೀಟಿ ಹಾಕಿ ಅವಳ ಮದುವೆಗಾಗಿ ಅಷ್ಟಿಷ್ಟು ಚಿನ್ನ ಮಾಡಿಸಿಟ್ಟ ತಾಯಿ ಕರುಳು ಮರುಗಿತು. Live togther, Live in – ಇದು ಯಾವ ರೀತಿಯ ಸಂಬಂಧ? ಹಿಂದೆ ಇಂಥ ಸಂಬಂಧಗಳು ಇತ್ತಾ? ಇತ್ತು, ಆದರೆ ಸಮಾಜದಿಂದ ಬಹಿಷ್ಕತರಾಗಬೇಕಿತ್ತು. ಈಗ ತಮ್ಮ ಮಗಳು, ಸಮಾಜದ ಪ್ರಕಾರ, ಕಾನೂನಿನ ಪ್ರಕಾರ ಏನು ಅಲ್ಲದ ಶ್ರೀಕಾಂತ್‌ಗೆ ಇವಳು ಎಲ್ಲಾ! ಅವರನ್ನು ಈ ವಿಷಯಗಳು ದಿಕ್ಕೆಡಿಸಿಬಿಟ್ಟಿತು.

"ಅತ್ತೆ, ಯಾಕೆ ಇಲ್ಲಿ ಕೂತಿರೀ?" ಶರಾವತಿ ಬಂದು ತುಸು ಗಾಬರಿಯಿಂದಲೇ ವಿಚಾರಿಸಿದಳು. "ಸಾಯೋವರ್ಗೂ ಈ ನೋವು ಅಪಮಾನದಿಂದ ಮುಕ್ತಿ ಇಲ್ಲ. ಮೊನ್ನೆ ಸಿಕ್ಕಿ ಪ್ರಿನ್ಸಿಪಾಲ್ ನರಸಿಂಹಯ್ಯನವರು ಸಹಾನುಭೂತಿಯಿಂದ ನೋಡಿ,

ನಂದೆ ಪರ್ವಾಗಿಲ್ಲ ಅಂದ್ಕೋಬೇಕು. ನನ್ಮಗ್ಳು ಬೇರೆ ಜಾತಿಯವರನ್ನು ರಿಜಿಸ್ಟರ್ ಮ್ಯಾರೇಜ್ ಮಾಡ್ಕೊಂಡ್ ಧೈರ್ಯವಾಗಿ ಸಂಸಾರ ಮಾಡ್ತಾ ಇದ್ದಾಳೆ. ಈಗಿನ ಕಾಲಕ್ಕೆ ಅಪರೂಪವಲ್ಲ. ಆದರೆ ನಿಮ್ಮ ಮಗಳದೇನು, ಅವ್ರ ಬಾಸ್ ಜೊತೆ ಆರಾಮಾಗಿ ಇದ್ದು ಬಿಟ್ಟಿದ್ದಾಳಂತಲ್ಲ ಅಂದಾಗ ಕೆರೆಯೋ, ಬಾವಿಯೋ ನೋಡ್ಕೋಬೇಕೂಂತ ಅನ್ನಿಸ್ತು. ಆದರೆ ಧೈರ್ಯವಿಲ್ಲ" ಸೊಸೆಯ ಮುಂದೆ ತೋಡಿಕೊಂಡರು.

ಶರಾವತಿಗೆ ಗಂಟಲಲ್ಲಿ ಉಗುಳು ಸಿಕ್ಕಿಕೊಂಡಂತಾಯಿತು. ಇದು ದಿನ ನಿತ್ಯದ್ದೇ. ಇದನ್ನು ನುಂಗಿಕೊಳ್ಳುವುದು ಮನೆಯವರಿಗೆಲ್ಲ ಕಷ್ಟವೇ, ಅದನ್ನು ಸಮಾಜದ ಎದುರು ಒಪ್ಪಿಕೊಳ್ಳುವಂಥ ಧೈರ್ಯವಿರಲಿಲ್ಲ.

"ಬಿಡಿ ಅತ್ತೆ, ನಾವೇನು ಮಾಡೋಕ್ಕಾಗುತ್ತೆ? ನಾವೀಗ ಬದಲಾದ ಜಗತ್ತಿನಲ್ಲಿ ಇದ್ದೀವಿ. ವಿವಾಹ ಅನ್ನೋ ವ್ಯವಸ್ಥೆ ವಿರೋಧಿಸಿ ಕ್ರಾಂತಿ ಮಾಡೋಕೆ ಹೊರಟಿದ್ದಾರೆ. ಇಷ್ಟಪಟ್ಟವರೊಂದಿಗೆ ಜೀವನ, ಅದು ಕೂಡ ಒಂದು ವ್ಯವಸ್ಥೆನೇ ಅಲ್ವಾ?" ಸಮಾಧಾನಿಸಲು ಹೋದಾಗ ಉರಿದುಬಿದ್ದರು. "ಸಾಕು ಬಿಡು, ಅದಕ್ಕೊಂದು Formet ಬೇಡ್ವಾ? ಸಮಾಜದ ಮಧ್ಯೆ ಬದ್ಕಬೇಕಾದರೇ, ಸಾಮಾಜಿಕವಾದ ಸಂವಿಧಾನ ಬೇಕಾಗುತ್ತೆ" ಜಾಡಿಸಿ ಬಿಟ್ಟರು ಸುಬ್ಬಲಕ್ಷ್ಮಿ. ತುಟಿ ಬಿಚ್ಚುವುದೇ ಕಷ್ಟವಾಯಿತು ಅವಳಿಗೆ.

ತೆಪ್ಪಗೆ ಒಳಗೆ ಹೋದವಳು ಪದ್ಮನಾಭನ ರೆಟ್ಟೆ ಹಿಡಿದು ಎಳೆದು ತಂದು ಸುಬ್ಬಲಕ್ಷ್ಮಿಯ ಮುಂದೆ ನಿಲ್ಲಿಸಿ "ಈಗಾಗ್ಲೇ ನಿಮ್ಮ ಮೊಮ್ಮಗ ಎಷ್ಟು ಬೆಳೆದಿದ್ದಾನೇ, ನೋಡಿ. ಅವ್ನ ಫ್ರೆಂಡ್ಸ್‌ಗೆಲ್ಲ ಫೋನ್ ಮಾಡಿ ಮಾತಾಡೋಷ್ಟು" ವಿಷಯಾಂತರಕ್ಕೆ ಅವನನ್ನು ಬಳಸಿಕೊಂಡದ್ದು.

"ಭಯ ಆಗುತ್ತೆ ಕಣೇ, ಇವ್ನು ಶರಧಿಗಿಂತ ಎರಡೆಜ್ಜೆ ಮುಂದೆ ಹೋದರೇ ಹೆಚ್ಚಲ್ಲ, ಯಾರೋ ಕಟ್ಟುತ್ತಾರೆ, ಫೋನ್ ಬಿಲ್?" ಮೊಮ್ಮಗನ ಮೇಲೆ ಕೋಪ ತೋರಿಸಿದಾಗ "ನಮ್ಮಜ್ಜಿ..." ಎಂದು ಅಪ್ಪಿಕೊಂಡು ಕೆನ್ನೆಗೆ ಮುತ್ತುಕೊಟ್ಟಾಗ ಅವರ ಕೋಪ ಕರಗಿ ಹೋಯಿತು.

"ಅತ್ತೆ, ಮುಂದಿನ ರೋಡಿನಲ್ಲಿ ಒಂದು ರೂಮು ಅಪಾರ್ಟ್‌ಮೆಂಟೊಂದು ಖಾಲಿಯಾಗಿದೇಯಂತೆ. ಅದ್ನ ರಾಜಗೋಪಾಲ್ ಅಂಕಲ್‌ಗೆ ಯಾಕೆ ನೋಡಬಾರದು?" ಕೇಳಿದ ಕೂಡಲೆ ಆಕೆ ಮೇಲೆದ್ದರು "ಹೋಗಿ ನೋಡಿ ಬರೋಣ, ಅದೊಂದು ಜವಾಬ್ದಾರಿ ತಲೆಯ ಮೇಲಿದೆ, ಇಲ್ಲಿಗೆ ಒಂದಿಷ್ಟು ಹತ್ತಿರವಾದರೇ, ಒಳ್ಳೇದು. ಆ ಮನೆಗೊಂದು ಹೆಣ್ಣು ದಿಕ್ಕು ಬೇಕು. ನೋಡು, ನಿನ್ನ ಮಗ ನನ್ನ ಮೈ ತುಂಬ ಎಣ್ಣೆ ಮೆತ್ತಿ ಬಿಟ್ಟಿದ್ದಾನೆ. ಕರ್ಕಂಡ್ ಹೋಗಿ... ನೀರು ಹಾಕು" ಎಣ್ಣೆಯೊರೆಸಿಕೊಳ್ಳುತ್ತ ಮೇಲೆದ್ದರು.

ರೆಟ್ಟೆ ಹಿಡಿದು ಎಳೆದೊಯ್ದು ಬಚ್ಚಲಲ್ಲಿ ಕೂಡಿಸಿ ಬಕೆಟ್‌ಗೆ ನೀರು ಬಿಟ್ಟಾಗ "ಅಮ್ಮ ಸ್ವಲ್ಪ ಹತ್ರ ಬಾ. ಆಗ್ಲೇ ಅತ್ತೆ ಫೋನ್ ಮಾಡಿದ್ರು. ನಂಗೂ ಮಾತಾಡೋಕೆ

ಆಸೆ ಇತ್ತು. ಅಜ್ಜಿ ಬೈಯ್ತಾರಲ್ಲ, ಶರಧಿ ಅತ್ತೆ ಅವ್ರ ಬಾಸ್ ಶ್ರೀಕಾಂತ್ ಜೊತೆ ಇರೋದು ತಪ್ಪಾ? ಅವರಿಬ್ರು ಫ್ರೆಂಡ್ಸ್ ಇರ್ಬೇಕು. ಅದ್ಯಾಕೆ ಅಜ್ಜಿ, ತಾತನಿಗೆ ಇಷ್ಟವಾಗೋಲ್ಲ? ನಾನು ನನ್ನ ಫ್ರೆಂಡ್ಸ್ ಜೊತೆ ಇದ್ದರೇ, ನಿಂಗೂ ಪಪ್ಪನಿಗೂ ಇಷ್ಟವಾಗೋಲ್ವಾ?" ಅಂದಕೂಡಲೆ ರಪ್ ಎಂದು ಬಾರಿಸಿಯೇ ಬಿಟ್ಟಳು. ಅವಳೆದೆ ಆವೇಗದಿಂದ ಏರಿಳಿಯ ತೊಡಗಿತು. ಯಾಕೆ ಇಷ್ಟು ಬೇಗ ಎಮೋಷನ್‌ಗೆ ಒಳಗಾದೇಂತ ಅವಳಿಗೆ ಗೊತ್ತಾಗಲಿಲ್ಲ! ಸುಸ್ತೊಡೆಸಿತು ಮಗನ ಈ ಒಂದು ಪುಟ್ಟ ಮಾತು. ಹೇಗೆ ಅವನಿಗೆ ನೀರು ಹಾಕಿ ಮುಗಿಸಿ ಹೊರಗೆ ಕರೆತಂದಳೋ? ಏಟು ತಿಂದಾಗ ಅಳುವಿನ ರಾಗ ತೆಗೆದ ಪದ್ಮನಾಭ ಹೊರಬಂದ ಮೇಲೂ ನಿಲ್ಲಿಸಲಿಲ್ಲ.

"ಸಾಕು ಬಾಯ್ಮುಚ್ಚು!" ರಪರಪ ತಲೆಯೊರೆಸಿ "ತೆಪ್ಪಗಿದ್ಬಿಡು, ಇಲ್ಲದಿದ್ದರೇ, ಇನ್ನ ನಾಲ್ಕು ಬಾರ್‍ಸಿಬಿಡ್ತೀನಿ" ಗದರಿದಳು. ಅದು ಮೊಂಡು, ತೆಪ್ಪಗಾಗುವಂಥದ್ದಲ್ಲ. ಇನ್ನಷ್ಟು ಜೋರು ಮಾಡಿದ. ಅಜ್ಜಿ ತಾತ ಇಬ್ಬರೂ ಬಂದು ತನ್ನ ಓಲೈಸಿ ಘೀಯಾದು ದಾಖಲು ಮಾಡಿಕೊಂಡು ಅಮ್ಮನಿಗೆ ಛೀಮಾರಿ ಹಾಕಲೀ ಎನ್ನುವ ಇರಾದೆ ಅವನದು. ಅದು ನಡೆದೇ... ನಡೀತು!

"ಯಾಕೋ ಪಚ್ಚಿ ಅಳ್ತೀಯಾ?" ಮೊದಲು ಬಂದಿದ್ದು ರಾಮೂರ್ತಿ, ಹಿಂದೆಯೇ ಬಂದ ಸುಬ್ಬಲಕ್ಷ್ಮಿ "ಸೀಗೇಕಾಯಿ ಪುಡಿ ಕಣ್ಣಲ್ಲಿ ಬಿತ್ತಾ? ನಿಮಿಷ ಕಣ್ಣುರಿದರೂ ಏನು ಆಗೋಲ್ಲ ಬಿಡು" ಎಂದು ಮೊಮ್ಮಗನನ್ನು ಹತ್ತಿರಕ್ಕೆಳೆದುಕೊಂಡು, ಸೊಸೆಯ ಕೈಯಿಂದ ಟವಲು ತಗೊಂಡು ಅವನ ತಲೆ ಮೈಯೊರೆಸುತ್ತ ಸಮಾಧಾನ ಮಾಡತೊಡಗಿದರು. "ತುಂಬಾ ಉರಿಯುತ್ತ ಕಣ್ಣು? ಐ ಲೋಷನ್ ಹಾಕ್ತೀನಿ ನಡೀ. ಅರ್ಧ ಗಂಟೆ ಕಣ್ಮುಚ್ಚಿ ಮಲಗಿದರೇ ಸರ್‍ಹೋಗುತ್ತೆ. ನನ್ನ ಪುಟ್ಟ ಅಲ್ವಾ, ನನ್ನ ಕಂದ ಅಲ್ವಾ?" ರಮಿಸ ತೊಡಗಿದಾಗ ಬಾಯಿಬಿಟ್ಟ "ಅಮ್ಮ ಹೊಡೆದ್ಲು!"

ಸುಬ್ಬಲಕ್ಷ್ಮಿ ಸ್ತಬ್ಧರಾದರು, ಶರಾವತಿ ಸಾಧಾರಣಕ್ಕೆ ಹೊಡೆಯೋಲ್ಲ ತಮಗಿಂತ ಮಕ್ಕಳ ವಿಷಯದಲ್ಲಿ ಸೊಸೆಗೆ ಸಹನೆ ಮಮತೆ ಜಾಸ್ತಿಯೆಂದು ಅವರಿಗೆ ಗೊತ್ತಿತ್ತು.

"ಶರಾವತಿ ಹೊಡೆದಾ?" ಕೇಳಿದಳು.

"ಹೌದು, ಫಟ್ ಅಂತ್ಲೆ ಹೊಡೆದ್ಲು, ಇನ್ನ ನೋವು" ಪಚ್ಚಿ ರಾಗ ಹೆಚ್ಚಿಸಿದ, "ಹೌದಾ, ಶರಾವತಿ?" ಸೊಸೆಯತ್ತ ತಿರುಗಿದರು.

"ನೋವಾಗೋ ಅಷ್ಟೇನು ಅಲ್ಲ, ಸುಮ್ನೇ ತಮಾಷೆಗೆ ಒಂದು ಏಟು ಹಾಕ್ದೇ" ಎಂದು ಹೇಳಿ ರೂಮಿಗೆ ಹೋಗಿ ಒಂದು ಕಡೆ ಕೂತು ಕಣ್ಣೀರು ಸುರಿಸಿದಳು. ಅವಳು ನೋವಾಗುವಂತೆ ಹೊಡೆದಿದ್ದು ನಿಜ. ಈಗಲೂ ಅವಳಿಗೆ ಮಗನ ಬಗ್ಗೆ 'ಅಯ್ಯೋ' ಅನ್ನಿಸಲಿಲ್ಲ. ತಾನು ಫ್ರೆಂಡ್ಸ್ ಜೊತೆ ಹೋಗಿ ಇರುವ ಮಾತನ್ನು ನಿಶ್ಚಿಂತೆಯಿಂದ ಹೇಳಿದ್ದ. ಆದರೆ ಅದನ್ನು ಅರಗಿಸಿಕೊಳ್ಳುವುದು ಅವಳಿಂದಾಗಲಿಲ್ಲ. 'ಅಯ್ಯೋ, ಶರಧಿಯಂತೆ ಇವನು ಹೋಗಿ ಬೇರೊಬ್ಬರೊಂದಿಗೆ...' ತುಂಬಾನೆ ಅಳು ಬಂತು. ಬಿಕ್ಕಿ ಬಿಕ್ಕಿ ಅತ್ತು ಸಮಾಧಾನ ಮಾಡಿಕೊಂಡಿದ್ದೇ ಆಯ್ತು.

"ಶರಾವತಿ.. ಸ್ವಲ್ಪ ಹೊರ್ಗೇ ಬಾ" ಕೂಗಿದರು ಸುಬ್ಬಲಕ್ಷ್ಮಿ ಕಣ್ಣೊರೆಸಿಕೊಂಡು ಬಂದ ಶರಾವತಿಯನ್ನು "ಮಗನ್ನೊಡೆದು ಕಣ್ಣೀರು ಸುರಿಸುತ್ತ ಕೂತಿದ್ದೀ. ಯಾಕೆ ಈ ಪಾಟಿ ಹೊಡೆದಿದ್ದು? ಕೆನ್ನೆ ಕೆಂಪಾಗಿ ಕೂತಿದೆ. ನಾನು ಕಂಡಂಗೆ ಎಂದೂ ಹೊಡೆದದ್ದೇ ಇಲ್ಲ" ಬೇಸರ ವ್ಯಕ್ತಪಡಿಸಿದರು. ಪಚ್ಚಿ ಅಮ್ಮನ್ನ ನೋಡಿ ತಲೆ ತಗ್ಗಿಸಿಕೊಂಡ. ಕೈ ನೀಡಿ ಹತ್ತಿರಕ್ಕೆಳೆದುಕೊಂಡು ಬಾಚಿ ತಬ್ಬಿಕೊಂಡಿದ್ದು ನೋಡಿ ಸುಬ್ಬಲಕ್ಷ್ಮಿಗೆ ಅಚ್ಚರಿ "ಅಮ್ಮ, ಮಗ ನೀವು... ನೀವೇ ಸಮಾಧಾನವಾಗಿ. ಯಾವ್ದೋ ಮನೇಂತ ಅಂದೇಯಲ್ಲ, ನೋಡ್ಕೊಂಡ್ ಬರೋಣ, ಬೇಗ ಅಮ್ಮ ಮಗ ರೆಡಿಯಾಗಿ ಬನ್ನಿ" ಹೇಳಿ ಹೋದರು.

"ಅಯ್ಯೋ, ಹೋಗೋಲ್ಲ ಬಿಡಮ್ಮ ಮೆನ್‌ಟನ್‌ಗೆ ಫೈನಾನ್ಸ್ ಬೇಕಾಗುತ್ತಲ್ಲ, ದೊಡ್ಡವನಾದ ಮೇಲೆ ನೋಡೋಣ."

ಮಗನ ಮಾತು ಚಳ್ಳನೆ ಬಂದು ಬೆನ್ನಿಗೆ ಅಪ್ಪಳಿಸಿದಂತಾಯಿತು. ಒಂದು ರೀತಿಯಲ್ಲಿ ಕಾಲಚಕ್ರದ ತಿರುಗಣಿ ಮೇಲೆ ನಿಂತ ಮಾನವ ತಿರುಗಿ ಒಂದೆಡೆ ಸೇರಲೇಬೇಕು. ಒಂದಾದ ಮೇಲೊಂದು ಬರುವ ಅವಸ್ಥೆಗಳಲ್ಲಿ ಪಾಲುದಾರ.

"ನಡೀ ಪುಟ್ಟ" ಅವನ ಕೆನ್ನೆ ಸವರಿ ಕಳಿಸುವ ಮುನ್ನ "ಆಗ್ಲೇ ಏನೋ ಹೇಳಿದೆಯಲ್ಲ, ಏನದು? ಶರಧಿ ಅತ್ತೆ ಫೋನ್ ಮಾಡಿದ್ಲಾ?" ದನಿ ತಗ್ಗಿಸಿ ಕೇಳಿದಕ್ಕೆ ಸನ್ನೆ ಮಾಡಿ ಬಗ್ಗಿ ಅಮ್ಮನ ಕಿವಿಯಲ್ಲಿ ಉಸುರಿದ "ಹೌದು, ಅವ್ರು ಫೋನ್ ಮಾಡಿದ್ರು, ಅದಕ್ಕೆ ಅಪ್‌ಸೆಟ್ ಆಗಿ ಅಳ್ತಾ ಕೂತಿದ್ದು, ನಾನು ಅತ್ತೆಗೆ ಆಮೇಲೆ ಫೋನ್ ಮಾಡ್ತೀನೀಂತ ಹೇಳಿದ್ದೀನಿ, ನೀನು ಮಾತಾಡಮ್ಮ, ಅತ್ತೆ ನಂಗೆ ಸಾಕಷ್ಟು ಗಿಫ್ಟ್, ಡ್ರೆಸ್ ತಂದು ಕೊಡ್ತಾ ಇದ್ಲು. ತುಂಬ ಒಳ್ಳೆಯೋಳೆ, ಮನೆ ಬಿಟ್ಹೋಗಿದ್ದು ಮಾತ್ರ ತಪ್ಪು ಅಲ್ವಾ?" ಕೇಳಿದ ಮುಗ್ಧವಾಗಿ.

"ನೀನ್ಹೋಗು ಈಗ" ಅವನನ್ನು ಕಳಿಸಿದಳು.

ಅತ್ತೆನ ನೋವು, ನಿರಾಸೆ, ನಿರಂತರ ಹಿಂಸೆಯ ಜೊತೆ ಸಮಾಜದ ಹೆದರಿಕೆ ಅವರನ್ನು ಹಿಂಡಿ ಹಿಪ್ಪೆ ಮಾಡುವುದನ್ನು ನೆನೆಸಿಕೊಂಡು ವ್ಯಥಿತಳಾದಳು. ನಿರಂತರ ನೋವು ತಾಯಿ ಕರುಳಿಗೆ ಮಾತ್ರವಲ್ಲದಿದ್ದರೂ ಬೇರೆಯವರನ್ನು ಅಷ್ಟು ಬಾಧಿಸುವುದಿಲ್ಲವೆನಿಸಿತು.

ತಾವು ಮನೆಯಲ್ಲಿ ಉಳಿದುಕೊಂಡು ಅತ್ತೆ, ಮಾವ, ಮಗನನ್ನೆ ಮನೆ ನೋಡಲು ಕಳಿಸಿದ್ದು ಶರಾವತಿ, ಶರಧಿಯೊಂದಿಗೆ ಫೋನ್‌ನಲ್ಲಿ ಮಾತಾಡಲೆಂದೇ.

ಮೊಬೈಲ್‌ಗೆ ರಿಂಗ್ ಮಾಡಿದ ಕೂಡಲೆ ತಕ್ಷಣ ಎತ್ತಿದ ಶರಧಿ "ಅತ್ತಿಗೆ, ನೀವು ಫೋನ್ ಮಾಡ್ತೀರಾಂತ ಕಾದೆ, ಅಮ್ಮ ಇಲ್ವಾ ಮನೆಯಲ್ಲಿ? ಸ್ವರ ಕೇಳಿದ ಕೂಡಲೆ ರಾಂಗ್ ನಂಬರ್ ಅಂತ ಫೋನ್ ಕಟ್ ಮಾಡಿದ್ಲು ಎಲ್ಲಾ... ಹೇಗಿದ್ದಾರೆ? ನಂಗೆ ಮನೆಗೆ ಬರಬೇಕೂಂತ ಅನ್ನಿಸಿದೆ. ಅದಕ್ಕೆ ನಿಮ್ಮ ಅಭಿಪ್ರಾಯ ಕೇಳ್ತಾ ಇದ್ದೀನಿ" ಇಂಥದೊಂದು ಬೇಡಿಕೆ ಮಂಡಿಸಿದಾಗ ತಕ್ಷಣ ಅವಳಿಗೆ ಏನು ಹೇಳಬೇಕೋ ತೋಚಲಿಲ್ಲ.

"ಬರಬೇಡಾಂತ ಅನ್ನೋಕೆ ನಾನು ಯಾರು? ಈ ಮನೆಯ ಸೊಸೆನಾನಾದರೇ, ನೀನು ಈ ಮನೆಯ ಮಗಳು. ನಿನ್ನ ಹಕ್ಕು, ಸಂಬಂಧವೆ ಹೆಚ್ಚು. ನೀನು ಬರೋ ಧೈರ್ಯ ಮಾಡಬೇಕು, ಅವರು ತೋರುವ ಯಾವುದೇ ಪ್ರತಿಕ್ರಿಯೆಗೂ ನೀನು ಸಿದ್ಧವಾಗಬೇಕಷ್ಟೆ. ನಿನ್ನ ನಾನು ಬೆಂಬಲಿಸದಿದ್ದರೂ, ಆ ಸಂದರ್ಭದಲ್ಲಿ ನಿನ್ನೊತೆ ಇರ್ತೀನಿ ಅನ್ನೋ ಭರವಸೆ ಕೊಡ್ತೀನಿ" ಒದ್ದೆ ದನಿಯಲ್ಲಿಯೆ ಹೇಳಿದ್ದು.

"ಆಯ್ತು, ಅರ್ಧದಿನ ಫ್ರೀ ಇದೆ. ಬಂದೇ... ಬರ್ತೀನಿ. ಅಮ್ಮ ಚಿಕ್ಕಂದಿನಲ್ಲಿ ಮೊಟಕಿ ಮೊಟಕಿ ಪಾಠ ಹೇಳಿದ್ದು. ಆಗ ಷುರುವಾದ ಅಮ್ಮನ ಮೇಲಿನ ಕೋಪ ಕಂಟಿನ್ಯೂ ಆಯಿತೇನೋ, ಅವರ ಎಲ್ಲಾ ಮಾತುಗಳನ್ನು ವಿರೋಧಿಸಿತೇನೋ ನನ್ನ ಮನಸ್ಸು. ಸಂಜೆ ಪಚ್ಚಿನ ಮನೆಯಲ್ಲೇ ಇರಿಸ್ಕೋ" ಫೋನ್‌ಕಟ್ ಮಾಡಿದಳು. ಅಂದು ಲಗೇಜ್ ತುಂಬಿಕೊಂಡು ಹೋದ ಶರಧಿ ಇಲ್ಲಿಗೆ ಬಂದಿರಲಿಲ್ಲ. ಒಂದು ನಾಲ್ಕು ಮಾತು, ಒಂದೆರಡು ಸಲ ಭೇಟಿಯೆಂದರೆ ಇವಳೊಂದಿಗೆ ಮಾತ್ರ.

ಆಮೇಲೆ ಶರಾವತಿಗೆ ಹೆದರಿಕೆ ಷುರುವಾಯಿತು. ಪರಿಸ್ಥಿತಿ ಕೈ ಮೀರದಂತೆ ನಿಭಾಯಿಸಬೇಕೆನಿಸಿತು. 'ಮಜ್ಜಿಗೆ ಪಳಂದ್ಯ, ನುಚ್ಚಿನುಂಡೆ ಅಂದರೆ ಚಿಕ್ಕವಳಿದ್ದಾಗ ತುಂಬ ಇಷ್ಟಪಡೋಳು ಆಮೇಲೆ ಎಜುಕೇಷನ್ ಮುಗಿಸೋ ವೇಳೆಗೆ ಎಲ್ಲದರಲ್ಲು ಬದಲಾವಣೆ ತಂದುಕೊಂಡ್ಲು!' ಆಗಾಗ ಸುಬ್ಬಲಕ್ಷ್ಮಿ ಹೇಳುತ್ತಿದ್ದರು.

ಬೇಳೆ ನೆನಸಿಟ್ಟು, ಗಂಡ ಇಷ್ಟ ಪಡೋ ಕೊಬ್ಬರಿ ಮಿಠಾಯಿಗೆ ರೆಡಿ ಮಾಡಿಕೊಂಡಿದ್ದು ಅವಸರದಿಂದ, ಕಾಮೆಂಟ್ಸ್ ಮಾಡುತ್ತಲೇ ಮೂವರು ಬಂದರು.

"ನಾಳೆ ಮದ್ವೆ ಮತ್ತೊಂದಾದರೇ, ಅದೇನು ಸಾಕಾಗೋಲ್ಲ ಇನ್ನೊಂದು ಮನೆ, ಅದೇ ಶೆಟ್ಟಿಗಾರ್ ಮನೆ ಮೇಲಿನದು ಪರವಾಗಿಲ್ಲಾಂತ ಅನಿಸುತ್ತೆ. ಅವ್ರು ಒಮ್ಮೆ ನೋಡ್ಲೀ" ಅಷ್ಟು ಹೇಳಿ ಸುಬ್ಬಲಕ್ಷ್ಮಿ ಒಂದು ಕಡೆ ಕೂತು "ಆ ಶೆಟ್ಟಿಗಾರ್ ಹೆಂಡ್ತಿಗೆ ಹೇಗೆ ಗೊತ್ತು ಶರಧಿ? ಇನ್ನು ಮದ್ವೆ ಮಾಡ್ಲಿಲ್ವಾಂತ ಕೇಳಿದ್ರು, ನಂಗೆ ಭೂಮಿಯಲ್ಲಿ ಇಳಿದಂಗಾಯ್ತು ನಾವೇನು ಅಂಥ ಫೇಮಸ್ ಆದ ಜನನಾ?" ಬೇಸರ ವ್ಯಕ್ತಪಡಿಸಿದರು.

"ಬಿಡು ಆ ವಿಷ್ಯ, ಅದೆಲ್ಲ ಮುಗ್ದ ಕತೆ"

ರಾಮೂರ್ತಿಗಳ ಮಾತಿಗೆ "ಎಲ್ಲಿ ಮುಗಿಯುತ್ತೆ, ಹೋದ ಕಡೆ, ಬಂದ ಕಡೆಯೆಲ್ಲ, ಇದೇ ಮಾತುಗಳು, ನಂಗೂ ಕೇಳಿ... ಕೇಳಿ ಸಾಕಾಯ್ತು. ಮನೆ ಸರಿಯೆನಿಸಿದರು ಶೆಟ್ಟಿಗಾರ್ ಮನೆ ಬೇಡ. ಅಯ್ಯೋ, ಆ ದುಡ್ಡು ಅವ್ರ ಕೈಗೆ ಹಾಕಿ ಕೈ ತೊಳ್ದುಕೊಂಡು ಬಿಡಿ ಏನೋ ಗೊತ್ತಿದ್ದ ಜನಾಂತ ಒಂದಿಷ್ಟು ಮಾಡಿ ಆಯ್ತು" ಕಾಲು ನೀಡಿ ಒತ್ತಿಕೊಳ್ಳತೊಡಗಿದರು.

ರಾಮೂರ್ತಿಗಳು ಪೇಪರೆತ್ತಿಕೊಂಡು ಕೂತರು. ಅದು ಅವರ ಅಭ್ಯಾಸ. ಪಚ್ಚಿ ಅವರ ಪಕ್ಕ ಕೂತು "ತಾತ, ನೀವು ಯಾವಾಗ್ಲೂ ಪೇಪರ್ ಓದ್ತೀರಲ್ಲ, ಬೇಜಾರಾಗೋಲ್ವಾ? ನಂಗಂತೂ ಹೋಂ ವರ್ಕ್ ಅಂದರೆ ಬೇಜಾರು, ಅಯ್ಯೋ ದಿನ ಮಾಡಬೇಕಲ್ಲ,

ತಾತ ತುಂಬಾನೆ ಕಷ್ಟ" ಹೇಳಿಕೊಂಡ ಮೊಮ್ಮಗನನ್ನು ಹತ್ತಿರಕ್ಕೆಳೆದುಕೊಂಡು ಕೆನ್ನೆ ಸವರಿದರು "ಕಲಿಯೋ ವಯಸ್ಸಿನಲ್ಲಿ ಕಲೀಬೇಕಲ್ಲ, ನಿನ್ನಪ್ಪನ್ಗಿಂತ ಶರಧಿ ಚೂಟಿ ಇದ್ಲು ಕಲಿಯೋದರಲ್ಲಿ" ಏನೋ ಹೇಳಿದರು. ಅವನು ಅರ್ಥೈಯಿಸಿಕೊಂಡಿದ್ದೇ ಬೇರೆ ರೀತಿಯಲ್ಲಿ "ನಾನು ತುಂಬ ಕಲೀಯೋಲ್ಲ. ಹೆಚ್ಚು ಕಲೀತ ಅತ್ತೆ ನಿಮ್ಮಗಳ ಮಾತುಗಳ್ನ ಕೇಳದೇ... ಬೇರೆ ಹೋದ್ಲು" ಬೇರೆ ರೀತಿಯಲ್ಲಿ ವ್ಯಾಖ್ಯಾನಿಸಿದಾಗ ಮುಖ ಸಣ್ಣಗೆ ಮಾಡಿಕೊಂಡರು.

ಮೊದಲು ಗಂಡನಿಗೆ ಸುದ್ದಿ ಮುಟ್ಟಿಸಿದಾಗ ಅವನು ಉರಿದು ಬಿದ್ದ "ಯಾಕೆ ಬರ್ತಾಳಂತೆ? ಅವ್ಳಿಗೆ ಮಾನ ಮರ್ಯಾದೆ ಇಲ್ಲದಿದ್ರೂ ನಮ್ಗೇ ಇದೆ. ತಲೆಯೆತ್ತಿಕೊಂಡು ತಿರುಗೋಕೆ ಆಗ್ತಾ ಇಲ್ಲ. ಯಾರಾದ್ರೂ ಪ್ರಶ್ನಿಸ್ತಾರೇನೋ ಅನ್ನೋ ಭಯ, ಅವಳ್ನ ಬರಬೇಡಾಂತ ಹೇಳು" ಫೋನ್‌ನಲ್ಲಿಯೆ ಆರ್ಭಟಿಸಿದ.

"ಪ್ಲೀಸ್, ಸ್ವಲ್ಪ ಕೂಲಾಗಿ! ನನ್ನ, ನಿಮ್ಮ ವಿಚಾರ ಬಿಡಿ. ಅತ್ತೆಗೆ ಒಳಗೊಳಗೆ ಶರಧಿನ ನೋಡೋ ಆಸೆ ಇದೆ. ಮದ್ವೆ ಆಗಿಲ್ಲ ಅನ್ನೋದು ಬಿಟ್ಟು, ಬೇರೆಲ್ಲ ಸಂಬಂಧಗಳು ಶರಧಿ, ಶ್ರೀಕಾಂತ್ ನಡ್ವೇ ಇದೆ. ಲಿವ್ ಟು ಗೆದರ್, ಲೀವ್ – ಇನ್... ಅವಕ್ಕೆ ಸರ್‍ಯಾದ ಪದಗಳು ಬಳಕೆಯಲ್ಲಿ ಸಿಗ್ತಾ ಇಲ್ಲ."

ಮಡದಿಯ ಮಾತಿಗೆ "ಷಟಪ್, ಏನೇನೋ ಹೇಳ್ಬೇಡ. ಅವಳು ಬಂದು ಹೋದ್ಮೇಲೆ ಫೋನ್ ಮಾಡು ಬರ್ತೀನಿ, ಮತ್ತೆ ನಿನ್ನ ವ್ಯಾಖ್ಯಾನ ಬೇಡ" ಎಂದು ಕನಲಿದ.

ಶರಾವತಿ ಸುಸ್ತಾದಳು. ರಾಮೂರ್ತಿಗಳು ಕೂಡ ಮಗಳ ಪರ ಇಲ್ಲ. ಅವಳಿಗೆ ತಲೆ ಕೆಟ್ಟಂತಾಯಿತು. ಸುತ್ತಿ ಬಳಸಿ ಅವರನ್ನು ಕನ್ವಿನ್ಸ್ ಮಾಡೋದು ಬೇಡವೆನಿಸಿ ನೇರವಾಗಿಯೆ ವಿಷಯವನ್ನು ಸುಬ್ಬಲಕ್ಷ್ಮಿಯ ಮುಂದಿಟ್ಟಳು.

"ಎಲ್ಲರನ್ನು ನೋಡಬೇಕೂಂದ್ಲು ಶರಧಿ, ನಾನು ಈ ಮನೆಗೆ ಸೊಸೆ, ಬೇಡವೆನ್ನುವ ಅಧಿಕಾರ ಇಲ್ಲ, ನಿಶ್ಚಿಂತೆಯಿಂದ ಬಾ ಅಂದೆ. ನಿಮ್ಮ ಮಗ ಫೋನ್‌ನಲ್ಲಿಯೆ ರೇಗಾಡಿದರು. ನೀವು ಹೇಗೆ ಹೇಳಿದರೇ, ಹಾಗೆ ನೀವು ಬೇಡಾಂದರೆ ನಾನೇ ಫೋನ್ ಮಾಡಿ ಬರಬೇಡಾಂತ ಹೇಳ್ತೀನಿ"

ತಕ್ಷಣ ಪ್ರತಿಕ್ರಯಿಸಿದ್ದು ರಾಮೂರ್ತಿ "ಬೇಡಾಂತ ಹೇಳು, ಎಲ್ಲಾನು ತೊಡೆದುಕೊಂಡು ಹಓದವಳು ಮತ್ತೆ ಇಲ್ಲಿ ಸಂಬಂಧ ಹುಡ್ಕಿಕೊಳ್ಳುವುದು ಬೇಡ."

ಸುಬ್ಬಲಕ್ಷ್ಮಿಯ ಬಾಯಿಂದ ಮಾತೇ ಹೊರಡಲಿಲ್ಲ, ಅದನ್ನು ಅನುಮೋದಿಸುವ ಅಗತ್ಯವಿತ್ತು. "ಅಷ್ಟನ್ನು ಹೇಳು ಇಲ್ಲಿಗೇನು ಬರೋದು ಬೇಡ" ಗಂಡನ ಮಾತಿಗೆ ಅಂಕಿತ ಹಾಕಿ ಸದ್ದಿಲ್ಲದೆ ಎದ್ದು ಹೋದರು.

ಆಮೇಲೆ ಅರ್ಧಗಂಟೆ ಬಿಟ್ಟು ಶರಧಿಗೆ ಫೋನ್ ಮಾಡಿದಾಗ "ನೀವೇನು ಹೇಳೋದು ಬೇಡ. ಅವ್ರಿಗೆ ನಾನು ಬರೋದು ಇಷ್ಟವಿಲ್ಲದಿದ್ದರೇ ಬೇಡ. ನನ್ನ

ನಿರ್ಣಯ ನಂಗೇನು ತಪ್ಪೂಂತ ಅನ್ನಿಸ್ತಾ ಇಲ್ಲ. ಹಿಂದಿನ ಪವಿತ್ರತೆ ಈಗೇನು ಮದ್ವೆಯಲ್ಲಿ ಉಳಿದಿಲ್ಲ. ನನ್ನ ಪ್ರಕಾರ ಅದೊಂದು ಶಿಥಿಲವಾದ ವ್ಯವಸ್ಥೆ, ಅಮ್ಮ ಕೊರೆಯೋ ಪಾಠ ಕೇಳಿ ಎಂದಾದ್ರೂ ಇವಳನ್ನು ಡೈವೋರ್ಸ್ ಮಾಡಿ ಬಿಡಬೇಕಿತ್ತುಂತ ಅಪ್ಪನಿಗೆ ಅನ್ನಿಸಿರಲಿಲ್ಲವೇನೋ, ಕೇಳು ಆ ಒದ್ದಾಟದ ಜೀವ್ನ ನಂಗೆ ಬೇಕಿರಲಿಲ್ಲ. ಇಷ್ಟನ್ನು ಹೇಳಿ ಬಿಡಿ" ಅವಳೇ ಫೋನ್ ಕಟ್ ಮಾಡಿದಳು. ಸುಸ್ತಾಗಿದ್ದು ಶರಾವತಿಗೆ ಅಂತು ಅವಳ ನಿಲುವಿಗೆ ಅವಳು ಬದ್ಧಳು.

ಅವಳಲ್ಲಿ ಪೂರ್ಣ ಪ್ರಮಾಣದ ಚೈತನ್ಯ ಹರಿದಾಡಿತು ತುಸು ಸಮಯ ಬೇಕಾಯಿತು. ಶರಧಿಯ ಧೈರ್ಯದ ಬಗ್ಗೆ ಮೆಚ್ಚಿಗೆಯ ಜೊತೆ ಸಹಾನುಭೂತಿ ಕೂಡ. ಮುಂದೇನು? ಹೀಗೇ ಸಾಗಿ ಬಿಡ್ತೋದು?

"ಮನೆಗೆ ಶರಧಿ ಬರ್ತಾ ಇಲ್ಲ, ನೀವು ಬರಬಹುದು"

ಶ್ರೀಧರನಿಗೆ ಫೋನ್ ಮಾಡಿ ಕಿಚನ್‌ಗೆ ಬಂದಳು ತುರಿದಿಟ್ಟ ಕಾಯಿ ತುರಿ ಹಾಗೆಯೇ ಇತ್ತು. 'ಇದು ಶ್ರೀಧರನನ್ನು ತಣ್ಣಗೆ ಮಾಡಲು' ನೆನೆಸಿಟ್ಟ ಬೇಳೆ ರೋಧಿಸಿದಂತಾಯಿತು. ಆ ಕ್ಷಣ ಒಂದು ಕೆಟ್ಟ ಹಟ ಮಾಡಿ ಕೆಲ ಕಾಲ ನಿಂತಿದ್ದರಿಂದ ನುಚ್ಚಿನುಂಡೆ ತಯಾರಾಯಿತು. ಡಬ್ಬಿಗೆ ತುಂಬಿಕೊಂಡು ರೆಡಿಯಾಗಿ ಅತ್ತೆ ಮುಂದೆ ಬಂದು ನಿಂತಳು.

"ಅತ್ತೆ ಕ್ಷಮ್ಸಿ, ನೀವು ಉದ್ಧಟತನ ಅಂದ್ಕೋಬಹ್ದು. ಶರಧಿಗೆ ನುಚ್ಚಿನುಂಡೆ ಅಂದರೆ ತುಂಬಾ ಇಷ್ಟ. ನೀವ್ ಅವಳಿಗಾಗಿ ಮಾಡ್ತಾ ಇದ್ರಿ. ಇಂದು ಅವಳು ಬರ್ತೀನೀಂತ ಅಂದ ಕೂಡಲೆ ತೊಗರಿ ಬೇಳೆ, ಕಡ್ಲೇ ಬೇಳೆ ನೆನೆಸಿಟ್ಟೆ. ಈಗ ಬರೋಲ್ಲಾ ಅನ್ನೋದಾದ್ರೆ, ಅದಕ್ಕೆ ಮಾಡ್ಕೊಂಡ್ ಡಬ್ಬಿಗೆ ಹಾಕ್ಕೊಂಡಿದ್ದೀನಿ. ಇವತ್ತೇನೋ ಫ್ರೀ ಅಂದ್ಲು. ತಗೊಂಡ್ಹೋಗಿ ಕೊಟ್ಟು ಮಾತಾಡ್ಸಿಕೊಂಡು ಬರ್ತೀನಿ. ಎಲ್ಲರನ್ನು ನೋಡಬೇಕೂಂದ್ಲು, ಈಗ ನಾನು ಒಬ್ಬಳಾದ್ರೂ... ಹೋದರೆ ಅಲ್ಪ ಸ್ವಲ್ಪ ಸಮಾಧಾನವಾಗುತ್ತೆ" ಇಂಥ ಒಂದು ಬೇಡಿಕೆ ಮುಂದಿಟ್ಟಾಗ, ಯಾಕೋ "ಹೋಗಿ ಕೊಡ್ಬಾ" ಎಂದು ಎದ್ದು ಹೋದರು.

ಅವಳಿಗೆ ಅಷ್ಟು ಸಾಕಿತ್ತು. ರಾಮೂರ್ತಿ ಮತ್ತು ಶ್ರೀಧರ್‌ನ ಪರ್ಮೀಷನ್ ಬೇಕಿರಲಿಲ್ಲ. "ಪಚ್ಚಿನ ಕರ್ಕಂಡ್ ಹೋಗ್ಲಾ?" ಕೇಳಿದಕ್ಕೆ ರಾಮೂರ್ತಿಗಳು ಬೇಡವೆಂದು ತಲೆಯಾಡಿಸಿ "ನೂರೆಂಟು ಪ್ರಶ್ನೆಗಳನ್ನು ಕೇಳ್ತಾನೆ. ಅದ್ಕೇ ಉತ್ತರಿಸೋ ಸ್ಥಿತಿಯಲ್ಲಿ ನಾವಿಲ್ಲ" ಎಂದರು.

ಹೊರಡುವ ಮುನ್ನ ಶರಧಿಗೆ ಫೋನ್ ಮಾಡಿ "ಫ್ಲಾಟ್‌ನಲ್ಲೆ ಇರ್ತಿಯಾ? ನಾನು ಬರ್ತಾ ಇದ್ದೀನಿ" ಇನ್‌ಫಾರ್ಮ್ ಮಾಡಿದ ಕೂಡಲೆ "ಖಂಡಿತ ಬನ್ನಿ, ನಾನು ಫ್ಲಾಟ್‌ನಲ್ಲೆ ಇದ್ದೀನಿ" ಪ್ರತಿಕ್ರಯಿಸಿದಳು.

ಅಂತೂ ಆಟೋ ಹಿಡಿದು ಹೋಗಿ ತಲುಪುವ ವೇಳೆಗೆ ಒಂದೆರಡು ಗಂಟೆಗಳೇ

ಆಯಿತು. ಇವಳ ಹಾದಿಯನ್ನು ಕಾಯುತ್ತಿದ್ದ ಶರಧಿ ನಗು ಮುಖದಿಂದ ಸ್ವಾಗತಿಸಿದರೂ, ಅದರ ಹಿಂದಿರುವ ಅಸಮಾಧಾನ ಸ್ಪಷ್ಟವಾಗಿಯೆ ಇತ್ತು.

"ಸಾರಿ ಶರಧಿ, ಬಹುಶಃ ನಾನು ನಿಂಗೇ ಅಮ್ಮನಾಗಿದ್ದರು ಇದೇ ರೀತಿ ವರ್ತಿಸ್ತಾ ಇದ್ದೆ. ತಾಯಿ ಕರುಳಿನ ನೋವೆ ಬೇರೆ. ಆ ವಿಷ್ಯ ಬಿಡು, ನಿಂಗೇನು ತಂದಿದ್ದೀನೋ ನೋಡು" ಡಬ್ಬಿ ಅವಳ ಕೈಯಲ್ಲಿ ಇಟ್ಟಳು. ಮೊದಲಿನ ಹಾಗೇ ತಿನ್ನುವಿಕೆಯಲ್ಲಿ ಆಸಕ್ತಿ ಇರಲಿಲ್ಲ "ತುಂಬಾ ಥ್ಯಾಂಕ್ಸ್, ಹೇಗಿದ್ದಾರೆ ಸುಬ್ಬಲಕ್ಷ್ಮಿ ಮೇಡಮ್? ಅಮ್ಮನಿಗೆ ಪಾಠ ಮಾಡೋಕೆ ಮನೆ, ಶಾಲೆಯ ವ್ಯತ್ಯಾಸವೆ ತಿಳಿಯದು." ಬಂದ ನಗುವನ್ನು ತಂದುಕೊಂಡು ಅಕ್ಕರೆಯಿಂದ ಆಹ್ವಾನಿಸಿದ್ದು.

ಇಬ್ಬರು ಕೂತು ಅದೂ ಇದೂ ಮಾತಾಡಿದರು.

"ಹೇಗಿದೆ, ಲೈಫ್?" ಕೇಳಿದಳು ಶರಾವತಿ.

"ಫೈನ್, ಅಂದ್ಕೋಬೇಕು. ಅಪ್ಪನ ಸಪ್ಪೆತನ, ಶ್ರೀಧರನ ಸ್ವಭಾವಕ್ಕಿಂತ ಶ್ರೀಕಾಂತ್ ಒಂದು ಡಿಫರೆಂಟ್ ಜಾಲಿ ಮನುಷ್ಯ, ಫೆಂಟಾಸ್ಟಿಕ್ ಸ್ವಭಾವ. ಅಮ್ಮ ಏನಾದ್ರೂ ಅಪ್ಪನ ಸಲುವಾಗಿ ತಂದರೇ ನೂರೆಂಟು ಸಲ ಅದೇ ಪ್ರಸ್ತಾಪ. ತಗೊಂಡವರು ನಾಚ್ಕೋ ಬೇಕು, ಶ್ರೀಕಾಂತ್ ಎಷ್ಟೋ ಗಿಫ್ಟ್‌ಗಳ್ನ ಕೊಟ್ಟಿದ್ದಾರೆ, ಈ ಫ್ಲಾಟ್ ಕೂಡ ಗಿಫ್ಟ್, ಒಮ್ಮೆ ಕೂಡ ಆ ಬಗ್ಗೆ ಪ್ರಸ್ತಾಪಿಸಿಲ್ಲ. ತುಂಬ ಇಷ್ಟವಾಗಿದ್ದಾರೆ. ನಮ್ಮಿಬ್ಬರ ಮಧ್ಯೆ ಸಾಮರಸ್ಯವಿದೆ" ಅಭಿಮಾನದಿಂದ ಹೇಳಿಕೊಂಡಳು.

"ಇದೆಲ್ಲ, ಶ್ರೀಕಾಂತ್ ಕಡೆಯದಾಯಿತು. ನಿನ್ನ ಗಿಫ್ಟ್‌ಗಳೇನು? ಬರೀ ಹಾಸಿಗೆ ಹಂಚಿಕೊಳ್ಳೋದಾ? ಅವ್ರಿಗೆ ಇಷ್ಟವಾದ ತಿಂಡಿ, ತಿನಿಸುಗಳೇನು? ನಿಂಗೇನಾದ್ರೂ... ಗೊತ್ತಾ?" ಕೇಳಿದಳು.

ಸ್ವಲ್ಪ ವಿಚಲಿತಳಾದಳು ಶರಧಿ. ಇಂಥದ್ದು ತನಗೆ ಇಷ್ಟವೆಂದು ಶ್ರೀಕಾಂತ್ ಹೇಳಿಕೊಂಡಿರಲಿಲ್ಲ. ಆ ಕಡೆ ಇವಳ ಗಮನವು ಇಲ್ಲ. ಆ ಬಗ್ಗೆ ತಿಳಿಯುವ ಅಗತ್ಯವೇನು?

"ನಂಗೆಂದು ತಿಳ್ಕೋಬೇಕೂಂತ ಅನ್ನಿಸೇ ಇಲ್ಲ."

ಶರಾವತಿ ಸುಮ್ಮನೆ ಕೂತಳು. ಶರಧಿ ಇನ್ನೋಸೆಂಟಾ? ಪ್ರಗತಿಪರಳ? ಮದುವೆ ಎನ್ನುವ ವ್ಯವಸ್ಥೆಯನ್ನು ಟೋಟಲ್ಲಾಗಿ ನಿರಾಕರಿಸುವುದರ ಹಿಂದೆ ದೊಡ್ಡದಾದ ಕಾರಣವಿದೆಯೇ?

"ನಂಗೆ ಅಥವಾ ... ಬಗ್ಗೆ ಏನೇನು ಗೊತ್ತಿಲ್ಲ. ಜೊತೆಯಾಗಿ ಬದುಕುವುದರಲ್ಲಿ ಆಸಕ್ತಿ ಇದೆ. ಪೂರ್ವಿಕರ ನಿರ್ಮಿತ ಮದುವೆ ವ್ಯವಸ್ಥೆಯಲ್ಲಿ ನಂಬಿಕೆ ಇಲ್ಲ. ಆದರೂ ನಿಸರ್ಗ ಕೊಡಮಾಡುವ ಹೊಣೆಗಾರಿಕೆಯನ್ನು ಒಪ್ಪಿಕೊಳ್ಳಲೇಬೇಕು. ಆದರೆ ಇದರಲ್ಲಿ ಯಾರಾರದು ಎಷ್ಟು ಪಾಲು ಎನ್ನುವುದು ತೀರ್ಮಾನವಾಗಿದ್ದೇಯ? ಆ ಬಗ್ಗೆ ನಂಗೇನು ಗೊತ್ತಿಲ್ಲ. ನಾಳೆ ನಿಂಗೊಂದು ಮಗುವಾದರೇ?" ಎಂದವಳು. ಇಂಥ

ಒಂದು ಸಂದಿಗ್ಧದಲ್ಲಿ ಶರಧಿಯನ್ನು ತಂದು ನಿಲ್ಲಿಸಿದಳು ಮಗುವಿನ ಬಗ್ಗೆ ಇಂಥ ಒಂದು ಚಿಂತನೆ ಹರಿದಿರಲಿಲ್ಲ.

"ಮಗುವಿನ ಬಗ್ಗೆ ನಾನು ಯೋಚ್ಸಿಲ್ಲ. ಮಂತ್ರ, ಮಾಂಗಲ್ಯ ಇಷ್ಟವಿರಲೀ, ಬಿಡಲೀ... ಒಂದು ಗಂಡಸಿನ ಜೊತೆ ಜೀವನ ಪೂರ್ತಿಯ ಕಮಿಟ್‌ಮೆಂಟ್ ನಂಗೆ ಬೇಡ, ಹೆಣ್ಣು ಈಗ ಸಾಕಷ್ಟು ಬದಲಾವಣೆ ಬಯಸಿದ್ದಾಳೆ, ಹಾಗೇ ತನ್ನ ಬದ್ಧನ್ನು ಕೂಡ ರೂಪಿಸಿಕೊಂಡಿದ್ದಾಳೆ. ನಂಗೆ ಶ್ರೀಕಾಂತ್ ಅಸಹನೀಯವೆನಿಸಿದರೇ, ನನ್ನ ಸೂಟ್‌ಕೇಸ್ ತಗೊಂಡ್ ಅವನ ಜೀವನದಿಂದ ಹೊರಬರಬಲ್ಲೆ. ವಿವಾಹಿತ ಹೆಣ್ಣುಗಾಗ್ಲಿ, ಗಂಡಿಗಾಗ್ಲಿ ಇದು ಸಾಧ್ಯವೇ? ಅಮೂಲ್ಯಳಿಂದ ಬಿಡುಗಡೆ ಪಡೆಯಲು ಶ್ರೀಕಾಂತ್ ಚಿತ್ರಹಿಂಸೆ ಅನುಭವಿಸ್ತಾನೆ. ತನ್ನ ಸಮಸ್ತ ಮಕ್ಕಳ ಸಮೇತ ಧಾರೆಯೆರೆದರು ಅವಳಿಗೆ ತೃಪ್ತಿ ಇಲ್ಲ. ಮಾಜೀಯಾದರೂ ಕಾಡೋದು ಬಿಟ್ಟಿಲ್ಲ ಇಂದಿಗೂ ಶ್ರೀಕಾಂತ್‌ನ ಬಯಸ್ತಾಳೆ" ಅಂದವಳು ಮುಕ್ತವಾಗಿ ಒಂದು ಚಿತ್ರವನ್ನು ಶರಧಿ ಬಿಡಿಸಿಟ್ಟಾಗ ಶರಾವತಿ ನಡುಗಿದಳು. ಇಂಥ ಸಾಧ್ಯತೆಯುಂಟಾ? "ಓ ಮೈ ಗಾಡ್..." ತಲೆಯ ಮೇಲೆ ಕೈಯೊತ್ತಳು.

"ಮುಂದೇನು?" ಕೇಳಿದಳು.

"ಗೊತ್ತಿಲ್ಲ, ನಾನು ಸಾಕಷ್ಟು ಭೂತ ಬಿಡಿಸಿದ್ದೀನಿ ಆದ್ರೂ... ಹಿಂದೆಗಿದಿಲ್ಲ. ಇದ್ನ ಶ್ರೀಕಾಂತ್‌ಗೆ ಹೇಳಿಲ್ಲ."

ಶರಾವತಿಗೆ ಈ ಪರಿಸ್ಥಿತಿ ತೀರಾ ಕಹಿಯೆನಿಸಿತು. ಶರಧಿಗೆ ಹೊಸದೊಂದು ಭೂತ ಕಾಡೋಕೆ ಷುರುವಾಗಿದೆಯೆನಿಸಿತು ಹೇಗೆ ಇದರಿಂದ ವಿಮುಕ್ತಿ? ತವರಿನವರಾಗಿ ಈಗ ಯಾವ ರೀತಿಯ ಸಹಾಯ ಮಾಡುವುದು?

"ಮೊದ್ಲು ಶ್ರೀಕಾಂತ್‌ಗೆ ಹೇಳು. ಒಂಟಿಯಾಗಿ ಫೇಸ್ ಮಾಡೋದು ಕಷ್ಟ. ಹೆಚ್ಚು ಶ್ರೀಮಂತ ಜನ. ಬೆಳೆದ ವಾತಾವರಣ ಕೂಡ ಹಾಗೆಯೇ ಇರುತ್ತೆ. ನಾವು ಮಿಡಲ್ ಕ್ಲಾಸ್ ಜನ. ಅವರಷ್ಟು ಧೈರ್ಯ, ಧನದ ಸಪೋರ್ಟ್ ನಮ್ಗೇ ಇರೋಲ್ಲ. ನಮ್ಮಂಥವರನ್ನು ಹೊಸಕಿ ಹಾಕಿಬಿಡ್ತಾರೆ. ಮೊದ್ಲು ಶ್ರೀಕಾಂತ್ ಹತ್ರ ಮಾತಾಡು. ಹೇಗೂ ಸಂಬಂಧ ಬೆಳೆದಿದೆ, ಒಂದು ತಾಳಿ ಕಟ್ಟಿ ಹೆಂಡ್ತಿ ಅಂತ ಘೋಷಿಸಿ ಬಿಡ್ಲೀ" ಸ್ವಲ್ಪ ಧಾವಂತದಿಂದ ಹೇಳಿದಾಗ ಸ್ವಲ್ಪ ಬೇಸರದಿಂದಲೇ ಶರಧಿ ಎದ್ದು ಹೋಗಿ ಹತ್ತು ನಿಮಿಷದ ನಂತರ ಬಂದಳು.

"ಹೇಳಿದ್ದು ತಪ್ಪಾಯಿತೇನೋ, ಖಂಡಿತ ತಲೆ ಕೆಡಿಸ್ಕೋಬೇಡಿ. ಮದ್ವೆ ಅಂಥ ಪ್ರಸಕ್ತಿಯೆ ಇಲ್ಲ. ಶ್ರೀಕಾಂತ್ ಕೂಡ ಅತ್ತ ಹೆಜ್ಜೆ ಇಡಲಾರರು. ಆ ಬಂಧನ ಅವರಿಂದ ಸಾಕಷ್ಟು ಕಿತ್ತುಕೊಂಡಿದೆ. ಆ ನೋವು ಒಂದು ರೀತಿಯಲ್ಲಿ ನಿರಂತರವೆ. ನಾನು ಕೂಡ ಮದುವೆ ಅನ್ನೋ ಬಲವಂತ ಹೇರಲಾರೆ. ನಮ್ಮಿಬ್ಬರಿಗೆ ಒಟ್ಟಿಗೆ ಇರಲು ಅಸಹನೀಯವೆನಿಸಿದರೇ, ತೀರಾ ಸಿಂಪಲ್ಲಾಗಿ ಬೇರೆ ಆಗ್ತೀವಿ. ಅದಕ್ಕೆ ಕಾರಣಗಳನ್ನು ಜಗಜಾಹೀರು ಮಾಡಲಾರವು. ನ್ಯಾಯಾಲಯದಲ್ಲಿ ತಪ್ಪಿತಸ್ಥರಂತೆ ಕೇಳಿದ ಪ್ರಶ್ನೆಗಳಿಗೆ

ಉತ್ತರಿಸುತ್ತ ಸಮಯ ಹಾಳು ಮಾಡೋದು ಬೇಡ. ಮಾನಸಿಕ ಹಿಂಸೆ ಅನುಭವಿಸಬೇಕಿಲ್ಲ" ಎಂದಳು. ಶರಧಿಯ ದೃಢ ನಿಲುವಿಗೆ ಚಕಿತಳಾದಳು. ಅಂಥ ಧೈರ್ಯ ಎಲ್ಲರಿಗೂ ಬರುವುದು ಸಾಧ್ಯವಿಲ್ಲವೆನಿಸಿತು.

"ಏನೀ ವೇ, ಅಮೂಲ್ಯ ಬಳಿ ಹುಷಾರಾಗಿರು. ನೀನು ಸಮಾಜದ ಜೊತೆ ಅಮೂಲ್ಯನು ಎದುರಿಸಬೇಕಾಗುತ್ತೆ. ನಂಗಂತೂ ನಿನ್ನಷ್ಟು ಧೈರ್ಯವಿಲ್ಲ" ಮೇಲೆದ್ದಳು.

ಆಮೇಲೆ ಇಬ್ಬರು ಕೂಡಿಯೆ ಖಾರದ ನುಚ್ಚಿ ನುಂಡೆ ತಿಂದಿದ್ದು ಬಿಲ್ಗೊಟ್ಟು ಹೊರ ಬಂದಾಗ "ಕೆಲವು ಸಲ ಅಪ್ಪನ್ನ ನೆನಸ್ಕೊಂಡರೇ ಅಯ್ಯೋ ಅನಿಸುತ್ತೆ, ಪ್ರತಿಯೊಂದು ಸಣ್ಣ, ಪುಟ್ಟ ವಿಚಾರಕ್ಕೂ ಪಾಠ ಹೇಳೋಕೆ ಷುರು ಮಾಡೋ ಅಮ್ಮನ್ನ ಕಂಡರೇ, ನಂಗೆ ಕೋಪವೇ ಅಮ್ಮ ರಿಟೈರ್ಡ್ ಆಗಿ ಮನೆಯಲ್ಲಿ ನಿಂತ ಮೇಲಂತು ನನ್ನ ಕಾಡ್ತಾ ಇದ್ದಿದ್ದು ಮಾತಿನ ಭಯ, ಅಪ್ಪ, ಗಂಡು! ಆದ್ರೂ... ಅಮ್ಮನಿಂದ ತಪ್ಪಿಸಿಕೊಂಡು ಸುಲಭವಾಗಿ ದೂರ ಹೋಗೋಕೆ ಸಾಧ್ಯನಾ? ಬಿಡಿ... ಪಚ್ಚಿಗೆ ಏನಾದ್ರೂ ಗಿಫ್ಟ್ ಕೊಡ್ಲಾ?" ಕೊನೆಯಲ್ಲಿ ವಿಚಾರಿಸಿದಾಗ ಬೇಡವೆಂದು ತಲೆಯಾಡಿಸಿದಳು.

ಮನೆಗೆ ಹಿಂದಿರುಗಿದ್ದು ಆಟೋನಲ್ಲಿಯೇ, ರಾಜಗೋಪಾಲ್ ಬಂದಿದ್ದರು. "ಅಯ್ಯೋ, ಶರಧಿ ಬಂದ್ಲೂಂತ ಅಂದ್ಕೊಂಡೇ, ನೋಡಿ... ಬಹಳ ದಿನವಾಯ್ತು?" ಅಂದರು. ಬಹುಶಃ ಸತ್ಯ ಅವರಿಗೆ ಗೊತ್ತಿಲ್ಲ! ಅತ್ತೆಯತ್ತ ನೋಟ ಹರಿಸಿದ ಕೂಡಲೆ ಸುಮ್ಮನಿರುವಂತೆ ಕಣ್ಣಲ್ಲಿಯೆ ಸನ್ನೆ ಮಾಡಿ "ಹೋಗಿ, ಕಾಫೀ ತಗೊಂಡ್ಬಾ, ಅವ್ರು ಬಂದು ಎಷ್ಟೊತ್ತು ಆಯ್ತು! ಎದ್ದು ಹೋಗಿ ಕಾಫೀ ಕೊಡ್ಲಿಲ್ಲ," ಇಂಥದೊಂದು ಮಾತಾಡಿ ಸೊಸೆಯನ್ನು ಒಳಗೆ ಕಳಿಸಿದರು. ಮಗಳು ಹಿಡಿದ ದಾರಿ ಹೇಳಿಕೊಳ್ಳ ಬಾರದೆನ್ನುವುದು ಅವರ ಅಭಿಮತ. ನಾಚಿಕೆಗೇಡಿನ ಸಂಗತಿ, ಸಮಾಜ ಇದನ್ನ ಸ್ವೀಕರಿಸಲಾರದು. ಎನ್ನುವುದು ಅವರ ಸ್ಪಷ್ಟವಾದ ಅಭಿಪ್ರಾಯ ಅದು ಬದಲಾಗದು.

ಈಗಾಗಲೇ ರಾಜಗೋಪಾಲ್, ರಾಮಮೂರ್ತಿ ಹೋಗಿ ಮನೆಯನ್ನು ನೋಡಿಕೊಂಡು ಬಂದು ಒಪ್ಪಿಗೆ ಸಲೂಚಿಸಿದ್ದರು. ಎರಡೂ ಮುಕ್ಕಾಲು ಲಕ್ಷ, ಲೀಜ್ ಪರಿಯಡ್ ಮೂರು ವರ್ಷ, ಸದ್ಯಕ್ಕೆ ಅಂಥದೊಂದು ಏರ್ಪಾಟುನ ಬಗ್ಗೆ ಚರ್ಚಿಸಿ ನಿರ್ಧಾರಕ್ಕೆ ಬಂದಿದ್ದರು.

ಕಾಫೀ ತಂದಿತ್ತ ಶರಾವತಿ ಅಲ್ಲೆ ಕೂತಾಗ "ಆ ಮನೆ ಸಾಕೂಂತ ಅನ್ನಿಸ್ತು. ಎಲ್ಲಕ್ಕಿಂತ ಹೆಚ್ಚಾಗಿ ಈ ಮನೆಗೆ ಹತ್ತಿರವಾಗಿದೆ, ಹಸಿದು ಬಂದರೆ ಸುಬ್ಬಲಕ್ಷ್ಮಿ ತಂಗಿಯಂತೆ ನಾಲ್ಕು ತುತ್ತು ಅನ್ನ ಹಾಕ್ತಾರೆ. ನೀನು ಅಕ್ಕರೆಯಿಂದ ಮಾತಾಡಿಸ್ತಿ, ರಾಮಮೂರ್ತಿ ಸ್ನೇಹ ಈ ವಯಸ್ಸಿನಲ್ಲಿ ಇನ್ನೇನು ಬೇಕು?" ಗದ್ಗದಿತರಾಗಿ ಹೇಳಿದರು.

ಶರಾವತಿ ಅತ್ತಿತ್ತ ನೋಟ ಹರಿಸಿದಳು. ಬಹುಶಃ ಪರೀಕ್ಷಿತ್ ಕೈ ಬಿಟ್ಟಿದ್ದರೇ, ಹೋರಾಟ ಮಾಡಿಯಾದರು ಅವರ ಹೊಣೆ ಹೊರುತ್ತಿದ್ದಳೇನೋ? ಅಂತಹ ಸ್ವಭಾವವೆ ಅವಳದು.

"ಅಯ್ಯೋ, ಬಿಡಿ ಅಂಕಲ್ ನಾವು ನಿಮ್ಮನ್ನು ಬೇರೆಯವರೂಂತ ತಿಳಿದೆ ಇಲ್ಲ, ಈಗ ಪರೀಕ್ಷಿತ್ ದಾರಿಗೆ ಬರ್ತಾ ಇದ್ದಾನೆ. ರಾಗಿಣಿ ಅಮ್ಮ ಫೋನ್ ಮಾಡಿದ್ರು, ಇನ್ನು ಒಂದು ಲಕ್ಷ ಕೊಡ್ತಿನೀಂತ ತಿಳಿಸಿದ್ದಾರೆ ಅದು ಕೈಗೆ ಬಂದರೆ, ಇನ್ನಷ್ಟು... ಅನ್ಕೂಲ."

ಎಲ್ಲಾ ಕೂತು ಒಂದಿಷ್ಟು ಮಾತಾಡಿದರು.

* * *

ಅಂದು ಬೆಳಿಗ್ಗೆ ಶ್ರೀಕಾಂತ್, ಶರಧಿ ಹೊರಡುವ ವೇಳೆಗೆ ಅಮೂಲ್ಯ ಬಂದಿದ್ದು ಹುಬ್ಬೇರಿಸುವಂತಾಯಿತು.

"ಹಲೋ, ಏನು... ಬಂದಿದ್ದು?" ಕೇಳಿದ ನೇರವಾಗಿ

"ನೋಡೋ ಸಲುವಾಗಿ, ಹೇಗಿದ್ದಾಳೆ ನಿನ್ನ ಕಂಪ್ಯಾನಿಯನ್?" ಹಂಗಿಸುವಂತೆ ಹೇಳಿ ಕೂತಳು. ಶ್ರೀಕಾಂತ್‌ಗೆ ಅವಳೊಂದಿಗೆ ಮಾತು ಕೂಡ ಬೇಕಿರಲಿಲ್ಲ. "ಹಲೋ, ಅಮೂಲ್ಯ... ನಂಗೆ ಕೆಲ್ಸವಿದೆ. ಹೆಚ್ಚು ಮಾತಿಗೆ ಅವಕಾಶವಿಲ್ಲ" ಸಹಜವಾಗಿ ಹೇಳಿದ. ಅವಳ ಮೂಗಿನ ತುದಿ ಕೆಂಪಾಯಿತು. ಅವನನ್ನು ನಿಟ್ಟಿಸಿದಳು. ಅವನ ವಿಶಾಲವಾದ ಎದೆಯಾಸರೆಯ ಸುಖದ ಮುಂದೆ ಎಲ್ಲವೂ ಯೂಸ್‌ಲೆಸ್ ಅನಿಸಿತು. ನಿಜವಾದ ಗಂಡು ಶ್ರೀಕಾಂತ್! ಅವನ್ನೊಂದಿಗೆ ಸುಖ ಪಡುವುದೆಂದರೆ... ಅವಿಸ್ಮರಣೀಯ ಅನುಭವ. ಶೃಂಗಾರದಲ್ಲಿ ಕೂಡ ಅವನಿಗೆ ಅವನೇ ಸಾಟಿಯೆನಿಸಿತು.

"ಪ್ಲೀಸ್ ಶ್ರೀಕಾಂತ್ ನನ್ನಿಂದ ತಪ್ಪಾಗಿದೆ. ನೀನು ಕೋಡೋ ಶಿಕ್ಷೆಗೆ ನಾನು ಸಿದ್ಧ ನಂಗೆ ನೀನು ಬೇಕು" ಎದ್ದು ಅಪ್ಪಿಕೊಂಡು ಬಿಟ್ಟಾಗ ಅವಳಿಂದ ಬಿಡಿಸಿಕೊಳ್ಳುವುದು ಕಷ್ಟವೆನಿಸಿತು "ಇದೆಲ್ಲ ನಂಗೆ ಇಷ್ಟವಿಲ್ಲ" ಎಂದು ಬಿಡಿಸಿಕೊಂಡು ಬಲವಾಗಿ ಸೋಫಾ ಮೇಲಕ್ಕೆ ದಬ್ಬಿ "ಕಂಟ್ರೋಲ್ ಯುವರ್ ಸೆಲ್ಫ್, ಅಮೂಲ್ಯ ನನ್ನ ನಿನ್ನ ಮಧ್ಯೆ ಯಾವ್ದೇ ಸಂಬಂಧವಿಲ್ಲ. ದಯವಿಟ್ಟು ಹೊರಟು ಹೋಗು" ಕೋಪದಿಂದ ಗದರಿದ. ಅವಳು ಅವನಿಗೆ ಗೊತ್ತು! ಸುಖದ ಹಂಬಲ ಅವಳಿಗೆ ಹೆಚ್ಚು. ಮೊದಮೊದಲು ಹುಚ್ಚೆದ್ದು ಅವಳನ್ನು ತಣಿಸುತ್ತಿದ್ದ ನಂತರದ ದಿನಗಳಲ್ಲಿ ಅದು ಹಿಂಸೆಯೆನಿಸಿತು.

"ಐ ವಾಂಟ್ ಯು ಶ್ರೀಕಾಂತ್! ಸಾಂಗತ್ಯಕ್ಕೆ, ಸುಖಕ್ಕೆ ಒಂದು ಸಂಬಂಧವೇ ಬೇಕಿಲ್ಲ, ನಿನ್ನ ಶರಧಿಯ ನಡುವಿನ ಸಂಬಂಧಕ್ಕೆ ಸಮಾಜ ಒಪ್ಪುವಂಥ, ಕಾನೂನು ಪುರಸ್ಕರಿಸುವಂಥ ಒಂದು ಹೆಸರು ಕೊಡು" ಚುಚ್ಚುವಂತಿತ್ತು ಅವಳ ಮಾತುಗಳು.

ಮಾತುಗಳ ಮುಂದುವರಿಕೆ ಅವನಿಗೆ ಬೇಕಿರಲಿಲ್ಲ.

"ಸಿ ಯು ಲೇಟರ್, ನಂಗೆ ಅರ್ಜೆಂಟ್ ಕೆಲ್ಸವಿದೆ. ಶರಧಿ..." ಎಂದು ಕೂಗುತ್ತ ಬಾಗಿಲು ದಾಟಿ ಹೊರಗೆ ನಡೆದೆ ಬಿಟ್ಟ. ಅವನಿಗೆ ಹುಚ್ಚಿಡಿದಂತಾಗಿತ್ತು. ಕಾರು ಸ್ಟಾರ್ಟ್ ಮಾಡುವ ವೇಳೆಗೆ ಶರಧಿ ಬಂದು "ಸಾರಿ, ಹೋಗೋಣ" ಸೀಟಿಗೆ ಜಾರಿದಳು. ಕಾರಿನ ಚಕ್ರಗಳು ಮುಂದಕ್ಕೆ ಉರುಳಿದವು. ಇಂದು ತೀರಾ ಎಕ್ಸೈಟ್

ಆಗಿದ್ದರು ಅದನ್ನು ತೋರಿಸಿಕೊಳ್ಳಲಿಲ್ಲ. ಅವನು ಬಯಸಿದ್ದ ಬಿಡುಗಡೆ ಅಮೂಲ್ಯಳಿಂದ ಸಿಕ್ಕಿರಲಿಲ್ಲ.

ಆಫೀಸ್ ತಲುಪುವುವರೆಗೂ ಅವನು ಮಾತಾಡಲಿಲ್ಲ. ಅಲ್ಲಿ ಗೊಂದಲ, ಸಮಸ್ಯೆಗಳ ಮಧ್ಯೆ ಈಚೆಗೆ ಶೂಟ್ ಮಾಡಿಕೊಂಡು ಬಂದ ಬೇಬಿ ಫುಡ್‌ನ ಒಂದು ಜಾಹಿರಾತಿನಲ್ಲಿ ಅಭಿನಯಿಸಿದ ಮಗುವನ್ನು ಎತ್ತಿಕೊಂಡು ಮುದ್ದು ಮಾಡಿದ. ಅವನಿಗೆ ಮಕ್ಕಳೆಂದರೆ ಇಷ್ಟ. ಇವನನ್ನು ಮತ್ತಷ್ಟು ಒಲಿಸಿಕೊಳ್ಳಬೇಕೆಂದೇ ಎರಡು ಮಕ್ಕಳನ್ನು ಹೆತ್ತಿದ್ದು ಅಮೂಲ್ಯ. ದಾಂಪತ್ಯದ ಪ್ರಿಯಾರಿಟಿ ಮಕ್ಕಳೆಂದು ಅವಳೇನು ತಿಳಿದಿರಲಿಲ್ಲ. ಆಮೇಲೆ ಅದು ದುರುಪಯೋಗವಾಗ ತೊಡಗಿದಾಗ ಶ್ರೀಕಾಂತ್‌ಗೆ ಬೆಚ್ಚುವಂತಾಗಿತ್ತು. ಎರಡು ಮಕ್ಕಳನ್ನು ಇಟ್ಟುಕೊಂಡು ಬ್ಲಾಕ್‌ಮೇಲ್ ಮಾಡುತ್ತಿದ್ದ ಅಮೂಲ್ಯ ಅವನನ್ನು ನಿರಂತರವಾಗಿ ಇಟ್ಟುಕೊಳ್ಳಲು ಹೆಣಗುತ್ತಿದ್ದರಿಂದ ಮಾಜಿ ಮಡದಿಯ ಮೇಲೆ ಕೋಪ, ಅಸಹ್ಯ, ದ್ವೇಷ ಷುರುವಾಗಿ ಅವಳನ್ನು ಬಿಟ್ಟು ಮಾನಸಿಕವಾಗಿ ಮಾತ್ರವಲ್ಲ ದೈಹಿಕವಾಗಿ ಕೂಡ ಹಿಂದಕ್ಕೆ ಓಡಿದ್ದ.

ಇಂದು ಹಾಲುಗಲ್ಲದ ಹಸುಳೆಯನ್ನು ಮುದ್ದಿಸಿದ.

"ಹಲೋ, ಬಾ ಇಲ್ಲ... ರೋಷನ್‌ನ ನೋಡು" ಶರಧಿಯ ಮುಂದಿಡಿದ. ತುಂಬಾ ಮುದ್ದಾದ ಮಗು. ಆ ದಂಪತಿಗಳನ್ನು ಈ ಜಾಹಿರಾತಿನಲ್ಲಿ ಮಗುವನ್ನು ತೊಡಗಿಸಲು ಇವನ ಪ್ರಯತ್ನವು ಸಾಕಷ್ಟು ಇತ್ತು "ಪ್ರೆಟಿ ಬೇಬಿ" ಅವಳನ್ನು ಎತ್ತಿಕೊಳ್ಳುವ ಪ್ರಯತ್ನ ಮಾಡಿದಾಗ ಅದು ಶ್ರೀಕಾಂತ್‌ನ ಅಪ್ಪಿಕೊಂಡಿತು.

ಅಂದು ರಾತ್ರಿ ಹೊಟೇಲ್ ಗ್ರೀನ್ ಹೌಸ್‌ನಲ್ಲಿ ಡಿನ್ನರ್ ತಗೋಳ್ಳೋವಾಗ "ನಿಮ್ಗೇ ಮಕ್ಕಳೂಂದರೇ ಇಷ್ಟ" ಕೇಳಿದಳು ಮೊಸರಿನಲ್ಲಿ ಸ್ಪೂನ್ ಅದ್ದಿದವನು ತಲೆಯೆತ್ತಿ "ಷೂರ್, ಕಲ್ಮಷವಿಲ್ಲದ ಮುಗ್ಧ ನಗು ಒಂದು ಅದ್ಭುತ ಲೋಕವನ್ನು ಸೃಷ್ಟಿಸುತ್ತೆ. ಫೆಂಟಾಸ್ಟಿಕ್..." ಕಣ್ಣು ಮುಚ್ಚಿ ಆಹ್ಲಾದವನ್ನು ಅನುಭವಿಸಿದ. ಮತ್ತೆ ಮಾತಾಡಲಿಲ್ಲ. ಶರಧಿ ದೊಡ್ಡ ಕ್ರಾಂತಿಯೆನ್ನುವಂತೆ ಯೋಚಿಸಿದ್ದುಂಟು. ಸಾಂಗತ್ಯದಲ್ಲಿ ಮಗುವಿನ ಜನನ ಕೂಡ ಅಷ್ಟೆ ಮುಖ್ಯವೆನಿಸಿತು.

ಅಷ್ಟರಲ್ಲಿ ಅಮೂಲ್ಯಯಿಂದ ಫೋನ್ ಬಂದಿರಬೇಕು "ನಾನು ಬಿಜಿ ಇದ್ದೀನಿ, ಬರೋಲ್ಲ" ಮೊಬೈಲ್ ಸ್ವಿಚ್ ಆಫ್ ಮಾಡಿದ. ಆಮೇಲೆ ಇಬ್ಬರಿಗೂ ಡಿನ್ನರ್ ರುಚಿಸಲಿಲ್ಲ.

ಮಧ್ಯಾಹ್ನದಿಂದ ಸುರಿಯುತ್ತಿದ್ದ ಮಳೆಯಿಂದಾಗಿ ಸಿಟಿಯಾಚೆ ಇರುವ ಫ್ಲಾಟ್‌ಗಿಂತ ಗೆಸ್ಟ್‌ಹೌಸ್‌ಗೆ ಹೋಗಿ ಬಿಡಬಹುದೆಂದು ತೀರ್ಮಾನಿಸಿದವನು, ಮನಸ್ಸು ಬದಲಾಯಿಸಿದ. ಅಮೂಲ್ಯ ಗೆಸ್ಟ್ ಹೌಸ್‌ನಲ್ಲಿ ಬಿಡಾರ ಹೂಡಿ ಇವನನ್ನು ಆಹ್ವಾನಿಸಿದ್ದಳು.

'ಹೇಗೂ ಮದ್ವೆಯೆನ್ನುವ ಬಂಧನದಿಂದ ಬೇರ್ಪಟ್ಟವರು. ಒಂದು ರೀತಿಯ ಸ್ವತಂತ್ರ, ನೀನು ಶರಧಿಯನ್ನು ಆಯ್ದುಕೊಂಡಿದ್ದಿ ನಾನು ಪವಾರ್‌ನ ಮದ್ವೆ ಆಗಿದ್ದೀನಿ.

ನೀನು ಸುಖೀ ಇರಬಹುದು. ನಾನು ಸುಖಿಯಲ್ಲ, ಪವಾರ್‌ನೊಂದಿಗಿನ ಪ್ರಣಯದಾಟ ಹಸುಗೂಸಿನ ನಡುವಿನ ಚಕ್ಕಂದವೆನಿಸುತ್ತೆ. ಐ ಡೋಂಟ್ ಲೈಕ್. ನೀನು ನಂಗೆ ಬೇಕು. ಕೆಲವು ರಾತ್ರಿಗಳು ನನ್ನೊಂದಿಗೆ ಕಳೀ" ಮುಕ್ತವಾಗಿಯೇ ಬೇಡಿಕೆ ಸಲ್ಲಿಸಿದ್ದು ಮಾಜಿ ಹೆಂಡತಿ ಅಮೂಲ್ಯ.

ಸುರಿಯುವ ಮಳೆಯಲ್ಲಿ ಕಾರೋಡಿಸುವುದೇ ಶ್ರೀಕಾಂತ್‌ಗೆ ಕಷ್ಟವಾಯಿತು. ಮನಸ್ಸು ತೀರಾ ಕ್ಷೋಭೆಗೊಂಡಿತ್ತು. ಮಗಳ ತಾಳಕ್ಕೆ ಸರಿಯಾಗಿ ಕುಣಿಯುವ ಮೂರ್ಖ ತಂದೆ ಅಮೃತಸೇನ್‌ಗೆ ಛೀಯಾದು ಹೊಯ್ದರು ಪ್ರಯೋಜನವಾಗದು.

ಮಲಗುವ ಮುನ್ನ "ಶರಧಿ, ಪ್ಲೀಸ್ ಅರ್ಥಮಾಡ್ಕೋ, ಕೆಲ್ಸಕ್ಕೆ ರಿಜೈನ್ ಮಾಡು. ಬೇರೆ ಕಡೆ ಕೆಲ್ಸ ಸಿಗೋದೇನು ಕಷ್ಟವಲ್ಲ, ನಾನು ಪ್ರಯತ್ನ ಮಾಡಿ ಕೊಡುಸ್ತೀನಿ. ಒಮ್ಮೆ ಈ ಮಾತು ನಿಂಗೆ ಹೇಳಿದ್ದೆ" ಎಂದನು. ಶರಧಿ ಇಲ್ಲೆ ಇದ್ದರೆ ಅಮೂಲ್ಯಯಿಂದ ಪಆರು ಮಾಡುವುದು ಕಷ್ಟವೆನಿಸಿತ್ತು.

ಅವಳ ಸ್ವಾಭಿಮಾನವೆನ್ನುವ ಮೂರ್ಖತ್ವಕ್ಕೆ ಪೆಟ್ಟು ಬಿದ್ದಂತಾಯಿತು "ನೋ, ನಾನ್ಯಾಕೆ ಅಮೂಲ್ಯಗೆ ಹೆದ್ರಿಕೊಳ್ಳಿ? ನಂಗೆ ಅಂಥ ಹೆದರಿಕೆಯೇನು ಇಲ್ಲ" ತಕ್ಷಣ ಬಂತು ಮಾತು.

"ಪ್ಲೀಸ್, ಅಂಡರ್‌ಸ್ಟಾಂಡ್ ಮಿ. ಡೈವೋರ್ಸ್ ಆಗಿದೆ. ಇನ್ನು ನನ್ನ ಹಿಂದೆ ಬಿದ್ದಿದ್ದಾಳೆ. ಆ ಬಿಸಿ ನಿಂಗೂ ತಟ್ಟುತ್ತೆ. ಅದು ನಂಗೆ ಇಷ್ಟವಿಲ್ಲ. ಆ ಕಂಪನಿ ಒನ್ ಆಫ್ ದಿ ಪವರ್‌ಫುಲ್ ಡೈರೆಕ್ಟರ್ ಅಮೃತಸೇನ್. ಒಂದಲ್ಲ... ಒಂದು ರೀತಿಯಲ್ಲಿ ತೊಂದರೆ ಕೊಡ್ತಾರೆ, ಅವಮಾನಿತಳಾಗ್ತೀಯ. ಇದೆಲ್ಲ ಬೇಡ, ಕಂಪನಿ ಬಿಟ್ಟು ದೂರ ನಿಂತರೇ, ನಿನ್ನ ಮೇಲಿನ ಅರ್ಧ ಹತೋಟಿ ಕಮ್ಮಿ ಆಗುತ್ತೆ." ಬುದ್ಧಿ ಹೇಳಿದ ಇದೊಂದು ತರಹ ಶೋಷಣೆ ಅನ್ನಿಸ್ತು.

"ಸದ್ಯಕ್ಕೆ ನಂಗೆ ಆ ಯೋಚ್ನೆ ಇಲ್ಲ"

ಶ್ರೀಕಾಂತ್ ಇನ್ನೊಂದು ಮಾತಾಡದೆ ಎದ್ದು ಹೊರಗೆ ಹೋಗಿ ಬಾಟಲು ಗ್ಲಾಸ್ ತಂದಿಟ್ಟುಕೊಂಡು ಟಿ.ವಿ. ಆನ್ ಮಾಡಿದ. ಹಳೆಯ ಕನ್ನಡ ಮೂವಿ ಸೆರಗೆಳೆದುಕೊಂಡು ತುಟಿಯಂಚಿನಲ್ಲಿ ಕಿರುನಗುವೆನ್ನುವ ದೀಪ ಹಚ್ಚಿಕೊಂಡು ಲಜ್ಜೆಯಿಂದ ಗಲ್ಲ ಕೆಂಪಗೆ ಮಾಡಿಕೊಂಡು ಬೀರುವ ನೋಟ. ಹಿರಿಯರಿಂದ ಕದ್ದು ಮುಚ್ಚಿ ಆಡುವ ಪ್ರೇಮದಾಟ, ಮೊದಲು ವಿರೋಧಿಸುತ್ತಿದ್ದ. ಇಂದು ಅಕ್ಕರೆಯಿಂದ ಮೂವೀಯನ್ನು ಎಂಜಾಯ್ ಮಾಡಿದ.

ಯಾವಾಗಲೋ ನಿದ್ದೆ ಮಾಡಿದ. ಸೋಫಾ ಮೇಲೆ ಎಚ್ಚರವಾದಾಗ, ಟೀ ತಂದು ಕೊಟ್ಟ ಶರಧಿ ಮುಖ ಪ್ರಸನ್ನವಾಗಿರಲಿಲ್ಲ, ಅಂಥದನ್ನು ನಿರೀಕ್ಷೆ ಮಾಡಿರಲಿಲ್ಲ ಕೂಡ. ಅಮೂಲ್ಯ ಹಾಗಲ್ಲ, ಶರಧಿದು ಗುಡ್ ಕ್ಯಾರೆಕ್ಟರ್, ಕಾಡುವ ಪ್ರವೃತ್ತಿಯಲ್ಲ. ಅವಳಾಗಿ ವಿದೇಶಿ ಮಾಲ್‌ಗಳಿಗೆ ಕರೆದೊಯ್ದಾಗ ತನಗೆ ಬೇಕೆನಿಸಿದ್ದು ಖರೀದಿಸುತ್ತಿದ್ದಳೇ

ವಿನಃ ಬೇಡಿ ಪಡೆಯುತ್ತಿರಲಿಲ್ಲ. ಇವೆಲ್ಲ ಅವನಿಗೆ ಇಷ್ಟವಾಗುವಂಥ ಕ್ಯಾರೆಕ್ಟರ್‌ಗಳೆ, ಆದರೆ ಮೂರ್ಖ ಹಟ, ಕ್ರಾಂತಿಕಾರಕ ಬದಲಾವಣೆ ಬಯಸಿ ವ್ಯವಸ್ಥೆಯನ್ನು ಧಿಕ್ಕರಿಸಿ ಬೇರೊಂದು ದಾರಿ ಹಿಡಿಸಿದ್ದು ಅಪಾಯವೆನಿಸಿತು.

"ಕೂತ್ಕೋ, ಶರಧಿ! ನೀನೇನು ಹೇಳಿದ್ದೀಯೋ, ನಾನೇನು ಕೇಳಿದ್ದಿನೋ, ಎರಡು ಗೊತ್ತಿಲ್ಲ. ನೀನು ನಂಗೆ ಇಷ್ಟವಾದೆ, ನಾನು ನಿಂಗೆ ಇಷ್ಟವಾದೆ. Living together ಅಥವಾ Live in... ಅನ್ನೋ ಸಂಬಂಧ ಬೇಡವೆನಿಸಿದಾಗ ಆರಾಮಾಗಿ ಬಿಟ್ಟು ಹೋಗುವಂಥದ್ದು. ಸಮಾಜ, ಕಾನೂನಿನ ರೇಜಿಗೆ ಇಲ್ಲ. ಒಂದು ರೀತಿಯಲ್ಲಿ ದಟ್ಸ್ ಗುಡ್, ಅಂದ್ಕೋಬಹುದು. ನಿನ್ನಣ್ಣ ಪೆದ್ದಾಗಿ ಕಂಡರೂ ನಿನ್ನ ಅತ್ತಿಗೆ ಚುರುಕು, ಜೊತೆಗೆ ಬುದ್ಧಿವಂತೆ. ಐ ಲೈಕ್ ಹರ್, ನಿಂಗೆ ಅವರಿಂದ ಸಹಾಯ ಸಿಗಬಹುದು." ಅಂದಿದ್ದು ಮೆಲ್ಲಗೇನೇ, ಅವಮಾನಿಸಿದಂತಾಯಿತು ಅವಳಿಗೆ. "ಬೇಕಿಲ್ಲ, ನನ್ನ ನಿರ್ಧಾರ ನಂದೇ ಆಗಿತ್ತು. ಈಗ್ಲೂ ನಾನು ಒಂಟಿಯಾಗಿ ಫೇಸ್ ಮಾಡ್ತೀನಿ. ಪಲಾಯನ ವಾದಿಗಳ್ನ ನಾನೆಂದು ಇಷ್ಟಪಡೋಲ್ಲ" ಚುಚ್ಚಿದಂತೆ ನುಡಿದಾಗ ಕೈಯಲ್ಲಿದ್ದ ಟೀ ಕಪ್‌ನ ರಫ್ ಎಂದು ಅಷ್ಟು ದೂರಕ್ಕೆ ಎಸೆದು ಬಿಟ್ಟ.

"ಯೂ ಈಡಿಯಟ್, ನಿಂಗೆ ಕಾಮನ್‌ಸೆನ್ಸ್ ಕಡ್ಮೇ. ಅಮೂಲ್ಯದು ಕ್ರಿಮಿನಲ್ ಮೈಂಡ್. ನಿಂಗೆ ಬೇರೆ ಬೇರೆ ರೀತಿಯಲ್ಲಿ ತೊಂದರೆ ಕೊಡ್ತಾಳೆ, ಅವಮಾನ ಮಾಡಿದ್ತಾಳೆ. ಬಿ ಕೇರ್ ಫುಲ್, ಧೈರ್ಯಕ್ಕೆ ಇನ್ನೊಂದು ಹೆಸರು ಶ್ರೀಕಾಂತ್ ಅಂತಾರೆ, ಅಂಥ ನಾನು ಕೂಡ ಅವ್ಳಿಗೆ ಹೆದರ್ತೀನಿ. ಒಂದು ವಿಧದ ಸೈಕಿಕ್, ಸದ್ಯಕ್ಕೆ ಲೀವ್ ಹಾಕು" ದಬಾಯಿಸುವಂತೆ ಹೇಳಿ ಎದ್ದು ಹೋದ.

ಶರಧಿ ಸುಮ್ಮನೆ ಕೂತಿದ್ದಳು. ಆಯ್ದುಕೊಂಡ ದಾರಿ ಸಮಸ್ಯೆಗಳಿಂದ ಮುಕ್ತ ಎಂದುಕೊಂಡಿದ್ದು ಕೂಡ ತೊಡಕ್ಕಾಗಿ ಕಂಡಿತು.

ಇನ್ನೊಂದು ಮಾತಾಡದೆ ಶ್ರೀಕಾಂತ್ ಸ್ನಾನ ಮುಗಿಸಿದವನು ಕಾರು ತಗೊಂಡು ಹೊರಟುಬಿಟ್ಟವ, ಅವಳೊಂದಿಗೆ ಒಂದು ಮಾತು ಕೂಡ ಆಡಲಿಲ್ಲ. ಅವಳಿಗೆ ಎಲ್ಲಾ... ಖಾಲಿ... ಖಾಲಿಯೆನಿಸಿತು.

ಅವಳ ಇನ್ನೊಂದು ಕಾರು ಕೆಳಗಡೆಯ ಪಾರ್ಕಿಂಗ್ ಪ್ಲೇಸ್‌ನಲ್ಲಿಯೇ ಇತ್ತು. ಕೆಲವೊಮ್ಮೆ ಬೇರೆ ಬೇರೆಯಾಗಿಯೆ ಹೋಗುತ್ತಿದ್ದರು. ಹಿಂದೆ ರೆಗ್ಯುಲರ್ ಡ್ರೈವರ್ ಇರುತ್ತಿದ್ದ. ಡ್ರೈವಿಂಗ್ ಗೊತ್ತಿದ್ದರಿಂದ ಆರಾಮಾಗಿ ಕಾರು ಹತ್ತಿದಳು.

ಆಫೀಸ್‌ನೊಳಕ್ಕೆ ಹೋದ ಕೂಡಲೆ ಒಂದು ರೀತಿಯ ಗುಸಗುಸ ಪಿಸಪಿಸ, ಇವಳು ಶ್ರೀಕಾಂತ್ ಛೇಂಬರಿಗೆ ಹೋಗುವ ಮುನ್ನವೆ ಇವಳಿಗೆ ಸಸ್ಪೆನ್ಷನ್ ಲೆಟರ್ ಮುಟ್ಟಿದಾಗ ದಿಗ್ಭ್ರಾಂತಳಾದಳು.

"ವಾಟ್ ಈಸ್ ದಿಸ್?" ಛೇಂಬರ್‌ನೊಳಕ್ಕೆ ನುಗ್ಗಿದ ಕೂಡಲೆ ಹುಬ್ಬೇರಿಸಿದ ಶ್ರೀಕಾಂತ್ "ಈಗ ಮೀಟಿಂಗ್‌ನಲ್ಲಿ ಇದ್ದೀನಿ. ಸೆಲ್ಪಂ ಹತ್ತ ಹೋಗಿ ಮಾತಾಡಿ"

ಕಠಿಣವಾಗಿಯೇ ಹೇಳಿದಾಗ, ತುಟಿ ತೆರೆಯಲಾರದೆ ಹೊರ ಬಂದಳು. ಕೆಲವನ್ನು ಶ್ರೀಕಾಂತ್ ಸಹಿಸಲಾರ, ಕೆಲಸದ ವಿಷಯದಲ್ಲಿ ಪರ್‌ಫೆಕ್ಟ್ ಸಣ್ಣ ಪುಟ್ಟ ಮಾಡೆಲ್‌ಗಳಿಂದ ಹಿಡಿದ ಮ್ಯಾನೇಜ್‌ಮೆಂಟ್‌ನವರಿಗೂ ಗೊತ್ತಿತ್ತು. ದೈತ್ಯ ಪ್ರತಿಭೆಯ ಈ ವ್ಯಕ್ತಿಯ ಮುಂದೆ ಅಡ್ಡಾದಿಡ್ಡಿ ಮಾತಾಡಲು ಅಂಜುತ್ತಿದ್ದರು.

ಮ್ಯಾಜೇಜರ್ ಸೆಲ್ವಂ ಛೇಂಬರ್‌ಗೆ ಕರೆಸಿಕೊಂಡು ಅವಳ ಮುಂದೆಂದೂ ಫೈಲ್ ತಳ್ಳಿದ. 25 ಲಕ್ಷ ರೂಪಾಯಿನ ಪ್ರಾಜೆಕ್ಟ್, ಇವಳ ತಪ್ಪಿನಿಂದ ಅವರು ಕೋರ್ಟು ಮೆಟ್ಟಲೇರಿದ್ದರು.

"ನೀವು ಇಲ್ಲಿ ತುಂಬ ದೊಡ್ಡ ತಪ್ಪು ಮಾಡಿದ್ದೀರಿ! ತಾರೀಖು ರಾಂಗ್ ಎಂಟ್ರಿಯಿಂದ ಅವರು ಕಾನೂನುವರೆಗೂ ಹೋಗಿದ್ದಾರೆ. ಅದ್ಕೇ ಸಸ್ಪೆನ್ಷನ್ ಎನ್‌ಕ್ವೈರಿ ಇದೇ, ಅಂದು ಬಂದು ಅಟೆಂಡ್ ಆಗಿ, ಯು ಕೆನ್ ಗೋ" ನಿರ್ದಾಕ್ಷಿಣ್ಯವಾಗಿ ಹೇಳಿದ ಸೆಲ್ವಂ ಮರುಕ್ಷಣ ಅಮೂಲ್ಯಗೆ ಫೋನ್ ಮಾಡಿ ಇಲ್ಲಿನ ವಿದ್ಯಮಾನವನ್ನು ತಿಳಿಸಿ "ನಿಮ್ಗೇ ಶ್ರೀಕಾಂತ್ ಸರ್ ಬಗ್ಗೆ ಗೊತ್ತು. ಬೇಜವಾಬ್ದಾರಿ ಯಾವಾಗ್ಲೂ ಸಹಿಸೋಲ್ಲ. ಅವ್ರ ಪಕ್ಕದಲ್ಲಿ ಸೆಕ್ರೆಟರಿಯಾಗಿ ನಿಲ್ಲೋ ಅವಕಾಶ ಇರೋಲ್ಲ" ಹ್ಯಾಪಿ ಸುದ್ದಿ ಎನ್ನುವಂತೆ ಬಿತ್ತರಿಸಿದ. ಅವಳು ವಿಸ್ಮಿತಳಾದಳು. ಇದು ಅಮೂಲ್ಯಗೆ ಬೇಕಿರಲಿಲ್ಲ "ಓಕೇ..." ಫೋನ್ ಕಟ್ ಮಾಡಿದಳು.

ಫ್ಲಾಟ್‌ಗೆ ಹಿಂದಿರುಗಿದ ಶರಧಿ ಬೆಡ್‌ರೂಂ ಹೊಕ್ಕು ದಿಂಬಿನಲ್ಲಿ ಮುಖ ಹುದುಗಿಸಿ ಕಣ್ಣೀರು ಸುರಿಸಿದರು. ಬಹಳ ದಿನ, ತಿಂಗಳು, ವರ್ಷಗಳ ನಂತರ ಬಿಕ್ಕಳಿಸಿದ್ದು. ಎಜುಕೇಷನ್ ಮುಗಿದ ಕೂಡಲೆ ಕೆಲಸ ಸಿಕ್ಕಿ ಆಗಾಗ ಬದಲಾಯಿಸಿದರೂ 'ವರ್ಷ ಆ್ಯಡ್ ಕಂಪನಿ'ಗೆ ಜಾಯಿನ್ ಆಗಿ ಹಂತ ಹಂತವಾಗಿ ಮೇಲೇರಿ ಶ್ರೀಕಾಂತ್ ಸಖ್ಯ ದೊರೆತ ಮೇಲಂತು ದೊಡ್ಡ ಸಾಧನೆ ಮಾಡಿದಂತೆ ಬೀಗಿದ್ದಳು. ಕ್ರಾಂತಿಯ ಸಫಲತೆಯ ಬಗ್ಗೆ ತುಂಬು ಹರ್ಷ.

ಮೊಬೈಲ್ ಸದ್ದು ಮಾಡಿತು. ಮನ ಗರಿಗೆದರಿದರು ಬುದ್ಧಿ ಭುಸಗುಟ್ಟಿತು 'ಶ್ರೀಕಾಂತ್ ಬೇಕೆಂದೇ ಅವಮಾನಿಸಿದ್ದಾನೆ' ಅವಿವೇಕ ಹೇಳಿತು. ಆದರೆ ಅದು ಅವನಿಂದ ಬಂದ ಕಾಲ್ ಆಗಿರಲಿಲ್ಲ.

"ಹಲೋ, ಶರಧಿ.... ನಾನು ಪರೀಕ್ಷಿತ್, ರಾಜಗೋಪಾಲ್ ನಿಮ್ಮ ಮನೆ ಎದುರಿನಲ್ಲಿ ಇದ್ದನಲ್ಲ, ಅವರ ಮಗ" ಎಂದ ಆ ಕ್ಷಣ ಅವನೊಂದಿಗೆ ಮಾತಾಡಬೇಕೆನಿಸಿತು "ನೆನಪಿನಲ್ಲಿ ಇದೆ. ಕೆಲವು ದಿನಗಳ ಹಿಂದೆ ಮಾತಾಡಬೇಕೂಂತ ಫೋನ್ ಮಾಡಿದ್ದೆ, ನನ್ನ ಬಿಜಿ ವರ್ಕ್‌ನಲ್ಲಿ ಮರ್ತು ಬಿಟ್ಟೆ. ಏನು ವಿಷ್ಯ?" ಕೇಳಿದಳು.

"ಒಮ್ಮೆ ಭೇಟಿ ಮಾಡೋಣಾಂತ ಅನ್ನಿಸ್ತು. ಫ್ರೀಯಾಗಿದ್ದರೆ ಜೊತೆಯಲ್ಲಿ ಊಟ ಮಾಡೋಣ" ಅಂದ. ಅವಳು ಒಂದಿಷ್ಟು ರಿಲ್ಯಾಕ್ಸ್ ಆಗಬೇಕಿತ್ತು "ಓಕೇ, ಪ್ರಿನ್ಸ್ ರೆಸ್ಟೋರೆಂಟ್‌ಗೆ ಬಾ. ನಾನು ಒಂದು ಗಂಟೆಗೆ ಅಲ್ಲಿಗೆ ಬರ್ತೀನಿ, ಮಾತಾಡೋಣ"

ಅವಳೆ ಒಂದು ಸೂಚನೆ ಕೊಟ್ಟಳು. ಪರೀಕ್ಷಿತ್‌ಗೆ ಕುಣಿದು ಕುಪ್ಪಳಿಸುವಷ್ಟು ಸಂತೋಷವಾಯಿತು. "ಥ್ಯಾಂಕ್ಯೂ, ಥ್ಯಾಂಕ್ಯೂ... ವೆರಿಮಚ್, ತುಂಬ ಸಂತೋಷವಾಗ್ತ ಇದೆ ಖಂಡಿತ ಬರ್ತೀನಿ" ಫೋನ್ ಕಟ್ ಆಯಿತು.

ಪರೀಕ್ಷಿತ್‌ಗೆ ಒಂದು ಕನಸು, ಅದು ನನಸ್ಸಾಗುತ್ತೋ ಬಿಡುತ್ತೋ, ಗೊತ್ತಿಲ್ಲ. ಈಗ ಸ್ವಲ್ಪ ಅವನ ಸ್ಥಿತಿ ಸುಧಾರಿಸಿತ್ತು, ಸುಬ್ಬಲಕ್ಷ್ಮಿ ಮನೆಯವರ ಸಹಾಯ, ಸಹಕಾರದಿಂದ, ಪವನ ಶರಧಿಯನ್ನು ಇಷ್ಟಪಟ್ಟಿದ್ದು. ಅದರ ನಿರಾಕರಣೆ ಎಲ್ಲಾ ಗೊತ್ತು. ಕೆಲವು ದಿನಗಳಿಂದ ಅವನ ಮನದಲ್ಲಿ ಒಂದು ಪುಟ್ಟ ಆಸೆ ಚಿಗುರೊಡೆದಿತ್ತು. ಅದರ ಸಲುವಾಗಿಯಾದರೂ ಶರಧಿಯನ್ನು ಒಲಿಸಿಕೊಳ್ಳಬೇಕಿತ್ತು.

ಸ್ವಲ್ಪ ಎಳಸು ಅನ್ನುವ ಪೈಕಿಯೆ; ತಕ್ಷಣ ಸುಬ್ಬಲಕ್ಷ್ಮಿ ಮನೆಗೆ ಫೋನ್ ಮಾಡಿದ. ಅದೃಷ್ಟಕ್ಕೆ ಫೋನ್ ಎತ್ತಿದ್ದು ಶರಾವತಿ.

"ಓ ಅತ್ಗೇ, ಒಂದು ಇಂಪಾರ್ಟೆಂಟ್ ವಿಷ್ಯ. ಶರಧಿಗೆ ಫೋನ್ ಮಾಡಿದ್ದೆ. ಮಧ್ಯಾಹ್ನ ಪ್ರಿನ್ಸ್ ರೆಸ್ಟೋರೆಂಟ್‌ನಲ್ಲಿ ಲಂಚ್‌ಗೆ ಬರೋದಿಕ್ಕೆ ಒಪ್ಕೊಂಡಿದ್ದಾಳೆ. ನೀವು ಫ್ರೀಯಾಗಿದ್ದರೇ... ಬನ್ನಿ" ಇಂಥ ಆಹ್ವಾನಕ್ಕೆ ಗಾಬರಿಯಾದಳು. "ವರ್ಷ ಆ್ಯಡ್ ಕಂಪನಿಯ ಸಿಇಓ ಮಾತ್ರವಲ್ಲ, ಅದರ ಮುಖ್ಯ ಜೀವವಾಗಿರೋ ಶ್ರೀಕಾಂತ್ ಪಿ.ಎ. ಅವ್ಳಿಗೆ ಪುರಸತ್ತೆ ಕನಸು. ಲಂಚ್‌ಗೆ ಬರ್ತೀನಿ ಅಂದಿದ್ದು ಆಶ್ಚರ್ಯ, ಹೋಗ್ಬಾ, ಗೃಹಕೃತ್ಯದಲ್ಲಿ ನಾನು ಕೂಡ ಬಿಜಿ" ಹಗುರವಾಗಿ ತೇಲಿಸಿ ಫೋನಿಟ್ಟ ಮೇಲೂ ಒಂದು ರೀತಿಯ ಗಾಬರಿ. ಬೆಳೆದಂತೆ ಅವಳ ಸ್ವಭಾವವೇ ವಿಚಿತ್ರವಾಗಿತ್ತು. ದಿನದಿಂದ... ದಿನಕ್ಕೆ ಮಾತು ಕಡಿಮೆ, ಮನೆಗೆ ಬರಲು ಹೊತ್ತು ಗೊತ್ತೆ ಇರುತ್ತಿರಲಿಲ್ಲ. ಕಂಪನಿ ಕಾರಿನಲ್ಲಿ ಓಡಾಟ ಕಿಚನ್ ದರ್ಶನವೆ ಅವಳಿಗೆ ಇರಲಿಲ್ಲ. ಅಪ್ಪಿ ತಪ್ಪಿ ಆ ಕಡೆ ತಲೆ ಹಾಕುತ್ತಿರಲಿಲ್ಲ. ಡೈನಿಂಗ್ ಟೇಬಲ್‌ಗೆ ಬರುತ್ತಿದ್ದುದು ಅಪರೂಪ.

"ನಂಗೆ ಬೇಗ ಹೋಗಬೇಕಾಗುತ್ತೆ, ಅಲ್ಲೇ ಬ್ರೇಕ್ ಫಾಸ್ಟ್ ಆಗುತ್ತೆ" ಹೊರಡುವುದಕ್ಕೆ ಮುನ್ನಿನ ಡೈಲಾಗ್, ರಾತ್ರಿ ಹಿಂದಿರುಗಿದಾಗ "ಅಲ್ಲೇ ಡಿನ್ನರ್ ಆಯ್ತು" ಇಷ್ಟರಲ್ಲಿಯೆ ಮಾತು ಮುಗಿಯುತ್ತಿತ್ತು. ಬೇರೆಯವರ ಮಾತು ಟೀಕೆ, ಟಿಪ್ಪಣಿಗಳಿಗೆ ಸೊಪ್ಪು ಹಾಕುವುದನ್ನು ಬಿಟ್ಟು ಎಷ್ಟೋ ಕಾಲವಾಗಿತ್ತು.

ಅಲ್ಲಿ ಎಡವಟ್ಟು ಆಗಬಾರದೆಂದು ಮತ್ತೆ ಪರೀಕ್ಷಿತ್‌ಗೆ ಫೋನ್ ಮಾಡಿ ಕಾಷನ್ ಕೊಟ್ಟಳು. "ಸ್ವಲ್ಪ ಸ್ವತಂತ್ರ ಮನೋಭಾವ ಜಾಸ್ತಿ. ರಿಸರ್ವ್ಡ್ ಕ್ಯಾಂಡಿಡೇಟ್ ಅಂದ್ಕೋ. ಮೊದಲ ಭೇಟಿಯಲ್ಲೇ ಸ್ನೇಹ, ಸಲಿಗೆ ಬೇಡ" ಅವನು "ಸರಿ..." ಎಂದ.

ಶರಾವತಿ ತೀರಾ ಚಿಂತಿತಳಾದಳು. ಪರೀಕ್ಷಿತ್ ಜೊತೆ ಲಂಚ್‌ಗೆ ಒಪ್ಪಿಕೊಂಡಿದ್ದೇಕೆ? ಲಿಂಗ್ ಬೇಧವಿಲ್ಲದ ಓಡಾಟ ಅವರ ಫೀಲ್ಡ್‌ಗೆ ಸರಿಯೆನಿಸಬಹುದು. ಆದರೆ... ತಲೆಯ ಮೇಲೆ ಮೊಟಕಿಕೊಂಡಳು.

ಆಮೇಲೆ ಎರಡು ದಿನದ ನಂತರ ಫೋನ್ ಮಾಡಿದಾಗ ಆರಾಮಾಗಿ ಶರಧಿ

ಎತ್ತಿಕೊಂಡಿದ್ದು "ನೀ, ಅಂದ್ಕೊಂಡೇ, ಏನು ವಿಷ್ಯ? ಮೇಡಮ್ ಹೇಗಿದ್ದಾರೆ?" ಅವಳು ವಿಚಾರಿಸಿದರು ದನಿಯಲ್ಲಿ ಉತ್ಸಾಹವಿದ್ದಂಗೆ ಕಾಣಲಿಲ್ಲ. "ಚೆನ್ನಾಗಿದ್ದಾರೆ, ನಾನು ಪಚ್ಚಿ ಕಾನ್ವೆಂಟ್‌ಗೆ ಬಂದಿದ್ದೆ. ನೆನ್ನೆ ಅವ್ನ ಪಪ್ಪ ಎರಡು ಬಿಗಿದಿದ್ದಕ್ಕೆ, ಮೊಂಡು ಬಿದ್ದು ಕೂತಿದ್ದ ಬಲವಂತದಿಂದ ಹೊರಡಿಸ್ಕೊಂಡ್ ಬರೋ ವೇಳೆಗೆ ಸಾಕು... ಸಾಕಾಯ್ತು. ನೀನು ಪರೀಕ್ಷಿತ್ ಜೊತೆಗೆ ಲಂಚ್‌ಗೆ ಹೋಗಿದ್ದೇಂತ ಹೇಳ್ದ, ನಂಗೆ ನಂಬಲಿಕ್ಕಾಗಲಿಲ್ಲ" ಸತ್ಯ ಹೊರಡಿಸುವ ಪ್ರಸ್ತಾಪವೆತ್ತಿದ್ದಳು.

"ಹೌದಾ, ನಂಗೂ ಬೋರಾಗ್ತ ಇತ್ತು.. ಓಕೇ... ಅಂದೇ ರಿಪೋರ್ಟ್ ಒಪ್ಪಿಸಿದ್ನಾ?" ಕೇಳಿದಳು "ಇಲ್ಲಪ್ಪ, ಯಾವ್ದೋ ವಿಷ್ಯಕ್ಕೆ ಈ ಮಾತು ಬಂತಷ್ಟೆ" ಫೋನಿಟ್ಟಳು. ಅವಳು ಹತ್ತಿರದ ಕಾಯಿನ್ ಬೂತ್‌ನಿಂದ ಫೋನ್ ಮಾಡಿದ್ದಳು. ಏನೋ ಒಂದು ರೀತಿಯ ಆತಂಕ. ಅವಳು ಈ ಮನೆಯ ಮಗಳು, ಬೇಡವೆಂದರೂ ಅವಳ ಭವಿಷ್ಯದ ಬಗ್ಗೆ ಭಯ.

ಆದರೆ ಶ್ರೀಧರ ಬಂದವನು ಬರ ಸಿಡಲಿನಂಥ ವಾರ್ತೆ ಹೇಳಿದ್ದ "ಶರಧಿಗೆ ಸಸ್ಪೆನ್ಷನ್ ಆಗಿದೆಯಂತೆ. ಅಗ್ರಿಮೆಂಟ್‌ನಲ್ಲಿ ಇದ್ದ ತಾರೀಖು.... ಅಲ್ಲ ಎರಡು ತಿಂಗಳಷ್ಟು ಅಂದರೆ 8ರ ಆಗಸ್ಟ್ ಅನ್ನೋದರ ಬದಲು 8ರ ಅಕ್ಟೋಬರ್ ಅಂತ ಎಂಟ್ರಿ ಆಗಿದೆಯಂತೆ. ಸರಿಯಾದ ಅವಧಿಯಲ್ಲಿ ಪ್ರಾಜೆಕ್ಟ್ ಮುಗ್ಸಿಕೊಡದಿದ್ದರೇ, 50 ಲಕ್ಷ ಹಣ ಡೆಮರೇಜ್ ಅಂತ ಕಟ್ಟಿ ಕೊಡಬೇಕಾಗುತ್ತದೆಯಂತೆ. ಅದನ್ನು ಮ್ಯಾನೇಜರ್, ಯಾರು ಗಮನಿಸ್ಲಿಲ್ವಂತೆ. ಅದಕ್ಕೆ ಇವಳ ತಲೆಯ ಮೇಲೆ ಗೂಬೆ ಕೂಡ್ಸಿ ಸಸ್ಪೆನ್ಷನ್ ಮಾಡಿದ್ದಾರೆ. ಮುಂದೆ ಡಿಸ್‌ಮಿಸ್ ಮಾಡಬಹುದು, ಅಂತ ನನ್ನ ಕೊಲೀಗ್ ಹೇಳ್ದ. ದುರಹಂಕಾರ, ದೊಡ್ಡದಾಗಿ ಕ್ರಾಂತಿ ಮಾಡೋಕೆ ಹೊರಟಿದ್ದಾಳೆ. ಮದ್ವೆ ಅನ್ನೋ ವ್ಯವಸ್ಥೆಯ ಬಗ್ಗೆ... ಇವಳ ವಿರೋಧ, ಆದರೆ ಉಳಿದದ್ದೆಲ್ಲ ಬೇಕು" ಹಾರಾಡಿ ಬಿಟ್ಟ ಹಾರಾಟ ರೂಮಿನಲ್ಲಾದರು ಎಲ್ಲರಿಗೂ ಕೇಳಿಸಿತು. ಒಂದು ರೀತಿಯಲ್ಲಿ ಆತಂಕದ ವಿಷಯವೆ.

ರಾಮೂರ್ತಿ, ಸುಬ್ಬಲಕ್ಷ್ಮಿ ಮಾತಾಡಲಿಲ್ಲ. ಬೇಸರ, ನೋವು, ಆತಂಕ ಇರಬಹುದು, ಆದರೆ ಮಾತುಗಳಿಗೆ ಮಾತ್ರ ಅವಕಾಶವಿರಲಿಲ್ಲ.

"ಈಗೇನು ಮಾಡ್ತಾಳೆ?" ಶ್ರೀಧರ ಕನಲಿದ.

"ದಯವಿಟ್ಟು ಸುಮ್ನೇ ಇರೀ, ಅವಳು ಸ್ವಾಭಿಮಾನಿ ಮತ್ತೊಂದು ಕಡೆ ಕೆಲ್ಸ ಸಿಕ್ಕುತ್ತೆ. ಶ್ರೀಕಾಂತ್ ಸಹಾಯ ಮಾಡ್ತಾರೆ" ಸಮಾಧಾನಿಸುವ ಪ್ರಯತ್ನ ಮಾಡಿದಳು "ಮಾಡ್ತಾನೆ, ಯಾಕೆ ಮಾಡೋಲ್ಲ? ಇವಳೇನು ಕಟ್ಟಿಕೊಂಡ ಹೆಂಡ್ತಿನಾ? ನಾಲ್ಕು ದಿನ ನೋಡಿ ಐದನೇ ದಿನ ಹೊರ್ಗೇ ದಬ್ತಾನೆ" ಸುಬ್ಬಲಕ್ಷ್ಮಿ ಒಂದು ಕನ್‌ಕ್ಲೂಷನ್ ಕೊಟ್ಟರು 'ಸ್ವಯಂಕೃತ ಅಪರಾಧ... ಅನುಭವಿಸ್ಲಿ' ಎಂದುಕೊಂಡು ಹಿತ್ತಲಿಗೆ ಹೋಗಿ ಕಣ್ಣೀರು ಹಾಕಿದರು. ಶ್ರೀಧರನಿಗಿಂತ ಹೆಚ್ಚು ಅಕ್ಕರೆಯಿಂದ ಸಲುಗಿದ ಮಗಳು ಹಿಡಿದ ದಾರಿ ಯಾವುದು? ತಪ್ಪು ತಮ್ಮದಾ? ಸಾಕಿದರಲ್ಲಿ ಲೋಪ ದೋಷವಿತ್ತಾ?

ರಾತ್ರಿ ಊಟ ಮಾಡಿದ್ದು ಅಷ್ಟಕಷ್ಟೆ. ಶರಧಿ ಏನು ಹೇಳದಿದ್ದರೂ ಅವಳ ಬಗ್ಗೆನೇ ಚಿಂತೆ.

"ಮುಂದೇನು?" ಮಡದಿ ಏನೋ ಅಪರಾಧ ಮಾಡಿದ್ದಾಳೆಯೆನ್ನುವಂತೆ ಗುರಗುಟ್ಟಿದ "ಕಾಯೋಣ, ಅವ್ಳಿಗೆ ಕೆಲ್ಸ ಸಿಗೋದೇನು ಕಷ್ಟವಿಲ್ಲ. 'ವರ್ಷ ಆ್ಯಡ್ ಕಂಪನಿ' ಜಾಯಿನ್ ಆಗೋಕೆ ಮೊದ್ಲು, ನಾಲ್ಕಾರು ಕಡೆ ಕೆಲ್ಸ ಮಾಡಿದ್ದಾಳೆ. ಈಗೇನು ಅಪ್ಲಿಕೇಷನ್ ಇಡ್ಕೊಂಡ್ ಬೀದಿ ಬೀದಿ ತಿರ್ಗಬೇಕಿಲ್ಲ, ಎಲ್ಲಾ ಇಂಟರ್‌ನೆಟ್ ಮುಖಾಂತರವೆ" ಸಮಾಜಾಯಿಷಿ ಹೇಳಲು ಹೊರಟವಳನ್ನು ದುರದುರ ನೋಡಿ "ಗೊತ್ತಾಗುತ್ತೆ ಬಿಡು. ಇಲ್ಲಿ ಮಾತ್ರ ಎಂಟರೆನ್ಸ್ ಇಲ್ಲ, ಅಷ್ಟು ನಿನ್ನ ಗಮನದಲ್ಲಿ ಇರಲೀ. ಅಲ್ಲಿ ಒದ್ದು ಹೊರ್ಗೇ ಹಾಕಿದರೇ, ಶ್ರೀಕಾಂತ್ ಇವಳ ದಿಕ್ಕಿಗೂ ತಲೆ ಹಾಕ್ಕೋಲ್ಲ, ಆಮೇಲೆ ಇನ್ನೊಬ್ಬನಾಯ್ತು" ಅತ್ಯಂತ ತಿರಸ್ಕಾರದಿಂದ ಅಂದಿದ್ದು ಸ್ವಂತ ಒಡಹುಟ್ಟಿದ ಅಣ್ಣ. ಕಂಪಿಸಿದಳು ಶರಾವತಿಗೆ ಇಂಥದೊಂದು ಕಲ್ಪನೆ ಕೂಡ ಸಾಧ್ಯವಿರಲಿಲ್ಲ.

"ಏನೇನೋ... ಮಾತಾಡ್ತೀರಲ್ಲ!" ಮುಖ ಒಂದು ತರಹ ಮಾಡಿದಳು "ಅದರಲ್ಲೇನಿದೇ? ಈಗ ಒಂದು ರೀತಿಯ ಕ್ರಾಂತಿಯೆ ಆಗಿದೆ. ಏಳೇಳು ಜನ್ಮದ ಅನುಬಂಧ... ಸಪ್ತಪದಿಯ ಬಂಧ... ಅಂಥದೆಲ್ಲ ಮುಗಿದಿದೆ. ವರದಕ್ಷಿಣೆ... ಅಂಥದ್ದು... ಇಂಥದ್ದು ಅನ್ನೋಕ್ಕಿಂತ ಸಾಮರಸ್ಯ ಕಡ್ಮೆ, ಇದು ಬರೀ ಗಂಡಿಗೆ ಮಾತ್ರವಲ್ಲ, ಹೆಣ್ಣಿಗೂ ಅನ್ವಯಿಸುತ್ತೆ. ನನ್ನ ಫ್ರೆಂಡ್ ಡೈವೋರ್ಸ್ ತಗೊಂಡ ಕಾರಣ ನಿಮ್ಗೇ ಗೊತ್ತುಂಟ? ಆಗ್ಲೇ ಅವಳು ಬೇರೊಬ್ಬರ್ನ ಚೂಸ್ ಮಾಡ್ಕೊಂಡ ನಂತರವೆ ತಗಾದೆ ತೆಗೆದಿದ್ದು. ಏನು ಉಳೀತು ವಿವಾಹದ ಅರ್ಥ? ಈಗ್ಲೂ ಅಷ್ಟೆ, ಶ್ರೀಕಾಂತ್ ಡೈವೋರ್ಸಿ, ಇನ್ನೊಂದು ವಿವಾಹವಾಗುವ ಎಲಿಜಬಲಿಟಿ ಇದೆ. ನಾಳೆಯೊಂದು ಮಗುವಾಗಿ ಬಿಟ್ಟರೇ, ಕ್ರಾಂತಿಕಾರಕ ಚಿಂತನೆಗಳು ದಿಕ್ಪಾಪಾಲು... ಸಮಾಜನ ಧಿಕ್ಕರಿಸಬಹುದು, ಆದರೆ ಆ ಮಗುವಿಗೆ ತಮ್ಮಿಬ್ಬರ ಸಂಬಂಧ ಹೇಗೆ ಬಿಡಿಸಿ ಹೇಳಿಯಾರು? ಅಪ್ಪ, ಅಮ್ಮ ಅಂತ ಒಪ್ಪಿಕೊಳ್ಳಲೇಬೇಕು. ಆಗ ವ್ಯವಸ್ಥೆಯ ಬಲೆಗೆ ಬಿದ್ದಂಗೆಯೇ".

"ಪ್ಲೀಸ್, ನನ್ನ ಮಲಗೋಕೆ ಬಿಡು. ಒಂದಿಷ್ಟು ಶರಧಿಯೊಂದಿಗೆ ಮಾತಾಡು. ತಕ್ಷಣಕ್ಕೆ ಒಂದು ಮಗುವನ್ನು ಮಾಡಿಕೊಳ್ಳಲೀ, ಶ್ರೀಕಾಂತ್ ದೂರ ಸರಿಯುವ ಮುನ್ನ. ಆಗ ನಿನ್ನ ಪ್ರಕಾರ ಅಪ್ಪ, ಅಮ್ಮನ ಸ್ಥಾನ ಸಿಕ್ಕು ಬದ್ಕೀಗೆ ಒಂದು ಅರ್ಥ ಕಂಡುಕೊಳ್ಳಿ ಆಫೀಸ್ ವಿಚಾರವೆಲ್ಲ ನಾನು ಕೇಳಿದಷ್ಟೆ. ನೀನೇ ನೇರವಾಗಿ ಅವಳ್ನ ವಿಚಾರ್ಸು" ಎಂದು ಹೇಳಿ ಮಲಗಿಬಿಟ್ಟ.

ರಾತ್ರಿಯೆಲ್ಲ ಶರಾವತಿ ಲೆಕ್ಕ ಹಾಕಿದಳು. ಎಲ್ಲಾ ಕೋನಗಳಿಂದಲೂ ವಿಚಾರ ಮಾಡಿದಳು. ಒಮ್ಮೆ ಶ್ರೀಕಾಂತ್‌ನ ನೋಡಿದಷ್ಟೇ ಯಾಕೋ ಏನೋ ಮೋಸಗಾರ ಅನ್ನಿಸಿರಲಿಲ್ಲ. ಅವಳ ಬಗ್ಗೆ ಒಳ್ಳೆ ಅಭಿಪ್ರಾಯವಿತ್ತು.

ಸಾಕಷ್ಟು ತಲೆಕೆಡಿಸಿಕೊಂಡೇ ಬೆಳಿಗ್ಗೆ ಎದ್ದಿದ್ದು, ಶರಧಿನ ನೋಡೋಕೆ,

ಮಾತಾಡೋಕೆ ಶ್ರೀಕಾಂತ್ ಪರ್ಮಿಷನ್ ಕೊಟ್ಟಿದ್ದು, ಶ್ರೀಧರ ಅತ್ತೆನ... ನೇರವಾಗಿಯೆ ಕೇಳುವುದೆಂದು ನಿಶ್ಚಯಿಸಿದಳು.

ಅಡಿಗೆ ತರಕಾರಿ ಹೆಚ್ಚಿ ಕೊಡುತ್ತ "ಅತ್ತೆ, ನಿಮ್ಮ ಮಗ ಒಂದ್ಸಲ ಶರಧಿನ ನೋಡಿ, ಮಾತಾಡಿ ಸತ್ಯಾಂಸ ತಿಳ್ಕೋ ಅಂದರು" ಅಂದ ಕೂಡಲೆ ರೇಗಿದರು ಆಕೆ "ತೆಪ್ಪಗಿರು, ನಿಂಗ್ಯಾಕೆ ಬೇಕು ಉಸಾಬರಿ? ನಮ್ಮನ್ನು ಯಾವುದಕ್ಕೆ ಹೇಳಿ ಕೇಳಿ ಮಾಡಿದ್ದಾಳೆ? ಅವಳ ಹಣೆಯಲ್ಲಿ ಬರ್ದಂಗೆ ಆಗ್ಲೀ. ಥೂ, ಮದ್ವೆ ಇಲ್ದೇ ಒಂದು ಗಂಡಸಿನ ಜೊತೆ ಸಂಬಂಧ? ಇದ್ನ ಯಾರ ಮುಂದಾದ್ರೂ ಹೇಳಿ ಕೊಳ್ಳೋಕ್ಕಾಗುತ್ತ?" ಸುಮಾರು ಹೊತ್ತು ಗೊಣಗಿದರು, ಮಗಳನ್ನು ಬೈಯ್ದರು. ತಮ್ಮ ಹಣೆ ಬರಹಕ್ಕೆ ತಮ್ಮನ್ನೆ ನಿಂದಿಸಿಕೊಂಡರು.

ಇದೆಲ್ಲವನ್ನು ಶರಾವತಿ ಮೌನವಾಗಿಯೆ ಸಹಿಸಿಕೊಂಡದ್ದು.

"ಅತ್ತೆ ಯೋಚ್ನೆ ಮಾಡಿ, ಇಲ್ಲಿ ತಪ್ಪು ಸರಿಗಳ ವ್ಯಾಖ್ಯಾನವಲ್ಲ ಶರಧಿ ಕೆಲ್ಸದಲ್ಲಿ ಇದ್ದಾಳ, ಇಲ್ಲವಾ ಅನ್ನೋದರ ಜೊತೆ ಶ್ರೀಕಾಂತ್ ಮತ್ತು ಅವಳ ನಡುವಿನ ಸಂಬಂಧ ಹೇಗಿದೇಂತ ತಿಳ್ಕೋಬೇಕಾಗುತ್ತೆ, ತವರೂಂತ ಇರೋದು ಹೆಣ್ಣು ಮಗಳ ಕಷ್ಟಕೇನೇ" ಕರ್ತವ್ಯವೆನ್ನುವಂತೆ ಹೇಳಿದಳು. ಅದು ಆಕೆಗೂ ಸರಿಯೆನಿಸಿತೇನೋ, "ಹೋಗ್ಬಾ... ಇಲ್ಲಿಗೆ ಅವಳ್ನ ಆಹ್ವಾನಿಸೋದು ಮಾತ್ರ ಬೇಡ. ಎಷ್ಟು ಯಾರ್ಗೆ ಗೊತ್ತಿದೆಯೋ, ಬಿಟ್ಟಿದೆಯೋ? ಮದ್ವೆ ಇಲ್ದೇ ಶ್ರೀಕಾಂತ್ ಜೊತೆ ಸಂಸಾರ ಮಾಡಿರೋದು, ನಮ್ಮ ಅಂತರಾತ್ಮಗಳಿಗೆ ಗೊತ್ತಿದೆ, ಥೂ ಬೇಡ ಕಣೇ, ಅಸಹ್ಯವಾಗುತ್ತೆ" ಮತ್ತಷ್ಟು ಬಡಬಡಿಸಿದರು.

ಮಾತಾಡುವುದರಿಂದ ಪ್ರಯೋಜನವಿಲ್ಲವೆನಿಸಿತು ಶರಾವತಿಗೆ. ಅವಳನ್ನು ಸಮರ್ಥಿಸಿಕೊಳ್ಳಲು ಅವಳ ಮನ ಒಪ್ಪದು.

ಅಂತೂ ಆಟೋ ಹಿಡಿದು ಹೊರಟವಳು, ಒಮ್ಮೆ ಯಾಕೆ ಫೋನ್ ಮಾಡಿ ವಿಚಾರಿಸಬಾರದೆನಿಸಿತು? ಆಟೋ ನಿಲ್ಲಿಸಿ ಕಾಯಿನ್ ಬೂತ್‌ನಿಂದ ಫೋನ್ ಮಾಡಿದಾಗ ತಕ್ಷಣವೆ 'ಹಲೋ...' ಎಂದಳು. "ಶರಧಿ, ಫ್ಲಾಟ್‌ನಲ್ಲಿಯೇ ಇದ್ದೀಯಾ? ಬರ್ತಾ ಇದ್ದೀನಿ" ಎಂದಳು.

"ಇದ್ದೀನಿ, ಬನ್ನಿ" ಹೇಳಿದಳು.

ಆಗಲೇ ಗಂಡ ಹೇಳಿದ್ದು ನಿಜವೆನಿಸಿತು 'ಅಂತು ಕೆಲಸ ಕಳೆದುಕೊಂಡಿರುವುದು ನಿಜ!'

ಹೊರಗೆ ಬಂದು ಆತ್ಮೀಯವಾಗಿ ಕರೆದೊಯ್ದುಳು, ಎಂದಿನ, ಉಲ್ಲಾಸ, ಉತ್ಸಾಹ ಅವಳ ಮುಖದಲ್ಲಿ ಕಾಣಲಿಲ್ಲ. 'ಮಾಡಿದಕ್ಕೆ ಅನುಭವಿಸಲೀ' ಎನ್ನುವ ಕೆಟ್ಟ ತನದ ಸುಳಿವಿಲ್ಲದ ಅಪರೂಪದ ಹೆಣ್ಣು.

ಇಡೀ ಫ್ಲಾಟ್ ಎಲ್ಲೆಡೆ ಬಿಕೋ ಎನಿಸಿತು. ಶ್ರೀಕಾಂತ್ ಬಿಟ್ಟೆ ಹೋಗಿದ್ದಾನೆ!

ಜೀವಂತವಾಯಿತು ಶರಾವತಿಗೆ.

"ಇದೇನು ಇಷ್ಟೊಂದು ಫ್ರೀ?" ಕೇಳಿಯೇ ಬಿಟ್ಟಳು.

"ಬನ್ನಿ... ಬನ್ನಿ... ಎಲ್ಲಾ ಹೇಳ್ತೀನಿ" ಕೈ ಹಿಡಿದೇ ಕೂಡಿಸಿ "ಕ್ಯಾರಿಯರ್ ತರಿಸ್ತಿದ್ದೀನಿ. ಮೊದ್ಲು ಲಂಚ್ ತಗೊಂಡ್ ಬಿಡೋಣ" ಎಂದು ಕಿಚನ್‌ಗೆ ಹೋದಾಗ ಶರಾವತಿ ಕೂಡ ಹಿಂಬಾಲಿಸಿದಳು. ಈಗ ನೆನಪಾಯಿತು ಅವಳಿಗೆ ಬರೀ ಗೈಯಲ್ಲಿ ಬಂದಿದ್ದು. ತಾನೇ ಕ್ಯಾರಿಯರ್ ಹಿಡಿದು ಬರಬಹುದಿತ್ತು ಅಂದುಕೊಂಡಳು.

ಡೈನಿಂಗ್ ಟೇಬಲ್ ಮುಂದೆ ಎದರುಬದರಾಗಿ ಕೂತರು. ಶರಧಿ "ನೀವೇ ಬಡ್ಸಿ, ನಾನು ಯಾವುದರ ಕಡೇನು ಲಕ್ಷ್ಯ ಕೊಟ್ಟವಳಲ್ಲ, ಕೊನೆಗೆ ಊಟ, ತಿಂಡಿಯ ಕಡೆ ಕೂಡ. ಇಲ್ಲಿಗೆ ಕ್ಯಾರಿಯರ್ ಬಂದರೆ ಶ್ರೀಕಾಂತ್ ಬಡಿಸ್ತಾರೆ" ಅತ್ಯಂತ ಸ್ವಾಭಾವಿಕವಾಗಿ ನುಡಿದಳು. ಇಂಥ ಮನಸ್ಥಿತಿಗೆ ಹೇಗೆ ಒಗ್ಗಿಕೊಂಡಳೂಂತ ಮಾತ್ರ ಯೋಚಿಸಿದಳು.

ಊಟ ಮುಗಿಯುವವರೆಗೂ ಆಡಿದು ಕೆಲವೇ ಮಾತುಗಳು ಅದರಿಂದ ಯಾರ ಮನಸ್ಸು ನೋಯುವಂಥದಲ್ಲ.

"ಒಂದು ವಿಷ್ಯ ಕೇಳ್ದೆ ನಿಜನಾ?" ನಂತರ ವಿಚಾರಿಸಿದ್ದು "ಯಾವ ವಿಷ್ಯ, ನನ್ನ ಟರ್ಮಿನೆಟ್ ಮಾಡ್ತಾ ಇರೋದಾ? ಅದು ಷ್ಯೂರ್ ಅನಿಸುತ್ತೆ. ಅಧಿಕೃತಿವಾಗಿ ಹೊರ ಬೀಳಬೇಕಷ್ಟೆ, ದಿನಾ ಇ-ಮೇಲ್ ಚೆಕ್ ಮಾಡ್ತಾ ಇದ್ದೀನಿ" ಏನು ನಡೆದೆ ಇಲ್ಲವೆನ್ನುವಂತೆ ಶರಧಿ ಹೇಳಿದಾಗ ಶರಾವತಿ ಬೆಪ್ಪಾದಳು. ಆಮೇಲೆ ಸಂಪೂರ್ಣ ಕತೆ ಹೇಳಿದ್ದು. ಮಾಡೆಲ್‌ಗಳಿಂದ ಹಿಡಿದು ಡೈರೆಕ್ಷನ್ ಸೆಕ್ಷನ್‌ನಿಂದ ಹಿಡಿದು ಎಲ್ಲರೂ ಇವಳ ವಿರುದ್ಧ ಸಾಕ್ಷಿ ಹೇಳಿದ್ದರು. ಬೇಜವಾಬ್ದಾರಿತನ, ಅಹಂಕಾರ, ಕೊಲೀಗ್ಸ್‌ನ ಆಗಾಗ ಅವಮಾನ ಮಾಡುತ್ತ ಇದ್ದಿದ್ದು, ಮಾಡೆಲ್ ತಿರಸ್ಕಾರ, ಕೊನೆಯಲ್ಲಿ ಶ್ರೀಕಾಂತ್ ಜೊತೆಗಿನ ಸಂಬಂಧ – ಎನ್‌ಕ್ವೈರಿಗೆ ತಮ್ಮ ದೇಣಿಗೆ ಇಷ್ಟಿಷ್ಟು ಎನ್ನುವಂತೆ ಇವಳನ್ನು ಅಪರಾಧಿಯನ್ನಾಗಿಸಿದ್ದರು. ಅದಕ್ಕೆ ಪನೀಷ್‌ಮೆಂಟ್ ಕೆಲಸದಿಂದ ವಜಾ! ಅಲ್ಲಿ ಶ್ರೀಕಾಂತ್ ಇದ್ದರೂ ಎಲ್ಲದರಿಂದ ಅವಳನ್ನು ಸಮರ್ಥಿಸಿಕೊಳ್ಳಲಿಲ್ಲ. ಆದರೂ ಕೆಲವುದರ ಬಗ್ಗೆ ಸಮಜಾಯಿಷಿ ಕೊಟ್ಟು ಪಾರು ಮಾಡಿದ್ದರು. ಅವಳನ್ನು ಸೆಕ್ರೆಟರಿ ಸ್ಥಾನದಿಂದ ವಿಮುಕ್ತಿಗೊಳಿಸಲು ಅವನೇ ಪ್ರಪೋಸಲ್ ಇಟ್ಟಿದ್ದ.

ಯಾವುದನ್ನು ಮುಚ್ಚಿಟ್ಟುಕೊಳ್ಳದೇ ಎಲ್ಲವನ್ನು ಹೇಳಿದಳು.

"ಇವೆಲ್ಲ ಸುಳ್ಳು! ಆದ್ರೂ ಸಾಕ್ಷ್ಯಾಧಾರಗಳು ಒದಗಿಸಲು ನನ್ನಿಂದ ಸಾಧ್ಯವಾಗಲಿಲ್ಲ, ಪ್ರಯತ್ನಪಟ್ಟರೇ, ಬೇರೆ ಕಡೆ ಕೆಲ್ಸ ಸಿಕ್ಕುತ್ತೆ ಬಿಡಿ, ಆ ಬಗ್ಗೆ ತಲೆ ಬಿಸಿಯೇನಿಲ್ಲ."

"ಶ್ರೀಕಾಂತ್ ಎಲ್ಲಿ?" ಕೇಳಿದಳು.

"ಪ್ಯಾರಿಸ್‌ಗೆ ಹೋಗಿದ್ದಾರೆ" ಚುಟುಕಾಗಿತ್ತು ಶರಧಿ ಉತ್ತರ. "ಲೋನ್ಲೀ, ಅನ್ನಿಸೋಲ್ವಾ?" ಕೇಳಿದಕ್ಕೆ ಶರಧಿ ತುಟಿಯಂಚಿನಲ್ಲಿ ಒಂದು ಪುಟ್ಟ ನಗು. ಅದು

ತುಂಬ ಚಿಕ್ಕದಾಗಿತ್ತು. ಅಂಥ ಗೊಂದಲವೇನು ಕಾಣಲಿಲ್ಲ ಕಣ್ಣಲ್ಲಿ. "ಪಚ್ಚಿ ನೆನಪಾದ ಕೂಡಲೇ ಮಗು ಬೇಕೂಂತ ಅನ್ನಿಸುತ್ತೆ. ಸದ್ಯಕ್ಕೆ ಆ ರಿಸ್ಕ್ ಬೇಡ. ಬೇರೊಂದು ಕೆಲ್ಸ ಸಿಗಬೇಕು. ಶ್ರೀಕಾಂತ್ ಆ ಬಗ್ಗೆ ಹೆಲ್ಪ್ ಮಾಡ್ತೀನೀಂತ... ಅಂದ್ರು... ಆದರೆ ನಾನು ಬೇಡಾಂದೆ" ಒಂದಿಷ್ಟು ವಿವರಣೆ ನೀಡಿದಳು.

"ತಕ್ಷಣಕ್ಕೆ ಕೆಲ್ಸ ಸಿಗುತ್ತಾ? ಶ್ರೀಕಾಂತ್ ಹೆಲ್ಪ್‌ನ ಯಾಕೆ ಬೇಡಾಂದೆ?" ಶರಾವತಿ ಕೇಳಿದಕ್ಕೆ "ಸಿಗಬಹುದು, ಸೇವಿಂಗ್ಸ್ ಇದೆ. ಹಣಕಾಸಿನ ತೊಂದರೆಯೇನಿಲ್ಲ, ನಂಗೆ ಶ್ರೀಕಾಂತ್ ಬಗ್ಗೆ ಒಂದಿಷ್ಟು ಬೇಸರವೇ. ಕೆಲವೆಲ್ಲ ಸುಳ್ಳೂಂತ ಅವ್ರಿಗೆ ಗೊತ್ತು. ಆದ್ರೂ ಮೌನವಹಿಸಿದ್ರು" ಇಂಥ ಒಂದು ದೋಷಾರೋಪ ಮಾಡಿದಳು.

"ಅದಕ್ಕೆ ಬೇರೇನೇ ಕಾರಣವಿರಬೇಕು. ಆ ಬಗ್ಗೆ ಮಾತಾಡಬೇಕಿತ್ತು."

ಶರಾವತಿಯ ಮಾತಿಗೆ ಪ್ರತಿಕ್ರಯಿಸಲಿಲ್ಲ. ಈ ಮೊಂಡುತನದ ಬಗ್ಗೆ ಬೇಸರವೆ "ಆ ಎಲ್ಲಾ ವಿಷ್ಯಗಳನ್ನು ಬಿಡು. ಪ್ಲೀಸ್ ನೀನು ಶ್ರೀಕಾಂತ್‌ನ ಒಪ್ಪಿ ಮದ್ವೆ ಆಗು. ಮದ್ವೆಯಲ್ಲಿ ಎಷ್ಟೇ ನ್ಯೂನತೆಗಳು ಇದ್ದರೂ ಗೃಹಸ್ಥ ಧರ್ಮ ಅನ್ನೋದೊಂದು ಇದೆ. ಸೃಷ್ಟಿ ಕ್ರಿಯೆಯಲ್ಲಿ ಹೆಚ್ಚಿನ ಪ್ರಾಮುಖ್ಯತೆ ಪಡೆದಿರುವುದು ಹೆಣ್ಣು. ಮನುಕುಲವನ್ನು ಮುಂದುವರಿಸುವ ಶಕ್ತಿ ಇರುವುದು ಹೆಣ್ಣಿಗೆ ಮಾತ್ರ. ತಾಯ್ತನ ನಿರಾಕರಿಸಿದರೆ ನಿಸರ್ಗಕ್ಕೆ ದ್ರೋಹ ಒಗೆದಂತೆ ಅದೆಲ್ಲ ಬೇಡ. ಶ್ರೀಕಾಂತನ ಒಂದ್ಮಗು ನಿಂಗಿರಲೀ, ನಿಮ್ಮಿಬ್ಬರ ಕಂಪ್ಯಾನಿಯನ್‌ಗೆ ಅದು ಸಾಕ್ಷಿಯಾಗುತ್ತೆ. ಆ ಕಡೆ ಗಮನ ಕೊಡು."

ಶರಧಿ ಮೌನವಾಗಿ ಎದ್ದು ಹೋಗಿ ಎರಡು ಕಪ್ ಇನ್‌ಸ್ಟೇಂಟ್ ಕಾಫೀ ಬೆರೆಸಿಕೊಂಡು. ಒಂದನ್ನು ಶರಾವತಿಗೆ ಕೊಟ್ಟು "ನಾನು ಮಿಡ್ಲ್ ಸ್ಕೂಲು, ಹೈಸ್ಕೂಲಿನಲ್ಲಿದ್ದಾಗ. ಅಮ್ಮ ಕಾಫೀ ಬೀಜ ತಂದು ಅದ್ನ ಕುಟ್ಟಿ ಪುಡಿ ಮಾಡಿ ಫಿಲ್ಟರ್ ಕಾಫೀ ಮಾಡೋದ್ನ ನೋಡಿ, ನಗು ಬರ್ತಾ ಇತ್ತು. ಎಷ್ಟೋ ತರಹದ ಇನ್ಸಸ್ಟಂಟ್ ಕಾಫೀ ಪುಡಿಗಳು ಇದೆ. ನಂಗೆ ಯಾವ್ದಕ್ಕೆ ರುಚಿ ಇದೆ, ಇಲ್ಲಾನ್ನೋದೆ ಗೊತ್ತಾಗ್ತ ಇರ್ಲಿಲ್ಲ. ಆದರೆ ಶ್ರೀಕಾಂತ್ ಕುಡ್ಯೋದು ಮಾತ್ರ ಫಿಲ್ಟರ್ ಕಾಫೀ. ಇನ್‌ಸ್ಟಂಟ್‌ಗಳದು ಅಲ್ಪಾಯುಸ್ಸು ಅಂತಾರೆ" ಎಂದಳು ಕಾಫೀ ಸಿಪ್ ಮಾಡುತ್ತ.

ಹೊರಡುವ ಮುನ್ನ "ನಾನು ಹೇಳಿದ್ದು ಗಮನವಿರ್ಲೀ, ಶ್ರೀಕಾಂತ್‌ದ್ದು ಒಂದ್ಮಗು ಇರಲೀ, ಆಗ ಮಗುವಿನ ಜೊತೆ ಶ್ರೀಕಾಂತ್ ಕೂಡ ಇರ್ತಾನೆ" ಹೇಳಿದಳು ಕೈ ಹಿಡಿದು. ಅವಳು ಮುಗುಳ್ನಗೆ ಬೀರಿ "ಆಯ್ತು, ಮಗು ಬೇಕೂಂತ ಅನ್ನಿಸಿದಾಗ, ಚಿಂತಿಸ್ತೀನಿ, ವಿಜ್ಞಾನ ತುಂಬ ಮುಂದುವರಿದಿದೆ. ಗಂಡಿನ ದೇಹ ಸಂಪರ್ಕ ಇಲ್ಲದೆಯೇ ಹೆಣ್ಣು ತಾಯಿ ಆಗಬಲ್ಲಳು. ಅಮ್ಮ ಅನ್ನುವುದು ವಾಸ್ತವ, ಅಪ್ಪ ಎನ್ನುವುದು ಒಂದು ನಂಬಿಕೆ. ದಯವಿಟ್ಟು ತಲೆ ಕೆಡಿಸ್ಕೋಬೇಡಿ. ನನ್ನ ಬದ್ಕೀನ ನಿರ್ಧಾರಗಳು ನಂದೇ ಆಗಿರೋದರಿಂದ ಕಷ್ಟ, ಸುಖಗಳು ನಂದೇ. ಅದ್ನ ಬೇರೆಯವ್ರಿಗೆ ಹಂಚೋ ಮನಸ್ಸಿಲ್ಲ" ಸ್ಪಷ್ಟವಾಗಿಯೇ ಹೇಳಿದಳು.

ಶರಾವತಿ ಸುಮ್ಮನೆ ಹಿಂದಿರುಗಿದಳಷ್ಟೆ.

ಅಂದು ಪ್ಯಾರಿಸ್‌ನಿಂದ ಹಿಂದಿರುಗಿದವನು ಏರ್‌ಪೋರ್ಟ್‌ನಿಂದ ನೇರವಾಗಿಯೇ ಫ್ಲಾಟ್‌ಗೆ ಬಂದ ಶ್ರೀಕಾಂತ್.

"ಹಲೋ, ಡಾರ್ಲಿಂಗ್..." ಅವಳ ಪ್ರತಿಕ್ರಿಯೆ ಅಷ್ಟೊಂದು ಪ್ರಸನ್ನವಾಗಿರಲಿಲ್ಲ. "ಹಲೋ..." ಅಂದಳು ನಿಧಾನವಾಗಿ. ಪ್ಯಾರಿಸ್‌ಗೆ ಎರಡು ಸಲ ಅವನೊಂದಿಗೆ ಹೋಗಿದ್ದಳು. ಈ ಸಲ ಹೋದ ನಂತರ ಅಲ್ಲಿಂದಲೇ ಫೋನಾಯಿಸಿ ವಿಷಯ ಮುಟ್ಟಿಸಿದ್ದ.

ಅವನು ತೀರಾ ಟಯರ್ಡ್ ಆಗಿದ್ದ. ಈ ತರಹದ ಸ್ವಾಗತ ಇಷ್ಟವೆನಿಸಲಿಲ್ಲ. ಅಮೂಲ್ಯ ಕಾಡುವಿಕೆಯಲ್ಲಿ ತೀರಾ ನೊಂದಿದ್ದ. ಹೆಣ್ಣೊಂದರ ಜಿಗುಪ್ಸೆ, ಜೊತೆ ಹೆದರಿದ್ದು ನಿಜ. ಎಷ್ಟೆ ಮಾಡೆಲ್‌ಗಳು ಕಾತರಿಸಿದ್ದುಂಟು. ಕೆಲವೊಮ್ಮೆ ಹೆಣ್ಣು ಒಡ್ಡಿದ ಅಗ್ನಿ ಪರೀಕ್ಷೆಯಲ್ಲಿ ಗೆದ್ದಿದ್ದ. ಆದರೆ ಕಂಪ್ಯಾನಿಯನ್ ಕೊರತೆ ಕಾಡಿದಾಗ ದೊರಕಿದ್ದು ಶರಧಿ.

ಬಾತ್‌ರೂಂನಿಂದ ಹೊರ ಬಂದವನು "ಇಡೀ ದಿನ ಫ್ಲಾಟ್‌ನಲ್ಲಿ ಕಳೆಯೋದು ಕಷ್ಟ! ನಿನ್ನ ಹಾಬಿಗಳು ಏನೂಂತ ಗಮನಿಸಿಯೆ ಇಲ್ಲ ಸಾರಿ" ಮಾತು ತೆಗೆದ. ಆವೇಳೆಗೆ ಮೊಬೈಲ್ ಸದ್ದು ಮಾಡಿತು. ಆ ಕಡೆ ಗಮನ ಕೊಟ್ಟ. ಕೆಲಸದ ಒತ್ತಡ, ಇತರ ಒತ್ತಡಗಳಿಂದ ಒಬ್ಬರನ್ನೊಬ್ಬರು ಅರ್ಥೈಯಿಸಿಕೊಳ್ಳುವುದು ಸಾಧ್ಯವಾಗಿರಲಿಲ್ಲ ವೇನೋ? ಬಹುಶಃ ಅವನ ಬೇಕೂ... ಬೇಡಗಳ ಅರಿವಿರಲಿಲ್ಲ ಶರಧಿಗೆ.

ಅಂದು ಮೊಬೈಲ್ ಕಟ್ ಮಾಡುವ ವೇಳೆಗೆ ಅಸಿಸ್ಟೆಂಟ್ ಕ್ಯಾಮರಾಮನ್ ವೇಲು ಇವನಿಗೆ ಕೇಳುವಂತೆಯೇ, ಯಾರಿಗೋ ಹೇಳಿದ್ದು ನೆನಪಿಗೆ ಬಂತು.

"ಮೇಡಮ್ ಪ್ರಿನ್ಸ್ ಹೊಟೇಲ್‌ನಲ್ಲಿ ಯಾರೊಂದಿಗೋ ಲಂಚ್ ತಗೋತಾ ಇದ್ರು. ಗರಿ ಗರಿಯ... ಹುಡ್ಗ, ಅದ್ನ ತಪ್ಪು ಅನ್ನೋಕೆ ಆಗುತ್ತಾ?"

ಆ ಕ್ಷಣ ಅವನ ಅವುಡುಗಳು ಬಿಗಿದುಕೊಂಡರು ಕೋಪ ಪ್ರದರ್ಶಿಸಲಿಲ್ಲ. ಶರಧಿ ಬಗ್ಗೆ ಹಾಗೆಲ್ಲ ಯೋಚಿಸಲು ಸಿದ್ಧನಿಲ್ಲ. ಈಗ ಅಮೂಲ್ಯ ಸಮಸ್ಯೆಯಾಗಿದ್ದಳು, ಅವಳಿಂದ ಶರಧಿಯನ್ನು ರಕ್ಷಿಸಲು ನಾನಾ ದಾರಿಗಳನ್ನು ಹುಡುಕುತ್ತಿದ್ದ.

ಈ ಪ್ರಕರಣಕ್ಕೆ ಮುನ್ನ ಇಬ್ಬರ ಮಧ್ಯೆ ಕಂದಕ ಸೃಷ್ಟಿಯಾಗಿತ್ತು. ಅಕೌಂಟ್ ಸೆಕ್ಷನ್‌ನಲ್ಲಿ ಕೆಲಸ ಮಾಡುವ ಜಾನ್ ಅಬ್ರಹಾಂ "ನೀವು ನನ್ತಂಗಿಂತ ತಿಳ್ಕೊಂಡ್ ಹೇಳ್ತಾ ಇದ್ದೀನಿ. ಈ ಜಗತ್ತುನ ಬಹಳ ನೋಡಿದ್ದೀನಿ ಅಮೆರಿಕನ್ ಮೈ ಸೋಪಿಗೆ ಮಾಡೆಲ್ ಆಗಿ ಅಮೂಲ್ಯ ಮೇಡಮ್ ಅಭಿನಯಿಸ್ತಾ ಇರೋದ್ನ, ಸ್ವತಃ ಶ್ರೀಕಾಂತ್ ಸರ್ ಷೂಟ್ ಮಾಡ್ತಾ ಇದ್ದಾರೆ. ಇದು ನಿಮ್ಗೇ ತಿಳಿದಿರಲೀ... ಕುತ್ತಿಗೆ ಪಟ್ಟಿ ಹಿಡ್ದು ಕೇಳೋಕೆ ತಾನೇ, ನಿಮ್ಗೆ ಯಾವ ರೈಟ್ಸ್ ಇದೆ. ಸಮಾಜದ ಸಹಕಾರ ಸಿಗೋಲ್ಲ. ಕಾನೂನು ನಿಮ್ಮ ನೆರವಿಗೆ ಇರೋಲ್ಲ. ಇದೆಲ್ಲ ನಿಮ್ಮ ಮನಸ್ಸಿನಲ್ಲಿ ಇರಲೀ" ಎಂದು

ನೇರವಾಗಿಯೆ ಹೇಳಿದ್ದ. ಕಪಾಳಕ್ಕೆ ಬಾರಿಸುವಷ್ಟು ಸಿಟ್ಟು ಬಂದಿತ್ತು ಅವಳಿಗೆ.

ಆ ಕೋಪ ಈಗ ಸಿಡಿಯಿತು.

"ನೀವು ನಂಗೆ ಅವಮಾನ ಮಾಡಿದ್ರಿ."

ನಿಧಾನವಾಗಿ ತಲೆಯೆತ್ತಿ "ಕೂಲ್ ಡೌನ್, ನಿಂಗೆ ಆಮೇಲೆ ವಿವರಿಸ್ತೀನಿ, ನಾನು ತುಂಬ ಟಯರ್ಡ್ ಆಗಿದ್ದೀನಿ. ಅಮೂಲ್ಯ ದಾಖಲೆಗಳನ್ನು ಸೃಷ್ಟಿ ಮಾಡುವಷ್ಟು ಪವರ್‌ಫುಲ್. ಸ್ವಲ್ಪ ಅರ್ಥಮಾಡ್ಕೋ, ಅವಳ ಕಾಡುವಿಕೆಯಿಂದ ನೀನು ಪಾರಾಗಬೇಕಿದ್ದರೇ ಇದೊಂದು ದಾರಿ ಇದ್ದಿದ್ದು" ಬಿಡಿಸಿ ಹೇಳಿದ ಅವಳೊಪ್ಪಲಿಲ್ಲ. ಹೋಗಿ ಒಂದು ಗಂಟೆ ಮಲಗಿದವನು ಹೇಳದೆಯೆ ಹೊರಗೆ ಹಟಿದ. ತುಂಬಾನೆ ಬೇಸತ್ತಿದ್ದ ಅಂದು ಹಿಂದಿರುಗಲಿಲ್ಲ.

ಎರಡು ದಿನ ಮೊಬೈಲ್ ಮುಂದಿಟ್ಟುಕೊಮಡು ಕೂತಳು. ಇಲ್ಲ ಶ್ರೀಕಾಂತ್‌ನಿಂದ ಫೋನ್ ಬರಲಿಲ್ಲ. ಕಂಪನಿಯಲ್ಲಿ ಸ್ವಲ್ಪ ರಿಸರ್ವ್ಡ್ ಆಗುತ್ತಿರುತ್ತಿದ್ದರಿಮದ ಸ್ನೇಹಿತರೆನ್ನುವವರೇ ಕಮ್ಮಿ.

ಮುಂದೇನು? ಕಾನೂನು ಮುಂದೆ ಸಮಾಜದ ಮುಂದೆ ತನ್ನ ಶ್ರೀಕಾಂತ್‌ನ ಸಂಬಂಧ ದಾಖಲುಪಡಿಸಲು ಯಾವುದೇ ಸಬೂಬುಗಳು ಇರಲಿಲ್ಲ. ಅದು ಅವಳಿಗೆ ಅಗತ್ಯವು ಇರಲಿಲ್ಲ.

"ಅಯ್ಯೋ, ಶ್ರೀಕಾಂತ್ ನನ್ನ ಬದುಕಿಗೆ ಕಾಲಿಡುವ ಮುನ್ನ ಆರಾಮಾಗಿ ಇರಲಿಲ್ಲವೇ?" ಇಂಥದೊಂದು ಪ್ರಶ್ನೆ ಹಾಕಿಕೊಂಡು ತನ್ನನ್ನೆ ತಾನು ಸಮಾಧಾನ ಮಾಡಿಕೊಂಡಳು. ಇಂಥ ಒಂದು ದೃಢ ಚಿತ್ತಕ್ಕೆ ಕಾರಣ? ಯಾವ ಘಟನೆಗಳು ಅವಳ ಮೇಲೆ ಪ್ರಭಾವ ಬೀರಿದ್ದವು.

* * *

ಸುಬ್ಬಲಕ್ಷ್ಮೀ ದೇವಸ್ಥಾನಕ್ಕೆ ಹೋಗಿ ಹಿಂದಿರುಗಿದಾಗ ರಾಜಗೋಪಾಲ್ ಬಂದು ಕೂತಿದ್ದರು. ಒಂದು ಅಪಾರ್ಟ್‌ಮೆಂಟ್‌ನಲ್ಲಿ ಸಿಂಗಲ್ ಬೆಡ್‌ರೂಂನ ಮನೆ ಲೀಜ್‌ಗೆ ಹಿಡಿದಿದ್ದರಿಂದ ಇನ್ನಷ್ಟು ಬಂದು ಹೋಗುವುದು ಹೆಚ್ಚಾಗಿತ್ತು. ಹೊಸದೊಂದು ಸಮಸ್ಯೆ ಹೊತ್ತು ತಂದಿದ್ದರಿಂದ ರಾಮೂರ್ತಿ ತುಟಿ ಬಿಚ್ಚದೆ ಕೂತಿದ್ದರು. ಮತ್ತೆ ಆಕೆಯ ಮುಂದೆ ಪ್ರಸ್ತಾಪ ಮಾಡಿದಾಗ ಆಕೆಗೆ ಒಂದು ರೀತಿಯ ಗಾಬರಿಯೆ.

"ಒಂದ್ಮೂರು ವರ್ಷ ವಯಸ್ಸಿನಲ್ಲಿ ಹಿರಿಯಳು ಶರಧಿ ಅದೊಂದು ಬಿಟ್ಟರೇ, ಪರೀಕ್ಷಿತ್‌ಗೆ ಒಳ್ಳೆಯ ಜೋಡಿಯೆ. ಎಜುಕೇಷನ್ ಇದೆ, ಒಳ್ಳೆ ಕ್ಯಾಲಿಬರ್ ಇದೆ. ಪ್ರಯತ್ನಪಟ್ಟರೇ ಒಳ್ಳೆ ಕೆಲ್ಸ ಗಿಟ್ಟಿಸಿಕೊಳ್ಳಬಲ್ಲ. ಇಬ್ಬರಲ್ಲು ಒಳ್ಳೆ ಅಂಡರ್‌ಸ್ಟಾಂಡಿಂಗ್ ಇದೆ."

ರಾಜಗೋಪಾಲ್ ಕೊನೆಯ ಮಾತು ಕೇಳಿ ಸುಬ್ಬಲಕ್ಷ್ಮಿ ಚಕಿತರಾದರು.

"ಏನು ಅಂಥ ಅಂಡರ್‌ಸ್ಟಾಂಡಿಂಗ್, ಹೇಳಿ. ಚಿಕ್ಕಂದಿನಲ್ಲಿ ಆಟ ಆಡಿರಬಹುದು. ವರ್ಷಗಟ್ಟಲೆ ಒಬ್ಬರನ್ನೊಬ್ಬರು ನೋಡಿಲ್ಲ. ಈ ಮಹಾರಾಯ್ತಿ ಪವನ್‌ನ ಮದ್ವೆ ಆಗೋಕೆ ನಿರಾಕರಿಸಿದ್ದು. ಅಂಥವಳು ಪರೀಕ್ಷಿತ್‌ನ ಒಪ್ಕೋತಾಳಾ?" ತಮ್ಮ ಅನುಮಾನವನ್ನು ವ್ಯಕ್ತಪಡಿಸಿಯೆಬಿಟ್ಟರು. ಆದರೂ ಒಳಗೊಳಗೆ ಅಳುಕು. ಸತ್ಯ ಸಂಗತಿ ಗೊತ್ತಿಲ್ಲವಾ? ಗೊತ್ತಿದ್ದರು ಈ ರೀತಿ ನಾಟಕವಾಡುತ್ತಿದ್ದಾರ? ಇದರ ಹಿಂದೆ ಏನಾದರು ಮಸಲತ್ತು ಇದೆಯೇ?

"ಒಪ್ಕೋಬಹುದು ಅನಿಸುತ್ತೆ. ಈಗಾಗಲೇ ನಾಲ್ಕಾರು ಸಲ ಅವರಿಬ್ರೂ ಭೇಟಿಯಾಗಿದ್ದಾರೆ. ಭಾನುವಾರ ರಾತ್ರಿ ಒಟ್ಟಿಗೆ ಡಿನ್ನರ್ ತಗೊಂಡರಂತೆ. ಪರೀಕ್ಷಿತ್ ಮದ್ವೆಗೆ ಸಿದ್ಧವಾಗಿದ್ದಾನೆ. ಶರಧಿ ಅವ್ನ ವಿವಾಹದಿಂದ ನಮ್ಮಿಬ್ಬರ ಪ್ರಾಬ್ಲಮ್ ಸಾಲ್ವ್ ಆಗುತ್ತೆ. ವಯಸ್ಸಿನದು ಅಂಥ ದೊಡ್ಡ ವಿಚಾರವೇನಲ್ಲ" ಹೇಳಿದರು. ಅಂಥ ಉತ್ಸಾಹವೇನು ಅವರಲ್ಲಿ ಇಲ್ಲದಿದ್ದರೂ, ತಲೆಯ ಮೇಲಿನ ದೊಡ್ಡ ಭಾರ ಇಳಿಸಿಕೊಂಡಂಥ ಸಮಾಧಾನ ಅಷ್ಟೇ.

ಗಾಬರಿ, ಆತಂಕದಿಂದ ಆಕೆ ಎದೆಯ ಬಡಿತ ಏರಿತು. ರಾಮೂರ್ತಿಯವರ ಕಡೆ ನೋಡಿದರು. ಅವರೆತ್ತಲೋ ನೋಡುತ್ತಿದ್ದರು. ಇದು ಅವರ ಪಾಲಿಗೂ ಇರುಸು ಮುರುಸಿನ ವಿಚಾರವೆ.

"ವಿಚಾರಿಸ್ತೀನಿ" ಅಷ್ಟು ನುಡಿದು ರೂಮಿಗೆ ಹೋಗಿ ಬೆವರೊರೆಸಿಕೊಂಡರು. ಹೀಗೂ... ಉಂಟಾ? ಇವಳಿಗೇನಾಗಿದೆ ಧಾಡಿ? ಅಯ್ಯೋ, ಸ್ವಲ್ಪ ಕೂಡ ಪಾಪ, ಪುಣ್ಯದ ಚಿಂತೆ ಇಲ್ಲವಾ? ಆಕೆಗೆ ತಲೆ ಚಚ್ಚಿಕೊಂಡು ಅಳಬೇಕೆನಿಸಿತು.

ಈಗಾಗಲೇ ಈ ಪ್ರಸ್ತಾಪ ಗೊತ್ತಿದ್ದರಿಂದ ಐರನ್ ಮಾಡುತ್ತಿದ್ದ ಶರಾವತಿ ಅವಳ ರೂಮಿನಿಂದ ಹೊರ ಬರಲಿಲ್ಲ. ಒಂದು ರೀತಿಯಲ್ಲಿ ಯೋಚಿಸಿದರೇ ಇದು ಒಳ್ಳೆಯದೇ! ನೈತಿಕತೆ ಬೇಡವಾ? ಯಾವುದೇ ಮೌಲ್ಯಗಳಿಲ್ಲದೆ ಬದುಕುವವರನ್ನು ಮನುಷ್ಯರು ಎಂದಾರೆಯೇ? ಶರಾವತಿ ಕೂಡ ಪೂರ್ತಿ ತಲೆ ಕೆಡಿಸಿಕೊಂಡು ಬಿಟ್ಟದ್ದಳು.

ಪಾರ್ಕ್‌ಗೆ ಆಡಲು ಹೋಗಿದ್ದ ಪಚ್ಚಿ ಬಂದ ಮೇಲೆಯೇ ಜೀವಂತಿಕೆ ಒಂದಿಷ್ಟು ಹರಿದಾಡಿದ್ದು ಮನೆಯಲ್ಲಿ. ಆಮೇಲೆ ಶ್ರೀಧರ ಬಂದ. ಅವನಿಗೂ ಮನೆಯ ವಾತಾವರಣ ಸರಿಯಿಲ್ಲವೆನಿಸಿತು. ಆದರೆ ಯಾರು ಹೇಳದಿದ್ದರೂ ಅದು ಶರದಿ ವಿಚಾರವಾಗಿರುತ್ತದೆಯೆಂದು ಅವನಿಗೆ ಗೊತ್ತಿತ್ತು. ಈಗಾಗಲೇ ವರ್ಷ ಆ್ಯಡ್ ಕಂಪನಿಯಲ್ಲಿ ನಡೆದ ಶರಧಿಯ ಎನ್‌ಕ್ವೈರಿ ವಿಚಾರದಲ್ಲಿ ತಪ್ಪಿತಸ್ಥಳಾಗಿ ಕೆಲಸ ಕಳೆದುಕೊಂಡಿರುವ ವಿಷಯ ಬೇರೊಂದು ರೀತಿಯ ಬಣ್ಣ ಪಡೆದುಕೊಂಡು ಅವನಿಗೆ ಪ್ರಸಾರವಾಗಿತ್ತು, ಧುಮಗುಟ್ಟುತ್ತಿದ್ದ.

ಊಟದವರೆಗೂ ಮಾತುಕತೆಯೇ ಇಲ್ಲ. ಪಚ್ಚಿ ಮಲಗಿದವ ಮೇಲೆ ರೂಮಿನ ಬಾಗಿಲು ಹಾಕಿಕೊಂಡು ಬಂದ ಶರಾವತಿ ಆರಾಮಾಗಿ ನೆಲದ ಮೇಲೆ ಕೂತಳು.

"ಯಾಕೆ, ಎಲ್ಲ ಒಂದು ತರಹ ಇದ್ದೀರಾ?" ಶ್ರೀಧರ್ ಪ್ರಾರಂಭಿಸಿದ. ಸುಬ್ಬಲಕ್ಷ್ಮಿ ರಾಜಗೋಪಾಲ್ ಹೇಳಿದ್ದು ಹೇಳಿ "ಅವ್ರಿಗೆ ಶರಧಿ ವಿಚಾರ ಗೊತ್ತೇ ಇಲ್ವೋ? ವಯಸ್ಸು ಸ್ವಲ್ಪ ಹೆಚ್ಚು ಅನ್ನೋದೇನು ದೊಡ್ಡ ವಿಚಾರವಲ್ಲ, ಶರಧಿನ ಪರೀಕ್ಷಿತ್‌ಗೆ ತಂದು ಕೊಳ್ಳೋ ಆಸೆ ವ್ಯಕ್ತಪಡಿಸಿದರು. ಇನ್ನೊಂದು ವಿಷ್ಯ ಕಣೋ, ಶರಧಿ, ಪರೀಕ್ಷಿತ್ ಕೆಲವು ಸಲ ಭೇಟಿಯಾಗಿದ್ದಾರಂತೆ. ಭಾನುವಾರ ಒಟ್ಟಿಗೆ ಡಿನ್ನರ್ ತಗೊಂಡರಂತೆ. ಇದ್ನ ನಂಬಬೇಕಾ, ಬಿಡಬೇಕಾ? ನಂಗಂತು ಭೂಮಿ ಬಾಯಿ ಬಿಡಬಾರದೇಂತ ಅನ್ನಿಸಿಬಿಟ್ಟಿದೆ. ಇದೆಲ್ಲ... ಚೆನ್ನನಾ? ಗರತಿರಿಗೂ, ಕುಲಟೆಯರಿಗೂ ವ್ಯತ್ಯಾಸ ಬೇಡ್ವಾ? ಶರಧಿ ನನ್ನ ಹೊಟ್ಟೆಯಲ್ಲಿ ಮುಳ್ಳಾಗಿ ಹುಟ್ಟಿದ್ಲು" ಹೇಳಿ ಮುಗಿಸುವ ವೇಳೆಗೆ ಅಳು ಬಂದೇ ಬಿಟ್ಟಿತು. ಬಿಕ್ಕಿ ಬಿಕ್ಕಿ ಅತ್ತರು.

ಯಾರಿಗೂ, ಸುಬ್ಬಲಕ್ಷ್ಮಿಯನ್ನು ಹೇಗೆ ಸಂತೈಯಿಸಬೇಕೋ, ತಿಳಿಯಲಿಲ್ಲ ಮುಖ ಮುಖ ನೋಡಿಕೊಂಡರಷ್ಟೆ. ಕಡೆಗೆ ಅವರೇ ಸಮಾಧಾನಗೊಂಡು ಮಾತು ಮುಂದುವರಿಸಿದರು.

"ಈಗ ನಾವೇನು? ಮಾಡೋದು?" ಕೇಳಿದರು.

"ಕತ್ತರಿಸಿ ಜೈಲು ಸೇರೋದು ಒಳ್ಳೇದು" ಸಿಡಿದ ಶ್ರೀಧರ.

"ಅಬ್ಬ, ಎಂಥಾ ಯೋಚ್ನೆ! ಈಗ ಅತ್ತೆ ಶರಧಿ ಬಗ್ಗೆ ಕಂಗೆಡೋದು ಸಾಲ್ದಾ? ಆಮೇಲೆ ಎರಡೆರಡು ದುಃಖ ಅನುಭವಿಸಬೇಕಾಗುತ್ತೆ. ಪರೀಕ್ಷಿತ್ ಚಿಕ್ಕಂದಿನ ಪರಿಚಯ, ಅಕಸ್ಮಾತ್ ಭೇಟಿಯಾಗಿದ್ದು ಡಿನ್ನರ್ ತಗೊಂಡಿದ್ದು ದೊಡ್ಡ ಅಪರಾಧವೇನಿಲ್ಲ. ರಾಜಗೋಪಾಲ್ ಅಂಕಲ್‌ಗೆ ಗೊತ್ತಿದೆಯೋ, ಇಲ್ವೋ... ಅಂಥದೊಂದು ಯೋಚ್ನೆ ನಮ್ಮ ಮುಂದಿಟ್ಟಿದ್ದಾರೆ. ಬೇಕೂಂತ ಅನ್ನಿಸಿದರೆ, ವಿಚಾರನಾ ಅವಳವರ್ಗೂ ಒಯ್ಯೋಣ, ಇಲ್ಲ ಏನೋ... ಒಂದು ಹೇಳಿದರಾಯ್ತು" ಶರಾವತಿ ಸರಳವಾದ ಪರಿಹಾರ ಕೂಡ ಸೂಚಿಸಿದಳು.

"ನಿಮ್ಮ ಸೊಸೆ ಪರಿಹಾರ ಸೂಚಿಸಿಯೇ, ಬಿಟ್ಟಳಲ್ಲ. ಇನ್ನು ನಾವುಗಳು ತಲೆ ಕೆಡ್ಸಿಕೊಳ್ಳೋದೇಕೆ?" ಶ್ರೀಧರ ಎದ್ದು ರೂಮಿಗೆ ಹೋಗಿಬಿಟ್ಟ. ಸುಬ್ಬಲಕ್ಷ್ಮೀ ಕಣ್ಣಲ್ಲಿಯೆ ಮಗ ಹೋದ ರೂಮಿನತ್ತ ತೋರಿ "ನೋಡಿ, ಆರಾಮಾಗಿ ಎದ್ದುಹೋದ. ಹೆತ್ತವರು ನಾವು ಸುಮ್ನೇ ಇರೋದಕ್ಕೆ ಆಗುತ್ತಾ?" ಗಂಡನನ್ನು ಕೇಳಿದರು.

"ಕೂತ್ಕೊಂಡ್ ಬಾಯಿ ಬಡ್ಕೋ. ನನ್ನ ಪಾಲಿಗೆ ಅವಳು ಎಂದೋ ಸತ್ಲು. ಇನ್ನು ಅವಳ ವಿಚಾರ ನನ್ಮುಂದೆ ಪ್ರಸ್ತಾಪ ಬೇಡ. ಯಾರಾದ್ರು ವಿಚಾರಿಸಿದ್ರು, ಇದನ್ನೆ ಹೇಳ್ತೀನಿ" ಎಂದ ರಾಮೂರ್ತಿಗಳು ಬಾತ್‌ರೂಮಿಗೆ ಹೋಗಿ ತಲೆಗೆ ಸ್ನಾನ ಮಾಡಿ ಬಂದು, ಜನಿವಾರ ಬದಲಾಯಿಸಿ ಒಂದತ್ತು ನಿಮಿಷ ದೇವ ಮುಂದೆ ಕೂತಿದ್ದು ಹೋಗಿ ಮಲಗಿಬಿಟ್ಟರು.

ಯಾರ ಬಾಯಿಂದಲೂ ಮಾತುಗಳು ಬರಲಿಲ್ಲ. ರಾಮೂರ್ತಿ ತುಂಬ ಡಿಸೆಂಟ್

ಮನುಷ್ಯ. ಅಲ್ಪಸ್ವಲ್ಪಕ್ಕೆಲ್ಲ ಹಾರಾಡುವವರಲ್ಲ. ಇಂದು ಮಾತ್ರ ತುಂಬ ದುಃಖಿತರಾಗಿದ್ದರು.

"ಅತ್ತೆ, ಹೋಗಿ ಮಲ್ಗೀ ಕೊಳ್ಳಿ. ಸದ್ಯಕ್ಕೆ ಮಾವನ ಮುಂದೆ ಶರಧಿಯ ಪ್ರಸ್ತಾಪ ಬೇಡ. ಸುಮ್ನೇ ತಲೆ ಕೆಡ್ಸಿಕೊಳ್ಳೋದು ಬೇಡ. ಈಗ ವಿವಾಹವಾದ ಮೂರೇ ತಿಂಗಳಿಗೆ ಡೈವೋರ್ಸ್ ತಗೊಂಡು ಬೇರೆಯವರನ್ನು ವಿವಾಹವಾಗೋ ಹುಡ್ಗೀರು ಇದ್ದಾರೆ. ಇಲ್ಲೇನು ಅಂಥ ತಪ್ಪು ನಡೆದು ಹೋಗಿಲ್ಲ, ಶ್ರೀಕಾಂತ್‌ನ ಕಂಪ್ಯಾನಿಯನ್ನಾಗಿ ಆಯ್ಕೆ ಮಾಡಿದ್ದೇ ವಿನಃ ಶರಧಿ ಬೇರೆ ಗಂಡಸರೊಂದಿಗೆ ಸಲಿಗೆಯಿಂದ ಇದ್ದಿದ್ದಿಲ್ಲ. ಪ್ಲೀಸ್ ಈಗ ಹೋಗಿ ಮಲ್ಗೀಕೊಳ್ಳಿ" ಒತ್ತಾಯದಿಂದ ಎಬ್ಬಿಸಿ ಕಳಿಸಿ ರೂಮಿಗೆ ಹೋದಳು.

ಜಗತ್ತನ್ನು ತಲೆಯ ಮೇಲೆ ಹೊತ್ತಂತೆ ಕೂತಿದ್ದ ಶ್ರೀಧರ "ಹಾಳಾಗ್ಲೀಂತ ಬಿಡೋಕು ಆಗೋಲ್ಲ. ಶ್ರೀಕಾಂತ್ ಆಯ್ತು, ಈಗ ಪರೀಕ್ಷಿತ್‌ನೊಂದಿಗೆ ಸುತ್ತಾಟ, ಮಾನ ಮರ್ಯಾದೆ ಇಲ್ಲ" ಗೊಣಗಿದ ತಕ್ಷಣ ಆಫೀಸ್ ಕ್ಯಾಂಟೀನ್‌ನಲ್ಲಿ ನಡೆದ ಒಂದು ಪ್ರಸಂಗ ಜ್ಞಾಪಿಸಿಕೊಂಡ. ಯಾವುದೋ ವಿಷಯಕ್ಕೆ ತಕ್ಷಣ ಭಾವೋದ್ವೇಗಗೊಂಡರು ಶಾಂತವಾಗಿ ಬಿಡುವುದು ಅವನ ಸ್ವಭಾವ "ಟಿ.ವಿ. ಸಿರಿಯಲ್ ಮಹಾಭಾರತದಲ್ಲಿ ನಟಿಸಿದ್ದ ರೂಪಾ ಗಂಗೂಲಿ ಕೂಡ ಅವಳಿಗಿಂತ 13 ವರ್ಷ ಚಿಕ್ಕವನಾದ ದಿವ್ಯೇಂದ್ರ ಅನ್ನೋನ ಜೊತೆ 'ಲಿವಿಂಗ್ ಟು ಗೆದರ್'. ಮೊದ್ಲು 16 ವರ್ಷ ಗಂಡನ ಜೊತೆ ಸಂಸಾರ ಮಾಡಿ ಡೈವೋರ್ಸ್ ತಗೊಂಡ ನಂತರ ಇನ್ನೊಬ್ಬನ ಜೊತೆ 'ಲಿವಿಂಗ್ ಟು ಗೆದರ್' ಅದು ಹದಿನಾರು ವರ್ಷ ಅಂತ 'ಲಿವಿಂಗ್ ಟು ಗೆದರ್'ಗೂ ದೀರ್ಘಾಯುಷ್ಯ ಇದೆ ಅಂತಾಯ್ತು. ಅಷ್ಟು ದೀರ್ಘಕಾಲ ಶರಧಿ, ಶ್ರೀಕಾಂತ್ ಜೊತೆಗಿನ 'ಲಿವಿಂಗ್ ಟು ಗೆದರ್' ಉಳಿಯುತ್ತಾ?" ಚಿಂತೆ ವ್ಯಕ್ತಪಡಿಸಿದ ಶರಾವತಿಯ ಮುಖ ವಿವರ್ಣವಾಯಿತು.

"ಛಿ, ನಮ್ಮ ಶರಧಿನ ಯಾಕೆ ಅವಳಿಗೆ ಹೋಲಿಸ್ತೀರಿ? ಸಂಚ ಕನ್ಯೆಯರನ್ನು ಸ್ಮರಿಸಿದರೆ ಪಾಪಗಳು ನಾಶವಾಗುತ್ತೇಂತ ಹೇಳ್ತಾರೆ. ಅವರಲ್ಲಿ ದ್ರೌಪತಿಯು ಒಬ್ಳು. ಅಂಥ ದ್ರೌಪತಿಯ ಪಾತ್ರ ಮಾಡಿದ ರೂಪಾ ಗಂಗೂಲಿ ಕ್ಯಾರೆಕ್ಟರ್ ಏನೇನು ಸರಿ ಇಲ್ಲಾಂತ ಸ್ಟಾರ್ ಪ್ಲಸ್ ಚಾನೆಲ್‌ನ 'ಸಚ್ ಕಾ ಸಾಮ್ನಾ' ಕಾರ್ಯಕ್ರಮದಲ್ಲಿ ತಾನೇ ಒಪ್ಪಿಕೊಂಡಿದ್ದಾಳಂತೆ. ಮನೆಯಲ್ಲಿ ಗಂಡ ಇದ್ದಾಗ್ಲೂ ಚಿತ್ರರಂಗ, ಕಿರುತೆರೆಯ ನಟನೆಯ ಅವಕಾಶಕ್ಕಾಗಿ ಲೈಂಗಿಕ ಸಂಬಂಧಗಳನ್ನು ಬೆಳೆಸಿದ್ದಳಂತೆ. ಅದ್ನ ಅವಳೇ ಒಪ್ಪಿಕೊಂಡಿದ್ದಾಳೆ. ಈ ಪುಣ್ಯ ಮಹಿಳೆಯರ ಮಾರ್ಗದರ್ಶನದಿಂದ ಎಷ್ಟು ಹೆಣ್ಣು ಮಕ್ಕಳು ಪತಿತ ಪಾವನೆಯರಾಗಿದ್ದಾರೋ?" ವಿವಾಹದ ಹೆಣ್ಣು ಹಲವು ಗಂಡಸರ ಜೊತೆ ಲೈಂಗಿಕ ಸಂಬಂಧ ಬೆಳೆಸೋದು ಅವಳ ಲೆಕ್ಕದಲ್ಲಿ ಅಪರಾಧವೇ.

ಶ್ರೀಧರ ಮಲಗಿದವನು ಅರ್ಧ ಗಂಟೆಯ ನಂತರ ಎದ್ದು ಕೂತು "ಹೋಗ್ಲೀ, ಸ್ವಲ್ಪ ವಿಶಾಲ ಮನಸ್ಕರಾಗಿಯೇ, ಯೋಚ್ನೋಣ... ಶ್ರೀಕಾಂತ್ ಅಥವಾ ಪರೀಕ್ಷಿತ್, ಇಬ್ಬರಲ್ಲಿ... ಒಬ್ಬರನ್ನು ವಿವಾಹವಾಗಿ ಸೆಟಲ್ ಆಗ್ಲೀ, ಆಮೇಲೆ ಕೆಲ್ಸ ಸಿಕ್ಕದಿದ್ದರೂ ಪರದಾಟವಿರೋಲ್ಲ. ಅವಳ ಜವಾಬ್ದಾರಿ ಹೊತ್ತು ಕೊಳ್ಳೋಕೆ ಒಬ್ಬ ಗಂಡ್ಸು ಇರ್ತಾನೆ,

ಈ ಬಗ್ಗೆ ನೀನು ಅಮ್ಮನ ಹತ್ರ ಮಾತಾಡಬೇಕು" ಅವಳಿಗೆ ಒಪ್ಪಿಸಿದಂತೆ ನುಡಿದು ಮಲಗಿದ ಹತ್ತು ನಿಮಿಷಗಳಲ್ಲಿ ನಿದ್ದೆಗೆ ಜಾರಿದ. ಯಾವುದೇ ಗೊಂದಲ, ಚಿಂತೆಯಾಗಲೀ ಬಹಳ ಹೊತ್ತು ಬರಿಸುವ ಶಕ್ತಿ ಅವನಿಗಿರಲಿಲ್ಲ.

ಬೆಳಿಗ್ಗೆ ಹತ್ತರ ಸುಮರಿಗೆ ಫೋನ್ ಬಂತು. ರಾಮೂರ್ತಿ ಮನೆಯಲ್ಲಿದ್ದವರು ಫೋನ್ ರಿಂಗಾದರು ಅಂದರ ಊಸಾಬರಿಗೆ ಹೋಗುತ್ತಿರಲಿಲ್ಲ. ಸೊಸೆನೋ, ಹೆಂಡತಿನೋ ತಗೊಂಡು ಅವರ ಸ್ನೇಹಿತರದೋ ಬಂಧುಗಳದೋ ಎಂದು ತಿಳಿಸಿದರೆ ಮಾತ್ರ ಫೋನ್‌ನಲ್ಲಿ ಮಾತುಕತೆ.

ಒಂದೇ ಸಮ ಸದ್ದು ಮಡುತ್ತಿದ್ದರು, ಯಆರು ತ್ತದಿದ್ದಾಗೆ ಸ್ವಲ್ಪ ಬೇಸರದಿಂದ "ಸುಬ್ಬಲಕ್ಷ್ಮಿ ಫೋನ್ ತೆಗೀ ಬಾ. ನಿಂಗೆ ಫೋನ್ ಮಾಡೋ ಜನ ಜಾಸ್ತಿ" ಕೂತಲ್ಲಿಂದಲೇ ಪೇಪರ್ ನೋಡುತ್ತ ಕೂಗಿದರು.

"ಇನ್ಯಾರು, ರಾಜಗೋಪಾಲ್ ಇರ್ಬೇಕು. ನೀವೇ ನೋಡಿ. ಸ್ನೇಹನ ಅವ್ರಿಗೆ ಬಂಧುತ್ವಕ್ಕೆ ಬದಲಿಸಿ ಕೊಳ್ಳೋ ಆಸೆ, ಆದರೆ ಸತ್ಯ ಅವ್ರಿಗೆ ಗೊತ್ತಿಲ್ಲ" ಎನ್ನುತ್ತಲೇ ಅಡಿಗೆ ಮನೆಯಿಂದ ಬಂದು ಫೋನ್ ಎತ್ತಿದರು. "ಶರಾವತಿ ಇದ್ದಾರ?" ಕೇಳಿದ ಕೂಡಲೇ "ಇದ್ದಾಳೆ, ಇರಪ್ಪ ಏಯ್ ಶರಾವತಿ ನಿಂಗೆ ಫೋನ್ ಇದೇ ನೋಡು" ಕೂಗಿ ಹೇಳಿ ಅಡಿಗೆ ಮನೆಗೆ ಹೋದರು. ರವೆ ಉರಿಯುತ್ತಿದ್ದವರು ಉರಿಯನ್ನು ತಗ್ಗಿಸಿ ಬಂದು ಫೋನ್ ಎತ್ತಿದ್ದರು. ಅವರಿಗೆ ಆ ಕಡೆ ಗಮನವಿದ್ದುದ್ದರಿಂದ ಯಾರು, ಏನು, ಎತ್ತ ಎಂದು ವಿಚಾರಿಸಲಿಲ್ಲ.

ಹಿತ್ತಲಲ್ಲಿದ್ದ ಶರಾವತಿ ಒದ್ದೆ ಕೈಯನೊರೆಸಿಕೊಳ್ಳುತ್ತ ಬಂದು ಫೋನ್ ಎತ್ತಿ "ಹಲೋ..." ಎಂದಳು "ನಾನು ಶ್ರೀಕಾಂತ್, ನಿಮ್ಮೊಂದಿಗೆ ಮಾತನಾಡೋದಿದೆ. ಇಂದು ಸಿಗಲಿಕ್ಕೆ ಸಾಧ್ಯವೇ?" ಕೇಳಿದರು. ಅವಳಿಗೂ ಅಂಥ ಇರಾದೆ ಇದ್ದುದ್ದರಿಂದ ತಕ್ಷಣ ಒಪ್ಪಿಕೊಂಡು "ನಂಗೂ ಅಂಥ ಮನಸ್ಸು ಇತ್ತು. ಎಲ್ಲಿಗೆ ಬಂದು ಮೀಟ್ ಮಾಡ್ಲಿ" ಕೇಳಿದಾಗ ಅವಳೆದ ಢವಢವ ಎನ್ನುತ್ತಿತ್ತು.

"ನೀವೇ... ಹೇಳಿ. ಆಫೀಸ್ ಗೆಸ್ಟ್‌ಹೌಸ್... ಬೇರೆ ನಿಮ್ಗೆ ಕನ್ವಿನಿಯಂಟಾದ ಸ್ಥಳಕ್ಕೆ ನಾನೇ ಬರ್ತೀನಿ. ಇಂದು ಬಿಟ್ಟರೇ ನಾಳೆ ಕಲ್ಕತ, ಆಮೇಲೆ ಆಸ್ಟ್ರೇಲಿಯಾಗೆ ಹೋಗೋದಿದೆ. ಅದಕ್ಕೆ ಮುನ್ನ ನಿಮ್ಮೊಂದಿಗೆ ಮಾತಾಡಬೇಕು."

ಶ್ರೀಕಾಂತ್‌ನ ನೋಡಿದ ಮೊದಲ ಸಲವೆ ಅವನಲ್ಲಿ ಗೌರವ ಬೆಳೆಸಿಕೊಂಡಿದ್ದಳು. ಅದೂ ಅಲ್ಲದೇ, ಇದು ಶರಧಿಯ ಭವಿಷ್ಯದ ಪ್ರಶ್ನೆಯಾಗಿತ್ತು "ನಂಗೇನು ಗೊತ್ತಾಗ್ತ ಇಲ್ಲ, ನಾನು ಶರಧಿ ಅಣ್ಣ ನಿಮ್ಮ ಗೆಸ್ಟ್‌ಹೌಸ್, ಆಫೀಸ್‌ಗೆ ಬೇಕಾದರೇ ಬರ್ತೀವಿ" ಅಂದ ಎರಡು ನಿಮಿಷಗಳ ನಂತರ "ನಾಲ್ಕು ಅನ್ ಆರ್ ಬಿಫೋರ್... ಗೆಸ್ಟ್‌ಹೌಸ್‌ಗೆ ಬನ್ನಿ. ಅಲ್ಲಿ ವೆಯಿಟ್ ಮಾಡ್ತಾ ಇರ್ತೀನಿ" ಎಂದ ಕೂಡಲೆ ಫೋನ್ ಕಟ್ ಆಯಿತು ಮುಂದೇನು?

ರಾಮೂರ್ತಿಗಳು ಅವರ ಪಾಡಿಗೆ ಅವರು ಪೇಪರೋದುತ್ತಿದ್ದರು. ಮಗಳ ಸೂತಕದ ಸ್ನಾನ ಮಾಡಿದ ನಂತರ ಅವಳ ವಿಷಯ ಅವರ ಮುಂದೆ ಎತ್ತುವ ಹಾಗೆ ಇರಲಿಲ್ಲ. ಒಂದು ರೀತಿಯ ನಿರ್ಲಿಪ್ತಭಾವ ಬೆಳೆಸಿಕೊಂಡಿದ್ದರು.

ಶ್ರೀಧರ್ ಮೊಬೈಲ್‌ಗೆ ಬಟನ್‌ಗಳನ್ನೊತ್ತಿ "ಪ್ಲೀಸ್, ಸ್ವಲ್ಪ ಕಾಮ್ ಆಗಿ ಕೇಳಿ" ಎಂದವಳು ಶ್ರೀಕಾಂತ್ ಫೋನ್ ಮಾಡಿದ್ದನ್ನು ತಿಳಿಸಿ "ಮತ್ತೆ ಅವ್ರನ್ನ ಭೇಟಿ ಮಾಡೋಕ್ಕಾಗೋಲ್ಲ, ಆಫ್ ಡೇ ಲೀವ್ ಹಾಕಿ ಬನ್ನಿ" ಅವನನ್ನು ಕನ್ವಿನ್ಸ್ ಮಾಡುವ ವೇಳೆಗೆ ಸಾಕು ಸಾಕಾದಳು.

ಸ್ವಲ್ಪ ಬೇಗನೆ ಬಂದ ಶ್ರೀಧರ ಹೆಂಡತಿಯನ್ನು ರೂಮಿಗೆ ಕರೆದು ಅಲ್ಲಿ ಮಾತೆಲ್ಲ ನಿಂದೇ, ನಂಗೆ ಕೋಪ ಬರುತ್ತೆ, ಕೂಗಾಡೋದರಿಂದ ಕೆಲ್ಸ ಕೆಡುತ್ತೆ" ಉಸುರಿದ. ಆಯಿತು ಅಂತ ತಲೆಯಾಡಿಸಿ ಒಪ್ಪಿಗೆ ಸೂಚಿಸಿದಳು.

ಅಂತೂ ಮನೆಯಲ್ಲಿ ಏನೋ ಒಂದು ಸುಳ್ಳು ಹೇಳಿ ಸ್ಕೂಟರ್ ಹತ್ತಿದರು. ಶ್ರೀಧರನಿಗಂತು ಇರುಸು ಮುರುಸು. ಮಾತು ಹೇಗೆ ಶುರು ಮಾಡೋದು? ಮನಸ್ಸಿನ ಲೆಕ್ಕಾಚಾರ ಪದೇ ಪದೇ ತಲೆ ಕೆಳಕ್ಕಾದಾಗ, ಅದನ್ನ ಶರಾವತಿಗೆ ಬಿಡೋದೆ ಒಳ್ಳೆಯದೆಂದು ಕೊಂಡ.

ಗೆಸ್ಟ್‌ಹೌಸ್ ಕಾಂಪೌಂಡ್‌ನಲ್ಲಿ ಸ್ಕೂಟರ್ ನಿಲ್ಲಿಸಿದಾಗ ಯೂನಿಫಾರಂ ಸರ್ವೆಂಟ್ ಕರೆದೊಯ್ದು ಮುಂದಿನ ಸಿಟ್ಟಿಂಗ್ಸ್ ರೂಮಿನಲ್ಲಿ ಕೂಡಿಸಿ ಹೋದ.

"ನಂಗಂತು ಉಸಿರು ಕಟ್ಟೋ ಹಂಗೆ ಆಗುತ್ತೆ. ಶರಧಿಗೆ ಇಂಥ ಧೈರ್ಯ ಹೇಗೆ ಬಂತು? ಥೂ..." ಚಡಪಡಿಸಿದ ಹತ್ತು ನಿಮಿಷಕ್ಕೆ ಮೊದಲೆ ಶ್ರೀಕಾಂತ್ ಬಂದ, ಇಂದು ಕುರ್ತಾ, ಪೈಜಾಮ ಧರಿಸಿದ್ದವನ ನಿಲುವಿಗೆ ಒಪ್ಪುವಂತಿತ್ತು.

"ಹೇಗಿದ್ದೀರಾ?" ಎಂದು ಪ್ರಾರಂಭಿಸಿದವನು ಶ್ರೀಧರ ಆಫೀಸ್ ಕೆಲಸದ ಬಗ್ಗೆ ವಿಚಾರಿಸಿಕೊಂಡು ನೇರವಾಗಿ ಕೇಳಿದ "ನೀವು ಯಾಕೆ ಶರಧಿಗೆ ಮದುವೆ ಮಾಡ್ಲಿಲ್ಲ?" ಕೇಳಿದವನು. "ಡೋಂಟ್ ಮೈಂಡ್, ನನ್ನ ಪ್ರಶ್ನೆಯಿಂದ ನೀವೇನು ಎಮೋಷನಲ್ಲಾಗಿ ಪ್ರತಿಕ್ರಯಿಸೋದು ಬೇಡ. ತೀರಾ ಜನರಲ್ಲಾಗಿ ಕೇಳ್ತಾ ಇರೋದಷ್ಟೆ" ಸ್ವಾಭಾವಿಕವಾಗಿ ಮಾತಾಡಿದ.

"ಸಾರಿ ಸರ್, ನಂಗೆ ನನ್ನ ತಂಗಿಯ ಬಗ್ಗೆ ತುಂಬಾನೆ ಕೋಪ ಇದೆ. ಎಲ್ಲಿ ಎಗ್ಸೈಟ್ ಆಗ್ತೀನೋ ಅನ್ನೋ ಭಯ. ನಾನು ಹೊರ್ಗಡೆ ಇರ್ತೀನಿ" ಎದ್ದು ಹೋದ. ಶರಾವತಿಗೆ ಏನು ಹೇಳಬೇಕೋ ಗೊತ್ತಾಗಲಿಲ್ಲ.

ತನಗೆ ಗೊತ್ತಿದಷ್ಟು ಅವಳ ಸ್ವಭಾವ ವಿವರಿಸಿ "ಖಂಡಿತ ನಮ್ಗೇ ಕಾರಣ ಗೊತ್ತಿಲ್ಲ. ಎದುರು ಮನೆಯ ಒಡನಾಡಿ ಪವನ್ ವಿವಾಹದ ಪ್ರಸ್ತಾಪವೆತ್ತಿದಾಗ, ನಿರಾಕರಿಸಿದಾಗಲೇ ಶರಧಿಯ ಅಮ್ಮ, ಅಪ್ಪ ತಲೆ ಕೆಡಿಸಿಕೊಂಡಿದ್ದು. ಮದುವೆಯ ವಿಷಯದಲ್ಲಿ ಸಾಕಷ್ಟು ಸಂಬಂಧಗಳು ಬಂದವು ಬಲವಂತ! ಒತ್ತಡ, ರೇಗಾಟ,

ಗೊಣಗಾಟ ಎಲ್ಲಾ ಆಯಿತು. ಅವಳ ನಿರ್ಧಾರ ದೃಢವಾಗಿತ್ತು 'ನಂಗೆ ಮದುವೆ ಬೇಡ, ನನ್ನ ಬದ್ಕಿನ ನಿರ್ಧಾರಗಳನ್ನು ನಾನೇ ತಗೋತೀನಿ. ಅದರಲ್ಲಿ ಕಷ್ಟ ಸುಖ ನಂದೆ. ನೀವು ಹೊಣೆಗಾರರಲ್ಲ' ಅಂದ್ಲು. ಆಮೇಲೂ ಸಾಕಷ್ಟು ಪ್ರಯತ್ನಗಳಾದರೂ ಫಲವೇನು ಕೊಡಲಿಲ್ಲ. ಲಿವಿಂಗ್ ಟು ಗೆದರ್ ಪಾಶ್ಚಾತ್ಯ ದೇಶದಲ್ಲಿ ಕಾಮನ್ ಇರಬಹುದು, ಇಲ್ಲು ಅಂಥದೊಂದು ಸಂಪ್ರದಾಯ ಷುರುವಾಗಿದೇ ಅಂತಾರೆ. ಆದರೆ ಇಲ್ಲಿನ ಸಂಸ್ಕಾರವಂತ ಹೃದಯಗಳು ಮಾತ್ರವಲ್ಲ, ಸಮಾಜ ಕೂಡ ಸ್ವೀಕರಿಸಲಾರದು" ಧೈರ್ಯವಾಗಿಯೆ ಹೇಳಿದಳು.

"ಓಕೇ, ದಟ್ಸ್... ಗುಡ್! ನೀವುಗಳು ನನ್ನ ಬಗ್ಗೆ ಏನಾದ್ರೂ ಅಂದ್ಕೋಬಹ್ದೂಂತ ಎಂದೂ ಯೋಚ್ಸಿಲ್ಲ. ನಂಗೆ ಕಂಪ್ಯಾನಿಯನ್ ಅಗತ್ಯವೆನಿಸಿದಾಗ ಶರಧಿನ ಸ್ವೀಕರಿಸಿದೆ. ಅದ್ಕೇ ಅವ್ಳ ಪೂರ್ಣ ಒಪ್ಗೇ ಇತ್ತು. ಮದುವೆಯ ಬಗ್ಗೆ ಅವಳಿಗೆ ಒಲವಿಲ್ಲ. ನಂಗೂ ಅವಳನ್ನು ವಿವಾಹವಾಗೋ ಇಚ್ಛೆ ಇರ್ಲಿಲ್ಲ" ಅಂದವನು ಅಮೂಲ್ಯ, ತನ್ನ ನಡುವಿನ ದಾಂಪತ್ಯ ನಂತರದ ಡೈವೋರ್ಸ್ ಎಲ್ಲವನ್ನು ಕೆಲವು ಮಾತುಗಳಲ್ಲಿ ವಿವರಿಸಿದ.

"ಈಗ ನೀವು ಶರಧಿನ ಮದ್ವೆ ಆಗಬಹುದಲ್ಲ!" ಕೇಳಿದಳು. ಆತುರದಿಂದ. ಆವೇಗವಿತ್ತು ಅವಳ ದನಿಯಲ್ಲಿ. ಒಂದು ಸಣ್ಣ ನಗು ಇಣುಕಿತು ಅವನ ತುಟಿಯ ಮೇಲೆ. ಅದರಲ್ಲಿ ಸಂತೋಷವಿತ್ತಾ, ನೋವಿತ್ತಾ, ಜಿಗುಪ್ಸೆ ಇತ್ತಾ, ಅಥವಾ ಇದೆಲ್ಲವನ್ನು ಮೀರಿದ ಮತ್ತೊಂದು ಭಾವವಿತ್ತಾ? ಅವಳಿಗೆ ಗುರುತಿಸಲಾಗಲಿಲ್ಲ.

ಅಷ್ಟರಲ್ಲಿ ಫುಡ್ ಟ್ರೇ ತಳ್ಳಿಕೊಂಡು ಬಂದ ಸಮವಸ್ತ್ರದ ಸರ್ವೆಂಟ್, ಶ್ರೀಕಾತ್ ತಾನೇ ಎರಡು ಕಪ್ ಕಾಫಿ ಬೆರೆಸಿ "ಈಗ ಕಾಫೀ ತಗೊಳ್ಳಿ, ಮತ್ತೊಮ್ಮೆ ಶ್ರೀಧರ್ ಒಳ್ಗೇ ಬಂದ್ಮೇಲೆ ಏನಾದ್ರೂ ತಗೋಬಹ್ದು" ಬಲವಂತ ಮಾಡಿದ ಶ್ರೀಕಾಂತ್ ಬಗ್ಗೆ ಅವಳಿಗೆ ಒಳ್ಳೆಯ ಭಾವನೆ.

"ಪ್ಲೀಸ್, ನೀವು ಶರಧಿನ ಮದ್ವೆ ಮಾಡ್ಕೊಳ್ಳಿ."

"ಮೊದ್ಲು ಕಾಫೀ ತಗೊಳ್ಳಿ" ಬಲವಂತ ಮಾಡಿದ.

ಬೇಡವೆನಿಸಿದರು ಕಾಫೀ ಕುಡಿಯುವುದು ಶರಾವತಿಗೆ ಅನಿವಾರ್ಯವಾಗಿತ್ತು. ಶ್ರೀಕಾಂತ್ ವಿವಾಹಕ್ಕೆ ಒಪ್ಪಿಕೊಳ್ಳಲಿಯೆಂದು ಗೊತ್ತಿರುವ ಎಲ್ಲಾ ದೇವರುಗಳಿಗೂ ಮೊರೆ ಇಟ್ಟಳು.

"ಗಂಡು ಮತ್ತು ಹೆಣ್ಣು ಸಂಗಾತಿಗಳಾದ ಮೇಲೆ ಒಬ್ಬರಿಗೊಬ್ಬರು ಕೆಲವು ನಿರೀಕ್ಷೆಗಳನ್ನು ಇಟ್ಕೋತಾರೆ. ಅದು ಸಹಜ ಕೂಡ. ಅತಿರೇಕಕ್ಕೆ ಹೋಗಬಾರದು ಅಷ್ಟೆ. ಈಗಾಗಲೇ ವಿವಾಹದಿಂದ ನೊಂದಿದ್ದೀನಿ, ಕಳ್ದುಕೊಂಡಿದ್ದೀನಿ. ಮತ್ತೆ ಅದೇ ತಪ್ಪು ಮಾಡೋಷ್ಟು ಮೂರ್ಖನಲ್ಲ, ಸೆಕ್ಸ್ ಸಲುವಾಗಿ ಮಾತ್ರ ನಂಗೆ ಹೆಣ್ಣು ಬೇಡ. ಶರಧಿಯ ಬಗ್ಗೆ ಕಾಮೆಂಟ್ಸ್ ಮಡ್ಲಾರೆ. ಮತ್ತೆ ಬೇರೊಂದು ರೀತಿಯಲ್ಲಿ ರಿಪೀಟ್ ಆಗೋದ್ಬೇಡ. ಈಗಾಗಲೇ ದೈಹಿಕವಾಗಿ, ಮಾನಸಿಕವಾಗಿ ದೂರವಾಗಿದ್ದೀವಿ, ಸೈಲೆಂಟಾಗಿ

ದೂರ ಸರಿಯಲು ಯಾವ್ದೇ ಅಡ್ಡಿ ಇಲ್ಲ. ಇಷ್ಟನ್ನು ನಿಮ್ಗೇ ಹೇಳಬೇಕಾದ, ಅಗತ್ಯವೇನಿಲ್ಲ, ಆದ್ರೂ ಹೇಳಿದಕ್ಕೆ ಒಂದು ಕಾರಣವಿರುತ್ತೆ. ಎಷ್ಟೆ ಬದಲಾವಣೆ, ಕ್ರಾಂತಿಗಳಾದ್ರೂ ದಂಪತಿಗಳ ಮಧ್ಯೆ ಇರಬೇಕಾದ್ದು ಸಾಮರಸ್ಯವೇ. ಆ್ಯಡ್ ಜಗತ್ತಿನಲ್ಲಿ ಕೆಲ್ಸ ಮಾಡೋ ನನಗೆ ಹೆಣ್ಣಿನ ಅಂಗಾಂಗಗಳ ಪರಿಚಯವಿದೆ. ಕಲೆ ನನ್ನ ಮಟ್ಟಿಗೆ ಕಲೆ, ಎಲ್ಲೆಡೆ ಪ್ರಣಯವನ್ನು ಹುಡುಕುವ ಮನಸ್ಥಿತಿ ನಂದಲ್ಲ, ನಿಮ್ಗೇ ಅರ್ಥವಾಗಿರಬೇಕಲ್ಲ. ಕ್ಯಾರೆಕ್ಟರ್ ವಿಚಾರದಲ್ಲಿ ಶರಧಿ ಗುಡ್, ಸ್ವಲ್ಪ ಅರ್ಥಮಾಡಿಕೊಳ್ಳುವುದು ಕಷ್ಟ. ನಿಜ್ವಾಗ್ಲೂ ಶರಧಿ ಲಕ್ಕೀ, ಕುಟುಂಬ ಪ್ರೇಮ ಸಿಕ್ಕಿದೆ. ಕಳೆದುಕೊಂಡಿದ್ದನ್ನು ಅವಳು ಲೆಕ್ಕ ಹಾಕಿಕೊಂಡು ಮುಂದಿನ ಬಧ್ಕನ್ನು ಸರಿ ಮಾಡ್ಕೋಬೇಕು. ಇನ್ನೊಂದು ಇಂಪಾರ್ಟೆಂಟ್ ವಿಷ್ಯ. ಅಮೂಲ್ಯಯಿಂದ ಶರಧಿಯನ್ನು ರಕ್ಷಿಸಬೇಕಾದರೇ ನಾನು ಅವಳಿಂದ ದೂರ ಸರಿಯಲೇಬೇಕು. ಇನ್ನೊಂದು, ನಾನು ಯಾವ ಹೆಣ್ಣನ್ನು ವಿವಾಹವಾಗೋಲ್ಲ!" ಎಂದು ಹೇಳಿ ಮೇಲೆದ್ದವನು ಸರ್ವೆಂಟ್ ತಂದಿಟ್ಟ ಒಂದು ಬಾಕ್ಸ್‌ನ "ಇದ್ನ ತಗೊಳ್ಳಿ, ನನಗೆ ಒಬ್ಬ ತಂಗಿ ಇದ್ದಿದ್ದರೇ ಚೆನ್ನಾಂತ ಅನ್ನಿಸ್ತು. ನಾನು ನಿಮ್ಮನ್ನು ತಂಗೀ ಅಂತ ಸ್ವೀಕರಿಸೋದು ಸರೀಂತ ಅನ್ನಿಸ್ತು ಅಣ್ಣನ ಗಿಫ್ಟ್..." ಎಂದವನ ಕಣ್ಣಲ್ಲಿ, ದನಿಯಲ್ಲಿ ಅನ್ಯೋನ್ಯತೆ ಇತ್ತು.

ಶರಾವತಿಯ ಕಣ್ಣಲ್ಲಿ ನೀರಾಡಿತು. ಬಗ್ಗಿ ಅವನ ಕಾಲುಗಳಿಗೆ ನಮಸ್ಕರಿಸಿ "ನೀವು ನನ್ನ ತಂಗಿ ಅಂದಿದ್ದೀರಿ, ಗಿಫ್ಟ್ ಅಂತದೆಲ್ಲ ಬೇಡ. ಶರಧಿ ನಿಮ್ಮನ್ನು ಕಂಪ್ಯಾನಿಯನ್ನಾಗಿ ಸ್ವೀಕರಿಸಿದ ದಿನದಿಂದ ಮುಂದೊಂದು ದಿನ ಮ್ಯಾರೇಜ್‌ನಲ್ಲಿ ಕನ್‌ವರ್ಟ್ ಆಗುತ್ತೆ ಅನ್ನೋ ಆಸೆ ಇತ್ತು. ಈಗ..." ಅವಳ ಕಣ್ಣಂಚಿನ ನೀರು ಕಂಬನಿಯ ಮೇಲೆ ಉರುಳಿತು.

"ಬರೀ ಆಸದೆ... ಆಸೆಯೇ ಐ ಯಾಮ್... ಸಾರಿ... ಸಾಕಷ್ಟು ಅಮೂಲ್ಯಯಿಂದ ಅನುಭವಿಸಿದ್ದೀನಿ. ಈಗ್ಲೂ ನನ್ನ ನೆಮ್ದಿಯಾಗಿ ಇರೋಕೆ ಬಿಟ್ಟಿಲ್ಲ, ಈ ಸರಪಣಿಯಲ್ಲಿ ಶರಧಿನ ಕೂಡ ಬಿಗಿಯೋ ಪ್ಲಾನ್, ಸದ್ಯದ ಪರಿಸ್ಥಿತಿಯಲ್ಲಿ ಒಂದು ರೀತಿಯಲ್ಲಿ ಶರಧಿಗೆ ಹಟ, ಅವಳ ಚಿಂತನೆಗಳೇನೋ ಅರ್ಥವಾಗ್ಲಿಲ್ಲ. ಮತ್ತೊಂದು ನರ್ಕ ಸೃಷ್ಟಿಯಾಗೋದು ಬೇಡ. ನನಗೆ ಈಗ ಅವಳ ಕಂಪ್ಯಾನಿಯನ್ ಬೇಡಾಂತ ಅನಿಸಿದೆ. ಪ್ಲೀಸ್, ತಗೊಳ್ಳಿ ಶರಾವತಿ ಶರಧಿಯಲ್ಲಿ ಭಾವನೆಗಳ ಕೊರತೆ. ಪ್ರತಿಯೊಂದನ್ನು ಬುದ್ಧಿಗೆ ಒಪ್ಪಿ ಹೃದಯನ ಕಡೆಗಾಣಿಸಿದ್ದಾಳೆ ಅಲ್ಲು ಸೋಲೆ"

ಬಲವಂತವಾಗಿ ಗಿಫ್ಟ್‌ಕೊಟ್ಟು ಶುಭ ಹಾರೈಸಿದ. "ನೀವು ಕಳುಹಿಸಿಕೊಟ್ಟ ರಾಖಿನ ನಾನೇ ಕಟ್ಟಿಕೊಂಡೆ ಇಷ್ಟವೆನಿಸಿತು. ಇಂಥ ರಾಖಿಗಳನ್ನು ಎಷ್ಟೋ ಯುವತಿಯರು ಕಟ್ಟಿ ಬೇರೆ ಬೇರೆ ಅಪೇಕ್ಷೆಗಳನ್ನು ವ್ಯಕ್ತಪಡಿಸಿ, ರಾಖಿಯ ಪವಿತ್ರತೆಯನ್ನು ಗಾಳಿಗೆ ತೂರಿದಿದೆ. ಓಕೆ..." ಮೊಬೈಲ್ ಆನ್ ಮಾಡಿದ. ಜೊತೆಗೆ ಹೊರಗೆ ಬಂದು ಬೀಳ್ಕೊಟ್ಟ "ಯು ಆರ್ ಲಕ್ಕೀ, ಒಳ್ಳೆ ಲೈಫ್ ಪಾರ್ಟನರ್ ಸಿಕ್ಕಿದ್ದಾರೆ" ಮತಾಡಿಸಿ ಹಿಂದಕ್ಕೆ ತಿರುಗಿದಾಗ ಕಣ್ತುಂಬಿ ಶರಾವತಿ ನೋಡಿದಳು. ಇಲ್ಲಿ ಸರಿ, ತಪ್ಪುಗಳಿಂದ 'ಶರಧಿ

ದುರದೃಷ್ಟವಂತೆ'ಯಾಗಿ ಕಂಡಳು.

"ಏನಾಯ್ತು?" ಶ್ರೀಧರ ಸ್ಕೂಟರ್ ಸ್ಟಾರ್ಟ್ ಮಾಡುತ್ತ ಕೇಳಿದ. "ಇಲ್ಲೆಲ್ಲು ಆಕ್ಸಿಡೆಂಟ್ ಆಗೋದು ನಂಗಿಷ್ಟವಿಲ್ಲ. ಡಿಸಿಷನ್ ನಿಮ್ಮ ತಂಗಿ ಕೈಯಲ್ಲೆ ಇದೆ" ಮೆಲ್ಲಗೆ ನುಡಿದಳು. ಅವಳ ಕೈಯಲ್ಲಿನ ಗಿಫ್ಟ್ ಪ್ಯಾಕೆಟ್ ಕಡೆ ದುರದುರ ನೋಡಿ ಆಮೇಲೆ ಸ್ಕೂಟರ್ ಸ್ಟಾರ್ಟ್ ಮಾಡಿದ್ದು.

ಮನೆ ತಲುಪವವರೆಗೂ ಮಾತಾಡಲಿಲ್ಲ.

ರೂಮಿಗೆ ಬಂದವನೆ ಕ್ರಾಪ್‌ನಲ್ಲಿ ಬೆರಳುಗಳನ್ನು ಹಾಕಿ ಕಿತ್ತ. ಸಮಸ್ಯೆಗಳ ನ್ನಾಧರಿಸುವಂಥ ದಾಂಡ್ಯತೆ ಅವನಿಗಿಲ್ಲ, ಬೆಳೆದ ಪರಿಸರದ ಲೋಪವೋ, ಹುಟ್ಟಿದ್ದೇ ಅಂಥ ನಕ್ಷತ್ರವೋ?

ಗಂಡನ ಪಕ್ಕ ಕೂತು "ಎಕ್ಸೈಟ್ ಆಗೋದ್ರಿಂದ ಪ್ರಯೋಜನವಿಲ್ಲ ಅವರಿಬ್ರೂ ಸಂಬಂಧ ಬೆಳೆಸಿದಾಗ ನಾವು, ಸಮಾಜ, ಕಾನೂನು ಯಾವ್ದೂ ಸಾಕ್ಷಿಯಾಗ್ಲಿಲ್ಲ, ಈಗ ನಿರ್ಧಾರ ತಗೋಳೋಕು ಯಾರ ಅಗತ್ಯವು ಇಲ್ಲ. ಈಗ ಆರಾಮಾಗಿ ದೂರವಾಗಬೇಕೂಂತ ತೀರ್ಮಾನ ಮಾಡ್ಕೊಂಡಿದ್ದಾರೆ. ಶ್ರೀಕಾಂತ್ ವಿವಾಹಕ್ಕೆ ಒಪ್ಪಿದರೂ, ನಿಮ್ತಂಗಿ ಖಂಡಿತ ಒಪ್ಪೋಲ್ಲ. ನಿಸರ್ಗದ ಬಳುವಳಿಯೆಲ್ಲ ಬೇಕು, ಆದರೆ ವಿವಾಹ ವ್ಯವಸ್ಥೆಗೆ ಒಪ್ಪೋಲ್ಲ" ಒತ್ತಿ ಹೇಳಿದಳು.

"ಈಗ ಹೋಗಿದ್ದು ಯಾಕೆ?" ಸಿಡಿದ.

"ಅವ್ರು ಕರೆದಿದ್ದು, ಮೋಸ್ಟ್ಲೀ ಅವರು ಇಂಡಿಯಾ ಬಿಡ್ತಾ ಇದ್ದಾರೆ. ಹೇಳಿ ಹೋಗೋ ಅಗತ್ಯ ಅವ್ರಿಗೇನಿಲ್ಲ, ಆದ್ರೂ ಆ ವ್ಯಕ್ತಿ ಒಳ್ಳೆಯವ, ಕರ್ತವ್ಯ ಅಂದು ಭಾವಿಸಿದ್ದು ಹೆಚ್ಚುಗಾರಿಕೆಯೆ" ಅವಳಿಗೆ ಎಲ್ಲಾ ಬಿಡಿಸಿ ಬಿಡಿಸಿ ಹೇಳುವ ವೇಳೆಗೆ ಸಾಕಾಯಿತು. 'ಬಹುಶಃ ಈಗ ಪರೀಕ್ಷಿತ್ ಸ್ನೇಹ! ಅವಳಿಗೆ ಖಂಡಿತ ಸರಿಯೆನಿಸಲಿಲ್ಲ ಮುಕ್ತ ವಾತಾವರಣ. ಮುಕ್ತ ವಿಚಾರಗಳು ಅವಳದಾಗಿರಲಿಲ್ಲ. ಶರಧಿಯಲ್ಲಿ ಅವಳು ಮೆಚ್ಚುತ್ತಿದ್ದ ಗುಣ Straight forward ಅವಳು ಮನದ ಸಂತಿಗಳನ್ನು ಮುಚ್ಚಿಡುತ್ತಿರಲಿಲ್ಲ.

ಸುಮ್ಮನೆ ಒಂದು ಕಡೆ ಕೂತಳು. ಚಲನಚಿತ್ರ ಜಗತ್ತಿನ ನಟಿಯರು, ಬೇಕೆನಿಸಿದವರ ಜೊತೆ ವರ್ಷಾನುಗಟ್ಟಲೇ ಇದ್ದು ಸಾಕೆನಿಸಿದಾಗ ಆರಾಮಾಗಿ ಮತ್ತೊಬ್ಬ ಹೆಸರಾಂತ ವ್ಯಕ್ತಿಯೊಂದಿಗೆ ವಿವಾಹವಾಗಿ ಬಿಡೋದು ಸಾಮಾನ್ಯ ಹೇಗೆ ಸಾಧ್ಯ ಅವರಿಗೆ? ಗಂಡ–ಹೆಂಡತಿಯ ಸಂಬಂಧಕ್ಕೆ ವಿಶಿಷ್ಟವಾದ ರೂಪವಿತ್ತು. ಅಲ್ಲಿ ಹಂಚಿಕೆಯಾಗುತ್ತಿದ್ದುದು ಎಲ್ಲವು ಆದರೆ ಮತ್ತೊಬ್ಬರೊಂದಿಗೆ... ಸಹವೆನಿಸಲಿಲ್ಲ ಅವಳಿಗೆ.

ಶತಮಾನಗಳಷ್ಟು ಹಿಂದಕ್ಕೆ ಹೋದರೆ, ಆದಿ ಮಾನವರಲ್ಲಿ ಯಾವುದೇ ಕಟ್ಟುಪಾಡುಗಳು ಇಲ್ಲದ್ದು ನಾವು ಮನಗಾಣಬಹುದು. ಹೆಣ್ಣು ಹಲವರ ಪಾಲಿಗೆ ಹಂಚಿಕೆಯಾಗಿ ಹೋಗುತ್ತಿದ್ದಳು. ಇದನ್ನು ಅರಿತೇ ಋಷಿ ಮುನಿಗಳು ಇಂಥದೊಂದು

ವ್ಯವಸ್ಥೆಯನ್ನು ರೂಢಿಸಿ ಅದಕ್ಕೊಂದು ರೂಪ, ಸಂವಿಧಾನ ಕಲ್ಪಿಸಿಕೊಟ್ಟು ಜಾರಿಗೆ ತಂದಿದ್ದು ಆರೋಗ್ಯಪೂರ್ಣ ಸಮಾಜದ ನಿರ್ಮಾಣದ ಸಲುವಾಗಿಯೆ. ನಾಗರಿಕತೆ ಬೆಳೆದಂತೆ ವ್ಯವಸ್ಥೆಯಾಗಿ ಮಾರ್ಪಟ್ಟು ಸ್ಪಷ್ಟವಾದ ರೂಪ ಪಡೆದುಕೊಂಡಿತು 'ಮದುವೆ' ಇದೊಂದು ಸಂಭ್ರಮ, ಸಡಗರವಾಗಿ ದಿನದಿಂದ ದಿನಕ್ಕೆ ವಿಧಿ, ವಿಧಾನಗಳನ್ನು ಪಡೆದುಕೊಂಡು ವೈವಿಧ್ಯತೆಯ ಮಜಲನ್ನು ಮುಟ್ಟಿತು.

ಇಷ್ಟೆಲ್ಲ ತಲೆ ಕೆಡಿಸಿಕೊಂಡಳು ಶರಾವತಿ.

"ಏನು ಕೂತೆ?" ಶ್ರೀಧರ ಸ್ವಲ್ಪ ಕನಲಿಯೇ ಕೇಳಿದ್ದು.

"ಯೋಚ್ನೆ ಮಾಡ್ತಾ ಇದ್ದೆ 'ಮದುವೆ' ಅನ್ನೋದು ಅತಿ ಪುರಾತನ ವ್ಯವಸ್ಥೆ. ನೂರಾರು ಮಾಡಿಫಿಕೇಶನ್‌ಗಳನ್ನು ಒಪ್ಪಿಕೊಂಡಿದೆ. ಸ್ವೀಕರಿಸಿ, ಅನಿವಾರ್ಯವೆನ್ನುವಂತೆ, ಒಪ್ಪಿಕೊಂಡಿದೆ... ಮದುವೆ ಅನ್ನೋ ಹಳೆ ಮನೆಯನ್ನು ಕೆಡವಿ ಕೆಡವಿ ಕಟ್ಟಿದೆ. ಈಗ ಮನೆಯೇ ಬೇಡ ಎನ್ನುವ ಹೊಸ ನಿರ್ಧಾರಕ್ಕೆ ಬರೋಕೆ ಷುರುವಾಗಿದ್ದಾರೆ" ಎಂದಳು ನಿಧಾನವಾಗಿ ಶ್ರೀಧರ ಪ್ರತಿಕ್ರಯಿಸಲಿಲ್ಲ.

ಇದನ್ನು ಅತ್ಯಂತ ಸೂಕ್ಷ್ಮವಾಗಿ ಸುಬ್ಬಲಕ್ಷ್ಮಿಗೆ ತಿಳಿಸಿ ಆಯಿತು. "ಹಾಳಾಗಿ ಹೋಗ್ಲಿ, ನಾನು ಸೂತಕದ ಸ್ನಾನ ಮಾಡ್ಲಿಲ್ಲ ಅನ್ನೋದೊಂದು ಬಿಟ್ಟರೇ. ಅವ್ಳು ನನ್ನ ಪಾಲಿಗೂ ಸತ್ತಳೂಂತಲೇ ಅರ್ಥ. ಎಲ್ಲಾದ್ರೂ ಹಾಳಾಗಿ ಹೋಗ್ಲಿ, ಇನ್ಮೇಲೆ ನಮ್ಮಂದೆ ಅವಳ ಪ್ರಸ್ತಾಪ ಬೇಡ" ಖಡಾಖಂಡಿತವಾಗಿ ಹೇಳಿದರು. ಇನ್ನು ರಾಮೂರ್ತಿಗಳ ನಿರ್ಲಿಪ್ತ ಧೋರಣೆ ಕೋಪಕ್ಕೆ ಹೆದರಿ ಸುಮ್ಮನಾಗಿದ್ದಳು.

ರಾಜಗೋಪಾಲ್ ಫೋನ್ ಮಾಡಿ ಪವನ್ ಬಂದಿರೋ ವಿಚಾರ ತಿಳಿಸಿ "ನಿಮ್ಮನ್ನೆಲ್ಲ ನೋಡಬೇಕೂಂತಾನೆ, ಈಗ ಅಲ್ಲಿಗೆ ಹೊರಟಿದ್ದೀವಿ" ಸುದ್ದಿ ಮುಟ್ಟಿಸಿದರು. ಅದಕ್ಕೆ ಮನೆಯವರಿಂದ ಅಂಥ ಉತ್ತಮ ಪ್ರತಿಕ್ರಿಯೆಯೇನು ವ್ಯಕ್ತವಾಗಲಿಲ್ಲ. "ಆಯ್ತು, ಬರಲೀ ಬಿಡು" ಅಂದರು. ಸುಬ್ಬಲಕ್ಷ್ಮಿಗೆ ಆಮೇಲೆ ಏನು ಅನ್ನಿಸಿತೋ ಏನೋ "ನೋಡೇ ಬಹಳ ವರ್ಷವಾಯ್ತು. ಆಹ್ವಾನಿಸದಿದ್ದರೂ, ಅವನಾಗಿ ಬರ್ತಾ ಇದ್ದಾನೆ, ತೊವ್ವೆ ಪಾಯಸ ಮಾಡೋಣ. ಊಟಕ್ಕೆ ಬರ ಹೇಳು" ಮನಸ್ಸು ತಡೆಯದೆ ಇಂಥ ಸೂಚನೆ ಕೊಟ್ಟರು. ಅದಕ್ಕೂ ಹರ, ಶಿವ ಎನ್ನಲಿಲ್ಲ ರಾಮೂರ್ತಿಗಳು.

ಆದರೆ ಹೆಚ್ಚು ಖುಷಿಯಾಗಿದ್ದು ಪಚ್ಚಿಗೆ, ಯಾರಾದರೂ ಮನೆಗೆ ಬರುತ್ತಾರೆಂದರೆ ಅವನಿಗೆ ಖುಷಿ. ಅಂದು ರಜೆ ಇದ್ದುದರಿಂದ ಉತ್ಸಾಹದಿಂದ ಓಡಿಯಾಡಿದ. ಫೋಟೋದಲ್ಲಿ ನೋಡಿದ ಪವನ್ ಹ್ಯಾಂಡ್‌ಸಮ್ ಅನ್ನಿಸಿದ್ದ ನಿರಾಕರಣೆಗೆ ಅವಳದೇ ಆದ ಚಿಂತೆಗಳು ಕಾರಣವಷ್ಟೆ. ಎಂದುಕೊಂಡಳು ಶರಾವತಿ.

ಫೋನ್ ಮಾಡಿದ್ದರಿಂದ ಪವನ್, ರಾಜಗೋಪಾಲ್ ಎರಡರ ಸುಮಾರಿಗೆ ಬಂದರು. ಪವನ್‌ನ ತಲೆಗೂದಲು ಕೆಂಚಗೆ ಫಳಫಳ ಎನ್ನುತ್ತಿತ್ತು.

"ನನ್ನ ಸೊಸೆ, ಶ್ರೀಧರನ ಹೆಂಡ್ತಿ" ಮೊದಲು ಸುಬ್ಬಲಕ್ಷ್ಮಿ ಪರಿಚಯಿಸಿದ್ದು

ಶರಾವತಿಯನ್ನು "ಅವರು ತುಂಬಾನೆ ಗೊತ್ತು, ಅಪ್ಪ, ಪರೀಕ್ಷಿತ್ ಸಾಕಷ್ಟು ಹೇಳಿದ್ದಾರೆ. ಇಲ್ಲಿಂದ ಫೋನ್ ಬಂತೂಂದರೆ ಶರಾವತಿಯ ವಿಷ್ಯ ಇದ್ದೇ ಇರುತ್ತಿತ್ತು" ಬಿಡು ಬೀಸಾಗಿ ಕನ್ನಡದಲ್ಲಿ ಹೇಳಿದಾಗ ಅವಳು ಕಣ್ಣರಳಿಸಿ "ಅಯ್ಯೋ, ನನ್ನ ಬಗ್ಗೆ ಹೇಳೋಕೆ ಏನಿತ್ತೂ, ಏನೋ, ಗೊತ್ತಿಲ್ಲ. ತೀರಾ ಸಾಮಾನ್ಯರಲ್ಲಿ... ಸಾಮಾನ್ಯ! ಐಕ್ಯೂಯಿಂದ ಹಿಡಿದು ಕಲಿಯುವಿಕೆ ಬೇರೆ ಎಲ್ಲಾದರಲ್ಲಿ ಡಲ್. ಅದ್ಕೇ ಆರಾಮಾಗಿ ಮನೆನ ನೋಡ್ಕೊಂಡ್, ಅತ್ತೆ ಹೇಳ್ದಂಗೆ ಕೇಳ್ಕೊಂಡ್ ಇದ್ದುಬಿಟ್ಟಿದ್ದೀನಿ" ಅತ್ಯಂತ ಸರಳವಾಗಿ ಹೇಳಿದಾಗ ಪವನ್‌ನ ಕಣ್ಣುಗಳು ಮೆಚ್ಚಿಗೆ ಸೂಚಿಸಿದವು.

ಅಷ್ಟರಲ್ಲಿ ರಾಮೂರ್ತಿಗಳು ಬಂದಿದ್ದರಿಂದ ಮಾತು ವಿಷಯಾಂತರವಾಯಿತು. ಅವನು ಒಬ್ಬನ ತಂದೆಯನ್ನು ನೋಡ ಸಲುವಾಗಿ ಭಾರತಕ್ಕೆ ಬಂದಿದ್ದ. ಹಿಂದಿನದೆಲ್ಲ ಜ್ಞಾಪಿಸಿಕೊಂಡ. ಅವನಮ್ಮನ ವಿಷಯ ಪದೇ ಪದೇ ಅವನ ಮತುಗಳಲ್ಲಿ ನಲುಗಿತು.

"ಹೇಗಿದ್ದಾಳೆ, ಶರಧಿ? ಒಳ್ಳೆ ಜಾಬ್‌ನಲ್ಲಿ ಇದ್ದಾಳೇಂತ ತಿಳಿತು" ಊಟದ ಕಡೆಯ ಹಂತದಲ್ಲಿ ಶರಧಿ ವಿಷಯ ಬಂತು. ರಾಮೂರ್ತಿಗಳು ಮೊಸರನ್ನ ತಿನ್ನುವುದರಲ್ಲಿ ಮಗ್ನರಾದರೆ ವಿನಃ ಮಾತಾಡಲಿಲ್ಲ. "ಚೆನ್ನಾಗಿದ್ದಾಳೆ... ಚೆನ್ನಾಗಿದ್ದಾಳೆ" ಸುಬ್ಬಲಕ್ಷ್ಮಿ ಅಷ್ಟು ಹೇಳಿ ಜಾಗ ಖಾಲಿ ಮಾಡಿದರು. ಇವನಿಗೆ ಸತ್ಯ ತಿಳಿದಿಲ್ಲವಾ ಎನ್ನುವ ಪ್ರಶ್ನೆ. ಅದನ್ನು ಯಾರು ಕೇಳಬೇಕು.

ಸಿಂಕ್‌ನಲ್ಲಿ ಕೈ ತೊಳೆದು ಬಂದು ಟವಲಿಗೆ ಒದ್ದೆಯ ಕೈಯನ್ನೊತ್ತುತ್ತ "ನಾಳಿದ್ದು ಮುಂಬಯಿಗೆ ಹೊರಡಬೇಕು. ಚಿಕ್ಕಂದಿನ ಗೆಳೆತನ ಎಲ್ಲಕ್ಕಿಂತ ಅಮೂಲ್ಯ. ಇಷ್ಟರಲ್ಲಿ ಶರಧಿನ ನೋಡೋ ಪ್ರೋಗ್ರಾಂ ಕೂಡ ಇದೆ. ಅವ್ಳ ಮೊಬೈಲ್ ನಂಬರ್ ಪರೀಕ್ಷಿತ್ ಕೊಟ್ಟ, ಫೋನ್ ಮಾಡಿದ್ದೇ. ರಾತ್ರಿ ಡಿನ್ನರ್‌ಗೆ ಕರೆದಿದ್ದಾಳೆ" ಕಡೆಯ ಮಾತಿಗೆ ಶರಾವತಿಯ ಗಂಟಲಲ್ಲಿ ಏನೋ ಸಿಕ್ಕಿ ಕೊಂಡಂತಾಯಿತು. ಕಿಚನ್‌ಗೆ ಹೋಗಿ ನೀರು ಕುಡಿದಳು. ಶರಧಿ ಏನೇನು ಅರ್ಥವಾಗಲಿಲ್ಲ!

ಅಲ್ಲಿನದೆಲ್ಲ ಹೇಳಿಕೊಂಡ. ಹೆಂಡತಿ ಅನಾರೋಗ್ಯದ ವಿಷಯ ಬಂದಾಗ ಅವನ ಮುಖ ಗಂಭೀರವಾಯಿತು. "ಅವಳಿಗೆ ವಾಸಿಯಾಗದ ಕಾಯಿಲೆ! ಆದರೆ ನಾನು ಮಾತ್ರ ಏನೋ ಒಂದು ಪವಾಡ ನಡೆದು ಅವಳು ಚೇತರಿಸ್ಕೋತಾಳೆ ಅನ್ನುವ ನಂಬಿಕೆಯಲ್ಲೇ ಇದ್ದೀನಿ" ಮೊಬೈಲ್‌ನಲ್ಲಿದ್ದ ಹೆಂಡತಿ, ಮಕ್ಕಳ ಫೋಟೋ ಮಾತ್ರವಲ್ಲ ಕೆಲವು ದೃಶ್ಯಗಳನ್ನು ತೋರಿಸಿದ.

ಶ್ರೀಧರ ಮನೆಗೆ ಬಂದ ನಂತರ ಹೊರಟು ನಿಂತ "ನಿಮ್ಮನ್ನೆಲ್ಲ ನೋಡಿ ಸಂತೋಷವಾಯ್ತು. ನಮ್ತಂದೆ ಮತ್ತು ಪರೀಕ್ಷಿತ್‌ಗೆ ಮಾಡಿದ ಸಹಾಯದ ಬಗ್ಗೆ ಹೇಳಿದ್ರು. ನಾನೊಬ್ಬ ಈಡಿಯಟ್, ಹೆತ್ತ ತಂದೆಯನ್ನು ಸರ್‍ಯಾಗಿ ನೋಡಿಕೊಳ್ಳಲಾರದ ನಿಸ್ಸಾಯಕತೆ. ಛಿ, ಅನಿಸುತ್ತೆ, ನಂಗೂ ಭಾರತಕ್ಕೆ ಹಿಂದಿರುಗುವ ಆಸೆ ಇದೆ. ಜಾಕಲಿನ್ ಒಪ್ಪೋಲ್ಲ. ಇಲ್ಲಿಗೆ ಬರೀ ಕೈಯಲ್ಲಿ ಹಿಂದಿರುಗಿ ಹೊಸದಾಗಿ ಬದ್ಕನ್ನು ಕಟ್ಟಿಕೊಳ್ಳುವ ಹುಮ್ಮಸ್ಸು ನಂಗಿಲ್ಲ. ನಿಮ್ಮ ಕುಟುಂಬದ ಸಹಾಯಕ್ಕೆ ನಾನು ಚಿರ ಋಣಿ" ಗದ್ಗದ

ಕಂಠದಿಂದ ನುಡಿದ ಅವನ ಮನದಾಳದ ನೋವನ್ನು ಅರ್ಥಮಾಡಿಕೊಂಡರು.

ಷಾಕಿಂಗ್ ನ್ಯೂಸ್ ಎನ್ನುವಂತೆ ಪರೀಕ್ಷಿತ್ "ನಾನು ಮದ್ವೆ ಆಗ್ಬೇಕೂಂತ ಇದ್ದೀನಿ" ಎಂದು ತಿಳಿಸಿದಾಗ ಭಾರತಕ್ಕೆ ಬಂದಿದ್ದ. ಇಷ್ಟಪಟ್ಟಿದ್ದ ಶರಧಿಯನ್ನು ಪರೀಕ್ಷಿತ್ ವಿವಾಹವಾಗುವುದು, ಅಂಥ ತಪ್ಪೇನು ಅನ್ನಿಸಲಿಲ್ಲ. ಎಲ್ಲೋ ಮನದ ಮೂಲೆಯಲ್ಲಿ ನೋವು, ನಿರಾಸೆಯಂತು ಇತ್ತು.

ಏರ್‌ಪೋರ್ಟ್‌ನಲ್ಲಿ ಪ್ರಶ್ನಿಸಿದ "ಶರಧಿ ಮನೆಯವರಿಗೆ ವಿಷ್ಯ ಗೊತ್ತಾ? ಅವ್ರುಗಳ ವಿಚಾರ ಬಿಡು. ಶರಧಿಗೆ ನಿನ್ನ ಪ್ರಪೋಸಲ್ ತಿಳಿಸಿದ್ದೀಯಾ?"

"ಅವ್ರಿಂದ ನಿರಾಕರಣೆ ಬರೋಲ್ಲ. ಅಪ್ಪ 'ನಿಂಗಿಂತ' ದೊಡ್ಡವಳು ಅನ್ನೋ ರಾಗ ಹಾಡಿದ್ರು. ಪುರಾಣ, ಇತಿಹಾಸಗಳಲ್ಲಿ ತನಗಿಂತ ವಯಸ್ಸಿನಲ್ಲಿ ಹಿರಿಯಳನ್ನು ವಿವಾಹವಾದ ಗಂಡುಗಳು ಕಾಣ ಸಿಕ್ತಾರೆ. ಅಂಥ ದೊಡ್ಡ ಅಂತರವೇನಿಲ್ಲ, ನನ್ನ ಮತ್ತು ಅವಳ ವಯಸ್ಸಿನ ನಡ್ವೇ" ಎಂದಿದ್ದ ಪರೀಕ್ಷಿತ್.

ಮನೆಗೆ ಹಿಂದಿರುಗಿದ ನಂತರ ರಾಜಗೋಪಾಲ್ "ಶರದಿ ಎಂದೋ ಸೊಸೆಯಾಗಿರಬೇಕಿತ್ತು. ಈಗ ಶರಧಿ ಯಾರೊಂದಿಗೋ ಫ್ಲಾಟ್‌ನಲ್ಲಿ ಇದ್ದಾಳೆ. ಆ ವಿಷ್ಯ ನಂಗೆ ತಿಳಿದಿಲ್ಲಾಂತ ಅಂದುಕೊಂಡಿದ್ದಾರೆ ರಾಮೂರ್ತಿ ಮನೆಯವರು. ಒಂದು ಮೂರು ನಾಲ್ಕು ಸಲ ಪರೀಕ್ಷಿತ್ ಅವಳು ಭೇಟಿಯಾಗಿದ್ದಾರೆ. ಈಗ ಇವನು ವಿವಾಹದ ಪ್ರಸ್ತಾಪವೆತ್ತಿಕೊಂಡು ಕೂತಿದ್ದಾನೆ. ಇಂಥವಳೇ ಬೇಕಿತ್ತಾ? ಮತ್ತೊಮ್ಮೆ ಎಡವಿದ್ದಾನೆ! ಇವ್ನ ಬಲವಂತಕ್ಕೆ ಹೋಗಿ ಪ್ರಸ್ತಾಪಿಸಿದ್ದು" ಸ್ವಲ್ಪ ಬೇಸರದಿಂದಲೇ ಹೇಳಿದರು. ಪವನ್ ಅರ್ಥವಾಯಿತು.

"ಬೇಜಾರು ಬೇಡ, ವಿದೇಶಿ 'ಲಿವಿಂಗ್ ಟು ಗೆದರ್' ಭಾರತಕ್ಕೂ ಕಾಲಿಟ್ಟಿದೆ. ಇಷ್ಟಪಟ್ಟು ಒಟ್ಟೊಟ್ಟಿಗೆ ವಾಸಿಸ್ತಾರೆ, ಬೇಡವೆನಿಸಿದಾಗ ಬಿಟ್ಟು ಹೋಗೋಕೆ, ನಿರಾಳ. ಈಗ ಅವೆಲ್ಲ ಅಪರೂಪವಲ್ಲ ಎಷ್ಟು ವಿಚಿತ್ರವೆಂದರೆ ಐದು ವರ್ಷದಲ್ಲಿ ಮೂರು ಡೈವೋರ್ಸ್, ನಾಲ್ಕು ಮದುವೆ ಇಂಥದೆಲ್ಲ ಅಪರೂಪವಲ್ಲ ಎಂದೋ ಸೊಸೆಯಾಗಬೇಕಾಗಿದ್ದವಳು, ಇಂದು ಪರೀಕ್ಷಿತ್ ಕೈ ಹಿಡಿದು ಬಂದರೇ ಸಂತೋಷವೇ ಇರಲೀ. ಶರಧಿನ ಭೇಟಿಯಾದ ನಂತರ ಒಂದು ನಿರ್ಧಾರಕ್ಕೆ ಬರಬಹುದು Marriages are made in heaven ಅನ್ನೋ ಮಾತಿತ್ತು. ಈಗ ಎಲ್ಲಾ ಬದಲಾಗಿದೆ" ನಿಟ್ಟುಸಿರು ದಬ್ಬಿದ.

ತಂದೆಯ ಬಗ್ಗೆ ಎಷ್ಟೋ ವಿಷಯಗಳನ್ನು ಚರ್ಚಿಸಿದ. ಇಲ್ಲಿಗೆ ಬಂದ ನಂತರ ಅವರು ಅನುಭವಿಸಿದ್ದನ್ನು ಕೇಳಿದಾಗ ಗದ್ಗದನಾದ. ಅವರ ಮುಂದಿನ ದಿನಗಳಾದರೂ ಹಸನಾಗಲೀ ಎನ್ನುವುದು ಅವನ ಆಸೆ. ಯಾಕೋ ವೃದ್ಧಾಪ್ಯ ಶಾಪವೆನಿಸಿತು.

ಸಂಜೆ ಶರದಿ ಫ್ಲಾಟ್‌ಗೆ ಹೋದ. ಅಂಥ ದೊಡ್ಡ ಬದಲಾವಣೆ ಅಂದುಕೊಳ್ಳದಿದ್ದರೂ ಎಲ್ಲೆಡೆ ರಿಚ್‌ನೆಸ್ ಎದ್ದು ಕಾಣುತ್ತಿತ್ತು. ಅಲ್ಲಿನ ಪರಿಕರಗಳು ಮಾತ್ರವಲ್ಲ, ಶರಧಿ

ತೊಟ್ಟ ಉಡುಪಿನಿಂದ ಹಿಡಿದು ಅವಳ ಬೆರಳಿನಲ್ಲಿದ್ದ ವಜ್ರದ ಉಂಗುರದವರೆಗೂ ಕೊರೈಸಿ ತಾವು ಕಾಸ್ಲಿ ಎಂದು ಹೇಳುವಂತಿತ್ತು. ಅಸೂಯೆಯೆನಿಸಲಿಲ್ಲ. ಕಾರಣ ನಿಜವಾಗಿ ಅವಳನ್ನು ಪ್ರೀತಿಸಿದ್ದ.

"ಹೇಗಿದ್ದೀ?" ಕೇಳಿದ.

"ಫೈನ್, ಕೂದಲಿಗೆಲ್ಲ ಕಲರಿಂಗ್ ಮಾಡ್ಸಿ ಬಿಟ್ಟಿದ್ದೀಯ. ಆದರೆ ನಿನ್ನ ದಟ್ಟವಾಗಿದ್ದ ಕಪ್ಪುಗೂದಲು ನೆನಪಾಗುತ್ತೆ. ಹೇಗಿದ್ದಾರೆ ಜಾಕೆಲಿನ್ ಜೊತೆ ಎರಡು ಪುಟಾಣಿಗಳು?" ವಿಚಾರಿಸಿದಳು.

"ಸಾಧಾರಣ ಜೀವನಕ್ಕೆ ಫೈನ್. ಒಬ್ಬನದೇ ದುಡಿಮೆ ಜಾಕೆಲಿನ್‌ಗೆ ನಿರಂತರ ಟ್ರೀಟ್‌ಮೆಂಟ್. ದೊಡ್ಡ ರೀತಿಯ ಶ್ರೀಮಂತಿಕೆಯ ಸುಖವೇನಿಲ್ಲ. ಮಿಡ್ಲ್‌ಕ್ಲಾಸ್ ಜೀವನ ಅಂದ್ಕೋಬಹುದೇನೋ" ಎಂದು ನಕ್ಕ.

ಅರ್ಧ ಗಂಟೆ ವೈಯಕ್ತಿಕ ಅನ್ನೋದು ಬಿಟ್ಟು ಎಲ್ಲಾ ಮಾತುಗಳು ಬಂದು ಹೋದವು.

"ಡೇಟಿಂಗ್, ಲವ್ ಮ್ಯಾರೇಜ್, ಲೀವ್-ಇನ್ ರಿಲೇಷನ್ ಪಾಶ್ಚಾತ್ಯ ಪದ್ಧತಿಗಳು ಇಲ್ಲಿಗೂ ದಾಳಿ ಇಟ್ಟಿರೋದು ಖೇದಕರ ಸಂಗತಿ. ಜಾಕಲಿನ್ ನಾನು ಕೆಲ್ಸ ಮಾಡ್ತಾ ಇರೋ ಕಡೆ ಪರಿಚಯವಾದ ಹುಡ್ಗೀ, ಹಿಂದೆ, ಮುಂದೆ ನೋಡದೆ ವಿವಾಹವಾದೆ ಚಿಕ್ಕಂದಿನಿಂದಲು ಅನಾರೋಗ್ಯವೆಂದು ಆಮೇಲೆ ಗೊತ್ತಾಯ್ತು. ನಂದೂ ಭಾರತೀಯ ಮನಸತ್ವ ಡೈವೋರ್ಸ್ ಬಗ್ಗೆ ತಲೆ ಕೆಡ್ಸಿಕೊಳ್ಳಿಲ್ಲ. ಎರಡು ಮಕ್ಕಳ ನಡ್ವೇ ನಮ್ಮ ಬಾಳದೋಣಿ" ಎಂದು ದೀರ್ಘವಾಗಿ ಉಸಿರೆಳೆದು ದಬ್ಬಿದ. ಶರಧಿ ಮೌನವಹಿಸಿದಳು. ಅತ್ಯಂತ ಪ್ರೇಮದಿಂದ ಪ್ರಪೋಸಲ್ ಅವಳ ಮುಂದೆ ಇಟ್ಟಾಗ ಮುಲಾಜಿಲ್ಲದೆ ನಿರಾಕರಿಸಿದ ಕ್ಷಣ ಇಬ್ಬರ ಮನಸ್ಸಿನಲ್ಲು ಇತ್ತು.

ಇಬ್ಬರು ಪೋರ್ಟಿಕೋನಲ್ಲಿ ಕೂತರು.

"ನಾವಿಬ್ರೂ ಚಿಕ್ಕಂದಿನ ಫ್ರೆಂಡ್ಸ್ ಅಲ್ವಾ? ವರ್ಷಗಳ ಮೇಲಿನ ಭೇಟಿ, ಒಬ್ಬರ ಬಗ್ಗೆ ಇನ್ನೊಬ್ರು ತಿಳ್ಕೊಳ್ಳೋದ್ರಲ್ಲಿ ತಪ್ಪಿಲ್ಲವಲ್ಲ, ಈಗ ನಿನ್ನ ವಿಷ್ಯ ಹೇಳು" ನೇರವಾಗಿಯೇ ಕೇಳಿದ.

ಸ್ವಲ್ಪ ಹೊತ್ತಿನ ಮೌನದ ನಂತರ ಇರೋ ವಿಷಯವನ್ನು ತಿಳಿಸಿದಳು. ಒಂದು ಹಂತದವರೆಗಿನದು ಮಾತ್ರ.

"ಲೀವ್ ಟು ಗೆದರ್ ರಿಲೇಷನ್, ಜೀವನ ಪೂರ್ತಿಯ ಕಮಿಟ್‌ಮೆಂಟ್ ಬೇಡಾಂತ ಇಂಥ ವ್ಯವಸ್ಥೆ. ಅವರ ಬದ್ಕಿನಲ್ಲು ಅಂಥ ವೈವಿಧ್ಯತೆಯೇನು ಇರೋಲ್ಲ. ಅದೊಂದು ಕ್ರಾಂತಿಕಾರಕ ವ್ಯವಸ್ಥೆ ಅಂದುಕೊಂಡಿದ್ದಾರೆ ಓದಿರಬೇಕು, ಕೇಳಿರಬೇಕು ಪ್ರೊತಿಮಾ Live in ಅನ್ನೋ ವ್ಯವಸ್ಥೆ ಮಾಡಿಕೊಂಡಾಗ ಸಮಾಜ ಬೆರಗಿನ ನೋಟ ಹರಿಸಿತು. ಆ ಹೆಣ್ಣು ಕೂಡ ವಿವಾಹವಾದ ಎಲ್ಲಾ ಹೆಣ್ಣುಗಳು ತಮ್ಮ

ಹೆಸರಿನ ಜೊತೆ ಗಂಡನ ಹೆಸರು ಸೇರಿಸಿಕೊಂಡಂತೆ ಪ್ರೊತಿಮಾ ಬೇಡಿ ಎಂದು ಬದಲಿಸಿಕೊಂಡಿದ್ದು ಎಲ್ಲರಿಗೂ ಗೊತ್ತು. ಶ್ರೀಕಾಂತ್‌ನ ಪರಿಚಯಿಸಬಹುದಲ್ಲ" ಎಂದು ಅವಳು ತಿಳಿಸಿದ್ದು ಶ್ರೀಕಾಂತ್ ಮತ್ತು ಅವಳ ಸ್ನೇಹದವರೆಗೂ ಮಾತ್ರ. ಈ ಪ್ರಶ್ನೆಯಿಂದ ವಿಚಲಿತಳಾದಳು.

"ಆಸ್ಟ್ರೇಲಿಯಾದ ಒಂದು ಆ್ಯಡ್ ಕಂಪನಿ ಅವರನ್ನು ಕರ್‍ಸಿಕೊಳ್ಳುತ್ತಿದೆ" ಅಂದು ನಿಲ್ಲಿಸಿದಾಗ "ಸೋ ನೈಸ್, ಅಂತು ಆಸ್ಟ್ರೇಲಿಯಾದಲ್ಲಿ ಉಳಿಯೋ ಏರ್ಪಾಟು, ವೆರಿ ಗುಡ್" ಅಂದ.

"ನಾನು ಹೋಗ್ತಾ ಇಲ್ಲ."

ನೇರವಾಗಿ ಅವಳ ಕಣ್ಣೊಳಗೆ ನೋಡಿದ "ಜೊತೆ ಹೋಗೋಕೆ, ಒಂದು ಸಂಬಂಧ ಬೇಕು, ಮದ್ವೆಯಾಗಿ ಬಿಡಿ. ಆ ಪತಿಯ ಜೊತೆ ಪತ್ನಿ ಹೋಗೋಕೆ ಯಾವ್ದೇ ಅಡ್ಡಿ, ಆತಂಕ ಇಲ್ಲ" ಸಜೆಷನ್ ಕೊಟ್ಟ. ಅವಳು ಮಾತೇ ಆಡಲಿಲ್ಲ.

"ಈಗ್ಲೂ, ವಿವಾಹದ ಬಗ್ಗೆ ನಿನ್ನ ವಿರೋಧವೇ?" ಕೇಳಿದ ಮೌನವಹಿಸಿದಳಷ್ಟೆ ಮೌನದ ಹಿಂದೆ ಏನಿದೆ? ಶ್ರೀಕಾಂತ್ ಅಯೋಗ್ಯನೇ? ಲಂಟಪನೇ? ಸ್ಯಾಡಿಸ್ಟ್? ನಂಬಿಸಿ ಮೋಸ ಮಾಡಿದನಾ?

"ಶ್ರೀಕಾಂತ್..." ಹೆಸರು ಪ್ರಸ್ತಾಪಿಸಿದ ಕೂಡಲೆ "ನೋ ಹೀ ವಾಸ್ ಜಂಟಲ್ ಮನ್, ಆ್ಯಡ್ ಫಿಲಂ ತಯಾರಿಕೆಯಲ್ಲಿ ತುಂಬ ವಿಶಿಷ್ಟತೆ ಹೊಂದಿದ ವ್ಯಕ್ತಿ. ಒಳ್ಳೆ ಕ್ಯಾಮರಮನ್, ಒಳ್ಳೆ ಡೈರೆಕ್ಟರ್, ಅತ್ಯಂತ ಒಳ್ಳೆಯ ಅಡ್ಮಿನಿಸ್ಟೇಟರ್, ಅವರದೇನು ತಕರಾರಿಲ್ಲ. ಎಂದೂ ವಿವಾಹದ ಕನಸು ನಂಗಿಲ್ಲ" ಎಂದಳು. ಅದರಲ್ಲಿ ಕಂಪನವಿತ್ತು. ಅಷ್ಟು ದೃಢತೆಯೇನು ವ್ಯಕ್ತವಾಗಲಿಲ್ಲ. ಸೋತಂತೆ ಪವನ್ ಸುಮ್ಮನೆ ಕೂತು ಬಿಟ್ಟ ವಿದೇಶಿಯರು ಕೂಡ ಭಾರತೀಯ ಸಂಪ್ರದಾಯ ವಿವಾಹ ಪದ್ಧತಿಗಳನ್ನು ಗೌರವಿಸುತ್ತಿದ್ದರು.

"ನಂಗೆ ಅರ್ಥವಾಗ್ತ ಇಲ್ಲ, ನನ್ನ ಪ್ರಪೋಸಲ್‌ನ ನಿರಾಕರಿಸಿದಾಗ ನಾನು ನಿಂಗೆ ಇಷ್ಟವಾಗಿಲೊಲ, ಮಹತ್ವವಾದದ್ದೇನೋ ಸಾಧಿಸೋ ಗುರಿ ಇಟ್ಕೊಂಡಿದ್ದೀಯಾಂತ ಅಂದ್ಕೊಂಡಿದ್ದೆ. ಭಾರತೀಯ ಸಂಪ್ರದಾಯ, ಪುರಾಣ ಇತಿಹಾಸಗಳನ್ನು ಬಗೆದು ನೋಡಿದಾಗ ವಿವಾಹದ ವಿಷಯದಲ್ಲಿ ಹೆಣ್ಣಿಗೆ ಅತ್ಯಂತ ಮಹತ್ವ ಕೊಟ್ಟಿದೆ. ಸ್ವಯಂವರ ರಾಜಕುಮಾರಿಯರಿಗೆ ಮಾತ್ರ. ದಮಯಂತಿ, ಸಈತೆ, ದ್ರೌಪತಿಯರ ಸ್ವಯಂವರ ವರನನ್ನು ಆಯ್ಕೆ ಮಾಡಿಕೊಳ್ಳುವ ಸಲುವಾಗಿಯೆಂದು ಓದಿದ್ದೇವೆ ಬದಲಾದ ಇಂದಿನ ಸಮಾಜದಲ್ಲಿ ಮದುವೆಯಿಂದ ಅನುಕೂಲ – ಪ್ರತಿಕೂಲಗಳಿದ್ದರೂ ಅದಕ್ಕೆ ಒಂದು ಸಾರ್ವತ್ರಿಕ ಮನ್ನಣೆ ಇದೆ. ನಾನು ಬೇಕಾದರೆ ಶ್ರೀಕಾಂತ್ ಹತ್ತಿರ ಮಾತಾಡ್ತೀನಿ. ಮುಂದಿನ ಬದ್ಕಿನ ಅನ್ಯೋನ್ಯತೆ, ಭದ್ರತೆಗೆ Comfort Zoneನ ಅಗತ್ಯವಿದೆ. ಮನೆಯಲ್ಲಿ ಲೋಪವಿದೆಯೆಂದು ಇಡೀ ಮನೆನ ಕೆಡವ್ರೋ

ಪ್ರಯತ್ನ ಮಾಡಬಾರದು. ಇದು ಸುರಕ್ಷಿತ ದೃಷ್ಟಿಯಲ್ಲಿ ಒಳ್ಳೆಯದಲ್ಲ. ಪರೀಕ್ಷಿತ್ ವಿಷ್ಯ ಬಿಡು, ನಾನು ಶ್ರೀಕಾಂತ್ ಹತ್ರ ಮಾತಾಡ್ತೀನಿ" ಮನವೊಲಿಸುವ ಪ್ರಯತ್ನ ಮಾಡಿದ. ಆದರೆ ಅವಳು ಚಲಿಸಲಿಲ್ಲ.

"ಸಾರಿ, ನನ್ನ ಬಗ್ಗೆ ನಿಂಗೆ ಇರೋ ಕನ್ಸರ್ನ್‌ಗೆ ಥ್ಯಾಂಕ್ಸ್, ಈಗ್ಲೂ ನನ್ನ ನಿರ್ಧಾರ ಅಚಲ. ಶ್ರೀಕಾಂತ್ ನನ್ನ ಆಯ್ಕೆಯೇ, ಆ ಬಗ್ಗೆ ಪಶ್ಚಾತ್ತಾಪವಿಲ್ಲ. ನನ್ನ ತಪ್ಪು ಇಲ್ಲದಿದ್ದರೂ ಶ್ರೀಕಾಂತ್ ಮ್ಯಾನೇಜ್‌ಮೆಂಟ್‌ನ ಪರ ನಿಂತರು. ಅಲ್ಲಿ ಅವಮಾನಿತಳಾದೆ ಕೆಲ್ಸ ಕಳ್ದುಕೊಂಡೆ. ಈ ಫ್ಲಾಟ್ ಅವ್ರ ಗಿಫ್ಟ್, ಬೇಡಾಂದೆ... ಕಡೆಗೆ ನಿನ್ನಿಷ್ಟ ಅಂದ್ರು... ಆ ವ್ಯಕ್ತಿ ಮೋಸಗಾರನಲ್ಲ. ಕೊಟ್ಟಷ್ಟೆ, ಪಡೆದುಕೊಂಡಿದ್ದೀನಿ. ಅವ್ರ ಹಿಂದಿನ ಪತ್ನಿಯಿಂದ ಸಾಕಷ್ಟು ನೋವು, ಅವಮಾನ ಅನುಭವಿಸಿದ್ದಾರೆ. ಮತ್ತೊಂದು 'ವಿವಾಹ' ಸಾಧ್ಯವೇ ಇಲ್ಲಾಂತ ಎಷ್ಟೋ ಸಲ ಮಾತಿನ ಸಂದರ್ಭದಲ್ಲಿ ಹೇಳಿದ್ದಾರೆ. ಅವ್ರ ಎಕ್ಸ್‌ಪೆಕ್ಟೇಷನ್ ನನ್ನಿಂದ ಸಾಧ್ಯವಿಲ್ಲ. ಮತ್ತೆ ವಿರಸ... ದೂರ ಸರಿಯುವಿಕೆ, ಆಸ್ಟ್ರೇಲಿಯಾಗೆ ಹೊರಡೋ ಸಂಗ್ತಿ ತಿಳಿಸಿದ್ರು, ಮುಂದೆ ಅಲ್ಲೆ ನೆಲೆಸಬಹುದು. ಪುರಾಣ, ಇತಿಹಾಸಗಳಲ್ಲಿ ವರನ ಆಯ್ಕೆ ವಧುವಿನದೇ, ಆಗಿರುತ್ತಿತ್ತು. ಉದಾಹರಣೆ ಸೀತೆ, ದಮಯಂತಿ, ದ್ರೌಪತಿ ಅದೇ ಸಾಲಿನವರು ಅವರಿಗಾಗಿ ರಾಮ, ನಳ ಮತ್ತು ಅರ್ಜುನ ಎಂತಹ ಪರೀಕ್ಷೆಗಳಲ್ಲಿ ತೇರ್ಗಡೆಯಾದರು" ಸಮರ್ಥನೆ ನೀಡಿದಳು.

ಮಾತು ಸಾಕೆಂದು ಪವನ್ ಹೊರಟಾಗ ಬಿಳ್ಕೊಡಲು ಬಂದವಳು "ಪರೀಕ್ಷಿತ್‌ಗೆ ಹೇಳು, ಅವನೊಬ್ಬ ಸ್ನೇಹಿತ ಅಷ್ಟೆ. ಅದಕ್ಕೆ ಮೀರಿದ ಸಂಬಂಧ ನಂಗಿಷ್ಟವಿಲ್ಲ ಶ್ರೀಕಾಂತ್ ಆಯ್ಕೆಯಲ್ಲಿ ನಾನು ಸ್ವಯಂವಧುವಾಗಿದ್ದೆ. ಥ್ಯಾಂಕ್ಯೂ ಫಾರ್ ಯುವರ್ ಸಜೆಷನ್, ಮದುವೆ ನಂತರದ ಕಿರಿಕಿರಿ, ವಿಷಯ ದಾಂಪತ್ಯ ಡೈವೋರ್ಸ್ ಸಲುವಾಗಿ ಅಲೆದಾಟ, ಅಲ್ಲಿನ ನೂರೆಂಟು ಪ್ರಶ್ನೆಗಳು, ಅವಮಾನ, ರಹಸ್ಯಗಳ ಬಹಿರಂಗ ನಂಗೆ ಅಂಥ ರಿಸ್ಕ್ ಬೇಡ" ಅತ್ಯಂತ ಸ್ಪಷ್ಟವಾಗಿ ಉಸುರಿದಳು.

ಪವನ್ ಮುಗುಳ್ನಕ್ಕು ಕೈ ಬೀಸಿ ಟ್ಯಾಕ್ಸಿಯೇರಿದ.